ராஜீந்தர் சிங் பேடியின்
தேர்ந்தெடுத்த சிறுகதைகள்

உள் அட்டையில் காணும் சிற்பக் காட்சியில் பகவான் புத்தரின் அன்னை மாயாதேவி கண்ட கனவின் பலனை மன்னர் சுத்தோதனருக்கு நிமித்திகர் மூவர் விளக்குகின்றனர். அவர்களுக்குக் கீழே அமர்ந்து அந்த விளக்கத்தை எழுதுகிறார் ஓர் எழுத்தர். எழுதும் கலையைச் சித்திரிக்கும் முதல் இந்தியச் சிற்பம் இதுவாகவே இருக்கலாம். நாகார்ஜுன மலைச்சிற்பம் பொ.யு. இரண்டாம் நூற்றாண்டு.

(பட உதவி: நேஷனல் மியூசியம், புதுதில்லி)

ராஜீந்தர் சிங் பேடியின் தேர்ந்தெடுத்த சிறுகதைகள்

உருதுவில் தேர்வும் தொகுப்பும் முன்னுரையுடன்
கோபி சந்த் நாரங்க்

ஆங்கிலத்தில்
ஜெய்ரத்தன்

தமிழில்
முனைவர் எஸ். கனகராஜ்

சாகித்திய அகாதெமி

Rajinder Singh Bediyin Thernthedutha Sirukathaigal: Collection of selected stories of Rajinder Singh Bedi, selected, compiled with an introduction in Urdu by Gopi Chand Narang, translated in English by Jai Ratan. Tamil translation through English by S. Kanakaraj, Sahitya Akademi, New Delhi, 2020, Rs. 330/-

உரிமை © சாகித்திய அகாதெமி	
ஆசிரியர்	: ராஜிந்தர் சிங் பேடி
உருது தொகுப்பாசிரியர்	: கோபி சந்த் நாரங்க்
ஆங்கில மொழிபெயர்ப்பாளர்	: ஜெய் ரத்தன்
தமிழ் மொழிபெயர்ப்பாளர்	: எஸ்.கனகராஜ்
பொருள்	: சிறுகதைகள்
வெளியீடு	: சாகித்திய அகாதெமி
முதற்பதிப்பு	: 2021
ISBN	: 978-93-5548-139-9
விலை	: ரூ.330/-

All rights reserved. No part of this book may be reproduced or utilized in any form or by any means, electronic or mechanical including photocopying, recording or by any information storage and retrieval system, without permission in writing from Sahitya Akademi.

சாகித்திய அகாதெமி

தலைமை	:	'இரவீந்திர பவன்', 35,பெரோஸ்ஷா சாலை, புதுதில்லி 110 001.
அலுவலகம்		secretary@sahitya-akademi.gov.in | 011-23386626/27/28.
விற்பனை	:	'ஸ்வாதி', மந்திர் சாலை, புது தில்லி 110 001.
அலுவலகம்		sales@sahitya-akademi.gov.in|011-23745297, 23364204.
கொல்கத்தா	:	4, டி.எல். கான் சாலை, கொல்கத்தா 700 025.
		rs.rok@sahitya-akademi.gov.in|033-24191683/24191706.
சென்னை	:	குணா வளாகம், 443, இரண்டாம் தளம், அண்ணா சாலை, தேனாம்பேட்டை, சென்னை 600 018.
		chennaioffice@sahitya-akademi.gov.in 044-24311741|24354815.
மும்பை	:	172, மும்பை மராத்தி கிரந்த சங்கிரகாலய சாலை, தாதர், மும்பை 400 014. rs.rom@sahitya-akademi.gov.in 022-24135744 | 24131948.
பெங்களூரு	:	மத்தியக் கல்லூரி வளாகம், பல்கலைக்கழக நூலகக் கட்டிடம், டாக்டர் அம்பேத்கர் வீதி, பெங்களூரு 560 001. rs.rob@sahitya-akademi.gov.in. 080-22245152, 22130870.

அட்டை வடிவமைப்பு: Madurai Babu (Velusamy. K)
ஒளி அச்சு: BalaGeetha Media, Pollachi \|அச்சகம்: Mani Offset, Chennai

Visit our website at http://www.sahitya-akademi.gov.in

பொருளடக்கம்

ராஜீந்தர் சிங் பேடி - ஓர் அறிமுகம்	7
1. கம்பளி கோட்டு	9
2. கிரகணம்	25
3. ரகுமானின் காலணிகள்	42
4. லஜ்வந்தி (தொட்டாற் சிணுங்கி)	56
5. ஜோகியா	77
6. பூபுல் (நல்வழிப்படுத்திய சிறுவன்)	107
7. உங்கள் துயரங்களை என்னிடம் விட்டு விடுங்கள்	127
8. திருமணத்திற்கான உயரம் அல்ல	166
9. முனையத்துக்கு அப்பால்	196
10. திவாலா	225
11. பாலியல் உறவு	250
12. ஒரே ஒரு சிகரெட்தான்	267
13. விட்டுவிட்டு வந்த காய்ச்சல்	308
14. எங்கே இருக்கிறது இறுதி ஊர்வலம்?	325
15. வாழ்வைத் தொலைத்தவன்	349
16. உண்மையைச் சொல்	370
17. விற்பனைக்கு ஒரு தந்தை	395
18. கண்ணாடியின் முன்னால்	417

ராஜீந்தர் சிங் பேடி – ஓர் அறிமுகம்

(1915 – 1984)

ராஜீந்தர் சிங் பேடி இந்தி, உருது மொழிகளில் புலமை வாய்ந்தவர். தலை சிறந்த சிறுகதை ஆசிரியராகத் திகழ்ந்தவர். இவர் பன்முகத் திறமை படைத்தவர். புதினங்கள் படைப்பதிலும் பெயர் பெற்றவர். சிறந்த நாடகாசிரியரும் கூட. ஹிந்தி திரை உலகில் முக்கிய முத்திரை பதித்தவர். திரைக்கதை, உரையாடல் எழுதுவதில் வல்லவர். ஹிந்தி திரைப்பட இயக்குனராகவும் பணியாற்றியவர். இவர் திரைப்படங்களில் புராணக் காட்சிகளுக்கு முக்கியத்துவம் கொடுத்தவர்.

அன்றைய ஆங்கிலேயர் ஆட்சிக்காலத்தில் பஞ்சாப்-சியால்கோட்டில் (இன்று பாகிஸ்தானில் உள்ளது) 1915 ஆம் ஆண்டு செப்டம்பர் முதல் நாளில் பிறந்தவர்.

முதலில் அஞ்சல்துறை எழுத்தராகப் பணியில் சேர்ந்து, பின்னர் அகில இந்திய வானொலி பணியில் தன்னை இணைத்துக் கொண்டு லாகூர், காஷ்மீர் பகுதிகளில் பணியாற்றியவர். இந்திய பிரிவினையின் பின் இந்தியாவில் வாழத் தொடங்கினார். இவருக்கு இரு குழந்தைகள்- நரேந்திர பேடி மற்றும் ராஜ்குமார் ஆவர்.

இவர் மும்பையில் 1984 ஆம் ஆண்டு நவம்பர் 11ஆம் தேதியன்று தன் 68-ஆம் வயதில் உயிர் துறந்தார்.

இவரைத் தேடி விருதுகள் பல வந்தன. சிறந்த திரைக்கதைக்கான ஃபிலிம்பேர் விருது, சிறந்த திரைப்பட வசனத்திற்கான ஃபிலிம்பேர் விருது, சிறந்த உருது ஆசிரியர்கான சாகித்திய அகாதெமி விருது ஆகியவை குறிப்பிடத்தகுந்தவை.

இவர் எழுதிய புத்தகங்களில் ஐ டேக் திஸ் உமன், ஆர்டைண்ட் பை ஃபேட், பேடி சமகிரா, பிரதிந்தி கஹானியன் ஆகியவை அடங்கும். இவர் சில சிறுகதைத் தொகுதிகளையும் வெளியிட்டுள்ளார். அவையாவன: கார்மெண்ட் பஜார் மென், லஜ்வந்தி, கார்டன் கோட், போலா, அப்னாதுக் முஜேதோ தோ.

1. கம்பளி கோட்டு

தையல்கலை வல்லுநர் மிராஜுதினின் காட்சிப் பெட்டியில் மனதைக் கொள்ளை கொள்ளும் கோட்டு சூட்டுகள் பலவற்றைக் காணும் சந்தர்ப்பம் எனக்குக் கிட்டியது. அவைகளைக் கண்டவுடன் என் மனதில் ஒரு வித வலி உண்டாயிற்று. அதற்குக் காரணம் நான் அணிந்திருந்த பழைய கிழிந்த கோட்டுதான். எவ்வளவு பணக் கஷ்டம் இருந்தாலும் வரப் போகிற குளிர்காலத்திற்காக எப்படியும் நல்லதொரு புதிய கோட் ஒன்றை வாங்கி விட வேண்டுமெனத் தீர்மானித்தேன். அந்த மனமகிழ் மன்றம் வழியாகச் செல்லாமலிருந்தாலோ அல்லது அந்த மனமகிழ்மன்றம் போகாமலிருந்தாலோ, என்னுடைய பழைய கோட்டைப் பற்றிய நினைவு வந்திருக்காது. மனமகிழ் மன்றம் வந்திருந்த சந்த்சிங்கும் யஸ்தானியும் மிகவும் நேர்த்தியான கம்பளியால் ஆன கோட்டும் சூட்டும் அணிந்து வந்து அழகாகத் தோற்றமளித்தனர். உடனே நான் என்னுடைய பழைய கிழிந்த கோட்டுடன் ஒப்பிட்டுப் பார்த்தேன். அது என் தற்பெருமையை மிகவும் காயப்படுத்தி விட்டது.

என்னைப் போன்ற சாதாரண ஏழை குமாஸ்தாக்கள் தங்கள் வாழ்க்கையை ஓட்டிச் செல்ல பலவற்றை விலக்கி வைத்தும் பலவற்றை ஏமாற்றிக் கொண்டும் தான் செல்ல முடியும். உறையும் பனி நிலவும் குளிர்காலச் சூழலில் குடும்ப உறுப்பினர்களை முறையாகப் பாதுகாக்க வேண்டுமென்றால் கரடு முரடாக நெசவு செய்யப்பட்ட பழைய கிழிந்த கோட்டுகளை மகிழ்வோடு ஏற்றுக் கொள்ளத்தான் வேண்டும். இப்பொழுது என்னிடம் இருக்கும் இந்தப் பழைய கோட்டு, நான் சென்ற ஆண்டு டெல்லி நுழைவு வாயிலுக்கு வெளியே உள்ள பழைய துணிகள் விற்கும் கடையில் இருந்து வாங்கப்பட்டது. அவர்

கராச்சியில் உள்ள மிரஜ்ஜா மிரஜ்ஜா குழுமத்தினர் எனப்படும் துணி ஆலையில் இருந்து மொத்தமாக வாங்கி விற்பனை செய்பவர்.

இந்தப் பிரபலமான ஆலையின் பெயரைச் செயற்கைப் பட்டில் சிறிய அளவில் பொறித்து கோட்டின் உள் பாக்கெட்டின் கீழ்ப்பகுதியில் தைத்திருப்பர். இதைப் பார்த்து தான் பலர் ஏமாந்து விடுகின்றனர். நானும் அந்தக் கோட்டைக் குறைந்த விலைக்குத் தானே வாங்கினேன் என்று என்னையே ஆறுதல் படுத்திக் கொள்வேன். ஆனால் சமுதாயத்தில் இருக்கும் பேச்சு வழக்கை மறந்து விட முடியாதல்லவா? "நிறைய செலவு செய்து வாங்கு, ஒரு முறை வருந்துவாய், மலிவான விலைக்கு வாங்கு, பல முறை வருந்த நேரிடும்". என்னுடைய கோட்டும், கிழிந்து, உபயோகப்பட மாட்டேன், என்று என்னைப் பலமுறை பயமுறுத்தி இருக்கிறது.

அது ஒரு டிசம்பர் மாத மாலை நேரம்; அதே ஆண்டு தான். மனமகிழ் மன்றத்திலிருந்து திரும்பி வரும்பொழுது அனார்கலி பஜார் வழியாகச் செல்ல முடிவு செய்தேன். அந்த மாதத்திற்கான மாவு, பருப்பு, எரிபொருள், ஆகியன வாங்கிய பின்பும் மின்கட்டணம், ஆயுள் காப்பீட்டுக் கட்டணம் செலுத்திய பின்பும், என்னிடம் ஐம்பது ரூபாய் மீதமிருந்தது. என்னைப் பொறுத்தவரை அது ஒரு பெரிய தொகை தான். சட்டைப் பையில் பணமிருந்தால் அனார்கலி பஜாரில் செலவு செய்யத் தயக்கம் வராது. அது ஒரு பெருமைக்குரிய விசயமாகவும் மனமகிழ்வைத் தரும் செயலாகவும் கருதப்பட்டது.

ஒவ்வொரு கடையைத் தாண்டிச் செல்லும் போதும் அக்கடைகளின் ஜன்னல்களில் கம்பளி ஆடைகள் அடுக்கி வைக்கப்பட்டிருப்பதையும் அதோடு சேலைகள் குவிந்து கிடைப்பதையும் கண்டேன். அல்லது ஒரு வேளை இவைகள் தாம் என் கண் பார்வையில் விழுந்தனவோ. கடந்த சில ஆண்டுகளில் தங்கம் டன் கணக்கில் வெளிநாட்டிற்குச் சென்று விட்டதாக பலர் சொல்லக் கேட்டிருக்கிறேன். அதன் பயனாக வெளிநாட்டுச் சரக்குகள் அதிக அளவில் இங்கு வந்துள்ளதாகவும் சொல்வர். அதனால் தான் எந்த ஒரு விளைவுகளையும் உண்டாக்க முடியாத சாதாரண குடிமக்கள் கூட வெளிநாட்டு மோகத்தால் கோட்டும் சூட்டும் அணியத் தொடங்கினர் என்றும் கூறுவர்.

மேலும் இந்த மாதிரி ஆடைகள் அணிவதை மிகவும் பெருமையாகவும் கருதினர். வெளிநாட்டினர் பாணியில் விலையுயர்ந்த ஆடைகள் அணிவதும், அவர்கள் பாணியில் நம் வாழ்வின் நடைமுறைகளை மாற்றிக் கொள்வதும், நம் வறுமை நிலையை நாமே மறைத்துக் கொள்ள முயல்கிறோம் என்பது தான் உண்மை. பணக்காரர்களுக்கு இது ஒரு சவாலான செயலாகவோ, பணம் கறைந்துவிடும் என்ற நினைப்போ, இருப்பதில்லை.

ஜவுளிக்கடைகளில் நேர்த்தியான, அழகான துணி வகைகள் அடுக்கடுக்காய் வைக்கப்பட்டிருந்தன. அவைகளையெல்லாம் ஒரு விதப் பேராசையுடன் நான் பார்த்தபோது என் மனதில் குழப்பநிலைதான் ஏற்பட்டது. இவ்வளவு நேர்த்தியான அதிக விலையில் உள்ள ஆடையை எனக்காக வாங்கிக் கொண்டு என் குடும்பத்தினரைப் பசியால் வாட விடுவது எனக்கு உகந்தது தானா? என்ற வினாவின் எழுச்சியே அக்குழப்பத்திற்குக் காரணம். சிறிது நேர மனக் குழப்பத்திற்குப் பின் எனக்காகப் புதிய கோட்டு வாங்கும் ஆசையைத் துறந்தேன். சிதைந்து கொண்டிருக்கும் என் கம்பளிக் கோட்டின் பொத்தான்களை ஒரு வித கடுப்புடன் சரியாகப் போட்டுக் கொண்டு அந்த இடத்தை விட்டு வேகமாக நடக்கலானேன்.

நான் எடுத்து வைத்த ஒவ்வொரு அடியும் எனக்கும் அந்தக் கடைக்குமிடையே உள்ள தூரத்தை அதிகப்படுத்தியது. அந்தச் சுறுசுறுப்பான நடை எனக்குப் புத்துணர்ச்சியைக் கொடுத்தது என்றும் சொல்லலாம். என் ஆசைக்கு ஒரு நல்ல வடிவம் கொடுக்க அன்று நிலவிய கடும்பனியால் கூட முடியாமல் தோல்வியைத் தான் தழுவியது என்பேன். அதனால் இந்தப் பழைய, சிதைந்து போன கோட்டு கூட என் தேவைக்கு அதிகமாகவே தோன்றியது.

என் மனதைச் சாந்தப் படுத்திக் கொள்ளும் பொருட்டு என்னுள் விவாதித்துக் கொண்டே நடந்தேன். பணக்காரர்கள் பகட்டிலும் ஆடம்பரத்திலும் நம்பிக்கை இல்லாதவர்கள் என்பது எனக்குத் தெரியாதா? சிதைந்த கோட்டை விடுங்கள், சட்டை இல்லாமல் அவர்களால் இருக்க முடியாதா? இதே ரீதியில் பார்த்தால் ஒரு வேளை பணக்காரர்கள் குழுவில் ஏற்கனவே சேர்ந்து விட்டேனா?.

இருப்பினும் இந்த விதத்தினாலான என் சுய பரிசோதனை என் குழப்பத்தை மேலும் அதிகரிக்கச் செய்தது என்று தான் சொல்லவேண்டும். இத்தகு அனைத்து எண்ணங்களையும் அவசரமாக அறவே ஒதுக்கி விட்டு, என் வீட்டை அடைந்தபொழுது அந்த ஐம்பது ரூபாய் நோட்டு அப்படியே என் சட்டைப் பையில் இருந்தது.

என் மனைவி ஷமி எனக்காகக் காத்துக் கொண்டிருந்தாள். சப்பாத்திக்காக மாவைப் பிசைந்து கொண்டும் அடுப்பில் தீயைப் பற்ற வைத்துக் கொண்டுமிருந்தாள். அந்த மோசக்கார மங்கள்சிங் நனைந்து போயிருந்த விறகுக் கட்டைகளைக் கொடுத்திருந்தான். அதனால் தீ பற்ற வைப்பதில் என் மனைவி மிகவும் சிரமப் பட்டுக் கொண்டிருந்தாள். மிகவும் கஷ்டப்பட்டு ஊது குழலால் ஊதி ஊதித் தீயைப் பற்ற வைக்க அவள் எடுத்த முயற்சியில் அங்குப் புகை மண்டலமே உருவாகியிருந்தது.

அதனால் மங்கள்சிங்கை சபிக்கத் தொடங்கினேன். ஏமாற்றுப் பேர் வழி! என் மனைவியின் அழகிய கண்களில் நீர் வர யார் காரணமாக இருந்தாலும் அவர்களுக்கெதிராகச் சண்டையிடவும் தயங்கமாட்டேன். மங்கள்சிங் மட்டும் விதிவிலக்கா, என்ன!

பல நிமிட போராட்டத்திற்குப் பின் அடுப்பில் தீப்பிடித்து எரியத் தொடங்கியது. என் கோபமும் சற்றே தணிந்தது. என் தோள்பட்டையில் அவள் தலையை சாய்த்த வண்ணம் விளையாட்டாக அவள் விரல்களை என் கோட்டைத் தட்டி விட அதிலிருந்த ஓட்டை வழியாக அவள் அழகிய விரல் வெளியே வருவதைக் கண்டாள்.

அவள் சொன்னாள்: “உங்கள் கோட்டு விதிக்கப்பட்ட நாட்களையும் தாண்டி உழைத்து விட்டது.” “ஆமாம்,” என்று உடனடியாக நானும் பதிலளித்தேன். கோட்டில் காணப்பட்ட சில துவாரங்களைப் பார்த்து, “நான் அதை தைத்து விடலாமென நினைக்கிறேன்,” என்றாள்.

அவளுக்கு உதவும் பொருட்டு, “சில இடங்களில் பின்னல் தையல் தேவைப்படும்” என்றேன். கோட்டை மேலும் கீழும் பார்த்துவிட்டு, அவள் சொன்னாள்: “நூலிழையே சில இடங்களில

போய் விட்டதே, அது அந்துப் பூச்சிகளின் வேலையாக இருக்கும், செயற்கைப் பட்டு தானே: உங்களுக்கும் இது தெரியும் என நினைக்கிறேன்."

கோட்டை அவளிடமிருந்து எடுத்துவிட்டு நான் சொன்னேன்: "இந்த விஷயத்தை இத்துடன் மறந்து விடு. ஷமி, தையல் முன் உட்காருவதற்குப் பதிலாக என்னருகே உட்கார். அலுவலகத்தில் இன்று கடினமான வேலை. நான் எவ்வளவு களைப்புடன் இருக்கிறேன் என்பதை நீ பார்க்க வில்லையா? நான் தூங்கச் சென்ற பின் உன் முழு நேரத்தையும் தையல் இயந்திரம் முன் உட்கார்ந்து அல்லவா வேலை செய்வாய், வேண்டாம்."

அவள் ஈடுபாட்டுடனான புன்னகைதான் என்னே!
என் கிழிந்த கோட்டும் என்னே!

மீண்டும் ஷமி புன்னகைத்தாள். பின் சொன்னாள்: "போதும் போதும் என்றாகிவிட்டது. உங்கள் கோட்டைச் சரி செய்யும் முயற்சியில் ஈடுபட வேண்டாம். ஈரமான மரக்கட்டைகளைத் தீப்பற்ற வைப்பதென்பது ஒரு பெரிய தண்டனையே. நீங்கள் ஏன் புதிய கோட்டு ஒன்றை வாங்கிக் கொள்ளக் கூடாது?"

அவள் பேச்சு என்னை மீண்டும் சிந்திக்க வைத்தது. கோட்டுக்காகப் புதிய துணி வாங்குவது என்பது என்னைப் பொறுத்தவரை ஒரு பாவச் செயல்தான். ஆனால் ஷமியின் புன்னகை சிதறும் அழகிய கண்களின் பரிந்துரைதான் என்னே! இந்த அழகிய கண்களுக்கு வலியை உண்டாக்கிய மங்கள் சிங் உடன் சண்டையிட்டால் தான் என்ன? அவளுக்காக இந்த உலகத்தையே வெறுக்கவும் நான் தயார்தான்; அவளுக்காக இவ்வுலகில் உள்ள துணிகள் அனைத்தையும் வாங்கத் தயாராக உள்ளேன்.

நான் ஏன் புதிய கோட்டு ஒன்றை வாங்கக் கூடாது என எண்ணிக் கொண்டிருந்தேன். அந்த நேரம் தான் என் இளைய மகள் புஷ்பா முண்ணி வீட்டிற்குள் ஓடோடி வந்து தாழ்வாரப் பகுதியில் நடனமாடத் தொடங்கினாள். அவளின் வேடிக்கையான செய்கைகள் அனைத்தும் கதகளி ஆட்ட நிபுணர்களின் செயல்பாடு- களை விட மனதைக் கொள்ளை கொள்ளும் விதத்தில் இருந்தன.

என்னைப் பார்த்தவுடன் அவள் ஆட்டத்தை நிறுத்திக் கொண்டாள். “அப்பா! ஓ! வந்து விட்டீர்களா? நாளை என் ஆசிரியை மேசை விரிப்பைத் தயாரிப்பது எப்படி எனச் சொல்லித்தர இருக்கிறர்கள். அதற்கான சிறிதளவு துணி ஒன்றை வாங்கிக் கொண்டு வரச் சொன்னர்கள். அத்துடன் அதற்குரிய அளவு நாடா ஒன்றையும் கொண்டு வரச் சொன்னார்கள். இது தவிர, நான் வெட்டி, தைத்துப் பழகக் கம்பளித் துணி ஒன்றும் எனக்கு பிரேத்யமாகத் தேவைப்படுகிறது” என்று அவளின் தேவையைப் பட்டியலிடலானாள்.

அருகிலிருந்து கேட்டுக் கொண்டிருந்த என் மனைவி ஷமி அவளை அறைந்து விட்டாள். பின் கோபத்துடன் கூறினாள்: “இந்தச் சனியன் இப்படித்தான் இது வேண்டும், அது என் தேவை” என்று சொல்லிக் கொண்டே இருப்பாள். இப்பொழுது தான் நீங்கள் புதிய கோட்டு ஒன்றிற்கு ஏற்பாடு செய்யுங்கள் என்று சொல்லி முடித்தேன். அதற்குள் எல்லாவற்றையும் விழுங்கிவிடுமளவில் தேவைப்பட்டியலைக் கொடுக்கிறாள்.

ஏழை மகள் புஷ்பாவின் கண்ணீரைப் பாருங்கள்!
என் புதிய கோட்டின் நிலையை' பாருங்கள்

“ஷமீ” என உரத்த குரலில் என் மனைவியைக் கூப்பிட்டேன். இது என் இயற்கைக்கு மாறுபட்ட செயலாகத் தோன்றியது. ஷமி பயந்து விட்டாள். கோபக்கனல் பொங்க, “ஷமி, போய், என் கோட்டைத் தைத்து சரி செய், இப்பொழுதே செய். இதை நீ உன் விருப்பத்துடன் செய்தாலும் அல்லது கோபத்துடன் செய்தாலும் நான் கவலைப் படப் போவது இல்லை. எப்படி மங்கள்சிங் விற்ற நனைந்த விறகுகளுடன் போராடினாயோ அதே போல் என் கோட்டு துவாரம், கிளிசல்களை அடைப்பதிலும் செய்து காண்பி. மகள் புஷ்பா அழுவதை நீ கவனிக்க வில்லையா? புஷ், என் அருமை மகளே, அருகில் வா, என் செல்லப் பிள்ளையே! உனக்கு என்னவெல்லாம் வேண்டுமென்று சொன்னாய்: மேசை விரிப்பிற்கான துணி, அது தானே? அளவு நாடா ஒன்றும் தேவைதானே? பட்சு எங்கே? ஒருவேளை தூங்கியிருப்பானோ? மூன்று சக்கர சைக்கிள் ஒன்றும் பலூன் ஒன்றும் வேண்டுமெனக் கேட்டானே. அழுது கொண்டே தூங்கி இருப்பானோ? அவனுக்குச் சாதாரண பலூன் வாங்குவதை விட எனக்குப் புதிய கோட்டு

வாங்குவது நல்லதா? ஷமி, குழந்தை பட்சு எங்கே?" எனக்கூறி முடித்தான்.

அதிர்ச்சியுற்ற ஷமி, "பட்சு தூங்கி விட்டான்," எனக் கூறினாள். "எனக்கு கோட்டு வாங்க வேண்டுமென்பதற்காகக் குழந்தைகளிடம் கோபத்துடன் நடந்து கொண்டால், அழகிய கண்களை உடையவள் நீ என்றும் பாராமல் உன்னை நேசிக்க மாட்டேன்," என்று தொடர்ந்து கூறலானான்.

பின், ஏன் இந்த நாடகமெல்லாம்? என்று எனக்குள்ளேயே வினவிக் கொண்டேன். எனக்குப் புதிய கோட்டு தேவை என்பதற்காக இவ்வாறு நடந்து கொள்கிறேனா? இதில் யார் பக்கம் உண்மை இருக்கிறது? என் மனைவி பக்கமா? அல்லது என் பக்கமா? அல்லது இருவர் பக்கமுமா? இதில் யாரிடம் உண்மை இருக்கிறதோ, அவர் மற்றவரை விட வேறுபட்டு நிற்கலாம். இவ்வாறு சிந்தித்து விட்டு என்னுள் அடங்கி விட்டேன்.

சற்று இடைவெளி விட்டு என் மனைவியிடம் கேட்டேன்: "அன்று ஒரு நாள் மெல்லிய பச்சை நிறத்திலான எனாமல் காது வளையங்கள் பற்றிப் பேசினாயே, இல்லையா?" அதற்கு அவள், "ஆமாம்! ஆனால் அதற்கு இப்பொழுது என்ன அவசியம்?" எனக் கேட்டாள்.

இவ்வாறான அவளின் ஒலியிழந்த மறுப்பினை பெருந்தன்மையோடு ஒதுக்கித் தள்ளினேன். ஏனெனில் என் சட்டைப் பையிலிருந்த அந்த ஐம்பது ரூபாய் நோட்டு எனக்கு ஒரு பெரிய புதையல் போலவே தெரிந்தது.

மறுநாள், என் கோட்டின் முழங்கைப் பகுதியைச் சரி செய்து முடித்திருப்பதைக் கண்டேன். எவ்வளவு தான் திறமையை வெளிப்படுத்தி மிகவும் சிரத்தையுடன் சரி செய்த பொழுதிலும் ஆங்காங்கே சுருக்கங்கள் தென்பட்டன, எப்பகுதியெல்லாம் முற்றிலும் சிதைந்து போயிருந்தனவோ அவ்விடங்களில் அவ்வளவு தான் சீர் செய்யமுடியும் என நினைத்துக் கொண்டேன்.

இப்பொழுது என் சிந்தனை தையற்கலை நிபுணர் மிராஜுதீன் பக்கம் சென்றது. என்னிடம் உயிரூட்டமுள்ள கற்பனை சக்தி உண்டு. அதுவே எனக்குச் சில நேரங்களில்

எதிர்மறை விளைவுகளையும் கொடுக்கும், சில வேளைகளில் என்னை அது துன்பத்திலும் துயரத்திலும் ஆழ்த்தியது உண்டு. கோட்டு வாங்க வேண்டுமா? வாங்க வேண்டாமா? இது தான் எனக்குரிய இப்போதைய பிரச்சினை. மிராஜூதீன் தையலகத்தில் ஐநூறு ரூபாய் மதிப்பில் நல்ல அழகான நேர்த்தியான கோட்டுகள் இருப்பது எனக்குத் தெரியும். இதில் தையற் கூலியும் அடக்கம் தான். நானோ ஒரு ஏழைக் குமாஸ்தாதான். விலையுயர்ந்த கோட்டுகள் பற்றிச் சிந்திப்பதே எனக்கு அருகதை தானா? என் வருமான வரம்பிற்குள் வராதே.

வேலைகளை முடித்து விட்ட ஷமி, வேலையின்றி அமர்ந்திருக்கும் என்னருகே வந்து உட்கார, இருவரும் இருக்கும் ஐம்பது ரூபாயில் என்னென்ன பொருட்கள் வாங்க முடியும் எனக் பட்டியலிட ஆரம்பித்தோம். அப்பாவும் அம்மாவும் பிரச்சினை ஒன்றில் மூழ்கியிருந்தால் பிள்ளைகள் வந்து அவர்களைச் சூழ்ந்து கொள்வது வழக்கம்தான். மகள் புஷ்பாவும் மகன் பட்சுவும் ஆச்சரியத்தில் திளைத்துப் போயிருந்தனர்.

இதை நீங்கள் கற்பனையின் விசித்திரமான செயல் என்று கூடச் சொல்லலாம். அல்லது நான் என் மனைவி ஷமியை மகிழ்விக்கச் செய்த செயல் என்றும் குறிப்பிடலாம். நான் தயாரித்த பட்டியலில் முதலிடத்தை அந்த மெல்லிய பச்சை நிற எனாமல் காது வளையங்களுக்குக் கொடுத்திருந்தேன். இடையே என் பார்வையைச் சமையலறைப் பக்கம் செலுத்தினேன். தீப்பிழம்பு மகிழ்வுடன் எரிந்து கொண்டிருந்தது. ஷமியின் கண்களும் நட்சத்திரங்கள் போல் ஜொலிக்கலாயின. ஒரு வேளை மங்கள் சிங் நனைந்த விறகுகளைத் திரும்ப எடுத்துக் கொண்டானோ?

"அவர் மல்பெரி குச்சிகளையும் அட்டைப் பெட்டியின் பகுதிகளையும் நமக்குக் கொடுத்திருக்கிறார்" என்று விபரத்தை என்னிடம் சொன்னாள். "பசுச் சாண வறட்டி என்ன வாயிற்று?" என நான் வினவ, அவளும், "அவைகளையும் கொடுத்திருக்கிறார்," எனப் பதிலளித்தாள்.

"அப்படியானால் மங்கள்சிங் உண்மையிலேயே கடவுளின் வடிவம் தான்: மேலும் அவர் புனிதர் போன்றவரும் கூடத் தான்" என்று நான் அவர் புகழ் பாட ஆரம்பித்தேன். தொடர்ந்து, "உன்

கண்கள் பிரகாசமாக இருக்க வேண்டுமானால் நான் நேர்த்தியான விலையுயர்ந்த கோட்டு ஒன்றை வாங்கித்தான் ஆக வேண்டும். இந்த மாதச் சம்பளத்தில் செய்ய முடியாத காரியம்தான். ஒரு வேளை அடுத்த மாதச் சம்பளத்தில் இது சாத்தியமாகலாம்." என்று அவளிடம் தெரிவித்தேன்.

அதற்கு என் மனைவி சிரித்துக் கொண்டே சொன்னாள்: "அதற்குள் குளிர் காலமும் போய்விடும்".

புஷ்பாவிற்குத் தேவையான பொருட்களின் பட்டியல் பெரிதாகவே இருந்தது - பருத்தித் துணி, அளவு நாடா, ஒரு கஜம் பச்சை நிறக் கம்பளித் துணி, நூற்கண்டுகள், குழல் வடிவிலான தங்க நிறத்துணி. இது தவிர அவளுக்குப் பிடித்தமான குலாப் ஜாமுன் மற்றும் இமாரிடஸ் இனிப்பு வகைகள்.

மலச்சிக்கல் பிரச்சனையால் வெகு காலமாக நான் சிரமப் பட்டுக் கொண்டிருக்கிறேன். அதற்குரிய மருந்தான டிரைஃலா ஜமானியை ஹக்கீம் கடையிலிருந்து வாங்க நினைத்திருந்தேன். மலச்சிக்கலை இலகுவாக்கிக் கொடுக்கக் கூடியது இம்மருந்து. இரவு படுக்கைக்குச் செல்லும் முன் ஒரு கப் பாலுடன் சாப்பிட வேண்டும். மகள் புஷ்பாவின் தேவை அதிகமாக இருந்ததால் எனக்குரிய மருந்து வாங்குவதைத் தள்ளிப் போட வேண்டுமெனத் தீர்மானித்தேன். மகளுக்கு விருப்பமான குலாப் ஜாமுனுக்கு முன்னுரிமை தரவும் முடிவு செய்து கொண்டேன்.

மகளுக்காக குலாப் ஜாமுன் வாங்கி அதைப் படிக்கட்டுக்கு அடியில், பால்காரன் பால் கொள்கலங்களை வைக்குமிடத்தில வைத்து விட முடிவு செய்தேன், பின் மகள் புஷ்பாவிடம் குலாப் ஜாமுன் வாங்க மறந்து விட்டேன் என்று சொல்லி அவள் எவ்வளவு தூரம் வருந்துவாள் எனப் பார்க்க வேண்டும் என்றும் தீர்மானம் செய்து கொண்டேன். குலாப் ஜாமுன் என்று சொன்ன உடனேயே அவள் வாயில் நீர் ஊருவதைக் கவனிப்பதே தனி இன்பம் தான். அதன்பின் குலாப் ஜாமுனை அவளிடம் எடுத்துக் கொடுக்கவும் முடிவு செய்தேன்.

மகன் பட்சுவைப்பற்றி என்ன சொல்ல ? காலையிலிருந்தே மூன்று சக்கர சைக்கிளும், பலூனும் வேண்டுமென்று அடம்

பிடித்தானே. இந்த எண்ணம் எனக்கு மலச்சிக்கலுக்கான மருந்து வாங்கும் எண்ணத்தைக் கைவிடச் சொல்லியது.

ஷமி மகன் பட்சுவை சமாதானப் படுத்தும் முயற்சியில் இறங்கி இருந்தாள். பட்சு கேட்ட மூன்று சக்கர சைக்கிளை அடுத்த மாதச் சம்பளப் பணத்தில் வாங்கி விட வேண்டும் என்று முடிவு செய்தேன். பகல் முழுவதும் மகிழ்ச்சியுடன் அன்பு மகன் சைக்கிளில் வலம் வருவான் என்று கற்பனையும் செய்து பார்த்தேன். புஷ்பாவிற்கு வேறொன்றும் கிடைக்காது. பட்சு சைக்கிள் விடுவதை வாயைப் பிளந்து வேடிக்கை பார்ப்பாள் என நினைத்தேன்.

ஷமியின் அழகுக் கண்களின் மீது சத்தியமாகச் சொல்கிறேன், மூன்று சக்கர சைக்கிள் வாங்குவதற்கான பணத்தைத் தயார் செய்யும் வரை நிலா கம்பட் கடைப் பக்கம் போகக் கூடாது என முடிவெடுத்தேன். அக்கடைப்பக்கம் போய் அந்தத் தையல் இயந்திரத்தை வாங்க முடியாமல் வருவது கொடுமை தானே, என நினைத்துக் கொண்டேன். என்னவொரு கையாலாகாத நிலைமை பாருங்கள்! என் மீதே எனக்கு வெறுப்பு ஏற்படத் தொடங்கியது. வெள்ளை ஆடை அணிந்து ஷமி பெல்ஜியம் கண்ணாடி முன் நின்று தன்னைப் பார்த்துக் கொண்டிருந்தாள். நான் அங்குச் சென்று அவள் பின்னால் நின்று கொண்டு சொன்னேன்: “நீ என்ன நினைத்துக் கொண்டிருக்கிறாய் என்று எனக்குத் தெரியும்.”

“நான் பந்தயம் கட்டுகிறேன், உங்களால் சொல்ல முடியாதென்று.” “மாவட்ட அதிகாரி மனைவி முன் இந்த வெள்ளை நிறப் புடவையிலும், மெல்லிய பச்சைநிற எனாமல் காது வளையங்களுடனும் போய் நின்றால், அவள் கண்கள் ஆச்சரியத்தால் அகல விரிந்து நிற்கும் என்று தானே நினைத்துக் கொண்டிருக்கிறாய்,” என்று நான் சொல்ல, அவளோ, “இல்லவே இல்லை, நீங்கள் வேறெங்கோ போய்விட்டீர்கள், என் கண்களைப் புகழ்ந்து பேசுவீர்கள், இல்லையா? அப்படிப் புகழும் அளவிற்கு அதில் என்னதான் இருக்கிறது? உண்மையிலேயே என் கண்களைப் புகழ்பவராக இருந்தால், என்றைக்கோ புதியதொரு கம்பளிக் கோட்டை வாங்கி இருப்பீர்கள், அல்லவா? என்று சிரித்துக் கொண்டே பதில் சொன்னாள்.

அவள் அருகில் சென்று மேலும் பேசவிடாமல் என் கையால் அவள் வாயை மூடினேன். என் ஆர்வம் அனைத்தும் விரக்தியாக மாறியது. “அடுத்த மாதம் புதிய கோட்டு ஒன்றைக் கட்டாயம் வாங்குகிறேன் என, உன்னிடம் உறுதியாகச் சொல்கிறேன்”என தளர்வுற்ற குரலில் அவளிடம் சொன்னேன்.

“அதற்குள் இந்தக் குளிர்காலம் போய் விடுமே,” எனப் பதிலளித்தாள்.

பின் கடைத்தெருவை நோக்கி நடக்கலானேன். என் மனமோ சட்டைப் பையில் இருக்கும் வெறும் ஐம்பது ரூபாய் உருவாக்க இருக்கும் ஒரு சிறிய மகிழ்ச்சிகரமான உலகை நினைத்து அசை போட்டுக் கொண்டிருந்தது.

அனார்க்கலி பகுதியில் என்னைத் தவிர மற்றவர்கள் அனைவரும் கம்பளிக் கோட்டு அணிந்திருந்தனர். ஒரு நகைக் கடைக்குச் சென்று அங்குக் கிடைக்கும் காது வளையங்களைப் பார்த்தேன். ஒரு உயிரோட்டம் உள்ள கற்பனை சக்தி அந்த மெல்லிய பச்சைநிற எனாமல் காதுவளையங்கள் என் மனைவிக்கு எவ்வளவு கச்சிதமாகவும் அழகாவும் இருக்குமென்று உணர்த்தியது. ஒரே நிறத்தில் பல காது வளையங்கள் என் பார்வைக்கு வைக்கப்பட்டதால் எதைத் தேர்வு செய்து வாங்குவது என்று முடிவெடுக்க முடியாமல் திணறினேன். முடிவாக ஒன்றையும் தேர்வு செய்ய முடியாமல் கடையை விட்டு வெளியேறினேன்.

அப்பொழுது நண்பன் யஸ்தானியைச் சந்திக்க நேரிட்டது. அவன் மனமகிழ் மன்றத்திலிருந்து திரும்பி வந்து கொண்டிருந்தான். அதை மனமகிழ் மன்றம் என்பதை விடச் சூதாட்டம் நடைபெறும் இடமென்று தான் சொல்ல வேண்டும். சீட்டு விளையாடி ரூபாய் எழுபத்தைந்து சம்பாதித்து விட்ட மகிழ்ச்சியில் இருந்தான். என் கோட்டிலிருந்த ஓட்டையை ஒரு கையால் மறைத்துக் கொள்ள முயன்றேன். மற்றொரு கையால் இடது பக்க பாக்கெட்டுக்குக் கீழ் ஒரு ரூபாய் அளவில் போடப்பட்டிருந்த ஒட்டுத் தையலையும் மறைக்க முயன்றேன். அவன் கையை என் தோள்பட்டையில் வைத்த பொழுது என் கோட்டில் உள்ள, பார்க்கக் கூடாத சுருக்கங் களையெல்லாம் பார்த்திருப்பானோ எனச் சந்தேகப்பட்டேன்.

என் கோட்டின் நிலையை அவன் பார்த்தால் என்ன அல்லது பார்க்காவிட்டால் என்ன விளையப் போகிறது என்று எனக்குள் சொல்லிக் கொண்டேன். அத்துடன் இந்த நெருக்கடியான சூழலை மறக்க முயன்றேன். எனக்காக புதிய கோட்டு ஒன்றை வாங்கிக் கொடுத்து விடவா போகிறான்? என் கோட்டு கிழிந்த நிலையில் இருப்பதற்கும் எந்த வகையில் அவன் கரிசனப் படப் போகிறான்?

சற்று நேரத்தில் என்னிடம் விடைபெற்றுக் கொண்டு யஷ்தானி சென்று விட்டான். ஆனால் அவன் என் பார்வையில் இருந்து மறையும் வரை அவன் அணிந்திருந்த நேர்த்தியான கோட்டை ரசித்துக் கொண்டிருந்தேன்.

இனிப்புப் பலகாரக் கடைப்பக்கம் சென்ற பொழுது பெரிய அண்டாவில் ஒளிரும் நெய்யில் மிதக்கும் கச்சோரி வகை இனிப்பைக் கண்டேன். உடனே என் வாயில் எச்சில் ஊறத் தொடங்கியது. மலச்சிக்கலால் சிரமப்பட்டுக் கொண்டிருந்தாலும், எல்லா கட்டுப்பாடுகளையும் காற்றில் பறக்க விட்டு விட்டு அங்கிருந்த பளிங்கு மேசையில் முழுங்கையை வைத்து கச்சோரியை ருசிக்கும் ஆர்வத்தை அதிகப்படுத்திக் கொண்டேன்.

கச்சோரியை ருசித்துச் சாப்பிட்டுவிட்டுக் கையைக் கழுவினேன், பின் கோட்டு பைக்குள் கையை விட்டுப் பணத்தை எடுக்கும் முயற்சியில் இறங்கினேன். பையிலிருந்த ஐம்பது ரூபாய் தாளைக் காணவில்லை. அந்த ரூபாய் எங்கோ, எப்போதோ விழுந்து விட்டது போலும்?

என் கோட்டின் உட்புறப் பாக்கெட்டில் பெரிய ஓட்டை ஒன்று இருப்பதை அப்பொழுது தான் பார்த்தேன். இது அந்துப் பூச்சிகளின் வேலையாகத் தான் இருக்க வேண்டும். செயற்கைப் பட்டின் மடிப்பு தையல் பகுதிகளைத் தின்றிருக்க வேண்டும். பாக்கெட்டில் நான் வைத்த கை வெளிப்புறம் வந்ததைக் கண்டேன். மிரஜ்ஜா, மிரஜ்ஜா குழுமம் என்ற அடையாளக் குறிப்புத் துணி தைக்கப் பட்டிருந்த இடத்தின் கீழ் இந்த ஓட்டை இருந்ததையும் கண்டேன். இந்த ஓட்டை வழியாகத்தான் அந்த ஐம்பது ரூபாய் நோட்டு கீழே விழுந்திருக்க வேண்டும் என நினைத்துக் கொண்டேன்.

ஒன்றுமறியாத ஆட்டுக் குட்டியின் புதிதாக முளைத்த ரோமங்களை வெட்டும் போது எப்படி அந்த ஆடு முழிக்குமோ அது போலத் திருதிருவென்று முழித்துக் கொண்டிருந்தேன். முற்றிலும் முட்டாள் தனமான நிலைமைக்குத் தள்ளப்பட்டதை நினைத்து வருந்தினேன். இனிப்பக உரிமையாளர் தர்மசங்கடமான என் நிலைமையைப் புரிந்து கொண்டார் போலும், "பாபுஜீ, கவலைப் படவேண்டாம். பணத்தை நாளைக்குக் கொடுங்கள்," என்று ஆறுதலாகச் சொன்னார்.

நான் ஒன்றும் பேசமுடியாத அளவில் நின்றேன். ஏனெனில் நான் பேசுவதற்கு ஒன்றுமில்லையே? பேச்சுவராமல் நின்று விட்டேன். நன்றியுடன் கூடிய பார்வை ஒன்றை மட்டும் தான் கடை உரிமையாளரிடம் சமர்ப்பித்தேன்.

மற்றொரு அண்டாவில் இனிப்புப் பாகுவின் மேல் பெருமையுடன் மிதக்கும் குலாப் ஜாமுன் நிறைந்திருப்பதைப் பார்த்தேன். கச்சோரி இருக்கும் அண்டாவை அடுத்து, ஒரு அண்டா நிறைய பிரமிட் வடிவில் தங்க நிற இமார்த்தி இனிப்பு அடுக்கி வைக்கப்பட்டிருந்தது, அது என்னைப் பார்த்து ஏளனம் செய்வது போலத் தோன்றியது. என் மனம் மகள் புஷ்பாவின் ஆர்வத்தை என் மணக்கண் முன் நிறுத்தியது. ஏழைக் குழந்தைக்கு அது கிடைக்குமா?

பின் பதாமி பாக் செல்லும் பாதையில் மூக்கால் மணிநேரம் ரயில் தண்டவாளம் பக்கமே நலிவுற்ற நிலையில் நடந்தேன். அப்பொழுது லாகூர் ரயில் நிலையச் சந்திப்பில் இருந்து வந்த சரக்கு ரயில் என்னைக் கடந்து சென்றது. ஐந்து நிமிடம் கழித்துத் தடம் மாறிச் செல்ல உதவும் ரயில் எஞ்சின் ஜொலிக்கும் கரித் துண்டுகளுடன் கடந்து சென்றது. அருகிலிருந்த உப்பு சுத்திகரிப்பு ஆலையில் கூடுதல் நேரம் வேலை பார்த்து விட்டுத் திரும்பும் பணியாளர்கள் கூட்டத்தையும் பார்த்தேன். தொடர்ந்து ரவி நதிப்பாலம் நோக்கி நடக்கலானேன். அங்கு நிலவிய குளிரையும் பொருட்படுத்தாது கல்லூரி மாணவர்கள் சிலர் நிலவொளியில் படகு ஓட்டிக் கொண்டிருந்ததையும் காண முடிந்தது.

நேசக்கரம் நீட்டாத என் தலைவிதியை நொந்து கொண்டேன். பருத்தித்துணி, குலாப் ஜாமுன், ஆசை மகள் புஷ்பாவிற்கும்,

மெல்லிய பச்சைநிற எனாமல் காது வளையங்கள் அன்பு மனைவி ஷமிக்கும் வாங்க நினைத்தது பெருங்குற்றமா? என்று பெரிதும் வருத்தப் பட்டேன். என்ன கொடூரமான விதி இது! என் சிறிய அழகிய உலகை முற்றிலுமாகச் சிதைத்து விட்டதே.

இப்படிப்பட்ட வாழ்க்கை வாழ்வதை விட சாவதே மேல் என முடிவெடுத்தேன். எந்த விளைவுகளையும் எண்ணிப் பார்க்காமல் இந்த இயற்கை எனக்கு உயிரைக் கொடுத்து விட்டதோ என்றும் நினைத்துப் பார்த்தேன். அப்பொழுது படகோட்டிக் கொண்டிருந்த பையன் அவன் நண்பனிடம் சொல்வது என் காதில் விழுந்தது: "குளிர் காலத்தில் ஆற்றின் நீராளவு நம் முழங்கால் அளவுதான் இருக்குமாமே."

அதற்கு அவன் நண்பன் சொன்ன பதில்: "ஆம், உண்மை தான். பாரிடோப் கால்வாய் மேற்பகுதிக்குப் பாசனத்திற்காகத் தண்ணீரைத் திறந்து விடுவார்களாம்".

இதைக் கேட்டவுடன் என் முடிவில் மாற்றம் செய்து வீடு திரும்பினேன். மிகுந்த குழப்பத்துடன் வீட்டின் கதவைத் தட்டினேன். மகள் புஷ்பாவும் மகன் பட்சுவும் தூக்கத்தில் இருந்தனர். அது சற்று ஆறுதலாக இருந்தது. எனக்காக வெகுநேரம் காத்திருந்து விட்டு தூங்கியிருக்க வேண்டும்.

அடுப்பங்கரையில், அணையும் நெருப்பில் குளிர் காய்ந்த வண்ணம் ஷமி சிறிய தூக்கத்தில் இருந்தாள். வெறுங்கையுடன் திரும்பிய என்னைப் பார்த்ததும் என்ன வாயிற்று என்று கேட்கும் தோரணையில் என்னைப் பார்த்தாள்.

கோட்டின் உள் பாக்கெட்டில் கையை விட்டு ஓட்டை வழியாக வெளியே வந்த என் கையைக் காண்பித்தேன். ஷமிக்கு நடந்ததெல்லாம் புரிந்து விட்டது என உணர்ந்தேன். கோட்டைக் கழற்றிச் சுவற்றின் ஆணியில் தொங்கவிட்டேன். சுவற்றில் தலையைச் சாய்த்த வண்ணம் ஷமி என்னருகே வந்தமர்ந்தாள்.

மனமகிழ்மன்றத்தில் யஸ்வானியும் சந்த் சிங்கும் சீட்டு விளையாட்டில் மும்முரமாக ஈடுபட்டிருந்தனர். மது பானங்களை நிறையவே விழுங்கியிருந்தனர். மனமகிழ் மன்றத்திற்காகக் கிளம்பும்போது ஷமி வெள்ளைப் புடவை கட்டியிருந்ததைப்

பார்த்தேன். அது என்னை சீட்டாட்டத்தில் ஈடுபட்டு என் அதிர்ஷ்டத்தைச் சோதித்துப் பார்க்கத் தூண்டியது. ஒன்றிரண்டு ரூபாய் என்னிடம் இருந்தால் கூட அதைப் பலமடங்கு உயர்த்திக் கொள்ள முடியும் என்ற நம்பிக்கையும் என்னுள் எழுந்தது. ஆனால் என்னிடம் அப்போது இருந்ததோ நாலணாவுக்கும் குறைவு தான்.

கோட்டு பாக்கெட்டில் கையைவிட்டு இருக்கும் நாலணாவையும் எடுக்க எத்தணித்தேன். கையை வெளியே எடுக்கும் நேரத்தில் ஒரு சிறிய தாளின் அசைவு ஒலி கேட்டது. கோட்டின் பின்புறம் தையல் போட்ட பகுதியில் ஒட்டிக் கொண்டிருப்பது தெரிந்தது. விரலைப் பயன்படுத்தி அந்தக் காகிதத்துண்டை உட்பாக்கெட்டுக்கு அருகிலிருந்த ஓட்டைக்குக் கொண்டு வந்தேன்.

அந்தத் துண்டுக் காகிதம் தான் காணாமல் போய் விட்டதாகக் கருதப்பட்ட ஐம்பது ரூபாய். அங்கு இருந்த துவாரத்தின் வழியே சென்று, கோட்டுத் தையலின் ஏதோ ஒரு பகுதியில் இறங்கி இருக்கிறது.

விதியைப் பழிதீர்க்கும் எண்ணத்தில் அன்று மாலை இந்தப் பணத்தை எடுத்துக் கொண்டேன். சீட்டு விளையாடக் கூடாது என முற்றிலுமாக மறுத்து விட்டேன். மாறாக, பைத்தியம் பிடித்தவன் போல், அந்த ரூபாயைக் கவனத்துடன் பிடித்துக் கொண்டு வீடு நோக்கி விரைந்தேன். என் கற்பனை வரையறையின்றி சென்றது - ஒருவருக்கே உரிய தனி உலகை உருவாக்க ஒரு ஐம்பது ரூபாய் போதும் என அறிந்து கொண்டேன்.

மகள் புஷ்பாவைத் தூக்கி என் தொடையில் வைத்துக் கொண்டு, "அன்பு பாப்பி, இப்பொழுது நீ உன் ஆசை தீர குலாப் ஜாமுன் சாப்பிடலாம்" என்று சொன்னேன்.

எம் கனவுக் கோட்டைகள் தகரும் முன்னர் மனைவி ஷமியை அண்டை வீட்டு மாது கெமோவுடன் கடைத் தெருவிற்கு அவள் வாங்க நினைத்ததை எல்லாம் வாங்கிக் கொள்ளுமாறு அனுப்பி வைத்தேன். கால்நடை மருத்துவமனை அருகில் தான் அவள் சென்றிருக்க வேண்டும், நான் அனுமானம் பண்ணத்

தொடங்கினேன். இப்பொழுது அவள் பழைய நீர் நிலை அலுவலகத்தை கடந்திருக்கலாம்.

மென்மையாகத் கதவு தட்டப்படும் ஓசை கேட்டது. கதவருகே ஷமி நின்று கொண்டிருந்தாள். அவள் சொன்னாள்: “நீங்கள் கொடுத்ததை விட அதிகம் செலவாகி விட்டது. கெமோவிடம் இரண்டு ரூபாய் கடனாக வாங்கியிருக்கிறேன்.” நல்ல உணர்வுடன் இருந்ததால், பதிலுக்கு நான் சொன்னேன்: “பணத்தைப் பற்றிக் கவலைப்படாதே”.

ஆர்வத்துடன் அவளைத் தொடர்ந்து நான், பட்சு, பாப்பி ஆகிய அனைவரும் அந்த அறைக்குள் சென்றோம். ஷமியின் கையில் ஒரு சிறு பொட்டலம் தவிர வேறொன்றுமில்லை, அந்தப் பொட்டலத்தை அங்கிருந்த மேசைமீது வைத்தாள். உடனே அதைச் சுற்றி கட்டியிருந்த கயிற்றை கழற்றினாள். அதனுள்ளே இருந்தது ஒரு கம்பளி கோட்டுக்கான நேர்த்தியான துணி மட்டும் தான்.

தேம்பும் குரலில் மகள் கேட்டாள்: “அம்மா, எனக்கு குலாப் ஜாமுன் வாங்கி வரவில்லையா?” எதிரோசை வரும் பெரிய அறை ஒன்றை அவள் கன்னத்தில் விட்டு அவளை அமைதிப்படுத்தினாள்.

2. கிரகணம்

அஷாரி எனப்படும் கிராமத்தைச் சேர்ந்த கயஸ்தா குடும்பத்தினருக்கு ஹோலி நான்கு குழந்தைகள் பெற்றுக் கொடுத்திருக்கிறாள். அவர்கள் ரூப்போ, ஷெட்டு, கத்து மற்றும் முன்னா என்றழைக்கப்பட்டனர். தற்போது கருவுற்று இருக்கும் அவள் ஐந்தாவது குழந்தையை இன்னும் இரண்டு மூன்று மாதங்களில் ஈன்றெடுப்பாள்.

அவள் கண்களுக்குக் கீழ் கருவளையங்கள் தோன்றி-யுள்ளன. கன்னங்கள் அழுங்கிவிட்டன; கன்ன எலும்புகள் வெளியே துருத்திக் கொண்டு நின்றன. ஹோலியை அவள் மாமியார் பாசத்துடன் சந்த்ராணி என்று தான் அழைப்பார். ரஷீலாவோ ஹோலியின் திடகாத்திரமான உடல்வாகு, பார்ப்பதற்கு அழகான அவள் நிலைகண்டு அவள் மீது அவளவற்ற பிரியம் பாராட்டினான். அப்படிப்பட்ட ஹோலி இப்பொழுது வெளிறிப் போய், காய்ந்து கீழே விழும் இலைகளைப் போலாகி விட்டாள்.

அன்று இரவு சந்திர கிரகணம் தென்படும் சூழல். மாலைப் பொழுது நெருங்கும் வேளையில் நிலவு இருண்ட வட்டத்திற்குள் நுழையத் தொடங்கியது. ஹோலி எந்த ஒரு துணியையும் கிழிக்கக் கூடாது எனத்தடை செய்யப்பட்டிருந்தாள். ஏனெனில் அச்செயல் கருவில் இருக்கும் குழந்தையின் காது மடல்களைக் கிழித்துவிடும் என நம்பினர்.

மேலும் எந்தத் துணியையும் தைக்கும் முயற்சியில் ஈடுபடக் கூடாது என்றும் கட்டளையிட்டிருந்தனர். அச் செய்கை கருவில் இருக்கும் குழந்தையின் உதடுகளைத் தைத்து விடுமாம். அவள் வீட்டிற்கு எந்தக் கடிதமும் எழுதக் கூடாது என்றும் பணித்திருந்தனர். பெரிய சிறிய எழுத்துக்கள் கருவில் இருக்கும் குழந்தையின் முகத்தில் பதிந்து குழந்தையின் முக அழகைக்

கெடுத்து விடுமாம். இதில் உண்மை நிலவரம் என்னவென்றால், அம்மாவிற்கு அடிக்கடிக் கடிதம் எழுதுவது ஹோலியின் விருப்பமான செயல்களில் ஒன்றானது என்பது தான்.

தாய் வீடு பற்றிய பேச்சோ குறிப்போ ஏற்பட்டால் அது ஹோலியின் நெஞ்சில் ஒரு வித அதிர்வை ஏற்படுத்தத் தொடங்கியது. தாயுடன் தன் வீட்டில் வசித்த பொழுது எப்பொழுது மாமியார் வீட்டிற்குச் செல்வோம் என அவள் ஏங்கிய காலமும் இருந்தது. ஆனால் இப்பொழுது அதிக அளவில் சலிப்புற்றதால் எப்பொழுது இந்த இடத்தை விட்டுச் செல்வோம் என்ற மனநிலையில் தான் இருந்தாள்.

எவ்வளவுதான் மற்றவர்களைப் பயமுறுத்த வேண்டு-மென்ற திடமான முடிவை எடுத்திருந்தாலும், அதைப் பயன்படுத்தும் சந்தர்ப்பத்தில் சற்று பின் வாங்கிவிடுவாள். அவள் தாய் வீடு அஷாரி கிராமத்திலிருந்து இருபத்தைந்து மைல்கள் தொலைவில் உள்ளது. கடற்கரைப் பகுதியில் அமைந்த கிராமம் அது. ஹர்ப்பூர் பந்தரில் இருந்து மாலை நேரங்களில் இயக்கப்படும் படகில் சென்று தான் அக்கிராமத்தை அடைய முடியும். கடற்கரை ஓரமாகவே ஒன்றரை மணிநேரம் பயணித்தால் அவள் பிறந்த ஊரின் கோபுரங்களும் கட்டிடங்களின் மேல் பகுதியும் மங்கலாகத் தென்படும்.

சந்திர கிரகணத்திற்கான நாள் என்பதால் ஹோலி வீட்டு வேலைகளைச் சூரியன் மறைவதற்குள் செய்து முடிக்க வேண்டும். பொதுவாகவே சாப்பாடு தயாரிப்பு வேலைகள் இரவு வருமுன் முடித்து விடுவது தான் அவர்கள் வழக்கம். இவ்விஷயத்தில் அவள் மாமியார் மிகவும் கண்டிப்புடன் நடந்து கொள்வாள். கிரகணம் ஆரம்பிக்கும் முன் ஹோலி சாப்பிட்டு முடித்து விட வேண்டும் என்றும் சொல்லியிருந்தனர். இல்லையென்றால் சாப்பாட்டுத் தட்டில் கை வைக்கும் ஒவ்வொரு செயலும் கருவில் இருக்கும் குழந்தையின் வளர்ச்சிக்கு எதிராக அமையும் என்றும் கூறியிருந்தனர். மேலும் அக்குழந்தையின் தலைவிதியும் எதிர்மறையாக நிர்ணயிக்கப்படும் என்றும் பயமுறுத்தியிருந்தனர். பண்பற்ற சிடு மூஞ்சியான அவள் மாமியாருக்குப் பெரியதொரு நினைப்பு தான். அதாவது ஹோலி ஹமீதா பானு போலவும்

அவள் ஈன்றெடுக்கும் குழந்தை இன்னொரு அக்பர் போன்றும் நினைத்துக் கொண்டிருந்தாள்.

அவர்கள் குடும்பம் ஒரு பெரிய குடும்பம். அதில் நான்கு குழந்தைகள், மூன்று ஆண்கள், இரண்டு பெண்கள், மற்றும் எருமைகளும் அடக்கம். அத்தனை பேர்களையும் தனி ஒருவளாகக் கவனித்துக் கொள்வது தான் ஹோலியின் வேலை. காலை நேரம் முழுவதும் அழுக்கடைந்த பாத்திரக் குவியலை தேய்த்துச் சுத்தப்படுத்துவதிலேயே கழிந்து விட்டது. அதற்குப் பின் எருமை மாடுகளுக்கான தீனியைத் தயாரிப்பதிலும் செலவிட்டாள்.

இது ஒரு சிரமமான வேலைதான். ஏனெனில் பருத்தி விதை, பிண்ணாக்கு, தானிய வகைகளைச் சரியான விகிதத்தில் கலக்க வேண்டும். இவை அனைத்தும் ஏற்கனவே தண்ணீரில் ஊற வைக்கப்பட்டிருக்கும். இந்த வேலைகள் நலிவுற்ற அவள் உடலை வருத்தத்தான் செய்தன. அவள் தோள் பட்டைகள் வலி கொடுக்க ஆரம்பித்து விட்டன. ஒரு வேளை தன் உடம்பிலிருந்து கழன்று விழுந்து விடுமோ எனக் கூட அஞ்சினாள்.

இந்த நேரத்தில் தான் அவள் கருவில் இருந்த குழந்தையும் தொந்தரவு செய்ய ஆரம்பித்தது. அதன் அசைவுகள் தாங்கிக் கொள்ள முடியாத அளவு இருந்ததால் அருகில் இருந்த மரப்பலகையின் மீது உட்கார்ந்து விட்டாள். ஆனால் அதிக நேரம் உட்கார முடியவில்லை.

ஏனெனில் அவள் மாமியார் சொன்ன வார்த்தைகள் அவள் நினைவிற்கு வந்தன. அதாவது கருவுற்ற பெண் மரப் பலகை மீது நீண்ட நேரம் உட்கார்ந்தால், கருவில் இருக்கும் குழந்தையின் முகம் தட்டையாகிவிடும் என்பது தான். அவளுக்கு ஓரிடத்தில் உட்கார வேண்டும் போலத் தோன்றினால், மூங்கிலாலான மூர்ஹா மீது மட்டும் உட்கார்ந்து கொள்ளலாம் எனஅறிவுறுத்தி இருந்தாள். மாமியார் கண்ணில் தென்படாத சில நேரங்களில் ஹோலி கட்டிலின் மேல் படுத்துக் கொள்வாள். அதுவும் தன் வயிறு வரை கால்களை இழுத்துக் கொண்டு பெட்டை நாய் படுப்பது போலப் படுத்திருப்பாள். கருவில் வளர்ந்து தனக்குத்

தொந்தரவு தரும் அந்தச் சிறிய உயிருள்ள தன் பெருத்த வயிற்றை அவ்வப்போது நடுங்கும் கரங்களால் அமுக்கி விட்டுக் கொள்வாள்.

எப்படியிருந்தாலும் தன் பெற்றோரை அவள் மறக்க வில்லை. அவள் அப்பாவின் பெயர் சீத்தல். அவர் பணம் வட்டிக்குக் கொடுக்கும் தொழில் செய்கிறார். சாரங்தேவ் கிராமத்தைச் சுற்றி இருபது மைல் தொலைவில் இருக்கும் அனைத்துக் கிராம விவசாயிகளும் அவரிடம் வந்து வட்டிக்குப் பணம் பெற்றுச் செல்வர். அதனால் அவள் அப்பா பணச் செழிப்புடனும் செல்வாக்குடனும் வாழ்கிறார்.

ஆனால் கயஸ்தா இனத்ததைச் சேர்ந்த அவள் மாமியார் குடும்பத்தினர் அவளை மிகவும் கேவலமாகத் நடத்தினர். அவர்கள் எதிர்பார்ப்பெல்லாம் அவள் நிறைய குழந்தைகளைப் பெற்றுத் தரவேண்டும் என்பது தான். குழந்தை பெறுவதை அவள் நிறுத்தி விட்டால் கட்டாயம் அவளைக் குப்பை மேட்டில் தான் தூக்கி வீசுவர். குஜராத் முழுமைக்கும் இந்த கயஸ்தா இனத்தினர் மட்டுமே 'வீட்டிற்குரிய பெண்' என்பதன் உண்மையான பொருளை அறிந்தவர்கள் என்று கூடச் சொல்லலாம்.

ஒவ்வொரு ஒன்றரை வருடமும் ஒரு சிற்றுயிர் தாழ்வாரப் பகுதிகளில் தவழ வேண்டுமென நினைப்பவர்கள் அவர்கள் தான். அவ்வாறு நடக்கும் தறுவாயில் அவர்களைப் போல மகிழ்ச்சி அடைபவர்கள் யாரும் கிடையாது. கருவில் குழந்தை வளர்வதால், ஹோலி எவ்வளவு சாப்பிட்டாலும் அதன் பலனை அவள் உடல் வெளிப்படுத்தாத நிலை தான். ஒரு வேளை அவள் பிறந்த வீட்டில் பாலும் பழங்களும் அவளுக்குத் தாராளமாகக் கொடுத்திருக்கலாம். ஆனால் இங்கு அவளுக்குக் கிடைப்பதோ அடியும், உதையும் தான்.

"வயதில் குறைந்த என் கொழுந்தன் கூட என்னை அடிப்பதைத் தான் பெரிதாக நினைக்கிறானே", என்று தனக்குள் அடிக்கடிச் சொல்லிக் கொள்வாள். இதை விட மிகவும் கொடுமையான செயல் என்னவென்றால் அவள் மாமியாரின் வசைபாடுதல்தான். குடும்பத்தின் தலைவரான அவள் மாமனார் அவளுக்கெதிராகக் கோபக் கனலைக் கக்க ஆரம்பித்தால் பூமியே பிளந்து விடும் என்பது போலத்தான் தோன்றும். சிறுகச் சிறுகச் சாகும் அளவில்

அவளை அடிப்பதற்கு அவர்களுக்கு என்ன உரிமை இருக்கிறது. இதை அவள் மனதிற்குள்ளாகத்தான் நினைத்துக் கொள்ள முடியும்.

ஆனால் அவள் கணவன் ரஷீலாவோ வேறொரு வகையைச் சார்ந்தவன். சாஸ்திரங்கள் எல்லாம் கணவனைத் தெய்வமாக்கித்தான் காட்டுகின்றன. அதனால் அவன் எல்லோரையும் விட உயர்ந்தவனாக வெளிப்படுகிறான். அதனால் ரஷீலாவும் அவளைப் பொறுத்தவரை ஒரு தெய்வம் தான். முத்தமிடுவதைப் பெருமையாகத் தான் கருதினாள். ஹோலி தற்பொழுது கேட்பதெல்லாம் இந்த சாஸ்திரங்களை எழுதியதில் பெண்களுக்கும் பங்கு இருந்தனவா? என்பது தான்.

இந்த வகையில் அவள் மாமியார் ஒரு தனி ரகம் தான். வாழ்க்கைக்கான வழிகாட்டும் கொள்களை வகுத்ததில் ஒரு பெண்ணுக்கும் பங்கு இருந்து, பெண்களுக்கும் சில கோட்பாடுகளைக் கொடுத்திருந்தால், கணவனின் இனத்தைச் சேர்ந்த பெண்களுக்கும் மிகக் கடினமான தண்டனைகளைக் கட்டாயம் அறிவுறுத்தி இருப்பாள். அப்படியிருந்தால் அவள் மாமியாருக்கு உரிய தண்டனைகள் கிடைத்திருக்கும்.

தன் புதிய அலங்காரத்தில் ராகு, மிகவும் மகிழ்வுடன், தெய்வலோக அமிர்தத்தை அருந்திக் கொண்டிருந்தான். ராகுவின் இந்தத் தெய்வக் குற்றச் செயல் பற்றி சந்திரனும் சூரியனும் பகவான் விஷ்ணுவிடம் சமர்ப்பித்தனர். கோபமுற்ற விஷ்ணு பகவான் தன் தெய்வச் சக்கரத்தைப் பயன்படுத்தி ராகுவை இரண்டு துண்டுகளாக வெட்டிப் போட்டார். தலையையும் உடம்பையும் தனித்தனியே பிரித்து ஆகாயத்தில் தொங்கவிட்டார்.

பின்னர் அவை ராகு என்றும் கேது என்றும் பிரித்து அழைக்கப்பட்டன. சந்திரனையும் சூரியனையும் பழிவாங்கும் பொருட்டு ஆண்டுக்கு இருமுறை அவர்களை மறைப்பது போலச் செய்து கிரகணம் நடக்க ஏற்பாடு செய்து விட்டனர். ஹோலியின் உணர்விற்கும், புரிந்து கொள்ளும் நிலைக்கும் பெருஞ்சவாலாக இது ஆகிவிட்டது.

கடவுளின் செயல்பாடு எப்பொழுதும் புரியாத புதிராகவே இருக்கும். ராகுவின் தோற்றமோ - அவன் சிங்கத்தின் மீது சவாரி செய்யும் தோற்றம் - பார்ப்பதற்குக் கொடூரமாகவும் கருப்பு நிற

அரக்கன் போலவும் தெரியும். அதைப் பார்ப்பவர்கள் நெஞ்சில், அது ஒரு விதப் பயத்தைத்தான் உண்டாக்கும். ரஷீலாவின் தோற்றமும் ஒரு வகையில் ராகுவின் தோற்றத்தை ஒத்துத்தான் இருக்கும். அதனால் தான் முன்னா பிறந்து நாற்பது நாளில் நடக்கும் சம்பிரதாயக் குளியலை ஹோலி முடிக்கு முன்னரே, ரஷீலா அவள் படுக்கையை சுற்றி வர ஆரம்பித்து விட்டான். அவளும் ஏதோ ஒரு வகையில் கடன் பட்டிருப்பாள் போலும்!.

ஆட்கள் நடந்து வரும் சத்தம் ஹோலிக்குக் கேட்டது. அவள் மாமியாரும் கணவனும் வந்து கொண்டிருந்தனர். பெருத்த வயிற்றை ஒரு கையால் பிடித்துக் கொண்டு ஹோலி மெல்ல எழுந்தாள். சமையலறைக்குள் சென்று அடுப்பில் சப்பாத்தி சுடும் சட்டியை வைத்தாள். அடுப்பில் தீ மூட்ட மிகவும் சிரமப் பட்டாள். குனிந்து அடுப்பை ஊதிப் பற்றவைப்பது இப்பொழுது ஒரு கஷ்டமான செயலாக அவளுக்கு இருந்தது. பலவித முயற்சி களை மேற்கொண்டதால் அவள் கண்கள் வெளியே வந்து விழுமோ என்றும் பயந்தாள்.

புதியதாக வாங்கிய கூடை ஒன்றை கையில் பிடித்தபடி ரஷீலா சமையலறைக்குள் நுழைந்தான். அவன் அம்மாவும் அவனைப் பின் தொடர்ந்து சமையலறைக்குள் வந்தாள். ஏதோ முணங்கிக் கொண்டு தன் கைகளையும் முகத்தையும் ரஷீலா கழுவி முடித்தான்.

அடுப்பங்கரையில் அமர்ந்த மாமியார் ஹோலியைப் பார்த்து, "பகு, தானியங்களை பத்திரப்படுத்தி வைத்து விட்டாயா?" ஹோலியும் நடுங்கும் குரலில் "ஆம், ஆம்" என்று சொல்ல ஆரம்பித்தவள் "இல்லை அம்மா, நான் மறந்து விட்டேன்," என்று சொல்லி முடித்தாள். "பின் இங்கு உட்கார்ந்து கொண்டு என்ன செய்து கொணடிருந்தாய், தேவடியாளே" எனக் கெட்ட வார்த்தைகளால் திட்டினாள்.

ரஷீலாவை, ஹோலி பரிதாபத்துடனும், தன் உதவிக்கு வரமாட்டானா என்ற எதிர்பார்ப்புடனும், பார்த்தாள். பின் மாமியாரிடம் மெதுவாகச் சொன்னாள், "இந்த நிலைமையில் அந்தத் தானியம் நிறைந்த பெரிய சாக்கை என்னால் தூக்க முடியவில்லை".

கிரகணம் ௐ 31

இதைக் கேட்ட மாமியார் அமைதியைக் கடைப்பிடித்தாள். அவளுக்கு மருமகள் ஹோலியின் நல்வாழ்க்கை முக்கியமல்ல, அவள் பெரிதும் விரும்புவது ஹோலியின் வயிற்றில் வளரும் குழந்தையின் நல் வளர்ச்சி ஒன்றைத்தான். முகத்தைக் கடுகடுப்பாக வைத்துக் கொண்டு ஹோலியைக் கேட்டாள்: "பின் ஏன் உன் கண்களுக்கு கொலீரியம் போட்டுக் கொண்டாய், தேவடியாளே? இன்று சந்திர கிரகணம் என்று உனக்குத் தெரியாதா? உன் கருவில் இருக்கும் குழந்தை குருடாகிவிடும் என்பதும் உனக்குத் தெரியவில்லையா? உன்னைப் போன்ற தேவடியாள் ஒருத்தி எப்படிக் குருட்டுக் குழந்தையை வளர்ப்பாள்?"

அதிர்ச்சியடைந்த ஹோலி தன் கூண்டுக்குச் சென்று விட்டாள். தலையைக் குனிந்து கொண்டு தன் தலை விதியை நொந்து கொண்டாள். எல்லாக் கடுஞ் சொற்களையும் சகித்துக் கொண்ட ஹோலியால் தன்னைத் தேவடியாள் என்று பலமுறை திட்டியதைத் தான் பொறுத்துக் கொள்ள முடியவில்லை. அவள் முணங்கிக் கொண்டது தான் அந்தக் கிழவியை மேலும் தூண்டி விட்டது.

பழைய மெழுகுவர்த்தித் தாங்கியின் அருகிலிருந்த சிறிய சிமென்ட் உரலுக்குள் கிடந்த சாவிகளில் ஒன்றைத் தேடி எடுத்துச் சரக்கறை பக்கம் சென்றாள். ரஷீலாவின் பார்வையோ காம இச்சையை வெளிப்படுத்தியது. ஹோலி தனிமையில் இருப்பதைப் பார்த்த ரஷீலா அவள் சேலை முந்தானையைப் பிடித்தான். அவன் கையை ஒரு விதப் பயத்துடன் உதறிவிட்டுத் தன் தனிமையைப் போக்கும் விதமாகத் தன் கொழுந்தனின் பெயரை சத்தமாகக் கூப்பிட்டு சமையலறைக்கு வரச் சொன்னாள். அவளின் இச்செயல் ரஷீலாவிற்குக் கோப மூட்டியது. அவன் கையை உதறி விட்டு என்ன பொருளை உணர்த்துகிறாய்? எனக் கோபப்பட்டான்.

வார்த்தைகளை முழுங்கியவாறே "இப்போது அவனைக் கூப்பிடுவதின் அவசரம் என்ன?" எனக் கேட்டான். அவளும் "எந்த அவசரம்?" எனக் திருப்பிக் கேட்டாள். பெருத்த அவள் வயிற்றைக் காட்டி, "நீ எந்த விதத்திலும் ஒரு பெட்டை நாயை விடச் சிறந்தவள் அல்ல, நீ ஒரு பெட்டை நாய் தான்," என்று தன் கோபத்தைக் கொட்டித் தீர்த்தான்.

பயத்துடனும் நடுங்கும் குரலுடனும், "என்னைக் குறை சொல்ல என்ன இருக்கிறது?" என அவனிடம் கேட்டாள். தன் உணர்வுகளைக் கட்டுப்படுத்த முடியாமல் தன்னாலும் நடந்து கொள்ள முடியும் என்ற வகையில் அவனை மிருகம் என்றும் காமுகன் என்றும் திட்ட ஆரம்பித்தாள். இது அவனை வெகுவாகப் பாதித்ததோடு தான் பாதுகாப்பின்றி இருப்பதையும் அறிந்து கொண்டான். உடனே எல்லாக் கணவன்மார்களும் மனைவிகளால் இவ்வாறு தாக்கப்பட்டு நிலை குலைந்திருக்கும் போது, என்ன செய்வார்களோ அதைச் செய்ய முடிவெடுத்தான். அவள் கன்னத்தில் அவன் ஐந்து விரல்களும் பதியுமளவில் பெரியதொரு அறை ஒன்றை விட்டான். அந்நேரத்தில் சரக்கறையிலிருந்து திரும்பிய அவன் அம்மா அவனின் முரட்டுத்தனமான நடத்தையைக் கண்டு அவனைத் திட்ட ஆரம்பித்தாள்.

ஹோலியைப் பொறுத்தவரை ரஷீலா மீது இருந்த கோபத்தை விட அவள் மாமியார் மீது இருந்த கோபம் தான் அதிகம் எனலாம். ஏனெனில் அவள் ஒரு பகட்டுக்காரி என்பது ஹோலிக்கு நன்றாகவே தெரியும். நாக்கையே சுத்தியலாகவும் கத்தியாகவும் பயன்படுத்தும் தன் மாமியார், தன் கணவன் ஏதோ ஒரு காரணத்திற்காகக் கோபத்தை வெளிப்படுத்தும் போது தன் மீது பரிதாபமும் கரிசனமும் கொள்வதை ஏற்கனவே ஹோலி அறிந்தவள் தான்.

ஹோலிக்கு இப்பொழுது குழப்பமான நிலைதான். நேற்று அவள் கணவனின் கேள்விக்குப் பதில் சொல்லாததால் அவன் அவளைக் கன்னத்தில் அறைந்தான். இன்றோ அவன் கேள்விக்கு நேரிடையாகவே கடுமையான பதிலளித்ததால் கன்னத்தில் அறையப்பட்டாள். ஆனால் அவளுக்கு எல்லாம் நன்றாகவே தெரியும்: ஏன் எப்பொழுதும் அவன் அவளைத் திட்டு கிறான்? ஏன் முழுமையாக வசைபாடுகிறான்? ஏன் நற்பண்புகள் என்னிடம் இல்லை என்று கூறுகிறான்? ஆனால், அவளுடைய தற்போதைய நிலைமையை அவன் கண்டு கொள்வதில்லையா? ஏறக்குறைய சாகும் தறுவாயில் அல்லவா இருக்கிறாள்? எல்லா ஆண்களையும் போல நடந்து கொள்கிறானா? அவர்கள் மகிழ்ச்சிக்காகப் பெண்களைச் சிரமத்திற்குள்ளாக்குவதில்லையா?

பின் ஒன்றும் தெரியாதவாகள் போல் நடந்து கொள்வதில்லையா? என்ன மனிதர்கள்!

பாசுமதி அரிசி, பருப்பு, உப்பு ஆகியவற்றைச் சமையலறை தரையில் குவித்து வைத்த மாமியார் அவற்றை எடை போட ஆரம்பித்தாள். தராசுத் தட்டுகளில் ஈரம் தென்பட்டதால் அரிசி ஒட்டிக் கொண்டது. ஈரமான தட்டுகளில் அரிசி ஒட்டிக் கொள்ளும் என்பதை நன்கு தெரிந்து வைத்திருந்த பொழுதும், தன் மருமகளைக் குறை சொல்ல ஆரம்பித்தாள். தட்டுகள் ஈரமாய் இருக்கின்றன என்று ஏன் முன்கூட்டியே என்னிடம் சொல்லவில்லை என்று வசை பாடினாள். என்ன ஒரு சோம்பேறியான, புரிந்து கொள்ள முடியாத பெண்மணி அவள்!

தன் தலைமீதிருந்த சுத்தமான துப்பட்டாவால் ஈரத்தைத் துடைத்துத் துப்பட்டாவை ஹோலி முன் எறிந்து, "இந்தா! இதைச் சுத்தமாக் கழுவி வை," என்று கத்தினாள்.

மீண்டும் ஹோலி குழப்பத்திற்குள்ளானாள். சப்பாத்தியை முதலில் தயாரிப்பதா? அல்லது மாமியாரின் துப்பட்டாவைச் சுத்தமாகச் சலவை செய்வதா? மாமியாரிடமே கேட்டு விடுவதா? அல்லது வாயை மூடிக் கொள்வதா? நான் என்ன தேவடியாளா? அல்லது பெட்டை நாயா? ஒரே குழப்பம்தான் அவளுக்கு, தன்னைக் காப்பாற்றிக் கொள்ள வேண்டுமென்றால் முதலில் மாமியாரின் துப்பட்டாவை சுத்தம் செய்ய வேண்டுமென்ற முடிவிற்கு வந்தாள்.

நிலவு சீக்கிரமாக ஒளி தராமல் இருண்டு விட்டது. உடனடியாகத் துப்பட்டாவை சுத்தம் செய்யாவிட்டால் பிறக்கும் குழந்தையும் கசங்கிய துப்பட்டா போலவே பிறந்து விட்டால் என்ன செய்வது? என்ற கவலை அவளை வாட்டியது.

கடந்த காலத்தை நினைத்து ஏக்கப் பெருமூச்சு விட்டாள். சாரங்தேவ் கிராமத்தில் இன்புறக் கழித்த நாட்களை நினைத்துப் பார்த்தாள். மழைக் காலத் தொடக்கத்தில் ஏனைய சிறுமிகளுடன் குஜராத்தில் வழக்கத்தில் உள்ள கார்பா கிராமிய நடனத்தை ஆடி, மகிழந்த காலங்கள் அவள் நினைவில் வந்தன. தலையிலிருந்து மண்பானைத் துவாரங்கள் வழியே ஒளிக்கற்றைகள் ஊடுருவி தாழ்வாரப் பகுதியை பிரகாசிக்கச் செய்தன என்பதையும்

நினைவிற்குக் கொண்டு வந்தாள். சிறுமிகள் அனைவரும் மருதாணி வைத்துக் கொண்டு கை கொட்டிக் கீழ்வரும் பாடலைப் பாடிக் கொண்டு நடனமாடியதையும் நினைத்துப் பார்த்தாள்.

மருதாணிப் புதர்கள் மால்வா பகுதியில் வளர்கின்றன.
ஆனால் பாருங்கள்.
குஜராத் முழுவதும் சிவப்புச் சாயம் பூசமுடிகிறது.
மருதாணி அதன் பெருமையைச் சிதறவிட்டுள்ளது.

அப்பொழுது அவள் ஒரு சிறுமிதான். உயரம் குறைந்து, கவலையற்று, எந்த ஒரு கட்டுப்பாடும் இல்லாமல் வலம் வந்தவள். பாடுவதும், ஆடுவதும் தான் அவளின் பொழுது போக்கு. வீட்டின் கடைக்குட்டி என்பதால் அவளுடைய விருப்பங்கள் அனைத்தும் நிறைவேற்றி வைக்கப்பட்டன. அவளின் *சிறு வயது தோழிகளின் நிலை?* அவர்களும் முற்பிறவியின் கடனை அடைக்கும் பொருட்டு ஏனைய ஆண்களின் கைகளில் ஒப்படைக் கப்பட்டிருக்கலாம்.

அவள் பிறப்பிடமான சாரங்தேவ் கிராமத்தில் சந்திர கிரகண நேரங்களில் தானங்கள் நிறைய அளவில் செய்வர். பெண்கள் கூட்டமாகச் சென்று, திரிவேணி படித்துறையில் இறங்கி, புனித நீராடுவர். மலர்களை ஆற்றில் சொரிந்து மிதக்க விடுவர். மேலும் தேங்காய், இனிப்பு வகைகள், பழங்களையும் தானமாகக் கடலுக்குள் செல்லுமாறு விட்டுவிடுவர். ஆற்றங்கரையை நோக்கி ஆரவாரத்துடன் வரும் அலை, தானமாகக் கொடுக்கப்பட்ட அனைத்துப் பொருட்களையும் அள்ளிக் கொண்டு திரும்பச் சென்று விடும். கடந்த ஆண்டு செய்த பாவங்கள், அனைத்தும் கடலில் மூழ்கி எழுந்தால் தீர்ந்து விடும் என்பது ஐதீகம். அதனால் உடலும் உள்ளமும் தூய்மையடையும், என்பதும் நல்லதொரு நம்பிக்கை. கடல் அலைகள் நம் பாவங்கள் அனைத்தையும் கண்ணுக்குத் தெரியாத, வெகுதூரத்திற்கு இழுத்துச் சென்று விடும் என்றும் நம்பினர்.

அடுத்த ஆண்டும், பாவங்கள் சேர்ந்து கொண்டே வந்து உடலையும் ஆன்மாவையும் தூய்மையற்றதாக்கி விட்ட நிலையில், கருணைமிகு அலைகள் மீண்டும் ஆர்ப்பரித்து வந்து பாவங்கள் அனைத்தையும் இழுத்துக் கொண்டு கடலுக்குள் சென்று விடும்.

கிரகணம் ஆரம்பித்தவுடன் பிரகாசமான நிலவில் ஒரு கறை ஏற்பட்டது போல இருளாகி, மக்கள் அனைவரையும் நிசப்தமாக்கிவிடும். பின் சங்குகளை ஊதியும், கோவில்களில் மணியடித்தும், கடவுளின் பெயரை உச்சரித்தவண்ணமும் இருப்பர். இவ்வகையான சத்தங்களுக்கிடையே தூய குளியலை முடிப்பர். குளித்து முடித்த பின் கிராமத்தை நோக்கிக் கூட்டம் கூட்டமாகத் திரும்புவர். அவ்வாறு திரும்புகையில் பாடிக்கொண்டும் ஆடிக் கொண்டும் வருவர்.

கிரகண நேரத்தில் ஏழைகளும், உடல் ஊனமுற்று நடக்க முடியாமல் ஊன்று கோல் உதவியுடன் நடப்பவர்களும் கடைத்தெருக்களிலும் சந்துமுனைகளிலும் கைகளில் பிச்சைப் பாத்திரத்துடன் கூட்டம் கூட்டமாக அலை மோதுவர். ஒருவர் மீது மற்றொருவர் இடித்துக் கொண்டு விழுவதும் கொள்ளை நோயால் பாதிக்கப்பட்ட எலிகள் போல அங்குமிங்குமாகவும் திரிவர். ராகுவும் கேதுவும் நிலவைப் பிடித்து வைத்துக் கொண்டுள்ளன எனக் கவலைப்படுவர். அவர்களின் பிடியிலிருந்து நிலவை விடுவிக்கும் நல்ல நோக்கத்துடன் மென்மையான மனம்படைத்த இந்துக்கள் தங்களால் இயன்றதை இல்லாதோர்க்கு மனமுவந்து அளிப்பர். அதே வேளையில் “நிலவை விடுவியுங்கள், நிலவைத் தனியாக இருக்க விடுங்கள்! தர்மம் செய்யும் நேரமிது” என்று உரக்கக் கத்திக்கொண்டு பிச்சை எடுப்பர். இவ்வாறாக மைல் கணக்காக நடந்து கொண்டிருப்பர்.

நிலவு முழுமையாக இருளடையத் தொடங்கியவுடன் ஹோலி, தன் சிறு குழந்தைகளை அவர்களின் தாத்தாவின் பொறுப்பில் விட்டு விட்டு, ஒரு அழுக்கடைந்த, சீரற்ற வேட்டியைக் கட்டிக் கொண்டு, ஏனைய பெண்களுடன் ஹர்ப்பூல் கடற்கரைப் பகுதிக்குத் தூய குளியலுக்காகச் சென்றாள்.

ஏற்கனவே தன் மாமியார், கணவர் ரஷீலா, மற்றும் அவர்களின் மூத்த பையன் ஷெபூ ஆகியோர் தூய குளியலுக்கான வரிசையில் காத்திருப்பதைக் கண்டாள். அவர்களின் கைகளில் பூ மாலைகளும் மாவிலைகளும் இருப்பதைக் கண்ணுற்றாள். இது தவிர அவள் மாமியார் ருத்ராட்ச மாலை ஒன்றையும் வைத் திருந்தாள். கடலில் பொரித்து விடுவதற்காகச் சூடக் கட்டிகளையும் கையில் வைத்திருப்பதைக் கண்டாள். தீ ஏற்றப்பட்ட இந்தச்

சூடக் கட்டிகளின் ஒளி தான் இறந்து பிறகு சொர்க்கத்திற்குத் தன்னை வழி நடத்திச் செல்லும் என நம்பினர். ஹோலிக்கு இதில் எல்லாம் நம்பிக்கை இல்லை. அவளை இப்பொழுது சந்தேகம் ஆட்கொண்டது. அதாவது இந்தக் கடல் நீர் அவள் செய்த பாவத்தை எல்லாம் போக்குமா? என்பது தான் அவளின் சந்தேகமே.

ஹர்ப்பூல் கடற்கரைப் பகுதியிலிருந்து முக்கால் மைல் தொலைவில் கடற்கரைப் பகுதியில் பெரிய படகொன்று நங்கூரம் பாய்ச்சி நிறுத்தப்பட்டிருந்தது. குறுகிய, வளைந்து செல்லும் கடல் விளிம்புப் பகுதியில் மறைந்து கொண்டிருக்கும் சூரிய வெளிச் சத்தில் அந்தப் பெரிய படகிலிருந்து வெளிப்பட்ட மனிதர்கள் சிலர் ஏதோ ஒன்று பற்றி அளவு எடுத்துக் கொண்டிருந்தனர். அந்தப் பெரிய படகின் அறை ஒன்றிலிருந்து வெளிப்பட்ட ஒளிக்கற்றை கடல் அலையால் சிதறுண்டு நாட்டியமாடுவது போலத் தெரிந்தது. அதன் பின் ஒரு உருளை சுற்றிக் கொண்டிருப்பதையும் கண்டாள். மலைப்பாம்பு போன்ற பெரிய தடிமனான கயிறு ஒன்றைச் சிலர் இழுத்துக் கொண்டிருந்தனர்.

எட்டு மணிக்குத் தன் கடைசி அழைப்பு மணியை ஒலிக்கச் செய்து பின் அந்தப் படகு புறப்பட்டு விடும். அவளுடைய சாரங்தேவ் கிராமம் நோக்கித் தான் அப்படகு பயணிக்கும். அந்தப் படகில் ஹோலி ஏற முடிந்தால், ஒன்றரை மணி நேரத்தில் அவள் ஊர் கோயில்களின் கோபுரங்களைக் கண்டு கொள்வாள். வானுயர்ந்து காணப்படும் அந்தக் கோபுரங்கள் நிலவொளியில் பிரகாசிக்கத் தொடங்கிவிடும். இது பல நூற்றாண்டுகளாகக் காணப்படும் காட்சி தான்.

மீண்டும் தன் வயதான நல்ல தாய், மணமாகாத கன்னிப் பெண்களின் விளையாட்டுகள், அந்த கார்பா கிராமிய நடனங்கள்.... இவ்வாறு ஒவ்வொன்றாக நினைத்துப் பார்த்துக் கொண்டாள்.

ஷெபூவை நோக்கித் தன் பார்வையை விரைவாகச் செலுத்தி, பின் திரும்ப எடுத்துக் கொண்டாள். குனிந்து அக் கூட்டத்தினரையும் பொருட்படுத்தாமல் அவள் அவனைக் கன்னத்தில் முத்தமிட்டவுடன் அவன் ஆச்சரியப்பட்டுப் போனான். அதன் பின் அவன் கன்னத்தில் சூடான கண்ணீர் சிதறி விழுந்ததையும்

கண்டாள். வேகமாக முன்பக்கமாக அடியெடுத்து வைத்து ரஷீலாவின் விரலைப் பற்றிக் கொண்டான். படித்துறையை நெருங்கி விட்டனர். அங்கு ஆண்கள் குளிப்பதற்குத் தனிப் பகுதியும், பெண்கள் குளிப்பதற்குத் தனிப் பகுதியும் இருந்தன. இந்தப் பகுப்பென்பது தற்காலிகமானது தான், நிரந்தரமானதல்ல.

அங்குள்ள தண்ணீருக்குத் தக்கவாறு, பெண்கள் அனைவரும் அவர்களுடைய கணவன்மார்களின் இடுப்புக் கயிறுடன் சேர்த்துக் கட்டப்பட்டிருப்பர். உண்மையிலேயே மனிதர்களுக்கே புரியாத வகையில் தண்ணீருக்கு இனம் புரியாத அதிசய சக்தி ஒன்று உண்டு. தூரப்படகிலிருந்து ஆடிக் கொண்டிருக்கும் வெளிச்சமானது ஹோலியைப் பார்த்துக் கண் சிமிட்டுவது போலத் தோன்றியது. அவளுடன் இருந்த பெண்மணிகளை விட்டுப் பிரிந்து ஓடி விடலாமா என்ற சிந்தனை அவள் மனதில் எழலாயிற்று. ஆனால், ஓடுவதற்குரிய சக்தி அவளிடம் இல்லாதது போலத் தான் தெரிந்தது. உடலைச் சுற்றி வேட்டியை இறுக்கமாக அவள் கட்டியிருந்த போதிலும், அது கொஞ்ச கொஞ்சமாக நழுவிக் கொண்டு கீழே இறங்கிக் கொண்டிருந்தது.

அரைமணி நேரம் கழியும் முன் அவள் அந்தப் படகு அருகில் வந்து விட்டாள். ஆனால் கற்பனையில் ஏற்கனவே சாரங்தேவ் கிராமத்திற்கே சென்று விட்டாள். தன் கிராமக் கோவில் கலசத்தைப் பார்த்துக் கொண்டும், கோவில் மணியோசையைக் கேட்டுக் கொண்டும் இருந்தாள். அந்தப் படகு புறப்படுவதற்காக ஒலிப்பானை ஒலிக்கச் செய்தது. அப்பொழுது ஹோலிக்கு அந்தப் பிரயாணத்திற்குச் கட்டணம் செலுத்தக் கூடத் தன்னிடம் பணம் இல்லை என்ற நினைப்புத் திடீரென உண்டாயிற்று.

செய்வதறியாது [illegible]கின் ஒரு மூலையில் அமர்ந்திருந்த வளிடம் ஒருவன் வந்து கட்டணப் பணம் கேட்க ஆரம்பித்தான். ஆனால் அவளிடம் பணம் கொஞ்சமும் கிடையாது. சற்று நேரம் பார்த்து விட்டு, அவளைத் தொந்தரவு செய்யாமல் அவ்விடத்தை விட்டு அகன்றான். அவன் அகன்ற பின் சுற்று முற்றும் ஹோலி தன் பார்வையைச் சுழல விட்டாள். சற்று தூரத்தில், அந்தப் படகின் பணியாளர்கள் போலத் தோற்றமளித்த சிலர் நின்று கொண்டு அவளைப் பார்த்து ஏதோ கிசுகிசுப்பது போலத்

தெரிந்தது. அவர்கள் அவளைப் பார்த்து சிரித்துக் கொள்வதும் அவளுக்குக் கேட்டது. அவர்கள் பேசிக் கொள்வதில் ஓரிரு வார்த்தைகள் மட்டும் அவள் காதில் விழுந்தன.

“ஹென்... துலீ... சாவிகள் என்னிடம் தான் உள்ளன; தண்ணீர் ஆழமாகத் தான் இருக்க வேண்டும்”

அதன்பின் அவர்கள் உரக்கச் சிரித்து கொண்டதும் அவளுக்குக் கேட்டது. அதில் ஏதோ கபடம் இருப்பதாக உணர்ந்தாள். அவள் சுதாரித்துக் கொள்ளுமுன் நான்கைந்து பேர் அவளைத் தரதரவென்று இழுத்துக் கொண்டு படகின் இருண்ட, தனிமையான ஒரு பகுதிக்குச் சென்றனர்.

உலகை இருள் கவ்வத் தொடங்கிய நேரம். அவள் கண்களில் ஒரு நம்பிக்கை ஒளி உண்டாயிற்று. கலால் வரித் துறையினர் போல் உடையணிந்த ஒருவர் அந்தப் படகில் ஏறுவதைப் பார்த்தாள். அதிர்ஷ்டவசமாக அவர் சாரங்தேவ் கிராமத்தைச் சேர்ந்த ஓர் இளம் வயதினர் என்று அடையாளம் கண்டு கொண்டாள். ஒரே கிராமத்தைச் சேர்ந்தவரோடல்லாமல் அவளுக்குச் சகோதர உறவு நிலையில் உள்ளவரும்தான். ஆறு ஆண்டுகளுக்கு முன் நல்ல வேலையில் சேரும் பொருட்டு சபர்மதி ஆற்றைக் கடந்து சென்றவர் தான் அவர் என்று நினைவு கூர்ந்தாள்.

மனிதன் சிரமமான சூழல் ஒன்றில் சிக்கித் தவிக்கும் பொழுது சில உணர்வுகள் அதிகக் கூர்மையாகி விடுவது இயற்கை தான். அவன் குரலிலிருந்து அவன் தனக்கு உறவினன் தான் எனக் கணித்து விட்டாள்.

“காதுராம்” என உரத்த குரலில் அவனைப் பார்த்து, ஒருவிதத் தைரியத்துடன் அழைத்தாள். காதுராமும் அவள் குரலை வைத்து அவள் சீத்தாள் மகள் தான் என்று புரிந்து கொண்டான். குழந்தைப் பருவத்தில் இருவரும் ஒன்றாக விளையாடியவர்கள் ஆயிற்றே.

உடனே ஹோலி என்று அழைக்கலானான். ஒருவித இனம்புரியா உணர்வுடன் அவளும் பதிலுக்குக் ‘காது அண்ணா’

என அழைத்தாள். தொடர்ந்து “என்னைச் சாரங்தேவ் கிராமத்திற்கு அழைத்துச் செல்லுங்கள்” என்று அவனிடம் கூறினாள்.

ஹோலி அருகில் வந்து விட்ட காதுராம், “நீ சாரங்தேவ் கிராமத்திற்குப் போக விரும்புகிறாயா?” என்றான். பின் சற்றுத் தள்ளி நின்று கொண்டு இவர்களையே கவனித்துக் கொண்டிருந்த தன சகாவைப் பார்த்து, “அவளை ஏன் போக அனுமதி மறுக்கிறீர்கள்?” என்று கேட்டான்.

அவன் சகாவும் பதிலுக்கு, “அவள் ஏதோ ஒரு துயரத்தில் இருப்பது போலத் தெரிகிறது. மேலும், பயணச்சீட்டு வாங்க அவளிடம் பணமும் இல்லை, அவளுக்கு எந்த வகையில் உதவி செய்யலாம் என்று தான் நினைத்துக் கொண்டிருக்கிறோம்,” என்றான்.

காதுராம் அவளைப் படகில் ஏறி இறங்கப் பயன்படும் படிக்கட்டு அருகே அழைத்துச் சென்றான். பின் அவளைப் பார்த்து, “ஹோலி, நீ அஷாரி கிராமத்திலிருந்து ஒடி வந்து விட்டாயா?” என்று படகிலிருந்து இறங்கிக் கொண்டே கேட்டான். அவளும் “ஆம்” என்று சொன்னாள்.

“நற்குடியில் பிறந்தவர்களுக்கு இது அழகல்லவே,” என்றும், “நான் கயஸ்தா குடும்பத்தினரிடம் இதைத் சொல்லிவிட்டால் என்ன நடக்கும் தெரியுமா?”, என்றும் அவளிடம் கேட்டான்.

இதைக் கேட்டவுடன் ஹோலிக்குப் பயத்தால் நடுக்கம் ஏற்பட்டது. அவள் மேட்டுக்குடி வர்க்கத்திலோ அல்லது பெருமையான குடியிலோ பிறந்தவளல்ல. இருப்பினும், அந்த நேரம் காதுராமுடன் விவாதம் செய்ய அவள் விரும்பவில்லை. எவ்வளவு தூரம் பாதிக்கப்பட்டவள் என்பதை மட்டும் தான் அறிந்தவள். அங்கேயே நின்று கொண்டு கரையைத் தாக்கும் அலைகளைக் கவனித்துக் கொண்டிருந்தாள்.

சற்று நேரத்தில் அந்தப் படகை விடுவிக்கும் வகையில் கயிறுகள் இழுத்துச் சுருட்டி வைக்கப்படுவதைப் பார்த்தாள். பின் சிறிதளவு சத்தம் உண்டாக்கி விட்டு அந்தப் படகு கரையிலிருந்து புறப்பட்டுக் கொஞ்சம் கொஞ்சமாக மறையத் தொடங்கியது. இதையெல்லாம் ஹோலி கவனித்துக் கொண்டு இருக்கும் போது

சாரங்தேவ் கிராமம் கொஞ்சம் கொஞ்சமாக அவள் பார்வையிலிருந்து மறையத் தொடங்கியது. அந்தப் படகிலிருந்து சிதறிய வெளிச்சத்தில் படகைத் தொடர்ந்து வரும் நுரைகளின் வரிசையைத் தான் அவளால் காணமுடிந்தது.

காதுராம் அவளிடம் சொன்னான்: "நீ எதற்கும் கவலைப் படவேண்டாம், என்னால் முடிந்த எல்லா உதவிகளையும் உனக்குச் செய்கிறேன். இங்கிருந்து சற்றுத் தொலைவில் அதிகாலையில் புறப்படக் கூடிய சிறிய படகு ஒன்று இருக்கிறது. நாம் அந்தப் படகைப் பிடித்து அதிகாலையில் பயணத்தைத் தொடர்வோம். மனம் தளர்ந்து விடாதே, அருகிலுள்ள சத்திரத்தில் நீ இன்றைய இரவைக் கழிக்கலாம்."

பின்னர் காதுராம் அவளை அருகிலுள்ள சத்திரத்திற்கு அழைத்துச் சென்றான். சத்திரத்தின் காப்பாளர் காதுராமையும் அவனுடன் வந்த பெண்ணையும் ஆச்சரியத்தில் மாறி மாறிப் பார்த்துக் கொண்டிருந்தார். ஆர்வத்தைக் கட்டுப்படுத்த முடியாமல் "இந்தப் பெண் யார்?" என்று கேட்டும் விட்டார்.

மெல்லிய குரலில் காதுராமும் "இவள் என் மனைவி," என்று பதிலளித்தான். அன்று இரவு தங்குவதற்காக காதுராம் ஏற்பாடு செய்திருந்த அறைக்குள் ஒரு வித நடுக்கத்துடன் தான் ஹோலி நுழைந்தாள். சிறிது நேரம் கழிந்தவுடன் அவள் கண்கள் பிரகாசமடையத் தொடங்கின. தன் பெருத்த வயிறைக் கைகளால் தாங்கிக் கொண்டு சுவற்றில் முதுகைச் சாய்த்துக் கொண்டு உட்கார்ந்து கொண்டாள். சிறிது நேரம் சென்றிருக்கும். காதுராம் உள்ளே வந்தான். நன்கு குடித்திருப்பான் போலும், வாயெல்லாம் துர்நாற்றம்தான்.

அந்நேரம் பெரிய அலை ஒன்று வந்து கரையில் மோதி விட்டுச் சென்றது. செல்லும்பொழுது, பூக்கள், மாமரக் கிளைகள், எரியும் சூடம் போன்ற அனைத்தையும் இழுத்துச் சென்றது. அத்துடன் மனிதனின் இருண்ட பாவங்களையும் இழுத்துச் சென்றது. அளவிடமுடியாத, தூரத்தில் உள்ள, இருண்ட பகுதிக்கு இழுத்துச் சென்றது என்றும் சொல்லலாம்.

சங்கு ஒலிக்கும் சத்தம் கேட்டவுடன் சத்திரத்திலிருந்து ஒரு பெண் ஓடுவதை அங்கிருந்த மக்கள் பார்த்தனர். தலைதெறிக்க

ஓடினாள் என்று சொல்லலாம். கீழே விழுந்தும் பின் எழுந்தும் தொடர்ந்து ஓடினாள். சிறிது நேரம் தன் வயிறைப் பிடித்துக் கொண்டு உட்கார்ந்து விடுவாள், பின் எழுந்து மூச்சிறைக்க ஓடுவாள்.

அந்த நேரம் நிலவு முற்றிலுமாக மறைக்கப்பட்டு சந்திர கிரகணம் ஆரம்பித்து விட்டது. ராகுவும் கேதுவும் வஞ்சனையில்லாமல் தங்கள் முழுக் கடனையும் திரும்பப் பெற்று விட்டனர் என்று கூறலாம் அவ்வேளையில் இரண்டு நிழல் உருவங்கள் குறிக்கோளின்றி ஓடிக் கொண்டிருந்தன. துயரத்திலிருந்த அந்தப் பெண்ணை எப்படிக் காப்பாற்றுவது எனத் தெரியாமல் ஓடிக் கொண்டிருந்தனர்.

அதே வேளையில் தூரத்திலிருந்த அஷாரி கிராமப் பக்கம் இருந்து மெல்லிய குரல்கள் காற்றில் மிதந்து வரலாயின: "தான தர்மம் செய்யும் நேரம் வந்து விட்டது, நாம் செல்வோம், நாம் செய்வோம்".

பின் ஹர்பூல் கடற்கரையிலிருந்து பல வித குரல்கள் கேட்டன: "பிடியுங்கள், பிடியுங்கள்! நாம் எல்லாம் செல்வோம், தான தர்மங்கள் செய்வோம் பிடியுங்கள், செல்லுங்கள்."

3. ரகுமானின் காலணிகள்

கடினமான வேலைகளுக்குப் பின்னர் அன்றைய தினம் ரகுமான் வீடு திரும்பும் பொழுது முற்றிலுமாகக் களைப்படைந்து காணப்பட்டான்.

வீட்டினுள் நுழைந்ததும் ஜீனா அம்மா! ஜீனா அம்மா! என்று தன் மனைவியை அழைத்தான். "எனக்குத் தேவையான உணவை எடுத்து வை. அதுவும் காலந் தாழ்த்தாமல் எடுத்து வை" என்று கட்டளையிட்டான்.

அவ்வேளையில், அவன் மனைவி வயதான நிலையிலும் துணிகளைத் துவைத்துக் கொண்டிருந்தாள். அவள் இரு கைகளிலும் சோப்பு நுரைகள் அதிகளவில் தென்பட்டன. கைகளைக் கழுவக் கூட அவளுக்கு நேரம் கொடுக்க விரும்பாத, சோர்வுடன் காணப்பட்ட ரகுமான் தன் இரு காலணிகளையும் கழற்றி கட்டிலின் கீழ் தள்ளினான். கதர் நூலால் கரடு முரடாகத் தயாரிக்கப்பட்ட லுங்கியை எடுத்து அணிந்து கொண்டான். பின்னர், "பிஸ்மில்லா" என்று இறைவனைத் துதித்து விட்டு, கட்டிலின் மேல் சம்மணமிட்டு உட்கார்ந்து சாப்பிடத் தயாரானான்.

வயதான காலத்தில் ஒருவனின் பசி பட்டும் இளமையாகவே இருக்கும். இதற்கு ரகுமான் விலக்கல்ல. முதுமைக்கும் இளமைக்கும் இடையேயான இப்பந்தத்தில் சாப்பாட்டுத் தட்டு வருமுன்னரே ரகுமானின் இறைவனின் துதி "பிஸ்மில்லா" முந்திக் கொண்டது. இன்னும் அவன் மனைவி தன் கைகளில் ஒட்டியிருந்த வாஷிங் சோடாப் பொடியையும், துணிகளுக்காகப் போட்ட இன்டிகா நீலத்தையும் தன் துப்பட்டாவில் துடைத்து முடிக்கவில்லை.

அவசரத்தில் கட்டிலுக்கடியில் தூக்கி எறிந்த தன் காலணிகளை ரகுமான் எதிர்பாராமல் பார்க்க நேரிட்டது. ஒரு காலணி மற்றொரு காலணி மீது ஏறி அமர்ந்திருப்பதைக் கண்டான்.

சற்றே அதிர்ச்சியுற்றான். ஏனெனில் இத்தகு வெளிப்பாடு பயணத்திற்கான அறிகுறியாக உணரப்பட்ட காலம் அது. ரகுமான் தனக்குத்தானே சிரித்துக் கொண்டான். "இன்று என் ஒரு காலணி மற்றொன்றின் மீது ஏறி அமர்ந்துள்ளது, ஜீனா அம்மா; அல்லாவுக்குத் தான் தெரியும் நான் எங்குப் பயணம் செய்ய வேண்டுமென்று".

"வேறெங்கு செல்லப் போகிறீர்கள்? நம் மகள் ஜீனா வீட்டிற்குத் தான்", என்று பதிலளித்தாள் அவன் மனைவி. தொடர்ந்து, "நான் ஒன்றும் சும்மா உங்கள் அழுக்குத் துணிகளைத் துவைக்கவில்லை. ஏறக்குறைய அரையணாவிற்கான இன்டிகா நீலத்தையும் உங்கள் துணிகளுக்குப் போட்டுள்ளேன்! உங்களால் ஒரு நாளில் அந்த அரையணாக் காசைக் கூடச் சம்பாதிக்க முடியாது?" என்றாள் ஏளனமாக.

"ஆமாம்", என்று தலையசைத்தான் வயதான ரகுமான். "என் அருமை மகள் ஜீனாவைப் பார்க்க நாளை அம்பாலா போய் வரலாமெனநினைக்கிறேன். ஜீனா நமக்கு ஒரே குழந்தையாகையால் எனக்கு எல்லாமே ஜீனாதான். அதனால்தான் என் காலணிகள் கூட ஒன்றையொன்று பிரியாதிருக்கின்றன. சென்ற ஆண்டும் இதே போன்ற நிகழ்வு ஒன்று நடந்தது. அன்று நான் பயணமேற்கொண்டு மாவட்ட நீதிமன்ற வளாகம் சென்று என் வாக்குரிமையை அளித்துவிட்டு வந்தேன்".

மகள் ஜீனாவைப் பார்த்து ஏறக்குறைய இரண்டாண்டுகள் ஆகிவிட்டன. ஜீனா திருமணமாகி அம்பாலா சென்றுவிட்டாள். அவள் பிரிவால் கடந்த நான்கைந்து மாதங்களாக ஒரு வித பதை பதைப்போடுதான் ரகுமான் காணப்பட்டான். யாரோ ஒருவர் தன் இதயத்தில் பசு எருவைச் செருகியது போலவும் உணர்ந்தான். ஜீனாவைப் பார்க்கப் போகிறேன் என்ற எண்ணமே நிறைய ஆறுதலைக் கொடுக்கும்பொழுது, அவளை நேரில் பார்க்கும் பொழுது ஏற்படும் இன்ப உணர்வுகளை அவன் அறியாதவனல்ல. இவ்வித எண்ணங்கள் அவனுக்கு எண்ணற்ற உற்சாகத்தைத் தந்தன.

முதலில் என் அருமை மகள் ஜீனாவைப் பார்ப்பேன். பின்னர் அவள் கணவன் அலிமுகமதுவையும் சந்திப்பேன். அப்போது அவன் இராணுவத்தில் இருந்தான். மகளைப்

பார்த்தவுடன் அழுகையும், தொடர்ந்து மகிழ்ச்சியால் ஏற்படும் சிரிப்பும், கடைசியில் மீண்டும் அழுகையும், வருமென்று நினைத்துக் கொண்டான். தன் பேரனை வாஞ்சையோடு தூக்கித் தன் மடியில் வைத்துக் கொள்வேன் என்றும் நினைத்துப் பார்த்தான். பின்னர் அவனைக் கடைத் தெருவிற்கு தூக்கிச் செல்வேன் என்றும் தன் எண்ணத்தை ஓடவிட்டான்.

இந்த நிகழ்ச்சி நிரலில் ஏன் தன் மனைவியை - ஜீனாவின் அம்மாவை - விட்டு விட்டான் என்று அவனுக்குத் தோன்றவில்லை. எப்பொழுதும் போல் கட்டிலில் இறுக்கக் கட்டப்படாத கயிற்றால் நிலை தடுமாறினான். முதுமைக் காலத்தில் ஒருவன் இவ்வாறான தந்திரச் செயல்களில் ஈடுபடுவது இயற்கையானதுதான் என்று தன்னைத்தானே தேற்றிக் கொண்டான்.

ஜீனாவின் கணவன் அலிமுகமது இளமையும் அழகும் உடையவன். சாதாரண படைவீரனாக இராணுவத்தில் சேர்ந்தவன் இன்று 'நாயக்' ஆகப் பதவி உயர்வு பெற்றுள்ளான். அவனுடைய சக வீரர்களும் அவனைத் தங்களின் தலைவனாக மகிழ்வுடன் ஏற்றுக் கொண்டுள்ளனர். ஹாக்கி விளையாட்டில் தன் அதீத திறமையை வெளிப்படுத்தக்கூடிய திறமைசாலி. அதனால்தான் அவன் அணியால் ரயில்வே அணி, பல்கலைக்கழக அணி மற்றும் காவலர் அணிகளை எளிதாக வெற்றி கொள்ள முடிந்தது.

பின்னர் தன் படைப்பிரிவினருடன் தேர்வு செய்யப்பட்டு ஈராக்கிலுள்ள பாஸ்ரா நகருக்கு ரஷீத் அலி எனப்படும் புரட்சியாளரை ஒடுக்க அனுப்பி வைக்கப்பட்டான். ஹாக்கி விளையாட்டில் அவன் வெளிப்படுத்திய திறமையின் காரணமாகத்தான் அவன் பிரிவின் தலைவர் அவனைத் தேர்வு செய்தார். அதனால்தான், அவனால் மறுப்பு ஒன்றும் சொல்ல முடியவில்லை.

நாயக் தரவரிசைக்கு உயர்த்தப்படுமுன் வரை ஜீனாவை மிகவும் அன்போடு தான் நடத்தினான். ஆனால் இப்பொழுது தலைக் கனத்தால் ஜீனா தன் காலடியில் கிடப்பதைக் கூட அவன் கண்டு கொள்ளவில்லை.

ரகுமானுக்கோ தன் மருமகனைப் பார்க்கச் செல்லாமல் ஏதோ ஓர் உயர் அதிகாரியைச் சந்திக்கச் செல்வதாகவே தோன்றியது. அம்பாலா செல்வதை ஒருவிதப் பயத்தோடு கூடிய குற்ற

உணர்வாகவே கருதியதால் கட்.டிலை விட்டு உடனே கீழிறங்கி இணைந்து கிடந்த இரு காலணிகளையும் பிரித்து வைத்தான். தனக்கான உணவு தட்டில் வைக்கப்பட்டதை உணர்ந்தான்.

வழக்கத்திற்கு மாறாக மாமிச உணவு சமைக்கப்பட்டுள்ளது, என அறிந்தான். அருகில் உள்ள நகரத்திற்குச் சென்று சிரமப்பட்டு மாமிசம் வாங்கி வந்துள்ளாள். சற்றே அதிகமாக நெய் விட்டும் சமைத்திருந்தாள். ஆறுமாதங்களுக்கு முன் தன் கல்லீரலில் ஏற்பட்ட கடுமையான பாதிப்பில் இருந்து விடுபட்ட நேரம் முதல் இவ்வாறான உணவு வகைளைத் தவிர்த்து வந்தான்.

ஆகவே தான் மாமிச உணவைக் கண்டவுடன் கொதித்துப் போனான். “ஐந்து நாட்களுக்கு முன்னர் நீ கத்தரிக்காய் சமைத்த போது நான் ஒன்றும் எதிர்க்கவில்லையே”, என்றான். தொடர்ச்சியாக, “நேற்றைக்கு முன்தினம் நீ மசூர்பருப்பு சமைத்தற்குக் கூட ஒன்றும் சொல்லாமல் அமைதி காத்தேனே” என்றும் கூறினான். “நீ செய்வதையெல்லாம் நான் ஒன்றும் சொல்லாமல் ஏற்றுக் கொள்ள வேண்டுமென்று நினைக்கிறாயா? என்னை என்ன மண்ணாங்கட்டி என்று எடுத்துக் கொண்டாயா? உன் எண்ணங்கள் எல்லாம் நானறிவேன். ஜீனா -அம்மா. என்னைச் சிறுகச் சிறுகக் கொல்லலாம் என நினைக்கிறாயா?” எனக் கத்தினான்.

கத்தரிக்காய் சமைத்த அன்றே பிரச்சினை ஏற்படும் என்று தான் எதிர்பார்த்தாள். தன் தொண்டைக்குக் குறி வைப்பான் என்றும் நினைத்தாள். ஆனால், ஆச்சரியப்படுமளவிற்கு அவன் அமைதி காத்ததால் இனி ஒன்றும் சொல்ல மாட்டான் எனக் கருதினாள். சொல்லப் போனால் ஒன்றுக்கும் உதவாத அவன் சுகத்திற்காக தன் நாவின் சுவையை வெகுவாகக் கட்டுப் படுத்திக் கொண்டவள் அவள். இந்தக் கல் நெஞ்சக்காரனோடு - தொந்தியுடன் கூடிய எலும்புக் கூடு மனிதனோடு - தன் வாழ்வை இணைத்துக் கொண்ட நாள் முதல் தன் வாழ்வில் சுகமென்பதை அறியாத பேதை அவள்.

ஒருநாள் தர்பூசணித் தோள் வழுக்கியதால் கீழே விழுந்து தன் முட்டியை உடைத்துக் கொண்டான். அதன் பலனாகக் குறிப்பிட்ட காலத்திற்கு முன்னரே பணியிலிருந்து ஓய்வு பெற்றான்.

அதன் பின்னர் ஒரு வேலையும் செய்யாமல் வீட்டிலேயே முடங்கிக் கிடந்தான்.

துணிகளைக் கசக்கியவாறே அவன் மனைவி சொன்னாள். "உன்னை யாரும் மாமிசம் சாப்பிடச் சொல்லிச் கட்டாயப் படுத்தவில்லை. உனக்குப் பிடிக்கவில்லை என்றால் சாப்பிடாதே. உனக்குப் பிடிக்கவில்லை என்பதால் நானும் சாப்பிடக்கூடாதா? ஒரே மாதிரியான ருசியற்ற பருப்பு வகைகளைத் தினந்தோறும் சாப்பிட்டு எனக்கு அலுத்துவிட்டது".

கோபமுற்ற ரகுமான் தன் காலணியை எடுத்து அந்தப் பிசாசின் மீது எறிய எத்தனித்தான். ஆனால் ஒரு சில பருக்கைகளை உட்கொண்டவன் தன் முயற்சியிலிருந்து பின் வாங்கலானான். கல்லீரல் எக்கேடும் கெட்டுப் போகட்டும், மாமிச உணவின் ருசியே தனி ருசி என உணர்ந்தான். தன் மனைவிக்கு மிகவும் ருசியாக மாமிச உணவு சமைக்கத் தெரிந்ததை அறிந்து தன் கோபத்தை அடக்கிக் கொண்டான். நன்றியுள்ளவனாக இருக்க வேண்டும் என உறுதி கொண்டான். ருசி மிகுதியாக இருந்ததால் ஒருவித சப்தத்துடனே மாமிச உணவை உட்கொள்ளலானான்.

சப்பாத்தித் துண்டு ஒன்றை அளவிற்கு அதிகமாக மாமிசக் கறியில் தோய்த்து உட்கொண்டதால் உண்டான மந்திரசக்திக்குக் கட்டுப்பட்டான். அவ்வேளையில், குற்ற உணர்வு ஒன்றுக்கும் ஆளானான். தன் அருமை மனைவிக்குத் தன் வாழ்நாளில் எந்த சுகத்தையும் கொடுக்கவில்லையே என்று எண்ணினான். தனக்கு தாலுகா அலுவலகத்தில் மீண்டும் ஒரு கடைநிலை ஊழியர் பணி கிடைத்துவிடாதா? தன் மனைவிக்கு எல்லாவிதமான சௌகரியங்களையும் செய்து கொடுக்க மாட்டோமா? என அங்கலாய்த்தான்.

சாப்பிட்டு முடித்தவுடன் தலைப்பாகையின் ஒருமுனையில் கையைத் துடைத்துக் கொண்டே எழுந்தான். உள்ளுணர்வால் தூண்டப்பட்டுத் தன் காலணிகளைக் கட்டிலின் கீழிருந்து எடுத்து முற்றத்தில் வைத்தான் காலணிகள் ஒன்றின் மேல் ஒன்று கிடந்து விடாமல் மிகவும் கவனமாகச் செயல்பட்டான்.

பயிரிடப்பட்டு எட்டு நாட்களே ஆன சோளப்பயிறுக்கு நீர் பாய்ச்சும் வேலை இருந்தபொழுதும் இந்தப் பயணத்தைக்

கட்டாயம் மேற்கொள்ளும் நிலைக்குத் தள்ளப்பட்டான். மறுநாள் காலையில் முற்றத்தைப் பெருக்கி, சுத்தம் செய்ய வந்த அவன் மனைவி கவனக்குறைவாக அவன் காலணிகளைத் தள்ளி விட்டதால், மீண்டும் அவை ஒன்றின் மேல் ஒன்று ஏறிக்கொண்டன.

பொதுவாகவே ஒருவனின் தீர்மானங்களோ, லட்சியங்களோ மாலைநேரம் நெருங்க நெருங்க வலுவிழந்து விடுகின்றன. படுக்கைக்குச் செல்லும் வரை ரகுமானின் மனதோ அம்பாலா செல்வோமா, வேண்டாமா என அலைபாயத் தொடங்கியது. ஒரு பக்கம் பயிர்களுக்குக் களை எடுத்து, தண்ணீர் பாய்ச்ச வேண்டுமென நினைத்தான். மேலும், மனைவி கொடுத்த நெய்யில் தோய்ந்த மாமிச உணவும் வயிற்றில் ஏதோ செய்தது.

ஆனால், காலை எழுந்தவுடன் தன் காலணிகள் மீண்டும் ஒன்றின் மேல் ஒன்றாக இருப்பதைக் கண்ட ரகுமான் அம்பாலா பயணம் தவிர்க்க முடியாததாகிவிட்டது என உணர்ந்தான். அவனே அம்பாலா செல்ல வேண்டாமென நூறு தடவைகள் சொல்லிக் கொண்டாலும், விதி அவனை விடவில்லை என்பதை அவன் காலணிகள் வெளிப்படுத்தின.

காலை மணி ஏழுதான் ஆகியிருந்தது. காலை வேளைகளில் ஒருவன் எடுக்கும் முடிவுகள் வலுவாக அமைந்துவிடுகின்றன. தன் காலணிகளைச் சரியான முறையில் வைத்து விட்டு, பயணத்திற்கான துணிகளை எடுத்து வைக்கலானான்.

ராபின் நீலமிட்டு, துவைக்கப்பட்டு உலரவைக்கப்பட்ட துணிகள் இரவு நேரத்தில் நன்றாக உலர்ந்து, சுத்தமாகவும், பளீர் வெள்ளையாகவும் மாறியிருந்தன. துணிகளில் இருந்த அழுக்கு, கறையெல்லாவற்றையும் ராபின் நீலமானது விழுங்கியிருந்தது. மொத்தத்தில் துணிகளின் மேற்பகுதி அப்பழுக்கற்ற வெண்மையை வெளிப்படுத்தின.

கடந்த மூன்று நாட்களாகவே ஜீனா அம்மா பார்லி அரிசியை உரலிலிட்டு நன்கு ஆட்டி இனிப்பு உருண்டைகள் செய்யும் முயற்சியில் ஈடுபட்டிருந்தாள். வீட்டில், போது மான அளவிற்கு வெல்ல உருண்டைகளையும் சேமித்து வைத்திருந்தாள். தொற்று நோய்களை உண்டாக்கும் சிறுசிறு பூச்சி களைக் களைந்தெறியும் பொருட்டு வெல்ல உருண்டைகளை வெயிலில் காய வைத்து எடுத்து வைத்திருந்தாள்.

மேலும், போதுமான அளவிற்கு, சோளக் கதிரிலிருந்து சோளத்தைப் பிரித்து, உலர்த்தியும் வைத்திருந்தாள். இவையெல்லாம், அமைதியாக அவள் செய்து கொண்டிருந்ததைத்தான் காட்டுகின்றன. இதைத்தான், ஒரு காலணி மீது மற்றொன்று ஏறி இருந்த நிலை உறுதிப்படுத்தியது.

ரகுமான் தன் மனைவியை நோக்கி, "ஜீனா அம்மா அந்தச் சிறு குழந்தைக்கு என்ன பெயர் சூட்டியுள்ளார்கள்?" என வினவினான். "ஷாஹிக் தான் (இஷாக்), வேறென்ன", கடகடவென்று சிரித்தவாறே பதிலளித்தாள். "உங்களுக்குத் தற்போதெல்லாம் மறதி அதிகமாகிவிட்டது. பேரக்குழந்தையின் பெயர் ஷாஹிக் தான்" என்று மீண்டும் கூறினாள்.

தற்பொழுது பேரனுக்கு ஒன்றரை வயதாகியிருக்கும் என்று நினைத்துக் கொண்டான். மேலும் தலை நன்கு நிற்குமளவிற்கு வளர்ந்திருப்பான் என்றும் நினைத்தான். தன்னைப் பார்த்ததும் கூர்ந்து கவனிப்பானென்றும், மேலும் இந்தக் கிழவன் எங்கிருந்து தன் வீட்டிற்கு வந்துள்ளான் என்றும், தன் பேரன் நினைப்பான் என்றும் எண்ணிக் கொண்டான். இவன்தான் தன் தாத்தா என்று அவன் தெரிந்திருக்க நியாயமில்லை. இந்தக் கிழவனின் ரத்தமும் சதையும் தான் தன் உடம்பில் உள்ளன என அறிந்திருக்கவும் வாய்ப்பில்லை.

வெட்கத்தால் அம்மா ஜீனாவின் மடியில் தன் முகத்தைப் புதைத்துக் கொள்வான் என்றும் கற்பனை செய்து கொண்டான். அப்பொழுது பாசப் பிணைப்பால் மகள் ஜீனாவையும் பேரன் ஷாஹிக் கையும் ஒரு சேரத் தன் மார்பில் அணைத்துக் கொள்வேன் என்றும் கற்பனை செய்யலானான். அப்பொழுது, எந்த அப்பாவாது திருமணமான மகளை மார்பில் அணைத்துக் கொள்வானா என்று நினைத்ததும் தன் முட்டாள்தனமான செயலை நினைத்துத் தனக்குத் தானே சிரித்துக் கொண்டான். ஆனால் இவையெல்லாம் நடைபெறவில்லை - கற்பனை உலகில் தான் மிதந்து கொண்டிருந்தான். ஆஹா, தன் மகள் எவ்வளவு வளர்ந்துவிட்டாள் என நினைத்தான்.

வீட்டிற்கு வெளியே சிறு வயதில் விளையாடிவிட்டு குதூகலமாகக் குதித்துக் கொண்டு ஜீனா வந்தபொழுது எவ்வாறு அவளைத் தூக்கித் தன் தொடைமீது வைத்துக் கொண்டேன்

எனச் சிந்தனையை ஓட விட்டான். இத்தகு செயல்கள் தனக்கு எவ்வளவு மகிழ்ச்சியையும் இன்பத்தையும் கொடுத்தன என்றும் எண்ணிக் கொண்டான். ஆனால் இன்றோ, சற்றே தள்ளி நின்றுதான் ஜீனாவைப் பார்க்க இயலும் என்றும் தன்னைத் தேற்றிக் கொண்டான். அதிகபட்சமாக, குனிந்து மகள் நெற்றியில் ஒரு முத்தமிடலாம் எனவும் நினைத்துக் கொண்டான்.

மகளையும் பேரனையும் பார்த்தவுடன் பாசத்தின் வெளிப்பாடாக ஆனந்தக் கண்ணீர் வரும் என்றும் எண்ணினான். கண்ணீரைக் கட்டுப்படுத்த முயன்றாலும் கட்டுக்கடங்காமல் தாரை தாரையாக வெளிப்படும் எனவும் உணர்ந்தான். மகளை மருமகன் அலிமுகமது அடித்துத் துன்புறுத்துகிறானே என்ற வாஞ்சையால் வரக்கூடிய கண்ணீரல்ல என்றும் உறுதி கொண்டான். உதட்டி லிருந்து வெளிப்படுகிற வார்த்தை அலங்காரங்களை விடக் கண்ணீர்தான் உள்ளுணர்வுகளை அதிகளவு வெளிப்படுத்தும் என்பதையும் அறிந்தவன் தான் ரகுமான்.

மகள் ஜீனாவை வளர்க்கத் தான் பட்ட சிரமங்களையும் சொல்லவொண்ணாத் துன்பங்களையும் நினைவு கூர்ந்தான். ஒரு சமயம் சௌத்ரி குஷால் உடன் சண்டையிட நேரிட்டபொழுது குஷால் ரகுமானை வெறித்தனமாகத் தாக்கியதில் அவனின் முதுகு அதிகளவில் பாதிக்கப்பட்டது. ஏறக்குறைய சாகும் தருவாயிற்குத் தள்ளப்பட்டான். தன் வாழ்வு முடிந்துவிட்டது என்றே ரகுமான் எண்ணினான்.

அவ்வாறு நடந்திருந்தால் ஜீனாவுக்கு அப்பா நிரந்தரமாக இல்லாமல் போயிருப்பார். ஆனால், மனிதன் நினைத்த நேரத்தில் சாகமுடியாது அதற்கான காலமும் நேரமும் வரும் வரை மனிதனுக்குச் சாவு என்பது கிடையாது. மகள் மற்றும் பேரனின் பக்தி உணர்வுதான் தன்னைக் காப்பாற்றியுள்ளது என எண்ணிப் பெருமிதம் கொண்டான்.

தான் ஆடாவிட்டாலும் தன் தசை ஆடும் என்பார்கள். என்னைக் கண்டவுடன் காலந்தாழ்த்தாது என் பேரன் என் தொடையில் ஏறி அமர்ந்து கொள்வான் எனக் கற்பனை செய்தான். "என் அன்பான பேரனே, உனக்காக நான் என்னவெல்லாம் கொண்டு வந்திருக்கிறேன், பார்த்தாயா ஷாஹிக்! எனக் கூறுவேன்

என்றும் எண்ணிக் கொண்டான். இனிப்பு உருண்டைகள், இனிப்பு வெல்லம், பொம்மைகள்", என அடுக்கிக் கொண்டே போனான்.

ஏழைக் கிராமத்தினர் தங்கள் அன்பின் அடையாளமாக இதுதவிர வேறென்ன கொண்டு வர முடியும்? சோளத்தைத் தன் சிறிய பற்களால் கஷ்டப்பட்டுத்தான் அவன் கடித்து சுவைக்க முடியும் என்றும் நினைத்துக் கொண்டான். என் மருமகனுடன் கருத்து வேறுபாடு ஏற்பட்டால் நான் அவனுக்குச் சரியான பாடம் புகட்டுவேன் என்றும் கற்பனையில் மூழ்கினான். தன்னைப் பற்றி என்னதான் நினைத்துக் கொள்கிறான் என மருமகனைப் பற்றிய சிந்தனையில் மூழ்கினான்.

அணில் போல் சாதாரணமானவன்தான். ஆனால் அவனுக்கு நினைப்பு மட்டும் பெரிதாக இருக்கும். ஒருவேளை கோபத்தில் "உன் மகளைக் கூட்டிக்கொண்டு செல்" என்று கூட அவன் கூறலாம். அவனுக்குச் சரியான பாடம் புகட்டுவேன் என்று உறுதி கொண்டான்.

என் பேரனைத் தோளில் சுமந்தவாறு கடைத் தெருவிற்குச் செல்வேன். இவ்வேளைகளில் தன் மகனைக் காணாது கஷ்டப்படுவான். தன் மமதையில் இருந்து அவன் சற்றே இறங்கித்தான் வரவேண்டும், என எண்ணினான்.

தன் பயிர்களுக்குக் களை எடுக்கும் பொறுப்பை இன்னொரு விவசாயிடம் ஒப்படைத்தான். தோட்டத்தில் இருக்கும் பயிர்களின் மேல் பயிர்க்கடன் ஒன்றையும் பெற்றான். பின்னர் அம்பாலாவிற்கு பயணமேற்கொள்ளும் பொருட்டுச் சிறு குதிரை வண்டி ஒன்றில் ஏறி அமர்ந்தான். பயணத்தின் போது சாப்பிடச் சாப்பாட்டுப் பொட்டலம் ஒன்றை அவன் மனைவி கொடுத்தாள். 'அல்லா உங்களுடன் இருப்பார்', என்று வாழ்த்தியவள், "ஒரு சில நாட்களில் அலியார் பாஸ்ராவுக்குச் செல்லலாம். ஆகவே மகள் ஜீனாவையும் பேரன் ஷாஹிக்கையும் உடன் அழைத்து வாருங்கள். இன்னும் எவ்வளவு காலத்திற்கு நான் உயிரோடு இருக்கப்போகிறேனோ, அவர்கள் இருவரையும் பார்த்துக் கொள்கிறேன்", என்றும் ரகுமானிடம் கூறினாள்.

மல்காராணி என்னும் ஊரையடைந்து, இரயில்நிலையம் சென்று ரயிலைப் பிடித்தான். மல்காராணி முதல் மாணிக்பூர்

வரை ரயில் நிலையங்களில் கிடைத்த பொருட்கள், விளையாட்டு சாமான்கள் போன்றவற்றை தன் பேரனுக்காக ஆர்வத்துடன் வாங்கிக் கொண்டான் - முகம் பார்க்கும் கண்ணாடி, ஒரே நேரத்தில் ஆறேழு ஒலிகளை எழுப்பக் கூடிய ஜப்பானிய செல்லுலாயிட் பொம்மை, போன்றவை இதனுள் அடக்கம். மாணிக்பூரில் இறங்கியதும் பேரன் நடந்து பழகட்டும் என நினைத்து மரத்தாலான தள்ளு வண்டி ஒன்றையும் வாங்கினான். சோளக்கதிரை கடித்துத் தின்னும் அளவிற்கு உறுதியான பற்களை ஷாஹிக் பெற்றிருக்க வேண்டும் என விரும்பினான்.

தாத்தா வாங்கிக் கொடுத்த தள்ளு வண்டியின் உதவியால் தான் ஷாஹிக் நடக்கக் கற்று கொண்டான் என அண்டை அயலார் கூறுவர் எனப் பெருமையாக நினைத்துக் கொண்டான். குழந்தை வடிவில் உலவும் வளர்ச்சியடைந்த உருவம் என்று கூறலாமா? அல்லது வளர்ச்சியடைந்த உருவில் ஒரு குழந்தை என்று தன் பேரனை அழைக்கலாமா? என்றும் பெருமிதம் அடைந்தான்.

கூடவே ஒரு சந்தேகமும் உண்டாயிற்று. தற்போது நகரவாசியாகிவிட்ட மகள் ஜீனா, பேரனுக்காகத் தான் வாங்கி வந்த கிராமப்புற பரிசுப்பொருட்களை ஏற்றுக்கொள்வாளா? என்றும் சந்தேகப்படலானான். தனக்குப் பிடிக்கவில்லையென்றாலும் பாசத்தோடு என் அப்பா வாங்கி வந்தவை என்று மகிழ்வோடு ஏற்றுக் கொள்வாள் எனவும் முடிவு செய்தான்.

ஆனால் மனைவி தயாரித்து அனுப்பிய இனிப்பு உருண்டைகளை மட்டும் எப்படியும் ஏற்றுக் கொள்வாள் என்றே தீர்மானித்தான். என் மகளைப் பற்றி எனக்குத் தெரியாதா என்ன? என்று நினைத்துக் கொண்டான். மருமகன் அலியைப் பற்றி உறுதியாக எதுவும் சொல்ல முடியாது; ஏனெனில் என் இரத்தம் அவனில் ஓடவில்லையே? எனவும் நினைத்தான்.

அது ஒரு களைப்பு மிகுந்த பயணமாகும், உடல் ரீதியாகவும் உள்ள ரீதியாகவும் மிகவும் சோர்வடைந்தான். அதனால் தூக்கக் கலக்கம் ஏற்பட்டது. முதல் நாள் சாப்பிட்ட மாமிச உணவு வேறு வயிற்றில் கலேபரம் உண்டாக்கியது. கண்கள் எரிச்சலைக் கொடுத்தன. வயிற்றை சற்றே அமுக்கிக் கொண்டான். கல்லீரல் அமைந்த பகுதி சற்று கடினமானதாக இருந்தது.

ரயில் செல்லும் வேகத்தில் மேற்கத்திய காற்று சன்னல் வழி ஊடுருவிப் பயணிகளுக்கு பிரச்சினையைத் தந்தது. வெளியே பார்த்தால் மரங்கள் வெகுவேகமாக ஓடி மறைந்து கொண்டிருந்தன. கண்களை மூடியும் திறந்தும் பார்த்துக் கொண்டிருந்த ரகுமான் ஏதோ ஊஞ்சல் ஒன்றில் இருப்பது போல உணர்ந்தான். இது ஒரு புதுமையான உணர்வாகவே தென்பட்டது.

சற்றே கண் அயர்ந்து தூங்கலானான். மூன்று நிறுத்தங்களைத் தாண்டி ரயில் ஓடிக் கொண்டிருந்தது. கண் விழித்துப் பார்த்தபொழுது கர்னால் பக்கமாக இன்னும் இரண்டே நிறுத்தங்கள் மட்டும் இருப்பதை அறிந்தான். தன்னுடைய பையும் பொதியும் திருடப்பட்டிருப்பதை அறிந்து அதிர்ச்சிக்குள்ளானான். அவன் வசம் தற்பொழுது மீதமிருப்பது பேரனுக்காக வாங்கிய மரத்தினாலான தள்ளுவண்டியும் பயணத்தின்போது தான் சாப்பிடுவதற்காக தலைப்பாகைத் துணியில் முடிந்து தொங்கவிட்டிருந்த சிறிதளவு இனிப்பு உருண்டைகள் மட்டுமே.

பரபரப்புடன் அங்குமிங்கும் தேடிவிட்டு ஓலமிட்டான். எதிர்வரிசையில் அமர்ந்திருந்த, நல்ல தோற்றத்தைக் கொண்ட இருவர் செய்தித்தாள் படித்துக்கொண்டு, ரகுமான் இட்ட ஓலத்தால் வெறுப்பை வெளிப்படுத்தினர். "ஏய் கிழவா, சத்தமிடுவதை நிறுத்தமாட்டாயா?" என இருவரில் ஒருவர், சற்றே கடினக்குரலில் ரகுமானைப் பார்த்துக் கேட்டார்.

ஆனால் ரகுமான் ஓலமிடுவதைக் நிறுத்தவில்லை. பொருட்கள் திருடப்பட்டன என நினைத்து நினைத்து ஓலமிட்டான். எதிரே காவல்துறை காவலர் ஒருவர் அடர்த்தியான முறுக்கி விடப்பட்ட மீசையுடன் உட்கார்ந்திருப்பதைக் கண்டான். கோபம் மேலும் அதிகமாகி "இத்திருட்டில் உனக்கும் பங்கிருக்கிறது" என்று காவலனைப் பிடித்து உலுக்கினான். என் பொருட்கள் காணாமல் போனதற்கு நீயும் ஒரு காரணம் எனக் கத்தினான். கொதிப்படைந்த காவலன் தன்பலங்கொண்ட மட்டும் ரகுமானைத் தள்ளிவிட ரகுமான் கீழே விழுந்தான்.

மூச்சு வாங்கியவாறே ரகுமான் எழுந்தான். நாளிதழைப் படித்துக் கொண்டிருந்த எதிர்வரிசைக்காரர் "இதற்கெல்லாம் காரணம் நீதானப்பா", என்றும், "நீ ஏன் தூங்கினாய்?" என்றும்

பொரிந்து தள்ளினார். அவர் அருகிலிருந்தவர் “எப்பொழுதும் உன் உடமைகள் மீது ஒரு கண் வைத்திருக்க வேண்டாமா” என்றும் கடிந்து கொண்டார்.

மோசமான சூழலில் இருந்த ரகுமானுக்கோ இந்த உலகத்தின் மீது வெறுப்பு ஏற்பட்டது. இவ்வுலகே அவனுக்கு எதிரியாகவும் தென்பட்டது. காவலன் அருகில் சென்று அவனுடைய சீருடையைக் கிழித்தான். பதிலுக்குக் காவலன் ரகுமான் வைத்திருந்த மரத் தள்ளுவண்டியின் ஒரு பகுதியை உடைத்து ரகுமானை அடிக்கலானான். பயணச்சீட்டு பரிசோதகர் அந்நேரத்தில் உள்ளே நுழைந்தார். நற்தோற்றங் கொண்ட அந்த இருவர் பக்கம் சேர்ந்து கொண்டு, “பயணத்தில் தரக்குறைவாய் ஏன் நடந்து கொள்கிறாய்?” என ரகுமானைத் திட்டினார். மேலும், “கர்னல் ஸ்டேஷன் வந்தவுடன் இரயிலை விட்டு நீ இறங்கி விடவேண்டும்” என்றும் உத்தரவிட்டார்.

அங்கு நீ காவல்துறையினர் வசம் ஒப்படைக்கப்படுவாய். என்றும் சத்தமிட்டார். பரிசோதகரோடு ஏற்பட்ட இச்சண்டையில் ரகுமானுக்கு வயிற்றில் ஒரு உதை கிடைத்தது. உதை கிடைத்தவுடன் பயணப்பெட்டியின் தரையில் குப்புற விழுந்தான்.

கர்னால் ரயில் நிலையத்திற்கு வண்டி வந்தவுடன், பெட்டியிலிருந்து நடைமேடைக்கு ரகுமான் தள்ளப்பட்டான். பேரனுக்கான தள்ளுவண்டியும் தன் தலைப்பாகைத் துணியும் தூக்கி நடை மேடையில் வீசப்பட்டதையும் அறிந்தான். தள்ளுவண்டியிலிருந்து பிரித்தெடுக்கப்பட்ட தடியும், தனியே வந்து விழுந்தது. அதன் மேற்பரப்பில் தன் இரத்தக் கறைகள் படிந்திருப்பதைக் கண்டான். தலைப்பாகைத் துணியிலிருந்த இனிப்பு உருண்டைகள் யாவும் நடைமேடையில் நாலாபுறமும் சிதறிக் கிடந்தன.

பயணச்சீட்டு பரிசோதகர் தன் வயிற்றில் உதைத்த உதை அவன் வயிற்றை மிகவும் பாதிப்படையச் செய்திருந்தது. அவனை ஸ்டெரச்சரில் கிடத்தி ரயில்வே மருத்துவமனைக்குத் தூக்கிச் சென்றனர்.

அரைகுறை மயக்கத்திலிருந்த ரகுமான் கண்முன் அவன் மனைவி, மகள் ஜீனா, பேரன் ஷாஹிக், மருமகன் அலிமுகமது

என ஒவ்வொருவராக வந்து சென்றனர். வாழ்க்கை என்னும் படம் எவ்வளவு சிறியது என அறிந்தான். மிகவும் சிரமத்துடன் மூன்று அல்லது நான்கு நபர்களைத்தான் நினைவில் வைத்திருக்க முடியும் என எண்ணினான். மற்றவர்கள் வாழ்வென்னும் படத்தின் விளிம்பில் தொங்கினாலும் அவர்களைப் பற்றியெல்லாம் ஒருவன் ஞாபகத்தில் வைத்துக் கொள்ள முடியாதல்லவா?

ஜீனா, ஜீனா அம்மா, ஷாஹிக், அலி முகமது மட்டுமே ஞாபகத்திற்கு வருகின்றனர். சில நேரங்களில் நாம் பங்கு கொண்ட சண்டைகள், போராட்டங்களும் நினைவிற்கு வரும். உதாரணத்திற்கு, நடைமேடையில் சிதறிக் கிடந்த இனிப்பு உருண்டைகளையும், தள்ளுவண்டியையும், அவைகளை விரைந்து வந்து பொறுக்கிச் செல்லும், சுமை தூக்குவோர், காவலாளிகள், சிக்னல்மேன் ஆகியோரின் சிறார்களையும் குறிப்பிடலாம். அவர்கள் மகிழ்வோடு செல்வதை அவர்களின் கருப்பு முகத்தில் காணப்பட்ட வெள்ளைப் பற்களே வெளிப்படுத்தின. அவர்களின் வஞ்சனையான சிரிப்பும் அந்த இருட்டு வேளையில் ஒலித்தது.

சற்றே தொலைவில் காவலன் ஒருவன் தன் நாட்குறிப்பில் ஏதோ ஒன்றை எழுதிக் கொண்டிருந்தான். "ஹா! அவரை?" என்னால் நம்பமுடியவில்லை..... ஆகவே, மறுபடியும் அவன் உன்னை உதைத்தானா?... ஏதோ தனக்கெதிராக சதி நடப்பதாக அறிந்தான்.

சற்று நேரம் சென்றது.

பின்னர் தான் மருத்துவமனைக் கட்டிலில் கிடத்தப் பட்டிருப்பதையும், வெள்ளைநிறப் போர்வைசவப்பெட்டியையும், தான் கிடத்தப்பட்டிருந்த கட்டில் புதைகுழியையும் ஞாபகப் படுத்தின. வெள்ளையாடைச் செவிலியர்கள் தேவதைகள் போலவும் தென்பட்டனர். அருகே சில மருத்துவர்கள்.

இனிப்பு உருண்டைகளைக் கட்டிவைத்த தன் தலைப்பாகை தலையணையருகே கட்டிலில் கிடப்பதை உணர்ந்தான். இப்பொழுது அதன் தேவைதான் என்ன? என நினைத்துப் பார்த்தான். அதையும் ரயில்நிலையநடைமேடையிலே அவர்கள் விட்டு வந்தால்தான் என்ன எனவும் எண்ணினான்.

அந்தத் தலைப்பாகையைத் தவிர அதனுள் இருந்த பொருட்கள் யாவும் இல்லையே எனப் பொறுமினான்.

கட்டிலின் அருகிலிருந்த மருத்துவச் செவிலியர்களும், நொடிக்கு நொடி வெள்ளைப் போர்வையைத் தன் மீது இழுத்துப் போர்த்துவதை உணர்ந்தான்.... வாந்தி வருவது போன்ற உணர்வு அவனுக்கு ஏற்பட்டது. வாந்தி எடுத்தால் பிடித்துக் கொள்வதற்காக பெரிய குழிக் கிண்ணம் ஒன்றை செவிலியர் அவன் கட்டிலினருகில் வைத்தனர்.

குனிந்து வாந்தி எடுக்க எத்தணிக்கையில், ரகுமான் தன் காலணிகைளக் கட்டிலின் கீழ், தள்ளிவிட்டதை நினைத்துப் பார்த்தான். மேலும் குனிந்து பார்க்கையில் ஒரு காலணி மற்ற காலணிமேல் ஏறி இருப்பதைக் கண்டான். அந்தச் சூழலிலும் சிறிய புன்னகை ஒன்றை வெளிப்படுத்தினான்.

“மருத்துவர் ஐயா, நான் ஒரு பயணத்தை மேற்கொள்ள வேண்டியதிருக்கிறது. இதை நீங்கள் கவனிக்கவில்லையா? என் ஒரு காலணி மற்றொன்றின் மேல் ஏறி இருக்கிறது அல்லவா?” எனக் கூறினான்.

மருத்துவர் புன்னகையுடன் பதிலளித்தார்: “ஆமாம் ஐயா, எனக்கும் தெரியும் ஒரு பெரிய பயணம் உனக்காகக் காத்திருக்கிறது.” தன் மீது தலைப்பாகைத் துணி ஏறியிருப்பதை அறிந்தான். ஆனால் உன் வழிப்பயணத்திற்காகத் தேவையான உணவாக உன்னிடம் தற்போது ஒரு கைப்பிடி இனிப்பு உருண்டைகளே மீதமிருக்கின்றன ஆனால் உன் பயணமோ, நீண்ட ஒன்று” என மருத்துவர் கூறினார்.

ஜீனா, ஜீனா-அம்மா, ஷாஹிக், அலி முகமது, மற்றும் சில நினைவுகளும் ஒரு சிறுவிபத்தால் மறைந்து போயிருந்தன.

இனிப்பு உருண்டைகளை எடுத்துக் கொண்டு தன் பயணத்தை மீண்டும் தொடர்ந்தான்.

4. லஜ்வந்தி (தொட்டாற்சிணுங்கி)

(தொட்டவுடன் லஜ்வந்தி இலைகள் சுருங்கிவிடும் என்பது பஞ்சாப் நாட்டுப்புறப் பாடல் வரி)

பாகிஸ்தான் பிரிவினையை ஒட்டி ஏற்பட்ட கலவரத்தால் இரத்த ஆறு பெருக்கெடுத்தது. ஓடி ஓய்ந்தவுடன் பாதிக்கப்பட்ட லட்சக்கணக்கானோரில் ஒரு சிலர் அத்துன்ப, கொடூர நிகழ்வை மறக்கத் தொடங்கினர். இன்னும் சிலர் ஏற்பட்ட இரத்தக் கறைகளைத் துடைத்துக் கொண்டனர். மேலும் சிலர்தன் சொந்தக் கால்களில் நின்று முன்னேற வேண்டும் என்ற முனைப்புடன் செயல்பட்டனர். இன்னும் சிலர் தொந்தரவு தரவில்லை என்றாலும் வேதனையோடு பிறரைப் பார்க்கலாயினர்.

நகரத்தின் சந்துக்களிலும் மூலை முடுக்குகளிலும் மறுசீரமைப்புக் குழுக்கள் ஏற்படுத்தப்பட்டுச் செயல்படத் தொடங்கின. வர்த்தகத்தினால் இடம் பெயர்ந்தோரை மிகுந்த ஆர்வத்துடன் பழைய நிலைக்கு, அவர்கள் இருப்பிடத்திற்குத் திருப்பமுயற்சிகள்இக்குழுக்களால்மேற்கொள்ளப்பட்டன. ஆனால் வன்முறையால் கடத்திச் செல்லப்பட்ட பெண்களைத் திரும்பப் பெறும் முயற்சியில் மட்டும் சற்று தொய்வு ஏற்பட்டிருந்தது. அதைச் சரி செய்யும் முயற்சியில் இறங்கினர். "உங்கள் இதயத்தில் இத்தகு மகளிருக்கும் சரியான இடம் கொடுங்கள்" என வீரிய முழக்கத்தோடு மறுசீரமைப்புப் பணி நடைபெறத் தொடங்கியது.

இந்தக் குழுவிற்குப் பெரிய அளவிலான எதிர்ப்புகளும் தோன்றலாயின. நரைன் பாபா கோவிலைச் சுற்றி வாழும் ஆச்சாரமான பழமைவாதிகள்தான் தீவிரமாக எதிர்த்தனர்.

மொகல்லா ஷக்கூர் பகுதியைச் சேர்ந்த ஒரு குழுவினர் மட்டும் இத்திட்டத்திற்கு நல்லதொரு வடிவம் கொடுக்க முனைந்தனர். சுந்தர்லால் பாபு இத்திட்டச் செயலாளராகத் தேர்ந்தெடுக்கப்பட்டார். பதினொரு வாக்குகள் வித்தியாசத்தில் பெரும்பான்மையைப் பெற்று இப்பதவிக்குத் தேர்வு செய்யப்

பட்டார். ஒரு பிரபலமான உள்ளூர் வக்கீல் ஒருவர் இக்குழுவின் தலைவராகத் தேர்வு செய்யப்பட்டார். செயலர் பதவிக்கு சுந்தர்லாலைத் தவிர்த்து வேறு யாரும் சரியானவராக மாட்டார் என அவ்வட்டார வாசிகளும், சௌக்கிகலான் பகுதியில் வசிக்கும் புகார் மனுதயாரிப்பில் வல்லவரான வயதானவரும் எண்ணினர்.

அவர் மனைவியே கடத்தப்பட்டிருந்ததால் அவரால் முழுமூச்சாக ஈடுபட முடியும் எனக் கருதினர். கடத்தப்பட்டவர், தற்போது எங்கிருக்கிறார், எப்போது திரும்புவார் எனக் கூற முடியாத நிலையே நீடித்திருந்தது. தற்செயலாக, அவர் பெயர் லஜோ என்றழைக்கப்பட்ட லஜ்வந்தியாகவும் அமைந்திருந்தது.

இந்தக் குழுவின் வேலையே அதிகாலையில் கூட்டமாக, ஒவ்வொரு தெருவாக "தொட்டவுடன் லஜ்வந்தி இலைகள் சுருங்கிக் கொள்ளும்" என்னும் நாட்டுப்புறப் பாடலைப் பாடிக் கொண்டு செல்வதை வழக்கப்படுத்திக் கொண்டனர். சுந்தர்லாலின் நண்பர்களான நெகிராம், ரசலு போன்றோர் சத்தமிட்டுப் பாடுவர்.

ஆனால் சுந்தர்லால் தடுமாற்றத்தோடு வலுவிழந்த குரலில் தான் பாடுவார். சில நேரங்களில் பாடாமல் அமைதியாகித் தன் மனைவி லஜ்வந்தியின் நினைப்போடு நடப்பார். அவள் எங்கிருக்கிறாள்? என்ன நிலையில் இருப்பாள்? என்னைப் பற்றி நினைத்துக் கொள்வாளா? திரும்பி வருவாளா? போன்ற கேள்விகள் அவர் மனதில் எழும். எத்தலும் கொத்தலுமான தெருவில் நடக்கும் பொழுது சுந்தர்லாலின் கால்கள் ஒருவித அதிர்வை உண்டாக்கின.

ஒரு காலகட்டத்தில் லஜ்வந்தியைப் பற்றி நினைப்பதையே விட்டுவிட்டார். அவளைத் திரும்பப் பெறுவோம் என்ற நம்பிக்கையையும் இழந்து விட்டார். தன் சொந்த இழப்பு பொது மக்கள் இழப்பின் ஒரு பகுதியாகி விட்டதையும் உணர்ந்தார். தன் கவலையை மறக்க முழு மூச்சாகப் பொதுத் தொண்டில் ஈடுபடலானார். மற்றவர்களுடன் சேர்ந்து சத்தத்தோடு பாடிய போது கூடப் பிரிவால் மனித இதயம் கூடப் பலவீனம் அடையும் என நினைக்கத் தவறவில்லை. தொட்டவுடன் சுருங்கிக்கொள்ளும் லஜ்வந்திச் செடியின் இலைகளைப் போல மனித இதயமும் மனைவியின் பிரிவால் வலுவிழந்துவிட்டதை அறிந்தார்.

சுந்தர்லால் தன் மனைவி லஜ்வந்தியைக் கொடூரமாக நடத்தியவர்தான். எங்குச் சென்றாள்? என்ன சாப்பிடுகிறாள்? எங்கு உட்கார்ந்திருக்கிறாள்? என்று எப்போதும் தன், ஒரு கண் பார்வையை அவள் மீது ஓட விட்டவர்தான். சின்ன விசயத்திற்குக் கூட அவளை அடிக்கத் தயங்காதவர்.

ஐயோ! லஜோ! நீ ஒரு சாதாரண கிராமப் பெண்; ஒல்லிய மிருதுவான மல்பெரி மரக்கிளையைப் போன்றவள். சூரிய ஒளி அதிகம் பட்டதால் கருத்துப்போன உடலைப் பெற்றவள். திறந்த வெளிவாழ்க்கையை மேற்கொண்டதால் விலங்கின உணர்வுகளைக் கொண்டவள். இலையில் விழும் பனித்துளியைப் போலத் தடைபடாக் கருணையுள்ளம் உடையவள். ஒல்லியாக இருப்பது சுகாதாரக் கேட்டினால் அல்ல. மாறாக, அவளின் மன உறுதியே உடல் வலிமையைக் கொடுத்தது எனலாம்.

அவளை முதன் முதலாக, பருமனான சுந்தரலால் பார்த்தவுடன் அவர் மனம் ஏதோ அலைபாயத் தொடங்கியது. திருமணத்திற்குப் பின் அவளால் அதிக எடையைக் கூட மிகவும் எளிதாகவும், கோப உணர்வில்லாமலும், தூக்க முடிந்ததைப் பார்த்து, அவளை அடித்த பொழுதெல்லாம் வலியையோ, கஷ்டத்தையோ காட்டாமல் தாங்கிக் கொண்டதையும் பார்த்துப் பார்த்து, ஒருவித மனத்திண்மையைப் பெற்றார்.

அதன் பலன், அதிக கஷ்டத்தையும், கொடூரப் பார்வையையும் கொட்டி அதிக அளவில் அவளை அடிக்கலானார். எல்லை மீறிய எந்தச் செயலும் ஒருவரின் பொறுமையையும் சகிப்புத் தன்மையையும் இழக்கச் செய்யும் என்பதையும் மறந்துவிட்டார்.

இந்த மங்கிய நிலைமைக்கு லஜ்வந்தியும் ஒரு காரணம்தான். விரக்தியின் விளிம்பிற்கு எப்பொழுதும் செல்லமாட்டாள். அடித்து முடித்தவுடன் சுந்தர்லால் புன்னகை ஒன்றை மட்டும் வீசுவார். லஜ்வந்தியின் முகம் உடனே மகிழ்ச்சியால் மலர்ந்துவிடும். அவரிடம் ஓடோடி வருவாள். ஒருவிதப் போலிக் கோபத்துடன், “என்னைத் திரும்பவும் அடியுங்கள் என்ன நடக்கிறதென்று பாருங்கள்!” என்பாள்.

அவர் செய்கையை அவள் மன்னித்து விட்டாள் என்பதையே இக்கூற்று நிலை நிறுத்தும். எல்லா வீட்டிலும் ஆண்கள் பெண்களை அடிப்பது சகஜமானதுதான் என்பதை மற்ற கிராமப் பெண்கள் போல நன்கே அறிந்தவள். ஏதாவது ஒரு பெண் இச்செயலைத் தடுத்தாலோ அல்லது உடன்பட மறுத்தாலோ, ஏனைய பெண்கள் கேட்கும் கேள்வி ஒன்றே ஒன்றுதான்: "அவன் ஒரு ஆம்பிளையா? தன் மனைவியைக் கட்டுக்குள் வைக்கத் தெரியாதவன்" என்பதுதான்.

கணவன் மனைவியை அடிப்பது என்பது பாடல்களில் நெறிப்படுத்தப்பட்டதுதான். சில வேளைகவில் லஜோ கூட இத்தகு பாடல்களைப் பாடியிருக்கிறாள்.

நகர மாப்பிள்ளை யாரும் எனக்கு வேண்டாம்.
அதிக எடையுள்ள காலணிகளை அணிபவன் அவன்
எனக்கிருப்பதோ மெல்லிய ஒடிந்த இடையே!

இதிலுள்ள முரண் என்னவென்றால், அவள் பார்த்தவுடனேயே மாப்பிள்ளையாகத் தேர்வு செய்து திருமணமும் செய்து கொண்டது ஒரு நகரத்துப் பையனையே. அந்த நகரத்துப் பையன்தான் சுந்தர்லால்.

நண்பனின் திருமணத்திற்காக லஜ்வந்தியின் கிராமத்திற்கு வந்தான் சுந்தர்லால். லஜ்வந்தியைப் பார்த்தவுடன் நண்பனின் காதில் செய்தி ஒன்றைக் கிசுகிசுத்தான். "உன் இளைய மைத்துனி மணப்பெண்ணாக இருந்திருக்கலாம். வாயில் உமிழ்நீர் சுரக்குமளவிற்கு இனிப்பும், புளிப்பும் கலந்த சுவை தரக்கூடியவள்".

லஜோவின் காதில் இச்சொற்கள் விழுந்தன. சுந்தர்லால் மீது ஒருவித ஈர்ப்பும் ஏற்பட்டது. அதிகக் கனமான காலணிகளை அணிந்திருக்கிறான் என்பதையும் தான் ஒரு மெல்லிடையாள் என்பதையும் பேதை மனம் மறந்து விட்டிருந்தது.

அதிகாலையில், பாடல் குழுவினருடன் சேர்ந்து பாடிச் செல்லும் வேளையில் சுந்தர்லால் மனம் மெல்ல இவ்வெண்ணங்களையெல்லாம் அசை போட்டன. லஜோவை மீண்டும் பார்க்க மாட்டேனா? வந்தால், தன் இதயத்தில் ஒருவித அர்ப்பணிப்புடன், நல்லதொரு கணவனாக, அவளை வைத்துப் பூஜிக்க மாட்டேனா! நற்துணையற்ற பெண்களைக்

குற்றம் சொல்லக்கூடாது என ஏனைய ஆண்களுக்குப் புரிய வைக்கமாட்டேனோ? என்றெல்லாம் புலம்பினார்.

காமவெறியர்களிடமும் கலகக்காரர்களிடமும் சிக்கிய மகளிர் சீரழிக்கப்படுகின்னறனர்; சூழ்நிலைக்குப் பலிகடாவாக்கப் படுகின்றனர். இத்தகு மகளிரைத் திரும்ப ஏற்றுக்கொள்ளாத சமுதாயம் கெட்டழிந்த ஒன்று என்றும் வாழ்வியல் நடைமுறைக்கு ஒவ்வாத ஒன்றும் எனச் சாடினார்.

கற்பனையான நிகழ்வுகளை மனதில் இருத்தி இத்தகு மகளிருக்கு மறுவாழ்வ ஏற்படுத்திக் கொடுக்க வேண்டுமென்ற திடமான வேண்டுகோளை விடுத்தார் - தாய், மனைவி, சகோதரிகளுக்கு வீட்டில் சாதாரணமாகக் கொடுக்கும் மரியாதையை அவர்களுக்கும் கொடுக்க வேண்டுமென வேண்டுகோள் விடுத்தார். வன்முறையால் கடத்தப்பட்ட பின்னர் அவர்கட்கு ஏற்பட்ட இன்னல்களையோ, இடையூறுகளையோ சிறு குறிப்பாலோ, சமிக்ஜையாலோ கூடக் காட்டி விடக்கூடாது எனவும் வேண்டிக் கொண்டார். லஜ்வந்தி செடியைப்போல் உணர்வுதிறன் அதிகம் கொண்டவர்கள். ஆகையால், தொட்டவுடன் சுருங்கிக் கொள்ளும் அச்செடியின் இலைகளைப் போலவே உள்ளமும் முகமும் மாறக்கூடியவர்கள்.

ஒவ்வொரு காலை வேளையிலும் தவறாமல் "மொகல்லா ஷக்கூர்" குழுவினர் நல்லுணர்வைப் பரப்பும் பொருட்டு "உங்கள் இதயத்தில் அவர்களுக்கு நல்லதொரு இடம் கொடுங்கள்" என்ற பாடலைப் பாடிச் சென்றனர். அதிகாலை நான்கு மணிக்கே பாடற்குழு புறப்பட்டது. ஏனெனில், நல்ல கருத்துக்களை ஏற்றுக் கொள்ளக் கூடிய அமைதியான சூழலும், மக்களின் மன நிலையும் அப்போதுதான் இருக்கும் என்பது அவர்களுக்குத் தெரியும்.

தத்தம் பாணியில் தங்களையே இரவுக் காவலர்களாக நியமித்துக் கொண்டு காவல் காத்த தெரு நாய்கள் கூட ஓய்வெடுக்கத் தீக்கங்குகள் நிறைந்த தடுப்படுப்புகளின் அருகே அமைதியாகத் தூங்கும் நேரமது. குளிர்காலத்தில் கதகதப்பான போர்வைக்குள் உடலைச் சுருக்கி சுகமாகத் தூங்கும் மனிதர்கள் கூட இக்குழுவின் பாடலைக் கேட்டவுடன், "ஓ! அதே குழுவினரா?" என

முணுமுணுக்கும் நேரமது. பின்னர், வேண்டாவெறுப்பாகச் சுந்தர்லாலின் கோபக் கனலால் கொதிக்கும் பேச்சைக் கேட்பர்.

பாகிஸ்தானிலிருந்து எல்லைக்கோட்டைத் தாண்டி வந்த கடத்தப்பட்ட மகளிர் சிலர் பிரிக்கப்பட்ட காளிஃபிளவர் போல அங்குமிங்கும் சிதறிய நிலையில் தூங்கிக் கொண்டிருந்தனர். விரைத்த தண்டு போன்ற அவர்கள் கணவன்மார்களோ பொறுப்புணர்வால் உறுமிக்கொண்டு படுத்திருந்தனர். குழந்தைகளோ திடீரென்று எழுந்து ஏளனமாக அப்பாடலை பாடிவிட்டு மீண்டும் படுக்கையுள் புகுந்தனர்.

அதிகாலையில் கேட்ட பாடலின் சாராம்சம் ஆழ்மனதில் பதிந்து அன்றைய நாள் முழுமைக்கும் காதில் ரீங்காரமிட்டுக் கொண்டிருக்கும். பொருள் புரிந்தாலும் புரியாவிட்டாலும் ஒரு சிலர் அந்த வரிகளை வாய்க்குள்ளேயே பாடிக்கொண்டிருப்பர்.

மிஸ் மிருதுளா சாராபாய் அவர்களின் ஒட்டுமொத்த முயற்சியால் வன்முறையால் கடத்தப்பட்ட மகளிரை, பாகிஸ்தானும் இந்தியாவும் சரி விகிதத்தில் திரும்ப அழைத்துக் கொள்ள ஏற்பாடாகியிருந்தது. மொகல்லா ஷக்கூர் பகுதி மக்களில் சிலர் அரைகுறை மனத்துடன் இந்த ஏற்பாட்டுக்கு ஒத்துக் கொண்டிருந்தனர். இவ்வாறு காப்பாற்றப்பட்ட மகளிரின் உற்றார் உறவினர்கள் சௌக்கி கலான் எல்லையில் அவர்களை வரவேற்பதற்கும் காத்திருந்தனர்.

கடத்தப்பட்டுத் திரும்ப வந்துள்ள மகளிரும் அவர்களின் ஆண் வர்க்கமும் ஒருவரையொருவர் ஒருவித அமைதியுடன் பார்த்துக் கொண்டேயிருந்தனர். பின்னர் தலையசைத்துச் சிலர் சம்மதம் தெரிவித்து, தன் இல்ல மகளிரை ஏற்றுக்கொண்டு, தொங்கிய தலையோடு அழைத்துச் சென்றனர். அவர்களைப் பின்தொடர்ந்து, திரும்பி வந்த மகளிரும் சென்றனர். இம்மகளிரின் வாழ்வில் இது ஒரு புதிய அத்தியாயம் என்றே சொல்லலாம். அங்கிருந்த ரசலு, நெகிராம் மற்றும் சுந்தர்லால் போன்றோர் மகிழ்ச்சியால் “மொஹீந்தர்சிங் வாழ்க! ஷோகன்லால் வாழ்க!” எனத் துணைவியாரைத் திரும்பப் பெற்றுக் கொண்டவர்களின் பெயரைச் சொல்லி வாழ்த்தினர்.

சில கணவன்மார்களாலோ, அண்ணன் தம்பிகளாலோ, பெற்றோர்களாலோ, சகோதரிகளாலோ தங்களை அடையாளம் கண்டு கொள்ள முடியாத மகளிர் ஒருவித எதிர்பார்ப்புடன் காத்திருந்தனர். "இவர்களெல்லாம் ஏன் தங்கள் உயிரை இன்னும் மாய்க்காமல் இருக்கிறார்கள்? எனச் சிலர் வினவலாயினர். தங்கள் கற்பை நிலைநாட்ட விஷமருந்தியோ அல்லது நீர்நிலைகளில் வீழ்ந்தோ உயிரை மாய்த்திருக்கலாம் என்றும் கூறலாயினர்.

வாழ்க்கையில் ஒட்டிக் கொண்டிருப்பதால் அவர்களைக் கோழை என்றே கூப்பிடலாம் என்றனர் சிலர். ஆயிரக்கணக்கானோர் தங்கள் கற்பு பறிக்கப்படும் முன், உயிரை மாய்த்துக் கொண்டதை இவர்கள் முன்னுதாரணமாகக் கொண்டிருக்க வேண்டாமா? எனச் சிலரும் கூவினர்.

ஆனால் இவர்களெல்லாம் ஒன்றை மட்டும் மறந்து விட்டனர். இத்தகு சூழலில் உயிர் வாழ்வதற்கு ஒருவித தைரியம் தேவையல்லவா? எந்த அளவிற்கு அம்மகளிர் மனஉளைச்சலுக்கு ஆட்பட்டிருக்க வேண்டும் என இவர்கள் நினைத்துப் பார்க்க வேண்டாமா? எதிரிகளின் இருப்பிடத்தில் உயிர் வாழ எவ்வளவு தூரம் அவர்கள் சிரமப்பட்டிருக்க வேண்டுமென்பதையும் இவர்கள் கருத்தில் கொள்ள வேண்டும். தம் கணவன்மார்களும் தம்மை ஏற்றுக் கொள்ளத் தயங்கினால் என்ன செய்வது என மனதில் ஒருவிதப் போராட்டத்துடன் அல்லவா வாழ்நாளைக் கழித்திருக்க வேண்டும்.

தங்கள் உள்மனத்திற்குள்ளே தங்கள் பெயரை உச்சரித்துக் கொண்டிருந்தனர். எடுத்துக்காட்டாக, ஷோஹக்வந்தி என்ற பெயர் திருமண வாழ்க்கையின் அருமை பெருமைகளை உணர்த்தியதைப் போற்றினர். ஒரு காலகட்டத்தில் அவர்கள் பெயர்கள் எல்லாம் நல்லதொரு பொருளைத் தாங்கி நின்றது என்பதையும் உணர்ந்தனர். ஆனால் தற்பொழுதெல்லாம் அவை வெறுப்பைத்தான் தருகின்றன எனவும் எண்ணலாயினர்.

கூட்டத்தில் நிற்கும் தன் சகோதரனை ஷோஹக்வந்தி அடையாளம் கண்டு கொண்டாள். "தம்பி பிஹாரி, என்னை உனக்கு அடையாளம் தெரியவில்லையா? நீ சிறுபிள்ளையாய் இருந்தபொழுது இக்கரங்களால் உன்னைத் தூக்கிக் கொண்டு

அலைந்தேனே? மறந்து விட்டாயா?” எனப் பதறினாள். ஆனால் அவனோ, கூட்டத்திலிருந்து நழுவி மறைய எத்தனித்தான். அவ்வாறு செய்யும்பொழுது கூட்டத்தில் தன் பெற்றோரைப் பார்க்க நேரிட்டது.

அவர்களோ தங்கள் இதயங்களைப் பறிகொடுத்த நிலையில் நரைன் பாவாவை உற்று நோக்கினர். நரைன்பாவாவோ மேலுலகைப் பார்த்த நிலையில் காணப்பட்டார். மேலுலகில் கீழுலக வாழ்க்கை நடைமுறை தென்படுமா என்ன? இவையெல்லாம் ஒரு கற்பனையான கட்டுக்கதை என்றே சொல்லலாம். ஏனெனில் உண்மையான வாழ்வியலுக்கும் இவைகளுக்குமிடையே ஒன்றுமறிய முடியாத அளவிற்கு நீண்டதொரு இடைவெளி உள்ளது.

மிஸ். மிருதுளா சாராபாய் தான் மேற்கொண்ட மகளிர் பரிமாற்றம் முயற்சியின் ஒருபகுதியாக ஒரு லாரி நிறைய இந்து மகளிரை பாகிஸ்தானிலிருந்து கொண்டு வந்து அதே அளவிற்கு இந்தியாவிலிருந்து இஸ்லாம் மகளிரை அழைத்துச் செல்லும் முடிவோடு வந்திருந்தாள். இந்த மகளிர் கூட்டத்தில் லஜ்வந்தி இல்லை. கடைசி மாது லாரியிலிருந்து இறங்கும் வரை சுந்தர்லால் மிக ஆர்வத்துடனும் எதிர்பார்ப்புடனும் காத்திருந்தார்.

ஏமாற்றமடைந்த சுந்தர்லால் மீண்டும் பாடல் குழுப் பணிக்கு முன்னரைவிட அதிகளவு ஆர்வத்துடன் தன்னை அர்ப்பணித்துக் கொண்டார். பாடல் குழுவை காலை வேளைகள் மட்டுமல்லாது மாலைவேளைகளிலும் அழைத்துச் சென்றார். அவ்வப்போது தெருமுனைக் கூட்டங்களுக்கும் ஏற்பாடு செய்தார். மரியாதைக்குரிய வக்கீல் சுஃபி கல்கா பிரசாத் இக்கூட்டங்களில் தன் கரகரத்த குரலில் பேசலானார். ரசூல் அவரருகே எச்சில் துப்பும் பாத்திரத்தைப் பிடித்தவாறு நின்று கொண்டிருந்ததையும் காணமுடிந்தது. வக்கீல் பேசி முடியும்வரை “மைக்”கில் ஒருவித கரகர சத்தம் இருக்கும்.

அவருக்குப் பிறகு புகார் மனு தயாரிப்பதில் வல்லவரான நெகிராம் பேசுவார். தன் சொற்பொழிவிற்குக் கூடுதல் வலு சேர்க்கும் விதமாக வேதங்கள் சாத்திரங்களிலிருந்து எடுத்துக் காட்டுக்களைக் கொடுப்பார். ஆனால் சொல்ல வந்ததைத்

தொடர்ச்சியாகச் சொல்லாமல் வேறு செய்திக்குத் தாவிவிடுவது அவரது வாடிக்கை. அதனால் ஏற்படும் குழப்பங்களைத் தவிர்க்க சுந்தர்லால் அவ்வப்போது தைரியமாக எழுந்து சூழ்நிலையைச் சரிசெய்வார். நெகிராம் பேச்சினூடே குறுக்கிட்டு ஓரிரு வரிகள் தழுதழுத் குரலில் பேசிவிட்டு அமர்ந்துவிடுவார். சில வேளைகளில் அவர் கண்ணீர் சிந்தியதையும் கூட்டத்தினர் கண்டனர். உடனே கூட்டத்தில் ஒருவித அமைதி நிலவும்.

ஓரிரு வாக்கியங்களே சுந்தர்லால் பேசினாலும் அவரின் அடிமனதில் இருந்து வேதனையோடு அவை வெளிப்பட்டதால் சுற்றிவளைத்துப் பேசும் வக்கீல் கல்கா பிரசாத் பேச்சை விட, மக்களைப் பெரிதும் கவர்ந்தது. தங்கள் உணர்வுகள் அனைத்தும் வடிகட்டப்பட்டு வெளியேற்றப்பட்டதால் சொற்பொழிவுகள் முடிந்ததும் காலியான மனநிலையோடு மக்கள் வீட்டிற்குத் திரும்புவர்.

ஒருநாள் மாலை வேளையில் வழக்கத்திற்கு மாறாகச் சற்று முன்னதாகவே இப்பாடல் குழு புறப்பட்டது. மெதுவாகக் கோவில் பகுதியை அடைந்தது. இங்குதான் ஆச்சாரமிகு பழமைவாதிகள் அதிகளவில் குடியிருந்தனர்.

கோவிலின் வெளிப்பிரகாரங்களில் ஆங்காங்கே போடப் பட்டுள்ளசிமெண்ட் பலகைகளின்மேல் பீப்பால்மரநிழலில்அமர்ந்து ராமாயணம் பற்றிய பிரசங்கத்தைக் கேட்டுக் கொண்டிருந்தனர். நரைன் பாவா ராமாயணத்திலிருந்து ஒரு நிகழ்வை விளக்கிக் கொண்டிருந்தார். எவ்வாறு ஒரு வண்ணான் தன் மனைவியை வீட்டை விட்டுத் தள்ளிவைத்தான் என்பதே அந்நிகழ்வு.

பல ஆண்டுகள் இராவணன் பாதுகாப்பில் இருந்து விட்டுத் திரும்பிய சீதா பிராட்டியை ஏற்றுக்கொண்ட ராஜா ராம்சந்தர் போன்றவன் அல்ல நான் என்று அந்த வண்ணான் கூறியதைக் கூட்டத்தினருக்குத் தெளிவு படுத்தினார், நரைன் பாவா. அக்காலகட்டத்திலேயே வெறுப்புணர்வு ஏற்பட, இராமபிரான் தன் மனைவி கற்புக்கரசி சீதாபிராட்டியைப் பின்னர் ஒதுக்கி வைத்ததையும் எடுத்துரைத்தார்.

“மனத்தூய்மைக்கு ராமராஜ்யத்தில் கிடைத்த உதாரணத்தை விட வேறெங்கும் நல்லதொரு உதாரணம் கிடைக்குமா?” எனக்

கூட்டத்தினரிடம் நரைன் பாவா வினவினார். "இந்தச் சாதாரண வண்ணானின் செயல் நல்லதொரு வெளிப்பாடல்லவா? இதுதான் உண்மையான ராமராஜ்யமாகும். இப்பூவுலகில் காணப்படும் கடவுளின் தேசம்" என்றும் பெருமையுடன் கூறினார்.

இந்நேரத்தில்தான் பாடல் குழு கோவில் அருகே வர, ஊர்வலத்தினர் சிலர் இந்தப் பிரசங்கத்தைக் கேட்க நேரிட்டது. நரைன் பாவா பேசி முடிக்கவும் சுந்தர்லால் கோபத்தோடு அவரை அணுகி "இந்த மாதிரியான ராமராஜ்யம் நமக்குத் தேவையில்லை. அந்த நிகழ்வுக்கு இன்றைய சூழலுக்கும் சம்பந்தமில்லை", என்றும் கூறினார். "அமைதி அமைதி. இடையில் குறுக்கிட நீ யார்?" எனக் கூட்டத்தினரிடையே சலசலப்பு ஏற்பட்டது

ஊர்வலத்தை விட்டு வெளிப்பட்டு, "நான் பேசுவதை யாரும் தடுக்கக்கூடாது" என்று சுந்தர்லால் கத்தினார். ஒட்டு மொத்தமாக, அவருக்கு எதிர்ப்புக் குரல்கள் தோன்றலாயின. "அமைதி! அவரைப் பேச நாங்கள் அனுமதிக்க மாட்டோம்". ஒரு மூலையிலிருந்து குரல் ஒன்று மிதந்து வந்தது "அவரைக் கொலை செய்யவும் தயங்க மாட்டோம்".

நிலைமைக் கட்டுக் கடங்காமல் போவதை அறிந்து நரைன் பாவா சமாதானத்தொனியோடு கூறினார். "சுந்தர்லால், உங்களுக்கு வேதங்கள் உணர்த்தும் தூய்மை உணர்வு தெரியவில்லை". அதற்குப் பதிலளிக்கும் வகையில் சுந்தர்லால் ஒன்றை மட்டும் கூறினார்: "அன்றைய ராமராஜ்யத்தில் வண்ணான் கூற்றுக்கே மதிப்பிருந்ததே!". ஆனால் இன்றைய ராமராஜ்யத்திலோ சுந்தர்லால் பேச்சிற்கு மதிப்பில்லையே".

சுந்தர்லாலைத் தாக்க நினைத்த மக்களே, பீப்பால் மர இலைகளைப் பெருக்கித் தள்ளி விட்டு, சுத்தம் செய்து, அவ்விடத்தில் அமர்ந்து, "சுந்தர்லாலைப் பேச விடுங்கள்" எனக் கூறலாயினர்.

ரசலும் நெகிராமும் சுந்தர்லாலைப் பேசும்படித் தூண்டினர். சுந்தர்லால் கூறினார்: "ராமபிராமன் ஒரு மகா ஆத்மா; நாம் எல்லோருக்கும் முன்னுதாரணமானவர். இவர் எப்படி மகாராணி சீதாப்பிராட்டியை நம்பாமல் சாதாராண வண்ணானின் வார்த்தைகளை நம்பலாம்".

நரைன் பாவா தன் தாடியைத் தடவிக்கொண்டார். பின்னர் கூறினார்: "சுந்தர்லால், சீதாப்பிராட்டி தன் துணைவி என்பதால்தான்! உங்களுக்கு இந்தச் செய்தி புரியவில்லைபோலும்".

உடனே சுந்தர்லால், "ஆமாம், பாவா. இது போன்ற நிறைய செய்திகள் எனக்குத் தெரியவில்லை". எனக்குத் தெரிந்ததெல்லாம் இராமராஜ்யத்தில் யாரும் கஷ்டப்படக் கூடாது; யாரையும் கஷ்டப்படுத்தக் கூடாது. ஒருத்தருக்கு ஒருத்தர் சரிநிகராக இல்லையென்பது தனக்குத் தானே சரிநிகரில்லை என்றதொரு மனோபாவத்திற்குச் சமமானதாகும். சீதாபிராட்டி இராவணனோடு இருக்கும்படியான கட்டாயச் சூழல் ஏற்பட்டதால் தான் இன்றும்கூட பகவான் இராமர் சீதையை ஒதுக்கிவைத்தார் என ஏற்றுக் கொள்கிறோம்.

இதற்காக, சீதாபிராட்டியைக் குற்றம் சாட்டலாமா? நம்முடைய அன்னையரும் சகோதரிகளும் இத்தகைய தீய அமைப்புகளுக்குப் பலிகடா ஆனதைப் போலத்தான்; சீதாபிராட்டியும் தீய சூழலுக்குப் பலிகடாவானவர். சீதை செய்தது சரியா? தவறா? அல்லது அது இராவணனின் வெளிப்படையான கொடூரச் செயலா? இராவணனுக்குப் பத்து மனிதத் தலைகளும் ஒரு பெரிய குரங்கின் தலையும் இருந்தனவே; ஒன்றுமறியா நம் சீதாக்கள் இன்றும் இச்சூழலுக்குத் தானே தள்ளப்பட்டுள்ளனர்.... சீதாக்கள், லஜ்வந்திகள்....

பேசிக்கொண்டிருக்கும் போதே நிலைதடுமாறிக் கதறிக்கொண்டே கீழே சாயலானார். ரசலும் நெகிராமும் அவரைத் தாங்கிக் கொண்டு, பள்ளிக் குழந்தைகள் புதிதாகத் தயாரித்திருந்த பதாகைகளைத் தூக்கிக் காட்டினர். அவற்றில் "சுந்தர்லால் ஐயா வாழ்க!" என்றும் "மாபெரும் சக்தி சீதாபிராட்டி வாழ்க! இராமபிரான் வாழ்க" என்றும் எழுதப்பட்டிருந்தன. அதைச் சத்தமிட்டுப் படித்தனர் பலரும்.

உடனே அமைதி, அமைதி என எல்லாத் திசைகளிலிருந்தும் கட்டளைகள் பறந்தன. பல நாட்களாகத் தொடர்ந்து நடைபெற்ற நரைன்பாவாவின் பிரசங்கம் இவ்வாறாக ஒரு முடிவுக்கு வந்தது. கூட்டத்திலிருந்த பலர் எழுந்து வந்து வக்கீல் கல்கா பிரசாத்தும் புகார் மனு தயாரிக்கும் ஹுக்கம்சிங்கும் தலைமையேற்றும்

நடத்தி வந்த ஊர்வலத்தில் கலந்து கொள்ள ஆரம்பித்தனர். தங்களின் பழைய ஊன்றுகோலைத் தரையில் தட்டியவாறே செளக்கி கலான் நோக்கி வீரநடை போடலாயினர்.

சுந்தர்லாலின் கண்களில் கண்ணீர் ததும்பியது. அவர் இருக்குமிடம் தெரியாத அளவுக்குக் கூட்டம் இருந்தது. இன்று போல் என்றும் அவருக்கு சிரமம் ஏற்பட்டத்தில்லை. அதிக ஆர்வத்துடன் ஊர்வலத்தினர் "தொட்டவுடன் லஜ்வந்தி இலைகள் சுருங்கிக் கொள்ளும்" என்ற நாட்டுப்புறப் பாடல் வரியைப் பாடிக் கொண்டே சென்றனர்.

பாட்டின் சத்தம் மக்கள் காதுகளில் எதிரொலித்த வண்ணம் இருந்தது. காலை இன்னும் புலராத நேரம். காலைக் கருக்கலில் மொகல்லா ஷக்கூர் இன்னும் தெரிந்தபாடில்லை. கதவு எண் 414-ல் வசிக்கும் விதவை தூக்கத்தை முறிக்கும் விதமாகக் கைகளை நீட்டிக் கொண்டும் கொட்டாவி விட்டுக் கொண்டும் எழுந்தவள் இன்னும் பொழுது விடியவில்லையே என்றறிந்து மீண்டும் படுக்கைக்குச் சென்று தூங்க முயன்றாள். சுந்தர்லாலும் கல்கா பிரசாதும் தங்கள் செல்வாக்கைப் பயன்படுத்தி சுந்தர்லாலின் கிராமத்து நண்பன் சந்த்க்கு நியாய விலைக்கடை ஒன்றை வாங்கிக் கொடுத்திருந்தனர். அந்த லால்சந்த் காலை இருளைக் கிழித்துக் கொண்டு வந்து கொண்டிருந்தான்.

தன் கரங்களைக் குளிராடைக்கு வெளியே நீட்டியவாறே, "வாழ்த்துக்கள், ஐயா!" என்றான். "எதற்காக வாழ்த்துக்கள்"? என வினவினார் சுந்தர்லால். குட்காவில் இனிப்புத் தூள் ஒன்றைப் போட்டவாறே. "லஜோ அம்மையாரைப். பார்த்தேன். ஆகவே தான் வாழ்த்துக்கள்" என்றான். இன்ப அதிர்ச்சியில் குட்காவானது அவரையும் அறியாமல் கீழே விழக் குட்காவினுள் இருந்த இனிப்போடு கூடிய புகையிலைத் தூள்கள் சிதறி விழுந்தன.

லால்சந்தின் தோளைப் பிடித்தவாறு "எங்குப் பார்த்தாய்?" எனக் கேட்டார். உடன் பதில் வராத வேளையில் அவன் தோளை உலுக்கலானார். "வாஹா எல்லையில்தான் பார்த்தேன்" என்றான். லால்சந்தின் தோள் பட்டையிலிருந்து தன் கைகளை எடுத்துக் கொண்டு சுந்தர்லால் சொன்னார். "வேறு யாரையாவது பார்த்

திருப்பாய்". "இல்லை, ஐயா! லஜோ அம்மாதான். என்னால் உறுதியாகக் கூற முடியம்" என்றான்

"உன்னால் சரியாக அடையாளம் கண்டு கொள்ள முடிந்ததா?" என்று மீண்டும் வினா எழுப்பினார். தரையில் கிடந்த புகையிலைத் தூள்களை எடுத்து உள்ளங்கையில் வைத்து தேய்த்துக் கொண்டார். ரசூல் ஹூக்காவிலிருந்து புகைக் குழாய் அலகை எடுத்தவாறே சுந்தர்லால் கேட்டார்; "சொல்லுப்பா. அம்மாவை எப்படித்தான் அடையாளம் கண்டு கொண்டாய்?" குறிப்பிட்டுச் சொல்லும்படியான அடையாளத்தைக் கண்டாயா?

"லஜோ அம்மா கன்னத்தில் ஒன்றும் தாடை ஒன்றிலும் பச்சை குத்தியிருந்ததல்லவா? என்று அவன் கூற, "ஆமாம், ஆமாம்", என்று மிக ஆர்வமுடன் சுந்தர்லால் அந்த விளக்கத்தை முடித்தார். "மூன்றாவதாக அம்மா நெற்றியில் ஒன்றும் இருக்குமல்லவா?" எனக்கூறி, எந்தச் சந்தேகமும் வராத வகையில் விளக்கினான். சுந்தர்லாலும் லஜ்வந்தி சிறு குழந்தையாய் இருந்தபோதே பச்சைக்குத்திக் கொண்டதை ஒவ்வொன்றாக நினைவு கூர்ந்தார். அவருக்குத்தான் மனைவியின் ஒவ்வொரு அங்கமும் தெரியுமே!.... தொட்டவுடன் சுருங்கக்கூடிய லஜ்வந்திச் செடி. இலைகளின் மேல் தென்படும் பச்சைப்புள்ளிகளைப் போல அவருக்கு பரிச்சயமாயிருந்ததில் ஆச்சரியம் ஒன்றும் இல்லையே?"

இந்த அடையாளக் குறிகளை எல்லாம் லஜ்வந்தியிடம் ஞாபகப்படுத்தினால் நாணத்தால் மிகவும் குன்றிப் போவாள். தன் உடலின் ரகசியங்கள் அனைத்தும் வெளிவந்தது போலவும் தான் நிர்வாணப்படுத்தப்பட்டது போலவும் அல்லவா உணர்வாள், என்றும் நினைத்துப் பார்த்துக் கொண்டார். ஒருவித பயம் அவரை ஆட்கொண்டது. அதே வேளையில் அன்பின் அலை அவரின் இதயத்திலிருந்து வெளிப்பட்டது.

லால்சந்தின் கைகளைப் பிடித்துக் கொண்டு, "வாஹா எல்லைக்கு எப்படி லஜோவால் வரமுடிந்தது? எனக் கேட்டார். "வன்முறையில் கடத்தப்பட்ட மகளிரைப் பாகிஸ்தானும் இந்தியாவும் சரிசமமாகப் பரிமாறிக் கொள்ள எடுத்த முயற்சியின் போது வந்திருக்கலாம்", என்று கூறினான் லால்சந்த். அதற்குபின் என்ன நடந்தது?" என அவனின் இடுப்பில் உட்காராத குறையாக, உற்சாகமும் உணர்ச்சியும் மேலோங்கக் கேட்டார்.

கட்டிலில் எழுந்து அமர்ந்த ரசூலோ ஒரு வறட்டு இருமலுடன் -புகைப்போருக்கே உரிய இருமலுடன் - "உண்மையிலேயே லஜோ அம்மா திரும்பி விட்டார்களா? என வினவினான்.

லால்சந்த் தொடர்ந்தான்: "வாஹா எல்லையில் நடைபெற்றது ஒரு நியாயமான பரிமாற்றம்தான். பாகிஸ்தானியர் கடத்தப்பட்ட மகளிரில் பதினாறு பேர்களை எண்ணி எடுத்துக் கொண்டு ஈடாகப் பதினாறு பேர்களை எண்ணி இந்திய எல்லைக்குள் அனுப்பினர். அந்த நேரத்தில் இங்குக் கூச்சலும் குழப்பவும் நிலவியது. எங்களுக்கு ஏன் வயதான மற்றும் நடுத்தர வயதுடைய பெண்களை மட்டும் அனுப்புகிறீர்கள் என நம் தொண்டர்கள் புகார் கூறினர். எல்லையின் இருபக்கமும் மக்கள் கூட்டமாக நின்றிருந்தனர். சண்டை மூளும் அளவுக்குக் கூச்சல் போட்டுக் கொண்டனர்.

அவர்கள் பக்கமிருந்த தொண்டர் ஒருவர் லஜோ அம்மாவை முன்னிறுத்தி, "இவர் என்ன வயதானவரா? அல்லது நடுத்தர வயதினரா? என்று கேள்வி எழுப்பினான். "இவளை நன்கு பாருங்கள்; நீங்கள் எங்களுக்குத் திருப்பி அனுப்பியவர்களில் ஒருவராவது இவர் போல் இளமையோடு இருந்தனரா?" என்று மேலும் கேட்டான். தான் குத்தியிருந்த பச்சைகளை மறைக்க முயன்ற கொண்டு லஜோ அம்மா நின்று கொண்டிருந்தார்.

பரிமாற்றப் பொருட்களைப் பரிமாற்றம் செய்ய வேண்டாம்; அவரவர் வேலையை அவரவர் பார்க்கட்டும் என்று கூறும் அளவிற்கு காரசாரமாக விவாதம் நடைபெற்றது. "லஜோ அம்மா? லஜோ அம்மா?" என்று கதறியவாறு அவர்கள் அருகில் செல்ல நான் எத்தனித்தேன். அந்நேரம் அங்கிருந்த வீரர்கள் என்னைப் பிடித்து இழுத்து வந்து நம் எல்லையில் விட்டுவிட்டனர்" எனக் கூறினான் லால்சந்த்.

மேலும் முழங்கையை விரித்து, அவர்கள் குறுந்தடியால் அடித்த இடத்தையும், சுந்தர்லாலுக்குக் காட்டினான். ரசூலும் நெகிராமும் அமைதியாக அமர்ந்திருக்க, சுந்தர்லால் மட்டும் எங்கேயோ வெறிச்ச பார்வையோடு நின்றிருந்தார். ஒருவேளை மனைவி லஜோவைப் பற்றி நினைத்துக் கொண்டிருக்க வேண்டும். அவருக்கு இது ஒரு இக்கட்டான சூழ்நிலை. லஜோ தன் அருகில்

இருப்பது போன்ற ஒரு உணர்வு. ஆனால் பார்க்க முடியாத ஒரு வித ஏமாற்றமான சூழல்.

பிகானீர் பாலைவனத்தில் பயத்தோடு நடந்து, களைப்புற்று இளைப்பாற ஒரு மரத்தடியில் அமர்ந்து, "குடிப்பதற்குக் கொஞ்சம் தண்ணீர் கிடைக்குமா?" எனக் கூடக் கேட்க முடியாத அளவுக்கு நாக்கு உலர்ந்து போய்விட்ட நிலையில், ஒருவன் இருந்ததைப் போலத்தான் சுந்தர்லால் அப்போது காணப்பட்டார்.

பிரிவினைக்கு முன்னும் பின்னும் ஏற்பட்ட பயங்கரக் கலவரம், கொடூரச் செயல்கள், வன்முறைகள் இன்னும் அடங்கிய பாடில்லை, என்றே நினைத்தார். வெளித் தோற்றத்தில் தான் சற்று மாறுபாடு ஏற்பட்டுள்ளது என்பதை மட்டும் கண்டார். மக்கள் வெளிப்படையாகப் பேச ஆரம்பித்ததையும் அறிந்தார்.

"லெஹ்னா சிங் என்பவர் சம்பர்வாலா என்னும் பகுதியில் இருந்தாரே" என்றும் "அவர் மனைவி கூட பாண்டோ என்பவராயிற்றே" என்றும் பேச ஆரம்பித்தால் உடனே ஒரே பதில்தான் வரும் அதாவது "கொல்லப்பட்டனர்". என்பதுதான். அவர் எதை மனதில் வைத்துக் கொண்டு இப்பதிலைக் கூறினார் என்று கூட அறிய முயற்சி செய்யாமல் கேள்வி கேட்.டவர் நடையைக் கட்டிவிடுவார்.

இப்பொழுதெல்லாம் மக்கள் மகளிரை வெளிப்-படையாகவே விலைபேசி வாங்கவோ விற்கவோ முயன்றனர். பெண்களை நடுத்தெருவில் வைத்தே ஆய்வு செய்து, தேர்வு செய்து வாங்க முற்பட்டனர். அவளுடைய தேகம் எப்படி, என்ன நிறம், அவள் உடம்பின் ரகசியப் பாகங்கள் எப்படி, பச்சை குத்திய இடத்தில் கை வைத்துப் பார்ப்பது, தன் விரல்களை ஆங்காங்கே தடவவிட்டு அவை ஏற்படுத்தும் குழிகள் நிற மாற்றத்தைக் கவனிப்பது, சிவப்பு ரத்தத்தோடு கூடிய வெளிறிய முகம் - இப்படிப் பலவாறு ஆய்வு செய்து அதன் பின் வாங்கலாயினர்.

அதற்குப்பின் தேர்வு செய்ய வந்தவர் எவ்வித மனநிலையையும் வெளிப்படுத்தாமல் சென்று விடுவார். ஆனால் வேண்டாமென்று ஒதுக்கி வைக்கப்பட்ட பெண்ணின் மனநிலையோ வேறுவிதமாக அமைந்துவிடும். தன் சல்வார் உடையின் ஒரு முனையை ஒரு கையில் பிடித்துக் கொண்டு மறு

கையால், தன் முகத்தை மூடிக் கொள்வதோடு அவமானத்தால் பொங்கி அழுவாள்.

வேறொரு வேலை விசயமாக அமிர்தசரஸ் வரை சென்று வரத் திட்டமிட்டிருந்த நேரத்தில் தான் தன் மனைவி லஜோ திரும்பிய செய்தி சுந்தர்லாலுக்குக் கிடைத்தது. எதிர்பாராத செய்தி அவரை எங்கோ இட்டுச் சென்றது. என்ன செய்வது என்று அறியாத திகைப்பில் மூழ்கியிருந்தார். வாஹா எல்லை வரை சென்று லஜோவை அழைத்து வரலாமா? அல்லது அவள் இங்கு வரும் வரைக் காத்திருப்பதா? என அவர் மனதில் ஒரு போராட்டமே ஏற்பட்டது.

வீட்டை விட்டு வெளியேறி, தான் இதுவரை ஊர்வலத்தில் ஏந்திச் சென்ற பதாகைகள், முழக்க வெளியீடுகளையெல்லாம், சேர்த்தெடுத்து வீட்டில் பரப்பி அதன் நடுவே அமர்ந்து அழுது தீர்க்க வேண்டுமென்று தோன்றியது. தன் உள்ள உணர்வுகளையெல்லாம் இவ்வாறு வெளிப்படையாகக் கொட்டித்தீர்க்க விரும்பாத சுந்தர்லால் தன் உள்ளக் கிடைக்கைகளை ஒருவாறு அடக்கிக் கொண்டார். பின்னர் சௌகி கலான் காவல் நிலையம் நோக்கி நடக்கத் தொடங்கினார். திருப்பி அழைத்து வரப்பட்ட அனைத்து மகளிரும் அங்கிருந்துதான் உற்றார் உறவினருடன் அனுப்பி வைக்கப்படுவர் என்பதை அவர் அறிவார்.

திடீரெனத் தன் முன் லஜோ நிற்பதைக் கண்டார். அவளை ஒருவிதப் பயம் ஆட்கொண்டிருந்ததையும் அதனால் நடுங்கிக் கொண்டிருந்ததையும் கண்டார். சுந்தர்லாலைப் பற்றி லஜோவிற்கு நன்றாகவே தெரியும். அவர் ஒருவரால் மட்டும்தான் தன்னை அடையாளம் கண்டுகொள்ள முடியும் என்றும் நம்பினாள். தன்னை மிகவும் கொடுமைப்படுத்தினார் என்ற எண்ணம் ஒருபுறம் இருந்தது. மறுபுறம், வேறொருவருடன் வேறொரு தேசத்தில் வசித்து விட்டுத் திரும்பும் தனக்கு எந்தவித வரவேற்பு கிடைக்கும் என்ற எண்ணந்தான் தற்போது அவளிடம் மேலோங்கி இருந்தது.

சுந்தர்லால், மனைவி லஜோவை மேலும் கீழும் பார்த்தார். சிவப்புநிற துப்பட்டா ஒன்றை - இஸ்லாமிய மகளிர் சாதாரணமாக அணியக்கூடியது - தன் இடதுபக்கத் தோள் பட்டையின் மேல் இஸ்லாமிய முறைப்படி அணிந்திருந்தாள். சதா தன் கணவர்

சுந்தர்லால் நினைப்போடு இருந்துவிட்டமையால் தன் உடைகளை இந்து முறைப்படி மாற்றிக் கொள்ளவோ அல்லது துப்பட்டாவை இஸ்லாமிய முறைப்படி அணிவதைத் தவிர்க்கவோ லஜோ மறந்து விட்டிருந்தாள். ஒருவித ஏக்கத்தோடு சுந்தர்லாலைப் பார்த்தபடியே நின்று கொண்டிருந்தாள்.

அவளின் தோற்றம் அவருக்கு ஒருவித நெருடலைத் தந்தது. முன்னரை விடச் சற்றே அழகு கூடியும், நல்ல ஆரோக்கியத்துடனும் சற்று உடல் பெருத்தும் காணப்பட்டாள். அவளைப் பற்றிக் கற்பனை செய்து கொண்டிருந்த நிலை தவிடு பொடியானதாகவே உணர்ந்தார். தன்னைப் பற்றிய நினைப்பிலே உடல் மெலிந்து எலும்பும் தோலுமாகக் காணப்படுவாள் என்று தான் கற்பனை செய்து கொண்டிருந்தார். உடல் முற்றிலுமாக மெலிந்து பேசக்கூட சக்தியற்றவளாக இருப்பாள் என்றும் எண்ணிக் கொண்டிருந்தார்.

மாறாக, பாகிஸ்தானில் மகிழ்ச்சியாக நிறைவாகவே வாழ்ந்திருக்கிறாள் என நினைத்தார். இந்நினைவு மனவருத்தத்தைத் தந்தது. இருப்பினும் அதை வெளிக் காட்டக்கூடாது என முடிவு செய்தார். அங்கே மனநிறைவோடு இருந்திருந்தால் இந்தியாவிற்கு ஏன் திரும்பி வரவேண்டும்? என்ற கேள்வியும் அவரிடையே எழுந்தது. தன் உணர்வுகளுக்கு எதிராக, அரசின் கட்டாயத்தால் திரும்ப வந்திருப்பாளோ? என்று நினைத்தார். ஆனால் அவள் முகம் ஏன் வெளிறிப் போயிருக்கிறது. சதைகள் எலும்புடன் இறுக ஒட்டிக் கொள்ளாமல் தளர்ந்து விட்டதால் சற்றுப் பருமனாக தோற்றமளிக்கிறாளா? என்றெல்லாம் எண்ணத் தொடங்கினார்.

கடத்தப்பட்டுத் திரும்பி வந்துள்ள பெண்களை முதன் முறையாகப் பார்க்கும்போது எதிர்பாராத எண்ணங்கள் வந்து போவது இயற்கையே. காவல் நிலையத்தில் குழுமியிருந்த சிலர், "இப்பெண்கள் எங்களுக்கு வேண்டாம்" என்று சட்டென வெறுத்தனர். முகமதியர்கள் "போதும்" என்று ஒதுக்கப்பட்ட எஞ்சிய பொருள் தானே இவர்கள்" என்றனர். ஆனால் சுந்தர்லால் அவ்வாறு எண்ணவில்லை. மாறாக, தைரியமாக இருந்தார். வெறுப்புணர்வைத் தள்ளிவிட்டு அமைதியாக லஜ்வந்தியை ஏற்றுக்கொண்டார்.

ஒதுக்கித் தள்ளியவர்களின் குரலானது, உற்சாகத்தில் ரசலு, நெகிராம் போன்றோர் ஏற்படுத்திய அமளியில் அடங்கிப் போய்விட்டது. கல்கா பிரசாத்தின் கரகரப்பு குரல் மட்டும் தனித்தே காணப்பட்டது. இவ்வாறான பலதரப்பட்ட உற்சாக வெளிபாட்டுடன் சுந்தர்லாலும் அவர் மனைவி லஜ்வந்தியும் வீடு திரும்பினர்.

தாங்களே தங்களுக்காக ஏற்படுத்திக் கொண்ட வெளிவாசம் முடிந்து ஆயிரக்கணக்கான ஆண்டுகளுக்கு முன் ராமபிரான் சீதாப் பிராட்டியுடன் நாடு திரும்பியதை இக்காட்சி நினைவூட்டியது. வீடுகளில் தீபங்கள் ஏற்றி இந்நிகழ்வைக் கொண்டாடி மகிழ்ந்தனர் சிலர். இன்னும் சிலர் பிரிவால் அவர்கள் செய்த தவறுக்காக இப்பெரிய குடும்பத்தினர் சந்தித்த இன்னல்களையும் சிரமங்களையும் எண்ணிப் பார்க்கலாயினர்.

லஜ்வந்தி திரும்ப வந்த பின்னர் சுந்தர்லால் ஓய்வெடுக்கும் எண்ணத்தைக் கைவிட்டு, இரட்டிப்பு ஆர்வத்துடன் "இவர்களுக்கும் இதயத்தில் நல்லதொரு இடம் கொடுங்கள்" என்ற வீரமுழக்கமிடும் திட்டத்தில் ஈடுபட்டார். ஆரம்பத்தில் எந்த அளவிற்குத் தன்னை இந்த இயக்கத்தில் ஈடுபடுத்திக் கொண்டிருந்தாரோ இம்மியளவும் குறையாமல் இன்றும் ஈடுபடலானார். மனைவி கடத்தப்பட்ட உணர்வால் உந்தப்பட்டுத் தான் இயக்கத்தில் ஈடுபடுகிறார் என்று இதுவரை எண்ணியவர்கள் கூட இன்றும் குறையாத அவர் ஆர்வத்தைக் கண்டு போற்றினர்.

சுந்தர்லால் மற்றும் அவர் மனைவி லஜ்வந்தி வாழ்க்கையில் ஏற்பட்ட நல்லதொரு திருப்பங்களைக் கண்டு பலர் மகிழ்வுற்றனர். ஆனால் ஒருசிலர் மட்டும் அவர்கள் வாழ்வில் மீண்டும் இணைந்தது பிடிக்காமல் ஏளனம் செய்தனர். கதவிலக்கம் 414-ல் வசிக்கும் விதவைகூட லஜ்வந்தியை பார்க்கப் பிடிக்காமல் சுந்தர்லால் வீட்டிற்குச் செல்வதைத் தவிர்த்தாள்.

சுந்தர்லால் தன்னை ஏளனம் செய்பவர்களைக் கண்டு கவலைப்படுவது கிடையாது. தன் இதயராணி மீட்கப்பட்டுத் தனக்குக் கிடைத்துள்ளாள் என எண்ணிப் பெருமிதம் கொண்டார். தன் இதயத்தில் ஏற்பட்ட வெற்றிடம் நீக்கப்பட்டு விட்டதாக நினைத்தார். தன் இதயக் கோவிலில் தங்கச் சிலையாகத் தன்

மனைவியை வைத்துள்ளதாகவும் எண்ணிக் கொண்டார். இதயக்கோவிலின் வெளியே அமர்ந்து தங்கச் சிலையை ஒத்த மனைவியை வைராக்கியத்துடனும் மிகுந்த ஆர்வத்துடனும் பாதுகாப்பேன் என உறுதி பூண்டார். ஆரம்பத்தில் பயந்து பயந்து செயல்பட்ட லஜ்வந்தி, தன் கணவனிடம் ஏற்பட்டுள்ள நல்லதொரு மாற்றத்தைக் கண்டு கொஞ்சம் கொஞ்சமாக சகஜ நிலைக்குத் திரும்பினாள்.

சுந்தர்லால் இப்பொழுதெல்லாம் மனைவி பெயரைச் சொல்லி - லஜ்வந்தி என்று அழைப்பதில்லை. மாறாக, தேவி அதாவது பெண் தெய்வம் என்றே அழைக்கலானார். லஜ்வந்தி இதனால் பெரிதும் மகிழ்ந்தாள். பரவசத்தில் திளைத்தாள் என்றுகூடச் சொல்லலாம். தனக்கு பாகிஸ்தானில் ஏற்பட்ட அனுபவத்தைப் பகிர்ந்து கொள்வோம், தான் தவறு செய்யவில்லை என்று சொல்வோம் என நினைப்பாள். எப்படியாவது இந்தப் பாவத்தைப் போக்க வேண்டும் என நினைப்பாள். சுந்தர்லால் அதைக் கேட்கும் மனநிலையில் இல்லை என்பதை அறிந்து, சொல்லாதிருந்து விடுவாள்.

கடகடவென பேசக்கூடிய லஜ்வந்தியோ ஏதோ தடையுணர்வு உண்டாவதை அறிந்தாள். சுந்தர்லால் நன்கு தூங்கிக் கொண்டிருக்கும்போது லஜோ எழுந்து அமர்ந்து அவர் முகத்தை உற்று நோக்கிக் கொண்டேயிருப்பாள். அவள் கணவன் திடீரென எழுந்து என்ன செய்து கொண்டிருக்கிறாய்? என்று கேட்டால், ஏதோ தோன்றியது அதைச் செய்கிறேன் என்று உளறிக் கொட்டுவாள். பகல் நேரக் கடும் பணிச்சுமையால் சோர்வுற்றிருந்த சுந்தர்லாலோ உடனே மீண்டும் தூங்கி விடுவார்.

நாட்கள் பல கழிந்த பின் ஒரு நாள், சுந்தர்லால் தன் மனைவி லஜ்வந்தியிடம் பாகிஸ்தானில் இருந்த 'கறுப்புத்தினங்கள்' பற்றி விசாரிக்க முற்பட்டார். "யார் அவன்?" என்ற கேள்வியை மெதுவாகக் கேட்டார். கண்களைத் தாழ்த்திக் கொண்டு "அவன் பெயர் ஜும்மா" என்றாள். பின், கண்களை உயர்த்தித் தன் கணவனின் மனநிலையை ஆராயத் தொடங்கினாள். மேலும் என்ன கூறலாம் என்றும் எண்ணிக் கொண்டிருந்தாள்.

சுந்தர்லாலின் விந்தையான பார்வையைக் கண்டு பேசத் தயங்கினாள். அவ்ள் தலையைக் கோதியவாறே, "அவன்

உன்னிடம் நல்ல முறையில் நடந்து கொண்டானா?'' எனக் கேட்டார். “ஆமாம்”, என்று லஜோ கூறினார். “உன்னை ஏதும் அடித்தானா?'' என்று அடுத்து வினவினர். கணவன் மார்பில் தலையைப் புதைத்தவாறு சொன்னாள்: “அவன் என்னை என்றும் அடித்ததில்லை இருப்பினும், அவனைக் கண்டால் எனக்கு ஒருவித பயம்தான், நீங்கள் என்னை அடித்தபோதெல்லாம் நான் பயந்ததில்லை. இப்பொழுது என்னை அடிப்பீர்களா? சொல்லுங்கள்”.

சுந்தர்லால் கண்களில் கண்ணீர் வந்தது. குற்ற உணர்வு மேலோங்க, “உன்னை இனிமேல் ஒருபோதும் அடிக்கமாட்டேன், தேவி” என்று சொன்னார். “தேவியா?” தேவி என்றா என்னைக் கூப்பிட்டார்? பெண் தெய்வத்திற்குச் சமமாக என்னை வைத்துள்ளாரா?'' என நினைத்து விம்மி அழுதாள்.

நடந்ததையெல்லாம் ஒவ்வொன்றாகக் கூற நினைத்தாள். அவரின் செயல்பாடுகள் அவளைத் தடுத்தன. அவர் சொன்னார்: “நடந்ததையெல்லாம் மறந்துவிடுவோம்; நீ எந்தப் பாவமும் செய்யவில்லை என அறிவேன். உன்னைப் போன்ற பெண்களுக்கு உரிய மரியாதையையும் இடத்தையும் கொடுக்க முடியாத விரும்பாத இந்தச் சமுதாயத்தைத் தான் குறை சொல்ல வேண்டும். சமுதாயம் தான் தன்னை தாழ்த்திக் கொள்கிறதே தவிர உன்னைப் போன்றோர் அல்ல”.

லஜ்வந்தி சொல்ல நினைத்த ரகசியங்கள் எல்லாம் இவ்வாறாகப் புதைந்து போயின. சிறுசிறு குறிப்புகளாகவேதான் தனக்கு நேர்ந்ததை லஜோவால் எடுத்துரைக்க முடிந்தது. பிரிவினைக்குப் பின் தெய்வமயமான தன் உடம்பை ஒருமுறை பார்த்துக் கொண்டாள். இப்பொழுது மகிழ்ச்சியாக, மிகவும் மகிழ்ச்சியாக இருக்கிறாள். ஆனால் இந்த மகிழ்ச்சியெல்லாம் ஒருவித சந்தேகத்துடன் கூடியிருப்பதாக உணர்ந்தாள். ஆழ்ந்த தூக்கத்தினூடே திடீரென எழுந்து உட்கார்ந்து கொண்டு, தன் மகிழ்ச்சிகரமான வேளைகளிலிருந்து மகிழ்ச்சியை மட்டும் நீக்கி விடும் முயற்சி நடைபெறுமோ என்ற சிந்தனையில் மூழ்கி விடுவாள்.

இவ்வாறாக, நாட்கள் பல நகர்ந்தன. மகிழ்ச்சியான சூழலைச் சந்தேகம் ஆட்கொள்ளத் தொடங்கியது. தன்னைக் கொடுமைப்படுத்துவதையே அடிப்படைக் குணமாகக் கொண்ட தன்கணவன் இப்பொழுதெல்லாம் தன்னைக் கொடுமைப்படுத்தாமல் கனிவுடனும் அன்புடனும் நடத்துகிறாரே என எண்ணத் தொடங்கினாள். தான் பழைய லஜோவாகவே இருக்க விரும்பினாள். அதாவது முள்ளங்கியைக் கொடுத்தால் வாக்குவாதத்தில் ஈடுபடுவதும் காரட்டைக் கொடுத்தால் அவனுடன் சமாதானமாகிவிடும் பழைய நிலையையே நன்று என எண்ணினாள்.

ஆனால் இப்பொழுதெல்லாம் சுந்தர்லாலோ அவளுக்குச் சண்டையிடச் சந்தர்ப்பம் கொடுப்பதில்லை. பறவையின் இறகு பட்டால் கூட உடைந்து போகக் கூடிய கண்ணாடியைப் போன்ற மென்மையான மனமும் உடலும் பெற்றவள் என் லஜோ என்று நினைத்து எல்லாவித சௌகரியங்களையும் செய்து கொடுக்கலானார்.

லஜோவோ கண்ணாடியில் தன் உருவத்தைப் பார்த்துக் கொண்டு, முன்பிருந்த லஜோ இவளல்ல என்று தன்னைத்தானே தேற்றிக் கொள்வாள். சுந்தர்லால் தன்னை அவர் வீட்டில் இருக்க சம்மதித்து விட்டார்; ஆனால் முழுமையாக மனதளவில் ஏற்றுக்கொண்டாரா? என்ற வினாவும் அவளுக்குள் எழாமல் இல்லை. இன்றும் வாழ்ந்து கொண்டிருக்கிறாள்; ஆனால் வேரற்ற மரம்போல. சுந்தர்லாலுக்கு அவள் கண்ணீர் விடுவதையே காணக் கண்கள் இல்லை; அவள் சோகத்தில் விடும் பெருமூச்சைக் கேட்கச் செவிகளும் இல்லை என்பதை அறிந்தார்.

ஒவ்வொருநாள் அதிகாலையிலும் பாடல் குழுவினர் பாடியவாறே தெருக்களில் சென்றனர். மொஹல்ல முல்லா ஷக்கூர் பகுதியின் சீர்திருத்தவாதிகள், "லஜ்வந்தி செடியின் இலைகள் தொட்டவுடன் சுருங்கிவிடும்" எனும் பஞ்சாப் நாட்டுப்புறப் பாடலின் வரியை ரசலு மற்றும் நெகிராமும் சேர்ந்து இன்னமும் பாடிக்கொண்டிருந்தனர்.

5. ஜோகியா

எப்போதும் போல, குளித்து முடித்தவுடன் சல்வார் கம்மீஸ், துப்பட்டாவோடு உள்ளாடையும் சேர்த்து அணிந்து கொண்டு அலமாரி முன் வந்து நின்றாள் ஜோகியா. ஓர் அடி பின் சென்று, அவளை முழுமையாக, என் அறையிலிருந்து பார்க்கும் முயற்சியில் ஈடுபட்டேன். என் கை, கதவின் மேல் பட்டவுடன், என் செயலுக்கு எதிர்ப்பு தெரிவிப்பது போல, ஒருவிதச் சத்தத்தை உண்டாக்கியது. முகச்சவரம் செய்து கொண்டு என் மூத்த சகோதரன் அவனுடைய அறையில் இருந்தான். திரும்பிப் பார்த்து "ஜுகல், என்னப்பா, சத்தம்?" எனக் கேட்டான்.

"ஒன்றுமில்லை, மோட்டு பையா! (தடித்த சகோதரனை செல்லமாகக் கூப்பிடுவது) ரொம்பச் சூடாக இருக்கிறது, இல்லையா?" என மேலும் பேச்சைத் தவிர்க்கும் விதமாகப் பதிலுரைத்தான்.

மீண்டும் பார்வையை முன்பக்கமாகச் செல்லவிட்டேன். ஜோகியா, இன்றைக்கு என்ன கலர்ச் சேலையை அணிவாள் என்று அறிய ஆவலாயிருந்தேன். ஜே.ஜே. கலைப் பள்ளியில் நான் படித்துக் கொண்டிருந்தேன். அதனால் நிறங்கள் பற்றி அறியும் எண்ணமே என்னிடம் மேலோங்கி இருந்தது. நிறங்களால் மனிதர்களை (ஆண், பெண்) விட வலிமையாக உணர்வுகளை வெளிக்காட்டமுடியும் எனநினைத்தேன். முன்னரும் அப்படித்தான் நினைத்தேன்; இப்பொழுதும் அப்படித்தான். நான் தெரிந்து கொண்ட ஒரே ஒரு வித்தியாசம் என்னவென்றால், மனிதர்கள் அன்போடு பேசுவார்கள் என்றால் நிறங்கள் உணர்வுகளைப் பக்குமாக வெளிப்படுத்தும் என்பதே.

பார்சி மக்களுக்கான "தாதி ஷெட் ஆலயம்" இருந்த சந்தில் கல்பதே பகுதியில்தான் என் வீடு இருந்தது. சந்தின் முகப்பிலேயே பார்சி ஆலயம் இருந்தது. மீதமுள்ள இடத்தில்

ஒன்றையொன்று பார்த்த நிலையில் வீடுகள் அமைந்திருந்தன. ஒன்றையொன்று தழுவிக் கொள்ளும் விதமாக மிக நெருக்கமாகவும் இருந்தன. கிசுகிசுத்தால் கூடக் கேட்குமளவிற்கு நெருக்கமாக வீடுகள் இருந்தன. தாய் குழந்தையுடன் சத்தமில்லாமல் பேசிக் கொண்டாலோ, உணர்ச்சி மிகுதியால் காதலர்கள் உதட்டோடு ஆரவாரமில்லாமல் பேசிக்கொண்டாலோ மார்போடு மார்பு உரசிக் கொண்டு தூய்மையான அல்லது முறை கெட்டவார்த்தைகளில் பேசினாலோ, கேட்கக்கூடிய இடைவெளிதான் வீடுகளுக்கு இடையே தென்பட்டது.

கியான் பவனத்திலுள்ள எங்கள் அறைகளிலிருந்து முன்னால் உள்ள வீட்டின் அறைகளில் என்ன நடக்கிறது என்பதை எளிதாகப் பார்க்கமுடியும். பிஜாவாரின் தாய் கீழே அமர்ந்து காய்கறி நறுக்குவதையோ அல்லது தன் விரலைக் கத்தியால் வெட்டிக் கொண்டதையோ கூடக் காணமுடியும். டிங்கர் பாய் அஹமதாபாத்திலிருந்து இரண்டு பெரிய தகர டப்பாக்களில் நெய்யும் எண்ணெய்யும் கொண்டு வந்திருந்தார். இந்தப் பஞ்சாபி மாது தெருவில் இருந்த குப்பைத் தொட்டியில் முட்டைக் கூடுகளை போட்டுவிட்டு வேகமாத் திரும்பிக் கொண்டிருந்தார். இவ்வாறு எங்கள் அறைகளிலிருந்து அவர்கள் வீட்டில் என்னென்ன நடக்கிறது என்று நாங்கள் கண்டு கொள்வது போல அவர்களும் எங்கள் வீட்டில் நடக்கும் நிகழ்வுகளைக் காண்பர்.

ஜோகியாவின் வீட்டின் பெயர் ராஞ்சர் நிலையம். ஆனால் நான் சுருக்கமாக பான்புகார் என்றே அழைப்பேன். அதற்கொரு காரணம் உண்டு. ஏனென்றால் அங்கு, விதவைகளும் கைவிடப்பட்ட பெண்களும்தான் வசித்தனர். அவர்களில் ஒருவர்தான் ஜோகியாவின் அம்மா. ஒரு தையற் கடையில் தையல் தைக்கும் வேலையில் இருந்தார். சாதாரண அளவில் குடும்பம் நடத்தவும், ஜோகியாவின் படிப்புச் செலவிற்கும்தான் அவரால் சம்பாதிக்க முடிந்தது.

பதினேழு அல்லது பதினெட்டு வயது நிரம்பிய அழகிய மங்கைதான் ஜோகியா. குள்ளமானவள் என்று கூற முடியாத உயரம். முழு உடம்பையும் சேர்த்துப் பார்த்தால், சற்று உயரம் குறைந்தவள் என்றே தான் சொல்ல முடியும். பருப்பு, பீன்ஸ் போன்ற சாதாரண உணவுவகைகளை உட்கொண்டு, தயிரில்

தோய்த்த இனிப்பு வகைகளை வாரம் ஒரு தடவையோ, இரண்டு தடவையோ சாப்பிட்டுத்தான் உடம்பை இப்படித் திடகாத்திரமாகவும், நல்ல ஆரோக்கியத்துடனும் வைத்திருக்கிறாள் என்றால், யாராலும் நம்ப முடியாதுதான்.

சில பெண்கள் கண்மூடித்தனமாகக் கண்டதையெல்லாம் - தேவையானவை, தேவையற்றவை என்று கூடப் பாராமல் - சாப்பிட்டாலும் உடம்பில் நல்லதொரு வளர்ச்சியை - சில நேரங்களில் தவறான இடங்களில் கூட - பெறுவர். அத்தகு பெண்களில் ஒருவள்தான் இந்த ஜோகியா. என்னைப் பொறுத்தவரை தவறான இடங்கள் என்னும் பதத்தைப் பயன்படுத்தமாட்டேன். எனக்குக் குறுகிய மெல்லிய வெளிக்கோடுகள் பிடிக்காது; மாறாக, தடித்த, முரட்டுத்தனமான வளர்ச்சிதான் பிடிக்கும்.

ஜோகியாவின் முகமோ சோம்நாத் ஆலய முகப்பைப் போல விசாலமாக இருக்கும். அவள் முகத்திலுள்ள இரு கண்களோ, இருட்டில் வழி தவறித் தடுமாறுவோர்க்கு உதவியாக அங்கு இருக்கும் இரண்டு பிரகாசமான விளக்குகளுக்கு ஒப்பானதாகும். கோவிலிலுள்ள சிலைகளில் பதித்திருந்த மாணிக்க, மரகதக் கற்களைப் போன்றவையே அவளுடைய உதடுகளும் மூக்கும்; தலைமுடியோ அவள் இடுப்புவரைத் தொங்கும். சில நேரங்களில் தலைமுடியை ஒன்று சேரக் கட்டிக்கொள்ளாமல் ஈரம் மற்றும் எண்ணெய் உலர்வதற்காக விரித்துவிட்டிருப்பாள். சில வேளைகளில் நன்கு இறுகக் கட்டியிருந்தாலும் ஒரு சில முடிக் கற்றைகள் அவள் முகத்தில் தவழ்ந்து கொண்டிருக்கும். அவள் முகமோ மொத்தத்தில் நட்சத்திர மண்டலத்திற்கு ஒப்பானது. நட்சத்திர மண்டலத்தில் நிலா வளர்பிறை, தேய்பிறையாக மாறுவதைப் போல அவள் முகமும் அவள் உணர்வுகளுக்கேற்ப மாறிக்கொள்ளும்.

ஜோகியா எளிமையானவள்; அப்பாவி என்றும் சொல்லலாம். உடல் அழகை நன்மைக்குப் பயன்படுத்திக் கொள்வதில் அவளுக்கு இணை யாரும் கிடையாது. தான் கற்றுக் கொண்ட கல்வியின் பயனாகவும், உள்ளுணர்வாலும் எப்பொழுது தன்னை அலங்கரிக்க வேண்டும், எப்பொழுது கூடாது என நன்கு அறிவாள். அவள் உடல்வாகுதான் சில நேரங்களில் பிரச்சனை தரும். மிகவும் அழகான உடல் வாகைப்

பெற்றிருந்ததால் சில நேரங்களில் சிலரால் ஒவ்வாமை உணர்வு ஏற்படும். உடம்பின் ஏனைய பகுதிகள் குறிப்பிட்ட விகிதத்தில் ஒன்று சேராமலிருந்ததால் எப்பொழுதும் ஒரு சாதாரண கூலியாள் போலத்தான் தோன்றுவாள்.

எனக்குக் காதல் என்றால் என்னவென்று தெரியாது. அது ஒரு விசித்திரமான கவர்ச்சியான பறவையாகக் கூட இருக்கலாம். உண்மை என்னவென்றால் ஜோகியாவைப் பார்த்தவுடன் என் இதயத்தில், ஏதோ செய்தது. என்னுள் ஒருவித அதிர்வு ஏற்படுவதை உணர்வேன். என்னுள் நுழைந்து விட்டால் அவள் பொருண்மையற்ற வெறுமை மொழிதான் பேசுவாள் என்றும் நினைத்துப் பார்க்கிறேன்.

அவள் என் சகோதரி மகள் ஹேமாவின் நெருங்கிய தோழியாவாள். அதை ஒரு புதுமையான நட்புறவு என்றே கூறுவேன். ஏனென்றால் இருவருக்குமிடையேயான வயது வித்தியாசம்தான் அது. ஹேமாவிற்கு ஏழு வயதும், ஜோகியாவுக்கு பதினெட்டும் ஆகியிருந்தது அதன் காரணத்தை ஓரளவு யூகிக்க முடியும் என்றாலும் ஜோகியாவால்தான் முழுக் காரணத்தையும் கூற முடியும்.

பெருத்த என் சகோதரனும் பாபியும், அதாவது அவன் மனைவியும் ஹேமாவின் மேல் ஜோகியாவிற்கு உள்ள மோகத்தால் தான் அடிக்கடி வீட்டிற்கு வந்து பாடம் சொல்லிக் கொடுக்கிறாள் என்றே நினைத்தனர். இதன் மூலம் வீட்டிலுள்ள ஏனைய உறுப்பினர்களுக்கும் ஏதோ ஒருவகை பாடத்தைச், சொல்லிக் கொடுக்கிறாள் என்றே தோன்றியது.

கலைஞனாக என் படிப்பை முடித்திருந்த நான் சம்பிர்தாயங்களுக்கு அதிக முக்கியத்துவம் கொடுப்பத்தில்லை. ஜோகியாவுடன் இயல்பாகவும் தாராள மனப்போக்குடனும் பழகுவேன். ஆனால் என்னிடமும் சிறு குறைபாடுகள், வரையறைகள் இருந்தன. இதுவரை சுயமாகச் சம்பாதிக்க ஆரம்பிக்காத நான் என் பெருத்த சகோதரனை நம்பித்தான் காலத்தை ஓட்டிக் கொண்டிருந்தேன். ஜோகியாவுடன் கண்ணாமூச்சி விளையாடுவது ஒருவித ஈர்ப்பைக் கொடுக்கின்றது என்பதையும் அறிந்தேன்.

மேற்கத்திய நாடுகளில் பையனும் பெண்ணும் எந்தவித மனஉறுத்தலுமின்றி ஒருவரையொருவர் ஆரத்தழுவிக் கொள்வதும், கைகோர்த்துக் கொண்டு நடப்பதும் சகஜம்தான். ஆனால் இதிலெல்லாம் உண்மையானதொரு இன்பம் இருக்கின்றதா? எதிர்பாராத விதமாகத் திடீரென ஒருவரையொருவர் தழுவிக் கொள்ளும்பொழுது ஏற்படும் ஒருவித உள் அதிர்வு அவர்கள் உடலில் ஏற்படுகிறதா? ஒருவேளை நமக்குப் புரியாத இன்பம் அவர்களுக்குக் கிடைக்கலாம்.

ஆனால் நமக்கோ தொடுபுலன் உணர்வுகளோ அல்லது ஒன்றுமில்லா வெற்று, இனிமையான பார்வை பரிமாற்றங்களோ ஒரு புது உலகையே நம்முள் உருவாக்கி விடும். இவ்வாறு கிடைக்கப் பெறும் இன்பமோ காதலின் முழு இன்பம் பூர்த்தியான போது கிடைக்கும் இன்பத்தைவிடப் பெரிதாக இருக்கும்.

என் கைகள் ஓரிரு முறைகள் ஜோகியாவின் உடம்பைத் தற்செயலாகத்தான் தொட்டிருக்கும். ஆனால் ஒரே ஒருமுறை மட்டும் வேண்டுமென்றே அவள் உதட்டில் முத்தமிட்டுள்ளேன். எங்கள் வீட்டை விட்டுக் கிளம்புவோம். பின்னர் பார்சி ஆலயத்தினருகே சந்திப்போம். ஆலயத்தில், பார்சி மக்களின் புனித நூலான "ஜென்ட்-அவெஸ்தா" விலிருந்து இறைவணக்கப் பாடல்களைப் பாடிக் கொண்டிருக்கும் பூசாரிக்கு மட்டும்தான் இந்த ரகசியம் தெரியும். எங்களின் தூய நல்லெணங்களை தெரிந்து கொண்டவரும், அவரே. ஆகவே தான், அவரைக் கடந்து செல்லும்போதெல்லாம் "சாகேப்ஜி" என்று எங்கள் மரியாதையையும், வணக்கத்தையும் தெரிவிப்போம்.

பின்னர் "மெட்ரோ சினிமா" அமைந்திருக்கும் பகுதிக்குச் செல்வோம். அங்கிருந்து ஜோகியா அவள் கல்லூரி இருக்கும் திசையிலும், நான் என் கலைக் கல்லூரிக்கான திசையிலும் பிரிந்து செல்வோம். போகும் வழிநெடுகத் தேவையற்ற பேச்சுகள் தான் எங்களிடமிருந்து வெளிப்படும். அதில் ஒரு சுகமான இன்பம் இருந்தது. பேச்சு காதலைப் பற்றியதாக இருந்தாலும் அது வேறொருவரின் காதலைப் பற்றியே மையம் கொள்ளும். ஆண் காதலனை போக்கிரி என்றே ஜோகியா குறிப்பிடுவாள். இருப்பினும் ஆண் துணையில்லாமல் பெண்ணால் ஒன்றும் செய்ய முடியாது என்றும் கூறுவாள்.

ஒருநாள் ஜஹாங்கீர் கலைக்கூடத்தில் ஏற்பாடாகியிருந்த கலைப்பொருள் கண்காட்சிக்குச் சென்றோம். அது மேற்கத்திய ஓவியங்களைப் பற்றியது. அவ்வளவு பெரிய பம்பாய் நகரத்திலிருந்து ஒருவர்கூடக் கண்காட்சிக்கு வந்ததாகவோ, கலை-ஓவியப் பொருட்களை வாங்கியதாகவோ தெரியவில்லை. நாங்களும் அங்குள்ள ஓவியங்களின் கலை நுணுக்கத்தை ரசிக்கச் செல்லவில்லை. எங்களுக்குள் பார்வை பரிமாற்றத்தை ஏற்படுத்திக் கொள்ளவே சென்றோம். அந்த ஓவியக் கலைஞன் மீது அனுதாபமோ பரிதாபமோ கொள்ள அங்கு யாரும் இல்லை. எங்களின் வருகையை அங்கிருந்த ஓவியங்களின் வர்ணங்கள் பளிச்சிட்டுக் காட்டின.

"ஜுஹூவில் ஒரு காலை வேளை" என்ற தலைப்பில் ஓவியம் ஒன்று பார்வைக்காக வைக்கப்பட்டிருந்தது. அதன் மேற்பகுதி சிவப்பு நிறத்தால் தீட்டப்பட்டிருந்தது. ஆனால் தூரிகையின் கரடுமுரடான அந்த வரைவு எங்களுக்கே ஏற்புடையதாக இல்லை. உடல் மயக்கம் ஏற்பட்டது போல ஜோகியா அந்த ஓவியத்தின் கீழ் போடப்பட்டிருந்த நாற்காலியில் உட்கார்ந்தாள். சற்றே வேகமாகத்தான் சுவாசக்காற்றையும் வெளிவிட்டாள். காதல் வசப்பட்டவர் ஓர் அடி எடுத்து வைக்க முயலுவதே ஒரு தொந்தரவாக இருக்குமோ என அறிந்து கொண்டேன். வெகுதூரம் நடக்க விரும்பிய ஒருவர் ஓர் அடி எடுத்து வைத்தவுடன் களைப்பாகி விடுவதைப் போன்றது தான் இதுவும்.

தொங்கிய முகத்துடன் அந்தக் கூடத்தை விட்டு ஓவியன் வெளியே வந்து யாராவது ஒருவராவது கண்காட்சிக்கு வருகின்றாரா? எனப் பார்வையைச் சுழலவிட்டார். எங்களிடையே இருந்த காதலைக் கண்டு முகஞ்சுளிக்கவில்லை. அந்தக் கூடம் முழுவதும் எங்கள் தனிமையே நிறைந்திருந்தது என்று கூடச் சொல்லலாம்.

அன்று என் இதயத்தைத் திறந்து என் காதலை ஜோகியாவிடம் தெரிவிக்க விரும்பினேன். இதுவரை என் காதலை நேரிடையாகச் சொல்லவில்லை. புரியாத குறிப்புகளும் சைகைகளும் தான் இதுவரை நான் பயன்படுத்திய ஆயுதங்கள். மெல்ல ஓர் அடி எடுத்து வைத்து ஜோகியா உட்கார்ந்திருந்த நாற்காலியின் பின் சென்று நின்றேன்.

"ஜோகியா, உனக்கு ஒரு ஜோக் சொல்லட்டுமா?" என மெதுவாகக் கேட்டேன். "பின்னால் நின்று கொண்டு சொல்ல வேண்டாம், முன்னால் வந்து சொல்லுங்கள்" என்றாள். "இது ஒரு புதுவிதமான ஜோக், ஜோகியா" என்றேன். என்னைப் பார்க்காமலேயே, என் இதயம் ஊசலாடுவதை அவளால் யூகிக்க முடிந்தது என்றே சொல்வேன்". அவள் மகிழ்ச்சியில் வெளிப்படுத்தும் புன்னகையை அவள் காதுமடலே சொல்லிவிடும்.

கடைசியாக அந்த ஜோக்கைச் சொல்ல முடிவெடுத்தேன். "ஒரு ஊரில் ஒரு தைரியமில்லாத காதலன் ஒருவன் இருந்தான்" என மெதுவாக ஆரம்பித்தேன். "ம்...ம்..." என்று அவள் கூறியவிதம் அவள் முழுவதையும் கேட்க ஆவலாய் இருக்கிறாள் என்பதைக் காட்டியது. "ஆனால் காதலியிடம் அவனால் தன் காதலைச் சொல்ல முடியவில்லை" என்று தொடர்ந்து கூறினேன். முக்கால் பங்கு என் பக்கமாகத் திரும்பிய ஜோகியா "உண்மையில் ஜோக்தான் சொல்கிறீர்களா" என வினவினாள்.

சிறு மனத்தாங்கலுடன் "ஆமாம்" என்றேன். எதையோ எதிர்பார்த்தவளாய் நிமிர்ந்து உட்கார்ந்தாள். அவளுக்கு இது ஒரு நீண்ட காத்திருப்பாய் அமைந்தது; அவளிடம் ஒருவிதப் பதற்றமும் காணப்பட்டது. அதிர் வெடிக்குப் பின் வெற்றிடத்தில் தீப்பொறி பறந்த சூழ்நிலைக்கு ஒப்பாக இருந்தது அச்சூழல். அந்தச் சிவப்பு நிற ஓவியத்திலிருந்து சில சிவப்பு நிறக் கதிர்கள், மங்கலாகத் தெரிந்த படகின் மீது விழுவதைப் போல் ஓவியமாக்கியிருந்தனர்.

நான் தொடர்ந்து கூறத் தொடங்கினேன் "கடைசியாக, காதலி பொறுமை இழக்கத் தொடங்கினாள். அந்தப் பையனுக்குத் தான் தைரியம் இல்லை, என அந்தப் பெண் நினைத்தாள். அந்தப் பையன் தன் காதலை எளிதாக எடுத்துரைக்க அந்தப் பெண் இன்னொரு சந்தர்ப்பத்தை அவனுக்குக் கொடுக்க வேண்டும்; ஒரு பூங்கொத்து வாங்கிக் கொண்டு அவள் பிறந்த நாளன்று வந்தான்".

பூங்கொத்தை வாங்கிக் கொண்டு, "ரொம்ப அழகான பூங்கொத்து" என்றாள். சாம்பல் நிறத்தில் சிவப்பும், சிவப்பு நிறத்தில் பச்சையும் கலந்த கலவையானதுதான், அந்தப் பூங்கொத்து. ஒருவனால் இச்சூழலில் என் உதட்டில் முத்தமிடமுடியும்"

என்று கூறினாள். தொடர்ந்து அவள் சொன்ன "பிறகு" என்ற சொல், அவள் அறிய விரும்பிய செய்தியோடு, அவளின் பொறுமையில்லா நிலையையும் எடுத்துரைத்தது.

பின்னர் அவள் முகத்தை அவனருகே - மிக அருகே - கொண்டு சென்றாள். ஆனால் அந்தப் பையனோ வெளியே போகத் திரும்பிக் கொண்டிருந்தான். ஏறக்குறைய படிக்கட்டுக்கே வந்துவிட்டான்" என்று கூறி முடித்தேன்.

"பகவானே!", என்று ஜோகியா விரக்தியில் தன் தலையில் அடித்துக் கொண்டாள். என் கதையைத் தொடரும் விதமாக நான் சொன்னேன்: அந்தப் பெண் அவள் காதலனிடம் "எங்கே செல்கிறாய், லால்லி!" எனக் கேட்டாள். "கதவருகே நின்று, திரும்பிப் பார்த்து, மீண்டும் பூக்கள் வாங்கப் போகிறேன்" என்று லால்லி சொன்னான்.

கதையைக் கேட்ட ஜோகியா புன்னகை ஒன்றைத் தருமுன்னரும், கதையில் வந்த பெண் காத்திருந்த நேரம் வரை, ஜோகியைக் காக்க வைக்க விரும்பாததாலும் குனிந்து அவளுக்கு ஒரு முத்தம் கொடுத்தேன். போலிக் கோபத்துடன் அவள் என் கன்னத்தில் அறைந்தாள். உதட்டைத் துடைத்துக் கொண்டு மேலும் இரண்டு அறைகள் விட்டாள். கோபம் போன்று நடித்ததால் புன்னகை சிந்தவில்லை என்றே எண்ணினேன்.

இந்த குறிக்கோளில்லா வாழ்க்கைப் பயணத்தில், எங்கிருந்தோ வந்த, ஒரு சிறு நிலத்தில் பெய்த மழை அதைப் பசுமையாக்கியது போல் இருந்தது அந்தநாள். ஒருவேளை அந்த உயிருட்டமுள்ள சிவப்பு நிற ஓவியத்தின் கீழ் நாங்கள் இல்லாதிருந்தால் நான் அவளை முத்தமிட்டிருப்பேனா என்பது சந்தேகமே.

சற்று நேரத்தில் கலை ஆர்வலர் ஒருவர் கலைக் கூடத்திற்குள் வந்து அந்தச் சிவப்புநிற ஓவியத்திற்கு அருகிலிருந்த ஓவியமொன்றை விலை கொடுத்து வாங்கினார். அந்த ஓவியத்தின் தலைப்போ "யாரும் யாருக்கும் சொந்தமில்லை" என்பதாகும். அந்த ஓவியம், ஒரு பெண் தன் முழங்கால்களுக்கு இடையே தன் தலையை வைத்துக் கண்ணீர் விட்டு அழும் காட்சியைச் சித்தரித்துக் காட்டியது.

எரிச்சலூட்டும் சில நிறங்களால் அந்த ஓவியம் தீட்டப்பட்டிருந்தது. பிரகாசமான பல நிறங்களில் தீட்டப்பட்ட ஓவியங்கள் பல அங்கிருக்க, அம்மனிதன் ஏன் அந்த மங்கிய நிலையில் தீட்டப்பட்ட ஓவியத்தை வாங்கினார் எனப் புரியவில்லை?" எங்களிடம் பணமும், வாங்கும் சக்தியும் இல்லாததால் எங்களால் அங்குள்ள ஓவியங்கள் அனைத்து மீதும் உரிமை கொண்டாட முடிந்தது. அந்தக் கலைக் கண்காட்சி முழுமைக்கும் எங்களுக்கே சொந்தம் என்பது போலத் தென்பட்டது.

இவ்வாறு தாராளமாகக் கற்பனை செய்து கொண்டதால் ஏற்பட்ட மகிழ்ச்சியில் திளைத்துக் கொண்டிருந்தோம். எதிர்பாராத விதமாக, வெளியே செல்லும் நோக்கோடு ஜோகியா கதவருகே சென்றுவிட்டாள். அங்கிருந்து திரும்பி என்னைப் பார்த்து, பயமுறுத்தும் விதமாகக் கையைத் தூக்கிக் காண்பித்து சிறிய புன்னகையோடு ஓடிவிட்டாள்.

பிரகாசமான ஓவியங்களை அங்குமிங்கும் பார்த்துவிட்டு நானும் கலைக்கூடத்தை விட்டு வெளியே வந்தேன். அந்த நாள் முழுவதும் எனக்கு பிரகாசமாகவும், ஒருவித நம்பிக்கையோடும் அமைந்தது. மக்கள் நிறங்களுக்குப் பல பெயர்களைக் கொடுத்துள்ளனர்: சாம்பல், வெள்ளை, கருப்பு, நீலம் போன்றவை. இவ்வாறு வகைமைப்படுத்தலுக்கெல்லாம் கட்டுப்படாத நிறம் ஒன்று உண்டு என்பதை நினைத்துப் பார்க்கப் பலர் மறந்து விட்டனர். அந்த நிறத்தில் வானவில்லின் ஏழுநிறங்களும் உள்ளடங்கியிருக்கும். ஒவ்வொரு கணக்கிடலுக்கும் கட்டுப்படாத அந்த நிறம்தான் வெள்ளையாகும்.

என் தொண்டை நன்றியுணர்வால் நனைந்து போயிருந்தது. யாருக்கான நன்றியுணர்வு அது? அந்தச் சிறுகணத்தில் ஜோகியாவைத் தொட்ட உணர்வு அவள் எப்பொழுதும் எனக்கு மட்டும்தான் சொந்தம் என்ற மனநிலையை எனக்குத் தந்தது. அவள் தொடர்பான மனஉறுதி ஒன்றும் எனக்குத் தென்பட்டது. அவளுக்கு வேறொருவருடன் திருமணமானாலோ, அல்லது வேறொருவன் அவள் படுக்கையைப் பகிர்ந்து கொண்டாலோ, அவள் என்றென்றைக்கும் எனக்கே உரியவள் என்ற எண்ணம்தான் மேலோங்கியது. இந்த உண்மையை நன்கு புரிந்து கொண்டவன் அதிர்ஷ்ட கணவனாவான்.

இப்பொழுது ஆரம்ப நிலைக்கே வந்து, ஜோகியா என்ன நிறப் புடவையை அலமாரியிலிருந்து இன்று தேர்ந்தெடுப்பாள் என ஊகிக்கத் தொடங்கினேன். முகப்பு அறையில் நான் நின்றிருப்பதை ஜோகியா பார்த்திருந்தால், சைகை மூலம் என்ன நிறப் புடவையை நான் அணியலாம். எனக் கேட்டிருப்பாள் என்றும் நினைத்துக் கொண்டேன். அவ்வாறு நடந்திருந்தால் எந்த வேடிக்கையும் இல்லாது போயிருக்கும். இந்த நாளுக்கு இந்த நிறப் புடவைதான் என ஒரு பெண் எதை வைத்துத் தீர்மானிப்பாள் என்று ஒவ்வொருவரும் அறிய ஆவலுடன் தான் இருப்பர்.

அன்று காலை குளித்துவிட்டு அலமாரி முன் நின்ற ஜோகியா ஏன் ஊதாநிறப் புடவையைத் தேர்ந்தெடுத்தாள்? பெண்களின் எண்ண ஓட்டங்களே ஒருவிதப் புதிராகத் தான் இருக்கின்றன. அவை மிகவும் ஆழமானதாகவும், கலவையானதாகவும், சிக்கலானதாகவும் இருப்பதால் ஒரு ஆணால் அவற்றின் ஆழத்தை அளவிட முடியாது. நிலவு ஒரு பெண்ணின் இரத்த ஓட்டத்தை மட்டுமின்றி அவளின் எண்ண ஓட்டங்களையும் பாதிக்கும் என்பர். நிலவுக்கென்று தனியே ஒரு நிறமேமா அல்லது ஒரு வெளிச்சமோ கிடையாது. சூரியனிடமிருந்து தான் நிலவு எல்லாவற்றையும் பெறுகிறது. அதனால் தான் எந்தப் புடவையை இந்நாளுக்கு உடுத்திக் கொள்ளலாம் என ஒவ்வொரு பெண்ணும் சூரியனிடம் கேட்டுக் கொள்கிறாள்.

இதனால், அவளுக்கென்று நிறம் பற்றிய தனிப்பட்ட விருப்பம் கிடையாது என்றும் சொல்லிவிட முடியாது. அவளுக்கென்று அந்த விருப்பம் உண்டு. ஆகையால் தான் அவள் ஒரு முடிவுக்கு வருகிறாள். ஆகவே தான் ஒவ்வொரு தடவை முடிவெடுக்குமுன் "சூரியனிடம்" அவள் செல்வதில்லை. இரவைப் பற்றி எடுத்துக் கொண்டால், இரவிற்கும் அதற்குரிய நிறமொன்று உண்டு. அது தான் மனிதனுக்கு "ஓ! இரவே! உன் நிறத்தை என்னிடம் கொடுத்து விட்டு என் நிறத்தை எடுத்துக் கொள்" எனப் பாடும்படியான உத்வேகத்தைத் தருகிறது.

பகற்பொழுது அதிக அளவில் வெப்பமாயிருந்தது. மண் நிறங்கொண்ட தாதி ஷெட் சந்தில் நடப்போர் நீர்ச்சத்து இழந்து மண் அடுப்பில் மகளிர் போட்டு வறுத்தெடுத்த சோளக் கதிர்

போலக் காணப்படுவர். தலைப்பாகை அணிந்த மார்வாடியோ, பஞ்சாபியோ அந்தச் சந்தில் செல்லும்போது அடுப்பிலிருந்து தூக்கியெறியப்பட்ட, அளவுக்கதிகமான உருவமைப்பைக் கொண்டு வெடித்தும், பருத்தும் காணப்படும் சோளக்கதிரைப் போன்றதொரு மாயையை உண்டாக்குவர்.

கியான் பவனத்திலிருந்து நான் பார்த்தபொழுது பலவேறு விதமான நிறங்களைக் காணமுடிந்தது. இன்றும் சற்று உற்றுக் கவனித்த போது, எனக்காகவும் அவளுக்காவும் ஏன், இந்த உலகிற்கே ஜோகியா எடுக்க வேண்டிய புடவைக் குவியல் அது என்று தோன்றியது. என் வீட்டுப் பக்கமாக ஜோகியா தன் பார்வையை சற்றே சுழல விட்டாள். ஒருவேளை, என்னைப் பார்த்துவிட வேண்டும் என்ற துடிப்போடு இருந்தாளோ? ஆனால் நான் அணிந்திருந்த தொப்பி என்னைப் பிறருக்குக் காட்டிக் கொடுக்காமல், நான் அவர்களைப் பார்க்க உதவுவதாக இருந்தது.

அன்றைய நாள், எனக்கு ஆச்சரியத்திற்கு மேல் ஆச்சரியம் நிறைந்த நாளாகவே தென்பட்டது. ஜோகியா, இளநீல நிறச் சேலையைத் தேர்ந்தெடுத்திருந்தாள். அந்த வெப்ப மிகுதியான, நாளுக்கு ஏற்றவாறு இந்தக் குளிர் தரக்கூடிய நிற புடவையைச் சரியாகத்தான் தேர்ந்தெடுத்திருக்கிறாள் என எண்ணினேன். என்னைக் கேட்டிருந்தாலும் இந்நிறச் சேலையைத் தான் தேர்வு செய்யச் சொல்லியிருப்பேன். அவளிடமிருந்து என்னை மறைத்துக் கொள்ள நான் முழு முயற்சி எடுத்தபோதும் மனப்பூர்வமாக என்னைத் தேடி, என் ஆலோசசைனயைக் கேட்டிருக்கிறாள் என்றே நான் நினைத்துப் பார்த்துக் கொண்டேன்.

மீண்டும் வழக்கமான நடைமுறையையும் - ஆரம்பத்தில் பிரிவும் முடிவில் சேர்தலும் என்ற நிலைப்பாடுதான் - அன்றைக்கும் இருந்தது. பலவித சட்டங்களின் இறுக்குப்பிடியும் அந்தச் சந்தின் முடிவில் இருந்த பார்சி ஆலயம் வரைதான் செல்லுபடியாகும். அதைத் தாண்டியபின், நாங்களாகவே ஏற்படுத்திக் கொண்ட சட்டங்களை நாங்கள் தாராளமாகப் பயன்படுத்திக் கொள்வோம்.

நிதானமாக நடந்து ஜோகியா அருகே சென்று, "மிக அழகான புடவை! என்ன செழுமையான நிறம்!" எனப் புகழ்ந்துரைத்தேன். "உனக்குப் பிடிக்கும் என்று எனக்குத்

தெரியும்'' என்றாள் ஜோகியா. "உனக்கெப்படித் தெரியும்?'' என்றேன். "இது அப்படித்தான்'', என்றாள். "சில நேரங்களில் என் தனிமையில் நீ ஊடுருவதில்லையோ? அது போலத்தான்'' என்றும் கூறினாள். "ம்ம்...'' என்று அவள் சொன்னதை அசை போட்டுக் கொண்டேன். மேலும், "இன்றைக்கு உன்னைத் தொட்டுப் பார்க்கும் எண்ணம் கூட என்னிடம் இல்லை'' என்றேன். "வேறென்ன செய்ய நினைக்கிறாய்?'' எனக் கேட்டாள்.

இந்த நேரத்தில் எங்களுக்கிடையே விக்டோரியா கால நான்கு சக்கர வாகனம் ஒன்று புகுந்து, எங்களைத் தாண்டிச் செல்ல வெகு நேரம் எடுத்துக் கொண்டது. என் கண்கள், இந்த இடைவெளியில், அருகிலிருந்த ஏரியையும் அதிலிருந்த தண்ணீர் வேகமாத் தூக்கியெறியப்பட்டு, மீண்டும் கீழே விழுவதையும் மேயலாயின. "பிரின்சஸ் தெரு கிராஸிங்''கை அடைந்து மெட்ரோ ரயில்நிலையம் வந்தடைந்தோம். அங்கிருந்து எங்கள் பாதைகள் பிரியலாயின.

"இன்று உங்கள் காலடியில் என் தலையை வைத்து அழ வேண்டும் போல் தோன்றுகிறது'' எனக் கூறினாள். "ஏன் அழவேண்டும்?'' என என் மனம் வினவியது. "நம்முடைய சாஸ்திர, சம்பிரதாயங்கள் அவ்வாறுதான் கூறுகின்றன. கதறி அழுதால் நம்முடைய பாவங்கள் எல்லாம் போய்விடும் என்று சாஸ்திரங்கள் கூறுகின்றன'' என்றாள். "உன்னுடைய ஆத்மா என்ன பாவம் செய்தது?'' என வினவினேன். "என்னுடைய உடம்பிற்கு அப்பாற்பட்ட பாவம்'' எனப் பதிலுரைத்தாள்.

இந்த மாதிரியான கோட்பாடுகளை ஒரு பெண்ணால் எளிதாகப் புரிந்து கொள்ளமுடியாது அல்லது புரிந்து கொள்ளும் நிலைப்பாட்டுக்கு வெளியே இருப்பதால், அவ்வாறே புரிந்து கொண்டாலும் அவைகளால் அவர்களுக்கு எந்த நன்மையும் கிடையாது. ஜோகியாவால் என் நிலைப்பாட்டை அறிந்து கொள்ள முடியவில்லை. அவள் கண்ணோட்டத்தில் உலக நியதியை நான் பார்ப்பதால் இருக்குமோ? என நினைத்தேன்.

"நான் என்ன செய்ய வேண்டுமென நினைக்கிறேன் என்று உனக்குத்தெரியுமா?'' எனக் கேட்டாள். பொறுமையிழந்தவனாய், "சொல், சொல்'' என்றேன். "எனக்கு என்ன தோன்றுகிறது'' என

மெல்லப் பேச்சை இழுத்தாள். பின், தன் நீல நிறப்புடவையைச் சுட்டிக்காட்டி "இந்தச் சேலை மடிப்பினுள் உன்னை ஒளித்து வைத்துக் கொள்ள வேண்டும் என்றும் பின் மேகக்கூட்டங்களுக்கு உள்ளே சென்று நானும் திரும்பாமல், உன்னையும் அங்கிருந்து திரும்பவிடாமல் பார்த்துக்கொள்வேன்" என்று பதிலளித்தாள். பின் மெல்லிய நீலநிறத்திலான ஆகாயத்தை உற்று நோக்கலானாள். முன்பு ஒரு தடவை அங்கிருந்து திரும்பியவள், போலத்தான் தன்னைக் காட்டிக் கொண்டாள்.

ஒரு கணம் என் மனம் மெல்ல அசை போடத் தொடங்கியது. ஜோகியா போன்ற அழகிய பெண்களை, நீல நிற வானிற்குத் தூக்கிச் சென்ற அந்த அதிர்ஷ்ட கால்களைப் பற்றியே சுழன்றது. அப்பெண்களும் திரும்பாமல் அந்த அதிர்ஷ்டசாலிகளையும் திரும்பவிடாமல் இருந்த நிலையையும் நினைத்துப் பார்த்துக் கொண்டேன். அவர்களைத் தாண்டிச் செல்ல நேரிடும் கடவுள் கூட ஒரு விதப் பெருமூச்சை விடுவார் என்றும் தான் எண்ணிக் கொண்டேன்.

ஜோகியாவைப் பார்க்கும் பொருட்டுத் திரும்பினேன். ஆனால் அதற்குள் போய் விட்டிருந்தாள். மேகக் கூட்டங்களைப் பற்றி மட்டும் அல்ல.... இந்தக் கடினமான, சூடான மேடும் பள்ளமுமான சாலையில் என்னைப் பெரிதும் சிறியதுமாகத் தவிக்க விட்டுவிட்டுச் சென்று விட்டாள். இந்தவித உணர்வு சற்று தாமதமாகவே எனக்கு வந்தது. அதனால் அந்தச் சூழலைத் திரும்பப் பெறமுடியவில்லை.

கடுமையான வெப்பத்தால் சாலையில் அங்குமிங்கும் வெடிப்புகள் காணப்பட்டன. கனரக வாகனங்கள் செல்லும்போது அதன் சக்கரங்கள் பள்ளங்களில் சிக்கிக் கொள்ளும். அதை விடுவிக்கும் முயற்சியில் ஈடுபடும் ஓட்டுனர்கள் மிகவும் சிரமப்பட்டனர். அவர்கள் நெற்றியில் வியர்வை பெருக்கெடுத்து ஓடும்.

அந்நேரத்தில் என்னை நோக்கி ஒரு இதமான காற்றலை வந்தது. அது ஒரு இளமையான பெண் உயரமும், மெலிந்த தேகமும், சீராக வெட்டப்பட்ட தலைமுடியும், ஒருசேரப் பெற்றவள். மெல்லிய நீல நிறத்தில் ஷல்வார் அணிந்திருந்தாள்.

தொடர்ந்து செல்லும் பொழுது, இரண்டு பிரிவினராக நிறையப் பெண்கள் மட்டுமே நீல நிறப் புடவை அணிந்து சாமான்கள் வாங்கும் முனைப்புடன் செல்வதைக் கண்டேன்.

இது எனக்கு ஏற்பட்ட முதல் அனுபவமல்ல. சில நாட்களுக்கு முன் "கிராஃபோர்டு சந்தைப்" பகுதியில் நிறையப் பெண்கள் பச்சை நிற உடை அணிந்து சாமான்கள் வாங்க வந்ததையும் பார்த்திருக்கிறேன். ஆனால், அவர்கள் எல்லாம் ஒரே சீராகப் பச்சை நிறப்புடவை அணியவில்லை. மாறாக, ஒரு சிலர் பச்சை ஆர்னிசையும், மற்றும் சிலர் பச்சை நிறச் சேலையும், மேலும் சிலர் பச்சை நிற ரவிக்கையும் அணிந்திருந்தனர்.

இது என் சிந்தனையைத் தூண்டியது. இவர்கள் அனைவரையும் பச்சைநிற உடை அணியத் தூண்டிய சக்தி எது? சில நாட்களில் வெள்ளை நிறமாகவும், சில நாட்களில் ஆரஞ்சு நிறமாகவும், அமையக் காரணம் என்ன? ஒரு பெண் ஒரே நிற உடையால் புளித்துப் போய் வேறொரு நிற உடைக்கு மாறலாம். அது கடுகு மஞ்சளாகவோ, ரோஜா சிவப்பாகவோ, மாதுளை நிறமாகவோ, நீலப்பச்சை வண்ணமாகவோ, இருக்கலாம்.

இந்த நாளில் இந்த நிற உடைதான் அணிய வேண்டும் என ஒவ்வொரு பெண்ணிற்கும் எங்கிருந்து கம்பியில்லா ஊடகச் செய்தி வருகிறது? எதனால் ஒரே குழுவாக, எப்படி ஒரே நிற உடை அணிந்து, அணிவகுத்து வரமுடிகிறது. ஒருவேளை, பருவகாலத்தின் கட்டளையா? அந்த நிலவோடு அல்லது மேகத்தோடு தொடர்புடையதா? அல்லது நடைமுறைக்குப் புதிதாக வந்துள்ள நாகரீக வெளிப்பாட்டின் தாக்கமா? ஆண் வர்க்கத்தை வீழ்த்த, பெண்கள் பல வண்ணங்களில், தங்களை அலங்கரித்துக் கொள்ளும் போக்குதான் என்பதே உண்மை.

அன்றைய தினம், எல்லாப் பெண்களும் எப்படி நீல நிற உடையில் வந்தனர் என என் மனம் என்னைப் படாதபாடு படுத்தியது. இவ்விதச் சிந்தனையில் மூழ்கியவாறே கலைப்பள்ளியை சென்றடைந்தபோது வகுப்புகள் முடிந்து பையன்களும் பெண்களும் வெளியேறிக் கொண்டிருந்தனர். அவர்களில் சிலர் குல்மோஹர் மரத்தடிக்கு வந்தனர். அவர்களில் சுஹேசியும் ஒருவள். அவள் அணிந்திருந்த குட்டைப் பாவாடையின் நிறமும் நீலம்தான்.

அதிர்ஷ்டவசமாக என் நண்பன் ஹேமந்தைக் கண்டேன். இல்லையெனில் எனக்குப் பைத்தியமே பிடித்திருக்கும். ஹேமந்த் இலையுதிர் காலத்தை உணர்த்துபவன். ஆனால், உண்மைக்கும் வசந்த காலத்தை உணர்த்தும் "வசந்த்" ஆகவே தென்படுவான். எப்பொழுதும் மகிழ்ச்சியோடும் பிரகாசமாகவும் தோற்றமளிப்பான்.

அகன்று பரந்த இவ்வுலகில், ஒவ்வொரு இடத்திலும் ஒரே பருவ நிலையும், ஒரே நிறத்தை விரும்புவோரும் இருக்க வேண்டுமென்ற நியதி கிடையாது. ஆனால் ஹேமந்த் மட்டும் சதா கேலியோடு கூடிய புன்னகையோடு தான் இருப்பான்.

நாங்களெல்லாம் கிண்டலாக அவனைப் பார்த்துச் சொல்வோம்: "அப்பா எவ்வளவுதான் நீ முயன்றாலும், உன்னால் ஒரு உன்னதக் கலைஞனாக மாறமுடியாது. உன்னுடைய ஆடைகளைக் கிழித்துக் கொண்டு தெருவில் பைத்தியக்காரனைப் போல் திரியப் போகிறாய். அந்த நிலைமையில் அடுத்தவர்கள் புத்திசொல்லும் நிலைப்பாட்டையும் தூக்கி எறிவாய். அத்தோடு தலைமுடியையும் பிய்த்துக் கொள்வாய். இவ்வாறு ஏன் நீ நடக்க வேண்டும்?"

"ஆயிரக்கணக்கான பெண்கள் என்ன உன் உடம்பில் ஊர்கின்றனரா? இரவு இருட்டில் உன்னை வெளவால்கள் தாக்கி உன் கழுத்து நரம்பில் தங்கள் வாயை வைத்து உன் இரத்தத்தை உறிஞ்சிக் குடிக்கின்றனவா? கலைப்போட்டியில் உன் ஓவியத்திற்குப் பரிசு கிடைத்தவுடன் சிறு குழந்தையைப் போல கதறி அழுபவனா நீ? பெற்றோர்கள் உயிரோடு இருக்கும் போது தான் ஒரு அனாதை என்று நினைப்பவனா நீ? உன் நண்பர்கள் ஒருவர் பின் ஒருவர் உன்னைத் தாக்கிப் பாழும் கிணற்றில் தள்ளுகின்றனரா? உன்னைத் தவிர யாராக இருக்கமுடியும் என்று உனக்குத் தெரியுமா?

"மெக்சிகன் ஓவியம் போல், உன் முகமென்ன அரைகுறையாகத் தீட்டப்பட்டதா? மை போன்று இருளடைந்ததா? உன் உடலமைப்பு என்ன, வெறுக்கத்தக்க, கடினமான, அடர்த்தியான ஒன்றா? உன்னைப் பொறுத்தவரை நீண்ட வடிவுடைய ஒவ்வொரு பொருளும் ஆண் குறியாகவும், விளக்கமுடியாத ஒவ்வொரு பொருளும் பெண் குறியாகவும் தானே உனக்குத் தெரியும்....?"

நகரத்திலுள்ள பெண்களில் பெரும்பாலோர் மெல்லிய நீல வண்ண உடை அணிந்து கொண்டு வீட்டை விட்டுத் திடீரென்று வெளியேறியுள்ளனர் என அவனுக்குத் தெரிவித்தேன். பற்களைக் காட்டிப் புன்னகைத்த ஹேமந்த் எல்லாவற்றையும் அவனுடைய போக்குப்படி மெல்லிய புன்னகையுடன் முடித்துவிட்.டான்.

மழைக்காலத்தில் குருடாகி விட்ட ஒருவனுக்கு எப்படி எல்லாமே பச்சை வண்ணமாகத் தெரியுமோ அதேபோல் தான் எனக்கும் எல்லாம் பச்சை நிறத்தில் தோன்றின. ஏனெனில் அதிகம் தென்படும் நிறம் பச்சை தானே. கலை நிபுணர்களுக்கு முன் நிற்கும் "மாதிரி"ப் பெண்ணாக எங்களுக்கெல்லாம் தோன்றிய சுஹேசி இருந்த திசையை நோக்கிக் கையைக் காட்டினேன்.

இம்மாதிரி வேலைகளுக்கு ஏற்றவாறு அவள் உடல்வாகு அமைந்திருந்தாலும் இதுவரை ஒரு தடவை கூட அவள் "மாதிரிப்" பெண்ணாக நின்றதில்லை. "அவளைப் பார். அவளும் மெல்லிய நீல வண்ணத்தில்தான் ஒரு குட்டைப் பாவாடை அணிந்திருக்கிறாள்" என்றேன்.

ஹேமந்திடமிருந்து எந்தவொரு பதிலும் வரவில்லை. என் கையைப் பிடித்து, பனைமரங்கள், அடர்ந்த பள்ளியின் சுற்றுச் சுவர் அருகே இருந்த புல்வெளிக்கு இழுத்து வந்தான். பின், ஒரு பனைமரம் அருகே சென்று நின்று கொண்டான். அங்கிருந்தவாறு சாலைப்பகுதி முழுமையும் அவனால் நன்றாகக் காணமுடியும்.

ஒரு திசையில் கிராஃபோர்டு சந்தைப் பகுதியை நோக்கி அச்சாலை சென்றது. பிறிதொரு திசையில் மற்றொரு சாலை விக்டோரியா முனையத்தையும் ஹாம்பி சாலையையும் நோக்கிச் சென்றது. ஒருவித மாயையால் நான் பாதிக்கப்பட்டுள்ளேன் என நிரூபிக்க முயன்றவன் போலத் தோன்றினான்.

அங்கிருந்து பார்க்கும் பொழுது, இரு திசைகளிலும் எந்த ஒரு பெண்ணும் தென்படவில்லை. விண்ணிற்கு, தங்களின் ஆண்களைத் தங்கள் சேலைகளில் மறைத்துக் கொண்டு பெண்களே போய் இருப்பார்களேயானால் இங்கு ஒரு ஆண்மகனைக் கூடக் காணமுடியாது. ஆனால் இங்கு ஆண்கள் கூட்டம் கூட்டமாக அதிக அளவில் தென்படுகின்றனரே?

எதையும் ஒரு பொருட்டாக எடுத்துக் கொள்ளாமலும் எங்களுக்கும் பெண்ணுக்கும் எந்தவித சம்பந்தமும் இல்லையென்று பறை சாற்றுவதைப் போல அங்குமிங்கும் நடந்து கொண்டிருந்தனர். பலதரப்பட்ட ஆண்களை அங்கிருந்து பார்க்க முடிந்தது - உயரமானவர்கள், குள்ளமானவர்கள், அழகானவர்கள், அழகற்றவர்கள், பருத்த தேகம் உடையவர்கள், மெல்லிய தேகம் உடையவர்கள். எந்தப் பெண்ணோடும் நாங்கள் சம்பந்தப்படவில்லை என்று சொல்லுமளவுக்கு எங்களைச் சுற்றி நகர்ந்து கொண்டேயிருந்தனர்.

அந்த நேரத்தில் ஒரு பெண் எங்களைக் கடந்து சென்றாள். தோற்றத்தில் மலைஜாதிப் பெண் போல் தெரிந்தாள். எஃகு போன்ற கடினமான தேக அமைப்பைப் பெற்றிருந்தாள். பச்சை நிறத்தில் "காசா" உடையணிந்திருந்தாள். அவளைக் காட்டியவாறே ஹேமந்த் என்னைக் கேட்டான்: "அடையாளம் தெரிகின்றதா? உன் அம்மா தான்?" "இத்தகு ஏழை வேலைக்காரர்களும் உடுத்திக் கொள்ள அதிக ஆடைகள் இல்லாதவர்களும் - விட்டுத் தள்ளு அவர்களைப் பற்றியெல்லாம் நாம் இப்போது பேச வேண்டாம்" என்றேன். "பின் யாரைப் பற்றிப் பேச விரும்புகிறாய்?" எனக் கேட்டான். "யாரிடம் உடுத்திக் கொள்ள வித விதமான துணியிருக்கின்றதோ, அவர்களைப் பற்றி" எனப் பதிலுரைத்தேன்.

அப்பொழுது ஏதோ துரதிர்ஷ்டம் நிகழ்வது போல ஒரு விலை உயர்ந்த கார் பார்சி மதுக் கடை முன் வந்து நின்றது. காரினுள் மத்திய வயதுடைய மாது அமர்ந்திருந்தாள். அவளைப் பார்க்கும் பொழுது பலவகைப்பட்ட, பல நிறங்களான புடவைகள் பல தனக்காகவும், பிறருக்குத் தாராளமாகக் கொடுக்குமளவிற்கும், வைத்திருக்கும் ஒரு வகுப்பினரின் பிரதிநிதியாகத் தோன்றியது.

சாதாரண நிலையில் உள்ள பெண்கள் தான் ஏதோ கம்பியில்லா ஊடகச் செய்தியைப் பெற்று புடவையின் நிறத்தைத் தேர்வு செய்வர். ஆனால் இத்தகு மாதுக்கள் குளித்து முடித்து, துணிமணிகள் அடுக்கடுக்காய் வைக்கப்பட்ட அலமாரி முன் வந்து நின்றாலும், எந்த ஒரு கம்பியில்லாத ஊடகச் செய்தி இல்லாமலும், எந்த நிறப்புடவையை அணிய வேண்டுமென எளிதாகத் தேர்வு செய்துவிடுவர்.

ஜவுளிக்கடைக்குப் புடவை வாங்கச் செல்லும் போது கடைக்காரர் அவர்கள் முன் வித விதமான, வகை வகையான, பலநிறங்கள், பல தரப்பட்ட புடவைகளை குவித்து வைத்துத் தேர்வு செய்ய உதவி செய்வது போல இருக்கும்.

அதிகளவில் அலங்காரம் செய்து கொண்ட அந்த மாது ஒரு தீச்சுவாலை போன்ற சிவப்பு வண்ணத்தில் சேலை உடுத்தியிருந்தாள். சாலையின் மறுபக்கம் ஐம்பது அடியாவது தள்ளி நின்ற நான் அதனால் அதிக வெப்பத்தை உணர்ந்தேன். இவ்வாறு வெப்ப உணர்வை நான் பெறுவதற்கு அவள்தான் காரணம் என்று சற்றும் உணராத நிலையில்தான் அந்த மாது இருந்தாள். அம்மாதுவின் பணியாள் மதுக்கடைக்குள் சென்று ஒரு பெட்டி நிறைய விஸ்கி, பீர் போன்ற குப்பிகள் வாங்கிக் கடைப்பணியாள் மூலம் கொண்டு வந்து கார் டிக்கியில் வைத்தான்.

ஏற்கனவே ஹேமந்த் என்னிடம் ஒரு மந்தமான மனநிலையை உண்டாக்கியிருந்தான். என்னுடைய கோப தாபங்களைமறைக்குமுகமாக "அந்த பீர் குப்பிகளைக்கவனித்தாயா? அம்மாதுவின் தீப்பிழம்பை ஒத்த நிறப் புடவையால் ஏற்பட்ட வெப்பத்தை அவள் கணவன் தணித்துக் கொள்வதற்காகவே வாங்கப்பட்டுள்ளன" என்று அவனிடம் கூறினேன்.

தர்மசங்கடமான நேரங்களில் ஹேமந்த் ஏளனப் பேச்சால் என்னை வென்று விடுவான். ஒரு சில சந்தர்ப்பங்களில் மட்டும் நான் அவனை வெல்வேன்.

ஒருநாள் காலை வேளையில் பெரும்பாலான பெண்கள் சாம்பல் நிற உடை அணிந்து காணப்பட்டனர். அவர்கள் உடுப்புகளின் நிறம் எனக்கு ஒரே மாதிரியாகத்தான் தெரிந்தது. என் எண்ணம் தவறானது என நிரூபிக்கும் பொருட்டு என்னை அறைக்கு வெளியே இழுத்து வந்தான்.

ஆம் நானே ஆச்சரியத்தில் மூழ்கினேன். எல்லாம் சாம்பல் நிறமல்ல; ஆனால் சாம்பல் நிறத்திலே மாறுபட்ட நிறபேதங்கள் என அறிந்தேன். ஒவ்வொன்றும் சிறிய அளவில் நிற வித்தியாசத்தைப் பெற்றிருந்தது. இறுதியாக, இது என் வினோத சிந்தையின் பலனே என அறிந்து, வண்ணங்களின் மீது தனிக் கவனம் செலுத்துவதை நிறுத்திக் கொண்டேன்.

ஆனால் சொல்வது எளிது, கடைப்பிடிப்பது கஷ்டம் அல்லவா? நிறங்களின் மேல் எனக்கேற்பட்ட தனிக்கவனத்தை விட்டொழிக்க முடியவில்லை. ஒருநாள் ஜோகியா சாம்பல் நிறச் சேலையும் கருப்பு நிறச் சட்டையும் அணிந்திருந்தாள். அவளுக்கு நிறங்களின் மேல் உள்ள ஈடுபாட்டைக் கண்டு அதிசயப்பட்டேன். என்ன கவர்ச்சியான நிறக்கலவை இது..! என வியந்தேன். அவை ஒத்துப்போகும் தன்மையே தனிரகமல்லவா! எனவும் வியந்தேன்.

பின்னர்தான் தெரிந்தது அந்த நாளில் ஏகப்பட்ட பெண்கள் இந்த நிறக் கோர்வையில்தான் உடையணிந்திருந்தனர் என்று. ஒரே ஒரு வேறுபாடுதான் எனக்குத் தென்பட்டது. அதாவது கருப்புநிறப் புடவையுடன் சாம்பல் நிறச் சட்டையோ, அல்லது சாம்பல் நிறப் புடவையுடன் கருப்பு நிறச் சட்டையோதான் தென்பட்டது. வெள்ளைநிற நூலிழைகளும் அத்துடன் காணப் பட்டன.

பருவகால மாற்றங்கள் ஏற்பட்டன. இலையுதிர்காலம் மறைந்து வசந்த காலம் வந்தது. அதாவது பம்பாய்வாசிகள் ஏற்றுக்கொள்ளுமாறு இலையுதிர் காலமும் வசந்தகாலமும் மாறிக் கொண்டன. எனக்கு ஒரு உண்மை மட்டும் புலப்பட்டது. வசந்தகாலம் எனக்கு ஒரு காலியிடத்தைக் கொண்டு வந்துள்ளது என எண்ணினேன். வசந்தம் மெல்ல மெல்ல அடியெடுத்து வைப்பது போலத்தான் எனக்குத் தோன்றியது. காதலுணர்வை சோக உணர்வாக்கும் சலிப்பு, மெல்ல மெல்ல பெருமூச்சு விடுவதையும் பின்னர் கண்ணீர் சிந்துவதையும் ஒத்திருந்தது.

ஆரம்பகால பச்சை வண்ணம் பின்னர் ஆழ்ந்த பச்சை நிறமாக மாறிப் புத்துணர்வைக் கொடுக்கும். மழையின் ஆரம்ப நிலைத் தண்ணீரைச் சுமந்தவாறு ஆறுகள் செல்லும். புதிய தென்றல் காற்றும் ஆற்று நீர் மேற்பரப்பில் ஒருவிதக் குளிர் நிலையை உண்டாக்கும். கடலோடு கலக்கும் ஆறு மரகதக் கற்களை உருட்டிக் கொண்டு சேர்த்ததாலோ என்னவோ கடலின் நிறம் வளமையான நீலமாகத் தோன்றும். கடலில் மீன்கள் துள்ளி விளையாடுவதும், அதனுடைய வெள்ளிநிறச் செதில்கள் வெளிப்படுத்தும் ஒளியும் கண்கொள்ளாக் காட்சியாக

இருக்கும். பின்னர் இந்த மீன்கள் மீன்பிடிப்போர் வலையில் சிக்கிக் கொள்ளும்.

மேகங்களும் மின்னல்களும் ஒன்றோடொன்று உரசிக் கொண்டன. மேகங்கள் கர்ஜிப்பதும் மின்னல்கள் தோன்றுவதும் பெரியதொரு மழைக்கால அறிகுறிகளாகும். இக்காலக் கட்டத்திற்குள் ஜோகியா பல நிறப் புடவைகளை மாறி மாறி அணிவாள் - நீலம், மஞ்சள், எலுமிச்சை நிறம், சாம்பல், அடர்த்தியான பச்சை, ஊதா போன்ற நிறங்களில் சிறுமியாக இருந்து பெண்ணாகவும் பின் தாயாகவும் மாறும் முயற்சியில் ஜோகியா அதிவேக வளர்ச்சியைக் காட்டினாள்.

எனக்கொரு நம்பிக்கை உண்டு. அதாவது ஜோகியா போன்ற வளமிக்க வலுவான பெண்கள் இரட்டைக் குழந்தைகளைத் தான் பிரசவிப்பர். சமயத்தில் ஒரே பிரசவத்தில் மூன்று குழந்தைகளையோ அல்லது நான்கு குழந்தைகளையோக் கூட பிரசவிப்பர்.

உதட்டுச் சாயம் பூசிக்கொள்ளும் உரிமையைக் கேட்க அந்தக் காலத்தில் ஜோகியா தன் வயதான அம்மாவின் காலைத் தொட்டு வணங்கியிருக்கிறாள். அழிவை நோக்கி நம் வாழ்வு போய்க் கொண்டிருக்கும் நேரத்தில் இளமை மலரவும் செய்தது. உதட்டுச் சாயம் பூசிக் கொள்ள ஜோகியா தன் அம்மாவிடம் சிரமப்பட்டு அனுமதி வாங்கியது உண்மைதான் என்றாலும் வித விதமான புடவைகளுக்கு ஏற்றால் போல பலவித நிறங்களில் உதட்டுச் சாயங்களை அவளால் எவ்வாறு பெற முடிந்தது? என நினைத்துப் பார்த்தேன்.

ஒருநாள் ஜோகிவியாவிற்கு மேக்ஸ் தயாரிப்பான உதட்டுச் சாயம் ஒன்றைப் பரிசாகக் கொடுத்தேன். மகிழ்ச்சியால் துள்ளிக் குதித்தாள். ஏதோ ஒரு மாபெரும் ரகசியக் குறியீடாகவும் நினைத்துக் கொண்டாள்.

தான் கிர்கௌம் செல்லும் ட்ராம் வண்டிப் பாதையில் நிற்கிறேன் என்பதை ஒரு நொடி மறந்து போயிருந்தாள். என்னைக் கட்டித் தழுவிக் கொண்டாள். பின் அவள் கண்கள் எத்தனையோ மைல்கள் எலும்புக் குழிக்குள் சென்று விட்டதைப் போலத் தோற்றமளித்தன. என்னைப் பார்க்கும்போது அவள் கண்கள் குளமாகியிருந்தன.

ஜோகியா ஒரு உணர்ச்சிகரமான பெண் என்பதை உணர்ந்தேன். எல்லோருக்கும் அவள் காட்டக்கூடிய நன்றியுணர்வை எனக்குக் காட்டத் தேவையில்லை. நான் பரிசாகக் கொடுத்த உதட்டுச்சாய நிறத்திற்கு ஏற்றாற்போல் ஒரு புடவை ஜோகியாவிடம் இல்லை என்பதை நான் அறிவேன். என்னிடம் அதை வாங்கிக் கொடுக்குமளவிற்குப் பணவசதி இல்லை. அந்த உதட்டுச்சாயம் வாங்கவே என் தடிமமான சகோதரனிடமும் அவன் மனைவியிடமும் பொய் சொல்லி வாங்கித்தான் சமாளித்தேன். கணவனின் இளைய சகோதரனுக்கு அண்ணன் மனைவியிடம் இருந்து பணம் பெற்றுக் கொள்ளும் முறை வழக்கமானதொன்றாகும். இதை அவர்களிடையே காணப்படும் ரகசிய அன்பின் நிலையாகவே எடுத்துக் கொண்டனர்.

மழைக்கால முடிவில் புதியதொரு முன்னேற்றம் ஏற்பட்டது. எல்லோரும் மறந்து போயிருந்த தன் மூதாதையர்கள் காலத்து மங்கிய மரகதக் கல் ஒன்றை ஜோகியா யாருக்கும் தெரியாமல் விற்று, நான் வாங்கிக் கொடுத்த உதட்டுச் சாயத்திற்கு ஏற்றாற்போல ஒத்த நிறமுடைய புடவை ஒன்றை வாங்கிக் கொண்டாள். ஹேமா எனக்கு மறைமுகமாக இதைச் சொல்லாவிட்டால் இது கூட எனக்குத் தெரிய வாய்ப்பில்லை.

பார்சி ஆலயத்தைத் தாண்டி கவனிப்பாரற்று தூர்ந்து போயிருந்த கிறிஸ்தவ மடத்தின் சுற்றுச் சுவரருகே இருவரும் சந்தித்துக் கொண்டோம். ஜோகியோ புதிதாக வாங்கியிருந்த புடவையை அணிந்து வந்திருந்தாள். அதன் ஆரஞ்சு நிறம் ஊதா நிறத்தினூடே ஊடுருவியிருந்தது. "நீ யாரைப் போல இப்பொழுது இருக்கிறாய் என்று உனக்குத் தெரியுமா?" என மெல்லச் சீண்டினேன். "யாரைப் போல இருக்கிறேன்? சொல்" என்றாள். "மழைக் காலத்தில் வரக்கூடிய மெதுவான ஒரு சிவப்பு நிற வண்ணத்துப் பூச்சிபோல" என்றேன். அதை "பீயர் பௌதி" என்றும் கூறுவர்," (அவள் பெயர்தான்) என முடித்தேன்.

குறும்பான சிரிப்பொன்றைச் சிதறவிட்டாள், ஜோகியா. "உன்னைப் பற்றி மற்றவர்கள் என்ன நினைக்கிறார்கள் என உனக்குத் தெரியுமா?" என வினவினாள். "நீ ஒரு பீயர்: வீரமிக்கவன் நான் பௌதி மணப்பெண்", என்றாள். முகம் வெட்கத்தால்

சிவந்தது. அந்தச் சிவப்பு நிறம் அவள் புடவையின் நிறத்தோடு கலந்தது. வெட்கம் மேலிட அந்த இடத்தை விட்டு ஓடினாள்.

மற்றொரு நாள், எல்லாப் பெண்களும் ஆரஞ்சு நிறப் புடவை உடுத்தியிருந்தனர். இந்த மகிழ்ச்சிக்கரமான ஊர்வலத்தைப் பற்றி ஹேமந்த் இடம் பகிர்ந்து கொள்ள விரும்பினேன். அவனோ மூன்று பெண்கள் முன் என்னை அவமானப்படுத்தி விட்டான். அதைப் பற்றி எந்தவித உணர்வையும் அவன் வெளிக்காட்டிக் கொள்ளவில்லை. சாலையோரத்தில் மக்கள் இருக்கிறார்கள் என்ற உணர்வு கூட அவனிடம் இல்லை.

இதற்கு ஒரு முற்றுப்புள்ளி வைக்க நான் எத்தனித்த நேரம் சுஹேசி வந்துவிட்டாள். அவள் உள்ளிருப்பதைத் தெளிவாக வெளியே காட்டக் கூடிய நைலன் புடவை அணிந்திருந்தாள். ஏறக்குறைய நிர்வாணத் தோற்றத்தோடு தான் காணப்பட்டாள். வெகு வேகமாகத் தன்னைக் கலைநிபுணன் முன் நிற்கும் "மாதிரிப்" பெண்ணாக்கிக் கொண்டிருந்தாள்.

ஒரு சிவப்பு நிற வண்ணத்துப் பூச்சியாக மாற ஜோகியா எவ்வளவு ஆர்வம் காட்டினாள் என்பதையும் என் இதயத்தின் ஆழத்திலிருந்து கூற முடியும். ஆனால் அதற்காக என்னால் ஒன்றும் செய்ய முடியவில்லை. என் பயிற்சியைச் சரியாக முடித்து ஒரு வேலையிலும் அமர வேண்டும். அல்லது மலபார் குன்று மற்றும் வார்டன் சாலையில் உள்ள கலைப் பித்தர்களுக்கு என் ஓவியங்களை நல்ல விலைக்கு விற்று விரைவில் பணக்காரனாக வேண்டும். ஆனால் இதற்கெல்லாம் நெடுநாட்கள் ஆகும். எனக்கும் ஜோகியாவிற்கும் போதுமான காலம் கைவசம் உள்ளது. ஆனால் ஜோகியாவின் அம்மா அப்படியல்ல. ஒரு பயங்கர நோயால் பீடிக்கப் பற்றிருந்தாள்.

என் தடித்த சகோதரனிடமும் அவன் மனைவியிடமும் என் காதல் பற்றி எடுத்துரைக்க ஏற்ற சந்தர்ப்பத்திற்காகக் காத்திருந்தேன். ஹேமா கைகொடுத்தாள். ஒரு நாள் வேகமாக வீட்டிற்குள் நுழைந்த ஹேமா என்னைப் பார்த்து, "அண்ணா! நீ ஏன் ஜோகியாவை மணம் புரிந்து கொள்ளக் கூடாது?" என வினவினாள். இதைக் கூர்ந்து கவனித்துக் கொண்டிருந்தனர், என் அண்ணனும், அண்ணியும். நான் தங்கையைப் பார்த்து "வாயை மூடு" என்றேன்.

கேட்போரும் வாயை மூடு என்று திருப்பிச் சொல்லா விட்டால் இந்தச் சொல் அர்த்தமற்றதாகி விடும். சில நாட்கள் கழித்துப் பெருத்த என் அண்ணனும் என் அண்ணியும் ஹேமாவிற்குப் பெரியதொரு அறை ஒன்றை கன்னத்தில் கொடுத்தனர். சில நாட்களுக்கு முன் தைரியமாகச் சொன்ன சொல்லுக்கு அன்று தான் அந்த அறை கிடைத்தது. ஓடிச் சென்று வாசற்படியில் தலையைக் கவிழ்ந்தபடி உட்கார்ந்து விட்டாள். அன்றைய தினம் எனக்குத் தீங்கு ஒன்று விளையும் என்பதை ஒருவாறு தெரிந்து கொண்டிருந்தேன். இந்த இரண்டு குடும்பத்தினரிடையே ஏதோ விரும்பத் தகாத செயல் ஒன்று நடந்திருக்க வேண்டும். ஆனால் அது என்னவென்று எனக்குத் தெரியவில்லை.

என்னுடைய கணிப்பு உண்மை என்றே தோன்றியது. ஜோகியாவின் அம்மாவும் பிர்ஜுவின் அம்மாவும் அந்தப் பஞ்சாபி மாதுவுடன் சேர்ந்து வந்து என் அண்ணியின் கழுத்தை நெரிக்காத குறையாகத் திட்டிவிட்டுச் சென்றதை அறிந்தேன். அந்தப் "பண்பு" இல்லா மகளிர்கள் பொதுவாகவே நல்லவர்கள்தான்.

அவர்களோடு தாராளமாகப் பேசலாம், பழகலாம், கொடுக்கல் வாங்கல் கூட வைத்துக் கொள்ளலாம். எந்தவிதப் பயமும் இல்லாமல் அவர்களைப் பற்றி அவர்களிடத்திலேயே குறை சொல்லலாம். தர்மசங்கடமான சூழலிலும் நன்கு தூங்கலாம். ஆனால், அவர்களுடன் திருமணப் பேச்சை மட்டும் பேச முடியாது. அப்படிப் பேசுபவர்களை ஒருவிதமாகத்தான் பார்ப்பார்கள்.

ஏனெனில், குஜராத்தி கலாச்சாரப்படித் திருமண விசயங்களில் நிறைய கோட்பாடுகள் இருந்தன. அவை அவர்கள் முன்னேற்றத்திற்கு எதிரானவை என்றும் சொல்லலாம். பெரும்பாலும் அவை உயிரை மாய்த்துக் கொள்ளும் அளவிற்கு - கிணற்றில் குதித்தோ, அல்லது விஷமருந்தியோ - ஒருவனை/ஒருத்தியைத் துரத்தும்.

ஜோகியாவின் அம்மாவால் மகள் கல்யாணத்திற்கு நல்ல வரதட்சிணை கொடுக்க முடியாத நிலை. அதனால்தான் பெண்கள் பூப்பெய்தி திருமண வாழ்விற்குத் தயாராகும் நேரத்தில் வெறுப்பு மனநிலையை ஏற்படுத்திக்கொண்டு "நம்மைச் சாவுக் குழிக்குள்

தள்ளும் பருவ நிலையைப் பக்குவமாக அடைந்துவிட்டாள்" எனத் திட்டுவார்கள்.

சுருங்கச் சொன்னால் இந்த வரதட்சிணை விவகாரத்தில் நான் நல்லதொரு முடிவை எடுக்க முனைந்தேன். கியான்பவனத்தில் வசிக்கும் என் அண்ணியும் ஏனைய பிற மாதுக்களும் தேவையற்ற பேச்சுக்களை அள்ளி வீசலாயினர். "ஜோகியாவின் அப்பா யார்? எங்கிருக்கிறார்?" போன்ற கேள்விகளை எழுப்பலாயினர். சிலர் ஒரு படி மேலே போய் அவர் இஸ்லாம் மதத்தைச் சார்ந்தவர் என்றனர். இன்னும் சிலர், பரோடாவில் பல ஆண்டுகளாக வசித்த ஒரு போர்த்துகீசியர் என்றும் கூறலாயினர். இவையெல்லாம் ஒரு கட்டுக்கதை தான், உண்மையல்ல என்றும் எண்ணினேன்.

உறுதியிட்டுச் சொல்லக்கூடிய உண்மை என்னவென்றால் மன்வதார் நகரில் வசித்த அந்தணர் திவானின் இரண்டாவது மனைவியே ஜோகியாவின் அம்மா என்பதுதான். அந்த அந்தணர் சமூகத்தில் இரண்டாவது மனைவியை அங்கீகரிக்கும் வழக்கம் கிடையாது. உண்மையில் ஜோகியா அந்த அந்தணர் திவானின் மகள்தான் என்றாலும், யாரும் நம்பாமல், அவள் அம்மாவை ஒரு காமக் கிழத்தி - பரத்தை என்றே சொல்லிக் கொண்டனர். அந்தத் திவானின் சொத்துக்களிலிருந்து ஒரு சிறு அளவுகூட ஜோகியாவின் அம்மாவிற்குக் கிடைக்காமல் பார்த்துக் கொண்டனர். கடைசியாக, வேறு வழியின்றி, பம்பாய் வந்து தன் வாழ்க்கையைத் தொடர்ந்தாள்.

ஜோகியாவிற்கு இந்த உண்மைகள் தெரிய வாய்ப்பில்லை. திவான் இறந்த மூன்று மாதங்கள் கழித்தே அவள் பிறந்தாள். ஜோகியாவிற்கு எதிராகப் பரப்பப்பட்ட செய்திகளை அழிக்கும் முனைப்பில் செயல்படத் தயாரானேன். தேவைப்பட்டால், அவளுடன் நடைபாதையில் கூடக் குடும்பம் நடத்தத் தயார் என்றும் நினைத்துக் கொண்டேன்.

ஜோகியாவின் அம்மாவைத் தரக்குறைவாகப் பேசிப் பேசி ஏனைய மாதுக்கள் அவளைச் சாவின் விளிம்பிற்கே தள்ளினர். அவருடைய தற்போதைய விருப்பமெல்லாம் தன் மகளை நல்லதொரு பையனின் கையில் பிடித்துக் கொடுக்க வேண்டுமென்பதே. என்னுடைய குடும்பத்தினரின் விரோத

மனப்போக்கால் அவரால் என்னோடு சரியான தொடர்பு வைத்துக் கொள்ள முடியவில்லை. உண்மையிலேயே, என்னைப் பார்த்தாலே அவருக்குக் கோபம்தான் வரும்.

தன் மகள் ஜோகியாவிடம் "அவனைத்தான் திருமணம் செய்து கொள்வேன்" என அடம்பிடித்தால், மண்ணெண்ணெய் ஊற்றித் தீயிட்டுக் கொள்வேன்" என்று மகளைப் பயமுறுத்தியிருந்தாள்.

இப்பொழுதெல்லாம் ஜோகியா கலைப் பள்ளிக்குச் செல்வதில்லை. மேலும் அவள் ஜன்னல் கதவுகள் சதா மூடியே கிடந்தன. சுவாசிக்கத் தேவையான தூய்மையான காற்றிற்காக அவள் ஏங்கியிருக்க வேண்டும்.

ஒருநாள் மாலை சற்றே கடினமானதாகத் தெரிந்தது. மாலை வேளை தொடங்கிய நிலையிலிருந்தே வௌவால் தன் அகன்ற சிறகை என் மேல் பரப்பியது போலவும், என் கழுத்து நரம்பு மூலம் என் சுவாசத்தை உறிஞ்சிக் கொள்வதைப் போலவும் உணர்ந்தேன். அதைச் சிரமப்பட்டு விரட்ட முயன்றபோது அதன் பற்கள் என் சதையில் ஆழமாகப் பதிவது போலவும் உணர்ந்தேன்.

இந்த மாதிரியான மாலை வேளைகள் பிரகாசமாகவோ அல்லது இருளாகவோ இருப்பதில்லை. அவைகளுக்குத் துன்பம் என்ற ஒரே நிறம் தான் தெரியும். இம்மாதிரியான சூழலுக்குப் பலியானவர்களுக்குத்தான் தெரியும், ஆறுதல் தேடித் தன் அம்மா அல்லது தன் காதலி மார்பில் புதைந்து கொள்ள வேண்டுமென்று. எனக்கோ என் அம்மா கிடையாது; இறந்து விட்டாள். காதலி ஜோகியாவோ, என்னுடையவள் அல்ல.

என்ன ஒரு மனச்சோர்வு! என்ன ஒரு விரக்தி. விரக்திக்குக் கூட ஒரு நிறம் இருக்கிறது - அழுக்கான சாம்பல் நிறம் அங்குமிங்கும் மெல்லிய வெளிப்பாடு வாய்க்குள் ஆயிரக்கணக்கான மணலைத் திணித்தது போல துர்நாற்றம் வீசித் தூக்கியெறிய வைக்கும். இவ்வாறே இருக்க நேரிட்டால் கடைசியில் மனிதன் எந்த ஒரு பொருளின் மீதும் ஈடுபாடற்ற நிலைக்குத் தள்ளப்படுவான். இக்கால கட்டத்தில், ஒரு நிறத்திற்கும் மற்றொரு நிறத்திற்கும்

இடையே உள்ள வேறுபாடு கூடத் தெரியாத நிலையைத் தான் அடைவான்.

காலையில் எழுந்தவுடன், வீட்டை விட்டே ஏன் இந்த நகரம், இந்த உலகை விட்டே ஓடி விட வேண்டும் என்ற நினைப்பே மேலிட்டது. ஜோகியாவுக்கு அவள் அம்மா ஒரு பாரமாக இல்லாவிட்டால் அவளும் என்னோடு வரச் சம்மதித்து விடுவாள். நிச்சயமாக அவளை அழைத்துக் கொண்டு செல்வேன்.

இப்பொழுது முனிவர்களும் புத்த துறவிகளும் என நினைவில் வருகின்றனர். அவர்கள் உலகை முற்றிலுமாகத் துறந்தவர்கள்; பிச்சை எடுத்து வயிற்றை நிரப்புபவர்கள். பின்னர் அமர்ந்து தியானத்தில ஈடுபட்டு "ஓம் மணி பத்மா" என - "தூய்மையற்ற மனதைத் தூய்மையாக்கிக் கொள்" - என உச்சரித்துக் கொண்டே இருப்பர்.

உண்மையிலேயே, நானும் இந்த உலகை வெறுத்து ஒதுங்க எண்ணினேன். இவ்வாறான எண்ணத்தை நடைமுறைப்படுத்த முயலும் நேரத்தில்தான் ஜோகியாவின் வீட்டுக் கதவு திறக்கப்படுவதைக் கண்டேன். கதவருகே ஜோகியா நிற்பதையும் பார்த்தேன். வெகு நாட்கள் தூங்காதவளைப் போலக் காணப் பட்டாள். கேசம் கலைந்து அவள்முகம், தோள் பட்டை, போன்ற பகுதிகளில் அங்குமிங்கும் படிந்திருந்தது. தலையை வாரும் பொருட்டுச் சீப்பை எடுத்துத் தலையில் நிறுத்திக் கொண்டாள். பின் அலமாரியை நோக்கி நடந்தாள்.

என்னுடைய கலைப்பள்ளிக்கு நடையைக் கட்டினேன். வழி நெடுக நான் பார்த்த பெண்கள் எல்லாம் காவி நிற உடை அணிந்திருப்பதைக் கண்டேன். காவி உடை அணிய இவர்களுக்கெல்லாம் அறிவுரை தந்தது யார்? வாழ்க்கையின் வெறுமையைப் புரிந்து கொண்டவர்கள் போல வருத்தத்துடன் காணப்பட்டனர் வாழ்க்கையை வெறுத்து ஒதுக்கும் நிலையில் இருப்பது போல எனக்குத் தோன்றியது. கையில் சப்ளாங் கட்டையுடன் பஜனைப் பாடல்களைப் பாடுவது போலத் தோன்றியது. புத்தபிக்குகள் போல ஒவ்வொரு வீடாகச் சென்றதையும் காணமுடிந்தது. ஒவ்வொரு வீடாக அவர்கள் சென்றாலும் இவ்வளவு பெரிய பம்பாய் நகரத்தில் ஒருவர் கூடக்

கதவைத் திறந்து அவர்களுக்குப் பிச்சையோ, கொடையோ கொடுக்க முன் வரவில்லை.

நான் பள்ளியை அடைந்ததும் ஹேமந்த் ஏற்கனவே வந்திருப்பதை அறிந்தேன். எப்பொழுதும் போலப் புன்னகைத்தான். என்னை முந்திக்கொண்டு, “இன்றைக்குப் பெண்கள் என்ன நிற உடையில் இருக்கின்றனர்?” என்று கேள்விக் கணையைத் தொடுத்தான்.

இந்த கேள்விக்குப் பதில் சொல்லும் மனநிலையில் நான் இல்லை. ஏதோ அவன் என்னைக் கிண்டலடிப்பது போலத் தோன்றியது. என்னையும் அறியாமல் என் பதில் வந்தது “அவர்கள் எல்லோரும் துறவிகளாகிவிட்டார்கள்; உலகைத் துறந்து மடத்துக் கன்னிகளாகிவிட்டனர்”.

ஹேமந்தையும் சுஹேசியையும், குல்மோர் மரத்தினடியி-லிருந்து இழுத்துக்கொண்டு மரங்களடர்ந்த இடத்தை நோக்கிச் சென்றேன். எங்களுக்கு முன்பகுதியில் இருந்த சாலையொன்றில் மக்கள் அசையாமல் நின்று கொண்டிருப்பதைக்கண்டேன். அவர்கள் எல்லாம் வாழ்க்கையைத் துறந்த நிலையை எட்டியிருந்தனர். காவி உடை தரித்து வெற்றிடத்தைப் பிரகாசமான கண்களால் உற்று நோக்குவதைப் பார்த்தேன். உலகில் எந்த ஒரு ஆணுக்கும் பெண்ணுக்கும் தாங்கள் பதில் சொல்லத் தேவையில்லை என்ற மனநிலையையும் எட்டியிருந்தனர்.

கையில் கமண்டலத்தோடு காவியுடை அணிந்து நின்று கொண்டிருந்த ஒரு பெண்ணைக் காட்டினேன். அவளைப் பார்த்தவுடன் ஹேமந்த் பெரிதானதொரு சிரிப்பை வெளிக் காட்டினான். சுஹேசியும் அவனுடன் சேர்ந்து சிரிக்கலானாள். அவள் அணிந்திருந்த ஜீன்ஸ் உடை அவளுடைய தொடை, இடையின் அமைப்பைக் காட்டியது. ஒவ்வொரு அங்குலமாக அவள் ஒரு கலைஞன் முன் நிற்கும் “மாதிரி உருவம்” என்பதை நிரூபித்துக் கொண்டிருந்தாள்.

சிரித்து முடித்த நிலையில் ஹேமந்த் என்னைப் பார்த்துச் சொன்னான்: “ஜுகல். உனக்கு என்ன பைத்தியமா பிடித்துள்ளது? எங்கே, அந்தக் காவி நிற உடையைக் காண்பி; ஓ எனக்கு ஒன்றும் அவ்வாறு தெரியவில்லையே? நீ காட்டிய அந்தப் பெண்

உண்மையில் ஒரு சாம்பல் நிறப் புடவையைத்தான் அணிந்திருக்கிறாள். நீ அவள் கையில் கமண்டலம் என்றாயே, அது உண்மைக்கும் அவளுடைய பணப்பை. அது ஒரு மிக அழகான பணப்பையும் கூட." சுஹேசி தலையசைத்து ஹேமந்த் சொல்வது உண்மை என்று ஆமோதித்தாள்.

நான் திகைத்துப் போய் நின்றேன். அந்த நேரத்தில் பேருந்து ஒன்று வந்து நின்றது. அதிலிருந்து ஒரு பெண் இறங்கினாள். "இவள் எந்த நிறத்தில் உடுத்தியிருப்பாள்?" என்னுள் சிந்தனையை ஓட விட்டேன். "அவள் ஒரு மடத்தின் கன்னியாஸ்திரி. அவள் காவியுடையை தரித்துள்ளாள்; என் கண்கள் என்னை ஏமாற்ற முடியாது. அதே போல் நான் ஒன்றும் குருடனல்ல".

என் கண்கள் என்னை ஏமாற்றவில்லை என்பதை உறுதி செய்ய சில நொடிகள் அங்கேயே நின்றேன். நான் நினைத்தது சரிதான் என்று உறுதி செய்தவுடன் பினனர் திரும்பி "ஹேமந்த்" என அழைத்தேன். ஆனால் கையோடு கைகள் கோர்த்துக் கொண்டு ஹேமந்தும் சுஹேசியும் பள்ளிக்குள் சென்றிருந்தனர்.

ஆனால் அவர்கள் விட்டுச் சென்ற சிரிப்போ எதிரொலித்துக் கொண்டிருந்தது. வறண்ட மணற் பரப்பின் ஒரு மூலையில், கைவிடப்பட்ட அனாதையாய் நான் நின்று கொண்டிருந்தேன். நல்ல வேளை என் மீது யாரும் கற்களை வீசவும் இல்லை, என்னை ஒரு மகான் என்று போற்றவுமில்லை.

என்னை நோக்கி ஒரு பெண் வருவதைக் கண்டேன். உலக முழுமைக்கும் உடைகளின் நிற வேறுபாட்டால் ஏற்பட்ட எண்ண ஓட்டங்கள் பற்றி என்னிடம் சந்தேகத்தை உண்டாக்கியவள்தான் அவள். ஒரு வித உறுதியான நிலைப் பாட்டுடன் ஹேமந்தையும் சுஹேசியையும் கூப்பிடும் முன்னர் அவள் என்னருகே வந்துவிட்டாள். "டியர்" என்று என்னை அழைப்பதையும் அறிந்தேன்.

திரும்பிப் பார்த்துத் திகைப்புற்றேன். வேறெந்த நிறமும் எனக்குத் தென்படவில்லை. அப்பெண் வேறு யாருமல்ல, ஜோகியாதான். காலையில் அவள் இருப்பிடத்தில் காவி நிறப் புடவையைத் தேர்வு செய்து கொண்டிருந்த அதே ஜோகியாதான். ஒருவித மயக்கத்தால் ஓரிரு அடிகள் எடுத்து வைக்க எத்தனித்தேன்.

ஏதோ ஒரு வித தவிப்பால் நின்றுவிட்டேன். "நாளை நான் பரோடா நகருக்குச் செல்கிறேன்", என்று ஜோகியா என்னிடம் சொன்னாள். "ஏன்? எதற்காகச் செல்கிறாய் ஜோகியா?" என வினவினேன். "என் அம்மாவின் ஊர் அது. அங்கு எனக்குத் திருமணம்; நாளை மறுநாள்", என்றாள். "உன்னைச் சந்திக்கத்தான் வந்தேன்", என்றாள். என்ன சொல்கிறேன் என்றே தெரியாமல், "அப்படியானால் என்னைப் பார்த்துக் கொண்டாயா?" என்றேன்.

அந்த நேரத்தில் பள்ளித் தாழ்வாரம் முழுமைக்கும் கூட்டமாய்ப் பையன்களும் பெண்களும் நிரம்பி இருந்தனர். அங்கு முதல்வர் சபரியும், ஏனையோர் சிலரும், இருப்பதைக் கண்டேன். அந்த நேரத்தில் ஜோகியா எனக்கு முத்தம் ஒன்றைத் தந்தாள். எதிர்பாராத விதமாகத் திடீரென்று அவள் முத்தமிட்டதால் மயக்கத்தில் நிலை தடுமாறினேன். அந்தச் சிறிய இடைவெளியில் சிறு பெண்ணாக இருந்தவள் நாற்பது வயது மாது போன்ற வளர்ச்சியைப் பெற்றுவிட்டாள். என்ன உணர்ச்சிப் பூர்வமான முத்தம் அது! எவ்வளவு தூய்மையானது! எவ்வளவு காம உணர்வை வெளிப்படுத்தியது!

எங்களைப் பலர் பார்த்துக் கொண்டிருந்தாலும் நாங்கள் அவர்களைப் பார்க்காத மனநிலையே. "அவர்கள் பார்த்து விட்டாலும் என்ன குறைந்து விட்டது", என ஜோகியா படரெனப் பதிலுரைத்தாள். "நான் இவ்வூரை விட்டுச் சென்ற பின் நீ அழுதால் உன்னைக் கண்டபடி அடித்து விடுவேன்", என்று அன்பு மேலிட கூறலானாள். இவ்வாறு சொன்னதை உறுதி செய்யும் விதமாக அடிப்பது போலத் தன் கையை உயர்த்திவேறு காட்டினாள். உடனே அவ்விடத்தை விட்டுப் போய்விட்டாள்.

மறுநாள் காலை க்யான் பவனம் முன்னரும், பண்ப்பு இல்லம் அருகிலும் விக்டோரியா காலத்து வாகனம் ஒன்று வந்து நின்றது. பெட்டிகள், சூட்கேஸ்கள் மற்றும் வீட்டுச் சாமான்கள் அந்த வாகனத்தில் ஏற்றப்பட்டன. பண்ப்பு(Banpu) இல்லத்தில் குடியிருந்த அனைவரும் பிரியா விடை கொடுத்து வழி அனுப்பக் காத்திருந்தனர். ஆனால் என்னைத் தவிர "கயான்" பவனத்தில் இருந்து யாரும் வரவில்லை. தடிமனான என் அண்ணனும், அண்ணியும் கூட வரவில்லை. மேலும் அவர்கள் ஹேமாவைக்

குளியல் அறையில் பூட்டி வைத்து விட்டனர். அங்கிருந்து அவள் அழும் குரல் தெருவில் கேட்டது.

பஞ்சாபி மாதுவும், பிஜோரின் அம்மாவும், உதவி செய்ய ஜோகியாவின் அம்மா வெளியே வந்தார். தடுமாறிய நடையைத்தான் ஜோகியாவின் அம்மாவிடம் காண முடிந்தது. கைத்தாங்கலாக ஜோகியாவின் அம்மாவை அந்த வாகனத்தில் அமர வைத்தனர். மூச்சு விடும் தைரியம் வந்தவுடன் கூட்டத் தினரைப் பார்த்து, கைகள் கூப்பி, "நான் போகும் நேரம் வந்து விட்டது. மகிழ்வோடு நீங்கள் இங்கு இருங்கள்", என்று வாழ்த்தி விடை பெற்றாள்.

பின்னர் ஜோகியாவைப் பார்த்தேன். அழகான மெல்லிய ரோசாப்பூ நிறத்தில் புடவை அணிந்திருந்தாள். நன்கு வாரப்பட்ட தலையில் அழகு ரோஜா ஒன்றைச் செருகியிருந்தாள். அவளும் வாகனத்தில் ஏறி அமர்ந்தாள். அப்பொழுது பார்சி ஆலய பூசாரி அந்த வாகனத்தைக் கடந்து சென்றார். நன்கு அறிமுகமாகியிருந்ததால் ஜோகியா அவரைப் பார்த்து, "ஷாகேப்ஜி" என வணக்கம் கூறினாள். அவரும் "ஷாகேப்ஜி" என்று பதில் வணக்கம் போட்டார்.

நானும் ஜோகியாவும் அருகருகே நின்றதைப் பார்த்துப் புன்னகைத்தவாறு சென்றார். கையைத் தூக்கி வாழ்த்தியும் பார்சி புனித நூல் ஜென்ட் அவெஸ்தாவிலிருந்து சில பகுதிகளை முணுமுணுத்தவாறும் அமைதியாகச் சென்றுவிட்டார். மீண்டும் தன் இருக்கையில் அமர்ந்து ஜோகியா புன்னகை ஒன்றை வெளியிட்டாள்.

நானும் புன்னகைத்துக் கொண்டேன்.

5. பூபுல்
(நல்வழிப்படுத்திய சிறுவன்)

மாலை நேரம் தொடக்கத்திலிருந்தே சீதாவின் நினைப்பில் ஏற்பட்ட ஒரு கிலுகிலுப்பான உணர்வுடன் தர்பாரிலால் வீட்டில் அமர்ந்திருந்தான். மாலை நேரச் செய்தித்தாளைக் கையில் வைத்திருந்தாலும் அவன் மனம் மட்டும் அந்த இனியவளைச் சுற்றியே அலை பாய்ந்து கொண்டிருந்தது. சரியாக ஆறுமணிக்கு அரோரா திரையரங்குச் சாலை முனைக்கு வந்துவிடுவதாக உறுதி கொடுத்திருந்தாள். பழுப்புசிவப்பு நிறப் புடவை அணிந்து வருவதாகவும் கூறியிருந்தாள்.

"மகேஸ்வரி உதயன்" என மறு பெயரிடப்பட்ட "கிங்ஸ் சர்க்கிள்" என்னுமிடத்தில் தர்பாரி வசித்தான். மின்னணுப் பொருட்கள் விற்பனை செய்யும் நிறுவனம் ஒன்றில் வேலை செய்து கொண்டிருந்தான். ஏதோ போதுமான அளவு சம்பாதித்துக் கொண்டிருந்தான். பணப் பற்றாக்குறை என்று சொல்லுமளவை எட்டாத நிலையில் தான் அவனுக்கு வருமானம் வந்து கொண்டிருந்தது.

அவன் அப்பா கிர்தாரிலால் மேத்தா தான் செய்து கொண்டிருந்த சரக்கு அனுப்பும் முகவையில், அதிர்ஷ்ட வசத்தால் ஒரேநாளில் இரண்டு லட்சத்திற்கு மேல் லாபம் ஈட்டினார். இந்தப் பணமே போதும் என்ற மனநிலையோடு செய்த தொழிலிலிருந்து ஓய்வெடுக்க முடிவு செய்தார். பஞ்சு பரிமாற்றம் செய்யும் நிறுவனத்தில் வேலை பார்த்த அவரின் நண்பர்கள் கூட ஏன் விலாங்கு மீன் போல் ஒதுங்கி விட்டாய் எனச் சபித்தனர்.

ஆனால் அதைப் பற்றியெல்லாம் மேத்தா சிறிதளவும் வருத்தப்படவில்லை. சுயதிருப்தியுடன் கூடிய புன்னகை ஒன்றையே பதிலாகத் தருவார். இவ்வாறான ஒரு சுய திருப்தி தன் பணப்பெட்டியில் இரண்டு லட்சத்திற்குக் குறையாமல் வைத்திருப்பவர்களுக்குத்தான் வரும்.

தாழ்வாரத்தில் உட்கார்ந்திருந்த தர்பாரியால் வீட்டு அறையினுள் இருந்த குடும்பத்தினரின் பேச்சுக்களைத் தெளிவாகக் கேட்க முடிந்தது. அவன் திருமணத்தைப் பற்றியவை தான் அந்த உரையாடல்கள். அவன் சகோதரி சத்வந்தியும் மைத்துனி குணவதியும் நல்ல கணவன் என்பவன் யார் என்பது பற்றிப் பேசிக் கொண்டிருக்க, அவன் சகோதரன் சர்தாரியோ லட்சிய மனைவியானவள் எப்படி இருக்க வேண்டும் என்று அவர் கருத்தைச் சொல்லிக் கொண்டிருந்தார். பெரிய சொற்போர் ஒன்று நடந்து கொண்டிருந்தது என்றும் சொல்லலாம்.

திடீரெனத் தர்பாரி எழுந்து அறையின் சன்னலில் முகத்தை நுழைத்துப் பம்பாயில் வசிக்கும் மேத்தா இனத்தைச் சார்ந்த கிர்தாரிலால் மகனாகிய தர்பாரில் ஆகிய எனக்குத் திருமணம் செய்து கொள்ள விருப்பமில்லை என்ற அறிவிப்பைப் பிரகடனப்படுத்தினான். உரத்த குரலில் வந்து விழுந்த இந்தப் பிரகடனம் அவர்களை அமைதிக்குள்ளாக்கியது.

மீண்டும் இருக்கையில் அமர்ந்து, மாலைச் செய்தித்தாளைப் புரட்டலானான். ஆனால் அவன் பார்வை மட்டும் அடிக்கடித் தெருமுனைக்குச் சென்று திரும்பியது. பழுப்பு சிவப்பு நிறப் புடவை அரோரா திரையரங்கருகே தென்படாதா? என்றே துழாவியது.

அறையினுள் மீண்டும் நையாண்டியும் சிரிப்பும் கேட்டன. அவன் அம்மாவின் சிரிப்பொலி மற்றவர்களின் சிரிப்பொலியை மீறிக் கேட்டது. இந்த ரகளையில் அம்மாவிற்கும் பங்கு உண்டு என்பதை இது காட்டியது. தர்பாரி அந்த வீட்டின் செல்லப் பிள்ளை. அவன் செயல்பாடுகள் திருமணத்திற்கு முன் பையன்கள் பெண்கள் போலவும், பெண்கள் பையன்கள் போலவும் செயல்படுவர் என்ற பழமொழி சரியானதுதான் என்று பறை சாற்றின. தலைமுடியைப் பேணுவதற்கான திரவத்தைத் தலையில் தேய்த்த விதம் தலைமுடியை வாரிக்கொள்ள எடுத்துக் கொண்ட சிரத்தை, மீசையைச் சரி செய்ய கையாண்ட முயற்சிகள். இவையனைத்தும் அந்தப் பழமொழிக்கு உயிரோட்டம் கொடுத்தன.

இவையாவையும் உற்றுக்கவனித்த வீட்டிலுள்ள பெண்கள் அவனுக்குத் திருமண ஆசை வந்து விட்டது என்றறிந்தனர்.

ஆனால் அங்கிருந்த ஆண்களோ ஏதோ ஒரு இன்னலுக்கு ஆளாகப் போகிறான் எனவும், அதற்கான அறிகுறிகள் தான் இவை எனவும் கருதினர்.

தர்பாரியின் வீட்டிற்கு எதிரே இருந்த டான் போஸ்கோ பள்ளியின்மணி அடிக்கத் தொடங்கியது. தங்கும் விடுதியிலிருந்த - நீலநிறத்தில் அரைக்கால் ட்ரவுசரும் வெள்ளை நிறத்தில் மேல் சட்டையும் அணிந்திருந்த - மாணவர்கள் வெளியே வரத் தொடங்கினர். வெளியே வரும் அவசரத்தில் ஒருவரோடு ஒருவர் மோதி, கீழே விழுந்து, எழுந்து வந்தனர். வழக்கமான மாலை நேர பிரார்த்தனைக்காக வளாகத்திலிருந்த சிறு தேவாலயம் சென்றனர்.

பள்ளி விளையாட்டு மைதானத்தில் நீண்ட அங்கி அணிந்த பாதிரியார் ஒருவர் - நீண்ட கயிறு அவர் முழங்கால் வரை இருந்தது - ஊதல் மூலம் ஊதியவாறு கால் பந்தாட்ட விளையாட்டை மேற்பார்வையிட்டுக் கொண்டிருந்தார். கிரீச்சிட்ட ஒலியை ஊதல் மூலம் எழுப்பி, விளையாட்டை முடிவுக்குக் கொண்டு வந்தார். இதுவரை சீதா வந்துவிட்டதற்கான அறிகுறி எதுவும் தென்படவில்லை.

திரையரங்கு வழியாக வந்த சில பசுக்கள் மெதுவாக அசை போட்டுக் கொண்டிருந்தன. வேகமாக வந்த கார் ஒன்று, உடனடியாகத் திரும்பி, அந்தக் கட்டி த்தின் பின் பக்கத்தில் நின்றது. தடித்த மாது ஒருவர் கண்ணில் தென்பட்டார். அவரைத் தொடர்ந்து சில அடிகள் இடைவெளிவிட்டு உடுப்பி உணவக உரிமையாளர் ராமசுவாமி தொடர்ந்து வந்தார். அது தாழ்வாரத்தில் அமர்ந்திருந்த தர்பாரிக்கோ சாலைக்கு வருமுன்னர் அவர்கள் ஒருவரோடு ஒருவர் உரசிக் கொண்டிருந்திருப்பர் என்ற மாயைத் தோற்றம் தந்தது.

சீதாவிற்குப் பதில் எதிர்த் திசையிலிருந்து மிஸ்ரி வருவதைக் கவனித்தான். எப்போதும் போலக் குழந்தை ஒன்றைக் கையில் ஏந்தியிருந்தாள். அந்தப் பையன்தான் பூபுல். அவன் ஆரோக்கியமான குழந்தை; குறுகுறுப்பானவன். பஞ்சு போன்று மென்மையானவன். ஒன்றிரண்டு பற்கள் முளைத்திருந்தன. அந்த இருவரும் அந்த இடத்திற்குப் பெருமை சேர்த்தனர். ஒருவாறு சிரித்துக் கொண்டேன்; என்னோடு, ஏனையோரும் சிரித்துக் கொண்டனர்.

கையை நீட்டியவாறே "பூபுல்" என்றழைத்தேன். தாயின் மடியில் குழந்தை ஏறிக்கொண்டது. "கொஞ்சம் பொறு" என்று கூறிவிட்டு வீட்டினுள் சென்றவன் குழந்தைக்காக பொரி எடுத்து வந்தான்.

தெருப் பிச்சைக்காரியான மிஸ்ரி, தன் மகன் பூபுலுக்கு பிச்சை எடுக்கும் கலையைக் கற்றுக் கொடுத்திருந்தாள். பாதையில் நடந்து செல்வோர் அருகே சென்று நின்று கொள்வாள். நன்கு ஒத்திகை பார்த்த நடிகர் போல, பூபுல் நடைபாதையில் செல்வோரின் சட்டை நுனியையோ, வேஷ்டியையோ மெதுவாக இழுத்து, கலகலவென்று சப்தம் எழுப்பி, அவர் இவனைப் பார்த்தவுடன் அருகிலுள்ள கடையிலுள்ள பொருள் ஒன்றை நோக்கிக் கையைக் காண்பிப்பான்.

மகிழ்வுடன் அவன் கைகாட்டிய பொருளை வாங்கிக் கொடுப்பர். அவன் போனபின், மிஸ்ரி அந்த கடைக்குச் சென்று அந்தப் பொருளை திரும்பக் கொடுத்துவிட்டு அதற்குரிய பணத்தை வாங்கிக் கொள்வாள்.

தர்பாரி பூபுலை அணைத்தவாறு எடுத்துக்கொண்டு தன் உள்ளங்கையை விரிக்க, அதிலுள்ள பொரியைக் கைநிறைய எடுத்துப் பூபுல் சாப்பிட அனுமதி கேட்கும் வகையில் அம்மாவை நோக்கிப் பார்வை ஒன்றை விட்டான். "நன்றியில்லாத பாதகனே!" என்று குழந்தையைப் பார்த்துச் சிரித்தான் தர்பாரி. நற்பண்பும் நன்னடத்தையும் மிஸ்ரியிடம் இல்லை. நடைபாதையில் வாழ்ந்த வாழ்க்கை அவளைக் கல் நெஞ்சுக்காரியாக்கியது.

"பாபுஜி எல்லா ஆண்களுமே அப்படித்தான்", என்று புன்னகையுடன் கூறிய மிஸ்ரி வழக்கமாக அவன் கொடுக்கும் நாலணாவுக்காகக் காத்திருந்தாள். எப்போதும் போல, பூபுல் அரைகுறை ஆடையுடன் இருந்தான். கருப்புநிறக் கயிறை இடுப்பைச் சுற்றிக் கட்டியிருந்தான். அதிலிருந்து தாயத்து ஒன்று தொங்கியது.

நிர்வாணமாகத் திரிவதில் மகிழ்வுற்ற பூபுல் தாய் மார்பில் தன்னை புதைத்துக்கொண்டான். அவனுக்கு அது ஒரு பாதுகாப்பான கோட்டை போல தெரிந்தது. மிஸ்ரியின் நிறம் கருப்பு. ஆனால் பூபுல் அழகிய நிறம் கொண்டவன். "இதன் ரகசியம் என்ன?"

என்று தர்பாரி ஒருபோதும் கேட்டதில்லை. ஒருவேளை இரவு நேரத்தில், அவள் பாதை ஓரம் தூங்கிக் கொண்டிருக்கும்போது முகம் தெரியாத, அறிமுகமில்லாத யாரோ ஒருவர் கொடுத்த கொடையாக இருக்கலாம் என எண்ணிக் கொண்டான்.

“மனிதர்களை அவன் வெறுத்தாலும் உன்னிடம் வர அவன் தயங்க மாட்டான் பாபுஜி என்று மிஸ்ரி சொன்னாள். ஆச்சர்யமடைந்த தர்பாரி “ஏன்” என்று கேட்டான். “எனக்குத் தெரியும்”, என்று மட்டும் பதிலுரைத்தாள். தொடர்ந்து, “பெண்கள் கூப்பிட்டால், தயங்காமல் அவர்களிடம் கூடச் செல்வான்” என்றும் கூறினாள்.

தர்பாரி சிரித்துக் கொண்டே சொன்னான்: “என்ன கொடுமையிது. பெண்கள் மீது இப்பொழுதே ஆர்வம் காட்டுகிறான். பருமவடைந்தவுடன் என்ன என்ன தவறுகள் செய்யப் போகிறானோ?” இதைக் கேட்டவுடன் மிஸ்ரியின் முகம் சிவந்துவிட்டது. “அவன் அப்பா இப்போது என்ன செய்கிறார்?” என்று கேட்டவன் சுதாரித்துக் கொண்டு, இந்த மாதிரியான கேள்வியை அவளிடம் கேட்டிருக்கக் கூடாது என்றே வருந்தினான்.

“அவன் அப்பாவா? அவனுக்கு அப்பாவே கிடையாது” எனக் கூறினாள். தூரத்தில் பார்வையை ஓட விட்டபின் சொன்னாள்: “அவனை ஒரு தடவைதான் பார்த்திருக்கிறேன். அவனாகத்தான் இருக்க வேண்டும். என்னால் உறுதியாகச் சொல்ல முடியவில்லை” என்று முடித்தாள்.

பூபுல் கையில் ஒரு எட்டணாவைத் தர்பாரி திணித்தான். பூபுல் அந்த நாணயத்தை இறுகப்பிடித்து வாங்கிக் கொண்டு என்ன நினைத்தானோ தோள்பட்டையைக் குலுக்கி, அந்த நாணயத்தை விட்டெறிந்தான். சாக்கடை அடைப்புக்குள் போய் விழும் முன், மிஸ்ரி ஓடிப் போய் அந்த நாணயத்தை எடுத்துக் கொண்டாள். “என்ன ஒரு குறும்புக்கார பையன்” என்று கூறியவாறே பூபுலுக்கு முத்தமொன்றைக் கொடுத்தாள். “பாபுஜி என்னைக் கேட்டால், அவன்தான் என் “மனிதன்” என்பேன்; ஏனெனில், அவன் சம்பாதிக்க நான் சாப்பிடுகிறேன்” என்றும் கூறினாள்.

திடீரெனத் தன் பார்வை முன் அந்தப் பழுப்பு சிவப்பு நிறப்புடவை காற்றில் ஆடியது போலத் தோன்றியது. இருண்ட கருப்பு நிற மிஸ்ரியை ஒதுக்கித் தள்ளிவிட்டுச் சாலையை நோக்கி ஓடினான்.

கடற்கரை மணலில் சிவாஜி பூங்கா அருகில், பேல்பூரி விற்பவர்களுக்குச் சற்று தள்ளி தர்பாரியும் சீதாவும் சுவரில் சாய்ந்தவாறு அமர்ந்திருந்தனர்.

சீதாவுக்கு வயது பதினெட்டு. தந்தையை இழந்தவள். அவர்களுக்குச் சொந்தமான சிறிய வீட்டில் அம்மாவுடன் வசித்து வந்தாள். அதில் ஒரு பகுதியை வாடகைக்கும் விட்டிருந்தனர். சில நேரங்களில் வாடகையை உரிய நேரத்தில் கொடுப்பர். சில நேரங்களில் அவ்வாறு கொடுக்கமாட்டார்கள். வாடகையைக் கறாராக வசூலிக்கக் கூடிய மாப்பிள்ளை ஒருவனுக்குத் தன் மகளைத் திருமணம் செய்து கொடுக்க அவள் அம்மா ஆசைப்பட்டாள். "ஓநாயை வீட்டருகே வரவிடாமல் தடு" என்பது முதுமொழி அல்லவா! சீதாவிற்கு ஒவ்வொரு மாத இறுதியிலும் அம்மா படும் சிரமம் தெரியுமல்லவா?

தர்பாரியைப் பற்றித் தன் அம்மாவிடம் ஏற்கனவே கூறியிருக்கிறாள். ஆரம்பத்தில் அதைப் பெரிதாக அவள் அம்மா எடுத்துக் கொள்ளவில்லை. பின்னர் மேத்தா இனத்தைச் சேர்ந்தவன் எனத் தெரிந்ததும் தன் செயலுக்காக வருந்தினாள். ஏனெனில், பம்பாயில் கறாராக வாடகை வசூலிப்பதில் மேத்தா இனத்தவர்கள் வல்லவர்கள் என்று அவளுக்கு ஏற்கனவே தெரியும்.

சராசரி உயரத்தவள்தான் சீதா. ஆனால் பார்ப்போரைப் பரவசத்தால் "விசில்" அடிக்க வைக்கும் கவர்ச்சியுடையவள். கண்கள் சற்று உள்ளே குழிக்குள் போயிருக்கும். ஆனால் கண் இமைகள் குவிந்து பாதுகாத்துக் கொள்ளும். கண்கள் உள்ளே போயிருந்ததால், என்னால் அடுத்தவர் இதயத்தை யாரும் எதுவும் சொல்லாமல் ஊடுருவி என்ன இருக்கிறது என்று பார்க்க முடியும் என்ற நிலைப்பாடு உடையவள். யாரும் எதுவும் சொல்லாமல் எல்லாவற்றையும் அறிந்து வைத்திருப்பாள். நீண்ட கேசம் உள்ளவள். அவள் முன்னோர்கள் யாராவது வங்காளப் பெண்ணைத் திருமணம் செய்திருப்பாரோ எனத் தர்பாரி நினைத்துக் கொண்டாள்.

பின்னர் ஒருநாள் அவள் ஒரு வங்காளப் பெண்தான் என்பதை தெரிந்து கொண்டான். அவள் முழுப்பெயர் சீதா மஜும்தார் எனவும் அறிந்தான். தர்பாரியின் தோள் அளவுக்கு உயரமுடையவள். அது அவளுக்கு ஒருவித மகிழ்ச்சியைத் தந்தது. ஏனெனில் அன்றாட வாழ்க்கையில் எதிர்கொள்ளும் இன்னல், துன்பங்களிலிருந்து விடுபடும் விதமாகத் தன் நீண்ட கருத்த பிரகாசமான கூந்தலுடன் அவன் தோளில் வசதியாகச் சாய்ந்து கொள்ள அவளால் முடிந்தது.

அந்தச் சுவற்றின் அருகே அமர்ந்திருக்கையில் தர்பாரியின் கைகள் சீதாவின் இடுப்பைச் சுற்றின. அத்தோடு அவளைத் தன் அருகே உரசும்படி இழுத்துக்கொள்ளவும் முனைந்தான். வழக்கத்தில் உள்ள சில வரன்முறைகளுக்குக் கட்டுப்பட்டு எல்லை மீற விரும்பாத சீதா அவனைவிட்டுச் சற்று விலகியே நிற்க எண்ணினாள். பின் அவள் சட்டையின் உள்பகுதியிலிருந்து ஒரு சிறு தகர டப்பியை எடுத்தாள்.

“உனக்கு என்ன கொண்டு வந்திருக்கிறேன் பார்” என அவன் மூக்கருகே அந்தச் சிறு டப்பியை நீட்டியவாறு சொன்னாள். அவள் இடையிலிருந்து தன் கைகளை எடுத்தவாறு “என்ன அது?” எனத் தர்பாரி கேட்டான். “அப்படியொன்றும் பெரிதாக இல்லை” எனக் கூறிய சீதா டப்பியுடன் நீட்டிய கையைச் சுருக்கிக் கொண்டாள். உனக்கு அது என்னவென்று காட்டுகிறேன்”, என்று கூறியவள் அந்த டப்பியை அவன் மூக்கினருகே மீண்டும் கொண்டு சென்று “முகர்ந்து பார்” என்றும் சொன்னாள்.

தர்பாரி முகர்ந்தவுடன் தும்மல் போட ஆரம்பித்தான். காதல் விளையாட்டு சற்றே தடைப்பட்டது. தன் கைக்குட்டையை எடுத்து மூக்கைச் சற்று அழுத்தியே மூச்சுக் காற்றை வெளி யிட்டான். சற்றே குழம்பியவாறு சீதா அவனைப் பார்த்தாள். “ஏன் இம்மாதிரியான கிண்டல்?” எனத் தும்மியவாறே தர்பாரி கேட்டான். “இது ஒன்றும் கிண்டல் அல்ல. இது மூக்குப் பொடியாகும். ஒரு தோலா இருபது ரூபாய் மதிப்புள்ளது. நீ தும்மும் போது கூட அழகாயிருக்கிறாய்” என்றாள்.

அவளுக்கு ஏதோ பைத்தியம் பிடித்திருக்கிறது என எண்ணலாயினான். காதல் பார்வை ஒன்றை பரவவிட்டு, “என்னை முதன் முதல் பார்த்தது உன் ஞாபகத்தில் உள்ளதா?

எனக் கேட்டாள். சட்டென, எனக்கு ஞாபகமில்லை” என்றான். மீண்டும் தும்மல் வரத் தலையை ஆட்டினான். “எங்கேயோ பார்த்த ஞாபகம்” என்று மட்டும் சொன்னான்.

மகாத்மா காந்தி நீச்சல் குளத்தைக் காட்டியவாறு “அங்கேதான்” என்று ஞாபகப்படுத்தினாள். “நீ குளித்துக் கொண்டும் இடையிடையே தும்மிக் கொண்டும் இருந்தாய். என்னோடு மூன்று பெண்கள் வந்திருந்தனர். அலுவலகத்தில் அரைவிடுமுறை அளித்திருந்தனர். காலாற நடந்து வரலாம் என நாங்கள் இங்கு வந்தோம். அப்படியே இந்தப் பக்கமும் வர நேர்ந்தது” என விவரித்தாள்.

“இந்தப் பக்கமாக வரக் காரணம்”, ஒருவித ஆர்வத்துடன் கேட்டான். “இது அப்படித்தான்” எனச் சாதாரணமாகக் கூறினாள். வேலையிலிருந்து வெளியே வந்த எங்களைப் போன்ற பெண்கள் புதுமையாக ஏதாவது ஒன்றைச் செய்வோம். நான்கு சுவர்களுக்குள் எங்களைக் கட்டுப்படுத்திக் கொள்ள முடியாதல்லவா? குறிப்பிட்டு சொல்லும்படி சிறப்பாக ஏதும் நடக்காதா, எதிர் கொள்ளமாட்டோமா? என்ற எதிர்பார்ப்போடு வெளியே வருவோம். ஆனால் என்றும் எதுவும் நடக்கவில்லை. நாங்கள் செய்வதெல்லாம் கோகோ-கோலா வாங்கிக் குடித்துவிட்டு மீண்டும் வீடு திரும்பி விடுவோம்” என்று விரிவாகச் சொன்னாள்.

இவ்வாறு சொல்லியவாறு சீதா சிரித்தாள். தர்பாரியும் சிரிக்க ஆரம்பித்தான். “அன்று உன்னையே தான் கவனித்துக் கொண்டிருந்தோம்” என்று சொல்லி, சீதா மீண்டும் கூறத் தொடங்கினாள். “அன்று உன் செய்கை எங்களுக்குச் சிரிப்பைத்தான் கொடுத்தது. நீச்சல் குளத்திலிருந்து மேலே உள்ள குதிப்பதற்கான பலகைக்குப் போகும்போதும் வரும்போதும் தும்மிக் கொண்டும் சர்க்கஸில் உள்ள விளையாட்டு போலக் கால்களை உதைத்துக் கொண்டும் சென்றாய் அல்லவா?”

அன்று என் சேலை முந்தனையால் உன் மூக்கைத் துடைத்துவிட வேண்டும் போலத் தோன்றியது. செல்லமாக ஓர் அறையும் கன்னத்தில் கொடுக்க நினைத்தேன். சிறு குழந்தைகளைச் செல்லமாகத் தட்டித்தானே “போ, போய் நீச்சலடி. இன்று நல்ல நாளாக அமையட்டும் என்று தானே வாழ்த்தி அனுப்புவர்”.

தர்பாரி கேட்டான். "உன்னுடன் வந்த பெண்கள் யார்?" ஒரு பெண் குமுத், இன்னொரு பெண்ணின் பெயர் ஜூலி. ஜூலி இந்த விரிகுடாவைத் தாண்டி "மரிகுன்று" பகுதியில் வசிக்கிறாள். அந்த மூன்றாவது பெண்..... "திடீரெனப் பேச்சை நிறுத்திய சீதா, "இதை எல்லாம் ஏன் கேட்கிறாய்?" எனக் கேட்டாள். "சாதாரணமாகத்தான் கேட்டேன். சரி. சரி. அதையெல்லாம் மறந்துவிடு. அவர்கள் எல்லாம் உன் செருப்புக்குக் கூட ஈடாக மாட்டார்கள், என்றும் கூறினான். "அவர்களை நீ பார்த்தாயா?" எனக் கேட்டாள். "நான் பார்க்கவில்லை" என்றான்.

சீதாவின் முகம் அந்த நேரத்தில் உயிர் பெற்றது போன்று காணப்பட்டது. இருப்பினும் அவள் முகத்தின் நிறம் திடீரென மறைந்தது. தர்பாரி அடுத்து வந்த தும்மலை ஒருவாறு அடக்கிக் கொண்டு தூரமாகப் பார்வையைச் செலுத்தினான். இன்றைக்கு சூரியன் மறையாதா? என்ன?" என்று அவளைக் கேட்டான்.

கடல் அலைகள் உயர எழும்பத் தொடங்கின. கரையை நோக்கி ஆக்ரோஷமாக வரவும் ஆரம்பித்தன. பேல்பூரி சாப்பிட்டு விட்டுப் போட்ட ஏராளமான இலைகளையும், கரும்பின் சிறுசிறு துண்டுகளையும், குரங்குக் கொட்டைகளின் ஓடுகளையும், இளநீர் கூடுகளையும், அள்ளிக்கொண்டு வந்தன. அந்த அலைகள். வெகு தொலைவில் படகிலிருந்து இறக்கும்போது சிதறிய நிலக்கரியையும் அலைகள் அவ்வப்போது கரைக்குக் கொண்டு வந்தன. டீசல் படகுகளிலிருந்து வெளியேறும் எண்ணெய்த் திரவகங்கள் ஒதுக்கி வைக்கப்பட்ட பாவங்களைப் போல அலைகளால் கரைக்குத் தள்ளப்பட்டுக் கடற்கரை மணலை கருப்பாக்கிக் கொண்டிருந்தன.

சீதா முகத்தைத் திருப்பித் தர்பாரியைக் கவனித்தாள். அவள் மீது படும் அவன் பார்வை ஏதோ புதுவகையானது போலத் தெரிந்தது. சிறிது கோபக் கனலும் தென்பட்டது.

சிறிது சிறிதாகச் சூரியன் மறையத் தொடங்கியது. வட்ட வடிவினாலான பூமியின் பரப்பிற்குப் பின் மறைந்தது. எந்தத் தும்மல் அந்த இருவரிடையே இருந்த இடைவெளியை அதிகரித்ததோ, ஒரே தாவலில் தர்பாரியைச் சீதாவுக்கு வெகு அருகில் கொண்டு வந்தது. சீதாவிற்குப் பயம் ஏற்பட்டது. தர்பாரி பெருமூச்சு விடலானான். இருள் பரவத் தொடங்கியது. தெரு

விளக்குகள் சாலைகளில் ஒளியைச் சிதறவிட்டன. "தர்பாரி, என்ன முயற்சியில் ஈடுபட இருக்கிறாய்?" என அவள் கேட்ட கேள்வி சுவரில் பட்டு எதிரொலிக்கலாயிற்று.

"அப்படியானால், நீ என்னைக் காதலிக்கவில்லை என்று அர்த்தமா?" தர்பாரி தன் கையை விருட்டென எடுத்துக் கொண்டு முகத்தில் அடித்தாற்போல அவளைப் பார்த்து கேட்டான். "காதல் என்பது நீ நினைப்பது போல அல்ல", என்றாள். "எனக்குத் தெரியும். எனக்குத் தெரியும்" என்று சொல்லிக் கொண்டே எழுந்தான். ஆடையைச் சரி செய்து கொண்டு புறப்பட எத்தனித்தான். "எங்கே செல்கிறாய்?" என வேண்டாத குறையாகக் கேட்டாள். தான் இருந்த இடத்திலிருந்து எழுந்து, அவன் கால்களைப் பற்றி கொண்டாள்.

அவள் பிடியிலிருந்து தன் கால்களை விலக்கிக் கொண்டு, "பெட்டை நாயே! நீ என்ன நினைத்துக் கொண்டிருக்கிறாய்; என்னை உதாசீனப்படுத்தலாம் என நினைக்கிறாயா?" என்று பொரிந்து தள்ளினான். "உன்னை மட்டும் தான் நினைக்கிறேனே தவிர வேறொன்றுமில்லை" என்று கூறிய சீதா மெல்லத் தவழ்ந்து அவன் கால்களைப் பிடிக்க முயற்சித்தாள். "நான் உன்னுடையவள்தான்", என மெல்லச் சிணுங்கினாள். என் உடலின் ஒவ்வொரு இழையும் உன்னுடையதே. ஆனால் நான் ஒரு விதவையின் மகள், முதலில் என்னைத் திருமணம் செய்துகொள், பின் எல்லாம் தானே வரும்", என்று அழாத குறையாக அவனிடம் சொன்னாள்.

"அதைப் பற்றி அறவே மறந்துவிடு" எனக் கடூரக் குரலில் கூறினான். "என் சொற்கள் உனக்குப் போதுமானதாக இல்லையா? வேதம் சொல்லும் மந்திரங்கள் எவ்வளவு உண்மையானவை. இந்தச் சடங்குகளும், சம்பிரதாயங்களும் என்ன கொடுக்கும்? அவை நமக்குத் தேவையா? என்று அடுக்கடுக்காய் கேள்விகளைக் கேட்ட தர்பாரி, சீதாவை நம்பிக்கையுடன் நோக்கலானான். "ஆம். அவை தேவைதான்", என விம்மலுக்கிடையே கூறினாள். "நீயும் நானும் மட்டும் இந்த உலகில் இல்லை" என்றும் கூறினாள்.

என்ன செய்வதென்று அறிய முடியாத நிலையில்தான் தர்பாரி இருந்தான். "எனக்கு எதைப் பற்றியும் கவலையில்லை",

என்றும் கூறினான். காதலர் இருவருக்கிடையே ஏதேனும் ஒரு தடை இருந்தால், அது உண்மையான காதல் அல்ல. இருமனமும் இணைவது போல இரு உடல்களும் இணைய வேண்டும். நம் உடம்பில் கடவுள் வாழ்கிறார் என்றுதானே வேதங்கள் சொல்கின்றன" எனச் சொன்னான்.

"அவ்வாறு இருக்கலாம்", எனச் சீதா ஆமோதித்தாள். "ஆனால் எல்லாம் நீ நினைப்பது போல அல்ல" என்றாள். உடனே "மற்றவர்கள் என்ன நினைக்கிறார்கள் என்பது எனக்கு முக்கியமல்ல" எனத் தரையில் ஓங்கி மிதித்தவாறு பதிலுரைத்தான். பின்னர் அங்கிருந்து சென்று விட்டான்.

அவனைப் பின் தொடர்ந்த சீதா அவன் காலில் விழுந்து கதறினாள். அவன் கால்பகுதி முழுவதும் அவள் கேசம் படிந்திருந்தது. தலையை உயர்த்தி அவனைப் பார்த்து, "நான் என்ன உணர்ச்சியற்ற பனிக்கட்டியா அல்லது கல்லா?" எனக் கேட்டாள். "எனக்கும் உணர்ச்சி இருக்கிறது. உன்னோடு சேர்ந்து விட வேண்டும் என்றுதான் நானும் நினைக்கிறேன். ஆனால் ஒரு பெண்ணின் வேதனையைப் பற்றி உனக்குத் தெரியுமா? என்றும் வினவினாள். ஆனால் இனம் தெரியாத ஒரு பயத்தால் நடுங்கிக் கொண்டிருந்தாள்.

அவள் பிடியிலிருந்து கால்களை விலக்கிக் கொண்டு, "நீ ஒன்றும் எனக்குப் பாடம் சொல்லித் தரத் தேவையில்லை", என்று தர்பாரி சொன்னான். "ஒரு மனிதன் தனக்கு நேர்ந்த அவமதிப்பைத் தவிர எதை வேண்டுமானாலும் தாங்கிக் கொள்வான்", என்றும் பேசினான். "என்ன அவமானம்?" என உடனே அவள் கேட்டாள். பதில் எதுவும் சொல்லாமல் ஓங்கி ஒரு உதை விட்டான்: அவள் மணலில் விழுந்தாள். நீண்ட அடிச்சுவடுகளுடன் சாலையை நோக்கி நடையைக் கட்டினான்.

விக்கி விக்கி அழுது கொண்டு மணற்பரப்பில் கிடந்த அவள் சின்னப் பிரகாசமான பொருள் ஒன்று கிடப்பதைப் பார்த்தாள். அதை எடுத்தாள். அது அவள் அவனுக்காகக் கொண்டு வந்த வெள்ளியிலான பொடி டப்பி. ஆனால் அதில் தற்போது மணல் தான் இருந்தது.

தாழ்வாரத்தில் உட்கார்ந்தவாறே தனக்கு அறிமுகமான பழுப்பு சிவப்பு, பச்சை, சிவப்பு நிறங்கள் தெரிகின்றனவா எனத் தர்பாரி பார்வையைச் செலுத்தினான். அப்பொழுது அரோரா திரையரங்கருகில் அவனுக்குப் பரிட்சயமான ஆரஞ்சு நிறம் தென்பட்டது. உடனே தன் ஆடைகளைச் சரி செய்து கொண்டு தொப்பியை நேராக வைத்துக் கொண்டு வேகமாக வெளியேறினான்.

சீதாதான் தெருமுனையில் நின்று கொண்டிருந்தாள். தர்பாரி வருவதைப் பார்த்து விட்டு வேறு பக்கம் திரும்பிக் கொண்டாள். கண்கள் சற்று உள்ளேதான் அவளுக்குப் போய் இருந்தன. இமைகள் கண்ணீர்த் துளிகளைத் தாங்கியிருந்தன. "அம்மா! தாயே! எனக்கு என்ன கட்டளையிடுகிறீர்கள்! உங்கள் உத்தரவுக்காகக் காத்திருக்கிறேன்" என்றான் கிண்டலாக.

சீதா எந்த ஒரு பதிலும் தரவில்லை. தர்பாரி தன் பார்வையை அவள் மீது நிலை குத்த செய்தான். "அப்போ, என்னோடு பேச உனக்கு விருப்பமில்லை" என்றவன், புறப்படத் தயாரானான். "இங்கே பார்", என்றாள் சற்று தடுமாற்றத்துடன். "என்னை மன்னித்து விடு. அன்றைக்குப் பெரிய தப்பு செய்துவிட்டேன்", எனத் தொடர்ந்தாள்.

தர்பாரியோ ஒரு கடினப் பார்வையைத்தான் வெளிப்படுத்தினான். "அந்தத் தவறை திரும்பவும் செய்யமாட்டேன்" என்றும் கூறினாள். "அப்போ, நான் எங்குக் கூப்பிட்டாலும் வருவாயா? தயங்குவாயா?" எனக் கேட்டான். சீதா "ஆம்" என்பது போலத் தலையசைத்தாள். தலையை வேறுபக்கம் திருப்பி, கண்களிலிருந்த கண்ணீரைத் துடைத்துக் கொண்டாள்.

கடினமான தன் உள்ளங்கையில் சீதாவின் கைகளைப் பற்றிக் கொண்டான். அவளைத் தேற்றும் விதமாக, "பயப்படாதே, சீதா" என்று கூறியவன். "என்னை எப்போதும் தவறாகத்தான் எடைபோடுகிறாய்", என்றும் சொன்னான். "அப்படியொன்றுமில்லை" என்றாள் உடனடியாக.

மீண்டும் சிவாஜி பூங்கா சுவர் அருகே தர்பாரியும் சீதாவும் அமர்ந்தனர். பகற்பொழுது முடிவுக்கு வரும் நேரம். வானத்தில் மேகக் கூட்டங்கள் இல்லை. அதனால் அவை பிரதிபலிக்கும்

வெளிச்சம் பூமிக்கு இல்லை. இருள் இறங்கும் வேளையில் மகாத்மா காந்தி நீச்சல் குளத்தின் கைப்பிடிகள் மெல்ல மறையத் தொடங்கின. நாக்கை அடக்கி சீதா உட்கார்ந்திருந்தாள். தர்பாரியின் அதிகாரக் குரல் அவளுக்குத் தர்மசங்கடமான நிலையைக் கொடுத்தது.

"நீ என்ன ஊமையா?" எனக் கோபத்தோடு கேட்டான். "ஏன் பேசமாட்டேன் என்கிறாய்?" அதற்கு மகிழ்வில்லா சிரிப்பொன்றைப் பதிலாகத் தந்தாள். தர்பாரி கேலியாக அதைத் திருப்பிச் செய்து காட்டியவுடன் கலகலவென்று சிரித்தாள். அதனால் தூண்டப்பட்ட தர்பாரி "என்மீது உனக்கு நம்பிக்கையில்லையா? என்றும் கேட்டான். "அப்படியொன்றுமில்லை நீ என்னைத் திருமணம் செய்து கொண்ட பிறகும் என்னை அலட்சியத்தோடுதான் நடத்துவாய். என்னை ஒரு மலிவான பெண், என்று தானே நினைப்பாய்" என்று தொடர்ந்தாள்.

நீண்ட இரும்புக் கம்பிகளுடன் சிலர் அவர்களை நோக்கி வந்தனர். ஒருவித பயத்தோடு தர்பாரி அவர்களைப் பார்த்தான். வந்த அவர்கள் சற்றுத் தள்ளி மணலைத் தோண்ட ஆரம்பித்தவுடன் தான் அவனுக்கு பயம் குறைந்தது. சில நாட்களுக்கு முன், கடத்தல் பொருள்களை அங்குப் புதைத்து வைத்ததைத்தான் தேடி வந்திருக்கின்றனர். அலைகள் அடங்குமுன் எடுத்துக்கொண்டு போக வந்திருக்கின்றனர்.

தர்பாரியும் சீதாவும் எழுந்து சுவரின் மறுபக்கம் சென்று உட்கார்ந்து கொண்டனர். கண்களைச் சுழலவிட்ட அவர்கள், கிராமத்து வேலையாட்கள் பாத்திரங்களை கழுவிக் கொண்டிருப்பதைக் கண்டனர். அவர்களின் கேலிப்பேச்சும், நையாண்டியும் அவர்கள் பெரு மனமகிழ்வோடு இருப்பதை வெளிப்படுத்தின. அவர்களால் தமக்குத் தொந்தரவு இல்லை என் தர்பாரி நினைத்து அவர்களைப் பற்றிய கவலை ஏதுவும் இல்லாதிருந்தான். ஆனால் சீதாவோ ஒருவித பதட்டத்தில் இருந்தாள். தர்பாரி எழுந்து, "சரி, நாம் புறப்படுவோம்" எனக் கூறினான்.

"ஜுகு பகுதிக்குச் செல்வோம்" என்றான். ஜுகுவிற்கா? என்றாள் சீதா. "எழுந்திரு. கெண்டால் சாலையிலிருந்து

வாடகைக்கு வண்டியொன்றை அமர்த்திக் கொள்வோம்" எனக் கூறினான். ஆனால், அன்று மாலை பெரும்பாலான தங்கும் விடுதிகளில் அறைகள் காலியாக இல்லாத அளவில் நிரம்பி வழிந்தன. ஏறக்குறைய ஒன்றரை மணி நேரம் கடற்கரையில் செலவழித்த அவர்கள் கோட்டைப் பகுதியை நோக்கிச் சென்றனர். ஹாஜி அலி தர்காவைத் தாண்டி, "டார்டியோ" பகுதிக்குச் சென்று, பின் "ஓபரா அரங்கு" வழியாகப் போய், மஹாத்மா காந்தி சாலையை அடைந்தது, அந்த வாடகை வண்டி.

தங்கும் விடுதி ஒன்றின் படிக்கட்டுகளில் ஏறிச்சென்று, "எங்களுக்கு ஒரு அறை வேண்டும்" எனக் கேட்டான். அவனைக் கூர்ந்து நோக்கினார் மேலாளர்: சீதா, அவனுக்குப் பின்புறம் தரையைப் பார்த்தவாறு நின்றிருந்தாள். "எங்கிருந்து வருகிறாய்?" என மேலாளர் கேட்டார். சொல்லிக் கொடுத்தது போல், ஜாக்கிரதையாக, "அவுரங்காபாத்திலிருந்து" என்று பதிலளித்தான். ஒருவித சந்தேகக் கண்ணோடு, உண்மையிலேவா?" எனக் கேட்டார். "உன் பெட்டி, சாமான்கள் எங்கே எனத் திருப்பிக் கேட்டார். "என் சாமான்களா?" எந்த ஒரு சாமானையும் எடுத்துவரவில்லையே? எனப் பதற்றத்துடன் பதிலுரைத்தான். "மன்னிக்கவும். உனக்கு அறை ஒதுக்க முடியாது", எனக் கூறிவிட்டார் மேலாளர்.

தர்பாரிக்கு வாழ்வில் ஒரு விதப் பிடிப்பும் இல்லாமல் போய்விட்டது. தோல்வி அவன் இதயத்தை வாட்டியது. ஒருவித வெறுப்புணர்வுடன் அந்த வரவேற்பறையை விட்டு சீக்கிரமாக வெளியேறினான். வேறெங்கும் வெளியில் செல்ல ஒருவிதமான தயக்கம். வீட்டிற்குப் போனால் கடைசியாகப் பெற்ற, திருமணத்திற்குரிய மணப்பெண்கள் பற்றிய தகவல்களைத் தர ஆரம்பிப்பார்கள்.

சீக்கிரமாகத் திருமணம் செய்வதில் அவனுக்கு விருப்பமில்லை. சுதந்திரமாக இன்னும் சில நாட்கள் இருக்க நினைத்தான். அப்போதுதானே தன் இஷ்டப்படி விளையாடமுடியும் என்றும் யோசித்தான். கட்டாயத் தேவை என்ற நிலை வரும்போது திருமணம் செய்து கொள்ளலாம் என்ற முடிவையும் எடுத்தான்.

ஆனால் யாரைத் திருமணம் செய்வது? சீதா கண் முன் வந்து நின்றாள். அவள் நல்ல பெண்தான். அதில் எந்தவிதச் சந்தேகமும் இல்லை. பார்ப்பதற்கும் நன்றாகத்தான் இருக்கிறாள். கடினமான கோட்பாடுகளை இதயத்தில் கொண்டிருந்தாலும் அவளுக்கென்று தனியாக ஒரு நினைப்பில்லாதவள். அவளை மனைவியாக அடைவதென்பது ஒரு வித்தியாசமான யோசனையாகவும் இருக்கும். அவள் ஒரு சிறந்தவள்; அவளோடு கூடிப் பழகுவதே தனி இன்பம், என எண்ணினான்.

பின், பூபுலுடன் மிஸ்ரி வருவதைப் பார்த்தான். தர்பாரியைக் கண்டவுடன் பூபுலுக்கு ஏகப்பட்ட குஷி. அவனுள் புதிய வாழ்க்கை மிளிருவதைப் போல உணர்ந்து பந்து போல குதித்தான். அவனைத் தன் பிடியில் வைத்துக் கொள்ள மிஸ்ரி சிரமப்பட்டாள். தாய் மகனுக்கிடையேயான உறவு, தெய்வீகத் தன்மையுடையது. ஏழை வர்க்கத்தில் தந்தை என்பது ஒரு ஒப்புக்குத்தான் எனத் தர்பாரி நினைத்தான். அவ்வேளையில் அவன் மனதில் புதியதொரு சிந்தனை தோன்றியது.

"மிஸ்ரி, இன்றைக்கு உன் வருமானம் எவ்வளவு?" என்று மிஸ்ரியைக் கேட்டான். "பதினான்கு அணாக்கள் மட்டும்", என்று திருப்தியோடு கூறினாள். "இன்று என் ஆள் நாக்பரா பகுதிக்கு சென்றான்", என்றும் கூறினாள். ஆச்சரியப்பட்டவனாய், "எந்த ஆள்?" எனக் கேட்டான். "இதோ, இவன் தான் என் ஆள்", என பூபுலைக் காட்டிச் சிரித்தவாறு பதிலளித்தாள். "எனக்காகச் சம்பாதிக்கும் மனிதன் இவன்தான்".

இன்று அவன் சித்தி அவனை நாக்பரா பகுதிக்குக் கூட்டிச் சென்றாள். இதோ பார். இந்த பனியன் அவனுக்கு அவள் கொடுத்ததுதான். இந்த ராஸ்கல், அதைப் போட்டுக் கொள்ள மறுக்கிறான். அவன் தூக்க முடியாத அளவுக்கு அது எடை உள்ளது போலவும், போட்டால் அவன் தோள்பட்டை இறங்கிவிடும் என்றும் நினைப்பான் போலும் என்று அடுக்கிக் கொண்டே போனாள்.

தர்பாரி சிரித்துக் கொண்டே அவளிடம் சொன்னான்: "ஒருவகையில் பூபுல் நல்ல பையனாகவே தோன்றுகிறான்". "ஆனால் நல்ல வயது எட்டும் போது இப்படி இருந்தால் என்ன

செய்வது?" என ஏளனமாகச் சிரித்தாள். "பூபுல் உன்னிடம் இருக்கும்போது ஒரு நாளில் எவ்வளவு சம்பாதிப்பாய்?" என அவளைக் கேட்டான். அவள் "மூன்று ரூபாய், சில வேளைகளில் நான்கு ரூபாய்" எனப் பதிலளித்தாள். பத்து ரூபாய் நோட்டை எடுத்து அவள் கண்முன் காட்டினான். மகிழ்ச்சியில் அவள் முகம் சிவந்தது. "எடுத்துக் கொள். உனக்குத்தான். யாரும் நம்மைப் பார்க்குமுன் எடுத்துக் கொள்" என அவசரப்படுத்தினான்.

சுற்றிலும் பார்த்துவிட்டு, தர்பாரியிடமிருந்து பத்து ரூபாய் நோட்டைப் பிடுங்கி, தன் சேலை மடிப்பில் வைத்துக் கொண்டாள். முகத்தில் சிவப்பு நிறம் மேலோங்க அங்கே நின்றாள். "மிஸ்ரி, நான் பூபுலை அதிகமாக விரும்புகிறேன் என்று உனக்குத் தெரியுமல்லவா? இன்று மாலை முழுவதும் என்னுடன் இருக்க அவனை அனுப்பி வைக்கலாமா?" எனக் கேட்டான்.

வருஷத்தில் மூன்று அல்லது நான்கு முறையாவது இவ்வாறான வேண்டுகோளைக் கேட்பவள்தான் மிஸ்ரி. ஆகவே இது ஒன்றும் அவளுக்குப் புதிதல்ல. வாயைப் பிளந்தவாறு தர்பாரியைப் பார்த்துக் கொண்டேயிருந்தாள். பூபுலை அணைத்து தர்பாரி எடுக்க, பூபுல் ஆனந்தமாய் அவன் மீது ஏறிக்கொண்டான்.

"அவனைக் கவனமாகப் பார்த்துக்கொள். உன் சட்டையை பாழடித்து விடுவான்" என எச்சரிக்கும் விதமாகப் பேசினாள். "அதைப் பற்றிய கவலை எனக்கில்லை. குழந்தை குழந்தைதானே. மிஸ்ரி, அவனை என்னுடன் விட்டுவிடு, அவனுக்குரியதை அவனுக்குக் கொடுக்கிறேன். ஊர் சுற்றிக் காண்பித்துவிட்டு போதார் கல்லூரி மைதானத்தில் விளையாட விடுகிறேன். பின், பத்துமணிக்கு உன்னிடம் திருப்பித் தருகிறேன்" என்ற உறுதி மொழிகளைக் கூறிவிட்டுச் சென்றான்.

ஒரு சிறு பையனை அணைத்தவாறே தன் மகன் தர்பாரி வீட்டினுள் நுழைவதைக் கண்ட தாய் துணுக்குற்றாள். "யாரோட குழந்தை இது?" அம்மா கேட்டாள். "மிஸ்ரியின் மகன், பூபுல் அம்மா; அழகுப் பையன். எனக்கு ரொம்பவும் பிடிக்கும்" என்று அடுக்கிக் கொண்டே சென்றான் தர்பாரி. "ஹே ராம்! இங்கு என்ன நடக்கிறது" என ஆச்சரியத்தோடு வினவினாள்.

"நண்பன் ஜக்மோகனைப் பார்த்து அவன் புத்தகங்களை அவனிடம் திருப்பி கொடுக்க வேண்டும். அத்தோடு பூபுலுக்கு ஒரு சுற்றுலா. ஒரு நிமிடம் அவனைப் பிடித்துக் கொள்ளுங்கள்" என்று கூறினான். சே! சே! என்று கூறியவாறு பின்னோக்கிச் சென்ற அவன் அம்மா, அதிகம் பேச விரும்பாதவளாய் "ஒரு பிச்சைக்காரி மகனை நான் தொட மாட்டேன்" என்றும் கூறி விட்டாள்.

பூபுலைத் தரையில் கிடத்திய தர்பாரி, சூட்கேஸ் ஒன்றை எடுத்து, சில புத்தகங்களை உள்ளே வைத்து முடினான். பின் பூபுலை தூக்கிக் கொண்டு வெளியே புறப்பட்டான். தாதர் பகுதியை அடைந்தவுடன் சட்டையும் இரண்டு அரைக்கால் ட்ரவுசரும் பூபுலுக்காக ஆயத்த ஆடைக் கடையிலிருந்து வாங்கினான். அங்கிருந்து சீதா வீட்டை நோக்கிச் சென்றான்.

"இவன் என் சகோதரியின் பையன்" என்று சீதா அம்மாவிடம் பூபுலை அறிமுகப்படுத்திவிட்டு, "என் சகோதரி வீட்டிற்குச் செல்கிறேன். சீதாவையும் என்னுடன் அழைத்துச் செல்ல விரும்புகிறேன்" எனத் தன் எண்ணத்தை வெளிப்படுத்தினான். சீதாவின் அம்மா எந்த மறுப்பும் சொல்லவில்லை.

வாடகை வண்டியில் ஏறிய அவன் சூட்கேசைப் பார்த்ததும் சீதாவின் முகம் சற்று இறுகலாகிவிட்டது. "சூட்கேஸில் என்ன இருக்கிறது?" என வினவினாள். தர்பாரி எந்த ஒரு பதிலும் சொல்லவில்லை. "உன் சகோதரி வீட்டிற்குத்தான் செல்கிறாயா?" எனச் சந்தேகத்துடன் கேட்டாள். "ஏதோ ஓரிடத்திற்குத்தான். ஏன் இந்தக் கேள்வி? நீ எனக்குக் கொடுத்த வாக்குறுதியை மறந்து விட்டாயா?" எனப் பதிலுக்குக் கேட்டான்.

ஹாஜி அலி தர்ஹா வழியாக அந்த வாடகைக் கார் சென்றது. கடலின் நிறம் பருவகாலத்திற்கு முந்தைய நிலையிலேயே இருந்தது - அதாவது, துயரத்தைத் தரக்கூடிய நிறம். ஒருவேளை மழை பெய்திருக்குமோ என்று எண்ணுமளவிற்கு நனைந்தும் காணப்பட்டது. அதே திசையிலான பயணம் தான்: பார்டியோ, ஓபரா அரங்கு, மஹாத்மா காந்தி சாலை, ப்ளோரா நீரூற்று, கடைசியாக அந்தத் தங்கும் விடுதி. ஆனால் இன்று அதே தெருவில் உள்ள வேறொரு விடுதி முன் வாடகைக் கார் நின்றது.

கீழே பார்த்தவாறு சீதா இறங்கினாள். "அவனை எடுத்துக் கொள்", பூபுல் இருக்கும் இடத்தைப் பார்த்துச் சொன்னான். பையனைத் தூக்கிக் கொள்வது ஒரு பெண்ணின் வேலை", என்றும் கூறினான். விடுதி மேலாளரைப் பார்த்து, "எங்களுக்கு ஒரு அறை வேண்டும்", என்றவன், "நாங்கள் வழியிடைப் பயணத்தில் இருக்கிறோம். பஞ்சாப் மெயிலை பதினொரு மணிக்குப் பிடித்தாக வேண்டும். நாங்கள் ஆக்ராவரை செல்ல இருக்கிறோம்", தொடர்ந்து கூறலானான்.

பதிவேட்டில் கையொப்பமிட்டுவிட்டுத் தங்களுக்கு ஒதுக்கப் பட்ட அறைக்குச் சென்றான். அங்குள்ள பணியாள் பூபுலுக்காக ஒரு கோப்பையில் பால், கொண்டு வந்தான். கொடுத்துவிட்டு அங்கேயே நின்று கொண்டிருந்தான். ஏதாவது வாங்கிச் வரச் சொல்லமாட்டார்களா? எனப் பல ஆண்டுகள் வேலையில்லாதவன் போலக் காத்திருந்தான். முகத்தில் அடித்தாற்போல, அவனைப் பார்த்து, "நீ போகலாம், நாங்கள் ஓய்வெடுக்க வேண்டும்", என்றான் சற்று கடுமையாகவே.

கதவை உட்பக்கமாக தர்பாரி தாழிட்டான். பின் படுக்கையில் உட்கார்ந்தான். பரபரப்பான அந்தப் பயணம் அவனைக் களைப்படையச் செய்திருந்தது, சீதா பூபுலுக்குக் கிண்ணத்திலிருந்து பாலைப் புகட்டும் முயற்சியில் இருந்தாள். முகத்தைச் சுளித்துக் கொண்டு, சீதா அவளைத் தயார் செய்து கொள்ளட்டும் எனக் காத்திருந்தான். விளையாட்டுத்தனமாக பூபுல் கிண்ணத்தை தட்டிவிட அதிலிருந்த பால் தரை முழுவதும் சிதறியது. "மூடனே" எனத் திட்டியவாறு அவன் முகத்திலிருந்த பாலை கைக்குட்டையால் துடைத்தெடுத்தாள். துடைப்பான் உதவியோடு தரையில் சிதறிய பாலையும் சுத்தம் செய்தாள். சீதாவின் கையைப் பிடித்தவாறு பூபுல் நின்று கொண்டான்.

சீதாவுக்கு உள்ளூரப் பயம் ஏற்பட்டது. இங்கு என்ன நடக்குமோ? என அஞ்சினாள். மனஉளச்சலுடன் தர்பாரி வீற்றிருந்தான். "இந்த விடுதி எனக்கு அவ்வளவாகப் பிடிக்க வில்லை" என்றான் மெதுவாக. "பரவாயில்லை", என்றாள் சீதா. ஏற்கனவே கெடுக்கப்பட்டு விட்டவள் போன்ற பிரமையோடுதான் இருந்தாள். "மற்ற விடுதிகளைப் போலத்தானே இதுவும் இருக்கும்" என்றாள். "ஏதோ ஒரு வித வாசனை வருகிறது"

என்று சொன்னவன் தன் மூக்கைத் தும்மல் வராமல் கசக்கிக் கொண்டான். பின், தன் நெற்றியையும் துடைத்துக் கொண்டான். "குழந்தையை தனியே விடு", எனக் கடுகடுப்பாய் கூறினான்.

சீதா பூபுலை உட்கார வைக்க முயற்சித்தாள். ஆனால் அவனோ ஒரு பிரபு போல் நின்றான். தர்பாரி, சிகரெட் சாம்பல் போடும் கிண்ணத்தை பூபுல் முன் தள்ளி விட்டான். விளையாடுவதற்காக பொம்மை என்று எண்ணி, பூபுல் அதைக் கையில் எடுத்து, கீழே அமர்ந்து, அதை ஆராயத் தொடங்கினான். சற்று முன்னே வந்து, தர்பாரி சீதாவின் கையை அப்பாவித்தனமாக இழுப்பது போல இழுத்தான். "கடவுளே!" எனக் கூறிய சீதா சற்று பூபுல் அருகில் சென்றாள்.

காமத்தால் கண் குருடாகிய தர்பாரிக்கு தன் முன் ஒரு அழகிய இளம் பெண் நிற்பது மட்டும் தெரிந்தது. அவளின் இளமை அப்போதுதான் மலர்ந்தது போலவும் தெரிந்தது. தன் கையால் அவள் இடுப்பைச் சுற்றி வளைத்தவுடன் ஏதோ மரத்தால் ஆன விரைத்த கை ஒன்று என்றும், தர்பாரியின் கை அல்ல என்றும், தன் சதையினுள் ஊடுருவி உள்ளது எனவும் சீதா உணர்ந்தாள். பூகம்பம் நிகழ்ந்தது போலவும், எதிர்ப்பைத் தெரிவிக்க இயலாத நிலையிலும் சீதா ஏதோ நின்றிருந்தாள்.

பூபுல் இருவரையும் சற்றுப் பயத்துடன் பார்க்கத் துவங்கினான். சீதா அழுக ஆரம்பித்தாள். ஒரு விரைப்பான தன்மையுடன் "இப்படித்தான் செய்வாய் என்று எப்போதோ தெரியும்" என்று சீதாவைப் பார்த்துச் சொன்னான். மேலும், "நீ என்னை விரும்பவில்லை" என்றும் கூறினான். சிகரெட் சாம்பலை தன் முகம் முழுவதும் பூசிக் கொண்டிருந்தான் பூபுல். தன்னைக் கவனிக்க வேண்டும் என விரும்பிய பூபுல் ஊளையிட ஆரம்பித்தான்.

முற்றிலுமான வெறுப்புணர்வுடன் பூபுலைப் பார்த்து, "வாயை மூடு" எனக் கத்தினான். ஆனால் பூபுல் அழுகையை நிறுத்திய பாடில்லை. அவன் சத்தத்தை நிரந்தரமாக நிறுத்த எண்ணிய தர்பாரி அவன் கழுத்தை நெரிக்கும் அளவுக்கு அவனை நோக்கிப் பாய்ந்தான். ஏனெனில் அவனுக்கும் சீதாவுக்கும்

இடையே நடக்க வேண்டிய கேளிக்கையைத் தடை செய்வதாக இருந்தது அந்த அழுகை.

பூபுலுக்கு ஒரு அறை விட்டான். குழந்தை ஒரு பக்கமாகப் போய் விழுந்தது. "நீ வெட்கப்பட வேண்டிய விஷயம்", என்ற குரல் கேட்டது. அது மிஸ்ரியின் குரலாக அவனுக்குத் தோன்றியது. அதிர்ச்சியில் அவன் திரும்பிப் பார்த்தான். மிஸ்ரி அங்கு இல்லை. உண்மையில் அது சீதாவினுடைய குரல்தான்.

அரைநிர்வாண நிலையில் இருந்த சீதா ஓடிப்போய் பூபுலைத் தூக்கினாள். சுத்தமான ஆடையில் இருந்த தர்பாரி தன் உடை அசுத்தமானதாகவும் அருவருக்கத்தக்கதாகவும் இருப்பதாக உணர்ந்தான். சேற்றிலிருந்து தலையை நிமிர்த்தது போலப் பூபுலைப் பார்த்தான். அரை நிர்வாணத்தில் இருக்கிறோம் என்ற எண்ணம் சிறிதும் இல்லாத சீதா அவனை அணைத்துக் கொண்டிருந்தாள். தர்பாரி எதையோ உணர்த்தியதாக உணரும் நிலையில், அவள் இல்லை. உலகிலே, தரக்குறைவான மனிதன் உண்டென்றால் அது தர்பாரிதான். எந்தச் செயலையும் செய்து முடிக்காமல் விடமாட்டான் என்ற உணர்வுடன் வெறுமை நிலையை அடைந்தாள்.

"சீதா" என அழைத்தான், தர்பாரி. சீதா அமைதியானாள். அழக் கூட முடியாத நிலையில்தான் இருந்தாள். சேலை முந்தானையை எடுத்துத் தன் உடம்பைப் போர்த்திக் கொண்டாள். "சீதா, தயவு செய்து என்னை மன்னித்துவிடு. என்னை மன்னிக்க மாட்டாயா?" எனத் திடீரெனக் கதறினான். "உன்னை முதலில் திருமணம் செய்து கொள்கிறேன். பின்னர் இதையெல்லாம் பார்த்துக் கொள்வோம்", என்றும் அவளிடம் சாந்தமாகச் சொன்னான். பின் தன் கையால் அவளைச் சுற்றி வளைத்தான். தர்பாரியின் கண்களை உற்றுநோக்கிய சீதா அவன் கைகளில் சரணடைந்தாள். கண்களில் கண்ணீர் கொட்டியது. சிறுகுழந்தையைப் போல அழத் தொடங்கினாள்.

7. உங்கள் துயரங்களை என்னிடம் விட்டு விடுங்கள்

திருமண இரவன்று மதன் எதிர்பார்த்த மாதிரி எதுவும் நடக்கவில்லை. புகழ்ந்து பேசியவாறே அவனை நடுவிலிருந்த அறையில் தள்ளினாள் அவன் அண்ணி. மணப்பெண் இந்து ஏற்கனவே அந்த அறைக்கு வந்திருந்தாள். சிவப்பு நிறத்தில் சால்வை அணிந்து அந்த இருட்டிலும் பிரகாசமாகத் தோன்றினாள். அறைக்கு வெளியே, அண்ணியின் *சிரிப்பும்*, தரியாபாத் அத்தையின் *சிரிப்பும்*, ஏனைய பெண்களின் கும்மாளமும் இருளின் அமைதியைக் குலைத்தன. சுவைக்கச் சுவைக்க சாக்லெட் குறைவது போல அவர்களின் *சிரிப்பொலியும்* மெல்லக் குறையத் தொடங்கியது.

இன்று வயது முதிர்வில் உள்ள அனைத்துப் பெண்களும் தங்களின் இளமைக் காலத்தில் அனுபவித்த சுகம் தான் அது. காதல் பெருக்கால் அவர்களது கணவன்மார்கள் முதலிரவன்று சொன்னதும், செய்ததும் இன்று அவர்களுக்கு எதிரொலிக்கவில்லை. தற்போது இவ்விஷயத்தில் தங்களை நன்கு நிலை நிறுத்திக் கொண்ட அவர்கள் புதிதாக ஒரு சகோதரியை இப்புது உலகில் புகுத்திடும் முனைப்பில் இருந்தனர். இந்தப் பூமித்தாயின் மக்களாகிய அவர்களுக்கு ஆண்மகன் மழையைக் கொண்டு வரும் மேகம் போலவே தோன்றினான். மழை வராத பட்சத்தில் வேண்டுகோள்களை வைப்பர். பரிசுகள் தருவதாக உறுதியளிப்பர். மந்திரங்கள் செய்வர்.

பருவ வயதை அடைந்திருந்தாலும் என்ன நடக்கின்றது என மதனால் அறிந்து கொள்ள முடியவில்லை என்றே அவர்கள் நினைத்தனர். அவர்கள் இரவில் கால தாமதமாக வந்து அவனை எழுப்பியபோது அவனுக்கு ஒரு விதக் குழப்பம் ஏற்பட்டது. "எங்கே, எங்கே என்னை அழைத்துச் செல்கிறீர்கள்" என வினவினான். ஆனால் உண்மையில் இந்தச் சூழலுக்காகத்தான்

காத்திருந்தான். எதிர்பார்ப்போடு வீட்டின் மூன் இருந்த திறந்த வெளியில், அதாவது புதிதாக வந்த பக்கத்து வீட்டுக்காரர் கல்காஜி அவர்கள் வீட்டருகில் படுத்திருந்தான். மதனின் கட்டிலருகில் மற்றொரு பக்கத்து வீட்டுக்காரரான சப்தா அவர்களின் எருமையைக் கட்டியிருந்தனர். அந்த எருமையோ மதனருகே வந்து அவனை முகர்ந்து பார்ப்பதும், கர் புர் என்று உறுமுவதாகவும் இருந்தது. அவ்வப்போது தன் கைகளால் அதை விரட்டிக் கொண்டிருந்தான். இப்படியே இருந்ததால் அவனால் சரிவரத் தூங்க முடியவில்லை.

கடலின் அலைகளையும் பெண்களின் இரத்த ஓட்ட நிலையையும் வழி காட்டக் கூடிய நிலா சன்னலின் உள்ளே வந்து ஒளி வீசியது. மதன் அடுத்து என்ன செய்ய இருக்கிறான் என்பதைக் கண்காணிக்க உள்ளே வந்தது போலத் தோன்றியது. கதவடியிலிருந்து அறையினுள் அடி எடுத்து வைத்தான். உள் மனது ஏதோ கர்ஜிப்பது போல உணர்ந்தான். நிலவொளி விழும் பக்கம் கட்டிலை நகர்த்தி மணப்பெண்ணின் முகம் எப்படியிருக்கிறது எனப் பார்க்க விரும்பினான்.

சற்றே தயங்கிய பின் யோசிக்கத் தொடங்கினான். "இந்து ஓர் அயலாள் அல்ல. என் மனைவி தான். நான் தொட்டுப் பேசலாம். சிவப்பு சால்வையால் இந்து போர்த்தியிருந்ததால் அவளுடைய முகம் எங்கிருக்கும் என அனுமானிக்கத் தொடங்கினான். தொட்டுப் பார்த்து இருப்பிடத்தை அறிந்தான். தன்னைப் பார்க்க அவ்வளவு எளிதாக அவனை அனுமதிக்க மாட்டாள் என்று எண்ணினான். ஆனால் அவளோ உடனே அனுமதித்தாள். இந்த ஒரு தருணத்திற்காக அவள் பல ஆண்டுகளாகக் காத்திருந்தாள் என்பது போலத் தான் தெரிந்தது. கற்பனையில் வந்த ஒரு எருமை அவளை அவ்வப்போது தள்ளிக் கொண்டே தூங்கவிடாமல் செய்தது போலவும் தோன்றியது.

அவள் கண்களை மூடிக் கொண்டிருந்தாலும், அவளும் தூக்கமின்மையால் இருந்திருக்கிறாள் என அறிந்தான். அவள் முகத்தை உற்று நோக்கினான். அது முட்டை வடிவில் அமையாமல் வட்ட வடிவமாக இருந்தது. கன்னத்திற்கும் உதடுகளுக்குமிடையே உள்ள உள் வளைவு இரண்டு சிறு குன்றுகளுக்கு இடையே உள்ளது போலத் தோற்றமளிக்கக் கூடிய அளவு வட்டமாக இருந்தது. நெற்றி சற்று குறுகலாக இருந்தது. சுருண்ட கேசம் நல்லதொரு வளர்ச்சியைப் பெற்றிருந்தது.

சற்று நேரம்தான் அவள் முகத்தை அவனைப் பார்க்க அனுமதித்தது போல முகத்தை வேறு பக்கம் திருப்பிக் கொண்டாள். தன்னடக்கம் சில வரையறைகளைக் கொண்டதுதான். சங்கடப்பட்டுக் கொண்டிருக்கிற மணப்பெண்ணின் முகத்தைச் சற்றுப் பலவந்தமாகவே மேலே மறுபடியும் தூக்கினான். உணர்ச்சி மேலிட்டவனாய் "இந்து" என்று அன்போடு அழைத்தான்.

இந்துவை இலேசாகப் பயம் பற்றிக் கொண்டது. இந்தமாதிரி அயலான் ஒருவன் தன் பெயரைச் சொல்லி அழைப்பது அவளுக்கு இதுவே முதல் தடவை என எண்ணிக் கொண்டாள். இந்த அயலான்தான் தன் வாழ்க்கைத் துணை என விதிக்கப்பட்டதாக உணர்ந்தாள். முதன் முதலாக மேல் நோக்கிப் பார்த்த இந்து தன் கண்களை உடனே மூடிக் கொண்டாள். "ஆம், என்ன" என்று மட்டும் பதிலுரைத்தாள். தன் குரல் பூமிக்கு அடியில் எங்கிருந்தோ வருவது போல அவளுக்குத் தோன்றியது.

அவர்களுக்கு இடையேயான உரையாடல் மெதுவாகத் தான் ஆரம்பமாயிற்று. பின்னர் அது தொடர்ந்து எப்போதும் முடிவுக்கு வராதவாறுதான் சென்றது. இந்துவின் அப்பா, அம்மா, தம்பி, மதனின் சகோதரர்கள், சகோதரி, அப்பாவின் ரயில்வே அஞ்சலகப் பணி, அவரின் இயல்பு, குணநலன்கள், பிடித்த உணவு, உடை - இவையெல்லாம் பேச்சில் வந்து போயின. பேச்சை முடிவுக்குக் கொண்டு வந்து வேறு செயலில் ஈடுபட மதன் இடையில் எடுத்த முயற்சிக்கு இந்து மதிப்பளிக்கவில்லை.

முயற்சியில் பயன் பெறாத மதன், தன் அம்மாவைப் பற்றியும் காச நோயால் பாதிக்கப்பட்டு இறந்தது பற்றியும், அப்போது அவனுக்கு வயது ஏழு மட்டும்தான் என்றும் பேச்சைத் தொடர்ந்தான். அப்பா மாத்திரக் குப்பிகள், புட்டிகள் ஏந்தியவாறு அம்மாவைக் கவனித்ததையும் எடுத்துரைத்தான். "நாங்கள் மருத்துமனையின் படிக்கட்டில் காத்திருக்க, தம்பி பாஷி வீட்டில் காத்திருப்பான். மிகுந்த களைப்போடும், தூக்கமில்லாமலும், வேதனையோடும் காலத்தைக் கழித்திருக்கிறோம். திடீரென ஒருநாள் மார்ச் மாதம் 28ஆம் தேதி" என்று தொடர்ந்த மதன் அமைதியானான். ஏறக்குறைய அழுமளவிற்கு வந்துவிட்டான். ஒரு விதப் பயத்தோடு மதனைத் தன் மார்போடு அணைத்துக் கொண்டாள்.

இவ்வாறுதான், ஒரே நொடியில் இந்துவின் தன்னுணர்வற்ற பரிதாப உணர்வு மதனின் விருப்பத்தை நிறைவேற்றியது. இந்துவைப் பற்றி மேலும் பல தகவல்களை அறிந்து கொள்ள எண்ணினான். ஆனால் அவன் கைகளைப் பற்றிய அவள், பேசத் தொடங்கினாள். "எனக்கு எழுதவோ படிக்கவோ தெரியாது. எனக்குத் தெரிந்ததெல்லாம் என் பெற்றோர், சகோதரர்கள், அண்ணிமார்கள், மற்றும் நிறைய உறவினர்கள் மட்டும். இப்பொழுது நான் உங்களுக்குச் சொந்தமாகி விட்டேன். உங்களைப் பற்றிச் சில தகவல்களைத் தெரிந்து கொள்ள ஆசைப்படுகிறேன்".

மதனோ உணர்ச்சியால் தூண்டப்பட்டவனாய்க் காணப்பட்டான். பொறுமையிழந்தவன் போலவும், அதே நேரம் தாராள மனப்பான்மையுடையவன் போலவும், "உனக்கு என்ன வேண்டும்? நீ எதையெல்லாம் விரும்புகிறாயோ அதையெல்லாம் தருகிறேன்" என்று கூறினான். "வாக்குறுதி தருவீர்களா?" என இந்து கேட்டாள். தயக்கம் எதுவும் இன்றி, "ஆமாம். நான் அதற்கான வாக்குறுதியைத் தருகிறேன்" என்றான். அதே நேரத்தில் அவன் மனதில் சிறு சிறு சந்தேகங்கள் வரலாயின. சில நாட்களுக்கு முன் ஆரம்பித்த அவன் வியாபாரம் சற்றுச் சுமாராகவே சென்றது. அவன் சக்திக்கு மீறிய அளவு ஏதாவது இந்து கேட்டாள் என்ன செய்வது? என்று யோசிக்கலானான்.

தன் மிருதுவான கரங்களால் அவன் சொர சொரப்பான கைகளை எடுத்தவாறும், தன் கன்னத்தை அவன் கைகளில் புதைத்தவாறும் இந்து கேட்டாள் "உங்கள் துயரங்களை என்னிடம் விட்டு விடுங்கள்." இதைக் கேட்டு நிம்மதிப் பெருமூச்சு விட்ட மதன் ஏன் இவ்வாறு வேண்டுகிறாள் என்று ஆச்சர்யப் பட்டான். நிலவொளியில் மீண்டும் அவள் முகத்தைப் பார்க்க முயற்சித்தான். இருப்பினும் அவன் எண்ணங்களுக்கான பதில் அவனுக்குக் கிடைக்கவில்லை. ஒருவேளை அவள் அம்மாவோ நண்பர்களோ சொல்லிக் கொடுத்ததை ஞாபகத்தில் வைத்துச் சொல்கிறாளா? என்ற சந்தேகம் வரலாயிற்று. வெது வெதுப்பான அவள் கண்ணீர் அவன் புறங்கையில் படுவதை உணர்ந்தான். அவளைக் கட்டி அணைத்தவாறே சொன்னான் "கொடுக்கிறேன்". இந்த நடவடிக்கையெல்லாம் அவனுடைய ஆசையை அறவே அகற்றிவிட்டன.

வந்த விருந்தினர் ஒவ்வொருவராக திரும்பிச் செல்ல ஆரம்பித்தனர். அண்ணி, அவளுடைய இரு குழந்தைகளின் கைகளை இறுகப் பிடித்தவாறு படிக்கட்டில் கவனமாக இறங்கலானாள். ஏனெனில் மூன்றாம் முறையாக அவள் கருவுற்றிருந்தாள். பின் அவள் வீட்டிற்கு புறப்பட்டாள். தரியாபாத் அத்தையோ விலையுயர்ந்த தன் கழுத்து மாலையைக் காணவில்லை என்று அழுது ஓலமிட்டு மயங்கிப் போனாள். பின் அது கழிவறையில் இருந்ததைக் கண்டுபிடித்து ஆனந்தம் கொண்டாள். வரதட்சிணையில் அவளுக்கு கிடைக்க வேண்டிய ஒரு பகுதியாக மூன்று உடுப்புகளை (சல்வார், கம்மீஸ், துப்பட்டா) பெற்றுக் கொண்டாள். பெரியப்பாவும் "அமைதி காக்கும் நீதிபதி" பதவி தனக்கு கிடைத்துள்ளது என்பதைத் தந்தி வாயிலாக அறிந்ததும் புறப்பட்டு விட்டார். ஆர்வக் கோளாறால் மதனின் மணப்பெண்ணை முத்தமிட்டார் என்றே சொல்லலாம்.

வயதான அப்பா, இளைய சகோதரர்கள், சகோதரி மட்டுமே வீட்டிலிருந்தனர். சிறுமி துலாரி எப்பொழுதும் அண்ணியின் அரவணைப்பில் இருக்க விரும்பினாள். எந்த அளவுக்கு என்றால், பக்கத்து வீட்டுப் பெண் புதிய மணப்பெண்ணை பார்க்க விரும்பினால், துலாரியைத் தான் முதலில் பார்க்க வேண்டும். மெதுவாக இந்து புதிய இடத்தில் தன்னை இணைத்துக் கொண்டாள். இருப்பினும், அண்டை வீட்டுக்காரர்கள் மதன் வீட்டை கடந்து செல்ல நேரிடுகையில் சற்றே நின்று, வீட்டில் இந்து தென்படுகிறாளா என ஆர்வத்துடன் பார்த்தப் பின்பே சென்றனர். இந்துவோ அவர்களைப் பார்த்தவுடன் சேலை முந்தானையால் முகத்தை மூடிக் கொள்வாள். முந்தானையால் மூடிக் கொள்ளும் முன் ஒரு நொடி அவள் முகத்தைப் பார்த்தாலும் அது அவர்களுக்கு ஏகப்பட்ட சந்தோஷத்தைக் கொடுத்தது. இச்சந்தோஷம் முகத்தை மூடாமல் வெகுநேரம் அவளைப் பார்த்தால் கூட கிடைப்பதில்லை என்றே எண்ணினர்.

மதன் சுத்திகரிக்கப்படாத டர்பண்டைன் வியாபாரம் செய்தான். இந்த டர்பண்டைன் தயாரிப்பதற்கு மூல காரணமான சிடார், மற்றும் பைன் மரங்கள் அவன் திருமணமான சில நாட்களில் காட்டில் ஏற்பட்ட தீயால் எரிந்து சாம்பலாயின. மைசூர் மற்றும் அஸ்ஸாமிலிருந்து டர்பண்டைனை அதிக விலை

கொடுத்து வாங்க வேண்டிய நிலைக்குத் தள்ளப்பட்டான். மக்களோ, அதிக விலை கொடுத்து வாங்க முன் வரவில்லை. இதனால் வருமானம் குறையத் தொடங்கியது. அதனால் கடை மற்றும் அருகிலிருந்த அலுவலகம் ஆகியவற்றை முன்கூட்டியே பூட்டிவிட்டு வீடு வரலானான். வீட்டிற்கு வந்தவுடன் எல்லோரையும் படுக்கைக்குச் சீக்கிரமே செல்லுமாறு துரிதப்படுத்துவான். சாப்பாட்டு நேரத்தில் அப்பா, தங்கைக்கு அவனே பாத்திரங்களில் சாப்பாடு எடுத்துக் கொடுத்தும், அவர்கள் சாப்பிட்டு முடித்தவுடன் அந்தப் பாத்திரங்களை எடுத்துத் தண்ணீர்க் குழாயடியில் கழுவுவதற்காகவும் வைப்பான்.

இந்துவுக்காகவே இந்த வேலைகளை எல்லாம் செய்கிறான் என்றே வீட்டிலுள்ள அனைவரும் நினைக்கத் தொடங்கினர். வீட்டில் மதன் தான் மூத்தவன். குந்தன் அவனுக்கு இளையவன். இவர்கள் இருவருக்கும் இளையவன் பாஷி. அன்பை வெளிப்படுத்தும் விதமாகக் குந்தன் தன் அண்ணியோடு அமர்ந்து சாப்பிட விரும்பும்போதெல்லாம் அப்பா தூணிராம் அவனைத் திட்டுவார். "நீ போய்ச் சாப்பிடு. அவள் பின்னர் சாப்பிட்டுக் கொள்ளட்டும்" என்பார். பிறகு சமையலறையை நோட்டமிடுவார். மருமகளைப் பெயர் சொல்லி அழைக்காமல் "பகு" என்று செல்லமாகக் கூப்பிடலானார். அவள் சாப்பிட்டு முடித்த பின்னர் பாத்திரங்களைக் கழுவ முயற்சித்தால் தூணிராம் அவளைத் தடுத்து, "பகு, போய்ப் படுத்துக் கொள். காலையில் கழுவிக் கொள்ளலாம்" என்பார்.

இந்து "வேண்டாம் பாபுஜி. நான் சீக்கிரமாகவே செய்து விடுவேன்" என்பாள். சிறிது நடுங்கிய குரலில், "மதனின் அம்மா உயிரோடு இருந்தால் உன்னை இந்த வேலையெல்லாம் செய்ய விட மாட்டாள்" என்பார் தூணிராம்.

அண்ணியின் முன் சிறுவன் பாஷி சங்கடப்பட்டுக் கொண்டிருந்தான். ஏனெனில், சாக்ஸி அண்ணியும் தரியாபாத் திலிருந்து வந்த அப்பாவின் சகோதரியும் சேர்ந்து மணப்பெண்ணின் "மடியைப் பசுமையாக்கு" என்னும் சடங்கைச் செய்ததுதான். பாஷியை மணப்பெண்ணின் மடியில் உட்கார வைத்தனர். அதற்குப் பிறகு அச்சிறுவன், கணவரின் கடைசித் தம்பி மட்டுமல்லாது தனக்கு மகன் போலத்தான் என்ற உணர்வை அவளிடம் உண்டாக்கியது. அன்புடன் பாஷியை இந்து தூக்கும் போதெல்லாம்

அருகில் வர மறுப்பதோடு தூரத்தில் போய் நின்று கொள்வான். சந்தர்ப்பவசமாக அப்பா தூணிராம் ஏறக்குறைய அருகில் தான் இருப்பார். பாஷி செய்வதைப் பார்த்து அவனைத் திட்டுவார். "என்ன இது! உன் அண்ணியின் அன்பைப் புரிந்து கொள். பெரிய பையன் என்ற நினைப்பா உனக்கு?"

ஆனால் சிறுமி துலாரியை அவள் அண்ணியிடமிருந்து விரட்டி விடுவது என்பது ஒரு கடினமான காரியம். அந்த அளவுக்கு அவளோடு ஒட்டிக் கொண்டாள். அவளும் துலாரி என்னோடு தூங்கட்டும் என்று திரும்பத் திரும்பச் சொல்லுமளவிற்கு. அப்போதெல்லாம் தூணிராம் மனதில் ஏதோ அரக்கன் உள்ளே புகுந்தது போன்ற உணர்வுதான் ஏற்படும். ஒரு நாள் இரவில் இந்து இவ்வாறு சொன்னவுடன் துலாரிக்குப் பெரியதொரு அறை கொடுத்தார். அறையைத் தாங்க முடியாமல் துலாரி போய் வீட்டுச் சாக்கடை அருகில் விழுந்தாள். இந்து பாய்ந்து போய் அவளுக்கு உதவிட அவள் துப்பட்டா தலையிலிருந்து கீழே விழுந்தது. அவள் கேசம், நெற்றியிலுள்ள சிவப்பு வண்ண பவுடர், காதணிகள் இவையெல்லாம் வெளியே தெரிந்தன.

இந்து தன் துப்பட்டாவை இழுத்துப் போர்த்திக் கொண்டு, துலாரியைக் கையில் பிடித்தவாறு "பாபுஜி, என்ன செய்து விட்டீர்கள்" எனச் சங்கடத்துடன் கேட்டாள். தாயில்லா அக்குழந்தையைத் தன் மார்போடு அணைத்துக் கொண்டாள். துலாரிக்கு நல்லதொரு உணர்வு வரவேண்டும். அதாவது மெத்தை, தலையணையோடு சௌகரியமாகக் கட்டிலில் படுத்திருப்பதைப் போன்ற உணர்வையும், தனக்கு வலியை உண்டாக்கக் கூடிய கடினமான சட்டங்களையுடைய கட்டிலல்ல இது என்றதொரு உணர்வையும் உண்டாக்கினாள். அடிபட்ட இடத்தில் இதமாகத் தடவிக் கொடுத்தாள். வலியை விட மகிழ்வையும் இன்பத்தையும் அவை கொடுத்தன.

காலப்போக்கில் துலாரியின் கன்னத்தில் பெரிய ஆனால் அழகான பருக்கள் தோன்றலாயின. இதைப் பார்த்த இந்து, செல்லமாக துலாரியை முண்ணி என்று அழைத்தவாறு கூறினாள்: "முண்ணி, உன் மாமியார் சாகட்டும்! உன் கன்னத்தில் அத்தனை பருக்கள்!". முண்ணி நிமிர்ந்து பார்த்தவாறு பேச்சைத் திசை திருப்பும் விதமாக "உங்களுக்கும் தான் பருக்கள் இருக்கின்றன,

பாபி!" என்றாள். புன்னகைத்தவாறு இந்துவும் "ஆமாம் மூண்ணி" என்றாள்.

இதையெல்லாம் அருகில் நின்று பார்த்துக் கொண்டிருந்த மதனுக்குக் கோபம் தான் வந்தது. "அவள் ஒரு அம்மா இல்லாத குழந்தையாக இருக்கலாம். ஆனால் உனக்கொன்று சொல்லிக் கொள்வேன். அது சில வழிகளில் நல்லதே" எனச் சொன்னான். இந்து உடனே, "ஏன்? ஏன் அது நல்லது?" எனக் கேட்டாள். "அது நல்லதுதான். மூங்கில் இல்லையென்றால் புல்லாங்குழல் ஏது? மாமியார் இல்லையென்றால் சண்டைச் சச்சரவு இல்லைதானே?" என்றான் மதன்.

இந்துவுக்குக் கோபம் வந்துவிட்டது. "நீங்கள் போய்ப் படுக்கையில் தூங்குங்கள். இது என்ன நிலைப்பாடு? ஒருவன் உயிரோடிருந்தால் சில வேளைகளில் சண்டையிடுகிறோம். இல்லையா? சுடுகாட்டு அமைதியைவிடச் சண்டை சிறந்தது அல்லவா? இங்கிருந்து போய் விடுங்கள். சமையலறையில் உங்களுக்கென்ன வேலை?" என்று கொதித்துப் போய்ச் சொன்னாள்.

மதன் வெட்கத்துடனும் ஒருவித கலக்கத்துடனும் நின்று கொண்டிருந்தான். தூணிராம் பிற குழந்தைகளைப் படுக்க வைத்துக் கொண்டிருந்தார். மதன் அங்கேயேதான் நின்று கொண்டிருந்தான். சூழ்நிலை அவனுக்குப் பிடிவாதத்தையும், வெட்கமின்மையையும் கொடுத்தது. மீண்டும் இந்து கடிந்து கொண்டதால் அந்த இடத்தை விட்டு அகன்றான்.

படுக்கையறைக்குச் சென்றாலும் ஒருவிதப் பதற்றத்துடன் காணப்பட்டான். அப்பாவுக்குப் பயந்து கொண்டு மனைவி இந்துவை அழைக்கும் தைரியத்தை இழந்திருந்தான். அவன் பொறுமையும் எல்லையைத் தாண்டியது. இந்து துலாரியைத் தூங்க வைக்கத் தாலாட்டு பாடிய போது, "தூக்கத்தின் அரசியே வருக! மயக்க நிலையைக் கொண்டு வருக! வருக!" என்பதே அத்தாலாட்டு.

இந்தத் தாலாட்டு மூண்ணிக்குத் தான் தூக்கத்தைத் தந்தது. மதனின் தூக்கமோ விரட்டப்பட்டது. ஒரு வித வெறுப்புணர்வோடு போர்வையை இழுத்துப் போர்த்திக் கொண்டான். வெள்ளைத்

துணியால் போர்த்திய உடம்பு, மூச்சை அடக்கிய நிலை, அவனுக்குத் தான் செத்துக் கொண்டிருக்கிறோமோ என்ற உணர்வை ஏற்படுத்தி விட்டது. தான் இறந்தது போலவும் தன்னருகில் மனைவி இந்து சத்தமிட்டு அழுவது போலவும், வளையல்களை உடைத்தெறிவது போலவும், தரையில் புரண்டு அழுவது போலவும், அழுது கொண்டே சமையலறைக்கு ஓடிச் சென்று சாம்பலை எடுத்துத் தலையில் தூவிக் கொள்வது போலவும் அவனுக்குத் தோன்றியது.

பின் அழுது கொண்டே வீதிக்குச் சென்று அண்டை வீட்டுக் காரர்கள் கேட்கும் குரலில் "ஐயோ! மோசம் போனேனே!" என்று அவள் கதறுவது போலவும் தோன்றியது. அவள் துப்பட்டாவைப் பற்றிக் கவலைப் படவில்லை, கம்மீசைப் பற்றிக் கவலைப் படவில்லை, நெற்றியிலுள்ள சிவப்பு வண்ண புச்சையோ, தலையிலுள்ள அலங்காரத்தைப் பற்றியோ கவலைப்படவில்லை. அவளுடைய எண்ணங்கள், உணர்வுகள் அனைத்தும் திசை மாறிப் போயிருந்தன.

மதனின் கண்களிலிருந்து தாரை தாரையாகக் கண்ணீர் வந்தது. அந்த நேரம்தான் சமையலறையிலிருந்து இந்துவின் சிரிப்பொலி கேட்டது. வாழ்வின் யதார்த்த நிலைக்குத் திரும்பிய மதன் கண்ணீரைத் துடைத்துக் கொண்டு மெதுவாகச் சிரித்துக் கொண்டான். சற்றுத் தொலைவில் இந்து சிரித்துக் கொண்டிருந்தாள். அவள் சிரிப்பு சற்றே அடக்கப்பட்டது. மாமனாரின் மீதுள்ள மரியாதை நிமித்தம் சத்தமாகச் சிரிப்பதைத் தவிர்த்தாள். சத்தமாகச் சிரிப்பதென்பது ஒழுக்கக் கேடு என்றறிவாள்.

அமைதியின் மொத்த வடிவம், துப்பட்டா, அழுக்கப்பட்ட சிரிப்பு, திரையிடப்பட்ட முகம் இதுதான் இந்துவின் இன்றைய அடையாளம். இந்து தன்னருகில் இருப்பதைப் போன்ற உணர்வுடன் நிலறய விசயங்கள் பற்றிப் பேசுவான். இதுவரை இல்லாத அளவு அவளிடம் அன்பு பாராட்டினான். மீண்டும் யதார்த்த நிலைக்குத் திரும்பியவன் பக்கத்துக் கட்டில் காலியாக இருப்பதை அறிந்தான். மெதுவாக "இந்து" என்று அழைத்து விட்டு அமைதியானான். தூக்கம், மயக்கத்துடனான அசதி அவனை மெல்லத் தழுவியது. தலையை அசைத்துக் கொண்டான். திருமணத்தன்று பக்கத்து வீட்டு சப்தாஜியின் எருமை தன்

முகத்தை வருடியது போல உணர்ந்தான். அமைதி குலைந்த மனதோடு சமையலறையைப் பார்த்து விட்டு, தலையையும் சொறிந்து விட்டு, இரண்டு மூன்று முறை கொட்டாவி விட்டு விட்டு மீண்டும் படுத்துக் கொண்டான்.

படுத்தவன் சற்றுத் தூங்க ஆரம்பித்தான். இந்து படுக்கையறை வந்தாள். தன் படுக்கையைச் சரி செய்யும் முயற்சியில் வந்த அவள் வளையல் ஓசையால் மதன் விழித்தெழுந்து படுக்கையில் உட்கார்ந்தான். வேகமாக எழுந்தவன் தன் ஆசை மற்றும் உணர்வுகள் தூண்டப்படுவதை அறிந்தான். உடல் முழுவதும் உள்ளே ஒரு தீ எரிவதைப் போல உணர்ந்தான். உற்சாகத்துடன் அவளைப் பார்த்துக் கேட்டான். "ஒரு வழியாக படுக்கைக்கு வந்து விட்டாய் போலும்!". "ஆமாம். என்று தலையாட்டிச் சொன்னாள். "அந்த மட்டரகமான முண்ணி தூக்கத்தில் செத்து விட்டாளா?" என்று ஒருவிதக் கோபத்துடன் கேட்டான். உடனே இந்து, "அவள் ஏன் சாகவேண்டும்? பெற்றோருக்கு அவள் ஒரே பெண் பிள்ளைதானே?" என்றாள்.

"ஆமாம். உன் கணவனின் ஒரே சகோதரிதானே" என்று ஏளனமாகச் சொன்னான். கட்டளையிடும் கடுரமான குரலில் அடுத்ததாகச் சொன்னான்: "இந்தச் சின்னப் பிசாசை அளவுக்கு அதிகமாக ஊக்குவிக்காதே". "அதிலென்ன கெடுதல் இருக்கிறது?" எனத் திருப்பிக் கேட்டாள். "இந்த மாதிரிக் கெடுதல் தான்" என்றவன் கோபத்தைச் சற்று அதிகமாக வெளிப்படுத்தினான். "அவள் உன்னைத் தனிமையில் இருக்க விட மாட்டாள். அட்டை போல் ஒட்டிக் கொள்வாள். உன்னைத் தொந்தரவு செய்யாமல் விட மாட்டாள்" என்றும் பொரிந்து தள்ளினான்.

"ஆமாம்" என்று இழுத்தவாறே, இந்து மதனின் கயிற்றுப் படுக்கையின் ஒரு முனையில் அமர்ந்தாள். இருந்தாலும், உங்கள் சகோதரியை இவ்வாறெல்லாம் நீங்கள் தூற்றக் கூடாது. இன்றைக்கு அவள் ஒரு விருந்தாளிதான். இன்று இல்லாவிட்டால் நாளை வேறு வீடு சென்று விடுவாள். நாளை இல்லாவிட்டால் நாளை மறுநாள் என்றாவது ஒரு நாள் இந்த வீட்டை விட்டுச் செல்ல வேண்டியவள்தானே என்று கூறிப் பேச்சைத் தொடர விரும்பினாள். ஆனால் அவளால் முடியவில்லை. அவள் கண் முன் அவள் அம்மா, அப்பா, சகோதரன், சகோதரி, பெரியப்பா

ஆகியோர் வந்து போயினர். ஒரு காலத்தில் அவள் அவர்களின் செல்லப் பிள்ளையாக இருந்தவள்தானே. ஆனால் கண் இமைக்கும் நேரத்தில் பிரிக்கப்பட்டுத் தனித்துவம் பெற்று விட்டாளே இன்று.

ஏதோ பாம்புப் புற்று ஒன்றை வீட்டினுள் கண்டு கொண்டால், அதிலிருக்கும் பாம்பைப் பிடித்து வெளியேற்றும் வரை யாரும் ஓய்வு கொள்ளவோ, தூங்க முடியாத நிலை ஏற்படுவதைப் போலத் தூங்காமல் பகல், இரவு என்று பாராமல் திருமணத்தைப் பற்றி அவள் வீட்டில் பேச ஆரம்பித்தனர். பாம்பைப் பிடிக்க முடியாததால் பாம்பாட்டிகள் பலரும் ஏன் தன்வந்திரிகளும் (கடவுளின் வைத்தியர்) வரவழைக்கப்பட்டனர். அவ்வளவு காலமும் அவள் திருமணப் பேச்சே வீடெங்கும் கேட்டது.

இதற்கெல்லாம் முற்றுப்புள்ளி வைக்கும் பொருட்டு, திடீரென வரும் புயலைப் போல வடமேற்குத் திசையிலிருந்து, ஒரு திருமண ஊர்வலம் பல வண்ணங்களில் அலங்கரிக்கப்பட்டு வந்தது. ஊர்வல முடிவில் ஒரு வாகனத்தில் தங்கம், வெள்ளி நிறப் பூ தையலால் ஆடை அணிந்து மணப்பெண் வந்தாள். அவள் வீட்டில் ஷெனாய் கருவியின் இசைமட்டும்., மாற்றமில்லாப் பாம்பாட்டியின் மகுடி ஓசை போலக் கேட்டுக் கொண்டேயிருந்தது. ஒரு சிறு அதிர்வுடன் அந்த வாகனம் புறப்பட்டது.

மதனின் மனநிலை இன்றும் மாறிய பாடில்லை. "பெண்களாகிய நீங்கள் எல்லாம் தந்திர மிக்கவர்கள். நேற்றுதான் இந்த வீட்டிற்கு வந்தாய். அதற்குள் எல்லோரும் உன் மீது, எனக்குக் காட்டுவதை விட, அதிகம் பாசம் காட்டுகின்றனர்" என்றான் ஒருவித பொறாமை உணர்வுடன். "ஆமாம் உண்மைதான்" என இந்து ஒத்துக் கொண்டாள். "இதெல்லாம் ஒரு வித ஏமாற்று வேலை. அவர்கள் எல்லோரும் சூழ்ச்சிக்குள்ளானார்கள்" என்று இவனும் விடாது கூறினான். "அப்படியா?" என்று இந்துவின் கண்களில் நீர் வரத் தொடங்கியது. "என்னுடைய சூழ்ச்சியால்தான் அவர்கள் என் மீது அன்பு காட்டுகின்றனரா?" என்று கூறிவிட்டு அவள் படுக்கைக்குச் சென்று முகத்தைத் தலையணை மீது புதைத்துக் கொண்டு விம்மத் தொடங்கினாள்.

என்ன செய்வதென்று தெரியாத நிலையில் மதன் இருந்தான். ஆனால் இந்து படுக்கையை விட்டு எழுந்து அவனிடம் வந்து அவன் கைகளைப் பிடித்தவாறு நேரிடையாகவே கேட்டாள்: "நீங்கள் எப்பொழுதும் தரக் குறைவான முறையில்தான் பேசுகிறீர்கள்; ஏன் அப்படி.. உங்களிடம் இருக்கும் குறைதான் என்ன?" என்று அடுக்கடுக்காய்க் கேள்விகளை எழுப்பினாள். கணவனின் தோரணையை உணர்த்த முடிவு செய்த மதன், "போ, போய் படுத்துக் கொள். உன்னிடம் இருந்து நான் எதையும் எதிர்பார்க்கவில்லை. போய்த் தூங்கு" என்றான்.

என்னிடமிருந்து உங்களுக்கு ஒன்றும் தேவை இல்லாமலிருக்கலாம். ஆனால் என் முழு வாழ்க்கையையும் உங்களிடமிருந்துதான் நான் பெற நினைக்கிறேன்" எனப் பதிலுரைத்தாள். நீர்வீழ்ச்சியின் போக்கில் செல்லாமல், விழும் நீரை எதிர்த்துச் செல்ல முயலும் மீன் போலத் தன் கணவனைத் தொற்றிக் கொண்டாள். அவனைக் கெட்டியாகப் பிடித்துக் கொண்டும், செல்லமாகக் கிள்ளியும், அழுதும் சிரித்தும் இந்து கேட்டாள்: "மீண்டும் என்னை ஏமாற்றுக்காரி என்று சொல்வீர்களா?" "எல்லாப் பெண்களும் அப்படித்தானே இருக்கிறீர்கள்" என்று மீண்டும் கூறினான்.

"அப்படியா, கொஞ்சம் பொறுங்கள்" என்று கூறியவளின் வார்த்தைகள் அவனுக்குச் சரிவரக் கேட்கவில்லை. "என்ன சொன்னாய்?" என்று மதன் கேட்டான். அவன் கேட்கும்படிச் சற்று உரத்த குரலில் அதையே அவள் சொன்னவுடன் மதன் சிரிப்பை அடக்க முடியாமல் உரக்கச் சிரித்தான். அவன் கைகளுக்குள் வந்த இந்து சொன்னாள்: "ஆண்களாகிய உங்களுக்கு என்ன தெரியும். ஒரு பெண் ஒரு ஆண் மீது அன்பு பாராட்டும்போது அவனுடைய உறவினர்கள், அப்பா, சகோதர சகோதரிகள் மீதும் அன்பைப் பொழிவாள்" என்று கூறியவள், மேலும் தொடர்ந்து சொன்னாள்: "துலாரி முண்ணியின் திருமணத்தைக் கூட நானே முன்னின்று நடத்தி வைப்பேன்". உடனே அவன், "இதோடு நிறுத்திக் கொள். ஓரடி தான் வளர்ந்திருக்கிறாள்: "அதற்குள் அவள் திருமணத்தைப் பற்றி நினைக்க ஆரம்பித்து விட்டாயா?" என்றுரைத்தான்.

மதன் கண்களின் முன் தன் கைகளை வைத்துக் கொண்டு இந்து சொன்னாள் "நீங்கள் அவள் ஒரடி உயரம் தான் என்கிறீர்கள். சிறிது நேரம் கண்களை மூடுங்கள். பிறகு திறங்கள்" எனச் சொன்னாள். அவ்வாறே தன் கண்களை மூடிக் கொண்டான். "இப்பொழுது உங்கள் கண்களைத் திறங்கள். உங்களுக்கு தெரியும் இந்த சிறிய இடைவெளியில் நான் எவ்வளவு வளர்ந்திருக்கிறேன்" என்று தத்துவம் பேசினாள். கண்களைத் திறந்தான். தன் முன் நிற்பது இந்து அல்ல, வளர்ந்துவிட்ட துலாரி என நினைத்தான். பிறகு சிந்தனையில் மூழ்கினான்.

"இதுவரை நான்கு வித உடுப்புகளும் சில சமையல் பாத்திரங்களும் துலாரிக்காக ஒதுக்கி வைத்துள்ளேன்" என இந்து வெளிப்படுத்தினாள். மதன் பதிலொன்றும் சொல்லாமல் அமைதி காத்தான். ஆர்வத்துடன் அவனைக் குலுக்கியவாறு இந்து மேலும் சொன்னாள்: "நீங்கள் ஏன் கவலைப்பட வேண்டும்? உங்களுடைய வாக்குறுதியை மறந்து விட்டீர்களா? உங்களுடைய துயரங்களை நீங்கள் என்னிடம்தான் சொல்ல வேண்டும்". "ஆஹா!", என்ற மதன் கலவரமடைந்தான். அவனுடைய சுமையைப் பகிர்ந்து கொள்ள ஒரு ஆள் வந்ததை நினைத்து இதயம் இலேசாகி விட்டதாக உணர்ந்தான். இந்துவை இழுத்து அணைத்துக் கொண்டான். இந்தத் தடவை அவளது உடல் மட்டுமல்லாது அவளது ஆன்மாவையும் சேர்த்துத்தான்.

மதனுக்கு இந்துதான் அவன் ஆத்மா, எல்லாம். அவளுக்கென்று ஒரு உடலும் உண்டு. ஆனால் அந்த உடல் அவன் கண்ணுக்குத் தெரியவில்லை. இந்துவைச் சுற்றிக் கனவு இழைகளால் ஆன மெல்லிய திரை இருப்பதை உணர்ந்தான். அது சுவாசப் புகையால் வண்ணமிடப்பட்டுள்ளது. தங்க நிற இழைகளாலான சிரிப்பும் மிளிருகிறது.

மதனின் கைகளும், கண்களும் பாவச் செயலில் ஈடுபட்டன. துச்சாதனன் திரௌபதியின் கற்பு நிலைக்குப் பங்கம் ஏற்பட முயற்சித்தது போல இருந்தது அவன் செய்கை. திரௌபதிக்கு கஜக் கணக்கில் வானிலிருந்து தொடர்ந்து சேலை வந்து கொண்டிருந்தது. துச்சாதனன் களைப்படைந்தான். முயற்சியில் தோல்வியும் அடைந்தான். தரையில் வீழ்ந்து விட்டான். ஆனால் திரௌபதியோ அச்சமின்றி நின்று கொண்டிருந்தாள்.

தூய வெள்ளை நிறத்தில் சேலை கட்டியிருந்த, இந்து, பெண் தெய்வம் போலக் காட்சியளித்தாள். காம வசப்பட்ட மதனின் கைகள் வெட்கத்தால் ஏற்பட்ட வியர்வையால் நனைந்திருந்தன. இந்துவின் சுட்டெரிக்கும் கண் விழிகள் முன், "விரல்களை அகற்றி வைத்து வியர்வையால் நனைந்த கைகளை உலர்த்தும் விதமாகக் காண்பித்தான். விறு விறுத்த கைகளுக்கு இடையே இனிமையான, பளிங்கு போன்ற இந்துவின் உடலழகைக் கண்டு களித்தான். சாதாரணப் பயன்களுக்கு அந்த உடம்பு அருகிலும், காம உணர்வோடு கூடிய செயலுக்கு வெகு தொலைவில் இருப்பது போலவும் அது தோன்றியது.

சில நேரங்களில் மதன் அவளைச் சுற்றி வளைத்துக் கொள்ளும் பொழுது, "என்ன நினைத்துக் கொண்டிருக்கிறீர்கள்? சின்னஞ் சிறுசுகள் உள்ள வீடு. அவர்கள் என்ன நினைப்பார்கள்? என்ன சொல்வார்கள்?" எனக் கேட்பாள். "மதனோ சின்னஞ் சிறியவர்களுக்கு இது பற்றி ஒன்றும் தெரியாது. பெரியவர்களோ வேறுவித மனப்போக்குடையவர்கள்" என்பான்.

சில நாட்களில் தூணிராம் ஷஹரான்பூருக்கு மாற்றப்பட்டார். அங்கு தேர்வுநிலைத் தலைமை எழுத்தராக ரயில்வே அஞ்சலகப் பணியில் அமர்த்தப்பட்டார். பெரிய வீடு அவருக்காக அங்கு ஒதுக்கப்பட்டது. எட்டுக் குடும்பங்கள் உள்ளே வசிக்குமளவுக்கு மிகப் பெரிய வீடு அது. ஆனால் அங்கு அவர் மட்டும் தனிமையில் வசிக்கலானார். அவர் வாழ்நாளில் இதுவரை ஒரு போதும் குடும்பத்தை விட்டுப் பிரிந்து இருந்தது இல்லை. குடும்ப வாழ்வின் இனிமையைச் சுவைத்த அவருக்கு, வாழ்க்கையின் கடைசிக் காலக் கட்டத்தில் தனிமையில் வாழ நேரிட்டது பெரும் துயரமாகத் தோன்றியது. இதற்கு மாற்று வழி இல்லையே. படிக்கும் குழந்தைகளை இடையே பள்ளியிலிருந்து மாற்றிக் கொண்டு செல்வது நல்லதில்லை அல்லவா? அவர்கள், மதன் இந்துவுடன் டெல்லியில் இருக்க வேண்டிய கட்டாயச் சுழல். இதயத்தில் ஏதோ கோளாறுகள் ஏற்படுவதை உணர்ந்தார்.

அப்பாவின் பல கடிதங்களுக்குப் பிறகு கோடை விடுமுறை வந்தவுடன் இந்துவுடன் குந்தன், பாஷி, துலாரி ஆகியோரை ஷஹரான்பூருக்கு அனுப்பி வைத்தான் மதன். தூணிராமின் உலகம் கலகலப்பானது. இவர்கள் வருகைக்கு முன், அலுவலகம் விட்டு

வீட்டுக்கு வந்தவுடன் ஏகப்பட்ட ஓய்வு நேரம் இருப்பதைப் போல உணர்ந்தார். இப்பொழுது சதா வேலைதான். அவர்களுக்கே உரிய பழக்கத்தில் குழந்தைகள் உடைகளைக் கழற்றி ஆங்காங்கே போட்டு வைத்தனர். அதையெல்லாம் எடுத்துச் சரியான இடத்தில் வைப்பது, இப்போது அவர் வேலையாகி விட்டது.

தன் மதன் இல்லாத புது இடத்தில் மெதுவாகச் செயல்படும் மேலுலக ரதியைப் போல் இந்து செயல்பட்டாள். தன் உடைகளைப் பற்றி கவனக் குறைவாகவே இருந்தாள். நாய்ப்பட்டியில் (இருப்பிடத்தில்) இருக்கும் நாய் தன் எஜமானனைத், தன் முகத்தைத் திருப்பிப் பார்த்துக் கொண்டிருப்பதைப் போல் இந்துவும் சமையலறையில் நடந்து கொண்டாள். வீட்டு வேலைகள் எல்லாம் முடித்த பின்னர்தான் தூங்கலானாள். சில நேரங்களில் வீட்டில் உள்ள பெட்டியின் மேல் படுத்தே தூங்கி விடுவாள். சில வேளைகளில் வெளியில் உள்ள ரோசாப்பூச் செடிகளருகில் தூங்குவாள். இன்னும் சில நேரங்களில் மாமரத்தினடியில் தூங்கி விடுவாள்.

சாவன் மாதங்கள் (ஜூலை, ஆகஸ்டு) போய் பாதுன் மாதங்கள் (ஆகஸ்ட், செப்டம்பர்) வந்தன. மழைக் காலத்தின் இனிமையான மாதங்கள் இவை. இம்மாதங்களில் இளம் பெண்களும் புதிதாகத் திருமணமான பெண்களும் வீட்டின் முற்றத்திற்கு வந்து மகிழ்வாய் ஆடிப் பாடுவர். "மாந்தோப்பில் ஊஞ்சல் போட்டது யார்" என்ற பாடலைத் தான் பெரும்பாலும் பாடுவர். இந்தப் பாட்டைப் பாடிக் கொண்டே ஒருவருக்கொருவர் தள்ளி விட்டுக் கொண்டும் ஓடிப்பிடித்து கண்ணாமூச்சு விளையாடுவதும் அவர்களது வாடிக்கை. நடுத்தர வயதை எட்டிய பெண்கள் ஓர் ஓரமாக நின்று இவர்கள் விளையாட்டை ரசிப்பர். இந்துவும் இந்தக் குழுவின் உறுப்பினர் போல் சிறார்கள் விளையாடுவதை ஓரமாக நின்று ரசிப்பாள். சிறிது நேரத்தில் முகத்தைத் திருப்பிக் கொண்டு, பெருமூச்சு விட்டபடித் தூங்கச் சென்று விடுவாள்.

பாபுஜி அந்த வழியாகச் செல்லும்போது இந்து தூங்குவதைப் பார்த்தால் கூட அவளை எழுப்பி விட முயற்சிக்க மாட்டார். அவளுடைய சல்வாரை அவள் சாதாரணமாகத் தன் மாமியாரின் சந்தனப் பெட்டியின் மேல் தூக்கி எறிந்து விடுவாள். அதை அவர் கவனமாக எடுத்து ஒரு ஆணியில் தொங்க விடத் தனக்குக்

கிடைத்த ஒரு சந்தர்ப்பமாகவே கருதுவார். இந்த நேரங்களில் தன்னை யாரும் கவனிக்கிறார்களா என்றும் பார்த்துக் கொள்வதில் கவனமாய் இருந்தார். சில நேரங்களில் அவள் மார்பு கச்சை கண்ட இடத்தில் கிடப்பதைப் பார்க்கும் போது தன் தைரியத்தை இழந்து அந்த அறையை விட்டு உடனே வெளியேறி விடுவார். இச்செயல், ஓட்டையிலிருந்து சிறிய பாம்பு ஒன்று வந்தால் எப்படி ஓடுவார்களோ அதை ஒத்து இருக்கும். உடனே தாழ்வாரம் சென்று "ஓம் நமோ, பகவதி, வாசுதேவ," என்னும் வேத மந்திரத்தைத் திருப்பித் திருப்பி உச்சரித்துக் கொண்டே இருப்பார்.

இவருடைய மருமகளின் அழகு பற்றிப் பக்கத்து வீட்டுப் பெண்கள் கொஞ்சம் கொஞ்சமாகத் தெரிந்து கொள்ள ஆரம்பித்தனர். அவள் உடல்வாகுவைப் பற்றியும் இனிய தோற்றத்தைப் பற்றியும் ஏதாவது ஒரு பெண் அவரிடம் கேட்க ஆரம்பித்தால், "நாங்கள் அதிர்ஷடசாலிகள், அமிச்சந்த் அம்மா! எங்கள் வீட்டிற்கு இப்படியொரு ஆரோக்கியமான பெண் வந்ததற்கு நன்றியோடு உள்ளோம்" என்று மிக மகிழ்வோடு பதிலுரைப்பார்.

இவ்வாறு சொல்லிக் கொண்டிருக்கும் போதே அவர் எண்ணங்கள் காச நோயால் பீடிக்கப்பட்ட தன் மனைவியைப் பற்றிச் சுழல ஆரம்பிக்கும். மருத்துவமனைப் படிக்கட்டுகள், மருந்துக் குப்பிகள், குழந்தைகளின் தூக்கமில்லா இரவுகள் - இவையனைத்தும் வந்து போகும். அன்பு மனைவியின் கரங்களில் வந்து சேரும் பருமனான குழந்தைகள், கழுத்தைச் சுற்றி வளைத்துக் கொள்ளும் குழந்தைகள், அவர் சிந்தனையில் வந்து போயினர்.

முகம் தரையைப் பார்த்தும், இடுப்பு வானத்தை நோக்கியும் இருக்கப் பக்கவாட்டில் படுத்துக் கொண்டு ஒவ்வொரு குழந்தையாக எந்த வித வேறுபாடுமின்றி வயது வித்தியாசம் பாராமல், இரண்டு இரண்டு பேராகப் போகச் சொல்லி அனுப்புவாள். இச்சிந்தனை வந்தவுடன், "ஓம் நமோ, பகவதி" என்ற வேத மந்திரத்தை உச்சரிப்பார்.

பெரியவர்க்கு இந்துவை ரொம்பப் பிடிக்கும் என்று தெரிந்து கொண்ட பக்கத்து வீட்டுக்காரர்கள் பால், தயிர், மோர் ஆகியவற்றைப் பெரிய ஜாடிகளில் கொண்டு வந்து அன்புடன்

கொடுத்தனர். பால் கொடுக்கும் குர்ஜார் இனத்தைச் சேர்ந்த சலாம்தீன் ஒரு நாள் இந்துவைப் பார்த்து, "பீவி, எப்படியாவது என் மகனுக்கு ரயில்வே அஞ்சலகப் பணியில் ஒரு வேலையில் சேர்க்க ஏற்பாடு செய், அல்லா, உன்னையும் உன் குடும்பத்தையும் ஆசிர்வதிப்பார்" என மிக உருக்கமாகக் கேட்டுக் கொண்டார்.

இந்துவின் சிபாரிசால் சில நாட்களிலேயே சலாம்தீனுக்கு அங்கு வேலை கிடைத்தது - தபால் பிரிப்பாளராக, கூலியாக அல்ல. இவ்வாறு தன்னால் இயன்ற அளவு பிறருக்கு உதவினாள். சிபாரிசு செய்து வேலை கிடைக்கவில்லை என்றால் தலை விதி அவ்வளவு தான் என்றும் வேலை காலியில்லை போலும் என்றும் தேற்றிக் கொள்வார்கள்.

இந்துவின் உடல் ஆரோக்கியம், உணவு பற்றி தூணிராம் அதிகச் சிரத்தை எடுத்துக் கொண்டார். இந்துவுக்குப் பால் குடிக்கப் பிடிக்காது. இருந்தாலும், இரவில் அவரே சிறு பானையில் பாலைக் காய்ச்சி, குவளையில் எடுத்துக் கொண்டு, அவள் கட்டிலுக்கே சென்று கொடுப்பார். எழுந்து உட்கார்ந்து இந்து அவரிடம் சொன்னாள்: "பாபுஜி எனக்கு வேண்டாம். நான் பால் குடிப்பதில்லை". "உன் மாமனாரும் குடிக்க வேண்டுமே!" என நகைச்சுவையாக பதிலுரைத்தவருக்கு "அப்படியானால் நீங்கள் போய் குடியுங்கள்" என்று சிரித்துக் கொண்டே சொன்னாள். கோபப்படுபவர் போல, "பிற்காலத்தில் உன் மாமியார் போலச் சிரமப்பட வேண்டுமென விரும்புகிறாயா?" எனக் கேட்டார்.

அவருடைய வார்த்தைகள் அவளைப் புண்படுத்தி விட்டது போலப் பாசாங்கு செய்து "ஆமாம், ஆமாம்" என்றாள். ஏன் பாசாங்கு செய்யக் கூடாது என்று தனக்குத் தானே கேட்டுக் கொள்வாள். ஆறுதல் கூற ஆட்கள் இல்லாதவர்கள்தான் பாசாங்கு செய்யக் கூடாது. எனக்குத் தான் ஆறுதல் கூற நிறையப் பேர் இருக்கிறார்களே, என்று தேற்றிக் கொண்டாள்.

கொண்டு வந்த பால்குவளையை அவள் வாங்கிக் கொள்ளாவிட்டால், அவள் தலையணை அருகே வைத்துவிட்டு, "நீ விரும்பினால் எடுத்துக் குடித்துக் கொள்" என்று சொல்லி விட்டுப் போனார்.

பின் தன் படுக்கையறை சென்று மகள் துலாரியோடு சற்று நேரம் விளையாடினார். அப்பாவின் ஆடையில்லா வெற்றுடம்பில் உடம்பைத் தேய்த்துக் கொள்வதில் துலாரிக்கு அலாதியான ஈடுபாடு. சில நேரங்களில் அவரின் வயிற்றின் அருகே தன் முகத்தை வைத்துக் கொண்டு ப்ர்ர்... என்ற ஓசையை உண்டாக்குவாள். இந்துவின் படுக்கையறையை நோக்கியவாறு, "பால் வீணாகிவிடும், அப்பா. பாபி குடிப்பதாகத் தெரியவில்லை" என்றாள்.

"அவள் பாலைக் குடிப்பாள். கட்டாயம் குடிப்பாள் மகளே!" என்று அப்பா கூறினார். மகன் பாஷியை அன்புடன் அணைத்துக் கொண்டார். "வீட்டில் எந்தப் பொருளும் வீணாகப் பெண்கள் விரும்ப மாட்டார்கள்" என்றும் கூறினார். இவ்வாறு அவர் கூறி முடிக்கும் முன்னர், "ச்சு! கணவனைச் சாப்பிடுபவனே!" என இந்து திட்டும் குரல் கேட்டது. பூனை ஒன்று குவளையிலிருந்த பாலை நோக்கி வந்ததைப் பார்த்துத்தான் திட்டினாள் எனத் தெரிந்தது. பூனை குடித்து விடக் கூடாது என நினைத்த இந்து அந்தப் பாலை ஒரே மடக்கில் குடித்து விட்டாள்.

சற்று நேரத்தில் குந்தன் அங்கு வந்து, அப்பா அண்ணி அழுது கொண்டிருக்கிறார்கள் என்றான். என்ன? என்று கேட்டுக் கொண்டே இந்துவின் அறைப் பக்கம் இருட்டில் பார்வையைச் செலுத்தினார். சற்றே எழுந்து உட்கார்ந்த அவர் மீண்டும் படுத்துக் கொண்டார். குந்தனையும் போய்த் தூங்கு என்று சொல்லி விட்டார். படுத்துக் கொண்டே தூணிராம் விண்ணைப் பார்த்துக் கடவுளின் தோட்டத்தின் மகிமையே மகிமை என நினைத்தார்.

"இங்குப் பூத்திருக்கும் மலர்களில் எனக்குரியது எது?" என மனதுக்குள்ளே கடவுளிடம் கேட்டார். வானில் மாற்றம் ஏற்பட்டுத் துயரத்தின் ஆறாக அவருக்குத் தோன்றியது. தொடர்ந்து வரும் ஓலத்தைக் கேட்டார். கேட்டுக் கொண்டே சொன்னார்: "உலகம் தோன்றிய நாள் முதல் மனிதன் எவ்வளவு அழுதிருப்பான்?" என்று கதறியவர் பின்னர் தூங்கிப் போனார்.

இந்து போய் இருபது நாட்களிலேயே மதன் புலம்பத் தொடங்கினான். கடிதம் ஒன்றை எழுதி அனுப்பி வைத்தான். அதில் கடைத் தெருவில் வாங்கிய ரொட்டியைச் சாப்பிட்டு

அலுத்து விட்டது. ஜீரண சக்தியை இழந்து விட்டேன். சிறுநீரகப் பை வலி தருகிறது என்று குறிப்பிட்டிருந்தான். அலுவலகப் பணியாளர் விடுப்புக் கோரி விண்ணப்பிக்கும் போது மருத்துவரின் சான்றிதழை இணைப்பது போலக் கடிதத்தோடு மருத்துவச் சான்றிதழ் ஒன்றையும் இணைத்திருந்தான். அதோடு அப்பாவின் நண்பர் ஒருவரின் ஒப்புகைக் கடிதத்தையும் இணைத்திருந்தான். எதிர்பார்த்த பதில் கிடைக்காததால் தந்தி ஒன்றை, பதில் அனுப்பவதற்குரிய பணமும் கட்டி அனுப்பினான்.

இதற்கும் பதில் வராததால் அந்தப் பணம் வீணானது. பதில் அனுப்பாமலேயே இந்துவும் குழந்தைகளும் வீடு திரும்பினர். இரண்டு நாட்கள் இந்துவுடன் இனிமையாக மதன் பேசவில்லை. மதனின் இந்த மனநிலை இந்துவை வெகுவாகப் பாதித்தது. மதன் தனிமையில் இருப்பதை ஒரு நாள் பார்த்த இந்து கேட்டாள். "ஏன் இவ்வாறு உர்ரென்று இருக்கிறீர்கள்? நான் என்ன செய்து விட்டேன்". கோபமுற்ற மதன் "என்னைத் தனியாக விடு! எங்காவது சென்று விடு. என் பார்வையில் படாதே. தகுதியற்றவளே," என்று பொரிந்து தள்ளினான்.

"என்னைத் திட்டுவதற்குத்தான் கடிதம் எழுதி வரவழைத்தீர்களா?" என்றாள். உடனே, "ஆமாம்" என்றான். "அப்படியானால் என்ன வேண்டுமானாலும் சொல்லுங்கள் அல்லது என்னை மறந்து விடுங்கள்" என்றாள் ஒருவிதப் படப்படப்புடன். "கவனமாகக் கேள். எல்லாத் தவறும் உன்னிடம் தான் உள்ளது. நீ திரும்பி இங்கே வரவேண்டும் என்று சொன்னதற்கு என் அப்பா தடை போட்டாரா?" என அடுக்கடுக்காய்க் கேட்டான்.

கோபம் மேலிட இந்து சொன்னாள். "இங்கே பாருங்கள். நீங்கள் சிறு பிள்ளை போல நடந்து கொள்கிறீர்கள். இதற்கு மேல் நான் என்ன சொல்ல முடியும்? நீங்கள் என்னைத் திரும்பி வரச் சொன்னது உங்க அப்பாவுக்கு நீங்கள் இழைத்த பெரிய கொடுமைதான்" என்றாள். "என்ன சொல்கிறாய்?" எனக் கோபமாகக் கேட்டான்.

"இதில் மர்மம் எதுவும் இல்லை. குடும்பத்தினருடன் வாழ்வைச் சந்தோஷமாகக் கழித்துக் கொண்டிருந்தார்" என்றாள். "அப்படியானால் என் வாழ்க்கை என்னாவது?" என வினவினான்

மதன். மதனை ஓரக்கண்ணால் பார்த்தவாறு குறும்புத்தனமாகச் சொன்னாள்: "உங்கள் வாழ்க்கையா? நீங்கள் எங்கு விரும்பினாலும் இருக்கலாமே!" என்றாள்.

அவனுடைய சமாளிக்கும் குணம் முற்றிலுமாக உடைந்து போனதாக நினைத்தான். ஒரு நல்ல தீர்வுக்காகக் காத்திருந்ததைப் போல உணர்ந்தான். இந்துவை இழுத்து தன்னருகில் வைத்துக் கொண்டான். "நீ அங்கிருக்கும் போது அப்பா சந்தோஷமாக இருந்தாரா?" என வினவினான். "ஆமாம். ஒரு நாள் தூக்கத்தி-லிருந்து விழித்த நான் என் தலையணை அருகே என்னைப் பார்த்து அவர் புன்னகையுடன் நிற்பதைக் கண்டேன்" என்றாள். "அப்படி இருக்க முடியாதே" என்றுரைத்தான். "சத்தியமாகச் சொல்கிறேன். இது நடந்தது" என்றாள்.

உடனே "உன்மீது சத்தியம் செய்யாதே. என்மீது செய்து கொள்" என்று பதிலளித்தான். "உங்கள் மீது சத்தியம் செய்து பேச மாட்டேன். இலட்சக் கணக்கான சந்தர்ப்பம் வந்தாலும் அவ்வாறு செய்ய மாட்டேன்" என்று கூறினாள். (கணவன் மீது பொய்க் காரணம் காட்டிச் சத்தியம் செய்வது அவன் உயிருக்கு ஆபத்தாய் முடியும் என்பது அக்கால மக்களிடையே நிலவிய நம்பிக்கையாகும்). "இதைத்தான் பாலியல் கவர்ச்சி என்பர். செக்ஸ் புத்தகங்களில் நான் படித்திருக்கிறேன்" என்று பலவாறு யோசித்துக் கொண்டே சொன்னான் மதன். "செக்குஸா? அப்படியென்றால் என்ன?" அந்த ஆங்கில வார்த்தைக்குப் பொருள் தெரியாத, இந்து கேட்டாள்.

"அதுதான் ஆண் பெண் இடையே நடைபெறும் செயல்" என்று மதன் விளக்கினான். "ஹரே ராம்" என்று கூறியவாறு மூச்சை அடக்கிக் கொண்டு சற்றுப் பின்னால் நகர்ந்தாள். "என்ன அசிங்கமான வார்த்தை இது! உங்களுக்கு வெட்கமாக இல்லையா? அப்பாவைப் பற்றி இப்படியெல்லாம் பேசலாமா?" எனப் பொரிந்தாள். "உன்னை அப்படி பார்த்ததற்கு அப்பாதான் வெட்கப்பட்டிருக்க வேண்டும்", என்று பதிலளித்தான். அப்பாவின் சார்பாகப் பேசுவது போல், "ஏன்? மருமகளைப் பார்ப்பதில் அவருக்கு மகிழ்ச்சி தானே இருந்திருக்க வேண்டும்", என்று தொடர்ந்து கூறினாள். "உன்னைப் போல ஒரு மருமகள் இருக்கும்

போது அவர் மகிழ்வாகத்தான் இருந்திருக்க வேண்டும்" என்று கூறிப் பேச்சின் திசையை மாற்ற நினைத்தான்.

"உங்கள் மனம் கறை படிந்து அசிங்கமானதாக இருக்கின்றது" என்றாள் கோபத்துடன். "அதனால்தான் உங்கள் வியாபாரமும் கரடுமுரடானடர்பண்டைன் ஆக இருக்கிறது. நீங்கள் படிக்கும் புத்தகமெல்லாம் அசிங்கமான பாலியல் தவிர வேறு நல்ல செய்தியைத் தரவில்லை. நான் வளர்ந்து விட்ட பிறகு என் அப்பா கூடத் தான் என்மீது அன்பு பாராட்டினார். அப்படியானால் அதுவும் நீங்கள் நினைத்தது மாதிரி கீழ்த் தரமானதா?" என்று கூறிச் சற்று நிறுத்திவிட்டுப் பின்பு தொடர்ந்தாள்: "தனிமையில் வாடும் உங்கள் அப்பாவை ஏன் நீங்கள் அழைத்துக் கொள்ளக் கூடாது. அவர் அங்கு வருத்தத்துடன்தான் வாழ்கிறார். அது உங்களுக்குத் துயரத்தைத் தரவில்லையா?"

மதன் அப்பாவை அதிகம் நேசித்தான். மூத்த பையன் என்ற வகையில் அம்மாவின் இறப்பு அவனை மிகவும் பாதித்திருந்தது. அம்மாவை அதிக அளவில் நினைத்துப் பார்த்தான். அம்மாவின் நினைப்பு வந்தவுடன் கண்களை மூடிக்கொண்டே "ஓம் நமோ, பகவதி" என்ற வேத மந்திரத்தை உச்சரித்தான். குறிப்பாக அவனுடைய வியாபாரம் நிலைத்து நிற்காத சூழலில் இவ்வாறு நினைத்துக் கொண்டான். கட்டுக்குள் வராமல் விலகி நிற்கும் முகமாக "அப்பா அங்கேயே தங்கி இருக்கட்டும், திருமணமான பின்பு இப்பொழுதுதான் தாம் தனிமையில் இருக்கும் சந்தர்ப்பம் கிட்டியுள்ளது" என்று கூறலானான்.

மூன்றுநாட்கள் கழிந்தபின் அப்பாவிடமிருந்து கண்ணீருடன் எழுதப்பட்ட கடிதம் ஒன்று வந்தது. என் அன்பு மதன் என்று ஆரம்பிக்கப்பட்டிருந்தது. "அன்பு மதன்" என்ற சொற்களின் மேல் உப்புக் கண்ணீர் படிந்து சற்று அழிந்திருந்தது. அவர் எழுதியிருந்தார்: "பகு (மருமகள்) இங்கு வந்த பின் எம் பழைய மகிழ்வான நாட்களைத் திரும்பப் பெற்றேன். எங்களுக்குத் திருமணமான புதிதில் உன் அம்மாவும் இந்துவைப் போலத்தான் விளையாட்டுத் தனமாகவும் இளமையோடும் இருந்தாள். உன் அம்மாவும் தன் ஆடைகளை மாற்றும் போது களைந்த ஆடைகளை அங்குமிங்கும் தூக்கிப் போடுவாள். அதை என் அப்பாதான் எடுத்துச் சரியான இடத்தில் வைப்பார். அதே

சந்தனப் பெட்டி. அதே அளவு வீட்டு வேலைகள். நான் கடைத் தெருவிற்குச் செல்கிறேன்; திரும்ப வீடு வருகிறேன். பல சரக்கு நான்தான் வாங்குகிறேன். சில நேரங்களில் தயிர் மோர் வாங்குவேன். ஆனால் இப்போது வீட்டில் யாரும் இல்லை. சந்தனப்பெட்டி இருந்த இடம் வெற்றிடமாக இருக்கிறது." பின் ஒரு வரியில் பாதி அளவு கண்ணீரால் அழிக்கப்பட்டிருந்தது. இறுதியாக அவர் எழுதியது: "அலுவலகத்திலிருந்து மாலை வீடு திரும்பினால் பெரிய பெரிய இருண்ட அறைகளைப் பார்க்கும் போது ஒரு விதப் பயம்தான் ஏற்படுகிறது. கடைசியாகப் பகுவைப் பற்றிய செய்தி ஒன்று அனுபவமில்லாத செவிலியரை இந்துவைக் கண்காணிக்க அனுமதிக்காதே."

அந்தக் கடிதத்தை இந்து தன் கைகளில் வாங்கினாள். மூச்சைப் பிடித்தபடிக் கண்களை அகல விரித்துக் கொண்டு கண்ணீருடன் ஒரு சங்கடமான நிலையில் படித்து விட்டுச் சொன்னாள்: "நான் செத்து விடலாம்; பாபுஜிக்கு என் உடல்நிலை எப்படித் தெரியும்". அதற்கு மதன் சொன்னான் "அப்பா என்ன சிறு குழந்தையா? இந்த உலகத்தைப் பற்றி நன்கு அறிந்தவர். குழந்தைகளாகிய எங்கள் பிறப்பதற்கு அவர் தானே காரணம்".

அது சரி; ஆனால் எத்தனை நாளாக இது இருக்கிறது? என்று கூறியவாறே தன் வயிற்றை அவசரமாகப் பார்த்துக் கொண்டாள். அது இன்னும் பெருக்கத் தொடங்கவில்லை. பெரியவரோ அல்லது வேறு சிலரோ தன்னைப் பார்ப்பது போலத் தோன்றியதால் சேலை முந்தானையை எடுத்து மூடிக் கொண்டாள். அவளுடைய சிந்தனை சிறகடித்துப் பறந்தன. முகம் பிரகாசமானது. பின் மெதுவாகச் சொன்னாள். உங்கள் உறவினர் இனிப்புப் பதார்த்தங்கள் கொண்டு வருவர்".

என் உறவினர்களா? "ஆமாம்.. ஆம் கொண்டு வருவார்கள் எனக் கூறினாள். ஆனால் என்ன வெட்கக் கேடான நிலை. நான்கைந்து மாதங்கள் தான் முடிந்துள்ளது. அதற்குள் பையன் வருகிறனா? என்று அவள் வயிற்றைக் காட்டிக் கூறினாள். "அவனாக வருகிறனா அல்லது நீதான் வரவழைத்தாயா?" திருப்பிக் கேட்டாள் இந்து. "நீ எல்லாம் நீ செய்த தவறுதான். ஏனையப் பெண்கள் செய்வது போல", என்றான் மதன். "இதில்

உங்களுக்கு விருப்பமில்லையா?" எனக் கேட்டாள். "ஒரு போதும் பிடிக்கவில்லை" என்று மதன் பதிலளித்தான். விடாமல், "ஏன் பிடிக்கவில்லை?" எனக் கேட்டாள். "நாம் வாழ்க்கையை இன்னும் சில காலம் சுவைத்திருக்க வேண்டும்", என்றான். பதிலுக்கு "இது வாழ்க்கையின் சுவை இல்லையா?" அதிர்ந்து போன இந்து கேட்டாள்.

ஒரு ஆணும் பெண்ணும் ஏன் திருமணம் செய்து கொள்கிறார்கள்? நாம் கேட்காமலே கடவுள் கொடுத்த கொடை இது இல்லையா? குழந்தை இல்லாத பெண்களைக் கேட்டுப் பாருங்கள் - அவர்கள் என்னதான் செய்யவில்லை? ஞானிகள், சாமியார்கள், ஃபக்கீர் எனப்படும் தைக்காக்களை எல்லாம் போய்ப் பார்க்கவில்லையா? சமாதிகளுக்கும் கோவில்களுக்கும் சென்று குழந்தை வேண்டி ரிப்பன்களைக் கட்டவில்லையா? பெண்மையை ஓரம் கட்டி விட்டு, நிர்வாணமாக ஆற்றின் கரையில் நாணல்களை வெட்டி, தீய சக்திகளைச் சுடுகாட்டில் இருந்து எழுப்பி, குழந்தை வரம் கேட்கவில்லையா?" என்றாள். "எல்லாம் சரிதான். பேச்சை நிறுத்து" என்றான் மதன். "நீண்டதொரு கதையைச் சொல்லி விட்டாய். குழந்தை பெற்றுக் கொள்ள நமக்கு வேறு வாழ்க்கை முறை உண்டா?" என வினவினான்.

கத்தியால் குத்துவது போலத் தன் விரல்களை நீட்டி அவனைத் திட்டும் முகமாக இந்து சொன்னாள்: "பையன் பிறந்தவுடன் அவன் கையைக் கூட நீங்கள் தொடக் கூடாது! அவன் என்னுடையவன், உங்களுடையவன் அல்ல. உங்களுக்கு அவன் தேவையில்லை. ஆனால் உங்கள் அப்பாவிற்கு அவன் தேவை. அதுவும் எனக்குத் தெரியும்". சொல்லிவிட்டு அதிர்ச்சியினாலும் வெட்கத்தாலும் கைகளால் முகத்தை மூடிக்கொண்டாள்.

அவளுள் ஏற்பட்டிருக்கும் அந்தச் சிறு உயிர் அதன் அப்பாவிடமிருந்து அன்பையும் அனுதாபத்தையும் ஏற்படுத்தி-யிருக்க வேண்டுமென நினைத்துக் கொண்டிருந்தாள். மதனோ அமைதியாகவே உட்கார்ந்திருந்தான். அதன் பின் ஒரு வார்த்தை கூடப் பேசவில்லை.

கைகளை எடுத்து விட்டு மதன் அமர்ந்திருக்கும் திசையைப் பார்த்து முதன்முறையாகக் கருவுற்றிருக்கும் பெண் பேசுவது

போலச் சொன்னாள்: "எதுவும் எப்படியும் போகட்டும். நாம் இதுவரை பேசிக் கொண்டிருந்த குழந்தை பிறப்புச் சம்பவம் சில நாட்கள் கழித்துத்தான் நடைபெறும். முதலில் ஒன்றை மட்டும் சொல்லிக் கொள்கிறேன். நான் உயிருடன் இருக்கப் போவது சந்தேகமே. குழந்தைப் பருவத்திலிருந்தே இந்தப் பயம் எனக்கு உண்டு".

இதைக் கேட்ட மதன் அச்சமடைந்தான். இந்த அழகான உருவம் - கருவுற்றிருப்பதால் மெருகூட்டப்பட்ட அழகுடைய உருவம் சாகலாமா? பின் பக்கமாக வந்து தன் கைகளுக்குள் அவளை அடைத்துக் கொண்டான். "இந்து உனக்கு ஒன்றும் நடக்காது. சாவின் பிடியிலிருந்து உன்னைக் காப்பாற்றுவேன். இப்போது சாவித்திரியின் முறை அல்ல. சத்தியவானின் முறை", என்று சிரித்தவாறு சொன்னான். மதன் மீது சாய்ந்த இந்து, தனக்கு எந்தத் துயரமும் இல்லை என்பது போல மறந்து போயிருந்தாள்.

ரொம்ப நாளாக தூணிராமிடமிருந்து எந்தக் கடிதமும் வரவில்லை. ஒரு நாள் சஹரன்புரிலிருந்து வந்த தபால் பிரிப்போர் - அப்பா அலுவலகத்தில் பணிபுரிவோர் - மதனைப் பார்த்து உங்கள் அப்பாவிற்கு இதயத்தில் மீண்டும் சிக்கல் ஏற்பட்டுள்ளது என்றும் ஒரு மாரடைப்பால் செத்துப் பிழைத்தார் என்றும் கூறிவிட்டுச் சென்றார். மதனுக்குப் பயம் ஏற்பட்டது. இந்து அழ ஆரம்பித்தாள். பின் மதன் இதயப்பூர்வமாக "ஓம் நமோ பகவதி" என்ற வேத மந்திரத்தைச் சொன்னான்.

மறுநாள் அப்பாவிற்கு மதன் ஒரு கடிதம் அனுப்பினான். "அப்பா, நீங்கள் ஏன் வீட்டிற்கே வந்துவிடக் கூடாது. குழந்தைகளும் உங்கள் பிரியமான பகுவும் உங்களை மிகவும் எதிர்பார்க்கிறார்கள்" என்று கேட்டுக் கொண்டான். ஆனால் பாபுஜியால் வேலையை விட்டுவிட விருப்பமில்லை. பதில் கடிதத்தில் விடுப்புக் கேட்டு விண்ணப்பித்து, வர முயற்சி செய்து கொண்டிருக்கிறேன் என்று குறிப்பிட்டிருந்தார். மதனுக்குக் குற்ற மனப்பான்மை தோன்றி அதிகரித்தது. இந்துவை அப்பாவோடு இருக்க நான் அனுமதித்திருந்தால் எனக்கு இந்த அளவு வேதனை இருந்திருக்காது" என எண்ணத் தொடங்கினான்.

அது விஜயதசமிக்கு முதல் நாள்; ஒருவித வேதனையோடு நடு அறைக்கு வெளியில் இருந்த தாழ்வாரத்தில் மதன் அங்குமிங்கும்

நடந்து கொண்டிருந்தான். திடீரென்று உள்ளிருந்து பச்சிளம் குழந்தையின் அழுகை கேட்டது. அவன் கதவருகே சென்ற நேரம், இஸ்லாமிய செவிலி அறையிலிருந்து வெளியே வந்தார். "வாழ்த்துக்கள் பாபு! பையன் பிறந்திருக்கிறான்" என மகிழ்ச்சியான செய்தியை, மகிழ்ச்சியோடு சொன்னார். "பையனா?" என்று வினவிய மதன் ஒருவிதக் கவலையுடன், "என் மனைவி எப்படியிருக்கிறாள்?" என்றும் கேட்டான்.

"நல்ல நிலையில் இருக்கிறாள். வேண்டுமென்றே அவளிடம் பெண் குழந்தை பிறந்துள்ளது என்றேன். ஆண் குழந்தை என்று சொன்னால் அவளுக்கு அதீத மகிழ்ச்சி ஏற்படும். அதனால் குழந்தை பிறந்த பின் வயிற்றில் உள்ள கழிவுகளை வெளியேற்றுவதில் மிகவும் சிரமப்பட வேண்டியிருக்கும்" என்று சாதாரணமாகக் கூறினாள். "ஓ! அப்படியா" என்று கண்ணை மூடி முழித்தவாறு கூறிய மதன் அறைக்குள் நுழைய அடி எடுத்து வைத்தான். அந்த இஸ்லாமிய செவிலி அவனைத் தடுத்து நிறுத்தினாள். "உங்களுக்கு அங்கே என்ன வேலை" என்று கேட்டு விட்டு அறையினுள் சென்று கதவை நன்கு மூடிக் கொண்டாள்.

தடுமாற்றத்திலிருந்து மதனின் கால்கள் இன்னும் மீண்டபாடில்லை. இது அவனிடம் காணப்பட்ட மகிழ்ச்சியால் ஏற்பட்டது. பயத்தால் அல்ல. இந்த உலகிற்குப் புதிய உயிர் ஒன்றின் வருகையால் ஏற்பட்டது. இச்செய்தி அண்டை அயலார்களையும் ஒருவித மகிழ்ச்சியால் நடுங்க வைக்கும். ஒரு பையன் பிறந்தால் வீட்டின் சுவரும் மதில்களும் நடுங்கும் என்று மதனுக்குத் தெரியும். ஏனென்றால் பையன் வளர்ந்து பெரியவன் ஆனால் ஒரு வேளை இவைகளைப் பாதுகாப்பாக வைத்திருக்காமல் விற்று விடுவானோ என்ற பயத்தினால் அவைகளுக்கு நடுக்கம் ஏற்படுமாம். உண்மையிலேயே சுவர்கள் நடுங்குவது போன்ற பிரமை மதனுக்கு ஏற்பட்டது.

குழந்தை பிறந்ததைப் பார்க்க சாக்ஸி அண்ணி வரவில்லை. அவளுக்குச் சிறு குழந்தைகள் இருந்ததால் அவர்களைப் பாதுகாப்பாக விட்டு விட்டு வர முடியாத சூழல். ஆனால் தரியாபாத்திலிருந்து பூபி அத்தை வந்திருந்தார். குழந்தை பிறக்கும் தருவாயில் ராம், ராம் என்று துதித்துக் கொண்டிருந்தார்.

இந்த மென்மையான துதிப்பாடல் தற்போது நின்றுவிட்டது. வாழ்க்கையில் ஒரு போதும் தான் உபயோகமற்றவன் என்றும் தேவையில்லாவதன் என்றும் மதன் நினைத்துக் கொண்டதில்லை.

அந்த நேரம் அறைக் கதவு திறக்க அத்தை பூபி வெளியே வந்தாள். அந்தத் தாழ்வாரத்தில் நிலவிய மெல்லிய ஒளியில் அத்தை பூபியைப் பார்க்கும் பொழுது பால் போன்ற வெண்மை நிறத்தில் பிசாசு போலத் தெரிந்தது. அவளை இடைமறித்த மதன், "இந்து நன்றாக இருக்கிறாளா? அவளுக்கு ஒன்றுமில்லையே? பூபி அத்தை", எனக் கேட்டான்.

நடுங்கும் தன் கைகளை, மதன் தலையில் வைத்து அவனுக்கு முத்தமிட்டவாறே "ரொம்ப நன்றாக இருக்கிறாள். ரொம்ப நன்றாக இருக்கிறாள்" என்று திரும்பத் திரும்ப கூறி உறுதிப்படுத்தினாள். அவனைத் தாண்டிச் சென்று மற்ற குழந்தைகள் தூங்கும் அறைக்குச் சென்றாள். தன் ஒரு கையை ஒவ்வொரு குழந்தையின் தலையிலும் வைத்துக் கண்களை மேலே பார்க்கவிட்டு ஏதோ முணுமுணுத்தாள். மிகவும் சோர்வுற்றதால் முண்ணி அருகில் குப்புறப் படுத்துக் கொண்டாள். அவள் தோள்பட்டை குலுங்குவதைக் கண்ட மதன் அவள் அழுகிறாள் என யூகித்தான். அவனுக்கு ஒரே ஆச்சரியம். ஏகப்பட்ட குழந்தை பிறப்பைக் கண்டவள் அத்தை. ஏன் இப்பொழுது அவள் மனம் நடுங்குகிறது? எனத் தனக்குத் தானே கேட்டுக் கொண்டான்.

ஹர்மல் என்னும் மூலிகைச் செடியின் புகையின் மணம், அறையில் இருந்து புகை மேகம் போல வெளியே வந்து மதனைச் சூழ்ந்து கொண்டது. ஒருவித மயக்க நிலை அவனுக்கு ஏற்பட்டது. சில துணிகளுடன் செவிலி வெளியே வந்தாள். எல்லாம் அதிக அளவில் ரத்தம் படிந்த துணிகள். அதிலிருந்து ஒரு சில ரத்தத் துளிகள் தரையில் விழுந்தன. மதன் திகைப்புற்றான். தான் எங்கிருக்கிறோம் என்ற உணர்வே இல்லாதிருந்தான். கண்கள் திறந்திருந்தாலும் அவன் எந்தப் பொருளையும் பார்த்தது போலத் தெரியவில்லை. சற்றுத் தொலைவிலிருந்து இந்துவின் கதறலும், பிறந்த குழந்தையின் அழுகையும் வலுவிழந்த நிலையில் கேட்டது.

அடுத்த மூன்று நான்கு நாட்கள் ஓய்வில்லாத நிலையில் முடிந்தன. வீட்டை விட்டுச் சற்றுத் தள்ளியே, ஆழக் குழி

தோண்டிய மதன் குழந்தை பிறப்பிற்குப் பின் வந்த கழிவுகளை அதில் போட்டுப் புதைத்தான். நாய்கள் தோண்டி எடுத்து விட முடியாத ஆழத்தில் புதைத்தான். அதற்குப்பின் நடந்தவையெல்லாம் அவன் நினைவில் ஒட்டவில்லை. ஹர்மந்த் புகை அவன் மூக்கினுள் நுழைந்த நொடியிலிருந்து ஒருமாதிரி பிரக்ஞை இழந்தவன் போலக் காணப்பட்டான். இந்த நான்கு நாள் கழிந்தவுடன் மீண்டும் பழைய நிலைக்குத் திரும்பினான். அப்போது இந்துவுடன் அந்த அறையில் தனிமையில் இருந்தான். நந்துவும் யசோதையும் குழந்தை நந்தலாலுடன் தனிமையில் இருந்ததைப் போன்ற சூழல் அது. குழந்தையைப் பார்த்த பின் இந்து மதனிடம் சொன்னாள்: "குழந்தை உங்கள் தோற்றத்தைக் கொண்டுள்ளான்".

மதனும் குழந்தையை ஒரு பார்வை வேகமாகப் பார்த்து விட்டு "இருக்கலாம். நான் கடவுளுக்கு நன்றி சொல்வேன். உன்னைக் காப்பாற்றித் தந்ததற்காக" என்றான். "ஆமாம்" என்று கூற ஆரம்பித்தவளை இடைமறித்து, "அமங்கலமாக எதையும் சொல்லி விடாதே" என்று கூறினான்.

இந்த நிகழ்வுக்குப் பின் மீண்டும் உன் அருகில் வரவே மாட்டேன் என்று கூறி முடித்தான். செய்த குற்றத்திற்கு வருந்துபவன் போலப் பற்களை நாக்கால் அழுத்திக் கொண்டான். "அந்த உறுதி மொழியைத் திரும்ப எடுத்துக் கொள்ளுங்கள்", புன்னகைத்தவாறு இந்து சொன்னாள். மதன் தன் காதுகளைக் கரங்களால் மூடிக் கொண்டான். இந்து மெல்லியதாகப் புன்னகைத்தாள்.

குழந்தை பிறந்து வெகு நாளாகியும் இந்துவின் தொப்புள் முன்பிருந்த நிலைக்குத் திரும்பவில்லை. உண்மையான அம்மாவை மறந்து விட்டு இந்த உலகத்திற்குச் சென்று விட்ட குழந்தையைத் தேடிக் கொண்டிருக்கும் போலும். மீண்டும் ஒரு மறுசீரமைக்கும் நிலை ஏற்பட்டது போல இந்து இந்த உலகை அமைதியுடன் பார்க்கலானாள். மன்னித்து விட்ட தெய்வம் போல தோன்றினாள். பரிவு, இரக்கம், பச்சாதாபம் ஆகியவற்றைப் படையல் செய்யலானாள். குழந்தை பிறந்த பின் மெலிவுற்றாள். ஆனால் இதுவரை இல்லாத அளவில் அழகு கூடப் பெற்றாள். அவன் அவளைப் பார்த்த வேளை, திடீரெனத் தன் மார்பகங்களைப் பிடித்துக் கொண்டாள்.

"என்ன செய்கிறாய்?" என மதன் கேட்டான். "ஒன்றுமில்லை" எனச் சொல்லிக் கொண்டே சற்று எழுந்து உட்கார முயற்சித்தாள். "அவனுக்குப் பசிக்கும் போல் தெரிகிறது" என்று கூறியவாறு குழந்தை பக்கம் நகர்ந்தாள். குழந்தையை முதலிலும் பின் இந்துவையும் பார்த்து விட்டு, "அவனுக்கா? பசியா?" என மதன் கேட்டான். மேலும், "உனக்கெப்படி அது தெரியும்?" என்றும் வினவினான். "நீங்கள் கவனிக்கவில்லையா?" மார்பகப் பகுதியைச் சுட்டிக் காட்டி, "எல்லாம் ஈரமாக நனைந்து இருக்கிறதா?" என்று கேட்டாள். இறுக்கமில்லா மேலாடையில் பால் கசிந்துள்ளதைக் கவனித்தான். பரீட்சயமான மணம் வருவதையும் உணர்ந்தான். "அவனை என்னிடம் கொடுங்கள்" என்று தன் கரங்களை நீட்டினாள்.

தொட்டில் வரை சென்றவன் சற்றே தயங்கினான். பிறகு தைரியத்தை வரவழைத்துக் கொண்டு, செத்த எலியைத் தூக்குவது போலக் குழந்தையைத் தூக்கி இந்துவின் மடியில் கிடத்தினான். சற்று வெட்கத்துடன் "கொஞ்ச நேரம் வெளியே போகிறீர்களா?" என மதனைப் பார்த்துக் கேட்டாள். உடனே மதன், "ஏன்? நான் ஏன் போக வேண்டும்?" எனப் பதிலுக்குக் கேட்டான்.

அடக்கத்துடன் "தயவு செய்து போங்கள்" என்றாள். "உங்கள் முன் குழந்தைக்கு என்னால் பால் கொடுக்க முடியாது" என்று கூறினாள். வியப்படைந்த மதன், "என்ன. என் முன்னால் கொடுக்க முடியாதா? கொடுத்தால் தான் என்ன? என்று வினவினான். தனக்குப் புரிந்த பாடில்லை என்ற மனநிலையோடு தலையசைத்தவாறு வெளியே சென்றான். கதவருகே சென்றவன் சற்றுத் திரும்பி இந்துவைப் பார்த்தான். "இதுவரை இல்லாத அளவு எவ்வளவு அழகாக இருக்கிறாள்" என்று வியந்து கொண்டான்.

தூணிராம் பாபு விடுப்பில் வீட்டிற்கு வந்தார். முன்பிருந்தவரின் நிழல் என்ற தோற்றத்தைத் தற்போது பெற்றிருந்தார். இந்து அவர் பேரனை அவர் மடியில் கிடத்திய போது மிகுந்த மகிழ்ச்சியடைந்தார். வயிற்றுப் புண் வந்ததால் பகல் இரவு என்று பாராமல் அவஸ்தைப்பட்டார். அந்தச் சிறு குழந்தை மட்டும் இல்லாதிருந்தால் அவருடைய நிலைமை இன்னும் மோசமானதாக ஆகியிருக்கும். அவருக்குப் பல்வேறு சிகிச்சைகள் அளிக்கப் பட்டன. கடைசியாக வந்த மருத்துவர் ஒரு

நாளைக்கு இருபது மாத்திரைகளை - நாணய அளவிலானது - சாப்பிடச் சொல்லிக் கொடுத்து விட்டுச் சென்றார். முதல் நாளில் நிறைய வியர்த்ததால் ஒரு நாளைக்கு இரண்டு அல்லது மூன்று தடவை உடைகளை மாற்ற நேரிட்டது. ஒவ்வொரு தடவையும் அந்த உடைகளை வாளியில் போட்டு மதன் கசக்கி, பிழிந்து காய வைத்தான். வாளியில் வியர்வை மட்டும் நாலில் ஒரு பங்கு நின்றது.

அன்று இரவு பாபுஜிக்கு குமட்டல் உணர்வு ஏற்பட்டதால் பகுவை (மருமகளை) கூப்பிட்டுப் "பல் விளக்க வேண்டும். வேறுபட்ட சுவை உண்டாகியுள்ளது. என்னுடைய பல் தூரிகையையும் பற்பசையையும் எடுத்து வா" என்றார். இந்து ஓடிச் சென்று எடுத்து வந்தாள். எழுந்து உட்கார்ந்து பல் துலக்க ஆரம்பித்தார். திடீரென இரத்தம் கக்க ஆரம்பித்தார். அவர் மீண்டும் படுத்துக் கொள்ள மதன் உதவினான். ஆனால் கண் விழிகள் குத்திட்டு மேல் நோக்கி நிற்கலாயின. அந்த நொடியில் சொர்க்கத்தின் தோட்டத்தில் நுழைந்தார். அங்கு அவருக்குப் பிடித்தமான மலர் இருப்பதைக் கண்டு கொண்டார்.

இவையாவும் பையன் பிறந்து மூன்று வாரங்களில் நடந்து முடிந்து விட்டன. ஆனால் இந்துவோ முகத்தைப் பிராண்டியும், தலையிலும் மார்பிலும் அடித்துக் கொண்டு - அவை நீல நிறத்தை அடையும் வரைச் சோகத்தை வெளிப்படுத்தினாள். மதனுக்கோ தான் தன் சாவைப் பற்றிக் கனவு கண்ட பொழுது நடைபெற்ற நிகழ்வுகள் மீண்டும் நிகழ்வது போலத் தோன்றின.

ஒரே ஒரு வித்தியாசம் தான் மதன் கண்டான். அதாவது இந்து வளையல்களை உடைத்து எறிவதற்குப் பதில் கழற்றிப் போட்டாள். அவள் தலையில் சாம்பலுக்குப் பதில் கீழே விழுந்து புரண்டு அழுததால் மண் ஒட்டியிருந்தது. சிக்கலான கேசம் அவளின் பரிதாப நிலையைக் காட்டி நின்றது. "ஓ! பக்கத்து வீட்டுக்காரர்களே! என் துயரத்தைப் பாருங்கள்" என்று கதறி அழுவதற்குப் பதிலாக, "ஓ பக்கத்து வீட்டுக்காரர்களே! எங்களது துயரத்தைப் பாருங்கள்" எனக் கதறினாள்.

வீட்டு விவகாரங்களின் சுமை எவ்வளவு பெரியது என மதன் உணரலானான். ஏனெனில் தற்போது அவன்தான்

வீட்டின் சுமை முழுவதையும் ஏற்றுக் கொண்டவன். தகர்ந்து போய் மறுநாள் காலை வரை உட்கார்ந்து விட்டான். வீட்டிற்கு வெளியே வந்து சாக்கடைக்கு அருகில் தனக்கு ஆறுதல் தந்த பகுதியில் அமர்ந்திருக்காவிட்டால் ஒரு வேளை வாழ்க்கையைத் தொலைத்திருப்பான். தாய்ப் பூமி தன் குழந்தையை மார்போடு அணைத்துக் காப்பாற்றினாள். வல்லூறு ஒன்றால் தன் கூடு தாக்கப்பட்டதை அதிலுள்ள குஞ்சுகள் கண்டு அஞ்சியது போலக் குழந்தைகள் குந்தன், துலாரி, பாஷி ஆகியோர் ஒரு வித பயத்தோடு காணப்பட்டனர். கூட்டிலிருந்த குஞ்சுகள் மூக்கை நீட்டி உதவியின்றி தவித்ததைப் போல், அவர்கள் தவிக்கலாயினர். அவர்களைக் காப்பாற்றக்கூடிய சிறகுகள் ஒன்று உண்டென்றால் அது இந்துதான்.

சாக்கடை அருகில் தரையில் படுத்தவாறு மதன் யோசிக்கலானான்: "எனக்கு இந்த உலகமே முடிவுக்கு வந்து விட்டது. நான் உயிர் வாழ வேண்டுமா? என்னால் மீண்டும் சிரிக்க முடியுமா?" இவ்வாறெல்லாம் யோசித்து விட்டுப் பின் எழுந்து வீட்டிற்குள் சென்றான்.

படிக்கட்டுக்கு அடியிலிருந்த குளியலறைக் கதவைத் திறந்து, உள்ளே சென்று கதவை மூடிக்கொண்டு மீண்டும் அதே பாணியில் யோசிக்கலானான். என்னால் மீண்டும் சிரிக்க முடியுமா! அப்பாவின் சடலம், அருகில் உள்ள பெரிய அறையில் கிடத்தப்பட்டிருந்த நிலையில், திடீரெனத் தனக்குத் தானே சிரித்துக் கொண்டான்.

இறுதியாகச் சுடுகாட்டில் அப்பாவின் சிதைக்குத் தீ மூட்டும் முன் சாஷ்டாங்கமாக கீழே விழுந்து அப்பாவை வணங்கினான். தனக்கு வாழ்க்கை கொடுத்தவருக்கு அவன் செய்த இறுதி மரியாதை அது. ஆனால் அவனால் அழ முடியவில்லை. இதைப் பார்த்து, துக்கத்தில் கலந்து கொள்ள வந்திருந்த உற்றார் உறவினர்களுக்கு ஒரு வித அதிர்ச்சி. அமைதி காத்தனர். இந்து தர்மப்படி மூத்த மகனாகிய மதன் தான் சிதைக்குத் தீ வைக்க வேண்டும் பின் எரிந்து மிஞ்சிய மண்டை ஓட்டை உடைக்க வேண்டும்.

சுடுகாட்டிற்கு வெளியே நின்றிருந்த பெண்கள், அருகிலுள்ள கிணற்று நீரில் முகம் கை கால்களைக் கழுவிக் கொண்டு வீடு

திரும்பலாயினர். வீடு திரும்பிய மதன் ஒரு வித நடுக்கத்தோடு தான் காணப்பட்டான். இரவு நெருங்க நெருங்கத் தாய்ப் பூமி தன் மக்களுக்குக் கொடுத்த வலிமையை விட நடுக்கம் தான் மேலிட்டு நின்றது. அவனுடைய தற்போதைய தேவை எல்லாம், இறப்பு என்னும் சக்தியை விட வலிமை வாய்ந்த சக்தி தான். தாய்ப் பூமியின் மகளாகிய இந்து பூமிக்கடியில் மண்பாண்டத்திலிருந்து வெளி வந்த சீதா, ராமபிரானைக் கட்டித் தழுவிக் கொண்டது போல அவளுடைய மதனை கட்டித் தழுவிக் கொண்டாள். அன்று இரவு முழுவதும் மதனுக்கு அவள் தன்னை முழுமையாக அர்ப்பணித்துக் கொள்ளாமலிருந்திருந்தால் அந்தப் பயங்கரத் துயரம் மதனைக் கொன்றிருக்கும்.

அடுத்த பத்து மாதத்தில் இந்து இரண்டாவது பையனை ஈன்றெடுத்தாள். நரக வேதனைக்கு மனைவியை மீண்டும் தள்ளிய மதன், தன் துயரங்களை மறந்திருந்தான். தான் மட்டும் இந்துவை அப்பாவிடமிருந்து திரும்ப அழைக்காமல் இருந்திருந்தால் இன்று கூட உயிர் வாழ்ந்திருப்பார் என அவ்வப்போது அவன் நினைப்பதுண்டு. ஆனால் அப்பாவின் சாவால் ஏற்பட்டுள்ள வெற்றிடத்தை நிரப்பும் முயற்சியில் முழுமையாகத் தன்னை ஈடுபடுத்திக் கொண்டிருந்தான். முழுக் கவனம் செலுத்தப் படாததால் மூடப்பட வேண்டிய நிலைக்கு சென்ற அவன் வியாபாரம் மெல்ல மெல்ல நல்ல நிலைக்குத் திரும்பியது.

இந்த இடைவெளியில் இரண்டாவது பையனைத் தன் மார்பில் அணைத்தவாறு, மூத்த பையனை மதனிடம் விட்டு விட்டு இந்து தன் பெற்றோரைப் பார்க்கச் சென்றாள். விட்டுச் சென்ற மூத்த பையன் சில நேரங்களில் பிடிவாதத்துடனும், சிலநேரங்களில் அவன் விருப்பப்படியும் நடந்து கொண்டான். மதனுக்கு எழுதும் கடிதங்களில், "என் மகன் அழும் குரல் கேட்கிறது. ஏன்? அடித்துவிட்டீர்களா?" எனக் குறிப்பிடுவாள். மதனுக்கு இது பெரும் வியப்பைத் தந்தது. படிக்காத அறியாமை நிறைந்த பெண்தான் இந்து. இதுபோல் எழுத எப்படித் தோன்றியது அவளுக்கு. மறுபடியும் அவளைக் கேள்விக் கணையால் துளைக்க நினைத்தான். அவளுக்கு யாரேனும் சொல்லிக் கொடுத்து அவ்வாறு செய்கிறளா? என்று தன்னைத் தானே குழப்பிக் கொண்டான்.

ஆண்டுகள் பல உருண்டோடின. அதிக அளவில் வெளி உலக இன்பத்தை அனுபவிக்கும் அளவுக்குப் பண வரவு இல்லையென்றாலும், வீட்டுக்குத் தேவையானவைகளை வாங்கும் அளவிற்கு பணம் கிடைத்துக் கொண்டு தான் இருந்தது. ஆனால் பெரிய அளவிலான செலவு செய்ய நேரிடும் பொழுது - உதாரணமாக குந்தனின் கல்லூரிச் சேர்க்கைக்கான செலவு, துலாரியின் நிச்சயதார்த்த வேளையில் வாங்க வேண்டிய பரிசுப் பொருட்கள் - சற்றுச் சிரமம் ஏற்படத்தான் செய்தது. இம்மாதிரியான நேரங்களில் மதன் முகம் வாடிப் போய்விடும். இந்து அவனை அணுகி, "ஏன் கவலைப்படுகிறீர்கள்", எனப் புன்னகையுடன் கேட்பாள்.

"நான் ஏன் கவலைப் படக் கூடாது? உனக்குத் தெரியாததல்ல. குந்தனின் பி.ஏ. படிப்பிற்கான சேர்க்கைக் கட்டணம், தங்கையின் திருமணம் என்று சொல்ல ஆரம்பித்தான். சிரித்துக் கொண்டே இந்து, "என்னோடு வாருங்கள்"என்றாள். ஆட்டுக் குட்டிப் போல அவள் பின் தொடர்ந்தான் மதன். நேராக சந்தனப் பெட்டி இருக்குமிடத்திற்கு அழைத்துச் சென்றாள். அதைத் திறக்க யாருக்கும் - ஏன் மதனுக்குக் கூட - அனுமதி கொடுக்கப் படவில்லை. இதைப் பற்றிச் சில நேரங்களில் அவன் கோபப்பட்டதுண்டு. அடிக்கடி அவன் சொல்வதெல்லாம், "நீ சாகும்போது இப்பெட்டியை உன் மார்போடு அணைத்துக் கொண்டு தூக்கிச் செல்" என்பதுதான். அப்பொழுதும் அவள் சொல்வாள்: "ஆமாம், நான் தூக்கிக் கொண்டுதான் செல்வேன்".

அப்பெட்டியில் இருந்து தேவையான பணத்தை எடுத்து மதன் முன் வைத்தாள். "எங்கிருந்து வந்தது இப்பணம்" என்றான். "எங்கிருந்து என்று சுலபமாகச் சொல்லிவிட முடியாது. உங்கள் வேலை மாம்பழத்தைச் சாப்பிடுவது மட்டும் தான். மாமரங்களை எண்ணுவது அல்ல, இல்லையா?" எனக் கேட்பாள். "ஆமாம் இருந்தாலும்" என்று மெல்ல இழுத்தான். "ஆகவே, இதை வைத்து நடக்க வேண்டிய வேலைகளைக் கவனியுங்கள்" என்றாள்.

அவன் வற்புறுத்தல் தாங்காமல் சிரித்துக் கொண்டே சொன்னாள்: "எனக்கு ஒரு பணக்கார நண்பன் இருப்பது உங்களுக்குத் தெரியாதா?" இந்த நையாண்டியை மதன் விரும்பவில்லை என்றாலும் இது ஒரு பொய்ச் செய்தி என்று மட்டும்

அறிந்து கொண்டான். ஆகவே இந்து, கதையை மாற்றி, “நான் ஒரு கொள்ளைக்காரி, ஆனால் பரந்த மனப்பான்மை உடைய கொள்ளைக்காரி. இருப்பவர்களிடமிருந்து கொள்ளையடித்து இல்லாத ஏழைகளுக்குக் கொடுப்பவள்” என்று கூறினாள்.

இவ்வாறாகத்தான் முண்ணியின் திருமணத்திற்கான பணம் தயாரானது. இந்து தன் ஆபரணங்களை விற்று அந்தப் பணத்தைக் கொடுத்தாள். கொஞ்சம் கடன் ஏற்பட்டது. ஆனால் அதுவும் அடைபடலாயிற்று. குந்தனின் திருமணமும் இவ்வாறே நிறைவுற்றது. இந்த மணவிழாக்களில் அம்மா நிலையிலிருந்து இந்துதான் எல்லாக் காரியங்களையும் செய்து முடித்தாள். மணமக்கள் கைகளைப் பிடித்துக் கொடுப்பது உட்பட. சொர்க்கத்திலிருந்து பாபுஜியும் அவர் மனைவியும் மணமக்களை வாழ்த்திப் பூச்சொரிந்ததை யாராலும் கண்டு கொள்ள முடியவில்லை”.

ஆனால் அவர்களுக்குள் ஒரு சண்டை நிகழ்ந்தது. “மருமகள் சமைத்த உணவை நீங்கள் சாப்பிட்டீர்கள். அவள் உங்களுக்குப் பணிவிடை செய்யும் பேறும் பெற்றீர்கள். ஆனால் நான் ஒரு துரதிர்ஷ்டசாலி. ஏனெனில் என்னால் அவளைப் பார்க்க முடியவில்லை” என்றாள், மேலுலகில் இருந்த பாபுஜியின் மனைவி. இந்த விவாதம் விஷ்ணுவின் ஏன் சிவாவின் காதுவரைச் சென்றது.

அவர் மனைவியின் உரிமைக்குத் துணைபோகும் வகையில் அவளைப் பூவுலகத்திற்கு அனுப்ப முடிவு செய்தனர். அதன்படி, அவள் இந்துவின் கருவில் விதைக்கப்பட்டாள். அதன் பயனாக இந்து - மதன் தம்பதியர்க்குப் பெண் மகவு ஒன்று பிறந்தது.

இந்து வெகு அரிதாகத்தான் பெண் தெய்வமாகக் காணப்பட்டாள். ஏனெனில் அவ்வப்போது மதனுடன் கொள்கை, கோட்பாடுகள் பற்றியும் குழந்தைகள் பற்றியும் வாதிடுவாள். சண்டையும் போடுவாள். அவளின் பிடிவாதக் குணத்தைக் கண்டு மதன் அவளை ஹரிச்சந்திரன் மகள் என்று கூப்பிடலானான்.

இந்துவின் நிலைப்பாடு எப்பொழுதும் உண்மை மற்றும் தர்மத்தின் அடிப்படையில் அமைந்து விடுவதால் மதன் உட்படக் குடும்பத்தின் அனைத்து உறுப்பினர்களும் அவளுடைய கருத்துக்குச் செவி சாய்த்து அடி பணிந்தனர். சண்டை சச்சரவு

நீடித்த நிலையில், கணவனுக்கே உரிய அதிகாரத் தோரணையில், இந்துவின் வாதங்களை மதன் அவ்வப்போது நிராகரித்தாலும், முடிவில் அவளிடம் மன்னிப்பு கோருவான்.

குந்தன் திருமணத்திற்குப் பின் புதிய மருமகள் வீட்டிற்கு வந்தாள். அவள் ஒரு மனைவி என்றால் இந்து முதலில் ஒரு பெண். பின் தான் மனைவி அந்தஸ்து உள்ளவள். மாறாகப் புது மருமகள் ராணி பெண் என்றாலும் முதலில் நிற்பது மனைவியின் அந்தஸ்தே. ராணியின் வேறுபட்ட குணத்தால் சகோதரர்களுக்கிடையே சண்டை மூண்டது. அமைதிக்கான நீதிபதி தகுதி பெற்ற பெரியப்பா அலுவலகம் மூலம் சொத்துக்கள் பிரிக்கப்பட்டன.

பெற்றோர்கள் விட்டுச் சென்ற குடும்பச் சொத்தைப் பிரிக்கும் பொழுது இந்து கொண்டு வந்த பொருட்களும் பாகுபாடின்றிச் சேர்த்துக் கொள்ளப்பட்டன. தன் துன்பத்தை வெளிக்காட்டாமல் இந்து அமைதி காத்தாள். தனிக் குடித்தனம் சென்ற பிறகும் கூடக் குந்தன்-ராணி தம்பதியர் மகிழ்வாக இல்லை. ஆனால் இந்துவின் புதிய வீட்டில் மகிழ்ச்சிக்கோ வீட்டுச் சாமான்களுக்கோ குறைவில்லை.

மகள் பிறந்த பின் இந்துவின் உடல்நிலையில் பாதிப்பு ஏற்பட்டது. எப்பொழுதும் அக்குழந்தை அம்மாவின் மார்போடு சேர்ந்திருக்கவே விரும்பியது. மற்றவர்கள் இதை ஒருமாதிரி பார்த்தபொழுது, இந்து முழு அன்பைச் செலுத்தினாள். சில நேரங்களில் அவளுக்கே வெறுப்பும் சலிப்பும் ஏற்படும். அப்பொழுதெல்லாம் குழந்தையைத் தூக்கித் தொட்டிலில் போட்டு விடுவாள். ஏம்மா! என்னைத் தொந்தரவு பண்ணாமல் வாழவிடு என்று திட்டுவாள். உடனே குழந்தை அழுதுவிடும்.

மதன் சிறுகச் சிறுக இந்துவை ஒதுக்க ஆரம்பித்தான். திருமணத்தால் ஒருவிதமான பாதுகாப்பும் நற்பெயரும் கிடைத்தாலும், அவனுக்குக் குறையொன்று இருந்தது. உண்மையிலேயே எதிர்பார்த்தபடி ஒரு பெண் கிடைக்கவில்லையென்பது தான் அது. சுத்திகரிக்கப்படாத டர்பண்டைன் வியாபாரம் நல்ல லாபகரமான நிலையில் தான் ஓடிக் கொண்டிருந்தது. இந்துவிடம் சொல்லாமல் சில நேரங்களில் மதன் செலவழிப்பதுண்டு.

அப்பா இறந்த பின் அவனைக் கேள்வி கேட்க யாருமில்லை. அவன் முழுச் சுதந்திரம் பெற்றவனான். பக்கத்து வீட்டு சப்தாவின் எருமை மீண்டும் தன்னை உரசி முகர்ந்து பார்ப்பது போன்ற பிரமை ஏற்பட்டது.

அவன் திருமண நாளன்று அவனை உரசிய எருமை விற்கப்பட்டது. ஆனால் அதன் உரிமையாளர் உயிருடன் இருக்கிறார். சப்தாவுடன் மதன் வெளியே செல்ல ஆரம்பித்தான். ஒளியும் நிழலும் சேர்ந்து புதியதொரு வடிவங்கள் உருவாகும் இடங்களுக்குச் சென்றனர். சில நேரங்களில் தெரு முனையில் இருண்ட முக்கோண வடிவம் மேலிருந்து வரும் ஒளி வெள்ளத்தால் நான்கு முனை வடிவமாக மாறுவதைக் கண்டான். எந்த ஒரு காட்சியும் முழுமை அடைந்து விட்டதாகத் தெரியவில்லை.

அக்குளிரிலிருந்து பைஜாமா அதாவது தொள தொளக் கீழுடுப்பு வந்து ஆகாயத்தை நோக்கிப் பறந்து சென்றது போலவும், கோட் எனப்படும் மேலுடை முற்றிலுமாக பார்ப்போரின் முகத்தை மறைத்து, சுவாசத்திற்குச் சிரமம் ஏற்படுத்துவது போலவும் உணர்ந்தான். நான்கு முனை ஒளி வெள்ளம் ஒருவித அமைப்பை உண்டாக்கிய பொழுது ஒரு உருவம் அங்கு வந்து நின்றது. அந்தப் பார்வையாளர் தன் கரங்களை நீட்ட, வந்த அந்த உருவம் அங்கு ஒன்றும் இல்லாதது போல அடுத்த பக்கம் கடந்து சென்றது. பின்னால் இருந்து ஒரு நாய் ஊளையிட ஆரம்பித்தது. அந்த ஓசையை அடக்கும் விதமாக, முரசு ஓசை மேலிருந்து வந்தது.

மதன் தன் லட்சிய உலகின் தனிச் சிறப்புகளைப் பற்றி யோசிக்கலானான். ஒவ்வொரு தடவையும் ஏதாவது ஒரு சிறு குறைபாட்டை கலைஞன் விட்டு வைத்துள்ளான் என அறிந்து கொண்டான். அல்லது ஒரு சிரிப்பின் ஓசை இருக்க வேண்டிய அளவை விடக் குறைவாக இருப்பதை அறிந்தான். சிறந்த கலை நுணுக்கம் உள்ள பொருளையோ அல்லது அப்பழுக்கில்லா அழகையோ தேடும் முயற்சியில் தன்னை இழந்திருந்தான்.

ஒரு நாள் மனைவி, சப்தாவை வெகுவாகத் திட்டினாள். பின் அவன் முகத்தில் அடித்தது போல், லட்சிய கணவன் என்றால் மதன்தான் என்றும் கூறினாள். அதே பாணியில் தூக்கி வீசப்பட்ட தர்பூசணியின் ஒவ்வொரு இழையும் கண், காது, மூக்கில் பட்டது

போல அவளுக்குப் பதிலுரைத்தான். ஏகப்பட்ட சாபங்களை அள்ளி வீசிக் கொண்டு தன் ஞாபகக் கூடையிலிருந்து தோல் உட்பொருள் போன்ற அனைத்தையும் அள்ளிக் கொண்டும் அந்த அம்மையார் இந்துவைத் தாழ்வாரத்தில் இறக்கிவிட்டார்.

இதன் விளைவாக இரண்டு இந்து வெளிப்பட்டனர். ஒன்று எப்போதும் போல இருக்கும் இந்து. மற்றொன்று ஆக்ரோஷமான கோபத்துடன் கூடிய மாது.

மதன் வீட்டிற்குத் திரும்பியவுடன், முகம் கழுவி, சுத்தமான ஆடைகளுக்கு மாறி இரண்டு காரமான புகையிலையுடைய முகி பீடாவைச் சுவைப்பது வழக்கம். அன்றைக்கு வீடு திரும்பியவன் புதியதொரு மாறுபட்ட இந்துவைக் கண்டான். முகத்தில் பவுடரும் கன்னத்தில் க்ரீமும் தடவி உதட்டுச் சாயம் பூசி இருந்தாள். சிகையை நன்கு அலங்கரித்திருந்தாள். அவனால் வெறித்துப் பார்த்துக் கொள்ளத் தான் முடிந்தது. ஆச்சர்யத்துடன் இங்கே இன்று என்ன நடந்து கொண்டிருக்கிறது? என்று வினவினான். அவனின் வெறித்த பார்வையை எதிர்கொண்டு "ஒன்றுமில்லை" என்றவள் "இன்று சற்று ஓய்வு கிடைத்தது. அவ்வளவுதான்" என்றாள்.

திருமணமாகிப் பதினைந்து ஆண்டுகளுக்குப் பிறகு இன்று தான் அவளை முழுமையாக அலங்கரித்துக் கொள்ளுமளவிற்கு ஓய்வு கிடைத்துள்ளது. இந்தக் காலகட்டத்தில் முகத்தில் சுருக்கமும், வயிற்றில் புடவையை மீறி, இரண்டு மூன்று சதை மடிப்பும் தெரிந்தன. இன்று அவள் செய்து கொண்ட அலங்காரத்தில் இவையாவும் மறைந்து போயின. அழகான புடவையில் கவனமாகச் செய்து கொண்ட அலங்காரத்தால் மிக அழகாகத் தோன்றினாள். ஒருவித அதிர்வுடன், "அப்படியிருக்க முடியாதே" என்றான் மதன்.

குதிரை வாங்குபவன் குறையில்லாக் குதிரை வாங்குவதற்குத் திரும்பத் திரும்ப குதிரையைக் கவனமாகப் பார்ப்பது போல மீண்டும் ஒரு முறை இந்துவைப் பார்த்தான். மயக்கத்தில் இருந்தவனுக்கு அவளிடமிருந்த ஒரு சில குறைகளும் தென்படவில்லை. திருமணமாகிப் பதினைந்து ஆண்டுகள் கழிந்த பின்னரும் இந்து மிக அழகாகவே தென்பட்டாள். அவனுக்குத்

தெரிந்த புலான், ரஷீதா, திருமதி இராபர்ட்ஸ் போன்ற சிலரை இந்துவோடு ஒப்பிட்டுப் பார்க்கையில் தண்ணீர் சுமக்கும் குடங்களாகவே அவர்கள் தோன்றினர். அவனுக்கு, அனுதாபமும் பயமும், ஒருங்கே தோன்றுவது போல உணர்ந்தான்.

வானத்தில் மேகக் கூட்டம் இல்லையென்றாலும் மழை பெய்யத் தொடங்கியது. வாழ்க்கை என்னும் கங்கையில் வெள்ளப் பெருக்கு ஏற்பட்டது போலத் தென்பட்டது. கரை புரண்டு வெளியேறிய வெள்ளம் அருகில் உள்ள பள்ளத்தாக்கு, அங்கு வசிப்போர் அனைவரையும் தன்னுள் அடக்கிக் கொண்டது. வெள்ளப் பெருக்கெடுத்து ஓடிய வேகம் இமயமலையையும் மூழ்கடித்து விடுமோ! என நினைக்க வைத்தது. சிறுகுழந்தை இதுவரை அழாத அளவுக்கு அழத் தொடங்கியது. இதைக் கேட்ட மதன் தன் கண்களை மூடிக் கொண்டான். கண்களைத் திறந்த பொழுது இளம் பெண்போல காட்சியளித்தாள். இல்லை, அது குழந்தை அல்ல. இந்து தான்! அவள் அம்மாவின் மகளோ அல்லது அவள் மகளின் அம்மாவோ, ஓரக் கண்ணால் புன்னகைத்தவாறும், உதட்டின் மூலைகளிலிருந்து பார்த்தவாறும் நின்றிருந்தாள்.

எந்த அறையில் ஒருநாள் எரிந்த ஹார்மல் மூலிகை-களிலிருந்து வந்த வாசனை ஒருவித மயக்க நிலையை மதனுக்குக் கொடுத்ததோ அதே அறையில் இன்று புகையும் ஹாஸ் நறுமணம் ஒரு குழப்பத்தை ஏற்படுத்தியது. எப்பொழுதும் சிறிய மழை, பெரிய மழையை விட ஆபத்தானது என்பர். தூணின் வழியாக உள்ளே வந்த மழை நீர் மதனுக்கும் இந்துவுக்கும் இடையே விழுந்தது. ஆனால் மதன் இன்னமும் தன்னை மறந்த நிலையிலே தான் இருந்தான். அதிக உற்சாகத்தில் அவன் கண்கள் சுருங்கின. சுவாசமும் அளவுக்கு மீறி வேகமாக இருந்தது.

முதலிரவு அன்று கூப்பிட்டதை விடச் சற்று உரத்த குரலில், "இந்து" என்று அழைத்தான். அவனைப் பார்க்காமலே 'என்ன' என்றவள் குரல் சற்று தாழ்வாகவே இருந்தது. அன்று அமாவாசை தினம். சந்திரன் வராத இரவு.

அவளை நோக்கி அவன் கையை நீட்டுமுன், இந்து அவனருகே வந்தாள். அவள் நாடியைத் தூக்கியவாறு அவளை ஆராயத் தொடங்கினான். அவன் தொலைத்தது என்ன? கண்டு

கொண்டது என்ன? என அறிய விரும்பினான். அவனின் இருண்ட முகத்தை ஒரு தடவை பார்த்து விட்டு கண்களை மூடிக் கொண்டாள். துணுக்குற்ற அவன், "என்ன இது! உன் கண்கள் வீங்கியிருக்கின்றனவே" என்றான். குழந்தைப் பக்கம் கையை நீட்டி, "ஒன்றுமில்லை; கேடு கெட்ட இந்த அம்மா இரவு முழுவதும் என்னைத் தூங்கவிடவில்லை", என்றாள்.

குழந்தை அமைதியாய் இருந்து, ஏறக்குறைய மூச்சை அடக்கிய நிலையில் அங்கு என்ன நடந்து கொண்டிருக்கிறது எனப் பார்த்துக் கொண்டிருந்தது. மழை நின்று விட்டது - உண்மையில் நின்று விட்டதா? ஒருவிதச் சிந்தனையுடன் இந்துவின் கண்களைப் பார்த்தான். அது சரி ஏன் இந்த கண்ணீர்? தன் குழப்பத்தை வெளிப்படுத்தினான். அது ஆனந்தக் கண்ணீர். இன்று இரவு என்னுடையது என்று சிரித்துக் கொண்டு கூறிய இந்து அவன் மீது சாய்ந்தாள்.

உடல் இன்ப வேட்கை மேலீட்டால் அவளை இறுகப் பிடித்துக் கொண்டு சொன்னான்: "இன்று என் ஆழ்ந்த விருப்பம் நிறைவேறியுள்ளது. வெகுநாட்கள் கழித்து. இந்து நான் எப்போதும் விரும்பியதெல்லாம்" என்று கூறியவனை இடைமறித்து, "ஆனால் அதுபற்றி நீங்கள் என்னிடம் சொல்லவில்லையே - உங்களுக்கு ஞாபகம் இருக்கிறதா? நான் நம் முதலிரவன்று கேட்டேனே" உங்களைப்பற்றிச் சொல்லுங்கள் என்று - என்றாள். ஆம். ஞாபகமிருக்கிறது. உங்கள் துயரங்களை என்னிடம் கொடுங்கள் என்பது தானே, என்றான். "ஆனால் என்னைப் பற்றி நீங்கள் எதுவும் கேட்கவில்லையே? என்று திருப்பிக் கேட்டாள். "நானா?" என்றான். இவ்வித எண்ணமே தனக்குப் புதுமையாக இருந்தது என்று நினைத்துக் கொண்டு "நான் என்ன கேட்டிருக்க முடியும்" என்று கூறினான்.

தொடர்ந்து "நான் விரும்பியதையெல்லாம் நீ கொடுத்திருக்கிறாய். என் குடும்பத்தை நேசித்திருக்கிறாய். என் சகோதாரர்களின் படிப்பைக் கவனித்துக் கொண்டாய். அவர்களுக்குத்திருமணம் ஏற்பாடு செய்து நடத்தியும் வைத்தாய். என் குழந்தைகளை எனக்குப் பெற்றுக் கொடுத்தாய் - இவையெல்லாம் நீ எனக்குக் கொடுத்தவை தானே? என்றும் கூறினான். "அது

போதும்'' என்றுதான் நான் நினைத்திருந்தேன். இப்பொழுது புரிந்து கொண்டேன், அவை போதாது என்று -தொடர்ந்து பேசினான்.

"என்ன சொல்கிறாய்?'' எனக் கேட்டவனுக்கு தயக்கத் துடன் "ஒன்றுமில்லை'' எனக் கூறினாள். "ஒரே ஒரு பொருளை மட்டும் என்னிடம் வைத்துக் கொண்டேன்'' என்றாள் மெதுவாக. "எதை வைத்துக் கொண்டாய்'' என்று உடனே கேட்டான். அவனை விட்டு வேறு பக்கம் பார்வையைச் செலுத்தியவள் அமைதியானாள். "என் அடக்கம் - என் மகிழ்ச்சி'' "உன் மகிழ்ச்சியை என்னிடம் கொடு'' என்று நீங்கள் கேட்டிருக்க வேண்டும். அதற்குப் பிறகு "நான்'' என்றவள் தொடர்ந்து சொன்னாள்: "இப்பொழுது என்னிடம் கொடுப்பதற்கு ஒன்றுமில்லை''.

மதனின் கைகள் மென்மையாயின. தரைக்குள் தள்ளப் பட்டவன் போல உணர்வு ஏற்பட்டது. இந்தப் படிப்பறிவில்லா பெண்ணா இப்படிப் பேசுகிறாள்? அல்லது யாரேனும் சொல்லிக் கொடுத்துப் பேசினாளா? இல்லை இல்லை. வாழ்வெனும் அடுப்பிலிருந்து வந்த தீப்பொறிகள் தாம். அங்குமிங்கும் பரவியிருக்கின்றன. சிறிது நேரம் கழித்து இந்துவிடம் சொன்னான்: "நான் நன்றாகப் புரிந்து கொண்டேன், இந்து''.

அழுது கொண்டே மதனும் இந்துவும் ஒருவரையொருவர் தழுவிக் கொண்டனர். சாகும் வரை மனிதர்களால் போக முடியாத அந்த உலகை நோக்கி மதனின் கையைப் பிடித்து அழைத்துச் சென்றாள்.

8. திருமணத்திற்கான உயரம் அல்ல

மூண்ணி ஷோகி ஐந்து அடி எட்டு அங்குலம் வளர்ந்து விட்ட நிலையில் அவள் பாட்டி ருக்மணி விரக்தியால் தலையில் அடித்துக் கொண்டாள். தலையிலிருந்த ஒரு சில முடிகளை இழுத்துக் கட்டிக்கொண்டே சொன்னாள்: "பிசாசே! உனக்கு எங்கிருந்து மாப்பிள்ளை (வரன்) பார்க்கப் போகிறேனோ?" மென்மையான பூமிக்குள் தண்ணீர் வழுக்கிக் கொண்டு செல்வதைப் போல மெதுவாக அழுது கொண்டே தொய்ந்து போனத் தன் பழைய கட்டிலில் படுத்து விட்டாள்.

பாட்டியின் அருகில் வந்து பேத்தி ஷோகி பேச முடியாதவளாய் நின்றாள். தன் மீதும் தன் பாட்டியின் மீதும் நம்பிக்கை இழந்தவளாய் நின்றாள். "இவ்வாறு வளர்ந்ததற்கு நான்தான் காரணமா?" என்று கேட்பது போல் தோன்றியது. வயது வந்த நேரத்தில் சஞ்சலமடையும் அனைத்து பெண்களைப் போலவே, அருவருப்பான உயரத்திற்கு வளர்ந்து விட்டதை எண்ணி வெட்கப்பட்டாள். இதற்கு யாரும் எந்தக் காரணமும் சொல்ல முடியாது. எந்த மரமாவது காய் கனியாகும் நேரத்தில் தன் நிலை பற்றி வெட்கப்படுமா?

பாட்டியின் படுக்கை அருகே வால்நட் மரத்தில் செய்த மேஜை ஒன்று இருந்தது. பல வண்ணங்களிலான, அழகான மேஜை விரிப்பு அதன் மேல் கவனமாகப் போடப்பட்டிருந்தது. அதன் மீது பகவத் கீதைப் புத்தகம் வைக்கப்பட்டிருந்தது. பழைய முறையில் அச்சிடப்பட்ட புத்தகம் அது. ஆங்காங்கே மடிக்கப்பட்ட பக்கங்களும் தெரிந்தன. மகாபாரத காலத்தில் வந்த புத்தகம் போல மிகப் பழுமையான தோற்றத்தைப் பெற்றிருந்தது. முதுகுப் புறமாக நிறுத்தி வைக்கப்பட்டு இருந்தது. காற்று சிறிதளவு அடித்தாலும் அதன் பக்கங்கள் படபடக்கும். பாட்டிக்குச்

சாவு எப்போது வேண்டுமானாலும் வரலாம். எப்போது வரும் என்று யாருக்குத் தெரியும்?

பாட்டியின் வயது எண்பத்திரெண்டு. மக்கள் அவளின் முதுமையின் தொய்வால் நம்பிக்கை இழந்து விட்டிருந்தனர். ஆனால் பாட்டிக்கோ வயது கூடக் கூட அவளின் நம்பிக்கையும் இளமை கொண்டது. அதிக பட்சம் இன்னுமொரு எண்பத்திரெண்டு வயதாவது வாழ்ந்து விடவேண்டுமென்பது பாட்டியின் நம்பிக்கை. வாழ்க்கையை இன்னமும் முழுமையாக அனுபவித்து விடவில்லை என்பது அவளின் எண்ணம்.

அற்புதம் ஏதும் நிகழாதா? என்ற வண்ணம், அவளின் மங்கிய கண்கள் இருப்பிடத்திலிருந்து ஓய்வில்லாமல் சுழலும். வாயிலிருந்து இன்னும் அதிக அளவில் சுவையைச் சுவைக்க முடியாதா? என்ற நினைப்பில் தாடைகள் நிரந்தரமாக அதன் வேலைகளைச் செய்து கொண்டிருந்தன. பீப்புல் மரத்திலிருந்து விழும் இலையைப் போல அவள் முகம் எந்நேரமும் சிதைந்து விடும் நிலையில்தான் இருந்தது. பசுமை என்று சொல்ல முடியாத அளவிற்கு நரம்புகளான கூடு போன்றே தோன்றியது.

இந்தப் பசுமையின் அறிகுறி அந்த முடிந்து போன இளமையின் அடையாளம் - எங்கோ இவள் உடம்பில் இருப்பது போலத் தான் தெரிகிறது. திடிரென்று மூச்சுத் திணறல் ஏற்பட்டு இருமிட நேரிட்டால் ஒரு பை நிறைய காற்றை அனுப்புவது போல அவள் கன்னங்கள் பருத்து, வீங்கிக் காற்றை வெளிப்படுத்தும். சுவாகிக்கத் திணறி, படுக்கையின் மேல் குவிந்து விழுந்து விடுவாள். கண்களின் வெண்படலம் கண் விழிக்குள் மறைந்து விடும். சொர்க்கத்தின் பத்தாவது வாயில் நிலை நிறுத்தப்பட்டது போலத் தோன்றும். ஐந்து சுற்றுகளில் தப்பித்து ஆறாவது சுற்றுக்குள் அவள் வாழ்க்கை நுழைந்தது போலக் காணப்படும். அவள் தொண்டை கடமுடா எனச் சத்தமிடும்.

பயத்தால் அகன்று விரிந்த கண்களுடன் அண்ணி ஷீலா ஓடி வருவாள். பாட்டி மூச்சு விடச் சிரமப்படுவதைக் கண்டு பயந்து "ஹேய்! வேகமா வா! யாரையாவது கூப்பிடு, என் கணவரைக் கூப்பிடு. என் கணவரைக் கூப்பிடு," எனக் கூப்பாடு போடுவாள். இளம்பெண் ஷோகியும் அறைக்குள்

தடாலென நுழைவாள். "அப்பா! எங்கிருக்கிறீர்கள்? பாட்டி போய் விட்டார்களே, எனக் கதறுவாள். பின், பாட்டியின் மேல் விழுந்து பிடித்துக் கொண்டு "பாட்டி! என்னைப் பாருங்கள். தாயில்லாக் குழந்தை நான். என்னை விட்டுப் போய் விடாதீர்கள் பாட்டி", எனப் புலம்புவாள்.

பாட்டியின் மோசமான நிலையை மனதில் கொண்டு அண்ணி ஷீலா மேஜையின் மேல் இருக்கும் "பகவத் கீதை" புத்தகத்தை எடுக்க ஷீலாவும் ஷோகியும் சேர்ந்து அதன் ஏழாவது அத்தியாயத்தைக் கலவர மனநிலையோடு வாசிக்க ஆரம்பிப்பார்கள். ஏழாவது அத்தியாயத்தை வாசித்து முடித்தவுடன் பாட்டியை ஒரு வித நம்பிக்கையோடு பார்ப்பார்கள்.

அவள் வாழ்க்கை நல்லமுறையில் நிறைவு பெற வேண்டுமென்று நினைப்பார்கள். பயத்தோடு கூடிய பிரார்த்தனைகளும் சாவின் எதிர்பார்ப்பும் ஒரு விதப் பயமான சூழலைத்தான் தந்தது. ஷோகி "பாட்டி" என்று கதறி அழுவது அங்கு நிலவும் தீய வெற்றிடத்தைத் தள்ளிவிட்டு அறை முழுவதும் எதிரொலிக்கும்.

அண்ணி ஷீலா திடீரெனத் தன் கைகளால் பாட்டியின் குளிர்ந்த நெற்றி, உணர்ச்சியற்ற கைகள், விரைத்த உடம்பு, முழுவதையும் தேய்த்து விடுவாள். "கட்டிலிருந்து அவர்களை இறக்கி விட உதவுங்கள்", எனக் கதறுவாள். மேலும், "ஐயோ கடவுளே! அவர் இறந்து விட்டால், அதற்கான தண்டனையை அனுபவிப்பது யார்? பூசாரிகளுக்கு பணம் கொடுப்பது யார்? ஹரித்வார் சென்று (சடங்குகளைச் செய்ய) வர ரயில் கட்டணம் மட்டும் பதினேழு ரூபாய் ஒன்பது அணாக்கள் ஆகுமே?" என்றெல்லாம் புலம்பலானாள்.

தலையணை உறையை தலையணையில் இருந்து எடுப்பது போலப் பாட்டியின் உடலைக் குளிக்க வைக்கப் படுக்கையிலிருந்து கீழே இறக்கித் தரையில் கிடத்தினர். ஷோகி சமையறைக்குள் சென்று மாவால் செய்த விளக்கு ஒன்றை எடுத்து வந்தாள். அதன் திரி நெய்யில் தோய்க்கப்பட்டிருந்தது. ஏகப்பட்ட தீக்குச்சிகளை வீணாக்கிய பின் ஒரு குச்சியால் விளக்கேற்றினாள். இருள் நிறைந்த வழியில் பாட்டி பரலோகம்

செல்ல உதவியாய் இருக்குமென்று கருதி விளக்கைப் பாட்டியின் கண்ணெதிரே கொண்டு வந்தாள்.

பாட்டியின் உள்ளங்கையில் விளக்கை வைத்து, அருகில் நின்று “ஹரி ஓம்! ஹரி ஓம்”, என, அண்ணி ஷீலாவுடன் சேர்ந்து, பிரார்த்தனை செய்தாள். பிறகு இருவரும் “ஓம் பூர் புவ சுவாக!” எனப்படும் காயத்ரி மந்திரத்தைச் சொல்லலானார்கள். பாட்டியின் வாழ்வு முடிந்துவிட்டது என்று உறுதியாக நம்பினர். ஷீலா அண்ணி கண்ணீரை வரவழைத்துக் கொண்டாள். ஆனால் ஷோகியின் துக்கம் உண்மையானதே. அவள் கண்களில் இருந்து முத்துக்கள்தான் வெளிப்பட்டன. பாட்டியைத் தவிர இந்த உலகில் அவளுக்கு வேறு யார் உண்டு?

அந்தப் பாட்டியும் இப்போது உயிருடன் இல்லை. அவள் தற்போது துணையின்றி, அனாதையாய் உணர்ந்தாள். தேவைக்கு அதிகமான உயரமும். வலுவான உடம்பும் இருப்பதால் யார் திருமணத்திற்கு ஒத்துக் கொள்வார்கள்? அப்படியே யாரேனும் ஒத்துக் கொண்டாலும் அவளைவிட்டு ஓடாமல் எவ்வளவு நாள் உடனிருப்பர் என்பது, என்ன நிச்சயம்? அடி மட்டம் காண முடியாததும் அடுத்த முனையும் காண முடியாததும் ஆன கடல் போன்றுதான் அவளுக்கு வாழ்க்கை தெரிந்தது. தாயற்ற குழந்தையான தனக்குக் குடும்பத்தில் யார் துணைக்கு இருப்பர் என்றும், யார் அவளைக் கைப்பிடித்து அழைத்துச் செல்வர்? என்றும் நினைக்கத் தொடங்கினாள்.

அவள் அண்ணன் தேவேந்திரா அவனுக்காகவே வாழ்ந்தவன். சில தெருக்கள் தள்ளி இருந்த காசநோய் மருத்துவமனைச் செவிலியருடன் கள்ளத் தொடர்பு வைத்திருந்தான் எனக் கேள்விப் பட்டவள். பல இரவுகள் வீட்டிற்கு வர மாட்டான் எனவும் அறிந்தவள். ஏதோ ஒரு நாள் வருபவனிடம் மதுவாடையும் அந்தச் செவிலி வாடையும், துர்நாற்றமாக வீசும். மதுப் பாட்டில்களை வீட்டிற்கு எடுத்துச் செல்லலாம் என்ற நம்பிக்கை உடையவன். குடித்து விட்டால் அதிகமாகத் தள்ளாடியபடியே தான் வருவான்.

மனிதன் மனிதன் தான்; மயிலல்ல, சிறகை விரித்து ஆடுவதற்கு. அவன் புன்னகைப்பதுமல்ல, கோபப்படுவதுமல்ல.

மாறாக நிலை குத்திய பார்வையை உடையவன். கடைசியாக அண்ணி ஷீலா பயங்கரச் சண்டையில் ஈடுபடுவாள். அவள் நாக்குச் சுத்தியல் போன்றது. அவன் அவளைத் தொட்டியில் தள்ளினால், சமையலறையில் எடை கூடிய மணி போன்ற, உலோகப் பானையை எடுத்து அவன் மண்டை மீது போட்டு அந்தப் பானையை உடைக்க முயற்சிப்பாள். முஷ்டியால் பலத்த குத்துகள் விட அவன் முயற்சிப்பான்.

தோற்கடிக்கப்பட விரும்பாமல் அவனைத் தாக்குவாள். அவன் முகத்தைப் பிராண்டுவாள் அல்லது அவன் கையைக் கடித்து விடுவாள். அவர்களை கவனித்துப் பார்த்தால் கணவன் மனைவிக்கிடையிலான தாம்பத்ய உறவு என்பது அதிக, பலமான குத்துக்களை அன்பின் அடையாளமாகக் கொடுக்கல்-வாங்கலுக்குள் அடங்கியது போலத் தோன்றும்.

எதிர்த் தாக்குதலில் மனநிறைவைப் பெற முடியாமல் சமையலறைப் பாத்திரங்களையும் உதவிக்கு எடுத்துக் கொள்வர். பெரும்பாலான பாத்திரங்கள் வீதியில் வந்து விழும். இதைப் பார்த்த பின் பக்கத்து வீட்டுக்காரர்கள் இவர்கள் வீட்டிற்குள் வந்து சமாதான முயற்சியில் ஈடுபடுவர். பெரியவர்கள், சிறியவர்கள் என்று அனைவரும் வந்து நீண்ட நெடிய நல்லுரைகளையும், சமாதான மொழிகளையும், எடுத்துரைப்பர்.

அதன் பலன், மீண்டும் அவர்களுக்குள் பெரியதொரு சண்டை வந்துவிடும். சட்டையை மடித்துவிட்டுக் கொண்டு சமாதான முயற்சிக்காகவா வந்தார்கள்? இல்லை, இல்லை, சண்டையை நீட்டிக்கவும் அதன் சுவையை அனுபவிக்கவும்தான். ஆரம்ப காலங்களில் அண்ணி ஷீலா சண்டைத் தொழிலில் அடிமட்ட நிலையில் இருந்ததால், சண்டைக்கான ஆயதங்களைப் போட்டுவிட்டுத் தன் கிழிந்த ஆடைகளைப் பிறர் பார்க்கும்முன் அறைக்குள் புகுந்து கொள்வாள்.

சண்டையில் போதுமான அனுபவம் கிடைத்தவுடன், வீரமாக எதிர் கொள்ளும் விதமாக இடுப்பில் கைகளை வைத்துக் கொண்டு நிர்வாணமாகக் கூட நிற்கத் தயங்க மாட்டாள். ஹரே ராம்! கடவுள் ஒரு பாதுகாப்பைக் கொடுத்தால், மனிதன் ஒரு பாதுகாப்பைத் தேடிக் கொள்கிறான். ஒருவன், மனிதர்களுக்குள்

இருக்கப் பழகிவிட்டான் என்றால் அவனுக்கேற்ற பாதுகாப்பை அவன் தேடிக் கொள்கிறான். ஆனால் அண்ணி ஷீலாவோ கடவுளின் ஆடையில் மனிதர்களிடையே வாழ்பவளாகிறாள்.

அடுத்தது அப்பா. காவல்துறையில் துணைக் கண்காணிப்பாளராகப் பணியாற்றும் வரை வீட்டில் அனைவருக்கும் அவரைக் கண்டால் பயம். யாராவது ஒரு சிறு தவறு செய்தாலும் டன் கணக்கில் செங்கல் வந்து விழுவது போல அவர்களைத் திட்டுவார்; தண்டிப்பார். இரவில் விளக்குப் போட யாராவது தாமதம் செய்தால் அவர்களுக்கும் தண்டனை உண்டு. அவருக்குத் தேவையான உப்பை விட சாப்பாட்டில் சற்றுக் கூடுதலாகப் போட்டு விட்டாலோ, தட்டுக் கிண்ணம் எல்லாம் பூமிராங் போலப் பறக்க ஆரம்பிக்கும். கடைத் தெருவில் இருக்கும் போக்கிரிகள் கூடப் பயன்படுத்தாத அசிங்கமான கொச்சை வார்த்தைகளை அவர் பயன்படுத்தித் திட்டுவார்.

அவர் மனைவி இறந்தவுடன், துயரம் தாங்காமல், உலகமே இடிந்து விழுந்தது போல உணர்ந்தார். உலகமே இருண்டு விட்டது போல் உணர்ந்த அவரைக் கண்டு வாழ்க்கையைத் துறந்து விடுவாரோ என மற்றவர்கள் அஞ்சினர். காலையில் சீக்கிரமாகவே கால்வாய்க் கரைப்பக்கம் செல்லும் அவர் பகல் முழுவதும் அங்குள்ள போலிச் சாமியார் (மகாத்மா) புனிதர் துளசி தாஸ் பாடல்களைப் பாடுவதைக் கேட்டுக் கொண்டிருப்பார்.

போலிச் சாமியார் துளசிதாஸ் பாடல்களின் பொருண்மையைத் திரித்துக் கூறினாலும் கேட்டுக் கொள்வார். சில நேரங்களில் இவருடைய போக்கிலே பாடல்களின் பொருண்மையை எடுத்துக் கொள்வார். காலப்போக்கில் அவரது துயரம் ஆழமாகவும், அதிகமாகவும் ஆனதே தவிரக் குறைந்த பாடில்லை.

சில நாட்கள் இரவில் சென்று விடுவார் யாருக்கும் அவரைக் கேள்வி கேட்கும் தைரியம் வரவில்லை. அவர் துறவியாகி விட்டால் என்ன செய்வது என்ற பயம் வேறு. துறவியாகி விட்டால் அவருடைய ஓய்வூதியம் அவர்களுக்குக் கிடைக்காது என்ற பய உணர்வு வேறு அவர்களைத் தொற்றி கொண்டது. அதே நேரம், தேவேந்திராவின் சைக்கிள் தொழிலும் மூடப்படும் நிலைக்கு வந்து விட்டது. செவிலியரோடு அவனுக்கு இருந்த

கள்ளத் தொடர்பை அறிந்து சைக்கிள் நிறுவனம் அவனுடைய முகமையை ரத்து செய்து விட்டது.

திடீரெனப் பாட்டியின் உடலில் அசைவு தெரிந்தது. ஷீலா அண்ணி பாட்டியின் நெற்றியைத் தொட்டுப் பார்த்தாள். விரக்தியுடன் "பாட்டி உயிரோடு இருக்கிறாள்" என்றாள். இதனால் உந்தப்பட்ட ஷோகியும் நீண்ட அடிகளாக எடுத்து வைத்துப் பாட்டியின் அறைக்குள் நுழைந்து, பாட்டியின் நெற்றியில் கை வைத்துப் பார்த்தாள். இளமையின் காரணமாக அவளிடமிருந்து ஒரு கதகதப்பும் தென்பட்டது. அவளின் நம்பிக்கை வலுப் பெற்றது. ஆனால் ஷீலாவின் நம்பிக்கை அழியத் தொடங்கியது.

"அண்ணி, வாருங்கள், பாட்டியை மீண்டும் கட்டிலில் படுக்க வைப்போம்," என ஷோகி அழைத்தாள். "சீக்கிரம் வாருங்கள், பாட்டி உயிருடன் இருக்கிறாள்," என அவசரப் படுத்தினாள். "என்னால் முடியாது. நான் வர மாட்டேன். இந்த ஒடுங்கிப் போன மரக்கட்டையைத் தூக்க நான் வரமாட்டேன்" எனப் பதிலுரைத்தாள்.

ஷோகி தனியாளாகவே தன் வலிமையான நீண்ட கைகளால் பாட்டியைத் தூக்கிக் கட்டிலில் கிடத்தினாள். சற்று நேரத்தில் பாட்டிக்குப் பேச்சு வந்து விட்டது. "முண்ணி, எங்கே அம்மா இருக்கிறாய்?" என்று பாட்டி முணுமுணுத்தாள். "என்ன பாட்டி! இங்கு தான் இருக்கிறேன்", என்று கூறி புதிய தெம்புடனும் நம்பிக்கையுடனும் பாட்டியைப் பார்த்தாள். முண்ணி பாட்டி போலவும் பாட்டி சிறுமி போலவும் மாறித் தோன்றினர். எண்ண ஓட்டங்களும் மாறிய நிலையில் சில நேரம் வயதானவள் போலவும், சில நேரம் சிறுமியர்கவும் மாறிவிடும் அம்மா நிலையில்தான் இருவரும் இருந்தனர்.

இளம் வயதானாலும் முதியவளானாலும் தாயுள்ளம் என்பது பெண்களிடம் எப்பொழுதும் ஒரே மாதிரியாக இருந்து கொண்டேயிருக்கும். குழந்தைகளின் குப்பைகளிலேயே வாழ்ந்து, அதிலேயே இறந்தும் போகிறாள் தாயானவள். அப்படிப்பட்டவள் இறந்தால் அவள் போய்ச் சேரவேண்டிய நேரம் வந்து விட்டது என்று வெகு சாதாரணமாக ஆண்கள் கூறிவிடுவர்.

“என்னை நீ கூப்பிட்டாயா? என முண்ணியைப் பார்த்துக் கேட்டாள் பாட்டி. “இல்லையே பாட்டி, நான் கூப்பிட வில்லையே?” எனப் பதிலுரைத்தாள். எச்சரிகை விடுவது போல விரலைக் காட்டி “பெண்ணே! நீ மறந்திருப்பாய்” என்றாள் பாட்டி. “உன் அப்பாவைப் பெற்றவள் நான்.. என்னை விடப் புத்திசாலி என்ற நினைப்பா உனக்கு? உன் சூதுகளை நானறிவேன். பெண்களுக்கு நானூற்றி நான்கு சூசங்களும், உபயங்களும் தெரியும் என்பர். ஆனால் உனக்கு ஒன்று அதிகமாகி நானூற்றி ஐந்து உபயங்கள் உண்டு” என்றாள் பாட்டி. பாட்டி இவ்வாறு செல்லமாகக் கடிந்து கொண்டவுடன் பாட்டியருகே நெருங்கி வந்தாள் ஷோகி.

“என்னை நம்புங்கள் பாட்டி” என்றாள், திடீரென முண்ணியின் முகம் பிரகாசமாயிற்று. பாட்டி பேச்சு மூச்சின்றி இருந்த நேரம் நம்பிக்கையும் துயரமும் மாறி மாறி தள்ளாடிக் கொண்டிருந்த நேரத்தில் ஒரு வேளை பாட்டி என்று கூப்பிட்டு இருக்கலாம் என நினைத்துக் கொண்டாள். ஒரு வேளை அவளுடைய குரல் விண்ணைத் துளைத்துச் சென்று பாட்டியை உயிரோடு இந்த உலகத்திற்குத் திரும்பக் கொண்டு வந்து விட்டதோ என்று எண்ணத் தோன்றியது. ஏனெனில், பாட்டி முடிக்க வேண்டிய காரியங்கள் நிறைய இருப்பதாலும் பாட்டி திரும்பி விட்டாள் போலும்.

“ஆமாம் பாட்டி உங்களைக் கூப்பிட்ட ஞபாகம் வந்து விட்டது” என்று முழு மனதோடு ஒத்துக் கொண்டாள். “என்னைப் பற்றிக் கவலைப் பட இவ்வுலகில் நீங்கள் ஒருவர் தானே உண்டு பாட்டி”, என்றும் கூறினாள்.

பக்கத்து வீட்டுப் பெண்மணிகள் பாட்டியின் உடல் நலம் விசாரிக்க வந்தனர். பாட்டியும் பேத்தியும் அன்பொழுகப் பேசிக் கொண்டதைச் சற்று நேரம் கேட்டு விட்டு ஷீலா அண்ணி அறையை விட்டு வெளியே வந்தாள். மூக்கைத் துடைத்துக் கொண்டும் கண் பட்டையைச் சரி செய்து கொண்டும் சமையலறைக்குள் நுழைந்தாள்.

பாட்டி கட்டிலில் எழுந்து உட்கார முயற்சித்தாள். வயது முதிர்ந்த காலத்தில் தன் எடையைத் தவிர வேறு எதையும் தாங்கிக் கொள்ளும் சக்தியுடையது தான் நம் உடம்பு. பாட்டியைப்

பொறுத்தவரை, உடம்பின் எடை என்று கூறுவதை விட இதயத்தின் சுமை என்றே கூறலாம். சற்றுமுன், சாவின் விளிம்பு வரை சென்று வந்த பாட்டி, பேத்தி நீட்டிய உதவிக்கரத்தை உதறித் தள்ளினாள்.

குள்ளுவின் அம்மாவைப் பார்த்த பாட்டி "எனக்குப் பரம எதிரி உண்டு என்றால், அது என் பேத்தி, ஷோகி தான்," என்று கூறினாள். பாட்டியின் காதருகே வந்த குள்ளுவின் அம்மா "ஏன் அப்படிச் சொல்கிறீர்கள் பாட்டி?" எனக் கேட்டாள். "நான் நல்லதைத் தேடி நல்ல இடத்திற்குச் செல்ல இருந்தேன். இந்தப் பிசாசுதான் என்னைத் தடுத்துவிட்டது" எனப் பதிலளித்தாள். அன்போடு கூடிய பாட்டியின் திட்டு ஷோகியின் கண்ணீரை உலரச் செய்தது. ஆனால், பாட்டி மட்டும் சாவுலகில் சற்று நேரம் வாழ்ந்து பார்த்த மாயத் தோற்ற உணர்வுகளிலிருந்து இன்னும் விடுபடவில்லை.

வந்திருந்த ஜமுனாவைப் பார்த்துப் பாட்டி சொன்னாள்: "என்ன அழகான தோட்டம் அங்கிருந்தது! எங்குப் பார்த்தாலும் பசுமையான கொடிகள் படர்ந்து காணப்பட்டன; பூக்களுக்கும் குறைவில்லை. என்ன அழகான பூக்கள்! தெய்வீக ஒளிக்கு இணையான ஒளியை அப்பூக்கள் பரப்பின. பரந்து விரிந்து காணப்பட்ட கொடிகளின் கீழே அமர்ந்து சில ரிஷிகள் பாடிக் கொண்டிருந்தனர். இன்னும் சில ரிஷிகள் தியானம் பண்ணிக் கொண்டிருந்தனர்".

குள்ளுவின் அம்மா, ஜமுனா, ஷோகி ஆகியோர் முழுக் கவனத்துடன் பாட்டி சொல்வதைக் கேட்டுக் கொண்டிருந்தனர். சில நேரம் சுருதி குறைந்தும், சிலநேரம் சற்று உரத்த குரலிலும் பாட்டி பேசிக் கொண்டிருந்தாள், "அந்தப் பகுதி முழுவதும் ஆயிரம் சூரியன்கள் ஒளி பரப்பியதைப் போல பிரகாசத்துடன் ஜொலித்துக் கொண்டிருந்தது", என்று முடித்தாள்.

தொடர்ந்து "ஆனால் அங்கு சூடு, வெப்பத்திற்கான அறிகுறியே கிடையாது. ஒரு புது வித குளிர் மட்டும் இருந்தது. அக்குளிரில் கல்நெஞ்சங்களில் கூடப் பூக்கள் அதிக அளவில் பூக்கும். அங்கு என்னை நோக்கி ஒரே ஒரு ஒளிக்கற்றையின் சத்தம் மட்டும் வந்து கொண்டிருந்தது," என முடிக்க, அனைவரும்

ஆர்வத்துடன், "அந்த ஒளிக்கற்றையின் சத்தம் எது, பாட்டி?" எனக் கேட்டனர். "இந்தத் தரிசாய் நிற்கும் என் பேத்தியினுடையது தான்", என்று பேத்தியைப் பார்த்தபடிச் சலிப்புடன் கூறினாள். அதற்குக் குள்ளுவின் அம்மா சொன்னாள்: "சத்தம் என்பது வார்த்தைகளால் தான் ஆனது, ஒளியால் அல்ல, அம்மா".

கோபத்துடன், "நீ ஒரு முட்டாள்!" என்றாள். "மேலுலகில் ஒளிக்கும், சத்தத்திற்கும் வித்தியாசம் இல்லை என்பது உனக்குத் தெரியாதா? இரண்டும் ஒன்றும் தான்," என்று பதிலளித்தாள். பாட்டி தொடர்ந்து பேசிக் கொண்டிருந்தாள். கடந்த காலத்தில் அமைதியாயிருந்ததை ஈடுகட்டும் விதமாக, முழுவதுமாக சாவி கொடுக்கப்பட்ட பொம்மை போலத் தொடர்ந்து பேசிக் கொண்டிருந்தாள்.

இது வரை அமைதியாகக் கேட்டுக்கொண்டிருந்த ஜமுனா மற்றும் குள்ளுவின் அம்மாவிடமிருந்து, வேறொன்றும் பாட்டி எதிர்பார்க்கவில்லை. அவர்கள் பாட்டியை ஒரு பெண் தெய்வம் என நினைத்துப் போற்றினர். நானூற்றி ஐந்து தந்திரங்களையும், உபயங்களையும் உடைய ஷோகி தன் பாட்டியைப் பார்த்து ஒரே ஒரு கேள்வியை எழுப்பினாள்: "தாத்தாவை ஏதாவது ஒரு சந்தர்ப்பத்தில் அங்குப் பார்த்தாயா, பாட்டி?" உடனே, வாடி, உலர்ந்து போன இலையிலிருந்து ஒரு பசுமையின் வெளிப்பாடு தோன்றியது.

"ஆமாம், முண்ணி! அவரைப் பார்த்தேன்: புதிதாகத் திருமணமானவர்கள் பேசுவது போலச் சற்று வெட்கத்துடன் பேசினாள். அவர்கள் பேச்சு புதிய திசையை நோக்கிச் சென்றது. அங்கிருந்த பெண்மணிகள் ஒருவரையொருவர் கேலியாக இடித்துக் கொண்டனர். "உன்னுடன் பேசினாரா, பாட்டி?" எனக் கேட்க, "ஆம், பேடாஸால் இனிப்பான லெஸ்ஸி தயாரித்துக் கொடு," என்று கேட்டார் எனக் கூறினாள்.

பாட்டியை வீழ்த்திவிடும் நினைப்பில் குள்ளுவின் அம்மாவைப் பார்த்து கொண்டே, ஷோகி கேட்டாள்: "சொர்க்கத்தில் இருந்ததா, பாட்டி?" "பேடாஸும் கிடைக்கவில்லை, கார்கியும் அங்குக் கிடைக்கவில்லை," என்று பாட்டி சொன்னாள். "அப்படி-யென்றால், சொர்க்கம் எப்படி நல்ல இடமாகும்?" என்று

மூண்ணி கேட்டாள். "பின் ஏன் அங்குப் போக வேண்டும்?" இது ஏனையோரின் கேள்வி.

அதற்கு பாட்டி அவர்களைப் பார்த்து அப்பாவி போலச் சொன்னாள்: "அதைத் தான் நானும் தெரிந்து கொள்ள ஆசைப்படுகிறேன்". நாளை பூசாரியை அழைத்து அவர் போதும் போதும் என்று சொல்லுமளவிற்கு பேடாஸ் கொடு "அப்படியே சாத்திரவல்லுனர் ராலியா ராம் அவர்களையும் அழைத்து விடு" எனப் பாட்டி கேட்டுக் கொண்டாள்.

இதைக் கேட்ட அங்கிருந்த அனைவரும், வந்த சிரிப்பை அடக்கிக் கொண்டனர். இதையெல்லாம் கவனிக்காத பாட்டி தொடர்ந்து பேசினாள்: "மரகதக் கற்களாலும் மாணிக்கக் கற்களாலும் அழகுபடுத்தப்பட்ட கோவிலின் வாசலருகே வந்து நின்றார்: இன்னும் இளமையோடும் வலிமையோடும் தான் இருந்தார்: அகன்ற மார்பும் அப்படியே இருந்தது: ஒளிவிடும் முகம், பெரிய கறுப்பு மீசையோடும் இருந்தார்".

"அவருடைய மீசை இன்னுமா கருப்பாக இருந்தது?" எனச் சந்தேகத்துடன் ஷோகி கேட்டாள். குழி விழுந்த கன்னங்கள் வழியாகத் தொங்கிப் போன உதடுகளால் சிறிய புன்னகையை சிதறவிட்டாள் பாட்டி. பின், "முட்டாள் பெண்ணே! உனக்குத் தெரியாதா? சாவினால் மேலுலகத்தில் ஒன்றும் செய்ய முடியாது, அங்கு யாருக்கும் முதுமை வருவதில்லை. உன் தாத்தா பக்கத்தில் மிக அழகான பெண் நிற்பதைக் கண்டேன்," என்று விவரித்தாள்.

"என்ன பேசுகறீர்கள், பாட்டி! தாத்தா சொர்க்கத்தில் கூட" என்ற ஷோகியை இடைமறித்து "அந்த அழகிய பெண் யாரென்று ஏன் நீ கேட்கவில்லை" என்றாள் பாட்டி, "யாரென்று சொல், பாட்டி," ஷோகி கேட்டாள். உடனே பாட்டி, "அது வேறு யாருமல்ல. நான் தான். இந்த வீட்டிற்கு மணப்பெண்ணாக வந்தது போலவே." என்று சொல்லி முடித்தாள்.

அருகிலிருந்த அனைத்துப் பெண்களும் கடகடவென்று சிரித்தனர். இதையெல்லாம் ஒரு பொருட்டாக நினைக்காத பாட்டி தொடர்ந்து சொன்னாள்: "உனக்குத் தெரியுமா? என் கையை அவர் பிடித்துக் கொண்டார். நீ இல்லாமல் என்னால் இருக்க முடியவில்லை" என்றவுடன் என் கையை உதறி எடுத்துக்

கொண்டேன். நான் அவரிடம் சொன்னேன்: "ஜெகன் அப்பா, நான் இப்பொழுது உங்களிடம் வர முடியாது, இந்த உலகில் நான் செய்து முடிக்க வேண்டிய வேலைகள் நிறைய இருக்கின்றன. நீங்கள் எனக்காகக் காத்திருக்கத்தான் வேண்டும்."

கண்ணீர் மளமளவென்று பாட்டியின் உலர்ந்து சுருங்கிப்போன முகத்தில் வழிந்தோடியது. அருகிலிருந்த பெண்மணிகள் அமைதியானார்கள். திடீரெனப் பாட்டியின் ஒரு கை மேஜை மீதிருந்த கீதைப் புத்தகத்தின் மேல் விழுந்தது. மற்ற கையால் தன் சேலையின் ஒரு முனையில் கண்ணீரைத் துடைத்துக் கொண்டாள். பின் முண்ணியைப் பார்த்து, "ஏய் முண்ணி! உன்னை யாராவது திருமணம் செய்து கொள்ள முன் வருவார்களா?" என்று கேட்டாள்.

காவல்துறையில் துணை கண்காணிப்பாளராக இருந்து பணி ஓய்வு பெற்ற ஜெகன்னாத் தியாகியின் வீட்டை "டெபுடி பவனம்" என்றே அழைப்பர். அங்கு எப்பொழுதும் ஆட்கள் வந்து, போய் இருப்பர். வயதானவர்கள், இளைஞர்கள், கருப்பு இனத்தவர், நல்ல நிறத்தவர் எனப் பட்டியல் நீளும். ஆனால், அனைவரும் முண்ணியின் உயரத்தை எட்டாதவர்கள்தான்.

முண்ணி அதிக உயரமானவள் மட்டுமல்ல, தொள தொளத்துப் போன கைகள், கடி த்த உருவம், இது தான் ஷோகி. அவளின் இளமையான உடம்பில் சூடான ரத்தம் பாய்ந்து அவள் தோற்றத்தை வெண்கல நிறத்திற்கு மாற்றியிருந்தது. தோற்றத்தில் கொனார்க் சிற்பிகள் கவனத்துடன் செதுக்கிய புராணக் கடவுள் யக்ஷிபோலத் தோன்றினாள். வீதியில் நடக்கும் பொழுது அவளைவிட அவள் அடிச்சுவடுகள் மிக முன்னமாகவே செல்லும்.

"கவனியுங்கள். நானும் வந்து கொண்டிருக்கிறேன்," என்று சுவடுகளிடம் அவள் சொல்வது போல அவளுக்குத் தோன்றும். "என் பாதையை மறித்து விடாதீர்கள்," என்று பாதசாரிகளைப் பார்த்துச் சொல்வாள். உடனே அவசர கதியில் பாதையை விட்டு விலகிக் கொள்வார்கள்.

தியாகிக் குடும்பப் பெண்கள் அனைவரும் ஷோகியைப் போலவே உயரமாகவும் கம்பீரமாகவும் இருப்பர். ஆண்களோ வளைந்தும், சாதாரண தோற்றமும், மட்டமான பார்வையும்

கொண்டவர்கள் தான். எத்தனையோ தலைமுறைகளுக்குப் பின்னர் ஷோகியின் தாத்தா தான் குடும்ப வழக்கத்தை மீறி முதல் முதலில் குள்ளமான பாட்டியைத் திருமணம் செய்து கொண்டவர். மூண்ணியின் அம்மா சாதாரண உயரமுடையவர். அதே போல, அண்ணன் தேவேந்திராவின் மனைவி, அண்ணி ஷீலா குள்ளமானவள். தாத்தாவிற்கு அசைக்க முடியாத நம்பிக்கை ஒன்று உண்டு. அதாவது வரும் தலைமுறையில் அவர் குடும்பத்தில் ஆண்களும் பெண்களும் சாதாரண உயரமுடையவர்களாக இருப்பார்கள் என்பதுதான் அது. ஆனால் மூண்ணி இந்த நம்பிக்கையைத் தகர்த்து விட்டாள். தற்போது அவள் உயரம் ஐந்து அடி ஒன்பது அங்குலம்.

கோடை காலம் வந்து போயிற்று. அதே போலக் குளிர்காலம், வசந்த காலத்தையும் தொடர்ந்து வரும் இலையுதிர் காலமும் ஓடி விட்டன. ஷாகித் மியான் வீட்டின் முன் நின்ற கட்சனார் மரமும் பசுமை, சாம்பல் நிறம் என எத்தனையோ தடவைகள் நிறம் மாறி விட்டது. "டெடுடி பவனம்" முன் பகுதி மரத்தினால் ஆன நீளுமையைக் கொண்டது. எத்தனையோ பருவ கால மாற்றங்களையும், அதிகமான மழையையும், அது எதிர் கொண்டதால் பாசி படிந்து காணப்பட்டது. எல்லாவற்றிற்கும் ஒவ்வொரு மாற்றம் ஏற்பட்டது. ஆனால் ஷோகிக்கு எந்த மாற்றமும் ஏற்படவில்லை. அவள் நிரந்தரமாகவே அந்த வீட்டில் இருக்கத்தான் பிறந்தவள் போல் தோன்றியது.

கணவனால் கைவிடப்பட்ட, பக்கத்து வீட்டு ஷாகித் மியானின் சகோதரி அபா பர்தூஸ்-ஐக் கூட இரண்டாண்டுகள் பொறுமையான காத்திருப்புக்குப் பின் அவள் கணவன் அழைத்துக் கொண்டான். பர்தூஸை வழியனுப்பும் போது மூண்ணி சிந்திய கண்ணீர் ஒரு குளத்தளவு என்று சொல்லலாம், கட்டி அணைத்துக் கொண்டே பர்தூஸ் கூறினாள்: "அழாதே மூண்ணி-அல்லா விரும்பினால், உன் திருமணத்தில் நான் வந்து கலந்து கொள்வேன்." ஒரு வித வெறுத்த பார்வையுடன் மூண்ணி சொன்னாள்: "அப்படியானால் நீ வெறுமனே தான் காலத்தைக் கழிக்க வேண்டியதிருக்கும். அந்த நாள் என்றும் வராது." திகம்பர் ஜெயின் குடும்பப் பெண் திரியாம்பிகை ஷோகியைப் பார்த்துக்

கேட்டாள்: "ஒரு நண்பியின் பிரிவால் யாராவது இவ்வளவு தூரம் அழுவாரோ?"

முண்ணியால் கண்ணீரை அடக்கிக் கொள்ள முடிந்தது. ஆனால் பாட்டியால். மட்டும் அவ்வாறு செய்ய முடியவில்லை. பாட்டி சதா அழுது கொண்டே இருந்தாள். அண்ணி ஷீலாவால் இதைத் தாங்கிக் கொள்ள முடியவில்லை. அது மட்டுமல்ல பாட்டி அடிக்கடித் தன் படுக்கையை நனைத்துக் கொண்டிருந்தாள். அதையெல்லாம் கழுவிச் சுத்தம் செய்தது ஷோகிதான். கைக்குட்டையால் மூக்கை மூடிக் கொண்டு ஷீலா அண்ணி அவள் அறைக்குள் சென்று விடுவாள்.

வழக்கம் போல தேவேந்திராவுக்குக் கோபம் வந்தது. குரைக்காத குறையாக ஷீலாவைப் பார்த்து கேட்டான்: "பாட்டியை மூட்டை கட்டி அனுப்பி விட என்னுகிறாயா? முகத்தில் அறைந்தது போல ஷீலாவும் "ஆம்" என்றாள், "அப்படியானால் ஒரு காரியம் செய்" எனக் கூற, அவளும் "என்ன செய்ய?", என்றாள், "முண்ணிக்கு மணமுடித்து வை", எனச் சொன்னான், "நல்ல முறையில் பாட்டியையும் பேத்தியையும் அனுப்பத்தான் விரும்புகிறேன்," என்றாள் கோபத்துடன் ஷீலா.

"அவர்களால் போதும் போதும் என்றாகி விட்டது எனக்கு; உங்களுக்குத் தெரியுமா ஒரு சேதி? நேற்றைக்கு உங்கள் அன்புச் சகோதரி குதி உயர்ந்த செருப்பு வாங்கியிருக்கிறாள். அவளை அதை அணியச் சொல்லுங்கள். அப்பொழுது தான் வானத்தைக் கிழித்துக் கொண்டு மொத்தமாக மறைந்து விடமுடியும்," எனக் கொட்டித் தீர்த்தாள்.

இன்னொரு சண்டையை வர வழைக்க தேவேந்திரா விரும்பவில்லை. ஆனால் ஷீலாவோ இத்துடன் விடுவதாகத் தெரியவில்லை. "எனக்கு அவர்கள் மேல் கரிசனம் இல்லை என்று கூற முடியாது. அவர்களைத் தூக்கிச் செல்லக் கூடிய பிசாசைக் கண்டுபிடிப்பது என்வேலை அல்ல," என்று கூறி முடித்தாள். அவள் எதைக் குறிப்பிடுகிறாள் என்பதை உணர்ந்தான் தேவேந்திரா. அந்த பிசாசைக் கண்டு பிடிப்பது அவன் வேலைதான் என்பதைச் சுட்டிக் காட்டுகிறாள் என்பதைப் புரிந்து கொண்டான். ஆனால், நழுவிக் கொள்வதில் வல்லவனான அவன் வீட்டின் எந்தப்

பிரச்சினைகளிலும் தன்னை ஈடுபடுத்திக் கொள்ள மாட்டான். பிரச்சினைகளின் போக்கிலேயே விட்டு விட்டு என்றாவது ஒரு நாள் தீர்வு கிட்டும் என்று ஒதுங்கிக் கொள்வான். தன் அப்பா ஜெகன்னாத் தியாகி போலவே வேதங்களிலும் சாஸ்திரங்களிலும் அடைக்கலம் தேடலானான். இந்தப் புனித நூல்கள் எல்லாம் “கடவுளிடம் உன் பாரத்தை இறக்கி விடு” என்று தானே மனிதனுக்குச் சொல்கின்றன.

தாழ்வாரத்திலிருந்து முற்றத்திற்குச் சென்றான் தேவேந்திரா. மழையைக் கொண்டு வரக்கூடிய மேகக் கூட்டங்கள் ஆகாயத்தில் தென்பட்டன. மழைக்காலத் துளி விழ ஆரம்பிக்கும் நேரத்தில் அவனுடைய குழந்தைப் பருவ நண்பன் கௌதம், வாசலில் நிற்பதைக் கண்டான். அவனுக்குக் கல்கத்தாவில் சைக்கிள் விற்பதற்கான முகமை இருந்தது. அதனுடைய கிளை ஒன்றை திமாபூரில் ஆரம்பிக்க நினைத்து அங்கு வந்தான்.

அவன் ஐந்தடி இரண்டு அங்குல உயரம் தான். ஆனால் கட்டு மஸ்தான உடம்பையும் நன்கு விளைந்த சிவப்பு நிற தக்காளியைக் கன்னங்களில் வைத்திருப்பவன் போன்ற தோற்றமும் உடையவன். தன் சக்தியை எவ்வாறு வெளிப்படுத்துவது என்று தெரியாதவன் போல சிறு சந்தர்ப்பம் கிடைத்தாலும் நடனமாடத் தயங்கமாட்டான். தேநீர் அருந்தி விட்டுச் செல்லலாமே என்று அவனிடம் தேவேந்திரா கூறினான்.

கௌதம் பற்றி ஷீலா நிறையக் கேள்விப் பட்டிருந்தாலும், அவனை நேரில் பார்த்ததில்லை. அவள் காதில் தேவேந்திரா ஏதோ கிசுகிசுத்தான். தேநீர் தயாரிக்கையில் ஷீலா ஒரு சிறு தவறு செய்திருந்தாள். அவள், முண்ணியை அவர்கள் அறைக்குள் எட்டிப் பார்க்கக் கூடாது என எச்சரித்திருந்தாள். “ஏன்?” என்று கேட்ட முண்ணி தொடர்ந்து, “அண்ணனின் நண்பர் வந்திருக்கிறாரோ?” எனக் கேட்டாள். “ஆம்”. என்றாள் ஷீலா. அவள் முண்ணியை எச்சரித்திருக்கா விட்டாலும் ஒன்றும் தவறாக நடந்திருக்காது. வரவேற்பறையில் என்ன நடக்கிறது, என அறிய ஷோகி மிக ஆவலுடன் இருந்தாள்.

ஷீலா சமையலறையை விட்டு வெளியேறியவுடன் ஷோகி வரவேற்பறையைப் பார்க்க வசதியாக அமைந்துள்ள

இடைமட்ட மாடிக்குச் சென்றாள். ஷீலா தேநீர்த் தட்டுடன் வரவேற்பறையில் நுழைந்தவுடன் தேவேந்திரா "பொறு! கௌதமுக்கு பேடா இனிப்பு கொண்டு வருகிறேன். பின்னர் தேநீர் கொடுக்கலாம்," என்றான். "இனிப்பு பேடா இப்போ வேண்டாம்", எனக் கூறிய கௌதம் தேவேந்திராவை நிற்கச் செய்தான். ஆனால் தேவேந்திராவோ வற்புறுத்தும் விதமாக, "உனக்கு பேடா பிடிக்கும் என்று எனக்குத் தெரியும். இதோ, ஒரே நிமிடத்தில் வந்து விடுகிறேன்" எனக் கூறி எழுந்து சென்றான்.

வானத்தைப் பார்த்த வண்ணம் இருந்தாள் ஷோகி. ஷீலாவுடன் கௌதம் சிரித்துப் பேசிக் கொண்டிருந்தான். இடையே கேலியும், நையாண்டியும் வந்து போயின. அவர்கள் பேச்சில் கண்ணியக் குறைபாடு இல்லாவிட்டாலும் ஆபாசத்திற்குக் குறைவில்லை. ஒரு இளம் வயதினன், தன் நண்பனின் மனைவியிடமிருந்து சிறிது உரிமைதான் எடுத்துக் கொள்ளலாம். அவளோ, தீங்கு விளைவிக்காதவரை சிறு உடற்கூச்சம் வந்தாலும் பரவாயில்லை என நினைத்தவள். ஷீலாவைப் பார்த்து, "நீங்கள் தேவேந்திராவுக்கு ஒரு மகனைப் பெற்றுக் கொடுங்கள், அதை உடனடியாகச் செய்யுங்கள், இல்லாவிட்டால், அவன் இரண்டாவது மனைவியைத் தேடிக் கொள்வான்," என்று வேண்டுகோளாகவும், எச்சரிக்கையாகவும் கூறினான்.

ஷீலா சிரித்துக் கொண்டே, "ஆம் அது எனக்குத் தெரியும். இதை ஒரு தடவை மறைமுகமாக என்னிடம் கூறியுள்ளார்," என்று சொன்னாள். "அவன் என்ன சொன்னான்?" என்று ஆர்வத்துடன் கேட்டான். "வசந்த காலம் வருமுன் நல்லதொரு முடிவை நீ தராவிட்டால் உன்னை வெளியேற்றி விட்டு வேறு பெண்ணை ஏற்றுக் கொள்வேன்," என்று என்னிடம் கூறி விட்டார். "அப்படியா சொன்னான்?" என்றான், எழுந்து கொண்டு சட்டை க் கையை மடக்கி விட்டுக் கொண்டே, ஷீலா சிரித்துக் கொண்டாள்" உடனே கௌதம், "எனக்கு ஒரு வித உற்சாகத்தைக் கொடுத்து விட்டீர்கள்" என்றான்.

கௌதம் நிம்மதிப் பெருமூச்சு விட்டான்; மெத்தை ஆசனம் போலப் பயன்பட்ட கட்டிலில் உட்கார்ந்து கொண்டான். ஆனால் ஷீலா உண்மையில் அவனை முட்டாளாக்கி விட்டாள். அவன் வெகு அக்கறையுடன் பேசிக் கொண்டிருக்க அவளோ அதை

நகைச்சுவை போல எடுத்துக் கெண்டாள். தேநீர் கோப்பையைக் கையில் எடுத்துக் கொண்டு அவள் காதருகே வந்து "உனக்குத் தெரியுமா? தேவேந்திராவுக்குச் செவிலியர் ஒருவருடன் கள்ளத் தொடர்பு இருக்கிறது, எனக்கு ஒருத்தர் சொன்னார்," என்றான் மெதுவான குரலில்.

கோபக்கனல் ஷீலாவின் இதயத்தில் தோன்றியது. தன் மனநிலை காயமுற்றதாக உணர்ந்தாள். சந்தோஷப் பரிமாற்றத்தை எங்கோ தூக்கி எறிந்து விட்டதைப் போல நினைத்தாள். "ஆம், இன்னொரு பெண்ணுடன் தொடர்பு வைத்துள்ளார்", என்று சொன்னவள், மூக்குப் புடைக்க தொடர்ந்து சொன்னாள், "அவர் ஒரு ஆண்பிள்ளை; ஒரு ஆண்தான் ஒரு பெண்ணோடு தொடர்பு வைத்துக் கொள்ள முடியும், உன்னைப் போன்ற எலி அல்ல."

இனிப்புப் பேடா உடன் நுழைந்த தேவேந்திரா கௌதமை பார்த்தான். கைக்குட்டையால் அவன் நெற்றியைத் துடைத்துக் கொண்டிருந்தான். முண்ணியைத் தேடி இடைமட்ட மாடிக்கு வந்த பாட்டி அவள் மயக்கமுற்று நடையில் படுத்திருப்பதைக் கண்டாள்.தலையில் அடித்துக் கொண்டு உதவிக்காக ஆட்களைக் கூடப்பிடலானாள். ஷீலா ஓடோடி வர, குள்ளுவின் அம்மா அவளைத் தொடர்ந்து வந்தாள். ஷோகியின் பற்களுக்கிடையே தேக்கரண்டியை நுழைத்து மூடிக் கொண்டிருந்த தாடையை விலக்கினர். கையைத் தேய்த்து விட்டும், உடலை அழுத்தியும் முதலுதவி செய்தனர். ஒரு வழியாக ஷோகி விழித்துக் கொண்டாள். இந்த இடைவெளியில் கௌதம் புறப்பட்டு விட்டான்.

ஷோகி தரையில் வழுக்கி விழுந்திருக்க வேண்டும் என்று சிலரும், தீய சக்தியால் ஆட்டிப் படைக்கப்பட்டிருக்க வேண்டும் என்று சிலரும் கூறிக் கொண்டனர். ஆனால் உண்மைக் காரணம் அவர்களுக்குத் தெரியாமலிருக்க வாய்ப்பில்லை. முண்ணி சுய நினைவு பெற்றவுடன் தான் இருக்கும் நிலையைப் பார்த்து, வெட்கப்பட்டுப் பாட்டியின் மடியில் முகத்தைப் புதைத்துக் கொண்டு அழ ஆரம்பித்தாள்.

மாலை நேரத்தில் ஷோகி முழுமையாகக் குணமடைந்து விட்டாள், வீட்டில் அவரவர் வேலையைப் பார்க்க ஆரம்பித்தனர். அப்பாவிற்குத் தயார் செய்யப்பட்ட காய்கறிக் கூட்டு மற்றும் பருப்பில், கவனக்குறைவாக ஷீலா இரண்டாவது தடவையாக

உப்பு சேர்த்துச் சமைத்து விட்டாள். அவர் என்ன செய்வார்? ஏற்ற இறக்க உணர்வுகளைக் கொண்ட அவர் சாப்பாட்டைத் தூக்கி முற்றத்தில் எறிந்து விடுவார்.

அப்பா வீட்டிற்கு வந்தவுடன் ஷோகி நடுங்கும் கரங்களால் உணவு எடுத்து வைத்தாள். அவர் உட்கார்ந்து சாப்பிட ஆரம்பித்தார். ஷீலாவின் கண்கள் அவரின் முகத்தைச் சுற்றி வட்டமிட்டுக் கொண்டிருந்தன. ஒரு கை சாதம் எடுத்து நாக்கில் வைத்துச் சுவைக்கத் தொடங்கினார், பின் முழுங்கிக் கொண்டார் அல்லவா என்று, நினைத்துக் கொண்டு. அவரைப் பார்த்து ஷீலா சொன்னாள்: "அப்பா மன்னித்து விடுங்கள். தெரியாமல் சாப்பாட்டில் அதிக உப்பைப் போட்டுச் சமைத்து விட்டேன்".

அவரோ, ஒன்றும் தெரியாதவர் போல நடந்து கொண்டார். பின், ஆறுதலிக்கும் வண்ணம் அவளிடம் சொன்னார்: "பரவாயில்லை, குழந்தை! எனக்கு ஏற்ற வகையில் தான் உணவில் உப்பு சேர்க்கப்பட்டிருந்தது கவலைப்படாதே". சிறிது சாப்பிட்டு விட்டு, எனக்குப் போதும்," என்று கூறிச் சாப்பாட்டுத் தட்டைத் தள்ளி வைத்து விட்டார். "அந்தச் சாமியார் எனக்கு இரண்டு தடவை பிரசாதம் கொடுத்து விட்டார்", என்று கூறி முடித்தார்.

ஷோகியின் கண்கள் கண்ணீரைப் பனித்தன. ஜமுனா வீடு சென்று ஒரு தட்டில் பருப்புக் குழம்பு வாங்கி வந்தாள். ஆனால் அவர் அது பற்றி ஆர்வம் காட்டியதாகத் தெரியவில்லை. அவர் படுக்கையைச் சரி செய்ய ஷீலா சென்று விட்டாள். "நீங்கள் இன்றும் கொஞ்சம் சாப்பிட வேண்டும், அப்பா," என்று வற்புறுத்தினாள். அவருக்கு உண்மையிலே பசிதான். சப்பாத்தியை எடுத்துப் பருப்பில் தோய்த்துச் சாப்பிட்டுக் கொண்டே சொன்னார்: "இதை நான் சாப்பிடா விட்டால் ஷீலா வருத்தப்படுவாள்".

ஷோகியைப் பார்க்க மறுநாள் கௌதம் வருவதாக முடிவு செய்திருந்தனர். அவளுக்கோ, இதன் முடிவு எப்படியிருக்கும் என்பது பற்றி எந்த வித மாயையும் கிடையாது. அன்று ஷீலா நடந்து கொண்ட கொடூர முறையைச் சுய மரியாதை உள்ள ஒருவன் நினைத்துப் பார்த்தானேயானால் அந்த வீட்டிற்கு இரண்டாம் தடவை வரமாட்டான், ஆனால் ஷீலாவின் சீண்டும்

வகையில் அமைந்த பேச்சு வேறு ஒரு முடிவைத் தந்தது. தன் ஆண்மைக்கு அவள் விட்ட சவால் என்றே கௌதம் எடுத்துக் கொண்டான். அவளுக்கு, தான் ஒரு எலி அல்ல, ஆண் மகன் என நிரூபிக்க வேண்டும் போலத் தோன்றியது.

வரவேற்பறையில் அப்பா, பாட்டி, தேவேந்திரா ஆகியோர் கௌதம் வருகைக்காகக் காத்திருந்தனர். சாதாரண உடையில் ஷோகியை நல்லமுறையில் அலங்காரம் செய்திருந்தனர். அவளும் ஒரு மூலையில் அமர்ந்திருந்தாள். அவன் முன் எழுந்து நிற்கக் கூடாது என்று கண்டிப்புடன் கூறியிருந்தனர். எழுந்து நின்றால் (அவள் உயரம் தெரிந்து விட்டால்) காரியம் கெட்டு விடும் என்பது அவர்களின் கணிப்பு.

தலைக்கு மேல் ஒரு அடி உயரம் இருக்குமளவு கஞ்சிப்பசைபோட்டு சலவை செய்யப்பட்டுக் குத்திட்டு நிற்கும் இறக்கை போன்ற தலைப்பாகை அணிந்து வந்திருந்தான் கௌதம். அது அவன் உயரத்தை ஒரு அடி கூடுதலாகக் காண்பித்தது. உள்னே நுழையும் போதே ஓரக்கண்ணால் மூலையில் சம்மணம் போட்டு உட்கார்ந்திருக்கும் ஷோகியைப் பார்த்துக் கொண்டான். அவளின் பார்வை தரையை நோக்கி இருந்ததையும் கவனித்துக் கொண்டான். அவள் பயத்தினால் நடுங்கிக் கொண்டிருக்க அவள் கைகள் பயத்தால் உதறிக் கொண்டிருந்தன.

ஆனால் கௌதமோ எந்த விதப் பதற்றமும் இல்லாமல் தன் வீட்டில் இருப்பது போன்ற உணர்வுடன் காணப்பட்டான் வெறுமையில் சிறிது நேரம் இருந்தவன் மீண்டும் ஒரு முறை ஷோகியைப் பார்த்துக்கொண்டான். தேவேந்திராவைக் கேலி செய்வது போல, சிறு புன்னகையுடன் கௌதம் கேட்டான்: "ஏம்ப்பா எப்போதாவது நீ தண்ணீர் குடித்திருக்கிறாயா?" சுதாரித்துக் கொண்ட தேவேந்திரா, "ஏன் தண்ணீர்? உனக்கு, நல்ல பழரச பானமே தருகிறேன்," என்றவன், ஷீலாவைக் கூப்பிட்டான்.

வீட்டு வேலைகளைச் செய்து பழக்கப்பட்ட ஷோகி உதவி செய்யும் பொருட்டு எழுந்து நிற்க முயற்சித்தாள். இதைக் கவனித்த பாட்டி கையை நீட்டி, அவள் தலையில் வைத்து அழுத்தியவாறு "உட்கார், எழுந்திருக்காதே," என்று கட்டளை

யிட்டாள். பாதி எழுந்து விட்ட ஷோகி மீண்டும் உட்கார்ந்து கொண்டாள். இருப்பினும் அவள் இரு மடங்கு உயரமானவள் என்று அவள் உடம்பு காட்டியது.

அன்று மாலை பக்கத்து வீட்டுக்காரர்களுக்கு இனிப்புப் பதார்த்தங்களைக் கொடுத்தனர். வாழ்த்து வெள்ளத்தில் மிதந்து போயினர். கௌதம், முண்ணியைத் திருமணம் செய்து கொள்ள சம்மதம் தெரிவித்து விட்டான்.

எல்லாம் நல்ல படியாக முடிவுற்றால் குல தெய்வத்திற்குப் புதிய ஆடை அளிப்பதாகப் பாட்டி ஏற்கனவே மனமுருக வேண்டிக் கொண்டிருந்தாள். அதோடு புத்தன் ஷா ஆலயத்திற்கு அண்டா நிறைய அல்வா அளிப்பதாக இப்போது கூடுதலாக வேண்டிக் கொண்டாள். உதவிக்காகவும், தான் அளித்த உறுதிமொழிக்குச் சாட்சியாக இருக்கும் படியாகவும் ஷாகித் மியான் அம்மாவை அழைத்துக்கொண்டு கோவில் பூசாரியைப் பார்க்கப் பாட்டி சென்றாள். அவளுடைய விருப்பங்கள், ஆசைகள் நிறைவேறாமல் மறைந்து விடக்கூடாது என்ற பயமும் அவளிடையே தென்பட்டது.

வாழ்க்கை என்னும் விளையாட்டில் பழகிப் போன பெண்கள், புதியதாகப் பயிற்சி எடுக்கும் மகளிர் அனைவருக்கும், தெரிந்த விஷயம் எதுவென்றால் கணவன்மார்களை எப்படித் தங்கள் கட்டுப்பாட்டில் வைத்துக் கொள்வது என்பதே. தாத்தா இறந்து ஐம்பது ஆண்டுகள் நிறைவுற்ற பாட்டி, தன் கண்கள், அவர் ஞாபகம் மங்கியது போல, மங்கிவிட்ட நிலையிலும் இந்த விஷயத்தில் முக்கிய புள்ளியாகத் திகழ்ந்தார்.

பாட்டி ஷோகியிடம் சொன்னாள்: "இதோ பார், மகளே! நான் உனக்கு உறுதுணையாக இருப்பேன். ஆனால் உன் அருகிலேயே இருக்க மாட்டேன். ஏனெனில் ஒரு விதவையின் தீய நிழல் மணப் பெண் மீது பட்டுவிடக் கூடாது இது மாதிரிதான் இது வரை நடந்திருக்கிறது, இதைத்தான் சாஸ்திரங்களும் சொல்கின்றன. அவையாவும் உண்மையாகத்தான் இருக்கும்".

பெரிய அளவில் பெருமூச்சை விட்டு, கண்ணில் வழியும் கண்ணீரைத் துடைத்துக் கொண்டாள் பாட்டி. பின் ஷோகியிடம் கூறத் தொடங்கினாள்: "இதோ பார் மணமேடையில் மணமகன் உன்னோடு புனிதத் தீயைச் சுற்றிவரும் பொழுது, எவ்வளவு

குனிய முடியுமோ அவ்வளவு தலை குனிந்தவாறே இருக்க வேண்டும். இல்லையென்றால், நொடிப்பொழுதில் எல்லாம் ஒன்றுமில்லாமல் ஆகிவிடும். என்னைப் பார் நீ எப்படி நடந்து கொள்ள வேண்டுமென்று செய்து காட்டுகிறேன்."

தன் மகன் ஜெகனின் தலைப்பாகையை எடுத்துத் தன் தலையில் வைத்துக் கொண்டாள்: நீண்ட கத்திக்குப் பதிலாக, சலவை செய்யப் பயன்படும் மரக்கட்டையை எடுத்து ஒரு கையில் வைத்துக் கொண்டாள், மணமகன்போல் பாவித்துக் கொண்டு விரைப்பாக, மிகைப்படுத்தப்பட்ட மிடுக்குடன், முண்ணியை மெதுவாக அடியெடுத்து வைத்து ஒரு அடி இடைவெளிவிட்டுப் பின் தொடருமாறு சொல்லி முன்னே சென்றாள்.

ஷோகியைப் பார்ப்பதற்காகப் பின்னால் திரும்பினாள். தலை குனிந்தவாறு அவள் நடக்கவில்லை. உடனே, "பிசாசே," என்று பாட்டி திட்டினாள். "ஒவ்வொரு பெண்ணும் அவள் ஆண் முன் எவ்வாறு தலை குனிந்து நிற்க வேண்டும் என்று தெரிந்திருக்க வேண்டும். அவள் அவ்வாறு செய்யாவிட்டால், உலகமே ஸ்தம்பித்து விடும். தலைகுனியத் தெரிந்த பெண் வாழ்வில் முன்னேறுவாள்," என்று தொடர்ந்து கூறலானாள்.

திருமணத்திற்கு இன்னும் சில நாட்களே இருந்தன. கௌதம் சைக்கிள் தொழிலை விட்டுவிட்டான் என்ற செய்தி வந்தது. பதிலுக்கு அசாமில் வனத்துறையில் ஒரு ஒப்பந்தம் செய்து கொண்டிருந்தான். திமாபூரிலிருந்து ஐம்பது மைல் தொலைவில் இந்தப் புது வேலை. அங்குச் செல்வது அவ்வளவு எளிதல்ல. மாதம் ஒருமுறை தான் அதுவும் மிகவும் சிரமப் பட்டுத்தான் செல்லவேண்டும். சிறப்பு விரைவு அஞ்சலில் தான் தபால்களைக் கூடக் கொடுப்பார்கள். இதனால் திருமணம் மறுதேதி குறிப்பிடப்படாமல் தள்ளி வைக்கப்பட்டது.

பாட்டிக்கு இச்செய்தி பேரிடியாக விழுந்தது. பருவ காலத்திற்கு ஒவ்வாத வகையில் அவளுக்குக் குளிர்ந்த நிலையில் வியர்வை கொட்டியது. ஷோகியைக் கூப்பிட்டு, தலையில் ஒரு குட்டு வைத்தாள். "நீ பிறந்தது ஒரு துரதிர்ஷ்ட வேலையோ" எனக் கத்தினாள். "நீ பிறந்தது நம் குடும்பத்திற்கு ஒரு சாபக்கேடு, நீ எங்குப் போனலும் உனக்குக் கெடுதல் தான் ஏற்படும், நீ

அசாமுக்கோ, வங்காளத்திற்கோ, பீகாருக்கோ சென்றாலும் உன் கெட்ட நேரம் உன்னை விடாது துரத்தும். உன் சாபக் கேட்டால் இந்த வீடே கஷ்டப்படப் போகிறது,'' என்று முடித்தாள்.

பாட்டிக்கு ஒரு பயம். ஒரு வேலை கௌதம் ஷோகியை நல்ல நேரத்தில் பார்க்கவில்லையோ? அல்லது அவளது உயரத்தைத் தற்செயலாகப் பார்த்திருப்பானோ? ஆதனால் தான் திருமணத்தைத் தள்ளிப் போடும் முயற்சியில் இறங்கியிருக்கிறானோ? இவ்வாறு பலவாறாகச் சிந்திக்கத் தொடங்கினாள். "பகவத்கீதைப்'' புத்தகத்தை எடுத்துப் பதினேழாவது அத்தியாயத்ததைப் பவ்யமாகப் படிக்கத் தொடங்கினர். மந்திர சக்தி கிடைத்தது போல உணர்ந்தனர்.

உடனே கௌதமிடமிருந்து கடிதம் ஒன்று வந்தது. அதில், திருமணம் குறித்து அந்தணர்களை அணுகி, ஜாதகத்தைக் காட்டி ஆலோசனை பெற்றதாகவும், அவர்கள் வரும் ஆண்டு மே மாதம் இருபதாம் தேதி திருமணத்திற்கு உகந்த நாள் என்றும், அன்றே திருமண விழாவை நடத்தி விடலாமென்றும் கௌதம் அதில் குறிப்பட்டிருந்தான்.

உண்மை என்னவென்றால், ஷோகியின் உயரம் அவனுக்கு ரொம்பப் பிடித்திருப்பதாகவும் அவளின் திடகாத்திரமான உடல்வாகு அவனைக் கவர்ந்ததாகவும், அதனால் அளவுக்கதிகக் காதல் ஏற்பட்டு விட்டதாகவும், அக்கடிதத்தில் குறிப்பிட்டிருந்தான். திருமணம் தள்ளிப் போனதற்கு வெளியில் உள்ள காரணங்களே தவிர வேறென்றுமில்லை எனவும் சொல்லியிருந்தான், எந்த விதத்திலும் ஷோகியின் உடல் அமைப்புக் காரணமில்லை என்றும் ஒப்புதல் அளித்திருந்தான்.

பாட்டியின் நம்பிக்கை உயிர் பெற்றது. நாட்களையும் மாதங்களையும் கணக்கிட்டுக் கொண்டிருந்தாள். இந்த இடைவெளியில் ஷோகி ஐந்தடி பத்து அங்குலம் வளர்ந்து விட்டாள். கல்யாணமானால் தான் அவள் வளர்ச்சி தடைபடும் என்று நினைத்தனர். பாட்டிக்கு ஒரு ஆறுதலான செய்தி அதாவது கௌதமும் ஒன்று அல்லது இரண்டு அங்குலம் கூடுதலாக வளர்ந்திருந்தான்.

"இதை உறுதிப்படுத்திச் சொல்லமுடியாது'', என்றுரைத்தாள் ஜமுனா. திரியாம்பிகா பாய் "எங்களுக்குத் தெரிந்தவரை அவன்

உயரம் குறைந்திருக்கிறான்'', என்று ஜமுனாவின் இடுப்பு எலும்பை இடித்தவாறு சொன்னாள். உடனே பாட்டி, "அர்ரே இந்த மாதிரி எல்லாம் நீ என்னை முட்டாளாக்க முடியாது. குழந்தை இல்லா உனக்கு, ஒருவன் வளர்ச்சியடையத் தொடங்கிய பின் உயரத்தில் குறைய முடியாது என்பது எப்படித் தெரியும்? திரியாம்பிகா பாய், எனக்கு இதெல்லாம் தெரியும் என்று உனக்குத் தெரியாதா? வயதில் முதுமை ஏற்பட்டாலும், அறிவில் உன்னைவிட நான் பெரியவள் தான்,'' எனக் கொட்டித் தீர்த்தாள்.

தன் உடம்பிலுள்ள ஒவ்வொரு நரம்பையும், இழையையும் ஷோகி வெறுக்கத் தொடங்கினாள். திருமணம் என்ற பேச்சே அருவருப்பைக் கொடுத்தது, திருமணம்தான் வாழ்க்கையின் ஆரம்பமும் முடிவுமா? வாழ்க்கையின் லட்சியத்தைச் சாதிக்க எத்தனையோ வழிமுறைகள் உள்ளன. நிச்சயமாக, திருமணம் மட்டும் தான் என்பது ஏற்கத்தக்கது அல்ல. வெறுப்பும் களைப்பும் மேலிடச் சற்றுத் தூங்க மாட்டோமா? தூக்கத்தில் வரும் கனவில் மணமகனின் பெருமிதங்களை அறிய மாட்டோமா? என்று ஏங்கினாள்.

திருமண நாளும் வந்தது, நடத்தி வைக்கும் குழுவினரும் வந்தனர். புனிதத் தீ மூட்டி அதைச் சுற்றிச் செய்ய வேண்டிய சடங்குகளைச் செய்ய ஆரம்பித்தனர். எரியும் தீயைச் சுற்றும் சடங்கில் ஷோகி தலை குனிந்தவாறே சென்றாள். இருப்பினும் கௌதமை விட உயரமாகவே தென்பட்டாள். "குனிந்து செல், இன்னும் குனிந்து கொள்'' என்று ஷோகியின் காதில் அவ்வப்போது பாட்டி கிசுகிசுத்துக் கொண்டேயிருந்தாள். ஆசி வழங்குவதற்குப் பதிலாக அவள் தலையில் வலி வருமளவிற்கு வலிமையோடு குட்டுவாள். திரும்பத் திரும்ப,"பிசாசே! உன் தலையைக் குனிந்து கொள்ளவில்லையென்றால் உனக்கு ஒரு வீடு கூடக் கிடைக்காது'', என்று சாபமிடாத குறையாகக் கூறினாள்.

திருமண நிகழ்ச்சி நடந்தேறிய பின், கௌதம் வீட்டிற்குள் வரும்போதெல்லாம் ஒரு மூலையில் எல்லோரும் எளிதில் பார்க்கக்கூடிய வகையில் ஷோகி உட்கார்ந்திருப்பாள். பாட்டி சொன்னபடி ஒரே மாதிரியாக உட்கார்ந்து பழகிவிட்டதால், ஒரு வித விரைத்த தன்மை அவளுக்கு வந்து விட்டது. உலகில் வந்து

பிறப்பதற்கு முன் தாயின் கருவில் குனிந்து வளைந்து இருந்த நிலை மாதிரி தோன்றியது.

மாலையில் கௌதம் ஷோகியைத் திரைப்பட அரங்கிற்குச் கூட்டிச் செல்ல நினைத்தான், பாட்டி இத்திட்டத்திற்கு அனுமதியளிக்கவில்லை. இதைப் புரிந்து கொண்ட மகன் ஜெகன்னாத், கௌதமிடம் சொன்னான்: “எங்கள் குடும்பம் பழைமையில் ஊறிய குடும்பம், நாங்கள் இங்கு இவ்வாறு செல்வதில்லை, உன் ஊருக்குச் சென்ற பின் உன் விருப்பப்படி ஷோகியை எங்கு வேண்டுமானாலும் கூட்டிச் செல்,” என்றவுடன் கௌதம் அமைதியானான்.

மறுநாள் காலை திருமணம் நடத்தி வைக்க வந்த குழுவினர் புறப்பட்டுச் சென்றனர். பாட்டி அரிசிப் பையைத் திறந்திருந்தாள். பள்ளக்குத் தூக்குபவர்கள் மீது அரிசியைத் திரும்பத் திரும்ப கைநிறைய அள்ளி மழைபோல் சொறிந்தாள். அண்ணி ஷீலா, அவள் பழகிவிட்டபடி முதலைக் கண்ணீர் வடித்தாள். ஆனால் உண்மையிலேயே ஒரு பெரிய கடமையிலிருந்து தப்பித்து விட்டோம் என மனதளவில் மகிழ்ந்தவளானாள். பள்ளக்கு மெதுவாக மறையத் தொடங்கியதைத் தன் கண்களைக் கைகளால் மூடியபடி பாட்டி பார்த்துக் கொண்டிருந்தாள். ஷீலாவோ, முகத்தைச் சுளித்துக் கொண்டு, கொடூரப் பார்வையுடன் தனக்குள் சொல்லிக் கொண்டாள்: “இந்தக் கிழவியையும் அனுப்பி வைக்கும் நேரமிது”. பின், வீட்டிற்குள் சென்றாள்.

ஷோகி கணவன் வீட்டிற்குச் சென்று விட்டாள், அந்த இடத்தின் பெருமையும் அவளோடு சென்று விட்டது. பக்கத்து வீட்டுப் பெண்மணிகள், “ஷோகியிடமிருந்து கடிதம் வந்ததா?” என்று அடிக்கடி கேட்கலாயினர். தேவேந்திராவும் தலையை அசைத்து “இல்லை”, என்பான். “திமாபூரிலிருந்து கடிதம் வந்து சேர ஒரு மாதம் ஆகும். எந்த நேரமும் தபால் வந்து விடும் என எதிர்நோக்கி இருக்கிறோம்,” என்றும் கூறினான்.

பாட்டி ருக்மண்-க்கு ஒரே கவலை, ஒருவேளை கௌதம் அவளுடன் சண்டையிட்டு அவளை வீட்டை விட்டு வெளியேற்றிருப்பானோ? அசாம் காடுகளில் எங்கு ஷோகி அலைந்து கொண்டிருப்பாளோ? பாம்பளவு பெரிய அட்டைப்

பூச்சி அவளின் ரத்தத்தை அவளுக்குத் தெரியாமலே உறிஞ்சிக் கொண்டிருக்குமோ? என்றெல்லாம் நினைக்கத் தொடங்கினாள். ஒரு வேளை சிறுத்தை கடித்துக் குதறியிருக்குமோ? இது போல ஏதாவது நடந்திருக்க வேண்டும். இல்லையென்றால் இவ்வளவு காலம் ஷோகி அமைதியாய் இருந்திருக்க மாட்டாளே? எனப் பதறினாள்.

ஒரு நாள் ஷோகியிடமிருந்து கடிதம் ஒன்று வந்தது. தேவேந்திராவை படித்துக்காட்டச் சொல்லலாம் என நினைத்தாள் பாட்டி. அவன் இல்லாததால் பக்கத்து வீட்டு ஷாகித் மியானிடம் சென்றாள். மூன்றவதாக ஜெயின் கோவில் பூசாரிதான் படித்துக் காண்பித்தார். கடிதம் நீண்டு கொண்டே சென்றால், தேவையில்லாத வார்த்தை அலங்காரத்தால் உண்மையில் நடந்த விஷயங்களை ஷோகி மறைக்க முயல்கிறாளோ? என்றெல்லாம் சந்தேகப்படத் தொடங்கினாள்.

கடிதம் சிறியதாக இருந்ததால் நடந்த விசயங்களைப் பேத்தி மறைக்கிறாளோ? என்றும் நினைக்கத் தொடங்கினாள். "இங்கே பார், நான் சொல்லவில்லையா? அவள் கணவன் அவளைக் கைவிட்டு விட்டாரா? ஹேய் ராம்! இந்த ஏழைப் பெண்ணுக்கு என்னதான் நடக்க இருக்கிறது. எனக்கு மட்டும் சிறகுகள் இருந்தால், திமாப்பூருக்கே பறந்து சென்று விடுவேன்". இவ்வாறு, பலவிதமாக எண்ணத் தொடங்கினாள்.

ஓ! இல்லை! இதெல்லாம் உண்மையாயிருக்கக் கூடாது. எப்படி ஐந்தடி உயரக் கணவன் ஆறடி உயர மனைவியைச் சகித்துக் கொள்ள முடியும்? சீக்கிரமாகவோ தாமதமாகவோ அவளும் துயரமான முடிவுக்குத்தான் வரவேண்டும். பாட்டி கண்ணை மூடிக் கொண்டுப் பிரார்த்தனையை முணங்கிக் கொண்டாள்.

ஒரு நாள் மாலை சமயச் சொற்பொழிவு வழக்கத்தை விடத் தாமதமாக முடிந்ததால் ஜெகன்னாத் வீட்டிற்கு ரொம்பத் தாமதமாக வந்தார். ஷீலா தூங்கி விட்டாள். அவளை எழுப்பி விடக் கூடாது எனப் பயந்து, மெல்ல அடி மேல் அடி எடுத்து வைத்துச் சமையறைக்குள் நுழைந்து சாப்பாடு தனக்கு ஏதும் வைத்திருக்கிறார்களா? எனப் பார்த்தார். தாமதமாக வரும் போதெல்லாம் இவ்வாறுதான் செய்வார். தொங்கிக் கொண்டு இருந்த

கம்பியால் பின்னப்பட்ட கூடையின் மேல் தலையில் இடித்துக் கொண்டார். அதனால், இரத்தம் வெளியேறத் தொடங்கியது.

அடுப்பங்கரையில் ஒரு கண்ணாடி டம்ளரில் தண்ணீர் மட்டும் எடுத்து வைத்திருந்தனர். கடவுளுக்கு நன்றி கூறி விட்டுத் தண்ணீரை ஒரே மடக்கில் குடித்துக் கொண்டார். காலையிலிருந்தே அவர் உணவு எடுத்துக் கொள்ளவில்லை. சமய சொற்பொழிவைக் கேட்டுக் கொண்டே பகல் பொழுது முழுவதையும் கழித்தார். உடம்பு கடவுளின் இருப்பிடம் என்று எல்லா சாஸ்திரங்களும் கூறுகின்றன. அதனால் உடம்பை மதிக்கவும், கவனமாகப் பார்த்துக் கொள்ளவும், ஒவ்வொருவரும் முயற்சிசெய்ய வேண்டும் என்ற போதிலும் ஜெகன்னாத் உடம்பின்மீது முழுக்கவனம் செலுத்தவில்லை.

சாதாரணப் பொருட்கள் மீது அவருக்கு நாட்டம் இல்லை. எந்தப் பொருளும் அவர் முகத்தில் புன்னகையை வரவழைக்கவில்லை. கடவுளைப்பற்றித் தியானம் செய்கிறோம் என்று அவர் நினைக்க, கடவுளோ அவர் மனிதர்களைப் பற்றிக் குறிப்பாக இறந்துபோன தன் மனைவியைப் பற்றித்தான் கவலைப்படுகிறார் என்று நினைத்தார். உயிரோடு இருக்கும் வரை தினந்தோறும் அவளை அடிப்பார். ஏனென்றால் அவருக்கு அவள் மீது அதிகக் காதலும் அன்பும் இருந்ததால்தான்.

குடித்த தண்ணீர் காலி வயிற்றில் விழுந்தவுடன் ஒரு வலி உண்டாயிற்று. வலியோடு தன் அறைக்குள் சென்று தியானம் செய்ய ஆரம்பித்தார். "மகனே!" என்று தாய் கூப்பிடும் சத்தம் கேட்டது. சத்தம் வந்த திசையைப் பார்த்தார், "மகனே! சாப்பிட்டு விட்டாயா?" என்று கனிவோடு கேட்டார். "ஆமாம்! அம்மா, வயிறு நிறையச் சாப்பிட்டேன். அதனை ஜீரணிக்கும் முயற்சியில் இருப்பதால் தூக்கம் கூட வரவில்லை," "ஜீரண சக்தியைத் தரக்கூடிய மாத்திரை எடுத்து வரட்டுமா? அல்லது ஷீல்மவை எழுப்பட்டுமா?" எனப் பாட்டி கேட்டாள். "மாத்திரை இல்லாமல் சமாளித்துக் கொள்கிறேன், வேண்டாம், அம்மா," எனக் கூறினார்.

சீக்கிரத்தில் ஜெகன்னாத் தூங்கி விட்டார், ஆழ்ந்த தூக்கம். அதிலிருந்து அவர் மீளவே இல்லை. காலையில் பரபரப்பானது. ஷீலா சத்தமிட்டு அழுதாள். கடைசிப் பயணத்தில் மாமனாரை வெறும் வயிற்றுடன் அனுப்பி விட்டேனே என்ற குற்ற உணர்வுடன் புலம்பினாள். உயிரோடு இருக்கும் போது அவள் ஒதுக்கித் தள்ளியதையெல்லம் தன் நெஞ்சிலே சேர்த்து வைத்திருப்பார் என அவளுக்குத் தெரியாது. ஒரு சிறு தவறுக்கு என்ன ஒரு பெரிய தண்டனை! இதை விடக் கொடுமை என்னவென்றால் அவருக்கு வந்து கொண்டிருந்த ஓய்வூதியமும் நின்று விட்டது. ஆனால் ஷீலா யார் சாக வேண்டும் என்று விரும்பினாளோ அவர் இன்னும் சாகாமல் இருக்கிறார்.

பாட்டிக்கு நெஞ்சு பதை பதைத்தது, “மகனே ஜெகன், என் அன்பு மகனே!” என்ன கொடூர செயல் செய்தாய்? என் தோள் மீது ஏறி இறுதிப் பயணத்தை முடித்து விட்டாயே” என அழுது புலம்பினாள். அவர் சவப் பெட்டி தூக்கப்பட்டவுடன் மயங்கி விழுந்து விட்டாள். ஷீலாவோ, ஜெகனாத்தின் சாவு பாட்டிக்கு ஒரு நினைவு கோலாய் அமைந்து பாட்டியும் சீக்கிரம் இந்த உலகை விட்டுப் போக வேண்டும் என விரும்பினாள். பல நாட்கள் பாட்டி உணர்ச்சியற்ற நிலையில் இருந்தாள், ஷீலாவுக்குத் தாங்க முடியாத பாரம் ஆகிவிட்டோம் எனவும் நினைத்தாள். கணவரிடம் பரிவோடு பாட்டியை பார்த்துக் கொள்கிறேன் என்று சொல்வதற்காகவே பாட்டியை இடையிடையே கவனித்துக் கொள்வாள்.

பாட்டியின் புறப்பாட்டைத் துரிதப் படுத்தும் விதமாகப் பகவத் கீதை உபநியாசத்திற்கு அவசர கதியில் ஏற்பாடொன்றை ஷீலா செய்தாள். இருந்தும் பாட்டிக்குச் சாகும் நேரம் வரவில்லை. பகவத் கீதை ஸ்லோகங்கள் பாடினாலும் சாகாத நிலையை ஒரு வேளை இந்தப் பாட்டி எட்டி விட்டாளோ என்று எண்ணத் தோன்றியது.

சுய நினைவு வந்தவுடன் ஷோகியிடமிருந்து கடிதம் ஏதும் வந்ததா? என்று முதற் கேள்வியைக் கேட்டாள். அவளுக்குச் சில சந்தேகங்கள் ஏற்பலாயின. அப்பா இறந்து ஒன்றரை மாதம் கழித்துதான் அவர் இறந்த செய்தியே ஷோகிக்குக் கிடைத்தது. அவருடைய சாம்பல் கங்கை நீரோடு ஏற்கனவே கலந்து விட்டது.

இந்நிலையில் அவசரப்பட்டு திமாப்பூரிலிருந்து வீட்டுக்குப் போய் ஆகப்போவது ஒன்றும் இல்லை, மாறாக அசாம் காடுகளில் இருக்கும் அட்டைப் பூச்சிகளைக் கொண்டு போய் வீட்டில் விட்ட நிலைதான் ஏற்படும் என்று பேசாதிருந்துவிட்டாள். மாதங்கள் பல கழிந்த பின்னும் ஷோகி வராததால் பாட்டி, "செத்துப் போனவள் எவ்வாறு வர முடியும், அவள் கணவன் அவள் கழுத்தை நெறித்து அசாம் காடுகளில் தூக்கி எறிந்திருப்பான்," என்றே எண்ணலானாள்.

ஒன்றுக்கொன்று பொறுந்தாத தம்பதிகளால் நன்மை எதுவும் பயக்காது என்று பாட்டி உறுதியாக நம்பினாள்.

மழைக்காலம் முடிந்தது. வானத்தின் தூசுகள் மறைந்து சுத்தமாக இருந்தது. வீட்டின் முன் நிழலில் இருந்த கட்சினார் மரம் சூரிய வெளிச்சத்தின் அழிவிலிருந்து தப்பி விட்டது. அதன் மொட்டுகள் மலரத் தொடங்கின, அந்தப் பருவ காலச் சாரலை வரவேற்கும் விதமாக அது ஊதா நிறத்தில் ஜொலித்துக் கொண்டிருந்தது. ஒரு கிளை எதிர் வீட்டு ஜன்னலை எட்டிப் பிடித்திருந்தது. அங்கு ஜன்னலுக்குப் பின்னால் லக்னோவிலிருந்து வந்த புதிய மருமகள் நின்று கொண்டிருந்தாள். அவள் பார்ப்பதற்கு அழகாகச் சிவப்பு நிற வெல்வெட் துணி ஆடையுடன் பெண் பறவை போல நின்றிருந்தாள்.

ஷாஹித் மியானின் சகோதரி பர்தூஸ் வீட்டிற்கு வந்திருந்தாள். ஷோகியின் திருமணத்திற்கு அவளால் வர முடியவில்லை; இருந்தாலும் சதா அவளைப் பற்றிக் கேள்வி மேல் கேள்வி கேட்டு அவள் வீட்டினரைத் துளைத்து எடுத்து விடுவாள். பாட்டியோடு அவள் உட்கார்ந்திருக்கையில் பக்கத்து வீட்டு கௌரன் ஓடி வந்தாள். "பாட்டி, முண்ணி வந்திருக்கிறாள்," என்று கூறினாள்.

எதிர்பாராத விதமாக ஷோகி வந்ததால் ஒரு கலவரமே ஏற்பட்டிருந்தது, எல்லோரும் ஓடிவந்து அவளைப் பார்க்கலாயினர். டோங்கா வண்டியிலிருந்து அவள் மெதுவாக இறங்கினாள். ஆறடி உயர உடம்புடன் அவள் வர கௌதம் அவளருகில் குள்ளனாக நடந்து வந்தான். அவள் கதவருகே வந்தவுடன்

அவள் தலையில் பெரிய அடி ஒன்று விழுந்தது. தொடர்ந்து, “பிசாசே! குனிந்து வா,” என்று கத்தியது அக்குரல்.

முண்ணி யாரென்று திரும்பிப் பார்க்க அங்கு நின்றது பாட்டிதான் என்று உறுதி செய்து கொண்டாள். பாட்டியின் உடம்பு மகிழ்ச்சியால் குதித்தது. “பாட்டி”, என்று கூறிக்கொண்டே, அவளைக் கட்டிக் கொண்டாள். இதையெல்லாம் பாட்டி கவனிக்க விருப்பமில்லாமல், “கௌதம் எங்கே? அவன் வந்திருக்கிறானா?” எனப் படபடப்புடன் கேட்டாள்.

கௌதமை குடும்பத்தில் ஒரு உறுப்பினராகவே அனைவரும் ஏற்றுக் கொண்டிருந்தனர். பாட்டியும் அவனோடு சிரித்துப் பேசினாள்; நையாண்டியும் செய்தாள். அவன் உயரத்தைப் பற்றி மட்டும் எப்போதும் குறிப்பிட மாட்டாள். முண்ணி திருமணமாகி ஏழு மாதங்கள் ஆகியிருந்தன. சில நாட்கள் மட்டும் தங்கி விட்டு, கௌதம் பாட்டியின் காலைத் தொட்டு வணங்கி விட்டு புறப்பட்டு விட்டான். முண்ணியைக் கர்ப்பகாலக் கண்காணிப்புக்காக விட்டு விட்டுச் சென்றான்.

பாட்டிக்குக் காய்ச்சல் மீண்டும் தொற்றிக் கொண்டது, இந்தத் தடவை அளவுக்கு அதிகமான மகிழ்ச்சி தான் காரணமாகி விட்டது. ஒரு நாள் இரவு இரண்டு மணி இருக்கும். இருமலால் திடீரென அடங்காத வலி ஏற்பட்டது, மூச்சுத் திணறி, பின் மூச்சு நின்றுவிட்ட நிலை. ஷீலாவும் ஷோகியும் கலவரத்துடன் பாட்டி படுக்கையருகே வந்தனர். பாட்டி இறந்து விட்டாள் என்ற முடிவுக்கு ஷீலா வந்து விட்டாள். கௌரன் உதவியோடு பாட்டியைப் படுக்கையிலிருந்து இறக்கித் தரையில் கிடத்தினர். விளக்கு ஒன்றை ஏற்றி விட்டு, பகவத்கீதையின் பதினேழாவது அத்தியாத்தை வாசிக்கலாயினர், அது பாட்டியின் சார்பாக அதன் பயன்களைக் கடவுளுக்குப் படைத்து விடுவதாக எண்ணிச் செயல்பட்டனர்.

ஆனால் பாட்டி இன்னும் உயிரோடுதான் இருந்தாள். அவள் முகத்தில் ஒரு தெய்வீகப் புன்னகை தெரிந்தது. குறும்புக்காரச் சிறுவனைப் போலத் திடீரென உயிர் பெற்றெழுந்தாள். ஷீலா வலது பக்கம் திரும்பிப் பார்த்தாள். முண்ணி உட்கார்ந்திருந்தாள்.

கீதையைத் திரும்ப மேஜை மீது வைத்து ஷீலா, பாட்டியின் உயிர் பிரியட்டும் என்று ஒரு விதப் பதற்றத்துடன் காத்திருந்தாள்.

பாட்டி நடுங்கும், வலிமையற்ற குரலோடு "முண்ணி" என்று அழைத்தாள். முண்ணி தன் காதை பாட்டியின் வாயருகே கொண்டு வந்தாள். பாட்டி அவள் காதில் ஏதோ அரை குறையாகச் சொன்னாள். உடனே அவள் முகம் சிவந்தது. பின்னோக்கி நடக்கலானாள். கௌரன் ஷோகியைப் பார்த்துப் "பாட்டி என்ன சொன்னாள்?" எனக் கேட்டாள். வெட்கத்தால் சிவந்திருந்த முண்ணி "ஒன்றுமில்லை", எனப் பதிலளித்தாள். கௌரன் தொடர்ந்து வற்புறுத்தியதால் முண்ணி வெட்கத்தோடு, பார்த்துக் கொண்டே சொன்னாள், "ஹேய் முண்ணி! படுக்கையறையில் எப்படி உன் உயரத்தைச் சமாளிக்கிறான்? எனக் கேட்டாள்".

அதிர்ச்சியுற்றவர்களாக அனைவரும் பாட்டியைப் பார்த்தனர். பாட்டி இன்னும் புன்னகைத்தவாறு இருந்தாள்.

9. முனையத்துக்கு அப்பால்

வெகுநேரம் காத்திருந்தபின், பஞ்சாப் மெயில் ரயில் நிலையத்தை விட்டு மெல்லக் கிளம்பியது. நடைமேடையிலிருந்த கடையின் அருகில் நின்று கொண்டு, ஒல்லிய தன் மனைவி சுமித்ராவை மோகன் ஜாம் பார்த்துக் கொண்டிருந்தான். எளிமையான கைத்தறிப் புடவை அணிந்து ரயில் பெட்டியின் ஜன்னல் அருகே சுமித்ரா உட்கார்ந்திருந்தாள். பார்வையிலிருந்து மறையும் வரை கை அசைத்து வழி அனுப்பிக் கொண்டிருந்தான் மோகன். ரயில் புறப்படும் வரை சுமித்ராவும் கலங்கிய கண்களுடன் தன் கணவனைப் பார்த்துக் கொண்டிருந்தாள். இந்த மாதிரிச் சூழ்நிலைகளில் வார்த்தைகளுக்கு மதிப்புக் கிடைப்பதில்லை.

"வீட்டைக்கவனமாகப் பார்த்துக் கொள்ளுங்கள்; உணவகச் சாப்பாட்டைத் தவிர்த்து விடுங்கள்; அது உங்கள் உடம்பிற்கு ஒவ்வாதது; வாரம் ஒரு முறை, அல்லது முடிந்தால் இரண்டு முறை எனக்கு எழுதுங்கள்" என்று கவலையோடு கூறினாள். ஆனால் இந்த மாதிரியான வார்த்தை ஜாலங்கள் கண்கள் பேசும் மொழியின் முன் வலிமையாகி விடுகின்றன. பிறர் உணர்வுகளுக்கு மதிப்பு கொடுக்காத மோகன் ஜாம் போன்றவர்களின் நெஞ்சைக் கூடக் கண்களின் மொழி இளகச் செய்து விடும் சக்தி கொண்டது. ஒவ்வொரு மனைவியும் தம் கணவன்மார்களிடமிருந்து விடை பெறும் பொழுது கண்களின் மூலம்தான் உத்தரவாதம் பெற்றுக் கொள்கின்றனர்.

ஆனால், மோகன் ஜாம் வார்த்தைகள் இன்றி நின்று கொண்டு தன் கைக்குட்டையை ரயில் மறையும் வரை முதலில் வேகமாகவும் பின்னர் மெதுவாகவும் அசைத்து வழி அனுப்பினான். கைக்குட்டையை அசைப்பதென்பது ஒரு சம்பிரதாயமாக மாறிவிட்டது. ஆனால், இது அவனுக்கு ரொம்பவும் பிடித்திருந்தது.

ஒருவர் இதயத்தில் என்ன இருக்கிறது என்பதை யாரும் உள்ளே நுழைந்து காண முடியாது. ஆனால் கைக்குட்டையோ எல்லோரும் பார்க்கக்கூடிய ஒன்றுதான். கண்ணீருக்கு இடையேயும் அதை ஒருவர் பார்க்க முடியும்.

பயணம் என்பது ஒரு தொந்தரவான விஷயம்தான். பயணம் மேற்கொள்ள வேண்டும் என்று நான் நினைக்கும் போதெல்லாம் என் இதயம் விந்தையான முறையில்தான் செயல்படும். கூட்டம் நிறைந்த நடைமேடையில் தனிமையாகவும் ஏதோ ஒன்றைத் தொலைத்து விட்டது போலவும் எனக்குத் தோன்றும். நல்ல வேகம் எடுக்கும் முன் ரயில் சற்றுப் பின்னால் நகர்ந்து அதன் பின் முன்னால் புறப்படும். அதைத் தொடர்ந்து ஒரு ஊதல் சத்தம் கேட்கும். பயணிகளின் "ரயில் புறப்பட்டு விட்டது. என் சாமான்கள் எங்கே?" என்ற சத்தமும் கேட்கும், ஒரு பயங்கரமான சூழல் அங்கு உருவாகும்.

அதன் பின் இந்த உலகமே காலியானது போலத் தோன்றும். என் உதவிக்கு யாரும் வரவில்லை. நடைமேடைச் சீட்டைத் திருப்பிக் கொடுத்து விட்டு, வீட்டுக்குத் திரும்பப் போய் எல்லாவற்றையும் சாதாரணமாக எடுத்துக் கொள்ளும் மனநிலையோடு இரு என்று உள்ளுணர்வு உணர்த்தும். மனைவியோடு கூடச் சண்டை போட்டுக் கொள்ளலாம். ஆனால் அதை விடப் பயணத்தில் வரும் எதிர்பார்ப்புகள் மிகக் கொடியவை.

வெற்றிக்குப் பின் உள்ள இரகசியம் என்னவென்றால் வருத்தத்தின் நிழலில் கூட ஒரு நம்பிக்கை ஒளியைத் தேடிக் கொண்டு இருப்பதுதான். எதிலிருந்தோ விடுபட்டது போல, மோகன் பெருத்த பெருமூச்சு ஒன்றை விட்டான். அவனுக்குத் தற்போது கிடைத்திருப்பது ஒரு பெரிய விடுமுறைக் காலம் போன்றது; ஏறக்குறைய இரண்டு மாதங்கள்.

சிலர் நம் அருகில் இல்லாமல் இருப்பதே, அவர்கள் நம் அருகில் இருப்பதைவிட மேலானதான் அமைந்துவிடும். சுமித்ரா திரும்பி வந்தவுடன், கணவன் அருகில் இல்லாத வாழ்க்கை என்ன வாழ்க்கை என்று சலித்துக் கொள்வாள். ஆனால் அந்த இடைக் காலத்தில் தன் உடல் ஆரோக்கியத்தை வளர்த்துக் கொண்டு மீண்டும் அதைக் கெடுத்துக் கொள்ள ஆரம்பிப்பாள்.

விக்டோரியா முனையத்தில் மக்கள் வெளியேறும் பாதையை நோக்கி மோகன் திரும்ப எத்தனிக்கும் வேளை, வேறு ஒரு ரயில் புகையைக் கக்கிக் கொண்டு ரயில் நிலையத்தினுள் நுழைந்து கொண்டிருந்தது. மோகன் வெளியே புறப்பட ஆயத்தமானான். ஒரு ரயிலில் சென்ற மனைவி சுமித்ரா வேறு ஒரு ரயில் மூலம் திரும்ப வந்து கொண்டிருக்கிறாளா? என்ற சிறு சந்தேகத்துடன், ஒரு பயணப் பெட்டியிலிருந்து தடித்த பெண்மணி ஒருவர் இறங்குவதைக் கண்டான்.

மோகன் புன்னகையுடன் நடக்கத் தொடங்கினான். "ரேடியோ கிளப்" போகும் அவசரத்தில் இருந்தான். ஒரு வல்லுநருடன் ப்ளாஷ் அட்டை விளையாட்டில் ஈடுபட வேண்டுமென்பது அவன் நோக்கம். கடலின் இதமான காற்றில் தன் பழுப்புச் சிவப்பு நிறச் சேலை படபடக்க வரும் அந்த இதயங்களின் ராணியைக் காணும் ஆவலும் அவனுள் இருந்தது. கார் சாவியை இடது கை விரல்களுக்கிடையே சுழல விட்டுக் கொண்டு வலது கையால் காற்சட்டைப் பையில் நடைமேடை அனுமதிச் சீட்டு இருக்கிறதா எனப் பார்க்கலானான். வெளியேறும் வழிக்கு வந்தவன் தற்செயலாக ஒரு பெண்ணைப் பார்த்தான்.

வழித்தடத்தில்நின்றுகொண்டே"ஆச்சி"எனக்கூப்பிட்டான். அச்லாவை ஓரளவிற்குத் தான் தெரியும். நெருக்கமாகப் பழகும் அளவிற்கு அல்ல. அவள் கணவன் ராம் கட்கரியை அவனுக்கு நன்றாகத் தெரியும். ஆனால், அவளை அடிக்கடி மிஸ்தான் உணவகத்தில். தேவி என்பவளுடன் சைவ உணவு சாப்பிட வரும்போது பார்த்துள்ளான். தேவியோ உல்லாசமாக ஊர் சுற்றுவதில் அதிக ஆர்வம் கொண்டவள்.

மோகனும் ஆச்சியும் நமஸ்தே கூறி விட்டு ஏறக்குறைய பனிரெண்டு வாக்கியங்கள் அள்விற்குப் பேசினர். அவள் பேச்சிலிருந்து அவள். கொலாபா வில் உள்ள "காஸ்வே" பகுதியில் ஒரு பழைய வீட்டில் வசிப்பதை அறிந்து கொண்டான். ஆனால் அவன் வசிக்கும் "கஃபே பரேடு" பகுதி மிக ஆடம்பரமானதாகவும் உயர்தரமானதாகவும் இருக்கும்.

மோகனுக்கு ஆச்லா என்ற அப்பெண்மணியை "ஆச்சி" என்றழைக்க விருப்பமில்லை. என்றாலும், அவன் நன்கறிந்த தேவி அவளை முதன் முதலில் அவனுக்கு அறிமுகப்படுத்திய போது

“ஆச்சி” என்றே குறிப்பிட்டதால் அப்படியே அழைக்கலானான். மிட்டாய்க்குத் தண்ணீர் ஆபத்தை விளைவிக்கும் என்று தேவிக்குத் தெரிந்தாலும் எந்த ஒரு ஆண் மகனுடனும் ஒட்டிக் கொள்ள அவள் அதிக நேரம், காலம் எடுப்பதில்லை.

தறி கெட்ட அவள் வாழ்க்கை இரவு முழுவதும் ஜாடியில் வைக்கப்பட்ட பழரசம் போல் ஆகிவிட்டது. இரவில் தண்ணீர் ஆவியாகி விடுவதால் மீதமுள்ள சர்க்கரைச் சத்து மறுபடியும் இனிப்பு மிட்டாய் போல் ஆகிப் பெரிய அளவில் பளிங்கு போல பிரகாசமாகவும் மாறிவிடும்.

திரும்பிப் பார்த்த ஆச்லா ஆச்சரியத்துடன் மோ-ஹன் என்று ஒரு இடைவெளியோடு கூப்பிட்டாள். கண்ணில் பனித் திருந்த கண்ணீரைச் சேலையின் ஒரு முனையால் துடைத்துக் கொண்டே புன்னகைத்தாள். தன் தலையில் திடீரென யாரோ தங்கத்தால் ஆன தலைப்பாகையை வைத்தது போல பிரகாசமான புன்னகையை வெளிப்படுத்தினாள். மோகன் அருகில் வந்து “இங்கே எதற்காக வந்தீர்கள்?” எனக் கேட்டாள். “ஊருக்குச் சென்ற என் மனைவியை நான் வழி அனுப்ப வந்தேன். குழந்தையுடன் அவள் காஷ்மீர் போயிருக்கிறாள்.. கோடை விடுமுறையைக் கழிக்க; அது சரி, நீ எப்படி இங்கே?” என்றான் “நானா?” எனச் சிரித்தவள் முகம் சுருங்க, “என் கணவரை வழி அனுப்ப வந்தேன்” எனப் பதிலளித்தாள்.

“அப்படியா?” என்று மோகன் சிரித்துக் கொண்டான். வேகமாக அவளைப் பார்த்துவிட்டு, புகைவிடும் ரயில் எஞ்சினையும் நோட்டம் விட்டு விட்டு அவளைத் திரும்பக் கவனித்தான். பின் “கட்கரி சாகேப் எங்கே போயிருக்கிறார்? என்றான் ஆவலுடன். அவள், “டெல்லிக்கு” எனப் பதிலளிக்க, “அவர் எப்போது திரும்புகிறார்?” என அவன் பதிலுக்குக் கேட்டான். அவளும், “ஒரு வாரத்தில் வரலாம். ஒரு மாநாட்டில் கலந்து கொள்ளச் சென்றிருக்கிறார்” என்றாள். “ஓ! இந்த மாதிரியான மாநாடுகள் எல்லாம் குறிப்பிட்ட காலத்தில் முடிவதில்லை. கால வரையறையைத் தாண்டியும் நடத்தப்படும். அதனால் அவர் திரும்பி வர ஒரு வாரத்திற்கும் மேலாகலாம் என்று கூறினான்.

தேவை இல்லை என்றாலும் தன் கேசத்தைச் சரி செய்யும் விதமாக கையைத் தலைக்கு கொண்டு சென்றாள். அவள் கை

மிருதுவாகவும் யானைத் தந்தம் போல வெள்ளையாகவும் இருந்தது. அவள் உடம்பின் மீது தன் பார்வையை மெல்லப் படரவிட்டான்.

அவள் புடவைக்கும் சோலிக்கும் இடைப்பட்ட பகுதியில் நிலை குத்தி நிற்க விட்டான். உள்ளுணர்வால் உந்தப்பட்ட ஆச்லா தன் கையால் அந்தப் பகுதியை மூடிக்கொண்டாள். ஒரு பெண் உடம்பின் அப்பகுதிதான் வயிற்றுப் பகுதியோ? ரயில் நிலையத்தை விட்டு வெளியே வரும்வரை அந்த வார்த்தை தேனீயைப் போல அவனுக்குத் தொந்தரவு கொடுத்துக் கொண்டிருந்தது.. வயிற்றுப்பகுதி வயிற்றுப்பகுதி..

மனதில் இருந்த அந்த வார்த்தையை விரட்டியடிக்க அவனுக்கு விருப்பமில்லை. அதனால் எந்தப் பயனும் இல்லை. எந்த அளவுக்குத் தேனீ கொடுமையானதென்பது அவனுக்குத் தெரியும். வெளியே வெப்பம் நழுவிச் சென்றதால் ஈரநிலை இருந்தது. அவள் மார்பகத்தில் தொங்கிய சோலி, காதில் தொங்கும் தங்க அணிகலன் போல அழகாக இருந்தது. வியர்வைத் துளிகள் அவர்கள் உடம்பில் அட்டைப் பூச்சிபோல, தொடையில் ஒட்டிக் கொண்டுள்ள காற்சட்டைக்குள்ளும் புடவைக்குள்ளும் விழ ஆரம்பித்தன. நடைமேடையில் இருந்த தண்ணீர்த் தள்ளு வண்டியைத் தாண்டி வந்து விட்ட இவர்களுக்குத் தாகம் அதிகமாகிக் கொண்டிருந்தது.

காத்திருப்போர் அறையின் ஒரு மூலையில் இரண்டு அலகுடன் கூடிய மின் விசிறி மெதுவாகச் சுழன்று கொண்டிருந்தது. காவல்துறைப் பிணவறையில் அடையாளம் காண்பதற்காக வைக்கப்பட்டிருந்த பிணத்தைப் போல அந்த மின் விசிறியின் அடியில் ஒரு முதியவர் வாயை அகலத் திறந்தவாறு தூங்கிக் கொண்டிருந்தார்.

சிறு சிறு விஷயங்களைப் பரிமாறிக் கொண்ட பின் அவர்கள் பேச வார்த்தைகளின்றிக் காணப்பட்டனர். பேசுவதற்கு வேறு தலைப்புகளைத் தேடினர். எவ்வளவு தான் சிரமப்பட்டு முயற்சித்தாலும் தலைப்பு ஒன்றும் அவர்களிடம் வராமல் நழுவிக் கொண்டே இருந்தது. ஆச்லா அவன் முன்னால் நடக்கலானாள். எப்பகுதி பெண்களுக்கு அருவருப்பாகவும் ஆண்களுக்கு மிக

கவர்ச்சியூட்டுவதாகவும் தெரியுமோ அப்பகுதியை முன்னால் சென்ற ஆச்லா உடம்பில் மோகன் தேடலானான்.

பெண்கள் அப்பகுதியை இலவசமாக யாருக்கும் காண்பிப்பதில்லை. ஒன்று காதல் ஏற்பட்டால் அல்லது பணம் தந்தால் மட்டும் காண்பிப்பர். காதல் என்பது காதலாகத் தெரியாது. முன் சென்ற ஆச்லா சேலையால் தன் முதுகை மூடிக் கொண்டாள். அவன் கண்கள் அவள் உடம்பின் ஒவ்வொரு பகுதியையும் துளைக்கின்றன என்பது போல் உணர்ந்தாள்.

பின் பக்கம் திரும்பியவாறு, "மோகன்ஜி! நான் என் வீட்டிற்குச் செல்கிறேன்", என்று சொன்னாள். "எப்படிப் போவாய்?" என அவன் கேட்க "இப்படித்தான்", என்று ஒரு சில அடிகள் எடுத்து வைத்துக் கூறினாள். இருவரும் சிரித்துக் கொண்டனர். அது இருவருக்குமிடையே நிலவிய அமைதியைக் உடைத்தெறிந்தது. "உங்கள் காரை எடுத்து வரவில்லையா?" என்றான் மோகன். தலையைக் குலுக்கிக் கொண்டே, "எனக்கு கார் ஓட்டத் தெரியாது" என்று சொன்னாள். "நான் இருக்கிறேன். கொஞ்ச நேரம் என்னை உன் ஓட்டுனராக நினைத்துக்கொள்" என்று விரைந்து சொன்னான். அவள் உடனே, "வேண்டாம், கவலைப்படாதீர்கள் பேருந்து ஏறி என் வீட்டிற்குச் சென்று விடுவேன்" என்றாள்.

"கவலைப்பட வேண்டாம்", என்று அவள் சொன்னதை நினைத்துப் பார்த்தான். அது இரு வித பொருண்மையைக் கொண்டது. ஒன்று வேண்டுகோள். மற்றொன்று மறுப்பது. இது தப்பித்துக் கொள்ளும் வழிக்கான, சமாளிக்கும் முறை என்று எடுத்துக் கொண்டான். ஒரு ஆண்மகன் இவ்வாறு சொன்னால் அது ஒரு சாதாரண பேச்சாக நின்று விடும். அதுவே ஒரு பெண் வாயிலிருந்து வெளிப்பட்டால் அதைப் பல விதங்களில் அர்த்தம் காண முயலுவர்.

"எனக்கொன்றும் தொந்தரவில்லை", என்று மோகன் பதிலளித்தான். "நானும் வீட்டிற்குத்தான் செல்கிறேன்; போகு முன் வழியில் உன்னை இறக்கி விடுகிறேன்", என்றும் சொன்னான். "ரேடியோ கிளப்" செல்ல வேண்டியதை வேண்டுமென்றே மறைத்துக் கொண்டான். சற்றுத் தயங்கிய பின் ஆச்லா அவன்

காரில் ஏறிக் கொண்டாள். ஃபிரரே சாலையை நோக்கி கார் சென்றது. போக்குவரத்திற்கான சமிக்ஞை அவர்களுக்கு எதிராக அமைந்தது. சிவப்பு விளக்கு எரிந்ததால் மோகன் காரை நிறுத்தினான். பொதுவாகப் போக்குவரத்துக் காவலர் கையை நீட்டிக் காரை நிறுத்தச் சொல்லும் போதெல்லாம், அவரைத் திட்டிக் கொண்டுதான் காரை நிறுத்துவான் மோகன். ஆனால் இன்றோ, அவனுக்கு இயேசு நாதர் போலத் தெரிந்தான் அந்தப் போக்குவரத்துக் காவலன்.

ஆச்லாவின் முகத்தைப் பார்த்துக் கொண்டே "தேவி எப்படியிருக்கிறாள்?" என்று கேட்டான். "எப்போதும் போலத்தான்", என்று சாதாரணமாகச் சொன்னாள். "என்ன சொல்கிறாய்?" என்று நறுக்கென்று கேட்டான். மேலும் "அவள் நல்ல பெண் என்று அல்லவா நினைத்துக் கொண்டிருந்தேன்", என்றும் கூறினான். சிரித்துக் கொண்டே "நான் என்ன அவள் மோசமானவள் என்றா சொன்னேன்?" என்று கேட்டாள்.

மோகன், தான் தவறான வகையில் புரிந்து கொள்ளப்பட்டு விட்டதாக உணர்ந்தான். சாதுரியமான அவன் பேச்சு, அவள் மீதே திரும்பியது. மெல்லியதாக வியர்வை அவன் நெற்றியில் ஓடியது. கதவின் மேல் சாய்ந்தவாறு மோகனை விட்டுச் சற்று தள்ளியே ஆச்லா அமர்ந்திருந்தாள். அவன் ஆடை சற்றுத் தன் மேல் பட்டுவிட்டாலும் வேறொரு உணர்வை உண்டாக்கிவிடும் என்ற பயம் வேறு அவளைக் கவ்விக் கொண்டிருந்தது.

தன் பதற்றத்தை மறைக்கும் முகமாக "ஏன் இவ்வளவு தள்ளி உட்கார்ந்திருக்கிறாய்?" எனக் கேட்டான், "ஓ அதுவா? ஒன்றுமில்லை" என்று சொல்லி ஒரு அங்குலம் அவன் பக்கம் நகர்ந்து உட்கார்ந்தாள். "உங்களுக்கு கியர் மாற்றும் போது சிரமம் இருக்கக் கூடாது என்றுதான்" என்று தொடர்ந்து சொன்னாள்.

போக்குவரத்து சமிக்ஞை மாறிப் பச்சை விளக்கு எரிந்தது. மோகன் இதைக் கவனிக்காதிருந்தான். போக்குவரத்து காவலரும் பின் நின்ற கார்களின் உரிமையாளர்களும் கார் புறப்படுவதற்கான ஓசையை அலற விட்டனர். உடனே கிளட்சிலிருந்து காலை எடுத்து கியர் மாற்றினான். ஒரு விதமான வெட்டி இழுவையுடன் கார் கிளம்பியது.

கொஞ்சத் தூரம் சென்றவுடன் "இப்படித்தான் கார் ஓட்டுவீர்களா?" என ஆச்லா கேட்டாள், "அப்படியெல்லாம் இல்லை; பொதுவாக, இவன் வண்டி ஓட்டுகின்றானா என அடுத்தவர் வியக்கும் அளவிற்கு ஒரே சீராகத்தான் ஓட்டுவேன்," என மோகன் பதில் சொல்ல, "அப்படியானால் இன்று மட்டும் ஏன் இப்படி?" எனக் கேட்டாள். "நீ அருகில் இருக்கிறாய் அது தான் காரணம்" எனப் பதிலளித்தான்.

நகர்மன்றம் வழியாகக் கார் சென்றது. தன் காருக்கு இப்போது விபத்து ஏற்பட்டால் எப்படியிருக்கும் என நினைத்தான். பேருந்து ஒன்று அதிவிரைவாக அவனை முந்திச் சென்றது. அது இவன் பயங்கர ஆசையை அமுக்கி விட்டது. நகர் மன்றத்திற்கு இட்டுச் செல்லும் படிக்கட்டுகளை கை நீட்டிக் காட்டியவாறு "எவ்வளவு அழகானவை அவை" என்று சற்று வியப்புடன் கூறினான்.

எல்ஃபின்ஸ்டன் சர்க்கிள் அருகே கார் வந்தபோது இளமையின் ஆரம்பத்தில் ஒரு அழகான பெண் செல்வதைப் பார்த்தனர். ஒரு இளைஞனின் கையோடு கை சேர்த்து அங்கிருந்த திருமணப் பதிவு அலுவலகம் நோக்கிச் சென்றனர். திருமணம் செய்யப் போகிறோம் என்ற நினைப்பு அவள் முகத்தில் மகிழ்ச்சியின் ஒளியைத் தந்தது.

"எவ்வளவு அழகான பெண்" என்று ஆச்லா சொல்ல "ஆம்! ஆச்லா அவள் மிகவும் அழகானவள்", எனப் பதில் சொன்னான். அவள் பெயரில் தான் விளையாடிய, வார்த்தை விளையாட்டின் தாக்கம் அவளிடம் எப்படியிருக்கிறது எனக் கவனித்தான். ஆச்லா மகிழ்ச்சியுடன் காணப்பட்டாள். ஆம், அது அவள் முகத்தில் எழுதியிருந்தது போலத் தோன்றியது.

ஒரு போலியான தன்னடக்கத்துடன், "நான் அழகியென்று யார் சொன்னது?" எனக் கேட்டாள். மீண்டும் மோகன் அவளைப் பார்த்தான். அந்த விரைவான பார்வை ஏகப்பட்ட வார்த்தைகளைக் கொட்டிப் பேசினாலும் கொடுக்காத உணர்வுகளைத் தந்தது. "காமா மன்றம்", "லயன்ஸ்கேட்" பகுதிகளைத் தாண்டி ரீகல் திரையரங்குப் பகுதிக்குக் கார் சென்றது. அதன்முன் கம்பீரமான சிலை ஒன்று இருந்தது. அந்தத் திரையரங்கில் நல்ல படம் ஓடிக்

கொண்டு இருந்தது. அங்கிருந்த பெரிய சந்தை மகிழ்ச்சி ததும்பிய நிலையிலும் ஃபிளோரியின் கடை பெருமையுடனுடன் இருந்தன. பெரிய பாலத்தின் அடிப்பகுதியில் உள்ள ஆச்லா வசிக்கும் சத்யா சதன் வீட்டின் முன் கார் நின்றது.

ஆச்லா தன் பார்வையைச் சுழலவிட்டாள். அவள் புதியவர் ஒருவர் காரில் வந்து இறங்குவதை, இவளைப் பற்றி அனைத்து விபரங்களையும் தெரிந்து வைத்திருந்த தையற்காரர் தவிர வேறு யாரும் கவனிக்க வில்லை என்று அறிந்து கொண்டாள். அவள் இதை ஒரு பொருட்டாக எடுத்துக் கொள்ள வில்லை. மோகனும் அப்படித்தான். வேகமாக காரின் கதவைத் திறந்து கீழே இறங்கினாள். சிறிது தயங்கியவள், "மோகன்ஜி, மிக்க நன்றி" என்று கூறி விட்டுக் கீழே இறங்கினாள்.

ஒரு காலை கீழே வைத்தவாறு, சுற்றிப் போய் அவளுக்கு கார் கதவைத் திறந்து விட எத்தனித்தான். அவள் அந்தச் சந்தர்ப்பத்தை அவனுக்குக் கொடுக்கவில்லை. சில அடிகள் எடுத்து வைத்தவள், ஏதோ ஒன்று ஞாபகத்திற்கு வரத் திடீரென நின்றாள். எந்த ஒரு எதிர்பார்ப்பும் இல்லாமல் தான் சில வார்த்தைகள் பேசினாள். சில நேரங்களில் மனதை விட உடம்பு சில உணர்வுகளுக்குப் பொறுப்பேற்றுக் கொள்ளும். "சமயம் கிடைக்கும் போது விட்டிற்கு வந்து செல்லுங்கள்" என்று கூறி அவன் பதிலுக்குக் கூடக் காத்திராமல் தன் வீட்டை நோக்கி நடந்தாள்.

"சரி, கட்டாயம் வருகிறேன்," என்று சற்று உரத்த குரலில் கூறினான். ஏதோ வானத்தோடு பேசியது போல உணர்ந்தான். அவள் வீட்டிற்குள் சென்று மறைந்தாள். அழைப்பு விடுத்தவுடன் ஏற்றுக் கொள்ளுமளவிற்கு ஒரு திமிர்த்தனம் அவனிடமிருப்பதாக யூகித்தாள். அதுவும் அவள் கணவன் ஊரில் இல்லாத நேரத்தில்.. அவள் அழைத்ததோ, ஒரு மரியாதையின் நிமித்தம்தான் என்று நினைத்துக் கொண்டாள்.

மோகனும் மரியாதை தெரிந்தவன்தான். இல்லை என்றால் மறுநாளே, வாயிற் கதவை இடித்துக் கொண்டு வந்திருக்க மாட்டானா? அதுவும் அவள் கணவன் ராம்கட்கரி பற்றிய நினைப்பு குறைந்து வந்த நேரத்தில். வாயிலில் அழைப்பு மணி

தொடர்ந்து ஒலித்தது. மாநாடு முடிந்து கணவர் சீக்கிரமாக வந்து விட்டாரோ? என்று கூட நினைத்தாள்.

சற்று கோபத்துடன் வந்து கதவைத் திறந்தாள். கலைந்த ஆடையைச் சரி செய்யக் கூட அவளுக்கு நேரமில்லை. தலையை வெளியே நீட்டி யாரென்று பார்த்தாள். “ஒரு நிமிடம் பொறுக்கலாமா?” என்று கூறிவிட்டுத் தலையை உள்ளே இழுத்துக் கொண்டாள்.

மோகன் பொறுமை இழந்தவனாய்க் காணப்பட்டான். தனியாத கடுமையுடன் படிகளில் தாவியவாறு வந்தவன், கதவைத் தள்ளினான். அது திரும்ப அதே நிலைக்கு வந்தது. அடுத்த நிமிடம் வரவேற்பறையில் அமர்ந்து கொண்டு ஒவ்வொன்றாக ஆராயத் தொடங்கினான். தலைக்கு மேல் ஒரு கண் உள்ளவன் போல உட்கூரையையும் ஆராய்ந்தான். அமர்ந்த இடத்திலிருந்து ஆச்லாவின் படுக்கையறையை நன்கு காண முடிந்தது.

ஒரு வீட்டிற்குள் நுழைய அனுமதி கோரி இருக்க வேண்டாமா? அவளுடைய அனுமதியையாவது அவன் பெற்றிருக்க வேண்டும். தெரிந்த இடைவெளியைப் பற்றிக் கொண்டு பொங்கினான். அதுவும் படுக்கையறையில் பாவாடைமேல் சேலையை அவள் அவசரமாகப் போர்த்திக் கொண்டிருந்ததைப் பார்த்த பின்; இருந்த இடத்திலிருந்தே “நான் வருத்தப்படுகிறேன்”, என்று சொல்ல அவளும் “பரவாயில்லை,” என்று அறையில் இருந்தவாறே கூறினாள்.

வரவேற்பறைக்கும் படுக்கையறைக்கும் உள்ள இடைவெளியில் ஒரு மரப் பேழையை ஆச்லா வைத்திருந்தாள். அதில் கடவுள் சிவனின் படம் தொங்க விடப்பட்டிருந்தது. படத்தைச் சுற்றிப் பூ மாலை போட்டிருந்தாள். கன்னி மேரியின் திரு உருவமும், குரு நானக்கின் படமும், அங்கு இடம் பெற்றிருந்தன. அருகே ஒரு நாட்காட்டித் தொங்கிக் கொண்டிருந்தது. அதில் புராண கால லீடா நிர்வாணத்துடன் இருப்பது போலவும், அன்னம் ஒன்று அவள் நிர்வாணத்தைத் தன் சிறகுளால் மறைப்பது போலவும், அலகுகளால் அவள் உடம்பைக் கொத்துவது போலவும், படம் தீட்டப்பட்டிருந்தது.

அந்தக் குறுகிய இடைவெளியில் மோகன் தன் வாழ்வில் கண்ட பெண்கள் பற்றிய சிந்தனையைச் சிதற விட்டான். அக் குழுவில் சுமித்ரா, தேவி, கடவுள் கிருஷ்ணாவின் சகவாசியான ராதா ஆகியோர் அடங்குவர். ஜவுளி ஆலையில் நெசவுக் கலைஞனாக வேலை பார்க்கும் கணவனுடன் தன் சகோதரி ராதா பரேல் பகுதியில் வசிப்பதை நினைவு கூர்ந்தான்.

மோகன் பெண்களை எப்பொழுதும் ஒரு மாயை என்றே எடுத்துக் கொண்டவன். வெளித் தோற்றத்திலிருந்து வேறுபட்ட உள் தோற்றத்தைக் கொண்டவர்கள்தான் அவர்கள் என நினைப்பவன். நன்மை தீமை; பாவம் புண்ணியம் போல அழகும் அருவருப்பும் ஒரு சேரக் கொண்டவர்கள் என்பான். ஓல்லியான பெண்கள் அணிந்துள்ள ஆடையால் தடிமனாகவும், தடிமனானாவர்கள் ஆடையில்லாவிட்டால் ஓல்லியாகவும், தோன்றுவர் என்ற கணிப்புமுடையவன். இது ஒரு மாயை இல்லையா? என நினைப்பவன்.

கேசத்தைச் சரி செய்து கொண்டு ஆச்லா வரவேற்பறை-யினுள் நுழைந்தாள். அப்பொழுது, உண்மையிலேயே மிகவும் வனப்புடன் தோன்றினாள். வேறொருவரின் மனைவி என்பதால் அவ்வாறு தெரிந்ததா? அல்லது பிற பெண்களிடம் இல்லாதவை அவளிடம் இருந்ததா? அவள் ஒரு கண்ணின்மேல் சிறு தழும்பு ஒன்று தென்பட்டது. சிறு குழந்தையாயிருந்த போது ஏற்பட்ட வடு அது. அது கண் இமையை இரு பிரிவுகளாகக் காட்டியது. அந்தத் தழும்பின் மீது முத்தமிட வேண்டும் போல் அவனுக்குத் தோன்றியது. அவனருகில் வந்த ஆச்லா கேசத்தைச் சற்றே தூக்கி விட்டாள். அது அவள் தலையின் மேல் தங்கத்தாலும் வைரத்தாலும் செய்யப்பட்ட பொன் முடியை விட அழகானதாகத் தெரிந்தது.

சேலையின் முகப்பால் விசிறிக் கொண்டு "எவ்வளவு சூடாக இருக்கிறது" என்றாள் ஆச்லா. கையை நீட்டி மின் விசிறியைச் சுழல விட்டாள். "நானும் ஆச்சரியப்பட்டுக் கொண்டுதான் இருந்தேன்" என்றான். "எதைப்பற்றி ஆச்சரியப் பட்டுக் கொண்டிருந்தீர்கள்?" என அவள் கேட்க, அவனும் இருக்கும் உஷ்ணநிலை பற்றித்தான், எனப் பதிலளித்தான்.

புத்துணர்ச்சியூட்டும் புதிய காற்றை அள்ளித் தரும் மின் விசிறியின் கீழ், சோபாவில் இருவரும் எதிர் எதிரே அமர்ந்தனர். ஒரே சோபாவில் அருகருகே உட்கார முடியாதது மோகனுக்கு ஒரு கொடூரமான செயல் போல் தோன்றியது; வித்தியாசமாகவும் தெரிந்தது. ஆனால், எல்லாம் நன்மைக்கே. ஒரு ஆணும் பெண்ணும் உள்ளுணர்வால் உந்தப்பட்டு ஒன்றாக வாழ ஆரம்பிப்பார்களேயானால், அது எங்கே போய் முடியும்? ஆணும் பெண்ணும் தனித் தனியாக முழுமையடையாதவர்களாகின்றனர். உடம்பு எக்கேடும் கெடட்டும்; ஆன்மா விமோசனம் அடைய வேண்டுமானால் கரடு முரடான பகுதிகளைத் தாண்டித்தானே வரவேண்டும்.

சில சம்பிரதாயங்களும்,நடைமுறைகளும் மனிதர்களைப் பல மைல் தூரம் தள்ளி வைத்து விடுகின்றன. அதனால் இழுபறி நிலைமை வருகிறது. காதல் விளையாட்டில் முதல் பார்வை, முதல் வார்த்தை, முதல் நகர்வு, முக்கியத்துவம் பெறுகின்றன. அவைதான் காதலின் வேகத்தையும் அடுத்த கட்ட நடவடிக்கையையும் தீர்மானிக்கின்றன.

ஒரு நாள் தேவி அவள் காதலன் வர்ணமடிக்கும் தொழில் செய்பவன் பற்றிப் பேசிக் கொண்டாள். அவன் மீதான அவளின் காதல் இன்னும் அடங்கிப் போக வில்லை என்று தெரிந்தது. “அவனுக்காக என்ன வேண்டுமானாலும் செய்திருக்கலாம்” என்று ஆரம்பித்தவள், தொடர்ந்து கூறலானாள்: “கெட்ட நோக்கத்தோடு என் கைகளைப் பற்றியவன் மெதுவாக என் ரகசிய அங்கங்களை வேட்டையாட எத்தனித்தான். இந்த மாதிரிச் செயல்பாட்டைச் சாதாரணமாக செய்து விட முடியாது. அவனை ஒரு நல்ல சரியான நிலைக்குக் கொண்டு வந்தேன். அன்றோடு எல்லாம் முடிந்து விட்டது. இன்று நான் அவன் பின்னால் ஓடிக் கொண்டிருக்கிறேன். அவனோ என்னைப் பத்தடித் தூரம் தள்ளியே வைக்கிறான். அக்ரி பாரா பகுதியில் வசிக்கும் ஒரு விலைமாதுவுடன் அவன் தொடர்பு வைத்திருப்பதாகக் கேள்விப்படுகிறேன்”.

ஆச்லாவுக்குக் குழந்தை இல்லை. கல்யாணமாகி ஆறு ஆண்டுகள் முடிந்த பின்பும் அவள் தாய்மை ஏக்கம் அடக்கியே வைக்கப்பட்டிருந்தது. வீட்டு வேலைக்காரி மீது தாயின் பாசத்தை பொழிந்து அந்தக் குறையைச் சரி செய்த கொண்டிருந்தாள். வீட்டு

வேலைக்காரிக்குப் பதினாறு வயது ஆகியிருந்தது. வேலைக்காரப் பெண் ஒரு தட்டு நிறைய பிஸ்தா பருப்புடன் கலந்து தயாரித்த பிஸ்கட்டும் ஒரு கோப்பையில் தேநீரும் கொண்டு வந்து அவன் முன் வைத்தாள். இதற்கு முன் உங்களைப் பார்த்திருக்கிறேனா என்ற சந்தேகத்துடன் அவள் பார்வையைச் சுழல விட்டாள். பின் சமையலறைக்குள் சென்று விட்டாள்.

பிஸ்கட்டைக் கடித்தவாறு "நல்ல பெண் போல் தெரிகிறதே" என்றான் மோகன். சமையலறையைப் பார்த்துக் கொண்டே, "ஆமாம் நல்ல பெண் தான்" என ஆச்லா சொன்னாள். தொடர்ந்து "இப்போதைய பெண்கள் மோசமானவர்கள் தான். கஷ்டப்பட்டுத் தான் அவர்களை கட்டுக்குள் வைத்திருக்க வேண்டியுள்ளது," என்று சொன்னாள். "ஏன்?" என்று அவன் கேட்க, ஆச்லா சொன்னாள்: "தினசரி ஒரு டான் ஜுவான் அவளைத் தேடி வீட்டருகே வருகிறான்". இருவரும் சிரித்துக் கொண்டனர். "அன்றாடம் வரக்கூடியவர்களில் நானும் ஒருவனா?" எனக் கேட்டான்.

ஆச்லாவின் முகத்தில் சிவப்புக்கோடு வந்து சென்றது. கண்கள் பார்க்காதவாறு தேக்கரண்டியால் தேநீரைக் கிளறினாள். பின் சொன்னாள்: "நீங்கள் வேறொரு வகை. என் கணவர் ராம் வந்தவுடன் உங்களை அறிமுகப்படுத்தி வைக்கிறேன். உடனே அவன், "அப்படியானால் அவர் வரும்வரை எனக்காகக் கதவு சாத்தப்பட்டு விடும் என்று சொல்கிறாயா?" என்றான் ஒரு விதமான கலக்கத்துடன். ஆச்லா சொன்னாள்: "இல்லை, இல்லை நான் அவ்வாறெல்லாம் நினைக்கவில்லை. நீங்கள் எப்போது வேண்டுமானாலும் வரலாம்.. இது உங்கள் வீடு போல."

அப்பொழுதுதான், தான் எல்லை மீறிப் பேசிவிட்டோமோ என்று நினைத்தாள். ஓ! நரகமே! பெண்ணாய்ப் பிறப்பது ஒரு சாபக்கேடு தானோ? ஒவ்வொரு வார்த்தையையும் அவள் மிகக் கவனத்துடன் கையாண்டிருக்க வேண்டும்.

தொடர்ந்து கணவன் ராம் கட்கரியை வெகுவாகப் புகழத் தொடங்கினாள். ஆண் வர்க்கத்தின் மிகச் சிறந்த, உதாரண புருஷன் என்றாள். இவரை மாதிரி இன்னொரு ராம் இருந்தார். அவர் தான் அயோத்தியில் அவதரித்த புராண புருஷன் என்றாள்.

அவர் அயோத்தியில் இருந்தார். இவர் கொலாபா பகுதியில் என்னுடன் வசிக்கிறார், என்றும் சொன்னாள்.

தான் தோற்கடிக்கப்பட்டு விடக்கூடாது என்ற நினைப்புடன் அவன் மனைவி சுமித்ரா பற்றிப் பேச ஆரம்பித்தான். அவர்கள் குறிப்பிடாமலே அவர்களுக்கிடையேயான தூரம் அதிகரித்து விட்டது. அவளிடமிருந்த ஒரேகுறை, அவன் ஆச்லாவிடம் கூறியபடி, அவளின் மோசமான உடல்நிலைதான். அது வாழ்க்கை மீதிருந்த அவன் பிடிப்பை அகற்றி விட்டது.

கைகளைத் துடைத்துக் கொண்டு வந்த வேலைக்காரப் பெண், "அம்மா! நான் போய் வரட்டுமா?" எனக் கேட்டாள். மோகன் இருப்பதைப் பார்த்தவாறு ஆச்லா சொன்னாள்: "வேண்டாம், சற்று பொறுத்துச் செல்லலாம். படுக்கையறையில் துணிகள் சிறு குன்று போல் குவிந்து கிடக்கின்றன. அவற்றைச் சலவை செய்து விட்டு நீ புறப்படலாம்." இதைக் கேட்டவுடன், வேலைக்காரி அவள் முகத்தை ஒருவாறு இழுத்துக் கொண்டு அந்த அறைக்குள், சென்று விட்டாள். வேறு வழி இல்லையே. ஒரு எஜமானியின் மாறுபட்ட கட்டளைகளுக்கேற்ப நடந்து கொள்வது தானே வேலைக்காரப் பெண்ணின் கடமை.

சுமித்ரா பற்றிய பேச்சை இன்னும் மோகன் முடிக்கவில்லை, "பத்து ஆண்டுகள் தொடர்ச்சியாக என் அருகில் இருக்கிறாள். என்னை மகிழ்விக்கும் எண்ணத்தில் அவள் வாழ்க்கையின் நல்ல பெரும் பகுதியை எனக்காகத் தியாகம் செய்துள்ளாள். நாள் பட்ட நோயாளி என்ற காரணம் காட்டி எப்படி அவளைத் தூக்கி எறிந்து விட முடியும். கடவுளே! என்னால் இப்படியொரு எண்ணத்தை என்னுள் வளர்க்க முடியாது. இது புனிதத்தைப் பாழடிக்கிற குற்றமாகும்" என்று சொன்னான். அவன் கண்களில் கண்ணீர் வெளிப்பட ஆச்லா சலனமடைந்தாள். பின் சொன்னாள்: "ஆமாம், மோகன்ஜி உங்கள் மனைவி சீக்கிரம் குணமடையட்டும்." பின் எழுந்து, அவள் சேலை முந்தானையால் மோகனின் கண்ணீரைத் துடைத்து விட்டாள்.

"சரி, நான் புறப்படுகிறேன்", என்று சொல்லி மோகன் எழுந்தான் "இன்னும் சற்று நேரம் இருந்து விட்டுச் செல்லுங்கள்", என்று ஒரு பாதுகாப்பற்ற நிலையில்தான் கூறினாள். ஆனால்

மோகனோ வெளியே போகும் நிலையில்தான் இருந்தான். தன் கைக் கடிகாரத்தைப் பார்த்துக் கொண்டே சொன்னான்: "அஜ்வானி காகித ஆலையில் 11.30 மணிக்கு நான் இருக்க வேண்டும்" என்று சொல்லிக் கொண்டும், மன்னிப்பு கோரும் விதத்திலும் வெளியேறினான்.

ஆச்லா எழுந்து கொண்டாள். அவள் முகத்தில் சிறு புன்னகை. படுக்கையறை சென்றவள் அங்கிருந்த பெரிய கண்ணாடி முன் நின்று தன்னை ஒரு தரம் பார்த்துக் கொண்டாள். தன் தோற்ற பொலிவைக் கண்டு மகிழ்வுற்றாள். வேலைக்காரப் பெண்ணை நோக்கி, "உன் ஜானி இன்னும் வரவில்லையோ?" எனக் கேட்டாள். அதற்கு அவள், "அந்த ஐயா போய் விட்டாரா அம்மா?" எனக் கேட்டாள்.

திருப்தியான குரலில் "ஆம்" என்ற ஆச்லா, "நீ ஜானியுடன் திரைப்படத்திற்குச் செல்லலாம். உன்னைத் தேடி வரும் அத்தனை பேர்களில் இந்த ஜானியைத் தான் அங்கீகரிக்க முடியும்", என்று கூறி முடித்தாள். இதைக் கேட்ட அந்த பெண்ணின் முகம் மலர்ந்தது.

மோகன் இத்தோடு ஐந்து தடைவைகள் ஆச்லா வீட்டுக்கு வந்து விட்டான். வரும் போதெல்லாம் வீதியில் அவளுக்காகக் காத்திருப்பான். தையற்காரர் பார்க்காத வகையில் போய் அவன் காரில் ஏறிக் கொள்வாள். பின்னர் இருவரும் சற்று நேரம் காரில் வெளியே போய்த் திரும்புவர்.

இதற்கிடையே வாரம் ஒரு கடிதம் மனைவி சுமித்ராவிற்கு எழுதிய மோகன், இப்போது மூன்று கடிதங்கள் எழுத ஆரம்பித்து விட்டான். ஒரு கடிதத்தில், நீ சீக்கிரமாகத் திரும்பி வராவிட்டால், ஒருவேளை நான் வேறொரு பெண்ணுடன் தொடர்பு கொள்ள வேண்டியதிருக்கும், என்று எழுதினான். இதைப் படித்த சுமித்ரா சிரித்துக் கொண்டாள்.

ஒரு நாள் மாலை "கூப்பரேஜ்" வழியாகச் கார் சென்ற போது பேக் பே எனப்படும் விரிகுடா அருகில் ஒரு நிழலில் காரை நிறுத்தினான். அதற்கு உள்ளிருந்த ஆச்லா மறுப்புத் தெரிவிக்கவில்லை. மோகனின கை ஆச்லா தோள்பட்டையை மெல்ல சுற்றிக் கொண்டது. ஆனால், அதைக் கவனிக்காதது போல

இருந்து விட்டாள். ஓட்டுநர் பயிற்சி பெறுவது போல மூன்றாம் கியரில் இருந்து முதல் கியருக்கு மாற்றிக் கொண்டிருந்தாள்.

மோகன் அவள் கையைப் பிடித்தான். ஆச்லா மறுப்பேதும் சொல்லாமல் பதிலுக்கு அவன் கையை அழுத்திப் பிடித்தாள். இருவரும் சிறிது நேரம் அமைதியாக இருந்தனர். அமைதியைக் குலைக்கும் முகமாக, "கட்கரி எப்பொழுது திரும்பி வருகிறார்?" என்றான். "ஓரிரு நாட்களில்" என்று பதிலளித்தாள். "மாநாட்டை நீட்டித்திருக்கிறார்களா?" என வினவினான். "கடவுளுக்குத் தான் தெரியும். ஆண்களைப் பற்றி உறுதியாக எதுவும் சொல்ல முடியாது. ஓரிரு வழிகளில் இன்பம் காணாமல் இருக்க மாட்டார்கள்" என்று சொன்னாள்.

"என்ன சொல்கிறாய்?" எனப் பொய் கோபத்துடன் அவள் கையை உதறினான். அவர் உன் கடவுள். அவரை ராம் என்பர் என்றான். "அவர் ராமராயிருந்தால், அவரின் சீதையை உடன் அழைத்துச் சென்றிருக்க வேண்டுமல்லாவா?" என்றாள். இதைக் கேட்ட மோகன் சிரித்துக் கொண்டான். பின், "மாநாடுகளில் சீதைகளுக்கு என்ன வேலை," என்று கேட்டான். பேசிக் கொண்டே, அவள் இடையைத் தன் கையால் சுற்றி வளைத்து, அவளைத் தன்னருகே இழுத்துக் கொண்டான். சிறிதளவே தடை காட்டிய ஆச்லா முழுமையாக அவனிடம் சரணடைந்தாள். கண்களை மூடிக் கொண்டு அவன் தோளில் சாய்ந்து விட்டாள்.

மோகன் அவளை முத்தமிட எத்தனிக்கையில் இருளில் இருந்து ஒருவன் அவர்கள் அருகே வந்தான். "இளநீர் வேண்டுமா?", வந்தவன் கேட்டான். ஆச்லாவிடமிருந்து விடுவித்துக் கொண்டு, அவனைப் பார்த்து, "போய் விடு; வேண்டாம்" என்று கத்தினான். ஆனால் இளநீர் விற்பவன் நகர்வதாகத் தெரியவில்லை. மோகனுக்குக் கோபம் வந்தது: "இங்கிருந்து போகப் போகிறாயா, இல்லையா?" எனக் கோபத்துடன் அவனை அடிக்கக் கையை ஓங்கினான். ஆச்லா அவன் கையைப் பிடித்தபடி "வேண்டாம், வேண்டாம். அவன் கையில் கத்தி வைத்திருக்கிறான்" என்று மெல்லிய குரலில் கூறினாள். தான் பலசாலிதான் எனக் காண்பிக்கும் பொருட்டு, "அதைப் பற்றி எல்லாம் எனக்குக் கவலை இல்லை" என்றான்.

அந்த இளநீர் வியாபாரி, அவனுக்குத் தெரிந்த மலபாரி மொழியில் ஏதோ கூறிக் கொண்டே போய்விட்டான். அதே நேரம் சற்றுத் தொலைவில் மண் மேட்டில் உட்கார்ந்திருந்த ஒருவன், மோகனைப் பார்த்து, "நடத்துங்கள் பாபு ஏன் ரகசியம் காக்கின்றீர்கள். பீன்ஸை சிதற விட்டு ரகசியத்தை வெளிக் கொணர்வதுபோல அனுபவியுங்கள்" என்றான், சற்றுக் கிண்டலாக.

கவலை தோய்ந்த முகத்தோடு, மோகன் உட்கார்ந்து விட்டான். பின், "வா வீட்டிற்குச் செல்வோம்" என்றான் ஆச்லாவைப் பார்த்து. "யார் வீட்டுக்கு?" என்றாள் ஆச்லா. என் வீடு அல்லது உன் வீடு. ரோசி அங்கிருப்பாளா? எனக் கேட்டவனுக்கு, "இல்லை அவள் ஜானியுடன் திரையரங்கு போயிருக்கிறாள்", எனப் பதிலளித்தாள். "அதுவும் நன்மைக்கே சமாளித்துக் கொள்ளலாம்", என்று கூறினாள். "வீட்டிற்குப் போய் நாம் என்ன செய்யப் போகிறோம்?" எனத் திருப்பிக் கேட்டாள்.

படுக்கையறை அருகே இருந்த மரப்பேழையின் மேல் உள்ள படங்கள் ஆச்லா மனதில் திடீரெனத் தோன்றின. கணவனுடன் உல்லாசமாக இருக்கும் போதெல்லாம்கூட இந்தப்படங்கள் தம்மை பார்க்காதவாறு இடைப்பட்ட கதவை மூடிக்கொள்வாள். மணல் மேட்டின் மீது உட்கார்ந்திருந்த பொறுக்கியை மறந்து விட்டு ஆச்லாவை முத்தமிட்டான் மோகன். அவ்வேளையில் சுயதியாகம் செய்யும் தூண்டுதல் உணர்வை இழந்து விட்டிருந்தாள். வெட்கத்துடன், "நிறுத்துங்கள், வேண்டாம்" என்று எதிர்ப்பைத் தெரிவிப்பது போலவும், அழைப்பு விடுவது போலவும் கூறினாள்.

பின் மோகன் அவள் ரகசிய அங்கங்களை மூடியிருந்த திரைகளைக் கலைக்க முற்பட்டான். ஆனால், ஆச்லா சட்டென எழுந்து விட்டாள். மோகன் தான் அவமதிக்கப்பட்டது போல உணர்ந்தான். சிறிது நேரம் கழித்துத் தைரியத்துடன் தன் முயற்சியில் மீண்டும் ஈடுபட எத்தனித்தான். ஆனால் இந்த இடைவேளையில், முற்றிலுமாக அவன் பிரஸ்தாபங்களிலிருந்து தன்னைக் காத்துக் கொள்ளுமளவிற்கு விலகி நின்று கொண்டாள். "தயவு செய்து இத்தோடு நிறுத்திக் கொள்ளுங்கள்" என்று ஒரு விதக் கடுப்போடு கூறினாள்.

சற்றே வெறுப்புற்றவனாய், "ஆச்சி அறிவற்றதனமாய் நடக்காதே" என்றான். "பின் ஒரு நாள் நீயும் தேவியைப் போல வருத்தப்பட வேண்டியதிருக்கும்", என்றும் கூறினான். சாந்தமும் கோபமும் கலந்த நிலையில் "அப்படிச் சொல்லாதே மோகன். இவ்வாறு நடந்து கொள்வது தான் நட்பா? இதை விட நட்பில் வேறு ஒன்றும் இல்லையா?" என்றும் கேட்டாள். உடனே, "நட்பு என்றால் வேறு என்ன அர்த்தம் இருக்கிறது என்று எனக்குச் சொல்" என்று கேட்டான். "அண்ணன் தங்கையிடையே அன்பு இல்லையா?" எனத் திருப்பிக் கேட்டாள்.

ஆணுக்குரிய குணநலன்களை மறைத்துக் கொண்டு மோகன் சொன்னான்: "ஆம் இருக்கிறது; நானறிவேன்". அப்பொழுது பரேலியில் வசிக்கும் தன் தங்கை ராதாவின் ஞாபகம் அவனுக்கு வந்தது. "நம் நட்பை வெகு நாட்கள் நாம் தொடர முடியாது. என் கணவர் ஒரிரு நாட்களில் வந்து விடுவார். ஒரு மாதத்தில் உங்கள் மனைவியும் வந்து விடுவாள்", எனக் கூறினாள். ம்ம்ம் என்று மட்டும் கூறியவனிடத்தில் "உண்மையான அன்பு என்பது அண்ணன் தங்கையின் உறவில்தான் காணப்படும். மேலும் அது தான் நீடித்து நிற்கும்", என்றும் சொன்னாள்.

முகத்தில் வழிந்த வியர்வையைத் துடைத்துக் கொண்டே, "சரி நீ விரும்பிய படியே நடக்கட்டும்.. இப்பொழுதிலிருந்து நீ என் சகோதரி", என்று கூறினான். பின் காரில் ஏறி வேகமாகச் சென்றனர். ஆச்லாவுக்குப் பயம் வந்து விட்டது. மோகனின் வலது கையைத் தன் இரு கைகளில் எடுத்துக் கொண்டு தன் தலை முடியுடன் அவன் தோளில் சாய்ந்தவாறு "உங்களுக்கு என் மீது கோபமா?" எனக் கேட்டாள். உடனே அவன், "இதில் கோபப்பட என்ன இருக்கிறது? ஒரு அண்ணன் தங்கையின் மீது கோபம் கொள்ளலாமா?" எனக் கேட்டான். உடனே அவன் தோளிலிருந்த தன் தலையை எடுத்துக் கொண்டாள்.

சத்யாசதன் முன் கார் நின்றது. மோகன் கதவைத் திறந்து விட, ஆச்லா ஒரு விதத் தயக்கத்துடன் கீழே இறங்கினாள். தையற்காரரும் அங்கிருந்தவர்களும் அவர்களைக் கவனித்துக் கொண்டிருந்தனர். ஆனால், ஆச்லா அதைப்பற்றியெல்லாம் கவலைப் படவில்லை. மோகனுக்கு நன்றி கூட அவள் சொல்லவில்லை. இனம் தெரியாத பயம் ஒன்று அவள் நெஞ்சில் தோன்றியது.

"என்னைப் பார்க்க மீண்டும் வருவீர்களா?" எனக் கேட்டாள். மோகன் பலமாகச் சிரித்துக் கொண்டே, "ஏன்? கட்டாயம் வருவேன்" எனப் பதிலளித்தான். பின், கையசைத்து விட்டு காரில் சென்று விட்டான். ஆச்லா தன் படுக்கையறைக்கு வந்தவுடன் ஒரு பெரிய சுமை ஒன்றை இறக்கி வைத்து விட்டதைப் போல் உணர்ந்தாள்.

மறுநாள் அவள் கணவன் கட்கரி திரும்பி வந்தான். அவனைச் சந்தித்து அழைத்து வர ரயில் நிலையம் சென்றாள். அவள் ஆச்சரியப்படும் வகையில் கட்கரி மீசை வளர்த்திருந்தான். "முகத்தில் என்ன செய்தீர்கள்?" என வியப்பு மேலிட அவனைக் கேட்டாள். கட்கரி காமப் பார்வையுடன் சிரித்துக் கொண்டே சொன்னான்: "எல்லாம் விளையாட்டாகத்தான். இது என் இதயத்தின் கட்டளைப் படி நடந்துள்ளது".

கூலியாளின் தலையில் சுமையை வைத்து விட்டு மனைவியைப் பார்த்து, "இப்போது நான் எப்படியிருக்கிறேன்? மோசமாக இல்லையே?" என்று கேட்டான். "இல்லை இல்லை. இந்த மீசை உங்கள் முகத்திற்கு ஏற்றவாறு உள்ளது. எனக்குத் தான் ஏதோ ஒரு அன்னியருடன் நடந்து வருவதுபோல் தெரிகிறது" என்றாள். "அப்படியா? அது நல்லது தான்" என அவளைச் சீண்டினான். மேலும்,""ஒரே நேரத்தில் இரண்டு ஆண்களுடன்", என்றும் கூறினான்.

நகைச்சுவையாக இருந்தாலும் தன்னைத் திட்டுவாள் என எதிர்பார்த்தான். ஆனால் அவளோ ஒரு வித தேடுதலுடன்தான் பார்வையைச் செலுத்தினாள். புதியதாக வந்த மீசையினால் ஒரு முட்டாள் போல அவன் தோற்றமளித்தான். ஆச்லா அதை மீண்டும் உறுதி செய்து கொண்டாள்.

வீடு வந்து சேர்ந்தனர். அவனுடைய பொருட்களை உரிய இடத்தில் திருப்பி வைக்கக் கூட அவள் அவனை விட வில்லை. குழந்தையைப் போல அவனை படுக்கையறைக்கு அழைத்துச் சென்று அவன் கழுத்தைச் சுற்றிப் பிடித்துக் கொண்டு கண்ணீர் விட்டு அழுதாள்: ராம் கட்கரி அவளை வியப்போடு பார்த்தான். "ஆச்சி என்ன நடந்தது? பதினொரு நாட்கள் தானே உன்னை விட்டுப் போயிருந்தேன்" எனப் பதற்றத்துடன் கேட்டான்.

ஆனால் ஆச்சி தொடர்ந்து அழுது கொண்டிருந்தாள். அவளைக் கட்டியணைத்துக் கொண்டு, தேற்றும் விதமாக, "நீ இவ்வளவு தூரம் தனிமையில் வாடியிருப்பாய் என நான் நினைக்கவில்லை" என்றான்.

தன்னை விடுவித்துக் கொண்டு அப்படியெல்லாம் ஒன்றுமில்லை என்றாள். "பிறகு என்ன என் அன்பே! என்னை எவ்வளவு தூரம் விரும்புகிறாயோ, அவ்வளவு தூரம் உன்னை விரும்புகிறேன். என்னை நம்பு" என்று கலங்கிய குரலில் கூறினான். "ஓ" என்று அலறியவளிடம் "என்னை நம்பு, அளவுக்கதிகமாக உன்னை நேசிக்கிறேன்" என்று சொன்னான். "நீங்கள் இனிமையாகப் பொய் சொல்பவர் என்னை உண்மையில் நேசித்திருந்தால் ஏன் மீசை வைத்து வந்துள்ளீர்கள்?" என்றாள்.

ராம் கட்கரிக்கு அவள் மனதில் என்ன இருக்கிறது என்பதை அனுமானிக்க முடிந்தது. ஏதோ ஒரு பெண் சொல்லியதால்தான் மீசை வைத்துள்ளேன், என எண்ணுகிறாள் போலும். இது எந்த மகிழ்வையும் அவனுக்குத் தரவில்லை. மறுநாள் காலையில் மீசையை வழித்து எடுத்து விடுவது என உறுதி கொண்டான். உறுதி செய்தது போல மீசையை எடுத்து விட்டான்.

இரண்டு நாட்கள் கடந்து விட்டன. ஆச்லாவிடம் முன்னர் உறுதி மொழி கொடுத்தபடி மோகன் அவளைப் பார்க்க வந்தான். அவனைப் பார்த்தவுடன் முதலில் ஒரு பய உணர்வு அவளிடம் தென்பட்டது. உடனடியாக அதிலிருந்து மீண்டவள், கணவனை நோக்கி ஓடினாள். அவனிடம், "உங்களிடம் சொல்ல மறந்து விட்டேன்... இப்பொழுது ஒரு சகோதரனைக் கண்டுபிடித்துள்ளேன்" என்று சொன்னாள். "கண்டு பிடித்துள்ளாயா? என்ன சொல்கிறாய்?" எனக் கேட்டான். ஆச்லாவும் உடனே "ஏன்! அதிலென்ன ஆச்சரியம் இருக்கிறது?" என்றாள்.

வந்த விருந்தினரை அறிமுகப்படுத்துவதற்காக தன் கணவனை வரவேற்பறைக்கு அழைத்துச் சென்றாள். கனவுலகில் இருவரும் சந்திப்பது போல உணர்ந்தனர். ராம் மரியாதையாகவும் நாகரீகத்துடனும் நடந்து கொண்டான். ஆனால் அவன் நடைமுறைகள் இயல்பாக இல்லாமல் வலுக்கட்டாயமாக

வரவழைத்துக் கொண்டது போல இருந்தன. அவன் சிரித்தது கூடப் போலியாகத்தான் இருந்தது.

ஆச்லாவைப் பொறுத்த வரை மோகனை சகோதரன் என்று அன்பு பாராட்டி அவர்களிடையே வர இருந்த வேறு வித நட்புக்கு ஒரு முடிவு கட்டினாள். நெஞ்சார்ந்த திருப்தியுடன் அவனுடன் பேச முடிவெடுத்தாள். மோகனுக்கு மகிழ்வோடு தேநீர் கொடுத்தாள். வேலைக்காரப் பெண் ரோசியைக் கடைக்கு அனுப்பி நல்ல தின்பண்டங்களை வாங்கி வரச் சொன்னாள். மோகன் முன்னிலையில் மரியாதைக் குறைவாகத் தன்னைக் கண்டு கொள்ளாமல் இருந்ததை ராம் பொறுமையோடு தாங்கிக் கொண்டான்.

பக்கத்து அறைக்கு ஆச்லா சென்றவுடன் மோகனும் கட்கரியும் அமைதி காத்தனர். ஒரு சில வார்த்தைகள் பேசினாலும் ஒரு விதக் கலக்கத்துடன் தான் பேசினர். தான் ஒரு முக்கியமான மாநாட்டுக்குப் போனேன் என்று ராம் மோகனிடம் சொன்னது கூட ஒரு வித வலியோடு தான் சொன்னான். மோகனும் விகார மனநிலையோடு, கப்பல் சரக்கு ஒன்றை ஜப்பானிலிருந்து பெற்றேன், எனப் பேசிக் கொண்டான். அதன்பின் அவர்கள் பேச்சு ஒரு முடிவுக்கு வந்தது.

ஆச்லா திரும்பி வந்தாள். கட்கரி அவளிடம் மாற்றம் ஒன்றைக் கண்டான். புதிய புடவை உடுத்தி வந்திருந்தாள். கேசத்தைப் புதிதாக வாரி, புதுமையான முறையில் தலையில் அலங்காரம் செய்திருந்தாள். அவளைத் தொடர்ந்து அவள் பயன்படுத்திய நறுமணத் திரவிய வாசனை வந்தது. "பாய் சாகிப், அண்ணி என்று வருகிறார்கள்?" என மோகனைப் பார்த்துக் கேட்டு விட்டு தன் கணவன் பக்கம் திரும்பி, "விடுமுறையைக் கழிக்க காஷ்மீர் சென்றுள்ளார்கள். அவர்களை நான் இன்னும் பார்த்ததில்லை. வியக்கத்தகு பெண்மணியாக இருப்பார்கள் என நம்புகிறேன்," என்று கூறினாள். மனைவி சொன்னதை முற்றிலுமாக நெஞ்சார ஏற்றுக் கொண்டது போல ராம் காட்டிக் கொண்டான். பின் ஒரு புது விதமான பார்வையில் மோகனைப் பார்த்தான்.

தேநீர் சாப்பிட்டாகிவிட்டது. மோகன் கிளம்பத் தயாரானான். ராம் ஒரு வித விறைப்புடன் மோகன் கைகளைக் குலுக்கினான். மனைவியின் சகோதரனுக்கும் கணவனுக்குமிடையே உள்ள உறவு என்று எடுத்துக் கொண்டால், கணவனுக்குத்தான் முதல் மரியாதை என்று கட்கரிக்குத் தெரியும். அதை மனதில் வைத்துக் கொண்டுதான் கட்கரியின் செயல்பாடு இருந்தது. இதோ ஒரு நிமிடத்தில் வந்து விடுகிறேன் என்று கணவனிடம் கூறி விட்டு மோகனைப் பின் தொடர்ந்து, கதவு வரை வந்து, சிறிய தயக்கத்-திற்குப் பின், படியில் இறங்கி, அவனை வழியனுப்ப வந்தாள்.

மோகனுக்கு ஆச்லாவைக் கட்டியணைத்துக்கொள்ள வேண்டுமென்ற உள்ளுணர்வு தீவிரமாக இருந்தது. எவ்வளவு அழகாக இருக்கிறாள். அவள் கையைப் பிடித்து அன்போடு கசக்கியவாறு அவளிடம் சொன்னான்: "என் பிரியமுள்ள ஆச்சியே. ஒரு நாள் என் வீட்டிற்கு வாருங்கள்" எனக் கூறினான். "சரி ஒரு நாள் வருகிறேன்," என்று சொன்ன ஆச்லா தொடர்ந்து, அவரையும் கூட்டி வருகிறேன்", என்றாள். பின் வேகமாகப் படியேறிச் சென்று விட்டாள். கணவனைப் பார்த்து என் சகோதரனைப் பற்றி என்ன நினைக்கிறீர்கள். லட்சத்தில் ஒருத்தர் அல்லவா?" எனக் கேட்டாள்.

முகத்தில் கடுப்பாக இருந்தாலும் ஆம் என்பது போல் ராம் தலையசைத்தான். எங்கிருந்து திடீரென அவள் சகோதரன் வந்தான்? அவனில்லாமல் இவளால் இருக்க முடியாதா? என அவன் சிந்தனை பலவாறு ஓடியது. "உன் சகோதரன் என்றால் ஏன் பையா (சகோதரன்) என்று அழைக்காமல் பாய் சாகிப் (மரியாதைக்குரிய ஐயா) என்று அழைத்தாய்?" என வினவினான். பாஹ்? உங்கள் கேள்வியில் ஏதாவது அர்த்தமிருக்கிறதா? எனப் பதிலுக்கு வினவினாள்.

அவர்களுக்கிடையே உள்ள உறவில் தூய்மை உண்டு என்பதை நிரூபிக்க அவள் பல பொய்களைத் தேவையின்றிச் சொல்ல வேண்டியிருந்தது. இம்மாதிரியான உறவுகள் மனிதர்களால் உருவாக்கப்படுகின்றன. கடவுளால் அல்ல. மோகன் வீட்டிற்கு வரும் போதெல்லாம் பித்துப் பிடித்தவள் போல் அவனைச் சுற்றியே செயல்படுவாள். அவன் போன பின் கட்கரி அமைதியாக

வெகுநேரம் உட்கார்ந்திருப்பான். அவன் அமைதி அவனுக்கே அதிர்ச்சியாய் இருந்தது.

ஒரு நாள் மாலை வேளை. மோகனைப்பற்றி ஏன் இவ்வளவுக்கு அதிகமான அக்கறை எடுக்கிறாய் என ஆச்லாவிடம் கட்கரி கேட்டான். சட்டென, "எங்கள் உறவைச் சந்தேகிக்கிறீர்களா?" எனக் கேட்டாள். "நான் என்ன சொல்கிறேன் என்றால்..." அவன் முடிக்கும் முன் அவள் குறுக்கிட்டு, "நீங்கள் என்ன நினைக்கிறீர்கள் என எனக்குத் தெரியும்" என்றாள்.

கோபக்கனலுடன் எல்லா ஆண்களும் குறுகிய புத்தி உடையவர்கள். ஒரு இழிவான மனதுடையவர்கள். ஒரு ஆணுக்கும் பெண்ணுக்குமிடையே உள்ள உறவு கணவன்-மனைவி இடையே உள்ள உறவுக்கு வேறுபட்டதில்லையா? என்று தேம்பியவள் முழுவதுமாக அழத் தொடங்கினாள்.

ராமுக்கு வருத்தம் ஏற்பட்டது. அவள் பின்னால் போய் நின்று குனிந்தவாறு அழுது கொண்டிருந்தவள் தலையை மெல்லத் தூக்கினான். தன் முழுச் சக்தியையும் பயன்படுத்தி அவனைத் தள்ளி விட்டாள். அவன் போய் சுவற்றில் முட்டி நெற்றியைக் காயப்படுத்திக் கொண்டான். வலுவில்லா உடம்பை உடைய அவன், வலுவான உடம்பையுடைய ஆச்லா முன் எதிர்கொண்டு நிற்க முடியவில்லை. படுக்கையறைக்குள் சென்று கட்டிலில் படுத்துக் கொண்டு மீண்டும் அழத் தொடங்கினாள்.

ஒரு அசிங்கமான சூழல் உருவாகிவிட்டதை எண்ணி ராம் வருத்தப்பட்டான். பிழை செய்து விட்டோமோ என்று வருத்தப்படுகிறவர்கள் மிகவும் தரம் தாழ்ந்து நடந்து கொள்வர். பிற்பகல் முழுவதும் முயற்சிகள் மேற்கொண்டு அவளை இயல்பு நிலைக்குக் கொண்டு வரப் பெரும்பாடு பட்டுவிட்டான். பிர்லா மதுஸ்ரி சபையில் நடைபெற இருக்கும் விளையத் கான் சிதார் இசைக் கச்சேரிக்கு இரண்டு அனுமதிச் சீட்டு அவனுக்கும் ஆச்லாவுக்கும் வாங்கியிருந்தான். அந்த அனுமதிச் சீட்டுகளைக் கிழித்து எறிந்து விட்டான்.

மாறாகப் படுக்கையில் தலை குப்புறப் படுத்திருக்கும் இன்னொரு சிதாரின் நரம்புகளை நல்ல நிலைக்குக் கொண்டு வரும் முயற்சியில் ஈடுபட்டான். இதில் வல்லமை இல்லாத

அவனால் ஒரு நரம்பைக் கூடச் சரியான நிலைக்குக் கொண்டு வர முடியவில்லை. கடைசியாகச் சொன்னான்: "உன் விசுவாசத்தை சந்தேகிக்கவில்லை. அப்படி நீ நினைத்தால் நான் மாட்டுக்கறி சாப்பிட்டு அப்படி நினைக்கவில்லை என நிரூபிக்கவா? உனக்குச் சொல்ல விரும்பியதெல்லாம் என்னவென்றால், உனக்குத்தான் உன்னுடன் பிறந்த சகோதரர்கள் இருக்கிறார்களே, என்பதுதான்" என்று ஒருவாறு கூறி முடித்தான்.

கண்ணீரோடு கூடிய குரலில் அவர்கள் எல்லாம் எங்கிருக்கிறார்கள்? ஒருவர் வெகு தொலைவில் உள்ள கல்கத்தாவிலும் மற்றவர் விஜயவாடாவிலும் அல்லவா இருக்கின்றனர், என்றாள் ஆச்லா. கட்கரியும், "அதனால் என்ன. சகோதரன் என்பவன் எங்கிருந்தாலும் சகோதரன் தானே. இது போதாது என்று இன்னொரு சகோதரனைத் தத்து எடுக்கலாமா?" என்று விடாது சொன்னான்.

ஒரு முடிவுடன் தலையை அசைத்துக் கொண்டு உங்களுடன் சச்சரவு ஏற்படும் போது கூப்பிட்டவுடன் வந்து பிரச்சினையை தீர்த்து வைக்க இங்கு ஒருவர் எனக்கு வேண்டாமா? எனக் கேட்டாள். பின், "உன் விருப்பப்படியே செய்.. இருக்கிற உடன் பிறப்புகள் எண்ணிக்கைக்கு மேல் இன்னும் ஒருவர் வேண்டாமென்று எனக்குத் தோன்றினாலும், உன் இஷ்டப்படிச் செய்" என்று கூறி ராம் பேச்சை முடித்துக் கொண்டான். ஆனால் "மீசை வைத்துக் கொள்ள உங்களைத் தூண்டிய சக்தி எது என்று நான் தெரிந்து கொள்ளலாமா?" எனக் கேட்டாள்.

ஒன்றரை மாதங்கள் கழிந்த பின் சுமித்ரா திரும்பி வந்தாள். அவள் உடல் நிலையில் நல்ல முன்னேற்றம் காணப்பட்டது. குழந்தையின் பிரகாச நிலையும் சற்றுக் கூடியிருந்தது. காஷ்மீர் மொழியின் சில வார்த்தைகளைச் சிறுவன் தெரிந்து கொண்டிருந்தான். அதை அவன் இஷ்டப்படி இங்குப் பயன்படுத்த ஆரம்பித்தான். சுமித்ரா அவ்வப்போது பையனிடம், "உன் அப்பாவுக்குக் காஷ்மீர் வார்த்தைகளை பேசிக் காண்பி," என அன்புக் கட்டளை இடுவாள். பின்னால்தான் அவர்களுக்குத் தெரிந்தது அவன் தெரிந்திருந்த வார்த்தைகள் எல்லாம் அருவருப்பான, கொச்சையான பொருள் கொண்டவை என்று.

ஆச்லா செய்த தவறை மோகன் அவன் வீட்டில் செய்யவில்லை. முன்னேற்பாடாக சுமித்ராவிடம் தான் ஒரு சகோதரியைத் தத்து எடுத்திருப்பதாகச் சொன்னான். சில மனைவிகள் தாராள மனப்போக்கால் கணவன்மார்கள் செய்யும் தவறைப் பெரிதாக எடுத்துக் கொள்ள மாட்டார்கள். இன்னும் சிலர் கணவனின் தேவைகளைப் பூர்த்தி செய்ய இயலாத அளவுக்கு மோசமான உடல் நிலை உள்ளவர்கள், கணவன்மார்கள் செய்யும் தவறுகளைக் கண்டு கொள்ளாமல் அவர்கள் விருப்பப்படிச் செய்து கொள்ளட்டும், என்ற சுதந்திரத்தையும் கொடுத்து விடுவர்.

இப்படிப்பட்ட மனைவிமார்களில் ஒருவள்தான் சுமித்ரா. அவன் விருப்பப்படியே அவன் செயல்களில் கூட ஈடுபடட்டும். அதற்கெல்லாம் கடவுளுக்குப் பதில் சொல்லக் கூடியவன் அவன் தானேயொழிய நானல்ல, என்று இப்படிப்பட்ட மனைவிகள் சொல்ல நினைப்பது போல் தோன்றும். கடைசியில் அவர்களே அவர்களின் குரலைக் கேட்கமுடியாத அளவுக்கு இரவு முழுவதும் அழ வேண்டியதிருக்கும்.

சுமித்ரா ஒன்று மட்டும் சொன்னாள், "அதற்கு உண்மையிலேயே தேவைதானா? உங்களுக்குத் தான் கூடப் பிறந்த சகோதரி உண்டல்லவா? உங்கள் அன்பை அவள் மீது பொழிய வேண்டியது தானே? அல்லது மறுபடியும் காதல் உங்கள் கால்களைத் தேய்த்துக் கொண்டு வந்துவிட்டதா?" உடனே மோகன், கடூரக்குரலில் "ஆமாம், வந்து விட்டது என்றே வைத்துக் கொள்," என்று சொல்ல, சுமித்ரா அடங்கிப் போனாள். தன் உடல் நிலை கருதி இவ்விஷயத்தை ஊதிப் பெரிதாக்கி மீண்டும் கணவனுடன் சண்டையிட வேண்டாமென்ற நல்ல நோக்கத்துடன் அத்தோடு நிறுத்திக் கொண்டாள்.

சமாதான உணர்வுடன் "ராதா எப்படியிருக்கிறாள்?" எனக் கேட்டாள். "போய்ப் பார்த்து வெகு நாளாகிவிட்டது," எனப் பதிலுரைத்தான். "ஹேய் ராம்! நான் ஊருக்குப் போன பிறகும் நீங்கள் சென்று பார்க்கவில்லையா? ஏன்? எனத் திரும்பக் கேட்டாள். அதற்கு நேரம் இல்லாமல் போய் விட்டது எனப் பதிலளித்தான். "அது சரி, அவர்கள் இங்கு வரவில்லையா? அதாவது ராதாவும் கைலாசபதியும்?" எனக் கேட்டாள்.

அதற்கு மோகனோ, "அவர்கள் வந்தார்கள். அன்று நான் வீட்டில் இல்லை" எனக் கூறினான். அவளுக்கு "நீங்கள் தத்தெடுத்த சகோதரிதான் காரணமா?" என்று கேட்க வேண்டும் போலத் தோன்றினாலும் அவள் அவ்வாறு கேட்கவில்லை. மறுபடியும் தன் மோசமான உடல் நிலையை மனதில் கொண்டு மீண்டும் வீட்டில் சண்டை வர வேண்டாம் எனக் கருதி பேச்சை அத்துடன் நிறுத்திக் கொண்டாள். உடனே மோகன் அதற்குப் பரிகாரமாக, வரும் இருபத்தி நான்காம் தேதி ரக்ஷா பந்தன் அல்லவா? அன்று போய்ப் பார்த்துவிட்டு வருகிறேன்" என்று சொன்னான்.

ரக்ஷா பந்தன் நாளன்று சுமித்ராவுடன் பரேல் சென்றான் மோகன். பல ஆண்டுகள் கழித்துச் சந்திப்பது போல ராதா கையை நீட்டி அவர்களை வரவேற்றாள். அண்ணனும் தங்கையும் தங்களை மறக்குமளவிற்கு மனமகிழ்ந்து போயினர். மோகன் அவள் தலையை வருடியும் கண்களில் வழியும் கண்ணீரைத் துடைத்தும் அன்பை வெளிப்படுத்தினான்.

ராதா சிறிய முக்காலியும், நிறைய இனிப்புப் பதார்த்தங்களும் கொண்டு வந்தாள். முக்காலியின் மீது அமர்ந்து இனிப்புப் பதார்த்தங்களைச் சாப்பிட ஆரம்பித்தான். அவன் கிழக்கு நோக்கி உட்கார்ந்திருக்க மகன் ஜாஜு அவனருகில் இருந்தான். ஜாஜுவைப் பார்த்து. "அர்ரே ராக்கி கயிறு உனக்கு முதலில் கட்டவேண்டுமென நினைக்கிறாயா?" எனக் கேட்டாள். பானை போன்ற பெரிய தலையை "ஆம்" என்பது போல் அசைத்துக் கொண்டான். ஆனால் ராதா "இல்லை இல்லை. என் சகோதரன் மணிக்கட்டில்தான் முதலில் கட்டுவேன்," என்று சொல்ல ஜாஜுவோ "எனக்குத் தான் முதலில்" என வாதாடினான். ராதா அன்பான மெல்லிய குரலில் சொன்னாள்: "என்ன மாதிரி கட்டளையிடுகிறாய்? இப்படி உறுதியாக இருக்கிற பையல் உனக்கு ஒரு சகோதரியைத் தருமாறு ஏன் கடவுளிடம் கேட்கக் கூடாது? ஒவ்வொரு வருடமும் ராக்கி கயிறை உனக்கு முதலில் கட்டி விடுவாளே?" ஜாஜு, மோகன், கைலாசபதி ஆகிய மூவரும் சேலை முந்தானையால் வெட்கத்தை மறைக்க-முயலும் சுமித்ராவைப் பார்த்தனர்.

ராதா சாதா நிறத்தில் உள்ள கயிற்றால் சகோதரன் மணிக்கட்டில் ராக்கி கட்டினாள். பின் அவன் வாயில் இனிப்புப் பலகாரத்தை ஊட்டினாள். மோகன் பத்து ரூபாய் எடுத்து அவள் உள்ளங்கையில் திணித்தான். ரூபாயைக் கண்களில் ஒத்திக் கொண்டு இந்த ஆசீர்வாதமான நாள் ஒவ்வொரு சகோதரிக்கும் ஒவ்வொரு வருடமும் வரவேண்டும், எனக் கடவுளை வேண்டிக் கொண்டாள். அவள் கண்கள் கண்ணீரில் ததும்பின.

சுமித்ராவையும் மகன் ஜாஜுவையும் வீட்டில் விட்டு விட்டு மோகன் ஆச்லா வீடு நோக்கிப் பயணித்தான். சுமித்ராவை உடன் அழைத்துச் செல்லும் மனநிலையில் அவன் இல்லை. போகும் வழியில் புடவைக் கடை முன் வண்டியை நிறுத்தி உள்ளே சென்று, தனக்கு முன் போடப்பட்ட பல புடவைகளைக் கூர்ந்து பார்த்து விட்டு ஒன்றைத் தேர்வு செய்தான். அது ஜரிகைப் பூ வேலைப்பாடுடன் கூடிய பனாரஸ் புடவை வகையைச் சேர்ந்தது. அதிக நேரம் பேரம் பேசியபின் கடைக்காரன் அதை முன்னூற்று இருபத்தைந்து ரூபாய்க்குக் கொடுக்கச் சம்மதித்தான். அதை ஒரு பரிசுப் பையில் போடச் சொல்லி, வாங்கிக் கொண்டு காஸ்வே பகுதியில் உள்ள சத்யா சதன் இல்லம் நோக்கிச் சென்றான்.

காலையிலிருந்தே சில துணிகளைத் தைத்துக் கொண்டு ஓய்வில்லாமல் சுறு சுறுப்பாக இருந்தாள் ஆச்லா. ராம் கட்கரி ஜன்னல் அருகில் நின்று கொண்டு கீழே வீதியில் நடப்பவற்றை பார்த்துக் கொண்டிருந்தான். தன் கையில் இருந்த சிகரெட்டில் வரும் சாம்பலைக் கீழே உள்ள தையல்கடைக்கு வருவோர் போவோர் தலையில் விழுமாறு தட்டிக் கொண்டிருந்தான். அப்போது அவன் வீட்டின் முன் மோகனின் கார் வந்து நின்றதைக் கவனித்தான். பின்னால் வந்து மனைவி ஆச்லாவைக் கூப்பிட்டுக் கொண்டே "ஆச்சி அவன் இங்கு வருகிறான் பார்", என்றான். "யார்? ஐயாவா!" என அவள் கேட்க, "ஐயா இல்லை, அந்தக் கபட வேடதாரிதான்" என்றான்.

ரக்ஷா பந்தன் நாளான்று வந்தால், அவன் ஆச்லாவுடன் தகாத உறவு வைத்துக் கொள்ள எப்பொழுதும் முடியாது என நினைத்து மோகன் ரக்ஷா பந்தன் அன்று வருவதைத் தவிர்ப்பான் என்று தான் கட்கரி நினைத்துக் கொண்டான். அது உண்மையில் மிக்க நல்லதே. ஆனால் அவனே தான் இன்று

தன் வீட்டுக் கதவருதே வந்து விட்டான் என ராம் நினைத்தான். அவனுக்காக உள்ளுணர்வு தெரிவித்தது போல் ஆச்லா நல்லதொரு அழகான பட்டு ராக்கிக் கயிறைத் தயார் செய்து வைத்திருந்தாள். அழகுக்காக அதில் வெள்ளித் துண்டுகளையும் முத்துக்களையும் கோர்த்திருந்தாள். வரும் வழியில் தன் தங்கை அன்புடன் அணிவித்த ராக்கி கயிற்றைக் கழற்றித் தூர எறிந்து விட்டு வெறும் மணிக்கட்டுடன் மோகன் வந்தான்.

வழக்கம் போல் ராம் கட்கரியால் மோகன் ஆச்லா இடையேயான உறவைப் பாதியளவுதான் புரிந்து கொள்ள முடிந்தது. மீதம் பாதியைத் தவறாகத்தான் புரிந்து கொண்டிருந்தான். வந்தவன் முக்காலியில் கிழக்குப் பார்த்து உட்கார்ந்தான். கட்கரி சற்றுத் தள்ளி நின்று கொண்டு நடப்பதை சந்தேகக் கண்ணுடன் பார்த்துக் கொண்டிருந்தான்.

ஆச்லா உள்ளேயிருந்து வெளியே வந்தாள். அழகான சல்வார் கம்மீஸ் உடை அணிந்திருந்தாள். அவள் கழுத்தை வெங்காயத்தோல் போன்ற துப்பட்டா அலங்கரித்தது. இறுக்கமான கம்மீஸ் உடை அவள் அங்கங்களின் வளைவுகளைத் தெளிவாகக் காட்டித் தப்பெண்ணம் உண்டாக்கும் வகையில் இருந்தது. சாப்பாட்டுத் தட்டு ஒன்றை எடுத்து வந்தாள். அதில் பட்டு ராக்கி கயிறும் இனிப்புப் பதார்த்தங்களும் இடம் பெற்றிருந்தன. அதன் மேற்பரப்பில் தங்க நிற மெல்லிய தாள் ஒன்று பரப்பி வைக்கப்பட்டிருந்தது.

மோகன் தன் கையை நீட்டி அந்தத் தட்டை வாங்கிக் கொள்ள முயன்றான். ஆச்லா அவன் கை மணிக்கட்டில் ராக்கி கயிறை கட்டிய பொழுது அவன் கை நடுங்கியது. அவன் வாயைத் திறக்கச் சொல்லி காலாக்கந்து இனிப்பின் ஒரு பகுதியை உள்ளே திணித்தாள். தான் கொண்டு வந்த பரிசுப் பொட்டலத்தைப் பிரித்து அதிலிருந்த புடவையை எடுத்து நூறு ரூபாய் தாளை அதன் மேல் வைத்து ஆச்லா முன் நீட்டினான். திடீரென ராம் கட்கரியின் கண்கள் இதைப் பார்த்து விட்டு ஆச்சரியத்தால் அகல விரிந்தன. உடனே சகஜ நிலைக்குத் திரும்பின.

சிறிது நேரம் பேசிவிட்டு கட்கரியுடன் கைகுலுக்கி விட்டு நமஸ்தே என்று ஆச்லாவிடம் கூறி விட்டுச் சென்று விட்டான்.

படிகளில் இறங்கி மோகனை வழியனுப்பும் வழக்கமுடைய ஆச்லா இந்தத் தடவை ஒரு விதப் பயத்தால் தன் முடிவை மாற்றிக் கொண்டாள்.

ஆச்லாவைப் பார்த்து ராம் சொன்னான்: "ஆச்சி உனக்கு மகிழ்ச்சியாக இருக்கும் அல்லவா? உன் சகோதரனின் மணிக் கட்டில் ராக்கி கயிறு கட்டினாயே; புதிய புடவையைக் கட்டிக் கொள். அதில் நீ எப்படி இருக்கிறாய் என்று நான் பார்க்க வேண்டும்".

அவள் எந்தப் பதிலும் சொல்லவில்லை. ஆனால் அவள் கண்கள் சிறிதளவு கண்ணீரைச் சிந்தின. காலையிலிருந்து உடல்நிலை சரியில்லை என்று சொன்னாள் ஆச்சி. "டார்லிங் என்ன ஆச்சு உன் உடம்புக்கு?" என்று அவளருகே சென்றான். வலுவிழந்த குரலில், "ஓ! ஒன்றுமில்லை," என்று சொல்லிக் கொண்டு கைகளால் அவனைக் கட்டிக் கொண்டாள்.

பின் சொன்னாள்: "தயவு செய்து எனக்கு ஒரு முத்தம் கொடுங்கள், ராம்." அவளைத் தன் மார்போடு அணைத்துக் கொண்டான். இன்னும் இறுக்கமாக அணைத்துக் கொள்ளுங்கள் என்றும் சொன்னாள்.

அதன் பின் ஆச்லா தன் கண்களை மூடிக்கொண்டாள். தன் வாயை அகலமாய்த் திறந்து கொண்டாள். இந்த நேரம் ராம் - ஆச்லா எண்ணங்களிலிருந்து மோகன் ஜாம் அறவே நீக்கப்பட்டு இருந்தான்.

10. திவாலா

ரூப்மதி என் கணவரின் தங்கை; இப்பொழுது குமரிப் பருவத்தைத் தாண்டியவள், இதற்கு அவள் உடலமைப்பும் அவளின் செயல்முறைகளும் சாட்சியாக நிற்கின்றன. அவள் காரணமின்றிக் கலவரமடைவாள். தேவையில்லாமல் சிரிப்பாள். சில நேரங்களில் நட்பு பாராட்டும் அவள் சில வேளைகளில் கோபமடைவாள். இதற்கும் மேல் தன் ரகசியங்களைப் பிறருடன் பகிர்ந்து கொள்ள ஆசைப்படுவாள்.

இந்த உலகம் எந்த ஒரு ரகசியத்தையும் மர்மத்தையும் எனக்குக் கொடுக்கவில்லை. கன்னியாஸ்திரி மடத்திலிருந்த என்னை வெளியே கொண்டு வந்து எனக்குத் திருமணம் செய்து வைத்தார் என் அப்பா. திருமணமாகிப் பனிரெண்டு ஆண்டுகள் உருண்டோடி விட்டன. திருமணத்துக்குப் பின் கோவில் நகரமான தேவாள் நகர் வந்து வாழ்க்கை நடத்திக் கொண்டிருக்கிறேன். நான் இங்கு வருவதற்குச் சற்று முன் தான் வீட்டின் முன் மரத்தாலான மிகப் பெரிய வாயிற் கதவு போட்டனர். பிரதான கதவின் மேல் பகுதியில் கண்ணாடியால் இழைக்கப்பட்ட அலங்காரத் தோரணங்களும் சேர்க்கப்பட்டன, இவையாவும் பார்ப்போரின் கவனத்தை ஈர்க்கும். அங்குள்ள தடித்த, அழகான ஆணிகள் அதன் பின்னர் சேர்க்கப்பட்டன. அதற்கும் பிறகு, கடவுள் கணேசரின் திருஉருவம் நுழைவாயிலில் நிறுவப்பட்டது.

“ஹவா மஹால்” என்றழைக்கபடும் எங்கள் வீட்டுப் பால்கனியில் அமர்ந்திருந்தேன் அங்கு உட்கார்ந்து, நம் பேச்சு வழக்கில் சொல்வது போல், காற்று வாங்கிக் கொண்டிருந்தேன். என் உதடுகளில் தடித்த அளவில் உதட்டுச் சாயம் பூசியிருந்தேன். இவ்வாறு செய்வதில் எனக்கு விருப்பமில்லாவிட்டாலும் பூசிக் கொண்டிருந்தேன். வியாபார நிமித்தமாக என் மாமனாரும் என்

கணவரின் அண்ணனும் வெளியூர் சென்றிருந்தனர். ரஹ்ஹாவும் கோவிலிருந்து இன்னும் திரும்பி வரவில்லை. என் கணவரும் நகரை விட்டு வெளியூருக்குச் சென்றிருந்தார்.

அந்தப் பகுதியில் கிடைக்கும் ஆளி விதை எண்ணெய் அனைத்தையும் வாங்கிவிடும் முடிவோடு இவர்கள் அனைவரும் சென்றிருக்கிறார்கள் என்ற செய்தி அரைகுறையாக எனக்குத் தெரிய வந்தது. ஆளிவிதை எண்ணெய் விற்பனையை ஏகபோக உரிமையுடன் பெறும் முயற்சியில் ஈடுபட்டிருந்தனர். அவ்வாறு நடந்துவிட்டால் அவர்களுக்குப் பணம் கொட்டோ கொட்டென்று கொட்டும். அவர்கள் வீடு முழுமைக்கும் தங்கத்தால் இழைத்து விடுவர். இவர்களின் அபரீத பண வளர்ச்சி ஏனையோரை ஏழ்மை நிலைக்குத் தள்ளிவிடும்.

எங்கள் வீடு பணம் கொழிக்கும் வீடுதான். இங்குள்ள நடைமுறை அனைத்தும் தனி ஒரு சிறப்பான பாணியில்தான் இருக்கும். எங்களுக்கெல்லாம் தொண்டை வரை உணவை அடைத்துக் கொள்வது தான் வேலை. இன்றைக்கு என்ன சமையல்? என்பது தான் தூங்கி எழுந்ததும் நாங்கள் கேட்கும் முதல் கேள்வி. சற்று நேர பிற்பகல் ஓய்விற்குப் பின் நாங்கள் கேட்பதெல்லாம் மாலை நேரத்தில் சாப்பிட என்ன இருக்கிறது? என்பதே. தினந்தோறும் அதே கேள்விகள் அதே முகங்கள்.

என் மாமியார் அவ்வளவொன்றும் அழகில் குறைவானவர் என்று சொல்ல முடியாதவர்தான். இருந்தாலும் சில நேரங்களில் வீட்டைப் பெருக்கி சுத்தம் செய்யும் வேலைக்காரி என் மாமியாரை விட அழகாக இருப்பது போலத் தோன்றும். சலிப்புணர்வும் சோர்வும் ஏற்படும் போதெல்லாம் பால்கனிக்குப் போய் உட்கார்ந்து கொள்வேன். பாலுவின் அம்மாவே! இது உங்களுக்குத் தெரியாதா? இந்தப் பால்கனியின் ஏமாற்றும் திறம்தான் என்னே! என்று வியந்து கொண்டேன்.

கீழே நின்று கொண்டு பார்த்தால், இந்தப் பால்கனி மிகச் சிறியதாகவும் பார்ப்பதற்குத் தெளிவாகத் தெரியாமலும் இருக்கும். ஆனால் உண்மையிலேயே இது ஒரு பெரிய பால்கனிதான். இராமாயணத்தில் சித்திரிக்கப்பட்ட வானூர்தியைப் போல அகலமாகவும் பெரியதாகவும் இருக்கும்.

இங்கிருந்து கொண்டு கீழே பார்த்தால் தெருவில் வருவோர் போவோர் அனைவரும் தெளிவாகத் தென்படுவர். தெருக் கூட்டுபவர்கள், செருப்புத் தைப்போர்கள், புதிதாக வந்துள்ள இரசாயனத் தொழிற்சாலையில் வேலை செய்யும் தொழிலாளர்கள், என்று அனைவரும் இதில் அடங்குவர். வேலை செய்து பிழைக்க வேண்டும் என்ற எண்ணமுள்ள ஏழைகள் அவர்கள். ஆரோக்கியமான உடலைக் காட்டி நிற்கும் ஒளிவிடும் முகங்கள், வெளியே துருத்திக் கொண்டிருக்கும் அகன்ற மார்புகள், அவர்களின் அடையாளங்கள். கருங்கல் போன்ற வலிமை மிக்க உடம்பால் குன்றுகளையும் மலைகளையும் உடைத்தெடுக்க முடியும் என்ற உணர்வை அவை காட்டி நின்றன. செய்யும் வேலைக்கு உரிய ஊதியம் கிடைக்குமா? கிடைக்காதா? என்றெல்லாம் கூட அவர்கள் கவலைப் படுவதில்லை. இந்த மாதிரியான எண்ணங்கள் அவர்களுக்கு எப்போதும் உண்டு.

ஒற்றைக் குதிரை வண்டி ஓட்டுநர்கள் அதிக அளவில் வீதியில் செல்வதையும் பால்கனியிலிருந்து காணலாம். அவர்களின் உள்உறுப்புகளில் நுரையீரல் பகுதியில் இருந்து அருவருப்பைத் தரும் கெட்ட வார்த்தைகள் அதிக அளவில் நிறைய நேரங்களில் வெளிப்படுவதையும் கேட்கலாம். பெரும்பாலும் நடந்து செல்லும் பாதசாரிகளை விடத் தங்கள் குதிரைகள் மீதே அதிக அளவில் வசை மழை பொழிவர். இருந்தாலும் அவர்கள் முகங்களில் மகிழ்ச்சி தாண்டவமாடுவதைக் காணலாம். மிகவும் துணிச்சலோடும், வேகமாகவும், தங்கள் வேலைகளைச் செய்து முடிப்பர்.

அவர்களின் செயல்பாடு காலையில் காணப்படும் இளங்கதிரவன் தன் ஒளிக் கதிர்களை உலக முழுவதும் பரவ விடும் ஆர்வத்தைப் போல இருக்கும். குதிரையின் ஒரு பக்கம் சாட்டையால் அடித்துக் கொண்டும் மறுபக்கம் திரும்பி பாதசாரிகளைக் கொச்சை வார்த்தைகளால் திட்டிக் கொண்டும் செல்லும் பாணியே தனி அழகுதான். பொழுது புலர ஆரம்பிக்கும் வேளையில் முதல் நாள் இரவில் செய்த பாவங்கள், அழுக்கடைந்த ஆடைகள், இருண்ட அறை எல்லாம் சாக்கடையில் எப்படி நழுவிப் போய்விடுமோ, அது போலப் பாதசாரிகள் நொடிப் பொழுதில் குதிரை வண்டிக்காரன் வசை மொழியைக் கேட்டுப் பாதையை விட்டு விலகி வழி விடுவர்.

உள்ளூரில் கணக்கெழுதுவோர் சிவப்புக் கறையுடைய வேஷ்டியின் ஒரு முனையைப் பிடித்தவாறு வீதியின் அடுத்த பக்கத்தில் சென்று கொண்டிருந்தனர். கனத்த உடம்பைத் தூக்கியவயாறு வியாபாரிகளின் மனைவிமார்கள் வீதியின் நடுவே அசைந்து அசைந்து நடந்து செல்வதையும் காணலாம். அவர்களின் பெருத்த வயிறு காற்றில் ஆடுவதையும் காணலாம். அவர்களின் முதுகுப்பகுதியில் தலையணை அளவு சதை புடைத்துக் காணப்படும். அவர்களின் பிட்டமோ ஒரு குறிப்பிட்ட இசைக்குக் கட்டுப்பட்டு ஒரே சீராக ஆடுவதைப் போல ஆடிக் கொண்டிருந்தன. பாயாசம் நிறைந்த தட்டை ஒரு கையின் மேற்பரப்பில் வைத்துக் கொண்டு நடந்து கொண்டிருந்தனர்.

அவர்களின் குதியோ ஒரு பண்டிதர் போன்ற நடையைக் கொடுத்தது. தன்னைச் சுற்றியுள்ள சுறுசுறுப்பான இந்த உலகை முற்றிலும் மறந்து விட்ட நிலையில் நடந்து கொண்டிருந்தனர். ஒப்புக்கு முக்காடு ஒன்றை போட்டுக் கொண்டு இனந் தெரியாத கோவிலுக்குச் சென்று கொண்டிருந்தனர். குதிரை வண்டிகளுக்கு வழி விட முடியாது என்ற மன நிலையில் வீதியின் நடுவே நடந்து கொண்டிருந்தனர். கல் போன்ற வலிமையுடைய அவர்களைக் குதிரை வண்டியின் முன்னால் நீட்டிக் கொண்டிருக்கும் வலிமையான இரும்புக் கம்பியால் கூடச் சாலையின் தடைபோல நடப்பவர்களை ஒதுக்குப்புறமாகத் தள்ளிவிட முடியவில்லை.

அடுத்துப் பணக்கார சேட்டுகள் காணப்பட்டனர். இவர்கள் தங்கள் பரம்பரை பற்றிச் செருக்குடையவர்கள். அதை அடுத்துச் சிறு வியாபாரிகள் தென்பட்டனர். இவர்களையெல்லாம் பணக்காரச் சேட்டுகள் தாழ்த்தப்பட்டவர்கள் என்றே எடுத்துக் கொள்வர். அவர்கள் சோம்பேறித்தனத்துடன் மெதுவாக நகர்ந்து கொண்டிருந்தனர். அவர்கள் தொடையோ பெரிய பை போன்றிருந்தது. இருப்பினும் தன்னைத் தாண்டிச் செல்லும் பெண்களைக் காமக் கண்ணோடுதான் பார்த்தனர். தெருவில் செல்லும் கயவர்கள் கூடப் பெண்களைப் பார்ப்பர். அவர்கள் பார்வையில் காமம்தான் தென்படும்.

ஆனால் இந்த மாதிரியான பார்வைக்குப் பதில் தரும் முறையில் வெறுப்புடனோ அல்லது வேதனையுடனோ திரும்பிப் பார்ப்பர். இதை ஏளனத்துடன் கூடிய அலட்சியம் என்று கூடச்

சொல்லலாம். இந்த மடத்தனமான செயல்கள் பற்றிப் பெண்கள் கவலைப்படுவது கூடக் கிடையாது. அவர்கள் ஏன் இதற்கெல்லாம் கவலைப்பட வேண்டும்?

இந்தக் காட்சிகள் எல்லாம் என்னுள் ஒரு விதக் கிளர்ச்சியை உண்டாக்கின. சற்று முன்னோக்கிப் பார்க்க ஆரம்பித்தேன். எனக்கு இவையெல்லாம் மார்வார் பகுதிபோல் தோன்றியது. அங்கிருப்பது போல இங்கு எல்லாம் ஒன்றும் விளைவிக்க முடியாத வெற்றிடமாகத் தெரிந்தது. எங்குப் பார்த்தாலும் கரடு முரடான கற்பாறைகளும் மணற் பரப்புமாகக் தென்பட்டன. சூரிய ஒளி பட்டவுடன் மணல் பரப்பின் ஒவ்வொரு சிறு துண்டும் பிரகாசத்-துடன் ஜொலித்துக் கொண்டு தங்க(மேகூர்) நாணயம் போலப் பிறர் எடுத்துக் கொள்ளக் காத்திருப்பது போலக் காணப்பட்டது.

பூமியின் சொத்து முழுவதும் இங்குக் கொட்டிக் குவிந்தது போலக் தென்பட்டது. ஆனால் இந்த ஜொலிப்பெல்லாம் ஒரு கவர்ச்சியான மாயை தான். எங்குப் பார்த்தாலும் பசுமையைக் காண இயலாது. எங்கோ சில குறுஞ்செடிகள். அல்லது அங்கொன்றும் இங்கொன்றுமாக இருக்கும் புல்களின் இதழ்கள்தான் சற்றுப் பசுமையாகத் தெரிந்தன.

எங்கும் மரங்கள் காணப்படவில்லை, வெகுதூரம் தள்ளி இருந்த விந்தியாவின் வீட்டோடு சேர்ந்த முற்றத்தில் செழுமை வாய்ந்த ஒரு மரம் மட்டும் இருப்பது தெரிந்தது, காற்றில் அதன் மேற்பகுதி மட்டும் அசைந்தபடி இருந்தது. இன்னொரு மரம் சாம்பல் நதிக் கரையில் இருந்தது. ஆனால் அதன் அடிப்பகுதி கிளை இல்லாமல் வெறுமனே நின்றது. அதன் மேற்பகுதியில் மட்டும் சிறிய கிளை ஒன்று இருந்தது. இது பார்ப்பவரின் இதயத் துடிப்பைக் கூட்டுவதாக இருந்தது. என்னிடமுள்ள தங்க ஆபரணங்களை எல்லாம் எடுத்துக் கொண்டு அதற்குப் பதிலாகப் பசுமையைக் கொடுங்கள் என்று எனக்குள்ளே சொல்லிக் கொண்டேன்.

என் மாமியார் நான் பால்கனியில் உட்கார்ந்திருப்பதைச் சாய்வாகப் பக்கவாட்டில் பார்த்தார். ஆனால் நானோ ஒரு விதத் திமிருடன் பார்த்தும் பார்க்காதது போல இருந்து விட்டேன். வருவது வரட்டும் நான் பால்கனியில்தான் இருப்பேன், என்று

உறுதி பூண்டேன், மாமியாரோ பால்கனியில் உட்காருவது ஒழுக்கமான குடும்பத்தில் உள்ள பெண்களுக்கு உகந்தது அல்ல என்பார். கங்கா போன்ற விலைமாதுகள்தான் இப்படி உட்காருவார்கள் என்றும் சொன்னார்.

அது உண்மையானால் என்னைப் போல் நற்குடியில் பிறந்த அனைத்துப் பெண்களும் கங்கா ஆகிவிடுவார்களே என்றேன். "பால்கனியில் அமர்ந்து அதன் சுகத்தை அனுபவிக்காதவர்கள் செத்துவிடலாமே, இல்லையா? பாலுவின் அம்மா", என்று எனக்குள் சொல்லிக் கொண்டேன்.

இந்த இனிய நாளில் பால்கனியில் அமர்ந்து அதன் சுகத்தை அனுபவிக்க யார்தான் தடை விதிப்பர்? யாரும் அவ்வாறு செய்யமாட்டார்கள். அன்று கோகுலாஷ்டமி எனப்படும் புனித நாள். கோபியர்களின் காதல் தெய்வம் பிறந்த நாள். ராதா கடைத் தெருவெங்கும் மக்கள் பெரும் மகிழ்ச்சியுடன் சென்று கொண்டிருந்தனர். உள்ளுணர்வால் உந்தப்பட்டு வீட்டை விட்டு வெளியே வந்து மகிழ்ச்சியோடு ஆடிக் கொண்டும் பாடிக் கொண்டுமிருந்தனர். மேலும், கூட்டம் கூட்டமாக சன்வால் ஆலயம் நோக்கிச் சென்றனர். பெண்கள் கூட்டமோ அலை மோதியது.

அன்றைய காட்சிகள் அனைத்தும் அவர்களில்லாமல் நிறைவு பெறாது என்பது அவர்களின் எண்ணம். கூட்டத்தில் தள்ளி விடப்பட்டதாலோ அல்லது இடிக்கப்பட்டதாலோ தங்கள் கோபக்கனலையும் கொடூரமுகத்தையும் வெளிக்காட்டினர் சிலர். அவர்களைத் திட்டினாலும் உள்ளுக்குள் மனமகிழ்வுடன் இருந்தனர். இவ்வாறு ரசிக்க வில்லையென்றால் பாதுகாப்புடன் வீட்டிற்குள் இருந்த அவர்கள் வீட்டை விட்டு வெளியே வருவார்களா? இது ஒரு முரண்பாடான செயல் அல்லவா? பெண்களாகிய நாம் எதைச் செய்ய வெறுக்கிற மாதிரி காட்டிக் கொள்கிறோமோ அதைத் தான் மிக விரும்புகிறோம். ஒரு வேளை என் எண்ணம் தவறாக இருக்கலாம்.

நம் இதயங்களின் செயல்பாடு விசித்திரமானவை. ஆண்களுக்கு இது பற்றிச் சிறிதளவுதான் தெரியும். எவ்வளவு படித்திருந்தாலும் இந்த விஷயத்தைப் பொறுத்த வரை அவர்களின்

அறியாமை தான் வெளிப்படும். இதைச் செய்; அதைச் செய்யாதே; செய்தால் உன்னை அடித்து விடுவேன்; இதோ பார், சாவித் திரியுடன் திரையரங்கு செல்லாதே; ஏற்கனவே உன்னை எச்சரித்திருக்கிறேன். அவள் நல்ல பெண்மணி அல்ல. அவள் அடிக்கடிக் கெட்ட விடுதிக்குச் செல்பவள். இவ்வாறு சொல்வதுதான் அவர்களுக்குத் தெரிந்தது எல்லாம். இதெல்லாம் உனக்கெப்படித் தெரியும் என்று ஒருவர் கேட்கலாம்.

இந்த ஏழை உயிரினங்களுக்கு நம்மைப் பற்றி என்ன தெரியும். அவர்கள் மனதிலிருந்து வெளிப்படும் ஒவ்வொரு எண்ணத்திற்கும் ஈடாக இருபது எண்ண ஓட்டங்கள் நம் மனதிலிருந்து வெளிவரும். நான் சொல்லிக் கொண்டிருந்த விஷயத்திற்கு மீண்டும் திரும்பினோமென்றால் அந்த நல்ல நாளில் எல்லாப் பெண்மணிகளும் அவரவர் வீட்டு ஜன்னலருகே வந்து அமர்ந்தனர். பொருட்காட்சியில் காட்சிக்காக வைக்கப்படும் பொருட்களைப் போலத் தங்களை அழகாக அலங்கரித்து இருந்தனர். ஒரு விதத் திமிரோடு அமர்ந்து ஜன்னல் வழியே பார்த்துக் கொண்டிருந்தனர் என்று கூடச் சொல்லலாம். அவர்களின் சேலை முந்தானை தலையிலிருந்து நழுவிக் கீழே இறங்குவதைக் கூட அவர்கள் கவனித்த பாடில்லை.

அவர்களுடைய தலை முடியும் கவனக்குறைவால் தோளில் வந்து விழுவதையும் கவனிக்கவில்லை. குற்ற மனப்போக்கோடு தங்கள் வீட்டுப் படிகளில் ஏறி தங்கள் கண்களால் அவர்களின் நெஞ்சில் ஊடுருவும் முயற்சியை எதிர்வீட்டு இளைஞர்கள் மேற்கொள்ளும்போது அவர்கள் வீட்டுப் படிகள் காற்றில் தொங்குவதைப் போலத்தான் அந்தப் பெண்களின் கேசமும் இருந்தது என்றால் மிகையாகாது. இச்சூழலில் பெண்கள் ஒரு விளையாட்டுப் பொருளாக எடுத்துக் கொள்ளப்பட்டிருந்தனர். விலை மதிப்பற்ற அப்பெட்டிகள் எப்போதும் உடைக்கப்படலாம் என்ற நிலைதான் நிலவியது.

வெகுநேரம் தனியாக அமர்ந்திருந்த என்னுடன் ரூப்மதி, என் மாமியார், அத்தை ஆகியோர் வந்து சேர்ந்து கொண்டனர். அத்தை வெகு காலமாக இந்த வீட்டில் இருக்கிறார்கள் என்பதைப் புரிந்து கொண்டேன். வெகு நேரமாக எங்கள் குல தெய்வத்தின் ஆலய மணி அடித்துக் கொண்டிருந்ததைக் கேட்டேன். அத்தையும், என்

மாமியாரும் பொறுமையிழந்தவர்கள் போலக் காணப்பட்டனர். அவர்கள் முகத்தை அஞ்சல் தலை ஒட்டப்படாத கடிதத்தோடு ஒப்பிடலாம். இவ்வாறான கடிதங்களை அபராதம் கட்டிய பிறகு தான் வாங்க முடியும். கட்ட மறுத்தால் அனுப்பியவர்களுக்கே அக்கடிதம் திரும்பிப் போய் விடும்.

ரூபா மட்டும்தான் திறந்த மனப்பாங்குடன் உட்கார்ந்திருந்தாள். "என் அருமை ரூபாவே! வா, வந்து என் அருகில் உட்கார்" எனப் பணித்தேன். "இல்லை, அண்ணி எனக்கு இந்த இடமே சௌகரியமாக இருக்கிறது" என்றாள், சற்றே பணிவுடன். "உன் அண்ணிதான் அன்பொழுகக் கூப்பிடுகிறாளே, அங்கே போய் அமர்ந்து கொள்ளேன்" இது அத்தையின் வேண்டுகோள். அவளுக்கு என் அருகில் வர ஒரு வித பயம். ஏதாவது அவள் இரகசியங்களில் ஒன்றைத் தெரிந்து கொள்வேனோ என்ற அச்சமும் கூட. அப்படியெல்லாம் இல்லை என்றதொரு பார்வையை விட்டேன்.

உடனே எழுந்து வந்து என் அருகில் உட்கார்ந்து கொண்டாள். என் கைகளால் அவளை வளைத்துக் கொண்ட பொழுது அவள் இடை பெருத்துள்ளதை அறிந்தேன். ஒரு ஆண்டுக்கு முன்வரை இவள் ஒரு சாதாரணச் சிறுமிதான். இன்று அவளின் நிலை வேறு. நெருக்கமான ஒரு சில வார்த்தைகளை அவளுடன் பகிர்ந்து கொள்ள நினைக்கும் பொழுது என் மாமியார் என்னைப் பார்த்துச் சொன்னார்: "அன்புப் பெண்ணே! வெறும் தலையோடு இருக்காதே, நன்கு மூடிக்கொள்".

உடனே என் சேலைத் தலைப்பை எடுத்து என் தலையை மூடிக் கொள்ள முயற்சித்தேன். பாலுவின் அம்மாவே! உங்களுக்கு ஒரு உண்மையைத்தான் சொல்கிறேன். தலை மூடாமல் இருப்பதை நான் கவனிக்கவில்லை, உடம்பின் மூடப்படாத பகுதிகளைக் காற்று மெல்லத் தழுவிச் செல்லட்டும் என்ற நிலையில் பால்கனியில் அமர்ந்திருக்கும் எதிர்வீட்டுப் பெண்கள் போலத்தான் நானும் என் தலையை மூடிக் கொள்ளாமல் உட்கார்ந்திருக்கிறேன். ஜன்னல் முகப்பில் கைகள் மீது கன்னத்தை வைத்து வெளியே பார்ப்பது போலக் கீழே நடப்பதைக் கவனிக்க முற்பட்டேன்.

தெருவில் இருந்த கூட்டத்தில் பெண்களின் எண்ணிக்கை குறையத் தொடங்கியது. இப்பொழுது ஆண்கள் கூட்டம்தான் அதிகமாகத் தென்பட்டது. உயரமானவர்கள் சிலர், குள்ளமானவர்கள் சிலர், தடித்த உருவத்தினர் சிலர், நீண்ட தாடியுடையோர் சிலர், நன்கு முகச்சவரம் செய்த சிலர் - இவ்வாறு பலவகை மனிதர்களைக் கூட்டத்தில் காண முடிந்தது. வெற்றிலை போட்டுக் கொண்டு சிலர் கண்ட இடங்களில் துப்பிக் கொண்டும், சிலர் பீடியின் சாம்பலை ஆங்காங்கே தட்டி விட்டுக் கொண்டும் திரிந்தனர். இன்னும் சிலர் சண்டையிட்டுக் கொண்டும், அடுத்தவர்களைத் திட்டிக் கொண்டும், திட்டு வாங்கிக் கொண்டு சிலரும், அங்கு உலாவிக் கொண்டிருந்தனர். ஆனால் அனைவரும் அவ்வப்போது மேலே செல்லும் மின்வயர்களைப் பார்த்துக் கொண்டும் இருந்தனர்.

இந்த ஆண்டு வழக்கத்திற்கு மாறாக ஆண்களின் எண்ணிக்கை அதிகமாக இருந்தது. இவ்வளவு பேர் எங்கிருந்து வந்தார்கள்? நிச்சயமாக அவர்கள் அம்மாவிடமிருந்துதான் வந்திருக்க வேண்டும் என நினைத்துக் கொண்டேன். ஆகாயத்தி-லிருந்து விழுந்திருக்கக் கூடிய சந்தர்ப்பம் இல்லை. அனைவரும் கூட்டமாக வீதியின் நடுவில் நடப்பட்டிருந்த உயரமான, கனமான கம்பத்தைச் சுற்றி நின்றிருந்தனர்.

தெருவின் குறுக்கே ஏழு கெஜம் உயரத்தில் ஒரு பக்கமிருந்து எதிர்ப்பக்கம் வரை கயிறு கட்டப்பட்டு இருந்தது. அக்கயிற்றின் ஒரு முனையானது ரங்கார் வீட்டையும் மறுமுனை சிந்த்வாடா சேட் வீட்டையும் இணைத்தது. கயிற்றின் மையத்தில் ஒரு மண்பானை தொங்க விடப்பட்டிருந்தது. இம்மாதிரியான பானையில்தான் அன்னை யசோதா வெண்ணையை வைத்திருப்பாள். இவ்வளவு உயரத்தில் வைத்தால்தான் குறும்புக்கார மகன் கிருஷ்ணனால் எட்டிப் பிடித்து அதிலுள்ள வெண்ணையைத் திருடித் தின்ன முடியாது என நம்பினாள். ஆனால் கிருஷ்ணனோ தன் சக நண்பர்களின் தோள் பட்டையில், படியில் ஏறுவது போல் ஏறிப் பானைக்குள் கையை விட்டு வெண்ணையை எடுத்து விடுவான்.

கூட்டத்திலிருந்து தங்களை விடுவித்துக் கொண்டு சிலர் வீதியின் நடுவே நிறுத்தப்பட்டிருந்த கம்பத்தின் அருகே வந்தனர். ஒரு பக்கம் மூவரும் எதிர்ப்பக்கம் மூவருமாக நின்று எதிரே

உள்ளவர்களின் கழுத்தைத் தங்கள் கைகளால் பிடித்துக்கொண்டு படிக்கட்டுப் போன்றதொரு அமைப்பை உருவாக்கினர்.

கூட்டத்திலிருந்து ஒரு கருப்பான பையன் வெளியே வந்து மனிதப் படிக்கட்டுகளின் மீதேறி நின்றான். மிகவும் கவனமாக இச்செயலில் ஈடுப்பட்டான். ஏனெனில் இந்தப் படிக்கட்டு மனித உடம்பால் உண்டாக்கப்பட்ட ஒன்று என்று அவனுக்குத் தெரியும். அவன் கசங்கிய, பல வண்ணத்தினால் ஆன, பொத்தான் இல்லாத சட்டை ஒன்றைப் போட்டிருந்தான்.

பாலுவின் அம்மாவே! எந்த ஒரு தடையும் இல்லாமல் உங்களுடன் என்னால் பேசமுடியும். என் நெஞ்சில் பலமானதொரு பயமொன்று வந்தது. இறுகப் பிடிக்காமல் ஒரு வேளை அவன் தடுக்கி கீழே விழ நேரிட்டால் என்ன நேரிடும் என்பதே அப்பயத்தின் அடிப்படைக் காரணம். உறுதியான பிடியால் கயிற்றின் மேல் அவன் நிலைத்து நின்றவுடன் அந்த நெருக்கடியான நிலை ஒரு முடிவுக்கு வந்தது.

அங்கே ஒரு குழப்பமான சூழ்நிலை நிலவியது. அந்தப் பையன் மேலிருந்தவாறு நான் உட்கார்ந்திருக்கும் திசையை நோக்கிப் பார்த்துக் கொண்டிருந்தான். என் உடம்பில் மின்சாரம் பாய்ந்தது போன்றதொரு அதிர்ச்சி எனக்கு ஏற்பட்டது. பிறகு அந்தப் பையன் கைமுட்டியை மடக்கிக் கொண்டு கூடியிருந்த மக்களைப் பார்த்து கை அசைத்தான். அவனுக்கு சிறு நடுக்கம் ஏற்பட்டதை அறிந்தேன். பின் அவன் சகஜ நிலைக்குத் திரும்பியதையும் கண்டேன்.

இருப்பினும் என் தொண்டையைப் பயம் கவ்வியது. காது மடல்கள் படபடத்தன. கையை நீட்டியவாறு அவன் பானையை நெருங்க நெருங்கக் கீழிருந்த மக்கள் மகிழ்ச்சியால் ஆரவாரம் செய்தனர். இரு கைகளாலும் பானையைப் பிடித்து விட்டான். மீண்டும், அங்கிருந்தவாறே என் திசையை நோக்கிப் பார்க்கலானான். அப்போது ரூபா, என் மாமியார், அத்தை ஆகியோர் என் அருகே உட்கார்ந்திருந்தனர். என்னைத் தெரிந்தவன் போலவும், அவனுக்கு நானும் அறிமுகமானவள் என்று கருதியும் ஒரு புன்னகையை அனுப்பினான். ஒரு வேளை நான் அவனைப்

பார்த்திருந்தால் அது வெகு நாளைக்கு முன் நடந்த செயலாகத்தான் இருக்க வேண்டும்.

அந்தச்சூழல் என் நினைவில் இருந்து அகன்று, தெளிவில்லாத நிலையில் இருந்தது. கள்ளத்தனமாக ரூபாவைக் கவனித்தேன். ஏதோ அபூர்வக் காட்சி ஒன்றை வாயைத் திறந்து கொண்டு வியப்புடன் பார்ப்பது போல இருந்தாள். என் உடம்பில் தீ ஒன்று பற்றிக் கொண்டு எரிவது போலவும், வெப்பத்தை வெளியிடுவது போலவும், அந்த வெப்பம் அருகிலிருந்தோரைப் பாதிப்பது போலவும், உணர்ந்தேன். என் உடம்பிலிருந்து ஏதோ ஒரு வாசனை வெளியேறுவது போலவும் உணர்ந்தேன், சுற்றியிருந்தோர் அது பற்றி ஒன்றும் கூறாமல் அமைதி காத்ததையும் அறிந்தேன்.

இந்த இடைவேளையில் என் மூத்த அண்ணியும் எங்களுடன் சேர்ந்து கொண்டாள். அந்தக் குழுவில் நான் ஒருத்திதான் எல்லாவித முயற்சி எடுத்தும் குழந்தைப்பேறு இல்லாதவள். மாறாக என் மூத்த அண்ணியோ வருடம் ஒரு குழந்தையை உருவாக்கியவள். சமீப காலமாக ஒரு வித வெறுப்புணர்வை வளர்த்துக் கொண்டவள். எனக்கு எல்லாமே சுத்தமாக இருப்பது போலத் தோன்றினாலும் அவளுக்கு எல்லாமே தூய்மையற்றும், மாசு படிந்தும் காணப்படுவது போல எண்ணினாள். அடிக்கொரு த! வை முகம், கை கால்களைக் கழுவிக் கொள்வாள். தன் ஆடைகளைக் கற்பனையாக இருக்கும் அழுக்கை போக்கும் விதமாக, அடிக்கடிச் சலவை செய்து கொள்வாள். தண்ணீர்க் குழாயையும் சாம்பலால் துலக்கிக் கழுவுவாள். ஏனெனில் அதைப் பிறரும் பயன்படுத்தியிருப்பார்கள் என்று நினைப்பாள். என் அருகில் வந்தவள் கையை உதறியபோது ஒரு சில நீர்த் துளிகள் என் மீது சிதறின. காய்ந்து போன நிலப்பரப்பில் மழையின் முதல் துளிகள் விழுந்து உடனேயே மறைவதை' போல இருந்தது.

பின்னர் திரும்பிப் பார்த்தேன். ரூபா போய் விட்டாள். என் அருகில் இருப்பது அவளுக்குச் சௌகரியமாக இல்லையோ என்னவோ., ஏனெனில் என் உடம்பில் இருந்து வெப்பக் காற்று வந்து கொண்டிருந்தது. அல்லது அவளது நிலையற்ற செயல்பாடு காரணமோ? எப்பொழுது எதைச் செய்வாள் என்று யாராலும் சொல்ல முடியாது. அதே போல் அடுத்து என்ன செய்வாள் என்றும் யாராலும் யூகிக்க முடியாது. கீழே சென்றவள் மரவாயில்

அருகே நின்று கொண்டிருப்பதைக் கண்டேன். அங்கிருந்தவாறே அஷ்டமி ஊர்வலத்தைப் பாத்துக் கொண்டிருந்தாள்.

அந்த நேரம் அந்தப் பையன் பானையிலிருந்த தண்ணீரை வெளியே எடுக்கும் முயற்சியில் ஈடுபட்டிருந்தான். தண்ணீரை வெளியே எடுத்து விட்டு அந்தப் பானையை தன் நீண்ட கரங்களால் உடைக்க முயன்றான். ஏதோ ஒரு பிரத்யேகமான களிமண்ணால் செய்தது போல வலிமையாயிருந்த அந்தப் பானையை எளிதில் அவனால் உடைக்க முடியவில்லை. மீண்டும் தன் பலம் கொண்ட மட்டும் கையால் உடைக்க முயற்சித்தான். அதுவும் தோல்வியில்தான் முடிந்தது. வேறு வழியில்லாமல் தன் தலையால் உடைக்க முயற்சித்தான். என் கண்களை மூடிக் கொள்ளுமுன் அந்தப் பானையை தூள்தூளாக உடைத்து விட்டான். மக்கள் பலத்த கரகோஷத்துடன் அவனைப் பாராட்டினர்.

அந்தப் பையன் சுற்றும் முற்றும் பார்த்துக் கொண்டான். சிறிதளவு காயம் பட்டிருந்த போதிலும் அவன் முகம் அவனுள் இருந்த வலியைப் பிரதிபலிக்கவில்லை. சட்டைப் பையிலிருந்த அழுக்கான கைக்குடையை எடுத்துக் கழுத்தைத் துடைத்துக் கொண்டான். பின் குனிந்து பார்த்து கீழே இறங்கலானான். அவன் கால்கள் நடுங்கின. பாதங்கள் தரையைத் தொட்டவுடன் கீழே விழுவது போல ஆடினான். என் இருக்கையை விட்டுப் பயந்தவாறு எழுந்தேன். ஏராளமானோர் கைகளை நீட்டி அவன் கீழே விழாதவாறு தாங்கிக் கொண்டனர்.

அத்தை வேடிக்கையோடு என்னைப் பாத்துப் புன்னகைத்தாள். என் மாமியாரும் கண் புருவங்களை உயர்த்தி மகிழ்வைக் காட்டினாள். நான் என் இருக்கையில் அசையாமல் அமர்ந்திருந்தேன். நான் கீழே பார்க்கும் பொழுது அந்தப் பையன் எங்கோ சென்று விட்டான். ஒரு வேளை கூட்டத்தில் மறைந்து விட்டிருப்பானோ? ஏதோ பிரமை பிடித்தது போலப் பார்த்துக் கொண்டிருந்தேன். கீழே இறங்கிப் போய் அவனைத் தேடிப் பார்க்க வேண்டும் போல் தோன்றியது. அவனுக்கு ஏற்பட்ட காயம் எப்படிப் பட்டது என அறியவும் விரும்பினேன். இந்த வேளையில் நான் எப்படிக் கீழே இறங்கிப் போக முடியும்? நூறாண்டுகளாக வழக்கத்தில் உள்ள நடைமுறைகளை ஒரு நொடியில் உடைத்து விட முடியுமா? ஆசைகளை அடக்கிக்

கொண்டு சிந்தனையில் மூழ்கியவாறு என் இருக்கையில் இருந்து விட்டேன்.

இரவு வந்தது. அஷ்டமி இரவின் சோர்வும் களைப்பும் என்னை ஆட்கொண்டன. பகல் முழுவதும் ஒரு சிறு குச்சியைக் கூட, வேலை செய்ய முயற்சிப்பது போல கூட, எடுத்துப் போடவில்லை. அப்படியிருந்தும் அவ்வளவு களைப்பு எங்கிருந்தது தான் வந்ததோ? இன்றுதான் ஒரு நல்ல காரியம் நடந்தேறியது. இன்று அர்ஹார் பருப்புக் குழம்பு வைக்கவில்லை. அதே போல் புளிப்புச் சுவையுள்ள கூட்டும் வைக்கவில்லை. என் மூத்த அண்ணி பலாப்பழத்தைச் சமைத்திருந்தாள்.

இது எனக்குப் பிடித்தமான உணவு வகை. எனக்கு போதுமான அளவு அவர்கள் பரிமாறவில்லை. என் விரல்களைச் சப்பிக் கொண்டிருந்தேன். மாமிசக் கறி சாப்பிடுவது போல் நான் சாப்பிட்டதாகச் சொன்னார்கள். பாலுவின் அம்மாவே எதையும் உங்களிடமிருந்து நான் மறைக்க விரும்பவில்லை. மாமிசக் கறியை ரகசியமாகத்தான் சப்பிச் சாப்பிட்டிருக்கிறேன். ஒரு தடவை அல்ல பல நேரங்களில்.

வழக்கம் போல் ரூபா சிரித்துக் கொண்டே வந்தாள். எந்தக் காரணமும் இல்லாமல் தான் எப்போதும் சிரிப்பாள். படுக்கையை விட்டு எழுந்திருக்க நான் முடிவெடுத்த நிலையில் மிகவும் சுறுசுறுப்புடன் அவள் நடந்து கொண்டிருந்தாள். அங்குமிங்குமாகச் சாதாரணமாக நடந்து கொண்டிருந்தாள். அவள் நடந்து கொண்டிருக்கவில்லை ஊர்ந்து சென்றாள் என்றே நினைக்கத் தோன்றும்.

எங்கிருந்து கற்றுக் கொண்டாள் இவ்வளவு கவனமாயிருப்பதற்கு? ஒரு குறும்புத் தனமான புன்னகையோடு என்னைப் பார்த்தாள் "சின்ன அண்ணியாரே! அண்ணன் எப்பொழுது வருவார்?" எனக் கேட்டாள். நானும் ஏன் கேட்கிறாய்? என்றேன். என் கணவரைப் பற்றிக் கேட்டவுடன் நான் மற்ற பெண்களைப் போல வெட்கப்படுவேன் என்று நினைத்தாள் போலும். ஆனால் எங்கள் திருமணமோ கடந்த காலச் செய்தி போலானது என்பதையும் அதில் எனக்கு எந்த ஒரு சங்கடமும் இல்லை என்றும் அவளுக்குத் தெரிந்திருக்க வாய்ப்பில்லை.

உடனே ரூபா சொன்னாள்: "உங்களுக்குத் தெரியாததல்ல. அவர்கள் ஊஞ்சல் போட்டு வைத்துள்ளார்கள். நீங்கள் வானத்தைத் தொடும் உயரத்திற்கு உங்களை ஊஞ்சலில் ஆட்டவா?" "அப்படியா?" என்று களைப்புடன் கேட்டுவிட்டு, அமைதியானேன். ஒவ்வொரு ஜன்ம அஷ்டமி நாளன்றும் ஹிண்டாலோவில் அமர வைத்து என்னையும் என் கணவரையும், அதாவது அவள் அண்ணனையும், ஊஞ்சலாட்டி மறைமுகமாய் மகிழ்ச்சியடைவாள்.

இது அவள் விரும்பிய விளையாட்டு ஆகும். ஒரு வேளை எங்களையும் புராணகாலத்து ராதா தம்பதியரைப் போல் லட்சிய தம்பதி என்று எடுத்துக் கொண்டாளோ? ஊஞ்சலில் வேகமாக ஆட்டும் பொழுது நான் பயத்தால் என் கணவரைக் கட்டிப் பிடித்துக் கொள்வேன். அப்பொழுதெல்லாம் ஏகப்பட்ட குஷி அவளுக்கு.

இரண்டு முறை ஊஞ்சலில் இருந்து கீழே விழுந்திருக்கிறேன். அப்பொழுதெல்லாம் நான் கீழே விழாமலிருக்க என் கணவர் எந்த முயற்சியும் எடுக்கவில்லை. என் மூத்த அண்ணியின் குழந்தைகள் காட்டு பெர்ரியைச் சாப்பிட்டு விட்டுக் கண்ட கண்ட இடங்களில் தூக்கி எறிந்திருந்தனர். ஊஞ்சலில் விளையாடிய போது கீழே விழுந்த நான் தூக்கியெறியப்பட்டிருந்த பெர்ரியின் ஒரு பகுதியின் மேல் விழ என் தலையின் தோற்பகுதியில் காயமேற்பட்டுவிட்டது. அதிலிருந்து ஊஞ்சலாடுவதை நிறுத்திக் கொண்டேன். ஊஞ்சலில் உட்கார நேர்ந்தாலும் அதன் கயிற்றைக் கெட்டியாகப் பிடித்தவாறு தான் உட்காருவேன். பாதுகாப்பிற்காக என் கணவனைக் கூடப் பிடித்துக் கொள்ள மாட்டேன். ஒரு வேளை ரூபாவிற்குக் கிடைக்க வேண்டிய குஷி கிடைக்காமல் போயிருக்கலாம்..

கோமாளித்தனமான விளையாட்டுக்களை அப்பாவித் தனமாக விளையாடிக் கொண்டு ரூபா அமர்ந்திருந்தாள். சில நேரங்கள் மீராவின் பக்திப் பாடல்களைப் பாடுவாள். பின் கிராமபோன் பெட்டியில் திரைப்படப் பாடலுக்கான ரெக்கார்டு எனப்படும் பாடல் பதிவுத் தட்டுகளைப் போட்டு பாட விட்டுக் கை தட்டிக் கொண்டு நடனமாடுவாள். இன்று மிக மகிழ்வுடன் இருந்தாள். அவள் பெரிய அண்ணனும் அப்பாவும் அப்பொழுது தான் வீடு திரும்பியிருந்தனர். என் மாமியார், அத்தை, பெரிய

அண்ணி ஜன்ம அஷ்டமி சம்மந்தப்பட்ட பதாகைகளைக் கண்டு களிக்கப் புறப்பட்டுக் கொண்டிருந்தனர். சன்வால்தாஸ் கோவிலுக்கு என்னையும் கூப்பிட்டார்களேயானால் என்ன சொல்லித் தப்பிப்பது என்று யோசித்துக் கொண்டிருந்தேன். இந்த நேரத்தில் தான் பானையை உடைத்துக் காயப்படுத்திக் கொண்ட அந்தப் பையன் என் மனதில் வந்தான்.

ரூபாவைக் கூப்பிட்டு இன்று நடந்த ஊர்வலத்தைப் பார்த்தாயா? எனக் கேட்டேன். “ஆமாம் அண்ணி பார்த்தேன்” என்று ஒரு வித நடுக்கத்துடன் கூறினாள். அந்தக் கித்தான் துணியையும் பார்த்தாயா?” என வினவினேன், “ஆமாம் பார்த்தேன்” என்றாள். “அந்தப் பையன்?” என்று அடுத்துக் கேட்டேன். முதலில் இல்லை என்பது போல் தலையாட்டிய ரூபா உடனே “ஆம்” என்பது போல் தலையசைத்தாள்.

கேள்வி கேட்டவுடன் எந்தப் பதிலைச் சொல்லலாம் என முடிவெடுக்க முடியாத நிலையில் இருந்தாள் போலும். என்னைக் கூர்ந்து பார்த்து விட்டு அமைதியாகி விட்டாள். அவள் மனதில் இருப்பதை அறிய முடியாத நிலையில் அவள் எண்ணப் போக்கிலே திரும்பவும் நான் “எந்தப் பையனைக் குறிப்பிடுகிறேன் எனத் தெரிகிறதா?” எனவும் வினவினேன். முகத்தைத் திருப்பிக் கொண்டு “எனக்கெப்படித் தெரியும்?” என்று கேட்டாள். “அர்ரே அந்தப் பானையை உடைத்தானே, அவனைப் பற்றிதான் சொல்கிறேன்”, என்றேன்.

ரூபாவைச் சீண்டும் விதமாகச் சொன்னேன்: “நீ இருக்கும் திசையை நோக்கி விரல்களை அப்படியும் இப்படியும் அசைத்த விதம்தான் என்னே! உன்னை அவன் ஏற்கனவே தெரிந்து வைத்திருப்பது போல் அல்லவா தோன்றியது”. என்னை அவள் பதிலுக்குச் சீண்டுவாள் என எதிர்பார்த்தேன். அவள் என்னிடம் திரும்ப அதே பாணியில், சுருக்கென்று பேசுவாள் என்றும், நினைத்தேன். அதாவது “உங்களைத்தான் அண்ணி கூப்பிட்டார்” எனத் திரும்பக் கேட்பாள் என எதிர்பார்த்தேன். ஆனால் ரூபாவின் உதடுகள் இந்த வார்த்தைகளைக் கக்கவில்லை.

ரூபா அமைதியாகி விட்டாள். அவள் விடும் மூச்சு பெரு மூச்சாக வந்தது. என் மீது ஆழ்ந்த பார்வை ஒன்றை வீசினாள்.

ஒரு நொடியில் பதற்றமடைந்து விட்டேன். எனக்கெதிராகக் குற்றம் சாட்டும் வகையில் அவள் எதுவும் சொல்ல மாட்டாள் என்று எனக்குள் சொல்லிக் கொண்டேன். தைரியத்தைச் சற்று வரவழைத்துக் கொண்டு மீண்டும் அவளைச் சீண்டும் முயற்சியில் ஈடுபட்டேன். எவ்வளவுக்கெவ்வளவு அவள் கலக்கமுற்றாலோ அவ்வளவுக்கவ்வளவு இது அவள் குணம் என எடுத்துக் கொண்டேன். நமக்கானதாக என்ன இருக்கிறது என்பதை எப்படி நான் அறிந்த கொள்ள முடியும்? தலையை அசைத்துக் கொண்டு புன்னகையுடன். "அதைக் கவனித்தாயா? அதாவது அவன் தலையால் அந்தப் பானையை உடைக்க முயன்றதை" என அவளிடம் கேட்டேன்.

ரூபா உடனே அந்த இடத்தை விட்டு எழுந்து செல்ல முயன்றாள். அவள் சேலை ஒரு பக்கம் சிறிது கிழிந்திருந்தது. அந்தக் கிழிசலுக்கு அருகில் புடவையில் ரத்தக் கறைகள் தென்பட்டன. சென்ற ஆண்டிலிருந்தே அவளுக்கு மாத விடாய் ஆரம்பித்திருந்தது. இது அவளுக்கு மாதவிடாய் நேரம் என்று அறிந்து கொண்டேன். அவளுக்கு இது தெரிந்திருக்க வில்லை என்றும் உணர்ந்தேன். "பெட்டை நாயே முதலில் போய் உன் சேலையை மாற்று" என வார்த்தைகளைக் கொட்டினேன். "அது கிழிந்திருப்பதையும், அதில் இரத்தக் கறைகள் படிந்திருப்பதையும் கவனிக்க வில்லையா?" என்றும் சொன்னேன். கிழிந்த பகுதியை மறைக்க முயன்றவள் கோபத்தில் எழுந்து சென்றாள்.

இந்த நிகழ்வை நான் பெரிதாக எடுத்துக் கொள்ளவில்லை. இது எல்லா இளம் வயது பெண்களுக்கும் ஏற்படக் கூடியது தான். இன்னும் பெரியவளானால் அவளுக்கே நன்கு தெரிந்து விடும், இந்த மாதிரியான சூழ்நிலையில் எப்படி நடந்து கொள்ள வேண்டுமென்று. ஆனால் ஒரு சில விதி விலக்கும் இதற்கு உண்டு. ஒரு சில பெண்கள் என்ன நடக்கிறது எனத் தெரியாமலே மகிழ்வுடன் இருப்பர். ரூபா இந்த வகையைச் சேர்ந்தவளாயிருக்கலாம்.

அன்று இரவு நடந்த இந்த நிகழ்வு என்னைச் சற்று புத்திசாலியாக்கி விட்டது. பெட்டை நாய் என்று சொன்னதன் பின் விளைவுகள்தான். பாலுவின் அம்மாவே! அந்த நேரத்தில எனக்கு இந்த அருமை தெரிந்தபாடில்லை. எங்கள் குடும்பத்தில் பிறரை மிக அன்புடன் அழைக்கும் போது இந்த வார்த்தையைத்தான்

(பெட்டை நாய்) பயன்படுத்துவோம். நான் இதைக் குற்றமாகவே கருதவில்லை. நாங்கள் அனைவரும் அலங்கரிக்கப்பட்ட பலகைகள் ஊர்வலத்தைக் காணச் சென்றோம். அதைப் பார்த்த பொழுது நம் நாட்டில் தங்கம், வெள்ளி, பணம் போன்றவற்றிற்குப் பஞ்சமே இல்லை என அறிந்தேன்.

கைகளைக் கட்டுப்படுத்திக் கொண்டு பைசாவுக்குக் கூடக் கணக்குப் பார்த்துப் பார்த்துச் செலவழிப்பவர்கள் கூடத் திருமணம் மற்றும் பிற விழாக் காலங்களில் தங்கள் பணப்பை நிறைய பணம் எடுத்து வந்து, செலவழிப்பதைக் காணலாம். ஒவ்வொரு மூலை முடுக்குகளிலிருந்தும் பணம் சேர்ப்பர். பின் வீதியின் மையத்தில் சிதறி விடுவதைப் போல் செலவழிப்பர். என் பணச் செழுமையைப் பார். இதைப் பார்த்துப் பொறாமையை வளர்த்துக் கொள். நான் ஒரு கிராத்தாஸ்; எனக்குத் தன்பாத் நிலக்கரிப் படுகையில் மூன்று சுரங்கங்கள் உள்ளன. கல்கத்தாவில் பெரிய ரப்பர் மற்றும் பிளாஸ்டிக் தொழிற்சாலைகளும் உண்டு.

பம்பாயில் உள்ள பெரிய பஞ்சுக் கிடங்குகள் எல்லாம் என் பஞ்சு மூட்டைகளால்தான் நிரம்பி வழியும். சன்வால் தாஸ் கோவிலுக்குப் பிரார்த்தனைகள் நிறைவேறிய பொழுது நாங்கள் அளிக்கும் நன்கொடைகள் பல லட்சங்கள் ஆகும். என் மாமனார் அங்குள்ள சாமிச் சிலைகளுக்குத் தங்கம் முலாம் பூசியுள்ளார். அங்குள்ள ஸ்யாம்சுந்தர் சாமிச் சிலையின் கண்களில் விலையுயர்ந்த மாணிக்கக் கற்களைப் பொருத்தியவர் அவர் தான் என்று தம்பட்டம் அடிப்பது போலப் பேசுவர்.

மிகவும் களைப்புற்றிருந்த போதிலும் அவர்களுடன் சென்றேன். ஒரு நம்பிக்கையுடன். அதாவது இந்த விழாக் கால குதூகலம் இல்லையென்றால் என் கவலையைப் போக்க மாற்றுவழி ஏது? சலிப்புடனும், அலுப்புடனும் வீட்டிலேயே முங்கிக் கிடைப்பதை விட இது எவ்வளவோ மேல் என்று தோன்றியது. வீட்டுக்குள்ளேயே இருப்பது தன்னைத் தானே அழித்துக் கொள்வது போலத் தான். தெருவில் நடக்கும் பொழுது கூட்டத்திலிருந்த சிலர் என்னை முரட்டுத்தனமாக இடித்தும், தள்ளியும் விட்டனர். பின் எல்லோரும் வீடு திரும்பினோம்.

ரூபா எங்களுடன் வரவில்லை. நாங்கள் எங்களுடன் வரவேண்டும் என்று கேட்டுக் கொண்ட போதிலும் அவள் வர வில்லை. பெரும் பிடிவாதத்துடன் வர முடியாது என்று சொல்லி விட்டாள். அவளுடைய குணநலன்கள் தெரிந்ததால் இது ஒன்றும் பெரியதொரு ஆச்சரியமாக எங்களுக்குத் தெரியவில்லை. அவள் மீது அக்கறை அதிகமாக இருந்தாலும் அவள் போக்கிற்கே விட்டு விடுவோம். ஒரு சில நேரங்களில் அவள் மீது எங்களுக்கு அக்கறை இல்லை என்பதைப் போலவும் காட்டிக் கொள்வோம்.

வீடு திரும்பும் வழியெல்லாமும், வீட்டிற்கு வந்த பின்னரும் அதே சிந்தனைதான். என் கணவர் வீட்டிற்கு வந்திருக்க வேண்டும். ஆனால் அவருக்கு என் மீது அக்கறை அதிகம் கிடையாது. அவர் கவனமெல்லாம் ஆளிவிதை எண்ணெய் வியாபாரம் பற்றியேதான். உலகில் உள்ள அனைத்துச் சொத்தையும் தனதாக்கிக் கொள்ள வேண்டுமென்பதே அவரது ஒரே குறிக்கோள். அவருக்கும் அவரது மூதாதையர்களுக்கும் இது தவிர வேறு சிந்தனை கிடையாது. பாலுவின் அம்மாவே! என் கணவருடன் வெளியில் சென்று வர எவ்வளவு நாள் நான் ஏங்கி இருக்கிறேன் தெரியுமா? வெளியே சென்று வரவேண்டுமென்ற நினைப்புச் சில நேரங்களில் கணவன் மேல் உள்ள நினைப்பை விட ஆழமானதாக அமைந்துவிடும்.

ஒவ்வொரு பெண்ணும் தன்னைப் பற்றிப் பெரிதாகக் காட்டிக் கொள்ளத்தான் விரும்புவாள். போகும் வழியில் யாராவது சில்மிஷம் செய்ய நினைத்தாலோ, அல்லது ஈடுபட்டாலோ தன் கணவன் தோள் மீது, பெருமையுடன் கையைப் போட்டுக் கொண்டு, என்னைப்பற்றி என்ன நினைத்துக் கொண்டிருக்கிறாய்? கடவுள் எனக்கு எல்லாம் கொடுத்துள்ளார். உனக்குக் கிடைத்ததெல்லாம் என்னைப் பார்த்து ஏக்கம் கொள்வதுதான். உட்கார்ந்து கொண்டு ஏங்கிப்பார், பொறாமைத் தீயில் வாடு, என்றெல்லாம் நினைப்பாள்.

எல்லாம் சரிதான். நாங்கள் எல்லாம் ஏன் இவ்வளவு தூரம் அழகு படுத்திக் கொள்கிறோம். ஆபரணங்களால் அலங்கரித்துக் கொள்கிறோம்? என்று கூடக் கேட்கலாம். எங்களைப் பார்த்து ரசிக்க வேண்டும் அதே நேரம் எங்களிடம் எந்த வித உரிமையும் எடுத்துக் கொள்ளக்கூடாது என்பதுதான். மறைமுகமான அழைப்புகளை ஏற்றுக் கொள்வது போல வெறுத்து ஒதுக்கு கிறோம். ஒவ்வொரு பெண்ணும் தன் நெஞ்சின் ஒரு ஓரத்தில்

விலை மதிப்பிட முடியாத ஒன்றை வைத்துக் கொள்வாள். கடந்து செல்லும் வீர மிகு ஆண் வர்க்கத்திற்குச் சவால் விடுவது - அதாவது வந்து பார்; உன் அதிர்ஷ்டத்தை என்னிடம் முயற்சித்துப்பார் என்பதாகும்.

வீட்டிற்குள் நுழைந்த நான் நேரே என் அறைக்குச் சென்றேன். உள்புறம் தாளிட்டு வீட்டு ஆடைகளைக் களைந்தேன். என் நிர்வாண உடம்பைக் கண்ணாடியில் பார்த்துக் கொண்டேன். ஒவ்வொரு பக்கமாகத் திரும்பி என் அழகை ரசித்துக் கொண்டேன். மின் விளக்கை அணைத்துப் படுக்கையில் விழுந்தேன்.

அந்த நேரம் மெதுவாகக் கதவு தட்டப்படும் சத்தம் கேட்டது, "யாரது?", என வினவினேன். ரூபாதான் எனப் பதில் குரல் ஒலித்தது. கதவைத் திறந்து விட அவள் உள்ளே வந்தாள். வந்தவள் அழத் தொடங்கினாள்; என் அருகே வந்து என் காலில் விழுந்து என் மானத்தைக் காப்பாற்றுங்கள், அல்லது செத்து விடுவேன், என விம்மினாள். யாரிடமாவது இதை நீங்கள் சொல்லிவிட்டால் எல்லாம் முடிந்துவிடும் என்றும் தொடர்ந்து, பயமுறுத்தும் வகையில் சொன்னாள்.

அவள் எதைச் சொல்கிறாள் என்று என்னால் புரிந்து கொள்ள முடியவில்லை. அதே நேரம் அறியாமையில் இருக்கிறேன் என்று சொல்வதும் பெண்ணின் இயற்கை அல்ல. "என்னை நம்பு. எல்லாவற்றையும் எனக்குள்ளேயே வைத்துக் கொள்கிறேன். என்ன நடந்தது? என்று சொல்" எனப் பணித்தேன். உடனே, "அண்ணி நீங்கள் சொன்னதெல்லாம் உண்மையே. அவனுக்கு என்னைத் தெரியும்", என்று ரூபா சொல்ல ஆரம்பித்தாள். திருப்பி, "யார்? உன்னைத் தெரிந்தவன் யார்?" எனக் கேட்டேன். அவள் சொன்னாள்: "புத்திசாலித்தனமாகப் பேசுகிறோம் என்று நினைப்பதை நிறுத்திக் கொள்ளுங்கள். உங்களுக்கு நிச்சயம் தெரியும். அதே பையன்தான். அந்தப் பானையை உடைத்தவன் தான்". "எக்கேடும் கெட்டுப் போ" என்று மனதுக்குள் நினைத்துக் கொண்டேன்.

ரூபா தொடர்ந்து சொல்லலானாள்: "நான் ராதா கடைத் தெருவிற்குத் செல்லும் போதெல்லாம் அந்தத் தெருவின் முனையில் என்னைச் சந்திப்பான். சில வேளைகளில் விசில் அடிப்பான்.

சில நேரங்களில் சைகை காட்டுவான். கோபத்துடன் இருப்பது போல காட்டிக் கொண்டு, அவனைக் கடந்து சென்று விடுவேன். சில நாட்கள் அவனைத் திட்டியுமிருக்கிறேன். இன்று எனக்கு என்ன நடந்தது என்று எனக்கே தெரியவில்லை.

கூட்டத்தில் இருக்கும் போது அவன் விரலைக் காட்டி சமிக்ஞை செய்ததால் மாட்டிக் கொண்டேன். பின் இருவரும் கூட்டத்தில் இருந்து விடுபட்டு சிவா ஆலயம் சென்றோம். அங்கு பயணிப்போர்கள் தங்குவதற்கு அறைகள் உண்டு. எனக்கு ஒரு வித நடுக்கம் ஏற்பட்டது. அந்த இடத்தை விட்டு ஓடி விடலாமா? என்று கூட நினைத்தேன். ஆனால் அந்த மாதிரி நடந்து கொள்ளவில்லை. பின் என்னையே நான் இழந்துவிட்டேன்''.

பாலுவின் அம்மாவே! இப்பொழுது நான் சொல்கிறேன் என் முழு உடம்பும் ஆட்டம் கண்டது. முதலில் கோபத்திற்குள்ளானேன். பின் அது வெறுப்பாக மாறியது. என் முட்டாள் தனத்தை நினைத்து நானே சிரித்துக் கொண்டேன். இதைச் சொல்வதற்கு முன்பே ரூபா உணர்ந்திருக்க வேண்டும். மாதவிடாய் முடிந்து அவள் சுத்தமாவதற்குக் குளித்து இருபது நாட்கள் ஆகின்றன. ஆனால் இப்பொழுதோ "அது சரி ரூபா! பயப்படாதே! நூதனமாக நீ ஒன்றும் செய்து விடவில்லை. எல்லா அம்மாக்களின் மகள்களும் செய்வது தான் இது''.

கவனமாக உன்னைப் பார்த்துக் கொள், இந்த மாதம் உனக்கு வித்தியாசமாக ஏதும் நடக்கின்றதா? என்று. அவ்வாறு ஏதேனும் நடைபெற்றால் உடனே என்னிடம் சொல். அப்படி ஏற்பட்டால் இந்த உலகில் உன் முகத்தை யாரிடமும் காட்ட முடியாது. வெந்தயத்தைப் பொடி செய்து நீ குடிப்பதற்குத் தருகிறேன். இப்பொழுது போய் தூங்கு. இல்லை நீ என்னருகே படுத்துக் கொள். இந்த நேரத்தில் வேரெங்கே நீ போக முடியும்? இந்த நேரத்தில் வெளியே தென்படுவது யார்? என்று கேட்பர்'' என்றெல்லாம் அவளிடம் கூறினேன்.

"சற்று கவனி. உன் திருமணப் பேச்சை நானே ஆரம்பிக்கிறேன். பொறுமையைக் கடைப்பிடி. தேவைப்பட்டால் எதுவும் தெரியாதது போல நடி. அந்தப் பானயை உடைத்த பையன் மிகச் சாதாரணமான குடும்பத்துப் பையன். ஒருவேளை

கூலித் தொழிலாளியாகக் கூட இருக்கலாம். இத்தகு பையன்களை நம் வீட்டார் வெகு சாதாரணமாக நிராகரித்து விடலாம். எது நல்லதில்லையோ அது நல்லதில்லைதான்".

"கடவுள்தான் ஆணையும் பெண்ணையும் படைத்தார். உலகம் படைக்கப்பட்ட நாள் முதல் இன்று வரை ஒருவரை ஒருவர் துரத்திக் கொண்டுதான் இருக்கிறார்கள். எதிர்காலத்தில் கூடத் துரத்திக் கொண்டே இருப்பார்கள். சூரியன் சந்திரனையும், சந்திரன் சூரியனையும், துரத்துவதைப் போன்றதே இந்த உறவும். ஒரே வட்டச் சுற்றில் தான் ஓடிக் கொண்டு இருக்கின்றனர். இந்தச் சந்திலோ, அந்தத் தெருவிலோ வழி மறித்துக் கொண்டு அல்ல".

"இவ்வாறு நடந்து விட்டால் இந்த உலகம் ஒரே நொடியில் சுக்கு நூறாய் உடைந்து, அழிந்து விடும். வருடத்திற்கு எத்தனை நாட்கள் உள்ளன? முன்னூற்றி அறுபத்தைந்து நாட்கள் அல்லவா? இந்த முன்னூற்றி அறுபத்தைந்து நாட்களில் சூரியன் சந்திரனை ஒரே தடவையும் சந்திரன் சூரியனை ஒரே தடவையும் தான் பிடிக்க முடிகிறது".

"இக்காரணத்திற்காகத் தான் சந்திரனுக்கும் சூரியனுக்கும் ஒரே பாதை இருப்பதைப் போல மனிதனும் தனக்கென ஒரு பாதையை உண்டாக்கியுள்ளான். அந்தப் பாதைதான் இருமனம் சேரும் திருமணம். இதைத் தாண்டி ஒன்றுமில்லை. திருமணத்தின் போது பெண்ணின் பெற்றோரும் சகோதரர்களும் பெண்ணின் கையைப் பிடித்துப் பையனின் கைகளில் ஒப்படைக்கிறார்கள். இந்த நடைமுறைக்குப் பின் நீதிபதியோ, மகாராஜாவோ, ஒரு மாநில திவானோ கூட, இதை இல்லை, என்று நிராகரிக்க முடியாது..." என்று உலக நடைமுறையை அவளுக்குப் புரிய வைத்தேன்.

அவளை என் மார்போடு கட்டி அணைத்துக் கொண்டேன். நல்லதொரு முடிவு தோன்ற ஆரம்பித்தவுடன், அவள் என் அருகிலேயே படுத்துத் தூங்கி விட்டாள். ஆனால் என்னால்தான் தூங்க முடியவில்லை. கொட்டாவி விட்டுக் கொண்டும், புரண்டு கொண்டும், படுக்கையில் கிடந்தேன், சில நேரங்கள் ரூபாவின் மேல் என் கை படும். ஆனால் அவளோ ஆழ்ந்த தூக்கத்திலிருந்தாள். இவ்வளவு துயரமான செயல்களைச் செய்த பின்பு எப்படித் தூங்குகிறாள். என்னால்தான்...

பானையை உடைத்த அந்தப் பையன், ரூபாவின் சகோதரர், ரூபா, கண்ணாடியில் தெரிந்த என் உருவம்- இவைதான் என்னைச் சுற்றிச் சுற்றி வந்து கொண்டிருந்தன. இவையெல்லாம் என்னைச் சிந்திக்க வைத்தன. நான் ரூபாவிடம் சொல்லிய எல்லாம் உண்மையும் பொய்யும் என்பதுதான் உண்மை என்றால் அதற்கான சில விதிமுறைகள், நடைமுறைகள் உண்டு. திருமணப் பந்தத்தையும் தாண்டி ஒரு ஆணும் பெண்ணும் வேறொருவருடன் தகாத உறவில் ஈடுபட்டால் அவர்களுடைய குழந்தைகளைக் கவனித்துக் கொள்வது யார்? அந்தக் குடும்பத்தை நடத்திச் செல்வது யார்? திருமணமாகி முதல் இரண்டாண்டுகள்தான் எல்லாம் சரியான பாதையில் செல்லும் என்ற வகையில் இது பொய்யாகி விடுகிறது. இந்த இரண்டாண்டுகளில் ஒருவரை யொருவர் நன்கு புரிந்து கொள்வதால் புதிதாகப் புரிந்து செயல்பட வேறொன்றுமில்லை.

எல்லோரும் சொல்வது போலப் பழக்கமான செயல் முறைகள் வெறுப்பைத்தான் உண்டாக்கும். வருடா வருடம் அபுமலைக்குச் செல்வதற்கும், மாமனார் வட்டத்துக்குள் ஆயிரம் தடவை செல்ல வரிசையில் இருப்பதற்கும், ஒப்பானது தான் இது. அதனுடைய புதுமையையும், புத்துணர்ச்சியும் இழந்து விடும் ஒரு மாற்றத்திற்காக அபுமலைக்குப் பதிலாக மிசோரி குன்றுகளுக்குச் செல்வதில்லையா? அப்படிச் செல்லும் போது நிறைய கேளிக்கையும், வேடிக்கையும் கிடைக்கும் அல்லவா.

இல்லையென்றால் எல்லாச் செயல்களிலும் உன்னதத் தன்மை இல்லாது போய்விடும். உடம்பு ஒருவித தேக்கமான மந்த நிலையையும், மனது தளர்ந்தும் போய்விடும். அதனால்தான் அறிமுகமில்லாப் பிறர் நம்மைத் தொடும்போது உடம்பிலும், மனதிலும் ஒரு விதத் தூண்டல் உணர்வு ஏற்படுகிறது. ஏதோ தூக்கத்திலிருந்து விழித்தது போல ஒரு வித விழிப்புணர்வு ஏற்படும்.

இது தான் திருமண வாழ்க்கையின் அனுகூலமான நிலையைக் கொடுக்கும். இதற்குப் பெண் அடிக்கடி தன் பெற்றோர் வீட்டிற்குச் செல்லும் சந்தர்ப்பம் பெற வேண்டும், அல்லது அவள் கணவன் அடிக்கடிப் பணி நிமித்தம் வெளியூர் பயணம் செய்ய வேண்டும். ரயிலில் பணிபுரியும் காவலராகப் பணிபுரிந்து விட்டுப் பல மாதங்கள் கழித்து வரக்கூடிய கணவனாக

இருக்க வேண்டும். மாற்றம் என்பது இயற்கையின் நியதி. எப்படி பௌர்ணமிக்கு ஒரு கவர்ச்சி உண்டோ, அதே போல அமாவாசைக்கும் உண்டு. மயிலின் தோகை எப்படி மக்களைக் கவர்கிறதோ, அதேபோல பாம்பின் சட்டைக்கும் ஒரு வித ஈர்ப்பு சக்தி உண்டு. நிற மாற்றங்கள், ஒலி மாற்றங்கள், வாசனை மாற்றங்கள், இதே வகையைச் சார்ந்தவைதான். தெரிந்தவை, தெரியாதவை என்று எண்களும் கணக்கிலடங்காதவை தான்.

பாலுவின் அம்மாவே! திருமணம் என்பது நல்லதொரு அமைப்பு ஆகும். அதில் சில மாற்றங்களைக் கொண்டு வர இன்னும் காலம் கனிந்து வரவில்லையா? ஆணுக்கும் பெண்ணுக்கும் ஒரே மாதிரியான செய்தியைக் கொடுக்க வேண்டுமல்லவா? ஆணும் பெண்ணும் கருத்தொருமித்து ஒரே குடும்பத்தில் வாழ முயற்சிக்க வேண்டும். அவர்களின் சந்ததி மனித குலத்துக்கே உரியவர்களாக இருக்க வேண்டும். ஆண்கள் வெளியே சென்று செயல்பட வேண்டும். பெண்கள் வீட்டை நிர்வகிக்கும் பொறுப்பை ஏற்றுக் கொள்ள வேண்டும்.

ஓ! கடவுளே! ஒரே நேரத்தில் எவ்வளவு தூரம் பேசி விட்டேன். பாலுவின் அம்மாவே! இதையெல்லாம் நீங்கள் யாரிடமாவது சொல்வீர்களேயானல் என் செத்துப்போன முகத்தைதான் பார்க்கமுடியுமா? நான் உங்களுக்கு உண்மையைத் தான் சொல்கிறேன். இது பற்றிப் பலமுறை நான் சிந்தித்திருக்கிறேன். நான் என் கணவருக்கு மணமாகிய மனைவியாய் இருப்பதை விட அவரின் உள்ளங் கவர்ந்த இனிய காதலியாக இருப்பதில் என்ன தவறு இருக்கிறது? அப்படியிருப்பது எனக்கு மிக்க மகிழ்ச்சியைக் கொடுத்திருக்கும்

இரவு முழுவதும் என்னால் தூங்க முடியவில்லை. சிலுவையில் ஏற்றப்பட்டு உயிர்துறக்கத் தயாரானது போல உணர்ந்தேன்.

எதிர்பாராத நிலையில் காலையில் என் கணவர் வீடு வந்து சேர்ந்தார். அவரை வரவேற்க கதவருகே சென்றேன். ஆனால் அவருக்கு என்னுடன் பேசுவதற்குக் கூட நேரமில்லை. ரொம்ப நேரம் நான் இருக்கும் திசையில் கூட அவர் பார்க்க முயற்சிக்கவில்லை. கண்களின் மொழியால் நான் அவருக்கு

பரீட்ச்சயமானவள் தான் என்பதை மட்டும் உணர்த்தினார். வீட்டை விட்டு வெளியே பல நாட்கள் தங்கும் வழக்கத்தை உடையவர்களின் செயல்பாட்டை இது ஒத்திருந்தது. வெளியே செல்பவர்கள் ஆயிரக்கணக்கில் புதிய புதிய முகங்களைப் பார்க்கிறார்கள். ஆனால் வீட்டுக்குள்ளேயே இருப்பவர்களோ எப்பொழுதும் பழகிய அறிமுகமான முகங்களைத் தானே பார்க்க முடியும்? இரவில் செய்த ரொட்டி காலையில் கெட்டுப் போவதைப் போல விரைத்த நிலையை அடைகிறார்கள்.

அந்த ஆளி விதை எண்ணெய் வியாபாரிதான் என் கால்கள். அவரின் தலைப்பாகையைப் பாருங்கள். சுற்றுக்கு மேல் சுற்றி கழுத்திலிருந்து தலை வரை வளைந்து காணப்படுகிறது. நடந்து நடந்து செருப்பு தேய்ந்து விட்ட நிலையில் வீடு திரும்புவார் போலத் தென்பட்டார். ரயில் எஞ்சின் வெளிவிடும் கரிப்புகை அவர் முகம் முழுவதும் பரவி இருந்தது. தோற்றத்தில் உண்மையிலேயே சாவுக்குக் கட்டியம் தவறுபவர் போலத் தோன்றினார். அத்தை தவிர அவரின் அறைக்குள் செல்ல மற்றவர்களுக்குப் பயம். உள்ளே நுழைந்த அத்தையிடம், “அத்தை, அவளை ஒரு குவளை லெஸ்ஸி கொண்டு வரச் சொல்லுங்கள்,” என்றார்.

அவர் மீது எனக்குள் வெறுப்பு இருந்தாலும் அவருக்காக லெஸ்ஸி தயாரிக்க முனைந்தேன். நூறாண்டு வழக்கத்தை ஒரே நிமிடத்தில் தூக்கி எறிந்து விட முடியாது. முற்றிலும் சரணடைந்த அடிமை அவர் முன், கை கட்டி நிற்பதைப் போல் என்னையும் நினைத்து அவர் உத்தரவிடும் பாணியைப் பாருங்களேன். லெஸ்ஸியைத் தயாரித்து முடித்து அவருடைய அறைக்கு எடுத்துச் செல்ல முயன்றேன். அப்போது சுறு சுறுப்புடன் படுக்கையிலிருந்து எழுந்து வந்த ரூபா என் மீது மோத லெஸ்ஸி என் ஆடை மீது சற்றுச் சிதறியது, குவளையில் மீதமிருந்த லெஸ்ஸியைக் கொடுத்தனுப்பினேன்.

பாலுவின் அம்மாவே! உங்களுக்கு உண்மையைத்தான் சொல்கிறேன். அப்பாவும் மகனும் அப்பாவின் அறையை விட்டு இரவு முழுவதும் வெளியே வரவில்லை. மெல்லிய கிசுகிசுத்த குரலில் ஏதோ பேசிக் கொண்டிருந்தனர். என்ன நடக்கப் போகிறதென்பதை நான் அறிவேன். வீடு முழுமைக்கும் தங்கத்திலான செங்கற்களால் நிரப்பப் போகிறார்கள் போலும்.

அல்லது அவர்கள் சொத்தனைத்தும் அவர்கள் கையை விட்டுப் போகப் போகிறதோ என்னவோ? இந்த ஆளி விதை எண்ணெய் வியாபாரம் அவ்வளவு நம்ப முடியாத மோசமான ஒன்றுதான். ஒரு நொடியில் பெரியதொரு லாபத்தையும், அடுத்த நொடியில் ஈடு செய்ய முடியாத ஏமாற்றத்தையும் தரக் கூடிய பொருள்தான் அது.

நம் நாட்டில் ஆளி விதை, துவரை, நிலக்கடலை, எல்லாமே உடல் பலத்தை கூட்டித் தரக்கூடிய, முழுமையான உணவு வகைகள் தான். பிற நாட்டில் கிடைக்கும் பாலேடுகளை விடச் சத்தானவை தான். விவசாயிகள் கஷ்டப்பட்டு நிலத்தை உழுவு செய்கிறார்கள். பின் விதை விதைக்கிறார்கள். வேலையாட்கள் வியர்வை சிந்த தொழிற்சாலைகளில் உழைக்கிறார்கள். ஆனால் அவர்களின் தலைவிதியோ தனிமையில் படுக்கையறைகளில் அமர்ந்து கொண்டு செயல்படும் வியாபாரிகளால் நிர்ணயிக்கப்படுகிறது.

11. பாலியல் உறவு

கடையில் உட்கார்ந்தவாறு மாகன் நீண்ட கடைத் தெருவைக் கூர்ந்து பார்த்துக் கொண்டிருந்தான். கடையின் மேற்குப் பக்கத்தில் அந்தச் சாலை செங்குத்தாக உயர்ந்து பின் கீழே இறங்கும்; அது வளைந்து ஆகாயத்தைத் தொடுவது போல் இருக்கும். உலகின் ஒரு பக்கத்து எல்லை முடிந்தது போலத் தோற்றமளித்தது. அங்கிருந்து பாய்ந்தாலோ, அல்லது குதித்தாலோ, வாழ்க்கையின் மேல் உள்ள பிடிமாணம் தளர்ந்து விடும். பின் அவன் நடைபிணமாகத் தான் இருக்க முடியும்.

மாகன் ஒரு சிறு கடையின் உரிமையாளன். அங்குப் பழங்கால அரும் பொருள்களையும் கலை நுணுக்கம் உள்ள பொருட்களையும், ஏற்கனவே பயன்படுத்திய பொருட்களையும் விற்பனை செய்து வந்தான். ஒரு நாள் களைப்படையும் வரை வேலை பார்த்தவன் விலை மதிப்புள்ள இரண்டு பொருட்களைப் பார்க்க நேர்ந்தது. ஒன்று *ஃப்ளாரென்டைனின் சிறிய சிலை*; மற்றொன்று *ஜமினிராய் ஓவியம்*. அந்தச் சிறிய சிலையை எப்போதாவது ஒரு படத்தயாரிப்பாளர் அவ்வப்போது வாடகைக்கு வாங்குவதற்குரிய சந்தர்ப்பம் இருந்தது. அது முற்றிலுமானதொரு நஷ்டம் என்று அவன் கருதவில்லை.

கடையில் எங்கோ ஒரு மூலையில் அவன் அதை வைத்திருந்தாலும் என்றாவது ஒரு நாள் அவன் மகனோ அல்லது பேரனோ அதை நல்ல விலைக்கு விற்றுப் பெரிய அளவில் பணம் சம்பாதிக்க முடியும் என நம்பினான். இது வரை கண்டு பிடிக்க முடியாத லியோனார்டோ டா விஞ்சி ஓவியம் கூட லட்சக்கணக்கான டாலர் மதிப்பில் விலைக்குப் போகும் என்று கேள்விப்பட்டிருக்கிறான்.

இவ்வாறு யோசிக்கையில் ஒன்றை மட்டும் மறந்து விட்டான். அவனுக்குத் தற்போதைய வயது ஐம்பதை நெருங்கிக் கொண்டிருந்தது. தலையில் வழுக்கை விழுந்து விட்டது. இன்னும் திருமணமும் ஆகவில்லை. அப்படியிருக்கையில் மகளைப் பற்றியோ பேரன்களைப்பற்றியோ எப்படிச் சிந்திக்கிறான் என்று தெரியவில்லை. ஆனால் சாதாரண ஹிந்துக்களைப் போல் ஆன்மீகத்தில் நாட்டம் கொண்டவனும் கிடையாது. முற்றிலுமாகப் பணத்தாசை பிடித்தவன்.

பணத்தை எப்படிச் சம்பாதிப்பது, என்பது ஒன்று தான், அவனின் நெஞ்சார்ந்த ஆசை. வெளிப்படையாகப் பணத்தை வெறுப்பது போல நடிப்பான். உள்ளங்கையில் உள்ள அழுக்குப் போன்றது பணம், என்றெல்லாம் சொல்வான். ஆனால் உள்ளுக்குள் பணம் பற்றிய பேராசை உடையவன். இதில் புதுமை ஒன்றும் இல்லை. ஏனெனில் பணத்தை ஆராதிப்பதிலும், தொழுவதிலும் ஹிந்துக்களை மிஞ்சியவர்கள் கிடையாது. ஜோசப் போன்ற பாசமிகு சகோதரனாக இருந்தாலும். பத்மினி போன்ற அழகிய மனைவியாக இருந்தாலும் விற்று விடத் தயாராகத்தான் இருப்பார்கள்.

மாகன் கடையின் முன்தான் சிராஜின் கடை இருக்கிறது. ஈவ் நிறுவன மின்கலன்களை (பாட்டரி) விற்பனை செய்து வந்தான் சிராஜ். அவன் கடையின் முன்பிருந்த பீப்புள் மரம் கடையின் ஒரு பகுதியை மறைத்துக் கொண்டு நிற்கும். ஒவ்வொரு நாள் காலை வேளையிலும் தடித்த மென்மையான மகளிர் குவளை நிறையத் தண்ணீருடன் கலந்த பாலை வேர்களில் ஊற்றுவர். அதனால் சிராஜின் கடையின் முன்பகுதி சகதியும் சேறுமாக இருக்கும். சிராஜ் இது பற்றி யெல்லாம் கவலைப் படுவதில்லை.

இந்தியப் பிரிவினைக்குப் பின், ஹிந்துக்களின் மத, ஆன்மீக உணர்வுகளுக்கு உரிய மரியாதையைக் கொடுத்து வந்தவன். அந்த வழியாகச் செல்லும் தெரு நாய்கள் பின்னங்காலை தூக்கி மரத்தின் வேரில் சிறுநீர் கழித்துச் செல்லுவதையும் சகிப்புத்தன்மையுடன் பார்த்துக் கொண்டிருப்பான். முந்தைய பிறவியில் அவை இஸ்லாமியர்களாக இருந்திருக்க வேண்டும் என்றும் 1947-இல் நடந்த பிரிவினையின் போது இஸ்லாமியர்

படுகொலை செய்யப்பட்டதற்குப் பழிவாங்கும் நோக்கில் அவ்வாறு சிறுநீர் கழிக்கின்றன என்றும் எண்ணிக் கொண்டான்.

இரவு வேகமாக வந்து கொண்டிருந்தது. கடைகளுக்கு வெளியேயும் இருள் பரவத் தொடங்கியது. பட்டு வியாபாரி வளியாதி ராமும், காஷ்மீர் வாசி புதாசாகிப்பும், உடுப்பியில் இருந்து வந்து உணவகம் நடத்தும் சக்கரபாணியும், தத்தம் கடைகளை மூடிக்கொண்டிருந்தனர். மின்கலம் விற்கும் சிராஜ் கடை தான் இன்னமும் திறந்திருந்தது. சுற்றுலா முகவர் மைக்கேலுக்காக அவன் காத்திருந்தான். ஹஜீராஹோ உல்லாசத் தலம் வரை சுற்றுலா ஏற்பாடு ஒன்றை நடத்தலாம் என்று எண்ணியிருந்தான்.

இவ்வாறு சிறு சிறு ஏற்பாடுகளைச் செய்து உபரி வருமானம் ஈட்டுவது அவன் வழக்கம். ஆனால் மைக்கேல் பணம் சம்பாதிக்க மட்டும் இந்த ஏற்பாடுகளைச் செய்வது இல்லை. அவன் எண்ணமும் நோக்கமும் வேறு. தாஜ்மஹால் கட்டித் தரும் ஷாஜகானைத் தேடும் வெளிநாட்டு பெண்களைக் கவர்வது அவன் நோக்கம். அவர்களுக்கு அரச வம்ச உணர்வுகளைக் கொடுக்க முற்படுவான். ஹஜீராஹோ சிற்பத்திலுள்ள மங்கைகள் வெளிப்படுத்தும் உடலுறவுப் பழக்கங்களையும் அறிமுகப்படுத்த விரும்புவான்.

"ஹலோ! செல்லம்", என்ற சிராஜின் சத்தம் கேட்டு மாகன் திரும்பிப் பார்த்தான். அவன் படிப்பறிவில்லாதவன் தான். இருப்பினும் ஒன்றிரண்டு ஆங்கில வார்த்தைகளை அங்கு வரும் சுற்றுலாப் பயணிகளிடமிருந்து கற்றுக் கொண்டிருந்தான். அங்கு ஒரு பெண் நிற்பதையும் கண்டான். அவள் கீர்த்தி என்று கண்டு கொண்டான்.

கீர்த்தி ஒல்லிய தேகமும் கருப்பு நிறமும் உடையவள். நல்ல தேக அமைப்பு உடையவள். ஆனால் எப்பொழுதும் கவலை தோய்ந்த முகத்துடன் காணப்படுவாள். கவர்ச்சிகரமான மெஹந்தா சேலை அணிந்து மாகன் கடைக்கு வந்தாள். அவளைப் பார்க்கும் போது இருளின் ஒரு பகுதியைப் பார்ப்பது போல இருந்தது. எப்பொழுது வந்தாலும் இரவு நேரத்தில்தான் வருவாள். இது தன்னிடமிருந்து தன்னையே மறைத்துக் கொள்ள அவள் முயற்சிப்பது போலத் தோன்றியது. அவள் வரும் போதெல்லாம்

சிராஜ் அவன் கடையின் வெளிப் பக்கம் நின்றிருப்பான். அவன் அடிக்கும் விசில் அவளைத் தொடர்ந்து வரும். பின்னால் திரும்பிப் பார்க்காமல் எப்பொழுதும் அவனைத் தாண்டி நடந்து செல்வாள்.

கீர்த்திக்கு அதிகம் பேசும் பழக்கமில்லை. கேட்ட கேள்விக்கெல்லாம் "ஆம்", அல்லது "இல்லை" என்ற ஒரு வார்த்தைப் பதில்தான் அவளிடமிருந்து வரும். மாகன் அவளிடம் அதிக அளவில் உரிமை எடுத்துக் கொள்ள முயற்சிப்பது சிராஜீக்குப் பிடிக்கவில்லை. நிறைய நேரங்களில் சிராஜ் இது பற்றிச் சிறு சிறு குறிப்பால் அவனுக்கு உணர்த்தியிருக்கிறான்.

மாகனைப் பார்த்து சிராஜ் சொன்னான்: "தம்பி, நீ அவள் வலையில் வீழ்ந்து விட்டாய் என்பது எனக்குத் தெரியாததல்ல. எதற்காகக் காத்திருக்கிறாய்? அவள் ஒரு விளையாட்டுப் பொருள் போலத்தான். அதே போல் இளமையானவள்தான். அவளுடன் போய்விடு. புறாவைப்போல அவளைச் சுற்றிக் கொண்டு திரிந்தால், அவள் பறந்து சென்று விடுவாள்." இதைக் கேட்டுக் கோபப்பட்ட மாகன் "வாயை மூடு" என்று சிராஜிடம் நயமற்ற முறையில் சொன்னான்.

மாகனின் வியாபாரம் விசித்திரமான ஒன்று. பலவகைகளில் வருமானம் கிடைக்கும். அலங்காரமான வேலைப்பாடுகள் நிறைந்த மர சாமான்களைக் கீர்த்தி அவன் கடைக்கு கொண்டு வரும் போதெல்லாம் அதில் சிறு சிறு குறைகள் இருப்பது போலச் சுட்டிக் காட்டுவான். இம்மாதிரி குறைபாடுள்ள பொருட்களை விற்பனை செய்வது கடினம் என்றும் கூறுவான். இவ்வேளைகளில் கீர்த்தியின் முகம் சுருங்கிப் போகும்.

அவள் கொண்டு வரும் கைவினைப்பொருள்களில் குறையிருப்பது போல சுட்டிக்காட்டி நூறு ரூபாய் மதிப்புள்ள பொருளை வெறுமனே பத்து ரூபாய்க்கு வாங்கிவிடும் சாமர்த்தியமிக்கவன் மாகன். பின்னர் அதே பொருளைப் பண்படுத்தி, பழங்கால அரும்பொருள் என்று கூறி ஐநூறு ரூபாய்க்கு விற்று விடுவான்.

கலைக் கூடம் சென்று கற்றவள் அல்ல கீர்த்தி. அவள் அப்பா நரைன் இடமிருந்து தொழிலைக் கற்று கொண்டவள் அவள். அப்பாவோ கை தேர்ந்த கைவினைக் கலைஞர் பாவ்ஜி,

ஜேம்ஸ் பெர்க், போன்றோர் இந்தியா வந்து பாரம்பரியமிக்க, பழங்கால அரும் பொருட்களைத் தேடிய பொழுது அவர்களுடன் சென்றவர். பல இடங்கள் சென்று விலை கொடுத்து வாங்கிய கலைப் பொக்கிஷங்களை வெளிநாட்டிலுள்ள அருங்காட்சியகங்களுக்கும் நியூயார்க், சிக்காகோ போன்ற நகரங்களிலுள்ள பழம் பொருட்கள் விற்பனை செய்யும் கடைகளுக்கு அனுப்பி விடுவார்.

இவ்வாறு வருமானம் இல்லாமல் சுற்றித்திரிந்த நரைன் ஒரு நாள் இதற்கொரு முற்றுப் புள்ளி வைத்தார். அன்றிலிருந்து தானே கலைப்பொருட்கள் தயாரிப்பதில் ஈடுபட அதில் கீர்த்தியும் அப்பாவிற்கு அவ்வப்போது உதவியாக செயல்பட்டாள். பழமை வாய்ந்த பொருட்கள்தான் அதிக விலைக்குப் போகின்றன என்ற அதிர்ச்சியான செய்தியையும் அறிந்து கொண்டார். மிகக் கவனமாக உளியால் நன்கு வடித்தும், கலையுணர்வோடு செதுக்கியும், நான்கு சுவர்களுக்கு நடுவில் அமர்ந்து செய்யப்படும் புதிய பொருட்கள் அவ்வளவாக விலை போவதில்லை என்பதையும் அறிந்தார். சாப்பாட்டுக்குக் கூட வழியின்றி ஏதோ உயிருடன் இருக்கிறோம் என்ற நிலையில் வாழ்ந்த அவர் அதே நிலையில் ஒரு நாள் இறந்து போனார்.

ஒரு நாள் பெண் தெய்வம் ஜெகதாம்பாள் உருவச் சிலையைச் செதுக்கிக் கொண்டிருக்கும் பொழுது தவறுதலாக உளி பட்டு ஏற்பட்ட இசிவு நோய்க்கு இராணுவ மருத்துவ மனையில் சிகிச்சை பெற்றுச் சிகிச்சைப் பலனளிக்காமல் இறந்து போனார். ஒரு நாயின் சாவுதான் அவருக்குக் கிடைத்தது என மக்கள் பேசிக் கொண்டார்கள்.

ஒரு வகையில் அவர் செயல்பாடே அவருக்கு இதை உரியதாக்கி விட்டது. பெண் தெய்வம் ஜெகதாம்பாள் உருவச் சிலையை வடிவமைக்கும் போது தெய்வத்தின் மார்பு, இடை, தொடை, பகுதிகளில் தேவைக்கு அதிகமான நாட்கள் தன் கையை வைத்து வேலை செய்தார் என்பர். நரைன் பெண் தெய்வம் துர்கா உருவச்சிலையையும் வடிவமைத்தவர். துர்கா தெய்வம் இந்து கோட்பாடுகளில் அதிக சக்தி வாய்ந்த தெய்வமாகக் கருதப்படுபவள். அந்தச் சிலையை செதுக்கும் போது அவர் அங்கங்களில் இவர் எடுத்துக் கொண்ட உரிமையும் இதற்கு ஒரு காரணம் என்பர்.

மாகன்திக்ளி கீர்த்தியைப் பார்த்து, "இந்தத் தடவை எந்தப் பொருளைக் கொண்டு வந்திருக்கிறாய்?" எனக் கேட்டான். தன் சேலை முந்தானையில் மறைத்து வைத்துக் கொண்டு வந்த மரத்தாலான கலைப் பொருளை வெளியே எடுத்து மாகன் முன் உள்ள மரப்பலகையில், அவன் பார்வைக்காக வைத்தாள். மாகன் நாற்காலி ஒன்றை அவள் உட்கார்வதற்காக அவள் பக்கம் தள்ளினான். ஆனால் அவள் அதில் உட்காராமல் நின்று கொண்டே இருந்தாள்.

அடுத்து, "உன் அம்மா எப்படியிருக்கிறார்கள்?" என வினவினான். இதற்குக் கீர்த்தி எந்தப் பதிலும் சொல்லவில்லை. அவன் முகத்தைப் பார்ப்பதிலிருந்து தவிர்க்கும் முகமாக அந்தச் சாலை உயர்ந்து சென்று கீழ் இறங்கும் பகுதியைப் பார்க்கலானாள். பின் மாகனைப் பார்ப்பதற்காகத் திரும்பினாள். அப்பொழுது அவள் கண்கள் நனைந்து இருந்தன.

கீர்த்தியின் அம்மா சுகவீனத்தால் இராணுவ மருத்துவ-மனையில் சேர்க்கப்பட்டிருந்தாள். இங்கு தான் அவள் அப்பாவும் அவர் இறுதிக் காலத்தில் சேர்க்கப்பட்டிருந்தார். வயிற்று நோய்க்காக அவள் அம்மா அங்குச் சேர்க்கப்பட்டிருந்தாள். வயிற்றில் ஒரு துவாரமிட்டு ஒரு குழாயைச் செருகிக் குடல் பகுதியில் சேர்ந்துள்ள சீழை வெளியே உள்ள கண்ணாடிப் புட்டியில் சேகரித்து அவளுக்குச் சிகிச்சை அளித்து வந்தனர்.

மறுபடியும் அதே பொருளைத்தான் கொண்டு வந்திருக்கிறாய் எனக் கூறிய மாகன் தொடர்ந்து "இந்த மாதிரியான பொருட்களை மக்கள் இப்போது விரும்புவதில்லை என்று ஏற்கனவே உன்னிடம் சொல்லியிருக்கிறேன். நீ என்ன கொண்டு வந்திருக்கிறாய் பார்? விஷ்ணு தெய்வம் படுத்திருக்கும் நிலையில், பாம்பு தன் தலையைக் கடவுளின் தலை மேல் குவித்த நிலையில், பெண் தெய்வம் லட்சுமி, அவரின் கால்களை மிதித்தவாறு உள்ள சிலை தானே" என்று கேட்டான்.

நான் என்ன மாதிரியான பொருள் செய்து கொண்டு வரவேண்டுமென்று விரும்புகிறீர்கள்? எனக் கேட்பது போல் வருத்தம் தோய்ந்த கண்களுடன் மாகனைப் பார்த்தாள். "இன்றைய மக்கள் வெளிப்படையாக விரும்புவது போல இருக்கவேண்டும்"

என்று மட்டும் சொன்னான். "மக்கள் என்ன செய்வதை விரும்புவார்கள்," எனக் கேட்டாள். உதடுகள் அசைந்ததே தவிர அவள் பேச்சின் சத்தம் மெதுவாகத் தான் வெளிவந்தது.

மாகனுக்கு ஒரு விதத் தயக்கம் ஏற்பட்டது. வார்த்தைகளும் வெளி வரத் தயங்கின. "நேரு சிலையோ, காந்தி சிலையோ தயார் செய்," என்று மெதுவாகச் சொன்னான். ஏதோ தவறு செய்து விட்டதைப் போல திடீரெனப் பேச்சை மாற்றி, "உதாரணமாக ஒரு நிர்வாண சிலையைக் கொண்டு வரலாமே?" என்று அவளிடம் சொன்னான்.

கீர்த்தி அமைதியானாள். அவள் ஒரு சாதாரண எளிய நிலையில் உள்ள பெண். அதனால் தான் அவன் சொன்ன வார்த்தையின் பின் உள்ள அருவருப்பான செய்தியை அவளால் ஜீரணிக்க முடியவில்லை. அவள் மனதில் உள்ளதெல்லாம் இவன் நான் கொண்டுவந்துள்ள பொருளை வாங்கிக் கொள்வானா? வாங்கினாலும் என்ன விலை தருவான் என்ற சந்தேகம்தான். சிந்தனையில் மூழ்கியவாறு, "எனக்கு நிர்வாணச் சிலை வடிக்கத் தெரியாதே," என்று தயங்கி தயங்கிச் சொன்னாள்.

"இங்கே பார், இப்படியெல்லாம் பேசாதே, உன் தந்தை நிறையச் சிலைகளைச் செதுக்கியவராச்சே?" என்று அவன் சொல்ல, அவளும் "அவர் செய்ததெல்லாம் கடவுளின் திருவுருச் சிலைகள்தான்," என்று சொன்னாள். "இதிலென்ன வித்தியாசம் இருக்கிறது?" எனத் திருப்பிக் கேட்டான். மேலும், "பெண் தெய்வமும் ஒரு பெண் தானே. சிலை செதுக்கும் போது பெண் கடவுளின் கழுத்தில் உள்ள புனித மாலையை எடுத்து விடு. இருப்பினும் அவ்வாறு செய்யாதே. உன் தந்தை இந்தத் தவறை செய்ததால் தான் பயங்கரமான நிலையில் இறந்து போனார்" என்றும் அவளிடம் சொன்னான்.

கீர்த்தி இனந்தெரியாத பயத்தால் நடுங்கினாள். அவளால் நிற்கக் கூட முடியவில்லை என்று தெரிந்த போதிலும் உட்கார மறுத்து விட்டாள். நாற்காலியைப் பிடித்தபடி அவள் நின்றிருந்த போது அவள் உடம்புவாகுவை ஒருவாறு பார்த்தான். நரைன் அழகுச் சிலைகளைச் செதுக்கியது போலத் தன் மகளையும் அழகுறச் செதுக்கியிருக்கிறான் என நினைத்தான். தான் நினைத்த

படியெல்லாம் கீர்த்தியுடன் இருக்க முடியவில்லையே என்ற பெரியதொரு மனக்குழப்பத்தில் இருந்தான்.

தன் முன் நிற்கும் அந்தப் பெண் கூடத்தான் உதவியற்ற நிலையில் போராடிக் கொண்டிருக்கிறாள் என்று அவனுக்கென்ன தெரியும். அவள் தொண்டை உலர்ந்து விட்டது. "எனக்கு அவ்வாறு கலைப் பொருட்கள் செய்ய மாதிரிப் பொருட்கள் இல்லையே," என்று வார்த்தைகளை முழுங்கியவாறு சொன்னாள். அவள் அருகில் வந்த மாகன். "மாதிரிப் பொருட்களா? ஆயிரம் கிடைக்குமே," என்று அவளிடம் கூறினான். மேலும், "எந்த ஒரு அழகான இளம் பெண்ணிடமும் கவர்ச்சியான காசைக் காண்பி; உடனே மாதிரியாக முன் நிற்க ஓடோடி வருவாள்," என்றும் சொன்னான்.

கீர்த்தி இதற்கு எந்தப் பதிலும் சொல்லவில்லை. "சம்பாதிக்க வேண்டுமென்றால் சிறிது செலவு செய்துதான் ஆக வேண்டும்," என்றும் சொன்னான். மாகனின் இந்த வார்த்தைகள் அவள் துயரத்தைக் கூட்டின. அவள் கண்களில் கண்ணீர் வழிந்தோடியது.

இந்த மாதிரியான சூழல்தான் ஒவ்வொரு பெண்ணின் வாழ்விலும் ஏற்படுகிறது. ஆணின் மனதில் ஒரு அப்பாவையோ அல்லது ஒரு கணவனையோ தட்டி எழுப்பி விடுகிறாள். அவளைக் கட்டித் தழுவும் நோக்கில் கைகளை நீட்டியவாறு அவளிடம் சொன்னான்: "கீர்த்தி, நான் இருக்கும் வரை நீ கவலைப்பட வேண்டியதில்லை."

இதைக்கேட்ட கீர்த்தி அவன் கைகளை உதறி விட்டாள். தான் அவமதிக்கப்பட்டது போல உணர்ந்தான். இருப்பினும் எதுவும் இங்கு நடக்கவில்லை என்பது போல, முகத்தை வைத்துக் கொண்டான். துருப்புச் சீட்டு அவன் கையில் இருப்பதைப் போல நினைத்தான். மேஜையின் மீது அவள் வைத்த மரத்திலான கைவினைப் பொருளை எடுத்து அவளைப் பார்த்து, "இதோ, இதை எடுத்துக் கொள்; இதனால் எனக்கொரு பயனும் கிடையாது" என்றான்.

தலையை உயர்த்தி வருத்தத்துடன் கீர்த்தி சொன்னாள்: "இப்பொழுது இதை வைத்துக் கொள்ளுங்கள். பின்னர் நிர்வாண கலைப்பொருள் கொண்டு வருகிறேன். இதனால் திருப்தியடைந்த

மாகன் புன்னகைத்தான். வருத்தம் அவளிடத்தில் அதிகரித்-திருப்பதைக் கண்டான். மேஜையின் மூடியைத் தூக்கிக் கசங்கிய பத்து ரூபாய் தாளை எடுத்து, “இந்தா இதை எடுத்துக் கொள்” என்று கொடுத்தான், “பத்து ரூபாய் தானா?” எனக் கேட்டாள் “இதற்கு இவ்வளவு தான் கொடுக்க முடியும்; இதனால் எனக்கொன்றும் பயனில்லை என்று சொன்னேனே,” என்றான்.

“இந்தப் பணத்தை வைத்து”, என்று கலங்கிய குரலில் பேச ஆரம்பித்தவளை இடைமறித்து, “நீ என்ன சொல்ல வருகிறாய் என்று எனக்குத் தெரியும். இதை வைத்து ஒரு குப்பி மருந்து கூட வாங்க முடியாது என்று தானே. நிர்வாணப் பொருட்களைக் கொண்டு வா; கை நிறைய பணம் வாங்கிச் செல்” என்று மாகன் கூறி முடித்தான்.

அவன் கடையை விட்டுக் கீர்த்தி வெளியே வந்தாள், உதடுகள் மூடிக் கொண்டன. பெருமூச்சு விட்டபடி நடக்கத் தொடங்கினாள். சிராஜ் கடை முன் செல்லும்போது தலையை உயர்த்திக் கொண்டாள். மூக்கு, புடைத்திருந்தது. மனதில் ஒரு போராட்டம் இருந்தது. மைக்கேலும் சிராஜீம் கடைக்கு வெளியே நின்று ஏதோ குடித்துக் கொண்டிருந்தனர். கீர்த்தி அவ்விடத்தைக் கடக்கும் போது சிராஜ் அவளைப் பார்த்து ஏதோ சொன்னான்.

மாகனால் அது என்னவென்று தெளிவாகக் கேட்க முடியவில்லை ஆனால் அது ஒரு மட்டமான, கேலியான வார்த்தையாக மட்டும் இருக்கும் என மாகனால் ஊகிக்க முடிந்தது. அவனை மட்டம் தட்டும் நோக்கில் அவனைப் பொருட்படுத்தாமல் தொடர்ந்து நடந்து சென்றாள்.

ஏறக்குறைய கதவின் பெரும் பகுதியை மூடுவதற்கான அறிகுறியாக இழுத்து விட்டிருந்தான் மாகன். கீர்த்தி கொண்டு வந்த கலைப் பொருளை எடுத்து அதை ஆராயத் தொடங்கினான். உண்மையிலே அது அழகுமிகுந்த கலைப்பொருள்தான் என அறிந்தான். பாம்பின் தலையோ வியப்பால் மூச்சைப் பறிக்குமளவிற்குச் செதுக்கப்பட்டிருந்தது. மிகக் கவனத்துடனும் கலை நுணுக்கததுடனும் பல்வேறு நிறங்களைக் கீர்த்தி பாம்பின் படத்தில் தீட்டியிருந்தாள். பக்திமிகு பெண் எதிர்பார்க்கும் எல்லா அம்சங்களும் கடவுள் விஷ்ணுவிடம் இருந்தன. இருப்பினும்

கடவுள் லட்சுமி அமர்ந்திருப்பது அவ்வளவு நுணுக்கத்தோடு வடிவமைக்கப்பட வில்லை. பெண் அங்கங்களைப் பற்றிக் கீர்த்தி சரிவர அறிந்திருக்க வில்லை என்பதை இது காட்டியது, என எண்ணினான்.

ஒரு கையில் கீர்த்தி கொண்டு வந்த கலைப் பொருளை இறுகப் பிடித்துக் கொண்டு மறு கையில் கத்தியைக் கொண்டு அதில் "சித்தம் நமஹா" என்னும் வாசகத்தைப் பொறித்தான். பின் பக்கம் உள்ள அறைக்குச் சென்று மண்ணைத் தோண்டி, அந்தக் குழியில் வைத்திருந்த, கீர்த்தி முன்னர் கொண்டு வந்த கலைப் பொருளை வெளியே எடுத்தான். இப்பொழுது கொண்டு வந்த உருவத்தை முந்திரிப் பருப்புப் பாகு கலந்த தண்ணீரை நன்கு அதன் மேல் தெளித்துப் பின் மண் குழியில் போட்டு மூடி வைத்தான்.

பின் மண் குழியிலிருந்து எடுத்த சிலையை ஆராயலானான். அதில் இருந்த மண்துகள்களை நீக்கினான். அந்த உருவத்தில ஏற்பட்டிருந்த பலகோடுகள் வெடிப்புகள் அது பல நூற்றாண்டு-களுக்கு முந்தைய காலத்தது என்று காட்டி நின்றன.

மறுநாள் காலை கடைக்கு வந்த சுற்றுலா பயணிகளிடம் அதைக் காட்டி அவர்கள் மனம் நிறைவடையும் வகையில் பேசினான். காளிதாசின் "ரகுவம்சத்தில்" இது பற்றிய குறிப்புக் கூட உண்டு என்று சொன்னதையும் நம்பினர். ரகு மன்னன் திரிகுட் என்ற நகரைக் கொங்கண் பகுதியில் நிறுவியிருந்தான். அகழ்வாராய்ச்சியின் போது அந்தப் பொருள் அங்கு தோண்டி எடுக்கப்பட்டது என்றான்.

இவ்வாறு தோண்டி எடுக்கப்பட்ட அரும் பொருட்களில் பல மைசூர் மன்னர் ராஜா உடையாரின் சொந்த அருங்காட்சியத்தில் இடம் பெற்றுள்ளன என்றான். ஏதோ ஒரு அதிர்ஷ்டவசத்தால் இந்தச் சிலை அவனுக்குக் கிடைத்ததாகப் பெருமையடித்துக் கொண்டான். இவ்வாறு பேசியே சுற்றுலா பயணி ஒருவருக்கு அந்தப் பொருளை ஐநூறு ரூபாய்க்கு விற்று விட்டான். ஆனால் கீர்த்திக்கு அவன் கொடுத்ததோ வெறும் ஐந்து ரூபாய் மட்டுமே.

ஒரே வாரத்தில் நிர்வாணப் பொம்மை ஒன்றுடன் கீர்த்தி அவன் கடைக்கு வந்தாள். ஒரு விதக் கலக்கத்தோடு

காணப்பட்டாள். குளிரால் தாக்கப்பட்டது போல் இருமிக் கொண்டு இருந்தாள். கழுத்தைச் சுற்றிக் கசங்கிய கம்பளித் துணியால் இறுகச் சுற்றியிருந்தாள். அதை அடிக்கடித் தொட்டுப் பார்த்துக் கொண்டாள். வழக்கம்போல் ஒன்றும் பேசாமல்தான் கொண்டு வந்த கலைப்பொருளை மாகனின் பார்வைக்காக வைத்தாள். இந்தப் பொருள் மரத்தால் செய்யப்படாமல் கல்லில் உருவாக்கப்பட்டிருந்தது.

பெரியதொரு எதிர்பார்ப்புடன் மாகனைப் பார்த்தாள். அந்தக் கலைப் பொருளைப் பார்த்து வியந்து போனான் மாகன். குறை சொல்ல வேண்டுமென்பதற்காகவே அது மிகவும் சிறிய அளவில் இருக்கிறதே என்றான். இது மட்டும் பெரிய அளவில் இருந்தால் இருவருக்கும் - விற்பவர்க்கும் வாங்கும் கடைக்காரனுக்கும் - பெருமளவில் பணம் கிடைக்கும் என்று சொன்னான்.

கீர்த்தி கொண்டு வந்த யாக்ஷி சிலையைக் கவனத்தோடு பார்த்தான். அளவுக்கதிமாக முயற்சிகள் எடுத்து செய்த போதிலும் அவளால் உண்மையான நிர்வாண நிலையை வெளிக்கொணர முடியவில்லை. அந்த உருவம் மெல்லிய, நனைந்த (ஈர) ஆடை ஒன்றைப் போர்த்தியிருப்பது போன்ற தோற்றம் கொண்டிருந்தது. அந்த ஈரத்துணி சில இடங்களில் குவிந்தும் சில இடங்களில் விரிந்தும் இருந்ததால் யாக்ஷியின் நிர்வாணத்தை மறைப்பது போலல்லாமல் அங்கங்களை வெளிக்காட்டி நின்றது.

யாக்ஷியின் உருவத்திலிருந்து திரும்பிய கண்களை கீர்த்தியின் மேல் பாயவிட்டான். "ஆஹா, என்ன அருமையான வேலைப்பாடு" என்று கீர்த்தியைப் பாராட்டினான். வெட்கத்தால் தலை குனிந்த கீர்த்தி மெஹந்தா சேலையை இழுத்துத் தன் உடல் முழுவதும் மூடிக் கொண்டாள். மாகன் அவளின் அந்தரங்க அங்கங்களைப் பார்க்கத் தொடங்கினான். மாதிரிக்கு ஒரு பெண்ணைத் தேடி அலையாமல் தானே கண்ணாடியின் முன் நிர்வாணமாக நின்று தன்னை மாதிரியாக எடுத்துக் கொண்டு யாக்ஷி சிலையை வடிவமைத்திருந்தாள். அவ்வப்போது ஈரத்துணியை அவள் மேல் போர்த்திக் கொண்டிருந்ததால் தான் அவளுக்குச் சளி பிடித்திருந்தது.

"உன் அம்மா எப்படியிருக்கிறார்கள்," இது மாகனின் கேள்வி. இதைக் கேட்டதும் கீர்த்தியின் முகம் கோபத்தால் கருத்தது. சாதாரண நிலைக்கு மீண்டும் வர அவளுக்கு சற்று நேரம் பிடித்தது. மாகன் தலையை அசைத்துக் கொண்டு மீண்டும் கேட்டான்: "கடைசியில் ஒரு மாதிரியைப் பிடித்து விட்டாய் போலும்." கண்களைத் தாழ்த்திக் கொண்டு கடைக்கு வெளியே பார்வையைச் செலுத்தி மேடு பள்ளமாய் இறங்கும் சாலையின் பகுதியைப் பார்க்கலானாள். இந்தச் சூழலை தன் விருப்பத்திற்குச் சாதகமாக பயன்படுத்திக் கொள்ள இதுவே தக்க தருணம் என நினைத்தான்.

அவளைக் கட்டி அணைத்து அழகான அந்தக் கைவினைப் பொருளைத் தயாரித்ததற்குப் பாராட்டு தெரிவிக்க எண்ணினான். இவ்வாறு சிந்திக்கும் பொழுது அந்த பொருளுக்குக் கொடுக்க வேண்டிய பணம் பற்றி எண்ணத் தொடங்கினான். அவளைக்கட்டிப் பிடித்தால் அந்தப் பொருளின் விலையைக் கூட்டி விடுவாளோ என்று நினைத்தான். இந்த நிர்வாணப் பொருளுக்கு நூறு ரூபாய் கொடுக்கலாம் என நினைத்தான். அவள் அம்மாவிற்கு வாங்க வேண்டிய ஒரு குப்பி மருந்தும் மற்றைய பொருட்களும் அந்த நூறு ரூபாய்க்குள் முடிந்து விடும். ஆனால் கீர்த்தி கூடுதலாகக் கேட்டால், என்ன செய்வது? இவ்வாறு நினைத்தவனுக்கு ஒரு வித பீதி ஏற்பட்டது.

அந்தப் பொருளுக்கு நான் எவ்வளவு தரட்டும்? எனத் தற்செயலாகக் கேட்டான். அவனை மேலோட்டமாகப் பார்த்துக் கீர்த்தி சொன்னாள்: "ஐம்பது ரூபாயாவது எனக்கு வேண்டும்." "ஐம்பது ரூபாயா?" என அவன் கேட்க, அவளோ "ஒரு பைசா கூடக் குறையக் கூடாது" என்றாள். மேஜை மூடியைத் தூக்கி உள்ளிருந்து நாற்பது ரூபாயை எடுத்து அவள் முன் வைத்தான். தொடர்ந்து சொன்னான்: "நீ கேட்ட தொகைக்கு ஒத்துக் கொள்கிறேன். ஆனால் இப்பொழுது என்னிடம் நாற்பது ரூபாய் மட்டும்தான் இருக்கிறது. மீதத்தைப் பின்னொரு நாளில் தருகிறேன்". "அதுவும் சரிதான்" என்று சொன்ன கீர்த்தி சத்தமில்லாமல் அந்தப் பணத்தை எடுத்துக் கொண்டாள்.

புறப்படத் தயாரானவளை மாகன் தடுத்து "இங்கே பார்" என்று கூற, கீர்த்தி என்ன செய்வது என்று தெரியாமல் அவனிடம்

சரணடைந்தது போல நின்றாள். நான் இப்போது உங்கள் வசம் என்று சொல்வது போலவும் இருந்தது. உன் தேவைகளுக்கு இந்தப் பணம் போதுமா? எனக் கேட்டான். "போதும்" எனபது போல தலையை அசைத்தவள், விதிப்படி நடக்கட்டும் என்ற நிலையில் இருந்தாள். பின், "சீக்கிரம் என் அம்மாவுக்கு அறுவைச் சிகிச்சை நடைபெறும்", என்று அவனிடம் கூறினாள், "அதற்கு ரூபாய் இருநூறுக்கு மேல் தேவைப்படும்" என்றும் கூறினாள்.

"நான் என்ன சொல்கிறேன் என்றால்", என ஆரம்பித்தவள் அதை நிறுத்திவிட்டு ஆர்வமில்லாதவளாய்ச் சொன்னாள்: "என் அம்மா செத்துவிட்டால்கூட ஒரு வகையில் நல்லதுதான். எவ்வளவு சீக்கிரம் சாகிறாளோ அது அவளுக்கு நன்மை பயக்கும் என்று சொல்லி விட்டுக் கால் விரல்களால் மண்ணைக் கிளறியபடி நின்று கொண்டிருந்தாள். "இந்தக் கஷ்டமான வாழ்வை விடச் சாவே மேல்" என்றும் கூறினாள்.

மாகன் அவள் கண்களைப் பார்த்தான். அவன் முன் நிற்பது பதினெட்டு வயது பருவ மங்கை போலத் தெரியவில்லை. பண்பட்ட நாற்பது வயது முதிர்ந்த பெண் போலத் தோன்றினாள். அவள் அருகே நெருங்கி வந்தவன், "நான் ஒரு யோசனை சொல்லட்டுமா?" என்றான். தொடர்ந்து, "பாலியல் உறவைக் காட்டும் கலைப் பொருள் ஒன்றை வடிவமைத்து என் விற்பனைக்குக் கொடுப்பாயா?" என்று கேட்டான். "அப்படிக் கொடுத்தால் உன் அம்மாவின் அறுவைச் சிகிச்சைக்குரிய பணத்தை நான் தருகிறேன்," என்றும் கூறினான். கண்கள் அகலமாக விரிய கீர்த்தி ஒரு வித அதிர்ச்சியுடன், "பாலியல் உறவைக் குறிக்கும் கலைப் பொருளா?" என்று எதிர்க் கேள்வி கேட்டாள். "ஆம் அப்படியான பொருட்களுக்குத்தான் இன்றைக்கு அதிக கிராக்கி," என்றான். "ஆனால்.." என்று ஆரம்பித்தவளைப் பார்த்து, "அதில் உனக்குள்ள சிரமம் எனக்குத் தெரியும்" என்று அனுதாபப்படுபவன் போல் சொன்னான்.

அவன் தொடர்ந்து கூறினான்: "பாலியல் பற்றி உனக்கு அதிகம் தெரியாததால் நீ ஹஜீராஹோ வரை போய் வருவது நல்லது. போய் அங்குள்ள கோவில்களின் சுற்றுச் சுவர்களில் உள்ள சிலைகளைக் கவனித்துப் பார்த்தால் உனக்குச் சில யோசனைகள் தோன்றலாம். போய் வர உனக்கு விருப்பமிருந்தால் நான் முன்

பணம் தருகிறேன். பயன்படுத்திக் கொள்". அதற்கு அவள் ஒரு வித வெறுப்புணர்வுடன் "நீங்களா?" என்று கேட்டாள். தொடர்ந்து "கொஞ்ச நேரத்திற்கு முன்தான் பணம் பற்றாக்குறை என்று சொன்னீர்கள்" என்றும் கேட்டாள்.

மாகனை யாரும் எளிதில் பேச்சால் அடக்கி விட முடியாது. "என்னிடம் பணம் அதிகமில்லை என்பது உண்மைதான். கடை வாடகைக்கு என்று ஒதுக்கி வைக்கப்பட்ட பணம் இருக்கிறது," என்றான். அவளுக்குப் பணம் கொடுக்க முயற்சிக்கையில் அவள் கிளம்பிப் போயிருந்தாள்.

கீர்த்தி சென்ற பின், பின் பக்க அறைக்குள் சென்று யாக்ஷி சிலையை ஆராய முற்பட்டான். சிறு சுத்தியலை எடுத்து உளியால் யாக்ஷியின் மூக்கின் ஒரு பகுதியைச் சிறிது உடைத்து விட்டான். பின் காலின் ஒரு பகுதியையும் ஒரே அடியில் சிறிதளவு உடைத்தான். அந்தச் சிலையின் கழுத்துப் பகுதியில் காணப்பட்ட அலங்காரத்தையும் சிறிதளவு சேதப்படுத்தினான். அதன் பின் அந்தச் சிலையைக் கயிற்றால் இறுகக் கட்டி அமிலம் வைத்திருந்த பானைக்குள் விட்டு அமிலக் குளியல் செய்தான். புகை வர ஆரம்பித்தவுடன் அதை வெளியே இழுத்துச் சுத்தமான தண்ணீரில் போட்டு எடுத்தான்.

யாக்ஷி சிலை அமிலத்தால் ஆங்காங்கே அரிக்கப்பட்டும் பெரும்பாலான பகுதிகள் சேதமுற்றும் காணப்பட்டது. அமிலம் அச்சிலையில் ஆங்காங்கே சிறு துளைகளையும் உண்டாக்கி-யிருந்தது. இப்பொழுது அது வெகு பழமையானது போன்ற தோற்றத்தைப் பெற்று விட்டது. எப்படியும் ஆயிரம் ரூபாய்க்கு விற்று விடலாம், என்று மாகன் கணக்கிட்டான்.

ஒரு மாதம் கழித்துப் புதியதொரு கலைப் பொருளுடன் கீர்த்தி அவன் கடைக்கு வந்தாள். யாரும் எதிர்பார்த்திருக்க முடியாத சூழலில் அது பாலியல் உறவு நிலையை உணர்த்தியது. சிலை சிறியதாக இல்லாமல், மிகப் பெரிய அளவில் வடிவமைத்து, பின் அதைக் கவனமாக ஒரு சாக்குப் பையில் போட்டு, நன்கு கட்டி, ஒரு கை வண்டியில் வைத்துக் கொண்டு வந்திருந்தாள். கைவண்டிக்காரன் மாகன் கடையில் கவனமாக இறக்கி வைத்து

விட்டு அவனுக்குரிய கூலியைப் பெற்றுக் கொண்டு போய் விட்டான்.

மூச்சிறைக்க சாக்குப் பையின் வாய்ப் பகுதியிலிருந்து ஒவ்வொரு கயிறாகக் கவனமாகக் கழற்றிய மாகன் சிலையைச் சுற்றி இருந்த தார்ப்பாலினையும் பிரித்து எடுத்தான். குறை ஒன்றும் சொல்ல முடியாத அளவிற்குக் கீர்த்தி முழு நிறைவுடன் வடிவமைத்திருந்தாள். பார்த்த அவனுக்கு வாயில் உமிழ்நீர் கூட ஆச்சரியத்தால் வற்றிப் போய்விட்டது.

அவன் முன் கீர்த்தி அச்சிலையை முழுமையாகப் பார்த்தால் வெட்கப்படுவாள்; ஒரு வித சங்கடத்துக்கு உள்ளாவாள், என்று நினைத்தான். ஆனால் அவன் முன் நின்ற கீர்த்தியிடம் எந்த ஒரு சலனமும் தென்படவில்லை. அந்தச் சிலையிலிருந்த பெண் ஒரு வித மயக்க நிலையில் இருந்தாள். அதிலிருந்த ஆண் மகன் பெண்ணின் தோள்களைப் பிடித்தவாறு இருந்தான்.

ஏதோ அக்கறையில்லாதவன் போல மாகன் சிலை முழுமைக்கும் தன் பார்வையைச் சுழல விட்டான். கடையில் தனியாக இருக்கும் போது சிலை வெளிப்படுத்தும் பாலியல் உணர்வை முழுமையாக ரசிக்க முடிவு செய்தான்.

கீர்த்தியைப் பார்த்து, "உன் அம்மாவின் அறுவைச் சிகிச்சைக்கு எவ்வளவு பணம் தேவைப்படுகிறது," எனக் கேட்டான். உடனே அவள், "அறுவைச் சிகிச்சைக்கு நீங்கள் பணம் தர வேண்டாம். எனக்குக் கொடுத்தால் போதும்," எனப் பதிலிறுத்தாள். உடனே, "உனக்கா? ஏன் உன் அம்மாவிற்கு வேண்டாமா?" எனக் கேட்டான். "என் அம்மா இறந்து விட்டார்கள். போன வாரம்தான் இறந்தார்கள்" என்று பதிலளித்தாள்.

வருத்தத்தை வெளிப்படுத்துவது போல் காட்டிக் கொள்ள மாகன் முயற்சித்தான். ஆனால் கீர்த்தி அதைப் பற்றிக் கண்டு கொள்ளவில்லை. இந்தப் பொருளுக்கு ஆயிரம் ரூபாய் வேண்டும் என்றாள். அதிர்ச்சியுற்ற மாகன் "ஆயிரம் ரூபாயா?" என வினவினான். "யாராவது இதற்கு ஆயிரம் ரூபாய் தருவார்களா?" என்று பதிலுக்குக் கேட்டான். கீர்த்தியோ கண்டிப்பான குரலில் "ஆமாம் ஆயிரம் தான்" என்றாள். பின், தொடர்ந்து சொன்னாள்: "இந்தக் கலைப்பொருளை வேறு ஒருவரிடமும் காண்பித்தேன்.

அவரிடம் ஆயிரத்திற்கு மேல் பெறலாம் என நம்புகிறேன். ஏற்கனவே கொண்டு வருவதாக உங்களிடம் வாக்குறுதி கொடுத்து விட்டுச் சென்றதால் தான் இங்கு வந்திருக்கிறேன்".

"நான் ஐநூறு வரை கொடுப்பேன்", என்றான், "அப்படியெல்லாம் விற்க முடியாது," என்றவள் வெளியே பார்வையை விட்டு கைவண்டிக்காரன் யாராவது அந்த வழியாக வருகின்றானா என்று பார்க்க முயற்சித்தாள். அவள் பார்வையைப் பார்த்து அவள் எண்ணத்தைப் புரிந்து கொண்ட மாகன் கூடுதலாக இருநூறு ரூபாய் தருவதாகச் சொன்னான். "ஆயிரம் ரூபாய்க்கு குறைவாக கொடுக்க முடியாது" என்று கீர்த்தி உறுதியாகச் சொல்லி விட்டாள்.

ஆச்சரியத்தில் கீர்த்தியைப் பார்த்தான். அவளோ ஒரு வித தீர்மானத்தோடு நின்றிருந்தாள். ஹஜூராஹோ போய் திரும்பியிருப்பாளோ? அங்குச் சுற்றுலா பயணி யாரையாவது பார்த்திருப்பாளோ? என்றெல்லாம் எண்ணத் தொடங்கினான். கைவினைப்பொருள் செய்யும் கலைஞனை விற்பனைச் சந்தைக்கு அருகில் விடக் கூடாது எனவும் நினைத்தான். மேஜை மூடியைத் தூக்கி நூறு ரூபாய் கூடுதலாக அதாவது எண்ணூறு ரூபாய் எடுத்துக் கீர்த்தி முன் வைத்தான்.

எண்ணிப் பார்த்த கீர்த்தி "ஒரு ரூபாய் கூட குறைந்தால் தர மாட்டேன் என்று சொன்னேன் அல்லவா?" "அது சரி தொள்ளாயிரம் ரூபாய் தருகிறேன்" என்று தன் நிலையிலிருந்து சற்று கீழ் இறங்கி வந்தான். அதற்கும் "முடியாது" என உறுதியாகக் கூறிவிட்டாள். உடனே சற்று உயர்த்தி தொள்ளாயிரத்து ஐம்பது, தொள்ளாயிரத்து எழுபத்தைந்து, என்று சற்று உயர்த்தித் தருவதாகக் கூறினான்.

கீர்த்தி அவள் நிலைப்பாட்டில் உறுதியாக இருப்பதைத் தெளிவாகப் புரிந்து கொண்டவன், பத்து நூறு ரூபாய் நோட்டுகளை அவளிடம் கொடுத்துவிட்டு ஏதோ ஒரு மயக்கத்தில் இருப்பவன் போல் அந்தச் சிலையைப் பாய்ந்து பிடித்துக் கொண்டான். அந்த பாலியல் உறவை வெளிப்படுத்தும் கலைப் பொருளிலிருந்த பெண்ணை உற்று நோக்கினான். அந்தப் பெண் கீர்த்தி சாயலில் இருப்பதைக் கண்டு அது கீர்த்தி தான் என முடிவு செய்தான்.

ஆனால் அவள் கண்களில் கண்ணீர் வருகிறதே என்ன காரணம்? என யோசிக்கலானான். உடலுறவில் முழுமை பெற்றதனால் வந்த கண்ணீரா? அல்லது கட்டாயத்தின் பேரில் ஈடுபட்டதால் வந்த கண்ணீரா? அல்லது மனித வர்க்கத்திற்கே உரிய இன்பமும் துன்பமும் கலந்த நிலையின் வெளிப்பாடா? என்று பலவாறு சிந்திக்கலானான்.

பின் அந்த கலைப்பொருளில் செதுக்கப்பட்டுள்ள ஆண் மகனை உற்று நோக்கினான். அவன் வெளிப்படையாக நல்லவன் போல் தெரிந்தான். ஆனால் உள்ளுக்குள் ஒரு மிருக உணர்வைப் பெற்றிருந்தான். அவனின் மிருகக் குணத்தை ஏன் கீர்த்தி வெளிப்படையாகச் செதுக்கி இருக்கிறாள். நிகழ்ந்த நிகழ்வு போலத் தென்படவில்லை. எல்லாமே அவனைத் திகைப்புக்குள்ளாக்கி மலைக்க வைத்தன. ஒரு வேளை எல்லாம் நன்மைக்கே என்ற நிலைப்பாடாகுமோ? இந்தப் பொருள் தனக்கு ஏகப்பட்ட பணத்தை சம்பாதித்துக் கொடுக்கும் என நினைத்தான்.

மாகன் திக்ளி விளக்கின் திரியை உயர்த்தி ஒளியைக் கூட்டி அந்த கலைப்பொருளில் இருந்த ஆண் மகனை மீண்டும் கூர்மையாகக் கவனித்தான். இவனை எங்கேயோ பார்த்த ஞாபகம் இருக்கிறதே? என நினைத்தான். கீர்த்தி இதற்குப் பதில் எதுவும் சொல்லவில்லை. சட்டென்று யார் என ஞாபகத்திற்கு வந்தவுடன் கீர்த்தியைப் பார்த்துச் சொன்னான்: "நீ சிராஜுடன் வெளியே சென்று வந்தாயா?"

அவன் பக்கமாக நகர்ந்து சென்றவள், அவன் கன்னத்தில் ஓங்கி அறைந்தாள். இடது கையில் மாகன் கொடுத்த பணத்தை எடுத்துக் கொண்டு கடையை விட்டு வெளியேறினாள்.

12. ஒரே ஒரு சிகரெட்தான்

சந்த்ராம் படுக்கையை விட்டு எழுந்திருக்கும் பொழுது அதிகாலை மணி நான்கை நெருங்கி விட்டதை அறிந்தார். ஒவ்வொரு இரவிலும் தூங்கும் முன் தன் கடிகாரத்தைத் தலையணை அடியில் வைத்து விட்டுத் தூங்குவதை ஒரு தவறாத வழக்கமாய்க் கொண்டிருந்தார். ஆனால் இன்று அந்தக் கடிகாரம் அவர் முதுகினடியில் கிடந்தது. அதனுடைய இரைச்சல் சத்தம் கேட்டு முழித்துவிட்டார். கடிகாரத்தின் டிக் டிக் சத்தம் சுவர்க் கடிகாரத்தின் மணியோசையை ஒத்திருந்ததால் சீக்கிரமே விழித்துக் கொண்டார்.

பக்கத்துப் படுக்கையில் ஒருக்களித்துப் படுத்தவாறு அவர் மனைவி டோபின் ஆழ்ந்த தூக்கத்தில் இருந்தாள். அவர் தன் மனைவியை டோபின் என்று கூப்பிடுவதற்கு ஒரு காரணம் இருந்தது. ஒலிச் செறிவு மிக்க சாந்தி என்ற அழகான பெயர் இருந்த போதிலும் மனைவியை டோபின் என்றே வெகு காலமாக அழைப்பதை வழக்கமாக்கிக் கொண்டிருந்தார். அதற்கான முக்கிய காரணம் எல்லோர் ஆடைகளையும் சலவைக்குச் சலவையகத்திற்கு அனுப்பத் திடமாக மறுத்ததோடு தானே சலவை செய்யும் பொறுப்பையும் கையாண்டதுதான். அவர்கள் குடும்பம் பண வசதி மிக்க குடும்பம்தான். கூப்பிட்ட குரலுக்கு ஓடோடி வந்து வேலை செய்ய பணியாளர்கள் பலர் இருந்தனர். இருந்த போதிலும் சிறிய கைக்குட்டை முதல் கனமான பெரிய போர்வை வரை தானே வீட்டிலேயே சலவை செய்து வந்தாள்.

வேலைப் பளுவால் களைப்படைந்து விட்டால் வீட்டிலுள்ள அனைவருடனும் அற்பக் காரணத்துக்குக் கூடச் சண்டையிடுவாள். இது காலப்போக்கில் சலவைக் கடைக்குச் செலவிடும் பணத்தைவிட கூடுதலாகச் செலவை ஏற்படுத்தியது.

படுக்கையில் தூங்கும் முன் கணவன் சந்த்ராமை தன் உடலை அழுத்தி விடச் சொல்வாள். அவள் சொல்லும் விதத்தைப் பார்த்தால் அது வேண்டுதலா? அல்லது அதிகாரத் தோரணையா? என்று சொல்ல முடியாது.

திரும்பத் திரும்ப இவ்வாறு கட்டளையிடுவதால் சந்த்ராம் மட்டுமல்ல அவளுடைய மகன்களுமே கொதித்துப் போய்விடுவர். ஐந்து அல்லது பத்து நிமிடங்கள் காலை அழுத்தி விடுவது என்றால் அவர்கள் கவலைப்பட மாட்டார்கள். ஒருமணி நேரம் செய்யச் சொல்லும் போது தான் அவர்களின் பொறுமையும் எல்லையைத் தாண்டி விடுகிறது. அவ்வளவு நேரம் அழுத்தி விடுவதால் மூச்சு விடச் சிரமப்பட்டு அவள் அருகிலேயே படுத்து விடுவர். ஒரு நாள் அவள் மகள் லாடோ, "அம்மா எனக்கு ரொம்பக் களைப்பாக இருக்கிறது. நீங்கள் என் கால்களை அழுத்தி விடுங்கள்" என்று சொல்லும் நிலைமை ஏற்பட்டது.

இந்த மாதிரி உடலை அழுத்தி விடுவதில் ஒரு பிரச்சினை உண்டு. உடலில் எந்தப் பகுதியில் எந்த இடத்தில் வலி இருக்கிறது என்று உறுதியாக டோபினுக்கு சொல்லத் தெரியாது. வலி இருக்கும் பகுதியை அறிய விரலால் ஓரிடத்தில் வைத்தால் அந்த வலி அங்கில்லாமல் அதற்கு அருகாமையிலோ அல்லது வேறொரு இடத்திலோ தான் இருக்கும். அந்த இடத்திற்கு மேலேயோ அல்லது சற்று கீழேயோ இருக்கும்.

வலி இருக்கும் சரியான இடத்தைக் கண்டு பிடிக்கும் முன் உடலின் எல்லாப் பகுதியையும் அழுத்திவிட்ட நிலையாகி விடும். இதை ஒரு விதத் தந்திரம் என்று சொல்ல முடியாது. உண்மையிலேயே அவளால் எந்த இடம் வலியைக் கொடுக்கிறது என்று சொல்ல முடியவில்லை. இறுதியில் உடலின் எல்லாப் பகுதியுமே வலிக்கிறது என்று சொல்லும் நிலைக்குத் தள்ளப்படுவாள்.

அடுத்தவர்கள் உடம்பை அழுத்திவிட டோபின் தயார் தான். ஆனால் அவளைச் செய்யவிட யாரும் முன் வரவில்லை. மனிதன் உடலமைப்பில் எங்கு சிறு, பெருங்குறை இருந்தாலும் அதைச் சரியான அழுத்தம் கொடுத்து சரி செய்ய ஒரு கொல்லனிடம் காணப்படும் வலுவும் அவளிடமிருந்தது. குறிப்பாக அவள் கைகளைச் சொல்லலாம், குத்துச் சண்டை வீரனைப் போல

வலுவான கைகளையும் சதைப் பிடிப்பும் கொண்டவள் என்று. அவள் அழுத்தும்போது மனித உடம்பை அழுத்துவது போல இல்லாமல் சலவையின் போது போர்வையைப் பிசைவது போல் தான் இருக்கும். சலவையாளி பிசைந்து பிழிவது போன்ற அவள் செயலைக் கண்டு சந்த்ராம் பயப்படுவார். உண்மையிலேயே அவள் டோபின் தான் எனக் கணக்கிட்டனர்.

அவர், மனைவிக்கு டோபின் என்று பெயர் வைக்க வேறொரு காரணமும் இருந்தது. அவர் சிறு பிராயத்தில் படக்காட்சிப் பெட்டியில் பனிரெண்டு மடங்கு எடையுள்ள டோபின் என்ற பெண்ணைப் பார்த்திருக்கிறார். அந்த டோபின் அரை நிர்வாண நிலையில் கையில் மயிலிறகுகளாலான விசிறியுடன் படுத்திருப்பதைக் கண்டவர், என்ன பருமனான அழகான ஒரு தேகம் என்று வியந்தவர்.

படக்காட்சிப் பெட்டியின் உரிமையாளர் ஆரவாரமாக அவர் வசித்த தெருவில் நுழைவான். பறையறைந்து மக்களைக் கூட்டி பாரீசின் இரவு நிகழ்ச்சியைப் பார்க்க வாருங்கள், கோலாகலமான திருமண விழாவையும் காண வாருங்கள், என்றெல்லாம் அறிவிப்பார். பிறகு தன் குரலை மாற்றி அழகிய பனிரெண்டு மடங்கு எடையுள்ள பருமனான டோபினைப் பாருங்கள்; அழகே அழகு எனப் பாடிக் கொண்டு மக்களைக் கூட்டுவார்.

படக்காட்சிப்பெட்டிவாலா வந்தவுடன் அம்மாவிடமிருந்து ஒரு பைசா காசை வாங்கிக் கொண்டு, அவனிடம் போய், அவன் கையில் காசைத் திணித்து விட்டு, அந்த மந்திரப் பெட்டியினுள் கண்களைச் சுழல விட்டு, உள்ளிருக்கும் காட்சிகளை ஆவலுடன் பார்ப்பது வாடிக்கையான செயலாயிருந்தது. காட்சிப் பெட்டியில் அணி அணியாய் வரும் காட்சியை ஆச்சரியத்துடன் பார்ப்பார். பாரீஸ் நகரம், திருமண விழா, வெள்ளைக் கரடி என்று நீண்டு கொண்டேயிருக்கும் அந்தக் காட்சிகள். பின் அந்த டோபினைப் பார்ப்பர். அவள் முன் சர்க்கஸ் கோமாளி செய்யும் கோமாளித்தனத்தையும் கண்டு களிப்பர். குழந்தைகள் எல்லாம் டோபினை ஒரு புதிராகவே காண்பர்.

இவ்வளவு அகன்ற பருத்த உடம்பு எப்படி அந்தச் சின்னப் பெட்டிக்குள் நுழைந்தது என்பது தான் அந்தப் புதிர். போன மாதமும் இதே மாதிரி தானே சாய்ந்து உட்கார்ந்திருந்தாள். இவ்வாறு தொடர்ந்து சாய்ந்து உட்கார்ந்திருப்பது அவளுக்குச் சலிப்பையும் களைப்பையும் தரவில்லையா? இவ்வாறு குழந்தைகளுக்கு அவளைப் பற்றித் தெளிவான நிலைப்பாடு எட்ட வில்லை. அந்த டோபின், குழந்தைகள் மனதில் ஆழப் பதிந்து விட்ட நிலையில் அவள் வெளியே வர இருபது இருபத்தைந்து ஆண்டுகள் ஆகும் எனத் தெரிந்தது.

சந்த்ராமின் திருமணமான மகள் லாடோ முந்தைய தினம்தான் அவள் மாமியார் வீட்டிலிருந்து வந்திருந்தாள். அவள் பக்கத்து அறையில் தூங்கிக் கொண்டிருந்தாள். கணவனே இல்லாதவள் போல மிக ஆழ்ந்த தூக்கத்தில் இருந்தாள். இரவின் முற்பகுதி முழுமைக்கும் அவளுடைய குட்டிப் பையன் பாபி தொந்தரவு செய்து கொண்டேயிருந்ததால், அவளால் கண்ணை மூடித் தூங்க முடியாததுதான் இப்பொழுது வாயை அகலமாகத் திறந்து கொண்டு தூங்குவதற்கான காரணம்.

ஒரு வேளை இப்பொழுது தூங்கும் பொழுது சுவாசிக்க அதிகக் காற்று தேவைப்பட்டதோ. ஆறு வருடங்களுக்கு முன் திருமணம் ஆகும் பொழுது எப்படியிருந்தாளோ அதே போல் தான் இப்பொழுதும் எந்தவித மாற்றமும் இன்றி இருக்கிறாள். பேசும்போது எதிரே இருப்பவர் முகத்தில் அவள் எச்சில் சிதறி விழுமாறுதான் பேசுவாள். ஒரு நொடியில் மாறி விடும் குணம் கொண்டவள்.

சந்த்ராமுக்கும் மனைவி டோபினுக்கும் ஒரே ஒரு வருத்தம் தான். அவர்களின் அப்பாவியான எளிய மகளுக்கு எப்படி மணமகனைத் தேட முடியும் என்பது தான் அந்தக் கவலை. ஒரு வேளை கடின மனநிலையோடு கூடிய கணவன் வாய்த்துவிட்டால் என்ன செய்வது என்பதும், அவர்களின் கவலை. நல்லவேளை அவளுக்கு நல்லதொரு கணவன் வாய்த்து விட்டான். அவன் திருமணத்திற்குச் சீர்வரிசையாக எதுவும் கேட்கவில்லை. பின் வரும் காலங்களில் கூடக் கேட்கும் மனநிலை இல்லாதவன் என்று அறிந்ததும் நிம்மதிப் பெருமூச்சு விட்டனர். வீட்டில், அப்பா அம்மா தான் கருத்து ஒற்றுமை இல்லாதிருந்தனர்.

அவள் மாமியார் வீட்டிலோ அனைவரும் அன்பு மழை பொழிந்தனர். இவ்வாறு வேறுபட்ட மனநிலையோடு கூடிய இரண்டு குடும்பங்களுக்கு இடையே சிக்கிக் கொண்ட லாடோவும் அவள் கணவனும் ஒருவருக்கொருவர் அன்பு பாராட்டத் தொடங்கினர். அத்துடன் அவர்கள் மனநிலை ஒத்துப் போனதும் ஒரு காரணம். ஒரு எலியைக் கண்டால் கூட "கிரிச்" என ஓலமிட்டுக் கொண்டு ஒருவரையொருவர் கட்டி அணைத்துக் கொள்வது அவர்கள் வழக்கம். இதையெல்லாம் பார்த்த சந்த்ராமுக்கு ஏகப்பட்ட மகிழ்ச்சி. அவருடைய மகளும் மருமகனும் ஊர்க்குருவியின் மனநிலையைப் பெற்றிருந்தனர்.

வாழ்க்கையில் எதிர்மறை உணர்வுகளுக்குத் தான் மதிப்பு அதிகம் என்பதை சந்த்ராம் அறிந்தவர். உதாரணத்திற்கு வெட்கம், பயம், கஞ்சத்தனம், ஆகியவற்றைக் குறிப்பிடலாம். இவையெல்லாம் தன் இளைய பிள்ளைகளிடம் வேரூன்ற ஆரம்பித்துள்ளதைப் பார்த்து மன வருத்தப்பட்டார், சந்த்ராம். லாடோவின் மகன் பாபி, அம்மாவின் கழுத்தைத் தன் கைகளால் சுற்றிக் கொண்டு தூங்கிக் கொண்டிருந்தான். தூங்கி முழித்தவுடன் அம்மாவின் காதுமடலை வருடிக் கொண்டே இருப்பான்.

இது ஒரு எரிச்சலான செயல் என்றாலும் ஒரு அம்மா தாங்கிக் கொள்வாள். அம்மாவுடன் தூங்கிக் கொண்டிருக்கும் பேரனை ஆசையால் தூக்கி வந்து தன்னருகில் படுக்க வைத்தாலும் அடுத்த நொடியில் தன் அம்மாவிடம் சென்று படுத்து விடுவான். தன் காதுமடலைப் பிஞ்சுக் கரங்களால் பேரன் வருடும்போது பூராண் காதருகே ஊரும் போது புறுபுறுப்பு உணர்வு உண்டாவது போல இருப்பதை உணர்வார்.

சந்த்ராமின் மற்ற இரு குழந்தைகள் - ஒரு பையன் ஒரு பெண் - குர்காவுனில் உள்ள தாய் மாமா வீட்டில் சில நாட்களைக் கழித்து விட்டு வரலாம் என்று சென்றிருந்தனர். அவர்கள் படுக்கை காலியாக இருந்ததோடு அவை அந்த அறையின் உட்கூரையை வெறித்துப் பார்ப்பது போலத் தோன்றியது. அவரின் மூத்த பையன் பால் மட்டும் அவருடன் இருந்தான். அதை அவன் விடும் குறட்டை ஒலி உறுதி செய்தது. பாலின் உயரம் தான் என்னே! யாரும் கவனிக்காத போது அதிக அளவு உயரமாகி விட்டான் போலவும், அதன் பின் அப்பாவின் கட்டுப்பாட்டுக்குள்

வரவில்லை என்பது போலவும் தோன்றியது. ஆரம்ப காலங்களில் தான் தவறும் செய்யும் போது அப்பா சுட்டிக் காட்டினால் பால் தன் எதிர்ப்பைப் பல வகைகளில் காட்டியவன் தான். அம்மாவுடனும் அவ்வப்போது தகராறு செய்வதும், தேநீர்க் கோப்பையை ஜன்னலுக்கு வெளியே வீசி எறிவதும், அவனது வாடிக்கையான செயல்.

ஆனால் இப்போதெல்லாம் அவன் அப்பா சொல்லிற்கு எந்த வித மறுப்பும் சொல்வதில்லை. இதுவே சந்த்ராமுக்கு எரிச்சலைக் கொடுத்தது. அவர் எதிர்பார்ப்பதெல்லாம் பால் தன்னை எதிர்த்துப் பேச வேண்டுமென்பதே. ஏதோ ஒரு நேரம் அப்படி நடந்தால் அவர் தூபமிட்டது போல உணர்வார். ஒரு வேளை சந்த்ராமுக்கு அவர் மனநிலை தெரியவில்லை போலும். அவர் மகன் அவரை எதிர்த்து நிற்க வேண்டும் என விரும்புவார். ஆனால் அவர் மகன் அவ்வாறு செய்வதில்லை.

ஆறு வருடத்திற்கு முன்தான் மகனை அவர் கடைசியாகக் கன்னத்தில் அறைந்தது. அதன் பதிவுகள் ஏற்கனவே நீக்கப்பட்டிருக்கும் ஞாபகத்தில் இல்லாமல் மறைந்திருக்கும். உண்மையைச் சொன்னால் தற்பொழுது அவர்தான் மகனைப்பார்த்துப் பயப்படுகிறார். எல்லா இரவுகளையும் போலவே அன்றும் டிப்ளமேட் வாங்கி இரண்டு மூன்று பெக்குகள் போட்டுவிட்டு இரண்டு மணிக்கு மேல் வந்து படுத்துத் தூங்கி விட்டான். இந்த விஸ்கியின் மணம் மற்றவர்களால் உணரப்படவில்லை. ஏனெனில் அனைவரும் தூங்கிவிட்டனர். ஆனால் அவன் விடும் கேலிக்குரிய மூச்சில் அது வெளிவந்தது.

பாலுக்கு இருபத்தாறு வயதாகியிருந்தது. மெலிந்த தேகம். அடிக்கடி நோய் வாய்ப்பட்டதால் சதையில்லா எலும்புடன் காணப்பட்டான். இருப்பினும் அவனின் முகத்தோற்றம் மற்றும் அவன் வைத்திருக்கும் மீசையின் பாணி, அவனை ஒரு முழு மனிதனாகக் காட்டின. பெண்கள் அவனைப் பெரிதும் விரும்பினர். ஏனென்றால் அவர்களின் குழந்தைகளை இவன் அதிகம் நேசிப்பான்.

வாழ்க்கையில் ஒரு பிடிப்பும், அதிகளவு ஆசைப் படுபவனாகவும் இருந்தான். தான் என்ற அகம்பாவம் இல்லா

விட்டாலும் தன்னைப்பற்றிய முக்கியத்துவம் அதிகரிக்கும் பொழுது பால் ஆனந்த் என்று கூறிக் கொள்வான். மிகப் பெரிய பரம்பரையில் தோன்றியவன் போலவும் காட்டிக் கொள்வான். உண்மை என்ன வென்றால் அவன் அப்பா சந்த்ராம் பழக்க வழக்கத்தைப் பின்பற்றி வளர்ந்தவன் தான். ஆனால் அவனை ஒரு இளவரசன் போலத்தான் வளர்த்தார். அவன் விருப்படியே செலவழிக்கட்டும் என்று தேவைக்கு அதிகமாகப் பணம் கொடுத்து அவனைக் கெடுத்தவர் என்று கூடச் சொல்லலாம்.

மனைவி டோபின் விருப்பத்திற்கு மாறாக இவ்வாறு பணம் கொடுத்ததால் கணவன் மனைவிக்கு இடையேயான உறவில் சற்று விரிசல் ஏற்பட்டது. அதிக ஊதாரித்தனம், அப்பா குடையின் கீழ் நிற்கலாம் என்ற மனத்தைரியம், அவனுக்கு ஒரு வித பொய்யான பாதுகாப்பைக் கொடுத்தது. அதனால் வாழ்க்கையில் ஏற்படும் பிரச்சினைகளை எதிர் கொள்ள முடியாத நிலைக்குத் தள்ளப்பட்டிருந்தான்.

சந்த்ராம் ஒரு பெரிய வீட்டில் வசித்தார். அதில் மூன்று படுக்கை அறைகளும் ஒரு வரவேற்பறையும் இருந்தன. வரவேற்பறைச்சுவர்கள் கைதேர்ந்த கலைஞர்களால் வர்ணம் தீட்டப் பட்டு அலங்காரமாக இருந்தன. பால் ஒரு நாளில் இருதடவை ஆடை மாற்றம் செய்யும் பழக்கத்தை கைக் கொண்ட வன்.

அவன் அப்பா கொடுத்த பணத்தால்தான் இவ்வளவு ஆடைகளையும் வாங்க முடிந்தது என்பதை மறந்து விட்டான். அதற்காகக் கூட அவரிடம் நன்றி பாராட்டாமல் அவரை வெறுக்கவும் செய்தான். அவரைத் தாண்டிச் செல்லும் போது கூட அப்பா அமர்ந்திருக்கிறார் என்று நினைக்காமல் ஏதோ ஒரு வித்தியாசமான மரச் சாமான் கிடப்பது போலத்தான் எடுத்துக் கொள்வான்.

சந்த்ராம் விளம்பர நிறுவனம் ஒன்றை நடத்தி வந்தார். அரசாங்கம் சமீபத்தில் வெளியிட்ட சட்டம் இது போன்ற நிறுவனங்களுக்கு எதிராக இருந்ததால் பாறையில் மோதியது போல் அவர் நிறுவனம் நொறுங்கிப் போயிற்று. அதற்கு அவர் என்ன செய்வார்? எந்த வியாபாரமும் ஒரே சீராக நடைபெறுவதில்லை. ஒரு வித ஏற்ற இறக்கத்தோடுதான் நடைபெறும். வியாபாரம்

வெகு விமரிசையாக நடைபெறும் போது ஒருவனை வாழ்த்திப் புகழ்வதும் அதன் பலனை அனுபவிப்பதும், வியாபாரம் நஷ்டத்தில் ஓட ஆரம்பிக்கும் போது அவனை விட்டு வெளியேறுவதும், இகழ்வதும் தானே இந்த உலக மக்களின் இயல்பு. இதற்காக அவனை வசைபாடுவதும் வழக்கம்தானே.

இன்றைய நாகரீக உலகத்தின் உறுப்பினன் தானே இந்த பால். அவனுக்குப் பணத்தில் மிதப்பவர்களைத் தான் அதிகம் பிடிக்கும். அவர்கள் பணம் சம்பாதிக்க வழிமுறைகள் தெரிந்தவர்களாக இருக்க வேண்டும். பெரியளவில் வீடு, பங்களா கட்டுபவர்களாக இருக்க வேண்டும். அம்பாலா கார்களை வாங்குபவர்களாவும் இருக்க வேண்டும் என்றும் விரும்புபவன். ஒரு நாள் அப்பாவிடமே அவன் எண்ணக் கோட்பாடுகளை பலவிதங்களில் எடுத்துரைத்தான். இது அவன் அப்பாவை வெகுவாகப் பாதித்தது, அவர் மனதில் ஆழமாகவும் பதிந்து விட்டது.

எவ்வளவு தூரம் அப்பாவை அது பாதித்துள்ளது என்பதை அறிந்து கொள்ளும் மனப்பக்குவமும் அவனுக்கில்லை. அவருடைய விருப்பமெல்லாம் கொள்ளையடித்தாவது அல்லது வங்கிப் பணத்தை எடுத்தாவது லட்சக்கணக்கில் மகன், மகள் காலடியில் எறிந்து, இழந்த சுய கௌரவத்தை எப்படியாவது மீட்க வேண்டுமென்பதே. நல்ல நேர்மையான வழியில் யாராலும் இவ்வளவு பணத்தைச் சம்பாதிக்க முடியாது. கொள்ளையடிப்பது போன்ற கெட்ட வழியினால்தான் சம்பாதிக்க முடியும்.

ஆனால் சந்த்ராமுக்கு இத்தகு எண்ணங்கள் கிடையாது. அவரால் செய்யவும் முடியாது. இதிலுள்ள முரண்பாடு என்னவென்றால் பெரியளவில் இழப்பு ஏற்பட்டபோது கூட மகனோ மனைவியோ அவரிடம் ஆறுதலாக பேசியது இல்லை என்பதுதான். "அப்பா ரொம்பவும் வருத்தப்படாதீர்கள். இது சகஜமானதுதான். பணம் இன்றைக்கு வரும். நாளைக்குப் போய் விடும். பணத்தை இழந்தவர்கள் எல்லாம் முட்டாள்கள் இல்லை. பணம் சேர்த்தவர்கள் எல்லாம் புத்திசாலிகளும் அல்ல" என்றாவது அவர்கள் ஆறுதல் சொல்லியிருக்கலாம் என நினைத்தார்.

விளையாட்டை ஆடி முடித்து ஒய்ந்து விட்ட முதியவர் என எண்ணி அவரை ஒதுக்கலாயினர். தன் வீட்டிலேயே தனிமையையும் கேவலமான சூழலில் இருப்பதையும் உணர்ந்தார். தர்க்க சாஸ்திரப்படி எடுத்துக் கொண்டால், ஒரு வேளை அவருக்குப் பண வரவு அதிகமாகி மறுபடியும் நிதிநிலை உயர்ந்தால், அவர்கள் மேல் அதைக் காண்பிக்கலாம். அவர்களைக் கண்டபடி அடிக்கலாம். மனைவி அவருக்கு முதல் மரியாதையை கொடுக்கலாம். ஆனால் இந்த மாதிரி பழிவாங்கும் போக்கில் நல்ல கணவனோ அப்பாவோ செயல்படமாட்டார்கள். அப்பாவின் வேலை மற்றவர்களிடம் அன்பைக் காட்டுவது மட்டுமல்ல. அவர்களிடமிருந்து அதே அன்பைத் திரும்பப் பெறுவதும்தான். அவருக்கு அன்பு, பாசம் தேவையில்லை என்று கூறலாமா?

அன்பும் பாசமும் இன்றி, யாரால் இருக்க முடியும்? ஒரு வருடக் குழந்தைக்கு அது எவ்வளவு தேவையோ அதே அளவுதான் நூறு வயது முதியவருக்கும் தேவைப்படும். இப்பொழுது அதன் கூட்டில் தூங்கிக் கொண்டிருக்கும் காக்கா, ஸ்பேனியல் வகையைச் சார்ந்த ஜிம்மி எனப்படும் நாய்க்குக் கூட, அது தேவைதான். யாராவது ஒரு அன்பான பார்வையை ஜிம்மியின் பக்கம் விட்டால் அதன் மூளையிலிருந்து வாலுக்கு அது ஒரு செய்தி போல் செல்லும். செல்லமாக அதன் வாலை முதலில் ஆட்டும். பின் அதன் உடலும் லேசாக ஆடும்; யாராவது அன்பைச் செலுத்தத் தவறினால் சாப்பிடாமல் அடம் பிடிக்கும்.

“இங்கே பாருங்கள். என்னால் பசியின் கொடுமையைக் கூடத் தாங்கிக் கொள்ள முடியும். ஆனால் அன்பில்லாமல் என்னால் இருக்க முடியாது” என்று ஜிம்மி கூறுவது போல் தோன்றும். இங்குள்ள டோபின், லாடோ, பால் ஆகியோர் அவரை, ஜிம்மியை விடக் கேடு கெட்ட ஜீவன் என்றே கருதினார்கள்.

இதற்கெல்லாம் காரணம் அவர் தன் வாழ்நாள் முழுவதும் பிறருக்குக் கொடுத்தே பழகியதும், காலப் போக்கில் அவை படிமங்கள் போல் உருவெடுத்து இரண்டாவது இயல்பாக மாறி விட்டதாலும் இருக்கலாம். பிறருக்குக் கொடுப்பதற்காகவே வாழந்தவர், தனக்கு ஏற்பட்ட இழப்பிற்குக் கூடப் பெரிதும் வருந்தவில்லை. தற்போது யாருக்கும் எதுவும் கொடுக்க முடியாத

நிலைக்குத் தள்ளப்பட்டு விட்டோமே என்ற வருத்தம்தான் அவரிடம் பெரிதாக இருந்தது.

மற்றவர்கள் அவரைத் தாண்டி, கண்டு கொள்ளாமல் செல்வதும், தலையசைக்காமல் செல்வதும், அமைதி காப்பதும், அவர் மனதில் பலவித எண்ணங்களை உண்டாக்கின. கொடுப்பது மட்டுமல்ல பெறுவதும் ஒருவனுக்கு இரண்டாவது இயல்பு தானே என அறிந்து மிகவும் வருந்தினார்.

டோபின் அடிக்கடித் திட்டுவதையும் அறிவுரை கூறுவது பற்றியும் கூட சந்த்ராம் உண்மையிலேயே கவலைப் படவில்லை. படிப்பறிவு இல்லா விட்டாலும், நாகரீகமான அணுகுமுறையைப் பெறாவிட்டாலும் சிரமப்பட்டு எல்லா வேலைகளையும் சிரம் மேற்கொண்டு செய்து, வீட்டை மிகவும் துப்புரவாக அவள் வைத்திருப்பதை நினைவு கூர்ந்தார்.

ஒரு நாள் இரவு வயதான காலத்தில் வந்த அன்பால் முத்தமிட சந்த்ராம் எத்தனிக்கையில் ஒப்புக் கொண்டவள் அவர் வாயில் இருந்து புகையிலை நாற்றம் வெளிப்பட்டதால் தன் உதடுகளை விலக்கிக் கொண்டாள். ஆனால் அவர் சிறுவயதிலிருந்தே புகைத்துப் பழகியவர். ஏறக்குறைய ஒரு நூற்றாண்டுப் பழக்கத்தை வாழ்க்கையின் இறுதிக் காலத்தில் அவள் ஏன் வெறுக்கவேண்டும்?

அவருடைய தாழ்வு மனப்பான்மை காரணமா? அல்லது டோபினின் வயது முதிர்வால் ஏற்பட்ட மாறுபட்ட நிலைப்பாடா? வெப்பமயமான இளமை உணர்வுகள் இம்மாதிரியான நாற்றங்களை விரட்டியடித்து விடும். டோபினுக்கு மட்டும் வயதாகி மாறுபட்ட உணர்வுகள் உள்ளனவா? சந்த்ராமும் வயதானவர் தானே? அவருடைய உதடுகளும் இளமை வனப்பின்றித் திட்டுவதையும், பழிப்பதையும் தானே செய்யுமா? முத்தமிடுகையில் தங்கள் உதடுகளை ஆண்கள் வாயிலிருந்து திடீரென விலக்கிக் கொண்டால் ஆண்கள் எந்த அளவிற்கு நிலை தடுமாறிப் போய்விடுவர் என்பதை டோபின் போன்ற சாதாரணப் பெண்கள் கூட நன்கு அறிவர்.

ஒருவேளை படக்காட்சி பெட்டிக்குள் இருக்கும் டோபினைப்போல இவளும் இறுதி மாதவிடாய் நிலைக்கு

வந்து விட்டாளோ? அவளின் வாழ்க்கை பற்றிய எண்ணங்கள் நிலைப்பாடுகள் மாறிவிட்டன போலத் தெரிந்தது. அவளைப் போலவே இந்த டோபினும் இல்லற, குடும்ப உறவு, படுக்கையை உதறிவிட்டு, மயிலிறகு விசிறியையும் தூர எறிந்து விட்டு பெட்டிக்குள் பார்வையை சுழல விடும் அமைதியான பார்வையாளர்கள் பக்கம் திருப்பி விட்டாளோ? இப்பொழுதெல்லாம் அந்த படக்காட்சி பெட்டிவாலா வருவதில்லை. அவனைச் சுற்றி வட்டமிடும் குழந்தைகளையும் பார்க்க முடிவதில்லை.

எல்லா வயதானோர்களுக்கும் வருவது போல சந்த்ராமுக்கும் இரண்டாம் இளமைப் பருவம் வந்தது. இழிவான நிலையிலிருந்து சிறிது விலகி இருந்த போது இது வந்தது. தூண்டப்பட்ட ஆண்மையோடு கூடிய அனுபவமும், நேர்த்தியான குணமும், அவரைக் கட்டுப்பாட்டிற்குள் இருக்க பணித்தன. ஒரு வித சுய கம்பீரத்தையும் கொடுத்தன. எருமை மாடு மண்குட்டையில் புரளுவதைப் போலப் புரண்டு கொண்டிருந்தார்.

அதனால், பனிப்புகை மண்டலம் போல உருவானது. அதில் வியாபாரத்தில் ஏற்பட்ட பேரிழப்பும், இதற்கு ஒரு காரணமாகி விட்டது. நிதிநிலை பாதுகாப்பற்ற நிலையில் இருக்கும்போது ஏற்படும் பய உணர்வே, காதலில் தோல்வி மனப்பான்மையை உண்டாக்கலாம் என்பது அடிக்கடி நிகழக் கூடியது தான்.

லாடோவை இங்கு முன் நிறுத்திப் பேச வேண்டியதில்லை. திருமணமாகி ஒரு நிரந்தரமான வாழ்க்கையில் அடி எடுத்து வைத்திருக்கிறாள். அப்பா வீட்டில் இளம்பிராய நாட்களைக் கழித்ததன் ஞாபகம் அவ்வப்போது வரும். இது அப்பா வீட்டின் முற்றத்தில் உள்ள தானியங்களைக் கொத்தித் தின்றுவிட்டுப் பறந்து போய்விடும் பாடும் பறவைக்கு ஒப்பானதாகும். ஆனால் பால் மட்டும் வீட்டிலேயே ஒட்டிக் கொண்டிருந்தான். மணமகளைக் கொண்டு வந்து அவளை இங்கு வாழ்க்கையைத் தொடங்கச் செய்ய வேண்டியது இப்போதைய அவன் கடமை.

அவன் தொழிலைச் சற்று மாற்றியதால் அவன் அப்பாவிற்கு எந்த ஒரு மாற்றமும் ஏற்படவில்லை. சாதாரண நடப்பியல்புகளைக் கூட அவனால் புரிந்து கொள்ள முடியவில்லையா? ஒரு வேளை இவைகளைப் புரிந்து கொள்வதில் அவனுக்கு விருப்பமில்லையா?

அம்மா, அப்பா, தம்பிகள், தங்கைகளுக்காகச் சில நிமிடங்களை ஒதுக்கக் கூடாதா? அமெரிக்கா நிறுவனம் ஒன்றில் ஒரு சிறு வேலையைக் கைப்பற்றியதால் சிறு தெய்வம் ஆகி விட்டானா? அவனுக்குரிய வேலை இருக்கும் போது கூடுதலாகத் தனியாக ஒப்பந்தங்களை ஏற்று, செய்து முடித்து, சம்பாதிப்பது தவறாகத் தோன்றவில்லையா? அப்பாவுடன் ஆற அமர அமர்ந்து, சற்று நேரம் பேசாதது தவறாகத் தோன்றவில்லையா?

அவன் ஈட்டிய பணத்தின் மீது அவன் அப்பாவிற்கு நிச்சியமாக எந்த ஒரு ஆசையும் கிடையாது. அவரின் ஆசை யெல்லாம் மகன் தன்னோடு மனம் விட்டுப் பேசவேண்டுமென்பதே. ஒன்றோடொன்று தொடர்புடைய இரு மனங்கள் ஒன்றாகக் கட்டாயம் இணைய வேண்டும். இருவரும் மனம் ஒத்த நிலையில் அருகருகே அமர்ந்து பொதுவான நிகழ்வுகள் பற்றி மனமார பேசவேண்டும் என்றும் விரும்பினார்.

உதாரணமாக இன்றையக் கல்வி முறையைப் பற்றிக் கூடப் பேசலாம். முந்தைய பரம்பரையினர் எவ்வளவு தான் படித்திருந்தாலும் இன்றையச் சூழலில் பின்னோக்கித் தள்ளப் பட்டுள்ளது பற்றியும் கருத்துக்களைப் பரிமாறிக் கொள்ளலாம். அதனால் வயது முதிர்ந்தோர், இன்றைய நிலவரம் பற்றியும், இளையோர் முந்தைய கால நடைமுறைகள் பற்றியும் தெரிந்து கொள்ளும் வாய்ப்பு ஏற்படும். படிப்பு மட்டும் முக்கியமல்ல அனுபவமும் தேவை என்பதை இன்றைய சந்ததியினர் தெரிந்து கொள்ள வேண்டும்.

கவனக்குறைவாலோ, அல்லது அறியாமையினாலோ பால் இவ்வாறு நடந்து கொள்கிறான் என்றால் சந்த்ராம் அது பற்றிக் கவலைப் படமாட்டார். ஆனால் அவரைப் பொறுத்தவரை அவன் ஒரு அறிவாளி. ஆகவே உலகியலை நன்கு புரிந்திருக்க வேண்டும். எந்தப் பொருளின் உள்ளமைப்பையும் ஒரே நொடியில் அறிந்து கொள்ளும் திறன் மிக்கவன்தான். எடுத்துக் காட்டாக அவன் திருமண ஏற்பாட்டை குறிப்பிடலாம்.

பெரிய செல்வந்தரின் ஒரே மகளை இவனுக்கு மண முடிக்கப் பேச்சுவார்த்தை நடந்தது. அப்பொழுது சொன்னான்: "உங்கள் பிடியிலிருந்து என்னை விடுவித்துக் கொள்ள எனக்குப்

பத்து ஆண்டுகள் ஆயின. செல்வந்தரின் ஒரே மகளின் பிடியிலிருந்து என்னை விடுவித்துக் கொள்ள மேலும் பத்து ஆண்டுகள் நான் செலவிட வேண்டுமென்று எதிர்பார்க்கிறீர்களா?" பால் சொன்னதிலிருந்த உண்மையைப் புரிந்து கொண்ட சந்த்ராம் ஆச்சரியப்பட்டார். தன் மகனைப் பற்றிப் பெருமைப் பட்டுக் கொண்டார். என்னே அறிவுத்திறன்! என்ன சுய கௌரவம்! என்று நினைத்து, நினைத்து ஆச்சரியப்பட்டுப் போனார்

அதே நேரம் அவன் பேச்சிலிருந்த குத்தலான செய்தியையும் அவர் அறியாமலில்லை. அப்பாவின் பிடியிலிருந்து விடுவிக்க என்று சொன்னானே, எதை மனதில் வைத்து இவ்வாறு சொன்னான். அப்பாவின் பிடியிலிருந்து ஒரு மகனோ, மகனின் பிடிலிருந்து ஒரு அப்பாவோ எவ்வாறு விடுவித்துக் கொள்ள முடியும். இருவரும் ஒருவரையொருவர் விடுவித்துக் கொள்ளுமளவிற்கு உருவாக்கப்படவில்லையே? வெவ்வேறு கண்டங்களில் வாழ்ந்தாலும் ஒருவரை ஒருவர் பிரித்துக் கொள்ள முடியாதல்லவா? அப்பா இறந்த பின் எதற்கும் உதவாத "என் அப்பா எனக்கு எந்த சொத்தை விட்டுச் சென்றார் என்று கூட மகன் சொல்லலாம். ஒன்றுக்குமே உதவாத அப்பாவாக இருந்தாலும் அல்லது மிகவும் தகுதியான பிள்ளையாக இருந்தாலும் அவர்களுக்கிடையேயான மறைமுகமான பிணைப்பை வெட்டி விட முடியுமா?"

குழந்தைகளுக்கு ஏதாவது சொத்து விட்டுச் செல்ல வேண்டுமென்று சந்த்ராம் விரும்பினார். பரம ஏழையாய்ச் செத்து விட்டால் டோபின் அடுத்த உலகத்திற்கும் வந்து ஈரத்துணியைப் பிழிவதைப் போலத் தன் ஆன்மாவையும் பிழிந்தெடுப்பாளே என எண்ணினார். இதைச் சற்று ஆழமாகக் கவனித்தால் அவர் அப்பா அவருக்காக எதை விட்டுச் சென்றார்? இருப்பினும் அப்பாவிற்கு உரிய மரியாதையை அவர் சற்றும் குறையாமல் காப்பாற்றினாரே? குழந்தைகளுக்குப் பணம்-சொத்து போன்றவற்றை விட்டுச் சென்றால்தான் அப்பா என்னும் தகுதியைப் பெறுகின்றாரா?

கணக்கியல் பார்வையில் அவர் வாதத்தில் குறை காணலாம். அவர்கள் சொல்வதெல்லாம் ஒருவரின் இழப்பு இன்னொருவரின் ஆதாயம் என்பது தான். ஒருவனை கடனாளியாக்கினால்தான் பணம் கொடுத்தவர் ஆதாயம் அடைய முடியும். சந்த்ராமுக்கு இன்றும் கூட துக்ளக் சாலையில் பெரிய மாளிகை (பங்களா)

ஒன்று உண்டு. தொழிலில் ஏற்பட்ட இழப்பை இந்தப் பங்களாவை ஈடு கட்டிச் சரி செய்து விட முடியும், ஏதோ அவருக்கொரு கஷ்ட காலம். ஆனால் சாகும் முன் எல்லாக் கடனையும் தீர்த்து விட முடியும் என்ற நம்பிக்கையும் கொண்டிருந்தார். ஜக்தல் கிராமத்தில் ஐம்பது ஏக்கர் வளமையான நிலம் வைத்திருக்கிறார். அதில் ஒரு பகுதி பரம்பரைச் சொத்து, மீதிப் பகுதி அவர் சுய சம்பாத்தியத்தில் வாங்கியது.

பணத்தைச் செலவு செய்து விடாமல் சிறுகச் சிறுக சேர்த்ததை அல்லவா இது காட்டுகிறது? அளவுக்கு மீறி கஷ்டம் வந்தபொழுதும் அதை ஒரு அடி கூட விற்காமல் காப்பாற்றியது அவர் மனத் தைரியமல்லவா? அவர் அதை விற்றிருந்தால் அவர் முன்னோர்களின் ஆத்மா கஷ்டப்பட்டிருக்குமல்லவா? அவர் இன்றைய குடும்ப உறுப்பினர்களையும் மனதில் வைத்துத்தான் அதைக் கொஞ்சம் கூட விற்காமல் காப்பாற்றி வந்துள்ளார்.

அப்படி நினைக்காமல் அதை அவர் விற்றிருந்தால் இன்று அவரை சுயநலவாதி என்று சபிப்பார்களே. இதுவும் தவிர அவர் பெயரில் ஆயுள் காப்பீடு நிறுவனத்தின் மூலம் சில ஆவணங்கள் வைத்திருந்தார். அவர் நினைத்திருந்தால் தற்கொலை செய்து கொண்டு ஆயுள் காப்பீட்டு நிறுவனத்தின் மூலம் தனக்கு உரிய பணத்தை அவர்களுக்குக் கொடுத்திருக்கச் செய்திருப்பாரே!

அவர் அப்பாவின் சாவு எப்படி நேர்ந்தது என்று நினைத்துப் பார்த்தார். அவர் மரணம் இவருக்கு ஏகப்பட்ட வருத்தத்தைக் கொடுத்தது. இருப்பினும் அதில் ஒரு அற்ப சந்தோஷமும் பெற்றார். அதன் பிறகு தான் தானாகவே இருக்கலாமென்றும், யாருக்கும் பதில் சொல்லத் தேவை இல்லை என்றும், யாரும் தன் செயல்பாடுகள் பற்றிச் சரியாயிருந்தாலும், தவறாக இருந்தாலும் கேள்வி கேட்க முடியாது, என்றும் நினைத்தார். பால் பற்றிய தன் கடமைகளிலிருந்து இவ்வித எண்ணங்களால் தன்னைக் காப்பாற்றிக் கொண்டார். எந்த மகன்தான் தன் அப்பா சாக மாட்டாரா என இரகசியமாக விரும்ப மாட்டான்?

இவ்வாறான எண்ண ஓட்டம் அவர் மனதுக்கு ஒரு வித ஆறுதலைத் தந்தது. அடுத்த அறைக்குச் சென்று சுவிட்சை போட்டு, மங்கலான ஒளி தரும் மின் விளக்கை எரிய விட்டு,

அங்குத் தூங்கிக் கொண்டிருந்த மகள் லாடோ, பேரன் பாபியைக் கவனித்தார். பின் தூங்கும் பாலின் முகத்தைப் பார்த்தார். தன் மகனில் தான் வாழ்வது போலவும், சீக்கிரம் பேரனிலும் வாழப் போவதாகவும் நினைத்துக் கொண்டார். அப்பொழுது சிகரெட் ஒன்றை புகைக்க விரும்பினார்.

அர்ரே என்ன ஒரு வியப்பான பொருள், இந்த சிகரெட்! என வியந்து கொண்டார். இதைக் கண்டுபிடித்தவர் ஒரு அற்புதத்தைக் கண்டு பிடித்தவர் என்றே சொல்லலாம் எனவும் நினைத்துக் கொண்டார். தனிமையில் இருப்பவர்களுக்கு ஒரு உற்ற தோழன் என்றும், அருகிலேயே இருக்கிறேன் என்ற உன்னத உணர்வைக் கொடுக்கும் என்றும், எண்ணிக் கொண்டார். சிகரெட் அருகில் இருந்தால் யாரும் தனிமையில் இருக்கிறோம் என்ற உணர்வு கொள்வதில்லை.

சிகரெட்டும் ஒரு உயிர் போன்றதே. அதன் ஒரு முனை மெதுவாக வாழ்க்கை எரிந்து கொண்டிருப்பதைப் போல எரிந்து கொண்டிருக்கும். மறு முனையோ சாவின் பிடியில் சிக்கிக் கொண்டதைப் போல பற்களின் இடையே சிக்கி நிற்கும். ஒரு மூச்சில் அதற்குச் சாவும் வாழ்வும் உண்டு.

ஒருவரின் சிதறிய எண்ணங்களை ஒருங்கிணைக்கக் கூடியது. வாழ்வின் முக்கிய ரகசியத்தை புரிந்து கொண்டவர் போல ஒவ்வொருவரும் உணர்வர். அதனால் அதற்குப் பிறகு எதைப் பற்றியும் யோசிக்கத் தேவையில்லை என்றும் நினைப்பர். புகைப்பது புற்று நோயை உண்டாக்கும் என்பர். ஒரு வேளை அப்படியும் இருக்கலாம். புகைக்காமல் இருப்பவர்கள் மட்டும் மெதுசலா போல அதிக நாட்கள் வாழ்வார்களா? ஒவ்வொருவரும் சாவிற்கு ஒவ்வொரு காரணம் சொல்லலாம். அப்படியிருக்கையில் சிகரெட் புகைப்பதுதான் மரணத்திற்குக் காரணம் என்று சொல்வதில் தவறென்ன இருக்கிறது?

முதல்நாள் இரவு வீட்டிற்குத் திரும்பும்போது சந்த்ராம் சிகரெட்டுகள் வாங்க மறந்து விட்டார். இப்பொழுது ஒரு சிகரெட் புகைக்க வேண்டும் போலத் தோன்றியது. ஆனால் அதிகாலை 4.30க்கு எந்தக் கடை திறந்திருக்கும். நொடிக்கு நொடி சிகரெட் புகைக்க வேண்டுமென்ற உணர்வு அவருள்

தூண்டப்பட்டுக் கொண்டே இருந்தது. ஒரு பாக்கெட் சிகரெட்டும் அருகில் தீக்குச்சிப் பெட்டி ஒன்றும் பாலின் மேஜையின் மீது இருப்பதைக் கண்டார். பெரிய பிரபு என்ற நினைப்பால் மிக உயர்ந்த விலையிலான "ஸ்டேட் எக்ஸ்பிரஸ்" சிகரெட் தவிர வேறு சிகரெட்டைப் பால் தொடுவது கூடக் கிடையாது.

ஆனால் சந்த்ராம் தன் கைக்கு எது எளிதாகக் கிடைக்கிறதோ அது "சார்மினாரோ", "சிசர்ஸோ", "கோல்டு பிளேக்"கோ, அதைப் புகைக்கத் தயங்க மாட்டார். மகனின் விலை உயர்ந்த "ஸ்டேட் எக்ஸ்பிரஸ்" சிகரெட்டை எடுத்துப் புகைக்கலாமா? வேண்டாமா? என அவர் மனம் சற்றுத் தயங்கியது. அதே நேரம் ஏன் காலை 6.30 வரைக் காத்திருந்து அருகிலுள்ள வெற்றிலை, பீடாக் கடை திறந்தவுடன் வாங்கிக் கொள்ளக் கூடாது? என்றும் நினைக்கத் தூண்டியது. கடை திறக்கும் வரை காத்திருப்பது என்பது ஒரு வேளை பாலுக்காகக் காத்திருப்பதற்கு நிகராகும் என்றும், சிகரெட்டுக்காக அல்ல, என்பது போலவும் தான் இருக்கும், என்று நினைத்தார், இப்போதைய அவசரத் தேவை சிகரெட் தானே என அறிந்தார்.

சந்த்ராம் கையை நீட்டி மேஜை மேலிருந்த சிகரெட் பாக்கெட்டை எடுத்தார். மங்கலான விளக்கொளியில் அதில் இரண்டு சிகரெட்கள் மட்டும் மீதம் இருப்பதைக் கண்டார். காலையில் கழிப்பறைக்குச் செல்லும் போது பாலுக்கு ஒரு சிகரெட் கட்டாயம் தேவைப்படும், என்று நினைத்தார். மீதமிருக்கும் மற்றொன்று ஒரு வேளை அவனுக்குக் கழிப்பறைக்கே இன்னொன்றும் தேவைப்படலாம், அல்லது காலையில் முகச்சவரம் செய்த பின் புகைக்கலாம். அல்லது காலைச் சிற்றுண்டியை முடித்த பின் புகைக்கலாம்.

அவர்கள் இருக்கும் பகுதியில் "ஸ்டேட் எக்ஸ்பிரஸ்" சிகரெட்கள் கிடைக்காது. அவன் பயன்படுத்த ஒன்பது அல்லது பத்து மணிக்குள் வேறொன்றை வாங்கி அந்த பாக்கெட்டிற்குள் வைத்து விட முடியாதே? ஒன்றுமில்லாததற்கு அரை காலன் பெட்ரோல் செலவழித்து கன்னாட்பிளேஸ் வரை சென்றல்லவா அந்த வகை சிகரெட் வாங்க வேண்டும். இவ்வாறு பலவாறாக யோசித்து விட்டு அருகில் உள்ள கடைகள் திறக்கப்படும் வரைக் காத்திருப்பதென முடிவு செய்தார்.

திருவாளர் அவர்களே! சிகரெட் கூப்பிட்டால் செவிப்பறை கிழியும் அளவு உச்ச சத்தத்தில் தான் கூப்பிடும். புகைக்க பிடித்காதவர்களுக்கு இந்தச் சத்தம் கேட்காது. அவர்கள் செவியும் இந்தச் சத்தத்தைக் கேட்கும் அளவிற்குப் பண்பட்டதல்ல. வேலைக்காரன் பிஹூவிடம் சிகரெட் கேட்டால் என்ன! ஆனால் அவன் பீடி தானே புகைப்பான். இந்தச் சூழலுக்கு ஒரு பீடியே சிறந்ததுதான்.

ஆனால் அதில் ஒரு சிக்கலும் இருக்கிறது. பிஹூவை கும்பகர்ணன் தூக்கத்தில் இருந்து எழுப்புவது யார்? ஒரு சிறு கூலாங் கல்லுக்காக ஒரு மலையையே உடைத்தது போல் ஆகிவிடாதா? அவனை எழுப்பினால் ஒரு கலவர மனநிலையில் தான் எழுவான், "என்ன நடந்தது?" "என்ன நடந்தது?" என்று கூரை கிழியுமாறு சத்தமிட்டு எல்லோர் தூக்கத்தையும் கெடுத்து விடுவானே?

ஆம் அந்த இரவு நேரக் காவல்காரன் இருக்கிறானே! சந்த்ராம் கதவைத் திறந்து தெரு விளக்கொளியில் இருபக்கமும் மாறி மாறிப் பார்த்தார். இரவு நேரக் காவலாளி தென்படவில்லை. அவன் இருப்பதற்கான ஒரு சிறு அறிகுறி கூட இல்லை. மணியும் 4.45 ஆகி விட்டதால் தன் பணி முடிந்து விட்டது என நினைத்து எங்காவது போய்த் தூங்கியிருப்பான். ஒரு வேளை ஏதாவது ஒரு திருடன் அருகில் கூடத் தூங்கிக் கொண்டிருப்பான்.

இந்தப் பகுதியில் குடியிருப்போர் இவனுக்காகச் செலவிடும் பணத்தைப் பயனற்ற செலவு என்று கூடச் சொல்லலாம். இந்தப் பகுதியில் ஒரு நாள் கூடத் திருடன் வந்ததில்லை. அதோடு காவல் நிலையமும் அருகிலேயே இருக்கிறது. எல்லா சாத்தியக் கூறுகளையும் அலசி விட்டு இறுதியில் மகன் பாலின் சிகரெட்டையே எடுத்துப் புகைக்கலாம் என முடிவு செய்தார்.

சிகரெட்டைப் பற்ற வைத்து, முடிந்த மட்டும் இழுத்துப் புகைத்தார். அவர் துயரத்தில் பாதியளவு குறைந்து விட்டதை உணர்ந்தார். இரண்டாம் இழுவையில் கால் பகுதியும் மீதப் பகுதி மூன்றாம் இழுவையிலும் கரைந்து போயின, நான்காவது இழுவை முழுத் துயரத்தையும் துடைத்து விடும் என்று நம்பினார்.

சரிந்து வரும் வருவாய்க்கான சட்டம் புகைப்பதிலும் இருக்கிறது போலும்!

எவ்வளவுக்கெவ்வளவு அதிகம் புகைத்தாலும் மன நிறைவு குறைவாகத்தான் கிடைக்கும். ஆனால் உண்மையில் அவர் சிகரெட் புகைத்தது அவருக்கு ஒரு மன நிறைவைக் கொடுத்தது எனலாம். அவர் புகைக்கும் சிகரெட் வகைகளில் கிடைக்காத அளவு இந்தப் புது வகையான சிகரெட் நயமானதாகவும், கனிவானதாகவும், மென்மையாகவும் இருந்ததை உணர்ந்தார்.

சிகரெட் புகைத்து முடித்த பின் குற்றம் செய்து விட்டதைப் போன்ற உணர்வு ஏற்பட்டது. சிகரெட் இல்லாமல் இன்னும் கொஞ்ச நேரம் இருந்திருக்கக் கூடாதா? இளவயதில் ஆசையைக் கட்டுப்படுத்திக் கொள்வது எளிது. ஆனால் வயது முதிர்ந்த காலத்தில் இது சற்றுச் சிரமம்தான். வலிமை குன்றிய விருப்பங்களில் எது நல்லதோ அதைத்தான் நாடுவர். அப்படியிருக்கையில் ஏன் இந்தக் குற்ற உணர்வு? தன் மகனின் சிகரெட்டைப் புகைத்திருக்கிறோம் என்ற மகிழ்வான மனநிலை ஒரு பக்கம். பால் தன் மகன் என்பதால் அவனும் மகிழ்வான் என நினைத்தார். ஒரு மிகச் சிறிய அப்பாவித்தனமான திருட்டில் கூட வேடிக்கை உண்டு.

அந்த நேரம் பேரன் பாபி "உன்னைக் கொல்வேன்!" "கொன்று விடுவேன்!" எனத் தூக்கத்தில் கனவு கண்டது போல முணங்கிக் கொண்டிருந்தான். அரைகுறைத் தூக்கத்தில் இருந்த லாடோ மகன் பாபியைத் தட்டிக் கொடுத்து தூங்க வைத்து விட்டாள். அடுத்த அறையில் என்ன நடக்கிறது என்று கூட அறியாமல் பால் தூங்கிக் கொண்டிருந்தான். குறட்டையை நிறுத்தி விட்டாலும் ஏதோ மூக்கை அடைத்துக் கொண்டிருப்பது போல் மூக்கின் வழியாக விசில் அடிப்பதைப் போலச் சத்தத்தை வெளிவிட்டுக் கொண்டிருந்தான்.

சந்த்ராம் படுக்கையறையிலிருந்து டோபின், "என்ன புகைத்துக் கொண்டிருக்கிறீர்களா?" எனக் கேட்டாள். நின்று கொண்டிருந்த இடத்திலிருந்தே "ஆம்" என்றார். "விடியும் முன்பே புகைக்க ஆரம்பித்து விட்டீர்களா? இவ்வாறு ஈரலை

எரித்துக் கொண்டிருந்தால் சீக்கிரமாகவே சுகவீனம் அடைவீர்கள்", என்று டோபின் சொன்னாள்.

இவர் உடல் ஆரோக்கியம் பற்றி அவளாகவலைப்படுபவள் என்பது போல சந்த்ராம் மனதுக்குள் நினைத்துக் கொண்டார். இவர்கள் எல்லாம் விசித்திரமான பிறவிகள். அவருக்கு இவர்கள் தேவைப்படும் நேரம் யாரும் உதவ முன் வராதவர்கள், அவர் தனிமையை விரும்பும் நேரம் சதா தொந்தரவு கொடுத்துக் கொண்டிருக்கிறார்கள்.

கதவுப் பக்கம் திரும்பி, "மணி ஐந்தாகவில்லை, தூங்கப்பார்", என்று மனைவியிடம் கூறினார். கொட்டாவி விட்டுக் கொண்டே டோபின் சொன்னாள் "இனிமேல் தூங்க முடியாது. எழுந்து குளிப்பதற்கு வெந்நீர் போட வேண்டும். சலவை செய்வதற்கும் ஒரு குவியல் ஆடைகள் உள்ளன."

டோபின் படுக்கையிலிருந்து எழும் சத்தத்தைக் கேட்டார். பொதுவாகப் பெண்கள் தூங்கி முழித்து எழும் பொழுது சத்தமில்லாமல் எழாமல், அடுத்தவர்களுக்குத் தொந்தரவு தரும் வகையில் சத்தம் எழுப்பியவாறு தான் எழுந்திருப்பர். ஏதோ மணல் துகள்கள் ஒட்டிக் கொண்டிருப்பது போல, போர்வையை சத்தத்துடன் உதறியவாறே எழுந்தாள்.

பின், அலமாரியைத் திறக்கும் சத்தமும் கேட்டது. ஒரு வேளை காலையில் பால் வாங்குவதற்குரிய பணத்தை எடுக்கிறாளோ? அதன் பின் அவள் செருப்புச் சத்தம் கேட்டது. இளமைக் காலத்தில் அவள் செருப்புச் சத்தம் கேட்பதற்கு அளவில்லா இனிமையாக இருந்தது. ஆனால் இப்பொழுது சுத்தியலால் அடிக்கும் ஓசையைப் போல அவர் காதில் விழுந்தது.

போர்வையை உதறிக் கொண்டே டோபின் சொன்னது அவர் காதில் விழுந்தது. "கடவுளே! சிகரெட் புகை வாசனையால் என் தலையே வெடித்து விடும் போலிருக்கிறது". அதற்குப் பதில் சொல்லும் விதத்தில் சந்த்ராம் சொன்னார்: "அப்படியா? நீ நல்லாவே வாசனையைப் பிடிக்கிறாய்?" இப்பொழுது எல்லாம் வாசனையைப் பற்றி அடிக்கடி டோபின் புகார் செய்கிறாள். ஒரு வேளை வயதாகி விட்டால் இந்த மனப்பாங்கு வந்து விட்டதா? மூன்று அறைகளுக்கு அப்பால் ஒருவர் சிகரெட் புகைத்தால் கூட

அவளால் அந்த வாசனையை உணர முடிகிறது. அதேபோல் விஸ்கியை ஒரு மடக்குக் குடித்தாலும் அந்த வாசனையையும் கண்டு கொள்ள முடிகிறது.

அவளுடைய சண்டையிடும் குணமும், உணவுப்பழக்கமும் ஒவ்வொருவரையும் குற்றவாளியாகவே காண்பித்தது. அவள் கண்ணில் பார்வைக் கோளாறும் சிறதளவு ஏற்பட்டிருந்தது. சந்த்ராமும் குழந்தைகளும் மனநிறைவு ஏற்படும் வரை ஏதாவது செய்து விட்டு ஒன்றும் செய்யாதது போல இருந்து விடுவர். இவையனைத்தையும் டோபின் பார்வையிலிருந்து அவர்கள் நினைப்பது போல் மறைத்து விட முடியாது.

சில நேரங்களில் பால், பால்கனிக்குப் போய்ப் புகைப்பான். அம்மாவிற்குத் தெரியாமல் செய்ய நினைப்பான். காலை வேளையில் அங்கிருந்து சுகமான காற்றை சுவாசிப்பது போல் நடிப்பான். முடித்து விட்டுத் திரும்பும்போது அம்மா நிற்பதைப் பார்த்து விடுவான். அந்தத் திருட்டுத் தனமான இன்பம் அனைத்தும் நொடிப் பொழுதில் மறைந்து போகும்.

இப்பொழுதெல்லாம் எல்லோர் முன்னிலையிலும் புகை பிடிக்க ஆரம்பித்து விட்டான். இன்னும் ஒரு படி மேலே போய்விட்டான் என்றே சொல்லலாம். ஸ்காட்ஸ் வகை விஸ்கிக் குப்பியைக் கையில் வெளிப்படையாக வைத்துக் கொண்டே வீட்டிற்கு வர ஆரம்பித்து விட்டான். மதுபான அருந்தகத்திலிருந்து திரும்பி இருந்த போதிலும் ஒரு பெக் மீண்டும் போட நினைத்தால் மதுக் குப்பியை அனைவர் முன் கூடக் கையில் எடுத்துக் கொள்வான். ஆரம்பத்தில் இது பற்றி சண்டையிட்ட அவன் அம்மா காலப் போக்கில் ஒன்றும் செய்ய முடியாது என நினைத்துச் சண்டையிடுவதை விட்டு விட்டாள். ஒன்றை மட்டும் அவனிடத்தில் சொன்னாள்: "இது எனக்கு ஒன்றும் பெரிய பாதிப்பை ஏற்படுத்தவில்லை. உனக்கு மனைவியாக வரக் கூடிய பெண்ணின் தலைவிதியை நினைத்தால்தான் வருத்தமாகயிருக்கிறது".

சிகரெட்டுக்கு வருவோம். சந்த்ராமைப் பொறுத்தவரை ஆண் பெண் இருபாலர் வாயிலிருந்து வரும் வாசனை தாங்கிக் கொள்ளுமாறு ஒரே மாதிரியானதுதான். தாங்க முடியாதளவில்

இருந்தால் இருவர் வாழ்வும் வீணாகிவிடுமே. இந்த அணுகு முறையில்தான் தன் தட்டச்சு எழுத்தாளர் டாலியிடம் சிகரெட் ஒன்றைக் கொடுத்தார்.

தூங்கி முழித்தவுடன் பால் என்ன சொல்லப் போகிறானோ? இதே எண்ணம் அவரை வாட்டியது. இது ஒன்றும் பெரிய காரியமில்லை. போதும் என்ற மனநிலையில்லாததும் திருப்தி இல்லாததும்தான் பெரிதாகத் தெரிகிறது. இரு காதலர்களுக்கிடையே மூன்றாம் நபர் தலையிடுவது போல் இருந்தது.

பால் மிகவும் சிறு பிள்ளைத் தனமாகச் செயல்படுகிறானே என்பதுதான் சந்த்ராமின் கவலை. ஒரு தடவை பாலின் காலணிகளை இவர் தவறுதலாகப் போட்டு விட்டார். இது ஒரு சிறிய விஷயம் தான். ஆனால் இதற்காகப் பால் ஒரு பெரிய சண்டையே போட்டு விட்டான். தளர்வாகி விட்டது என்றும் எனக்குப் பயன் இல்லை என்றும் கூறி அந்தக் காலணிகளைத் தூக்கி எறிந்து விட்டான்.

இதனால் சந்த்ராம் மனம் புண்பட்டது. மகனின் காலணியை ஒரு தடவை போட்டதில் என்ன தவறு இருக்கிறது. இதற்கு முன்னர் சந்த்ராம் காலணிகளைப் பல தடவை அவன் போட வில்லையா? அப்பொழுதெல்லாம் நான் வருத்தப் படவில்லையே? மாறாக மகிழ்ச்சியோடுதானே இருந்தேன். வெகுகாலமாக ஒரு பேச்சு வழக்கு இருக்கிறது. அப்பாவின் செருப்பை மகன் போடுகிறான் என்றால் அவன் பெரியவனாகி விட்டான் என்றும் அப்பாவிற்கு அவ்வப்போது உதவி செய்வான் என்பதும்தான் அம்முதுமொழி.

ஒரு நாள் ஜெர்மனி நாட்டுத் தயாரிப்பிலான ஜெர்கின் உடை ஒன்றை, பால் வாங்கி வந்தான். அதன் மீது ஆசைப்பட்ட சந்த்ராம் ஒரு தடவை போட்டுப் பார்க்க முயற்சித்தார். அவர் மகிழ்ச்சிக்குத் தடை போடுவதற்காகவே டோபின் செயல் பட்டது போலத் தோன்றியது. புதுத் தோற்றத்தில் இருந்தவரை ஏளனமாகப் பார்த்தவளிடம், "என்ன பார்க்கிறாய்?" எனக் கேட்டார். வந்த சிரிப்பை அடக்கிக் கொண்டு டோபின் சொன்னாள்: "ஒன்றுமில்லை என்ன ஒரு வீண் பெருமையான நடை! கோழியைச் சுற்றித் திரியும் சேவல் போல." இவ்வாறு பேசி அவர் கீழே தரையில் விழாத குறையாகக் கிண்டல் செய்தாள்.

எரிகிற நெருப்பில் எண்ணெய் விடுவது போல் பாலின் செய்கை இருந்தது. சிறிது நேரம் போட்டிருந்து விட்டு மிகவும் கவனமாகப் பாலின் அலமாரியில் வைத்து விட்டார். மறு நாள் காலை அந்த ஜெர்க்கினை எடுத்து வந்த பால் "அப்பா இதை அணிந்திருந்தீர்களா?" எனக் கேட்டான். "ஏன்?" என ஒரு விதக் குற்ற மனப்பாங்கில் கேட்டார். மேலும், "நீ ஏன் போட்டுக் கொள்ளவில்லை," எனக் கேட்க "எனக்கு இது இனிமேல் பயனில்லை. உங்கள் வயிறைப் பாருங்கள் அதனால் இந்த ஜெர்க்கினின் இறுக்கமான நிலை தளர்ந்து விட்டது. அதன் நெகிழ்ச்சித் தன்மை போய் விட்டது" என்று புகார் அளிக்கும் வகையில் பேசினான்.

சந்த்ராமுக்குக் கோபம் வந்து விட்டது. அவன் பேசிய பாணியிலேயே "நான் உன் அப்பா என்பதை மறந்து விடாதே. ஒரு தடவை உன் ஜெர்க்கினைப் போட்டு உனக்கு இழப்பை ஏற்படுத்தி விட்டேன் என்று சொல்கிறாயா? உன்னால் பல தடவை எனக்கு இழப்பு ஏற்பட்டதை அறிவாயா? இதெல்லாம் சகஜமான விஷயம் என்று தான் நான் நினைத்துக் கொண்டேன்.

எத்தனை முறை என் சட்டைகளையும் காலணிகளையும் போட்டிருக்கிறாய். அப்பொழுதெல்லாம் என் மகன் தானே என் பொருட்களை எல்லாம் பயன்படுத்துகிறான் என்று அகமகிழ்ந்து போவேன். அன்றொரு நாள் குதிரைப் படம் போட்ட மூன்று சட்டைகளை என் முகத்தில் எறிந்தாயே வெட்கங்கெட்ட நாயே, சிறுமைத்தனம் உள்ளவனே!" என்று திட்ட ஆரம்பித்தார்.

வருத்தப்படுவதற்குப் பதில் அவரோடு விவாதம் செய்ய ஆரம்பித்தான். "நீங்கள் வெற்றிலை போடுவீர்கள் எவ்வளவு தான் கவனமாக இருந்தாலும் வெற்றிலைச் சாறு ஓரீரண்டு துளிகள் என் சட்டையில் படுமல்லவா? அதற்குப் பின் அந்தச் சட்டையை நான் போட முடியுமா?"

மகள் லாடோ அவள் குழந்தைகளுடன் சில நாட்களைக் கழிப்பதற்காக அப்பா வீட்டிற்கு வருவாள். அப்பாவும் மகனும் சண்டையிடுவது போலப் பேசிக் கொள்வதைக் கவனிப்பாள். அப்பா என்னைப் போல இருக்கிறார் என்று சொல்வாள்.

அவரின் இளைய மகள் அவள் அக்காவுடன் சேர்ந்து அவரின் படுக்கையைச் சரி செய்தாள். அப்பொழுது சொன்னாள்: "அப்பா அடுத்தவருடன் பேசும் போது வெற்றிலை எச்சில் துளி எதிரே இருப்பவர் மேல் படுமாறு தான் பேசுவார். அப்பாவும் அக்காவும் பேசும் போது இதைப் பார்க்கலாம்", என்பாள். இறுக்கமான சூழலை எளிதாக்கும் விதமாக நான் "லாடோவின் அப்பா என்பதை மறந்து விடாதே. அப்பா மகளுடன் பேசக் கூடாதா?" என்றும் கேட்பார்.

லாடோ சிரித்துக் கொண்டாள். தம்பி தூரமன் கூட வறட்டுச் சிரிப்பொன்றை வெளி விட்டான். அவன் ஈரலில், பிறக்கும் போதே ஏற்பட்ட குறைபாட்டால் அவனால் பெரிதாகக் கூடச் சிரிக்க முடியாது. "ஹாய்" "ஹே" அப்பா வெற்றிலை போடுகிறார், என்று சொல்லி மெல்லச் சிரிப்பான். அவர் சட்டையின் முன் பக்கம் வெற்றிலைக் கரை படிவதில் ஆச்சரியம் ஒன்றுமில்லை. சட்டையின் பின்பக்கம் ஏன் கறை படியவேண்டும். இவ்வாறு இவர்கள் கூறுவதின் உள்நோக்கம் அவர் வாயினால் மட்டும் வெற்றிலையைச் சாப்பிடாமல், சட்டையினாலும் சாப்பிடுகிறார் என்று விளக்குவதற்காகவே.

இந்த நேரம் டோபின் அங்கு வந்தாள். அவரோடு சேர்ந்து பிள்ளைகளைத் திட்டாமல் பிள்ளைகளுடன் சேர்ந்து கொண்டு அவரை நையாண்டி செய்தாள். அவள் சொன்னாள்: "என்னை ஏதும் கேட்காதீர்கள். அவர் எனக்கு இன்னொரு பையன் மாதிரி. சாப்பிடும் போது கூடச் சட்டையில் உணவைச் சிதறிக் கொள்வார். அதே போல் எழுதும் போது சட்டையில் மையைக் கொட்டிக் கொள்வார். இதற்கெல்லாம் அவர் கவலைப்படாமல் போய் விடுவார். நான் தான் எல்லாவற்றையும் சுமக்கிறேன். பகையெல்லாம் அவர் கவலைப் படாமல் போய் விடுவார். நான் தான் மரக்கட்டை போல் ஆகிவிட்டேன். கறைகளைத் தேய்த்தே என் வாழ்நாளை வீணாக்கி விட்டேன்".

இது வரை லாடோ மகன் பாபிதான் ஒன்றும் சொல்ல வில்லை. ஒரு எதிரியை விரட்டுவது போல மூங்கில் தடியை கையில் சுழற்றிக் கொண்டு ஓடிக் கொண்டிருந்தான். "உன்னைக் கொல்லப்போகிறேன், உன்னைக் கொல்லப் போகிறேன்" என்று கத்திக் கொண்டே ஓடினான். அவன் எதிரி என்று

சொன்னது கற்பனையில் அவன் தாத்தாவை நினைத்துக் கொண்டு ஒடியிருக்கிறான் என்று மற்றவர்கள் நினைத்துக் கொண்டனர்.

அடுத்து நாய் ஜிம்மி குறைப்பதைக் கேட்டனர். மின் கட்டணம் கட்ட அப்பொழுதுதான் பையன் வெளியே கிளம்பினான். இல்லையெனில் அவனுக்குகே உரிய ‘மாஹி’ உச்சரிப்பில் கணவன் மனைவி சண்டையில் எனக்கு நம்பிக்கையில்லை என்று சொல்லியிருப்பான்'' அல்லது அவன் தீர்ப்பு சந்த்ராமுக்கு எதிராகத் தான் இருந்திருக்கும்.

குடும்பத்தினர் அனைவரும் அவருக்கு எதிராக இருப்பது போல் தோன்றியது. சில வருடங்களுக்கு முன் வரை இந்த நிலைமை கிடையாது. தொழிலில் இழப்பு ஏற்பட ஆரம்பித்த நாளில் இருந்து எல்லோரிடமும் இந்த மனமாற்றம் வந்தது. அவர் சொல்வதை யாரும் கேட்பதில்லை. ஒரு வேளை அவருக்கு வயதாகி விட்டதோ என்று எண்ணினர். அவர் வரக்கூடாது என்றும் நினைத்தனர், இன்னும் சொல்லப்போனால், இந்த உலகை விட்டு இன்னும் ஏன் போகாமல் இருக்கிறார் என்று கூட நினைக்கத் தொடங்கினர்.

அவர் எங்கேதான் போவார்? அவர் வாழ்க்கையையும், அனைத்துச் சுகங்களையும் குடும்பத்தினர்களுக்காகத் தியாகம் செய்தவர். வேலை, வேலை, வேலை, உல்லாசம் என்பதில்லை. பைத்தியம் பிடித்து விடுமோ எனப் பயப்படும் அளவுக்கு வேலை, வேலை என்று வெறிபிடித்துச் செய்தவர்; வேலை, வேலை என்றே தனிப்போக்குடையவர், என்று சொல்லலாம். ஒருவருக்கு, தான் பைத்தியம் ஆகப் போகிறோம் என்று தெரியுமா? அவரின் வித்தியாசமான நடைமுறைகள், செயல்பாடுகள்தான் அவரைக் காட்டிக் கொடுக்கும்.

இழப்பைச் சந்திப்பவர்களைக் கடவுள்தான் காப்பாற்ற வேண்டும். இழப்பு நேரிடும் போது இளமை முறுக்கில் இருந்தால் பரவாயில்லை. வயது முதிர்ந்த நிலையில் மட்டும் இழப்பு ஏற்படுவது ஏகப்பட்ட பிரச்சனைகளுக்கு வழி வகுக்கும். அப்பா என்கிற உருவம் குழந்தைகள் நெஞ்சிலிருந்து கொஞ்சம் கொஞ்சமாக அழிக்கப்பட்டு வருவதை உணர்ந்தார். அவர் மனைவியின் நெஞ்சிலும் இருந்து தான்.

காலை எட்டு மணிக்குத்தான் பால் தன் படுக்கையை விட்டு எழுந்தான். அவனைப் பார்த்த உடன் சந்த்ராமுக்கு ஒரு விதப் பதட்டம் ஏற்பட்டது. எனக்குப் பயமொன்றுமில்லை என்று யார் சொன்னாலும் உண்மையில் அவர் நெஞ்சில் பயம் குடி கொண்டுள்ளது என்று தான் அர்த்தம். சந்த்ராமுக்கு நன்கு தெரியும் அவர் மகனுக்குப் பயப்படுகிறார் என்று. அது வெளிப்படையாக வரவேண்டாமென்று விரும்பிக் கொண்டிருந்தார்.

வீட்டை விட்டு வெளியேறித் தனியாக வாழ்ந்து கொள்கிறேன் என்று மகன் பால் சொல்லிவிடக் கூடாது என்றும் பயப்பட்டார். அப்பாவைக் குறை சொல்ல ஒரு சந்தர்ப்பம் வராதா? என ஏங்கிக் கொண்டிருப்பவன் தான் பால். மகனின் சிகரெட் ஒன்றைப் புகைத்து விட்டு அவர் படும் அவஸ்தை கணக்கிலடங்கா. முழு விபரம் தெரிந்தவர்கள் சிரிக்கத்தான் செய்வர். ஆனால் மனதில்தான் என்ன ஒரு இழுபறி நிலைமை.

தேநீரைச் சுவைத்தவாறே அப்பாவைப் பார்த்து “வணக்கம்” சொன்னான். பதிலுக்குச் சந்த்ராமும் மெல்லத் தலையை அசைத்து விட்டுத் தன் பார்வையைக் கீழே செலுத்தினார். பால் வேறு பக்கம் திரும்ப மாட்டானா? நாம் அவனை முழுமையாகப் பார்க்க மாட்டோமா என ஏங்கினார். ஆனால் பாலின் பார்வையில் மாற்றமில்லை. அது சற்று குறைந்து சோம்பலான பார்வையாய் இருந்தது.

பதட்டத்துடன் சந்த்ராம் தான் தினசரி காலையில் படிக்கும் “ஹிந்துஸ்தான் டைம்ஸ்” நாளிதழினுள் முகத்தை மறைத்துக் கொண்டார். நாளிதழை விலக்கிக் கொண்டு மகனை மெதுவாகப் பார்த்தார். அவன் தேநீரை உறிஞ்சிக் குடித்து விட்டுக் காலிக் கோப்பையை அதன் தட்டின் மேல் வைத்துக் கொண்டிருந்தான். பின் சிகரெட் பெட்டியை எடுத்துக் கொண்டு கழிப்பறை நோக்கி நடந்தான்.

இதுவரை எல்லாம் நன்றாகத்தான் இருந்தது அவர் முன்னிலையில். அவன் சிகரெட் பாக்கெட்டில், ஒரு சிகரெட் குறைவதைக் கழிப்பறையில் தான் கவனிக்க முடியும். திரும்பி வரும்பொழுது அவன் செயல் எப்படியிருக்கும் என்பதை அறியும் ஆவலுடன் அங்கேயே காத்திருந்தார். அந்த நேரம் அவரைப்

பார்த்து டோபின், "நீங்கள் இன்னும் குளிக்கப் போகவில்லையா?" என்று கேட்டாள், வெளிப்படையாக "இதோ செல்கிறேன்" என்று பதிலளித்தவர் "இது தான் என் கடைசிக் குளியலாக இருக்குமோ" என உள்ளுக்குள் நினைத்துக் கொண்டார்.

டோபின் ஆச்சரியத்தோடு சந்த்ராமைப் பார்த்தாள், கடிப்பதை விடக் குரைப்பது தான் மோசம் என்பது போன்ற அவர் பார்வை இருக்கிறது என உணர்ந்தவள் காலை உணவு தயாரிப்பதில் மும்முரமாக ஈடுபடத் தொடங்கினாள்.

கழிவறையிலிருந்து திரும்பி வந்த பாலின் பற்கள் கடிக்கப் பட்டவாறும் நெற்றி சிறிது சுருக்கத்துடனும் காணப்பட்டன. வாஷ்பேஷினில் அவசரமாக கைகளை சோப்பால் கழுவிக் கொண்டிருந்தான். எங்காவது அவசரமாக வெளியில் செல்ல இருக்கிறானா? கண்ணாடியில் தெரியும் மகனின் முகத்தைப் பார்த்தார். வாயில் நுரையோடு இருந்ததைக் கவனித்தார். கையைக் கழுவும் போது முகத்திலும் வாயிலும் தெரித்த சோப் நுரையாக இருக்கும் என்று நினைத்துக் கொண்டார்.

வாஷ்பேசினிலிருந்து திரும்பியவனைப் பார்த்து டோபின் கேட்டாள்: "அப்படியானால் இரவில் குடித்துவிட்டுதான் வீட்டிற்கு வந்தாயா?" அதற்குப் பால், "உன் வீட்டில் அடியெடுத்து வைக்க யார் விரும்பினார்? இந்த வீடு சிறைச்சாலை போல இருக்கிறது. கோல்ப் லிங்க்ஸ் பகுதியில் அறை வாடகைக்கு எடுக்கப் போகிறேன்" என்று சொன்னான் கோபத்துடன். டோபி கத்தினாள்: "வெளியே போ இப்பொழுதே வெளியே போ." அவன் சக்தியை எல்லாம் ஒன்று திரட்டி "வாயை மூடு என்ன அசிங்கமான வார்த்தை, இது உன் வீடா?" என்று பால் கத்தினான்.

பதிலுக்கு அழுகையுடன் டோபின் சொன்னாள்: "ஆம் இது என் வீடு தான்." சந்த்ராம் அவளிடம் முன்னர் பேசிய தொனியில் தான் இதுவும் இருந்தது அன்று சந்த்ராம் சொன்னது: "அவன் நம் வீட்டை விட்டு வெளியேற நினைத்தால், அவன் இஷ்டப்படி செய்யட்டும்: உனக்கு விருப்பம் இருந்தால், நீயும் அவனுடன் செல்." இது தான் அன்று அவர் பேசியது. இன்று அதையே தான் டோபின் சொன்னாள். "அப்பாவிற்கும், மகனுக்கும் என் நன்றி.

எப்படி வாழ வேண்டும் என்று எனக்குக் கற்று கொடுத்ததற்கு'' என்று சொல்லி விட்டு அழுதாள்.

சந்த்ராம் எதை நினைத்து அதிகம் பயந்தாரோ அது நடந்து விட்டது. மகனைப் பற்றிய எண்ணங்கள் மனதுக்குள் புகைந்து கொண்டிருந்தாலும், வெளிப்படையாக இவ்வாறு ஒரு நாளும் அவர் பேசியதில்லை. வெளியே போ என்று சொல்வது வெகு எளிது. ஆனால் உள்ளே வா என்று சொல்வது தான் மிகவும் கஷ்டமான நிலைப்பாடு.

பால் அவன் காலை நேர வேலைகளை விரைவாகச் செய்து முடித்தான். அவசரத்தில் முகச் சவரம் செய்ததால் அங்கொன்றும் இங்கொன்றுமாக முடிகள் விடுபட்டிருந்தன. சவரக் கத்தி கிழித்ததால் இரத்தம் வர அதை அவ்வப்போது துண்டால் துடைத்துக் கொண்டான்.

ஏன் அம்மாவுடன் இவ்வளவு முரட்டுத்தனமாக நடந்து கொள்கிறான்? அம்மாவுடன் கரடுமுரடாக அவன் பேசியது அவருக்கு வேதனையைத் தந்தது. அதே போல் அம்மாவும் மகனுடன் பேசிய தோரணையும் வலியைக் கொடுத்தது.

அம்மாவிற்கும் மகனுக்குமிடையேயான உறவு வித்தியாசமானதுதான். இயற்கையாகவே வரக்கூடிய ஒன்று தான். சண்டையிட்டு கொள்வதும், பின் பகைமை பாராட்டாமல் சமாதானமாகி விடுவதும், சாதாரண விஷயம்தான். ஆனால் இன்றோ பாலின் தோரணையும் தொனியும் வித்தியாசமாக இருந்தன. அவன் வெளியேறுவது அவன் நன்மைக்காக கூட இருக்கலாம்.

''இந்தச் சிறைச்சாலைக்கு யார் திரும்பி வர ஆசைப்படுவார்'' என்று சொன்னானே, அதன் அர்த்தம் என்ன. பால் ஒரே வார்த்தையில் சொன்னாலும் சந்த்ராம் பல விதங்களில் சிந்திக்கத் தொடங்கினார். அவனுக்குப் பிடித்த விஷயங்கள், காலணிகள், ஜெர்கின், சிகரெட் போன்றவை தான் அவைகள்.

அவசரமாகக் குளித்து விட்டு உடையை மாற்றிக் கொண்டு அப்பா இருக்கும் இடத்தைத் தாண்டி வெளியே சென்றான். சந்த்ராம் அவனைக் கூப்பிட்டார். ஆனால் அவனோ காது கேளாதவன்

போல் சென்று விட்டான். காலையில் வந்த நாளிதழை அவன் பார்க்கக் கூட இல்லை. ஸ்டேட் எக்ஸ்பிரஸ் சிகரெட் வெற்று பாக்கெட்டை வெறுப்புடன் ஜன்னலுக்கு வெளியே தூக்கி எறிந்து விட்டுக் கதவை நோக்கி நடந்தான்.

அம்மாவுடன் சண்டை போட்டதால் அவள் அவனின் காலை உணவு பற்றி ஞாபகப் படுத்தவில்லை. ஆனால் அப்பா அவனை நிறுத்துமுகமாக "ஏம்பா, காலை உணவு எடுத்துக் கொள்ள வில்லையா?" எனக் கேட்டார். கோபமாக, "வேண்டாம்," என்று சொல்லிவிட்டு வேகமாக வெளியேறினான். அவன் கதவைச் சத்தத்துடன் மூடியது சந்த்ராம் ஆத்மாவை என்னவோ செய்தது.

பால் வெளியே சென்றானோ இல்லையோ சந்த்ராமும் டோபினும் சண்டையிட ஆரம்பித்தனர். அவள் தரம் தாழ்த்தி நடந்து கொண்டதற்கு அவளைத் திட்டினார். அவளோ அவரைச் சபித்துக் கொண்டும் அழுது கொண்டும் இருந்தாள். பழைய நிகழ்வுகளைக் கிளர ஆரம்பித்தாள். மணமகளாக அந்த வீட்டில் அடி எடுத்து வைத்ததில் இருந்து ஒரு நாள் கூட மகிழ்ச்சியாக இருந்தது இல்லை என்பதை அவள் பேச்சில் வெளிப்படுத்தினாள். உலகிலேயே துரதிஷ்டமான பெண் ஒருவள் உண்டு என்றால் அது நான்தான் என்றும் சொல்லிக் கொண்டாள்.

ஆனால் சந்த்ராம் அவளுக்கு எல்லா வசதிகளையும் செய்து கொடுத்ததை நினைத்துக் கொண்டு, அவள் துயரத்தைக் குறைத்தவர். ஆனால் அவள் பேசியதை எல்லாம் பார்க்கும் பொழுது அவள் துன்பத்திற்கும் துயரத்திற்கும் முழுக்க முழுக்க அவர்தான் காரணம் எனச் சொல்லிக்கொண்டாள்.

அவள் சொன்னாள்: "முதலில் அனாதையாயிருந்த உங்கள் சகோதர சகோதரிகளுக்காக உழைத்தேன். பின் நீங்கள் அழைத்து வரும் விருந்தினர்களுக்குப் பணிவிடை செய்தேன். தினந்தோறும் விருந்தினர்களை அழைத்து வருவது உங்கள் வாடிக்கை. ஒரு கையால் சமையல் செய்து கொண்டும், மறுகையில் குழந்தையை வைத்துக் கொண்டும், காலத்தைக் கழித்தேன். இதையெல்லாம், இந்த நன்றி மறந்த பிசாசுகளுக்காகச் செய்தேன்."

இந்தத் தீயவர்கள் முன் இப்பொழுது என்னைத் தூக்கி எறிந்து விட்டீர்கள். உங்கள் செல்லப் பிள்ளைகளுக்கு

அளவிற்கு அதிகமாகப் பணத்தைச் செலவு செய்யக் கொடுத்து அறிவற்றவர்களாக்கி விட்டீர்கள். எல்லோரையும் கெடுத்து விட்டீர்கள். உங்கள் மகனின் அடாவடித்தனத்தைப் பார்த்தீர்கள் அல்லவா? என்னிடம் எப்படி முறைத்துக் கொண்டு நடந்தான், அதுவும் உங்கள் முன்னிலையில்."

டோபின் அளவிற்குப் பேச விரும்பாத சந்த்ராம் சற்று அடக்கி வாசிக்க முடிவு செய்தார். நாம் தான் இதற்கெல்லாம் காரணமா, என வியந்து கொண்டார். குடும்பம் அவர் கட்டுப் பாட்டுக்குள் இல்லையே? அப்படி இருந்திருந்தால் பிள்ளைகள் அம்மாவிற்கு எதிராகவும், மனைவி குழந்தைகளுக்கு எதிராகவும் செயல்பட விட்டிருப்பேனா?

படுக்கையறையிலிருந்து வெளிப்பட்ட லாடோ நடப்பதை ஒரு வித ஈர்ப்புடன் பார்த்தாள். சிறிது நேரத்திற்கு முன் எழுந்திருந்தால், அண்ணனை வெளியே போகவிடாமல் தடுத்திருக்கலாம். அம்மாவை அமைதியாக இருக்கச் சொன்னவள், அப்பா பக்கம் அர்த்தமுள்ள பார்வை ஒன்றைச் செலுத்தினாள். அது அவரை என்னவோ செய்தது. அவள் குழந்தை அழ ஆரம்பித்தான்.

லாடோ அவள் கணவனைத் தொலைபேசியில் தொடர்பு கொண்டு பிள்ளைகளை அழைத்துக் கொண்டு செல்லுமாறு கேட்டுக் கொண்டாள். அமைதி அங்கு நிலவத் தொடங்கியது. ஆனால் டோபின் அழுகை அவ்வப்போது கேட்டது. தினசரி இவ்வாறு ஒன்று அவ்வீட்டில் நடைபெறுவதால் லாடோவுக்கோ அல்லது மற்ற குழந்தைகளுக்கோ இது ஒன்றும் பெரிய விஷயமாகத் தெரியவில்லை.

தான் ஒருவன் மட்டும்தான் இன்றைய நிகழ்வுக்குக் காரணம் இல்லை. அப்படி இருக்கும் போது நான் ஏன் அதிகளவில் என்னை வருத்திக் கொள்ள வேண்டும் என சந்த்ராம் நினைத்தார். பால் கோபத்துடன் இருந்ததால்தான் டோபினுடன் வாய்த் தகராரில் ஈடுபட்டான்.

ஆனால், சண்டையை ஆரம்பித்தது என்னவோ டோபின் தான். பால் ஒரு சந்தர்ப்பத்திற்காகத் தான் காத்திருந்தான். அதற்கு டோபின் இடம் கொடுத்து விட்டாள். காலையிலிருந்தே அவன்

கோபத்தில்தான் இருந்தான். ஒரு சிகரெட் பெட்டியில் ஒரே ஒரு சிகரெட் மட்டும் இருந்ததைப் பார்த்திருப்பான்.

பணியாளர்களின் வரவேற்பைக் கண்டு கொள்ளாமல் சந்த்ராம் தன் அலுவலகத்திற்குள் நுழைந்தார். அவர்களும் அதை ஒரு பொருட்டாக எடுத்துக் கொள்ளவில்லை. ஐயா ஏதோ கோபத்தில் இருக்கிறார் என நினைத்துக் கொண்டனர். ஒருவர், "மீண்டுமா?" எனக் கேட்க மற்றொருவர், "எப்பொழுதுதான் அவர் நல்ல மனநிலையில் இருந்தார்?" என்று சொல்லிக் கொண்டார்.

தன் அறையில் நுழைந்தவுடன் அவர் செய்த வேலை, உதவியாளர் சந்துவை அழைத்து ஒரு பெட்டி சிகரெட் வாங்கி வருமாறு பணித்தது தான். பொதுவாகவே, அவர் தேவையை மனதில் கொண்டு சந்து எப்பொழுதும் ஒரு பெட்டி சிகரெட்டைத் தயாராக வைத்திருப்பான்.

கோட்டைக் கழற்றி ஆணியில் மாட்டினார். பின், சிகரெட் பெட்டி மீது சுற்றியிருந்த கண்ணாடிக் காகிதத்தைக் கிழித்து விட்டு சிகரெட் ஒன்றை எடுத்தார். சிகரெட்டைப் பற்ற வைத்துக் கொண்டு தன் வேலையைக் கவனிக்கலானார். ஆனால் அவர் மனம் அதில் ஈடுபடவில்லை. இனந்தெரியாத பயம் ஒன்று அவர் மனதை மந்த நிலையில் வைத்திருந்தது. சுழலும் நாற்காலியைப் பின் இழுத்துக் கால்களை மேஜையின் மீது போட்டுக் கொண்டு சிகரெட்டிலிருந்து இரண்டு மூன்று முறை புகையை இழுத்து வெளியே விட்டார்.

குடும்பம் சிதைந்ததற்கு நான் தான் பொறுப்பா? எனத் தனக்குத் தானே கேட்டுக் கொண்டார். வயதானாலும் அன்றாட நடைமுறைக்குத் தன்னை பழக்கப் படுத்திக் கொண்டிருந்தார். அப்பாவாகவும் கணவனாகவும் மட்டுமின்றி அவர்களுக்கு நல்ல நண்பனாகவும் தானே இருந்தார். இங்குதான் அவர் தவறு செய்து விட்டார்.

பழமை வாதிகளான சமகாலத்தவர் மத்தியில் அவருடைய செயல்பாடுகள் அவரை ஒரு அந்நியராகவே காட்டின. மகள் லாடோ கல்லூரி செல்ல ஆரம்பித்த நேரம். அவர் சொன்ன புத்திமதி, "லாடோ, நீ இருபாலர் பயிலும் கல்லூரிக்குச் செல்கிறாய். அங்குள்ள பையன்கள் பெண்களின் தோளோடு உரசிச் செல்வர்.

மேலும் பெண்களுடன் நெருக்கமாகப் பழகவும் விரும்புவர். இப்பொழுது புதியதொரு நடைமுறையும் காணப்படுகிறது. ஏதாவது "நேரத்தை இன்பமாகச் செலவிடுவோம்" என்பதே அது. இம்முறையில், ஆணும் பெண்ணும் சிறிது வேறுபாடு கடைப்பிடிக்க வேண்டும். இதைப் பையன்கள் கடைப்பிடித்தால் அவர்களுக்கு எந்த ஒரு எதிர்மறை விளைவும் ஏற்படப் போவதில்லை."

"ஆனால் பெண் இந்த நடைமுறையைக் கடைப்-பிடிக்காமல் இருப்பது நல்லது. ஏனெனில் குழந்தை பிறப்பு என்ற சுமை தான் பெண்களுக்கே உரித்தானது. இதனால்தான் பெண்கள் ஆரம்பத்திலிருந்தே பழமைவாதிகளாக இருக்கிறார்கள். இது அவர்களின் இயற்கையான செயல்பாடு என்றும் சொல்லலாம். ஆண்களுடன் பெண்கள் நெருக்கமாகப் பழகாமலிருப்பது சரிதான் என்று தோன்றும். பெண்களையும் அவர்கள் குழந்தைகளையும் கவனிக்காதோர் பலர் இப்போது இருப்பதால் நீ கவனமாக இருக்க வேண்டும்."

தன் முன் மகள் அமர்ந்து, தான் சொல்வதைப் பாதி புரிந்தும், பாதி புரியாத நிலையிலும் இருப்பது போல் சிகரெட் புகையின் நடுவே கற்பனை செய்து பார்த்தார். ஒருவேளை அப்பா என்ன அபத்தமாகப் பேசுகிறார் என்று கூட அவள் நினைக்கலாம். அவளிடம் கூறிய இச்செய்திகள்யாவும் எல்லாப் பெண்களுக்கும் தெரிந்தவைதான். அதனால்தான், இது எவ்வளவு பழமை வாய்ந்த வெளிப்பாடு என மகள் நினைப்பது போலத் தோன்றியது.

இவரைப் பழமைவாதி என்று அவர்கள் முத்திரை குத்தினால் நான் ஏன், இன்றும் புத்தர் அன்று சொன்ன வாழ்வு நெறி முறைகளை, இன்றைய காலத்தது போல ஏற்றுக் கொண்டுள்ளேன் என்று மனதுக்குள் நினைத்துக் கொண்டார். எக்காலத்திற்கும் ஏற்ற கருத்துக்கள் பல உண்டு. அனுபவ மூலமாகவும் தவறுகள் மூலமுமாகவும் மனிதன் வாழ்வியல் பற்றி அறிந்து கொள்ளவில்லையா?

பாலுவுக்கு வயது இருபத்தைந்து. "எந்தப் பெண்ணுடனாவது உனக்குத் தொடர்பு உண்டா?" என்று அவர் வினவியபோது, "அப்படியெல்லாம் ஒன்றுமில்லை," என

உறுதியாகச் சொன்னவன். அவருக்கு அவன் மகனாக மட்டுமில்லாது நல்லதொரு நண்பனாகவும் இருந்தான். அப்படியிருந்த பையன் இப்படியாகிவிட்டானே என்ற பெரியதொரு மனக்குறை அவருக்கு. பாலியல், அவரைப் பொறுத்தவரை, பெரியதொரு விளைவை உண்டாக்கும் ஒரு தவறான முடிவு, மகனின் வாழ்க்கை முழுவதையும் இருளடிக்கும். அதனால்தான் பெரியோர்கள் ஆணுக்கும் பெண்ணுக்குமிடையே நட்பு, திருமண வாழ்வு என்ற வகையில் ஒரு சுவரை எழுப்பியுள்ளனர்.

அப்பாவின் கேள்விக்குப் பின் பதில் ஒன்றும் சொல்லாமல் அவரையே பார்த்தவண்ணமிருந்தான். ஒரு வேளை தனக்குள் சிரித்துக் கொண்டிருந்தானோ? அனுபவத்தைப் பற்றி அப்பா பேசுகிறாரே, அவர் என்ன சென்ற நூற்றாண்டுக்குச் சொந்தக்காரரா? உலகமே மகன் முன் பரந்து விரிந்து கிடந்தாலும் அவன் இன்னும் பல பொருள்கள் பற்றி அறியாமையில் இருக்கிறானே என வருத்தப்பட்டார். அவர் அப்பா எப்படி அவரை வாழ்வின் நெளிவு சுழிவுகளை அறிந்து கொள்ளும்படிப் பயிற்சியளித்தார் என்று நினைத்துக் கொண்டார். இன்று ஒரு சிகரெட்டை அவனுக்குத் தெரியாமல் எடுத்ததற்குத் தன் முகத்தை எப்படித் திருப்பிக் கொண்டான்.

ஒரு வேளை தவறாகப் புரிந்து கொண்டானோ? என சந்த்ராம் நினைத்தார். அல்லது, வேலைப் பளுவால் காலையில் அவ்வாறு நடந்து கொண்டானோ? சீக்கிரமாகவும் கிளம்பி விட்டானே? பொதுவாக காலை பத்து மணிக்குக் கிளம்புகிறவன் அரைமணி நேரம் முன்னதாகவே கிளம்பிவிட்டானே? என்றெல்லாம் எண்ணிக் கொண்டார்.

ஒரு லட்சம் ரூபாய்க்கான வர்த்தகத்தைக் கையகப்படுத்தும் முயற்சியில் சந்த்ராம் ஈடுபட்டிருந்தார். இதில் வெற்றியடைந்தால் எல்லாவற்றையும் சரி செய்து விடலாம் என்று நினைத்தார். பால் மீண்டும் பழைய மகிழ்வான நிலைக்குத் திரும்புவான் என்றும் தன் மீது அவனுக்கிருந்த கோபம் மறைந்து விடும் என்றும் நம்பினார். குளு வரை எல்லாரும் உல்லாசமாகப் பயணம் சென்று வரலாம் என்றும் கணக்கிட்டார்.

சிகரெட், ஒரே ஒரு சிகரெட்தான்' மீண்டும் அவர் ரத்தம் கொதித்தது. மகனை இன்னும் மன்னிக்கவில்லை. தன்னையும் மன்னித்துக் கொள்ளவில்லை. மகனை வெறுக்கக் கூடிய ஒருவர் கண்டிப்பாகத் தன்னையும் வெறுப்பவராகத்தான் இருக்க வேண்டும். இதையே மாற்றிச் சொன்னாலும் தகும். அதாவது, அப்பாவை வெறுக்கும் மகன் கண்டிப்பாகத் தன்னையும் வெறுப்பவனாக இருக்க வேண்டும்.

பால், அப்பாவை வெறுப்பவன் அல்லன். தன்னைத்தானே வெறுத்துக் கொண்டவன். போட்டிமயமான இந்த உலகில் அப்பாவை விட அதிகமாகச் சம்பாதிக்க முடிய வில்லையே என்ற ஆதங்கம்தான் அவனுக்கு, அவன் எண்ணம் ஈடேறாதவரை கடுமை தளராதவனாக இருந்தான். அப்பாவை விடத் தொழிலில் திறமை காட்டி அதிகம் சம்பாதிக்க முடியும் என நிரூபித்துக் காட்ட விரும்பினான்.

சந்த்ராம் அழைப்பு மணியை ஒலிக்கச் செய்து தன் அந்தரங்கச் செயலாளர் மிஸ்.டாலியைக் கூப்பிட்டார். இன்று, கேசத்தை அழுகு படுத்தி, வெள்ளைப்புடவையும் இறுக்கமான மேல் சட்டையும் அணிந்து வந்திருந்தாள். வெள்ளை நிறம் சந்த்ராமுக்கு ரொம்பவும் பிடிக்கும் என்று அவளுக்குத் தெரியும். உள்ளே வந்தவளை அவர் பார்க்கவில்லை. இப்பொழுதெல்லாம் தலைவர் வித்தியாசமாக இருக்கிறார் என்றும் அதனால் வர்த்தக ரீதியில்தான் அவருடன் பேசுவதாகவும் நினைத்துக் கொண்டாள்.

ஒரு வித நல்ல எண்ணத்துடன்தான் அவர் போன்ற முதியவர்களிடம் நடந்து கொள்வதாகவும் நினைத்துக் கொண்டாள். அவருக்காகவே அவள் உழைத்தாள். அதற்கான ஊதியமும் பெற்றாள். இது தவிர வேறு விதமான எந்த உணர்வும் ஏன் உள்ளே நுழையவேண்டும்?

“சார், கூப்பிட்டீர்களா?” எனக் கூறி அவர் கவனத்தைத் திருப்பினாள். கோப்புகளிலிருந்த தன் பார்வையைத் திருப்பியவர், “நீ மிகவும் அழகாயிருக்கிறாய்” என்று சொல்ல விரும்பினார், ஆனால் அவர் அதைச் சொல்லாமல் நிறுத்திக் கொண்டார்.

சிறிது நேரத்திற்கு முன் காலை நிகழ்வுகளிலிருந்து விடுபட எண்ணிய அவர் மனம், அவள் அழகான கேசத்தின் மீது படிந்தது.

பெண்கள் அதிசயப் பிறவிகள்தான் என நினைத்தார். நீரின் போக்கில் செல்ல மறுக்கும் ஆணின் மனதைக் கூடப் பெண் மனம் நீரில் ஏற்படும் அலைகளிலும் சுழிகளிலும் மூழ்கடித்து விடும். டாலியின் தலைப்பகுதியின் கீழிருந்த கருப்புப் பகுதியில் இருந்துதன் பார்வையை உடனடியாக விலக்கிக் கொண்ட சந்த்ராம் வலது பக்கம் தொங்கிய திராக்ஷவா நாட்காட்டிப் பக்கம் திருப்பி ஏதோ நாளொன்றைத் தேடுவது போலக் காட்டிக் கொண்டார்.

பெண்கள் ஆண்களின் எண்ணப் போக்கை தெரிந்தவர்கள். அவர்களின் ஆழ்மனத்தையும் கூட உன்னிப்பாகக் கவனிப்பர். பெண்களின் கண்களை உற்று நோக்கினால் தங்களுக்கு ஏற்படக் கூடிய விளைவுகள் பற்றி ஆண்களுக்கும் தெரியும். நாட்காட்டியைப் பார்த்து விட்டு ஏதோ ஒன்றைப் பற்றி யோசிப்பது போல எதிரே இருந்த வெற்றிடத்தைப் பார்க்கலானார். மறுபடியும் சிறு நொடியில் அவளை ஒரு மாதிரியாகப் பார்க்க ஆரம்பித்தார். அதுவே அவரின் அலைபாயும் மனதைக் கட்டுக்குள் கொண்டு வர விதி நிர்ணயித்த தருணம் ஆகியது.

"பெர்க்கின்ஸ் இப்பொழுது எங்கிருக்கிறான்?" என்று அவளைப் பார்த்துக் கேட்டார். டாலியின் சகோதரன்தான் அவன். அவன் முழுப்பெயர் ஜான் பெர்க்கின்ஸ். ஒருவாறு புன்னகையை வரவழைத்துக் கொண்டு "இங்குதான் இருக்கிறான்," என்றாள். சொல்ல வந்த விஷயத்தை நேரடியாகச் சொல்லுமுன் சிலர் இவ்வாறுதான் தேவையில்லாததையெல்லாம் பேசுவர் என்று அவள் நினைத்துக் கொண்டாள்.

இருந்தாலும் வேலை விஷயம் மட்டும் தான் பேசவேண்டுமென முடிவெடுத்தாள். இது என்ன மாதிரியான அணுகுமுறை? உங்களுக்குத் தேவைபட்டால் அழைப்பதும், நல்ல மனநிலையில் இல்லாவிட்டால் போகச் சொல்வதும்தான் என்ன நிலைப்பாடு? கடந்த சில நாட்களாகத் தன்னைக் கண்டு கொள்ளாமல் இருந்தவர் இன்று என் சகோதரன் பற்றி விசாரித்து என்னை ஏன் மகிழ்விக்க நினைக்கிறார்?

தொழில் ரீதியாகத் தான் பேசுவேன் என்ற முடிவோடு எவ்வளவு நேரம் தான் அவள் இருக்கமுடியும்?

தன்னை மறந்தவராக சந்த்ராம் அவளுக்கு ஒரு சிகரெட்டைக் கொடுக்க முயற்சித்தார். அவள் உடல் முழுவதும் ஒரு வித நடுக்கம் ஏற்பட்டது. அலை அலையான கேசத்தை விட அவளின் நடுக்க அலை அதிகமாயிருந்தது. நீட்டிய கையை இழுத்துக் கொண்டு, "வேண்டாம், நன்றி," என்று சற்றுக் கோபத்துடன் அவரிடம் சொன்னாள். அவளை உற்று நோக்கியவாறு "டாலி" என அழைத்தார்.

ஒரு வேளை அவள் குடும்பம், ஏன் இந்த உலகமே, அவரைக் கண்டு கொள்ளாததைச் சொல்ல நினைத்திருக்கலாம். ஏனெனில் அவள் ஒருவள்தான் அவரிடம் அன்பு பாராட்டியவள். ஒரு வேளை அது கூட ஊதிய உயர்வை மனதில் கொண்டதினால் வந்திருக்குமோ. "நிச்சயமாக, என் மனதை ஊஞ்சலாட வைத்தாய்" என்று தனக்குள்ளே சொல்லிக் கொண்டார். "உண்மையிலே காதலா, அல்லது ஒரு விதத் தெய்வீகக் காதலாக இருக்குமோ?" என்று மேலும் நினைத்துக் கொண்டார். "சாதாரண முத்தத்திற்கும் திருட்டுத்தனமாகக் கொடுக்கும் முத்தத்திற்கும் இதே வேறுபாடுதான் இருக்கும். அதில் நேற்றைய இழப்பும் நாளைய லாபமும் மங்கியே போய்விடும் என்றும் எண்ணிக் கொண்டார்.

சந்த்ராமை டாலி மீண்டும் பார்த்தாள். இந்தப் பார்வை கிடைக்காவிட்டால் இன்னும் சற்று வயதான நிலையில் காணப்படுவோம் என்றும் ஏகப்பட்ட இழப்புகளைச் சந்தித்து இருக்க வேண்டுமென்றும் எண்ணலானார். அவர் நினைத்திருந்தால் டாலியின் மீது சரிசமமாகப் பாய்ந்து அவள் வேலைக்கு இடர் ஒன்றைத் தந்திருக்கலாம். தாயுள்ளத்திலிருக்கும் ஆழமான அனுதாபத்துடன் இது பற்றிச் சிந்தித்தாள். பெண் என்ற முறையில் சந்த்ராமுக்கு அன்னை என்ற வகையில் இருந்து வந்தாள். அவருக்கு மட்டுமல்லாது ஏனைய இளையோர் முதியோர் அனைவருடனும் இந்த ரீதியில் தான் பழகினாள்.

இறுதியாக சந்த்ராமிடமிருந்து சிகரெட் ஒன்றை "எல்லாம் சரிதான்" என்று கூறி எடுத்துக் கொண்டாள். அவள் சிகரெட்டை அவர்தான் பற்ற வைத்தார். சிகரெட்டிலிருந்து நீண்ட இழுவை இழுத்துப் புகையை வெளியே விட்டாள். அந்தப் புகை வட்டத்-தினூடே சந்த்ராமை கவனித்தாள். "பெர்க்கின்ஸ் இந்த நகரத்தில் இருந்தால்.." எனச் சொல்லியதைக் கேட்டு, ஓரடி எடுத்து

வைத்தவள் நின்று அவர் பேச்சை முடிக்கட்டும் என நினைக்க, அவரும், "எனக்காக ஒரு கார்ட்டன்" "ஸ்டேட் எக்ஸ்பிரஸ்" சிகரெட், வாங்கித்தரச் சொல். பணம் பின்னர் தருகிறேன்" எனக் கூறி முடித்தார். "சரி" என்று சொல்லிவிட்டு அறையை விட்டு வெளியேறினாள்.

மாலையில் ஒரு கார்ட்டன் ஸ்டேட் எக்ஸ்பிரஸ் சிகரெட்டுடன் வீட்டில் நுழைந்தவருக்கு ஒரு வித நடுக்கம் ஏற்பட்டது. அவர் மனநிலையை டோபினோ, லாடோவோ அறிந்து கொள்ள வாய்ப்பில்லை.

சிறிது நேரத்தில் பாலுவும் வந்து சேர்ந்தான். தன்னைப் பிடித்திருந்த நிலையற்ற தன்மை திடீரென மறைந்து விட்டதை உணர்ந்தார். குளிர்காலத்தில் மின் சக்தியால் வெப்ப மூட்டப்பட்ட அறைக்குள் நுழைந்தவுடன் எவ்வாறு நடுக்கம் மறைந்து போகிறதோ, அதே போல் அவரும் அமைதியானதொரு மனநிலையைப் பெற்றார்.

ஆனால் மறுடியும் பயம் ஒன்று அவரைத் தொற்றிக் கொண்டது. கோல்ப் லிங்க்ஸில் உள்ள தன் அறைக்கு தனக்குரிய பொருட்களை எல்லாம் எடுத்துப் போகத்தான் பால் வந்திருக்கிறானா? ஆனால், அதற்குரிய அறிகுறி எதுவும் தென்படவில்லையே?. என்றும் அறிந்தார்.

பின் ஏன் அவன் அவ்வளவு சீக்கிரம் வரவேண்டும்? பொதுவாக நடுநிசி ஒரு மணியளவில்தான் வருபவன். விவிலியம் காட்டும் ஊதாரிப் பையனைப் போலத் திருந்தி வந்துள்ளானா? அவன் வாழ்வில் புதியதொரு திருப்பம் ஏற்பட்டுள்ளதா? பின் ஏன் ஓதுங்கியும் அமைதியாகவும் இருக்கிறான்? லாடோ உடன் பேசுவான். அவள் மகன் பாபியுடன் விளையாடுவான். இன்று இதெல்லாம் நடை பெறவில்லையே. தன் அறைக்குள் சென்றவன் உடனேதிரும்பி வெளியே வந்தான். தன் சட்டைப் பையிலிருந்த சிகரெட் பாக்கெட்டை எடுத்து அவரிடம் நீட்டினான்.

"என்னப்பா இது?" என்று அவனைப் பார்த்துக் கேட்டார். "ரஷ்யன் சோப்ராயன்," என்றான். ஒரு வித வெட்கத்துடன், "ரஷ்யன் சிகரெட் என்று சொல்கிறயா? அதுவும் ஒரு முழு பாக்கெட்டா?" என்று ஆர்வத்துடன் அவனைப் பார்த்துக்

கேட்டார். ஒரு சிகரெட் அவர் எடுத்ததற்கு ஒரு பெட்டி சிகரெட்டைக் கொடுக்கிறான். இது அவருக்காகவே அவனின் செயல்பாடா? அதாவது, அவர் கன்னத்தில் அறைவதற்கு ஒப்பானது இது. அந்த சிகரெட் பாக்கெட்டை அவன் முகத்திலேயே எறிந்தார். பின், "தீயவனே! முரடனே! கெட்ட எண்ணம் உள்ளவனே!" என்றெல்லாம் அவனைத்திட்டி விட்டு மேலும்: "என் சிகரெட்டை என்னால் வாங்க முடியாது என நினைக்கிறாயா? உனக்கும் என்னால் வாங்கிக் கொடுக்க முடியும். நீ நினைப்பது போல் இன்னும் நான் தரம் தாழ்ந்து விடவில்லை. உன்னைப் போன்ற துர்நாற்றமுடையவர்களுக்கு இன்று கூட என்னால் நூற்றுக் கணக்கில் சிகரெட் பாக்கெட்டுகள் வாங்கி என் சட்டை பையில் வைத்துக் கொண்டு வர முடியும். நன்றி கெட்ட முட்டாள்" என்றெல்லாம் திட்டித் தீர்த்தார்.

என்ன செய்வதென அறியாதவகையில் திகைத்து நின்றான் பால். அவர் எறிந்த சிகரெட் பாக்கெட் கன்னத்தில் பட்ட இடத்தைத் தொட்டுப் பார்த்துக் கொண்டான். கன்னத்தில் சிறிதளவு இரத்தமிருந்ததை உணர்ந்தான். "அப்பா", என்று அவன் கதற, லாடோ அவள் அறையிலிருந்து ஓடிவந்தாள். என்ன நடந்தது எனக் கேட்கும் தோரணையில் "அப்பா" எனக் கூப்பிட்டாள். டோபின் அவள் அறையிலிருந்து வெளியே வந்து "இங்கு என்ன நடக்கிறது" எனக் கேட்டாள்.

அவர்களையெல்லாம் பின்னால் தள்ளிக் கொண்டு, "ஒன்றுமில்லை" என்றார். "இந்த பிசாசுடன் சில விஷயங்களை நான் பேசவேண்டும். அவன் முதுகு அடிபெற வேண்டுமென்று துடிக்கிறது" என்று கூறி முடித்தார். பின் பாலின் கன்னத்தில் இருந்த இரத்தத்தைப் பார்த்துப் பயந்து விட்டார். என்ன செய்வதென்று அவருக்குத் தோன்றவில்லை. மகன் கன்னத்தில் அல்லவா இரத்தம் வந்துள்ளது. பார்ப்பவர்களுக்கு மகனின் ரத்தம் என்று தான் தெரியும்: ஆனால், அவருக்கோ அவர் இரத்தம் தானே; இரத்தின் ரத்தம் அல்லவா? வாயில் நுரையுடன் மகன் பாலை நோக்கி நகர்ந்தார். பின் சொன்னார்: "உன்னை இன்று கொலை செய்யப் போகிறேன்; என்னை தனிமையில் இருக்க விடுங்கள்; நான் இன்று முன் உதாரணமாகச் செயல்படப் போகிறேன்."

தொடர்ந்து சொன்னார்: "அப்பாவை மகன்கள் தான் கொலை செய்தார்கள். இன்று ஒரு அப்பா அவர் மகனைக் கொலை செய்யப் போகிறார், பிசாசே! உனக்கு நான் என்ன செய்யவில்லை? நீ படிப்பதற்காக வெளியூர் சென்ற பொழுது மாதந்தோறும் ரூபாய் 400- (நானூறு) அனுப்பினேன். நீ படிப்பை இடையில் நிறுத்திவிட்டாய். என் நண்பன்தான் இரண்டாண்டுகள் உன்னைப் பாதுகாத்து படிப்பை முடிக்கத் தூண்டினார். இதையெல்லாம் அவர் எனக்காகத் தான் செய்தார். உன்னைப் போன்ற தறுதலைக்கு வேறு யார் பொறுப்பேற்பார்!

"இருந்தாலும், என் அருமை மகன் கஷ்டப்படக் கூடாது என நினைத்து அவ்வப்போது பணம் அனுப்பினேன். அந்தப் பணத்தை நீ எப்படிச் செலவு செய்தாய்? உணவகங்களுக்கும், துரித உணவு கடைகளுக்கும் போய்ச் செலவு செய்தாய். நீ பெருமைப் பட்டுக் கொள்வாயே, உன் நண்பர்கள் உன்னை இளவரசன் என்று கூப்பிடுவார்கள் என்பாயே. அப்பா பணத்தில் தானே அந்த இளவரசன் வாழ்க்கை வாழ்ந்தாய். பி.ஏ. பட்டப்படிப்பில் ஹிந்தி ஒரு பாடத்தில் தோல்வியுற்றதால் பி.ஏ. பட்டம் வாங்க முடியவில்லையே. எல்லாப் பாடங்களையும் விடத் தாய்மொழி ஹிந்தியில் தேறத் தவறியதற்கு நீ வருத்தப்பட்டதுண்டா?"

"ஒரே ஒரு பாடம் தானே, இன்னும் ஒரு தடவை முயற்சி செய்து தேறுவதற்கான வழியைப் பார் என்று எத்தனை தடவை உன்னைக் கேட்டுக் கொண்டேன், செவிமடுத்தாயா? நான் சொல்வதெல்லாம் உனக்கு ஒவ்வாமையாகத் தெரிந்தது. நீ இவ்வளவு சோம்பேறியாய் இருந்தபோதிலும் உன்னை வைத்து காப்பாற்றினேன். இதே மேற்கத்திய நாடாக இருந்தால் உன்னை உதைத்து வெளியே அனுப்பியிருப்பர், பதினெட்டு வயது வந்தவுடனே "போடா, வெளியே என்று அனுப்பியிருப்பர். நம் நாட்டில் தான் எவ்வளவு தூரம் முட்டாள்தனமாகச் செயல்பட்டாலும் பதினெட்டு வயது ஆனபின்பும் பொறுத்துக் கொள்கிறோம். உன் செலவுக்குப் பணம் இல்லை என்று தெரிந்ததும் உன் அம்மாவிற்குத் தெரியாமல் ஐந்தோ, பத்தோ உன் பையில வைப்பேனே".

"அதையே திருப்பி, நீங்கள் எல்லாம் கெட்டுப் போனதற்கு நான்தான் பொறுப்பு என்கிறாள் இன்று. நீயே, என்னிடம் ஒரு

தடவை சொன்னாய் - இந்த மாதிரிப் பெண்ணை மனைவியாய் வைத்திருப்பதை விட ஒரு விலைமாதுவை வைத்துக் கொள்ளலாம், என்று. நீ, சொன்னாயா? இல்லையா? யோசித்துப்பார். இவ்வாறு ஒரு அம்மாவை இழிவாகப் பேசும் பையனிடம் அப்பா எப்படி நல்லதை எதிர்பார்க்கலாம், உனக்குத் தெரியுமா? உன் அம்மாவை இழிவாகப் பேசினால் அது உனக்கே திரும்பி வருமென்று? ஒன்று மட்டும் நீ கட்டாயம் தெரிந்து கொள்ளவேண்டும், அதாவது வெகுவிரைவில் நான் மீண்டும் பழைய நல்ல நிலைக்கு வருவேன் என்பதை; அப்பொழுது என்னைப் பற்றிப் பெருமைப்படுவாய். உன் நாற்காலியை இழுத்துப்போட்டு என் அருகில் உட்காருவாய். இப்பொழுதே உன்னை நன்றாகப் புரிந்து கொண்டுள்ளேன். இதற்கு மேலும் சொல்வதற்கு ஒன்றுமில்லை".

பாலின் உதடுகள் துடிக்கலாயின. அடக்கமான குரலில், "அப்பா! நான் என்ன செய்து விட்டேன்?" என்று அப்பாவிடம் கேட்டான். அடக்கமான குரலில், "நீயா? என்னைத் தரக்குறைவாக நினைக்கவில்லை? என்னிடம் எதிர்த்துப் பேசவே மற்றவர்கள் பயப்படுவர். வெறுங்கையால் நார் நாராக கிழித்து விடுவேன் என்றும் அறிவர். உன் வீரச் செயலை உற்றுக் கவனி. உன்னுடைய சிகரெட் ஒன்றை எடுத்துப் புகைத்து விட்டேன் என்பதற்காக, ஒரு பாக்கெட் சிகரெட்டை என் முகத்தில் விட்டெறிந்தாயே?" "ஒரு சிகரெட்டா?", எனப் பால், அப்பாவித் தனமாகத் திருப்பிக் கேட்டான்.

சந்த்ராம் சொன்னார்: "ஆமாம், ஒரே ஒரு சிகரெட். உனக்கு நிச்சயம் தெரிந்திருக்கும். இன்று காலை உன் ஸ்டேட் எக்ஸ்பிரஸ் சிகரெட்டில் ஒன்றை எடுத்துப் புகைத்தேன்". அதற்கு அவன், "அப்பா, அப்படியா? எனக்கு ஒன்றுமே தெரியாது," எனக் கவலையுடன் தெரிவித்தான்.

சந்த்ராமின் உடலும் மனமும் அதிர்வுற்றன. அவர் கீழே சாயும் முன் பால் ஓடி வந்து அவரைத் தன் கைகளால் தாங்கிக் கொண்டான், பின் கண்ணீர் விடலானான். அழுது கொண்டே, "அப்பா, என்னை மன்னித்து விடுங்கள், என்னை மன்னித்து விடுங்கள்" என்று மன்றாடினான்.

மறுநாள் காலை, தூங்கி எழுந்தவுடன் சந்த்ராமுக்கு எப்பொழுதும் போல் சிகரெட் புகைக்க வேண்டும் என்று தோன்றியது. தூங்கும் டோபினுக்கு தொந்தரவு கொடுக்காத முறையில், மெதுவாகப் படுக்கையை விட்டு இறங்கி, பக்கத்து அறைக்குச் சென்றார். அங்கு பால், லாடோ அவள் மகன் பாபி தூங்கிக் கொண்டிருந்தனர். மங்கலான ஒளிதரும் மின் விளக்கை போட்டு விட்டு, தூங்கும் குழந்தைகள் முகத்தை கவனித்தார். அந்த மங்கலான வெளிச்சத்தில் அவர்கள் தேவதை போல் தோற்றமளித்தனர். ஒருவர் முகம் மற்றொருவர் முகத்தை விட அழகாக இருந்தது. இன்று பாபியின் கைகள் அவன் அம்மாவின் கழுத்தைச் சுற்றிக் கொண்டிருக்கவில்லை. இந்த உலகத்தைப் பற்றிய கவலை சிறிதும் இல்லாமல் தூங்கிக் கொண்டிருந்தான்.

லாடோ கல்லூரிக்குச் செல்லும் தருவாயில் சந்த்ராம் அப்பா என்ற முறையில் ஏகப்பட்ட அறிவுரைகள் வழங்கியதை நினைத்துக் கொண்டார். அதையும் மீறி ஒரு வேளை அவள் தவறு செய்திருந்தால் அவளை வீட்டை விட்டுத் தூக்கி எறிந்திருப்பாரா? பால் தவறு செய்யும் போது, அவனை நல்வழிப் படுத்தியிருக்க வேண்டாமா? அறவழி, பண்பாடு என்று பேசுவதெல்லாம் வெற்றுப் பேச்சுத் தானா? தன் சந்ததியினரும் ஏனையோரும் விளையாடும் சிறுவர்களைப் போன்றவர்களே. விளையாடும் சிறுவர்கள் கீழே விழுந்து பின் எழுந்து கொண்டு விளையாடுவதில்லையா? இந்த வகையில் டோபின் ஒரு முட்டாளே. அவளுக்குத் துணி துவைப்பதைத் தவிர வேறொன்றும் தெரியாது.

தான் வாங்கி வந்த ஒரு கார்ட்டன் ஸ்டேட் எக்ஸ்பிரஸ் சிகரெட் பெட்டியை எடுத்து, மகன் பால் தலையணையருகே வைத்தார். காரசாரமாகப் பேசிக்கொண்டிருந்ததால் முதல் நாள் இரவே அவனுக்குக் கொடுக்க முடியவில்லை. தூங்கி எழுந்தவுடன் அருகில் இருக்கும் ஒரு கார்ட்டன் சிகரெட்டைப் பார்த்ததும் பால் மனம் எவ்வளவு மகிழ்வுறும் என்பதை யோசித்துப் பார்த்தார்.

பிறகு ரஷ்யன் சிகரெட் ஒன்றை எடுத்துப் பற்ற வைத்துப் புகைக்கத் தொடங்கினார். பெரிய இழுவை இழுத்து மெதுவாக வெளியே விட்டார். ஏற்கனவே மங்கலான வெளிச்சம். சிகரெட் புகை அதை மேலும் மங்கலாக்கியது. இந்த வெளிச்சத்திலும் அவருடைய குழந்தைகள் தேவதைகள் போலத் தெரிந்தனர்.

குனிந்து, பால் முகத்தில் முத்தமிட வேண்டும் போல அவருக்குத் தோன்றியது. தூங்கும் குழந்தைக்கு முத்தம் கொடுக்கக் கூடாது என்ற முதுமொழியை நினைத்து முத்தமிடாமல் நிறுத்திக் கொண்டார்.

ரஷ்யன் சிகரெட்டின் நான்காவது இலுவை சற்று காரமாக இருந்தது. மகனைப் பார்த்த அவர் கண்கள் திகைப்பில் ஆழ்ந்தன. ஏதோ மயக்க நிலைக்குத் தள்ளப்பட்டது போல் உணர்ந்தார். சிகரெட் புகையை கைகளால் தள்ளிவிட்டு, மீண்டும், தூங்கும் குழந்தைகளின் முகங்களைப் பார்த்தார். பின், பூஜை அறைக்குச் சென்று பிரார்த்தனை செய்ய ஆரம்பித்தார்.

13. விட்டு விட்டு வந்த காய்ச்சல்

அந்தச் சந்தில் இருந்த தொகுப்பு வீடுகள் அனைத்தும் கடும் வெப்பத்தால் பாதிக்கப்பட்டிருந்தன. செங்கல் சூளையில் செங்கல் தயாரிக்கும் போது இருக்கும் வெப்பத்தை போலக் கடுமையாக இருந்தது. வீட்டிற்குள் இருந்த மின் விசிறிகள் முழு வேகத்தில் சுழன்ற போதிலும் அவை வெப்பக் காற்றைத் தான் வெளிப்படுத்தின. சுட்டெரிக்கும் வெயிலில் இருந்து தங்களைக் காத்துக் கொள்ள வீட்டின் கதவுகளை மூடிக் கொண்டு இருந்தனர்.

சுவாதிக்குத் தன் வீட்டுக் கதவை யாரோ பிராண்டுவது போல் கேட்டது. தொடர்ந்து தடதடவென்று தட்டும் சத்தமும் கேட்டது. ஆடை சரிவர இல்லாத நிலையில் வீட்டிற்குள் உட்கார்ந்திருந்தாள். கதவு தட்டப்படும் சத்தம் கேட்டவுடன் ஆடையைச் சரி செய்து கொண்டு கதவைத் திறக்க வந்தாள். சாவிக் கொத்தில் சாவிகள் நிறைய இருந்ததால், அவளால் உடனே சரியான சாவியைக் கண்டு கொள்ள முடியவில்லை. அந்த வேதனையுடன் “ஓ! மாகோ”என்று வேண்டிக் கொண்டாள்.

நாய் அல்லது பூனையால் துரத்தப்பட்ட வாத்து தப்பிக்க, குளத்தில் உள்ள தண்ணீருக்குள் ஓடுவது போலக் கதவை நோக்கி நகர்ந்தாள். கதவு அருகே வந்து “யாராது?” என வினவினாள். பாதி மூடப்பட்ட கதவு வழியாக யார் நிற்பது என்பதையும் கவனிக்கலானாள்.

வந்தவன், “நான்தான்”, என்றான். ஒல்லியான தேகம். வீட்டில் நுழைய முயன்றவன் சற்றுத் தடுமாறினான். ஒருவகையில் பெண்ணும் வீடும் ஒன்றுதான் என்று கூடச் சொல்லலாம். இரண்டு இடத்திலும் சரியான பரிசோதனைக்குப் பின் தான் அனுமதி கிடைக்கும்.

"என்னை உள்ளே விடு சுவாதி", என வந்தவன் மந்தமான குரலில் சொன்னான். தொடர்ந்து, "எனக்குக் காய்ச்சலாய் இருக்கிறது" என்றும் சொன்னான். மூடிய முகத்தை அவன் திறந்தவுடன் அவன் யாரென்று கண்டு கொண்ட சுவாதி "நவா பாபு", என்றாள். ஆம், அவன் நவா கிருஷன் தான். செம்பும் பித்தளையும் சேர்ந்த கலவை போன்ற முகம். உலோகவியல் விதிகளை மீறிக் கோபப்படும் பொழுது எறியும் சிவப்பாகவும், கோபம் குறைந்தவுடன் வெளிறிய நிறத்திலும் இருப்பதுதான் அவன் முகம்.

நவாகிருஷனைச்சரியாகஅடையாளம்கண்டுகொண்டபின், சுவாதி பதற்றத்துடன் தன் சேலையை இறுகக் கட்டிக் கொண்டும், உடல் முழுவதும் நன்கு போர்த்திக் கொண்டும் நின்றாள். இருப்பினும் அவள் உடல் கட்டு வெளியே தெரிந்தது. அவள் குள்ளமானவள்; கருப்பு நிறம், ஆனால் பார்க்க அழகாக இருப்பாள். அவள் கணவன் அவளைக் குலுக்கிய குலுக்களில் அவள் உடம்பு விழித்துக் கொண்டதுபோல் இருக்கும். அதைப் பழைய நிலைக்குக் கொண்டுவர அவன் எந்த முயற்சியும் எடுக்க வில்லை. வந்தவனைப் பார்த்து, சுவாதி "நீ இங்கு இருக்கிறாய், மாதவி வீட்டில் இல்லையா?", எனக் கேட்டாள்.

வெகு நாட்களுக்குமுன் நவா கிருஷன், உடலாலும் உள்ளத்தாலும் சுவாதியுடன் நெருக்கமாக இருந்தவன்தான். திருமணத்திற்கு முன், சுவாதியின் வீட்டிற்குள் எந்தவித நெருடலும் இல்லாமல் உள் பகுதி வரை சென்று வந்தவன்தான். அவனைப் பார்த்தவுடன் நடுங்குவாள்; ஏன், மயக்கமே அடைந்தவள் தான். அவன் வந்தால் ஒருவிதப் புதுவித மகிழ்வினையும் பெறுவாள்.

அதன் பிறகு, உலக இயல்புப் படி சுவாதியை கமல் பாபுவும், நவா கிருஷன் மாதவியையும் திருமணம் செய்து கொள்ள நேரிட்டது. பெண்களைப் பொறுத்தவரை, நவா கிருஷன் ஒரு உயரிய நிலையில் இருந்தான். கல்கத்தாவில் உள்ள ஆயிரக்கணக்கான நாடகக் கம்பெனிகளில் அவன் "லோக் வாணி" நாடகம் வெற்றிகரமாக நடந்தேறியது.

அவன் பணத்திற்கு அதிக ஆசைப் படுபவன் அல்ல. சக நடிகர்களுக்குத் தாராளமாகப் பணத்தைக் கொடுப்பான்.

இதை, ஒரு பெண்ணிடம் சுகம் அனுபவித்து விட்டு அடையும் திருப்திக்குச் சமமாகவே அவன் கருதுவான். கையைத் தொங்க விட்டுக் கொண்டு வீட்டிற்குள் நுழையும் போது, அவன் மனைவி அவனைக் கண்டபடித் திட்டுவாள். இது, ஒரு ஆண் ஒரு பெண்ணைக் குண்டாந்தடியால் தாக்குவதை விட மோசமானதாக இருக்கும்.

நவா கிருஷன் நாடகம் எழுதுவான், அதில் நடிக்கவும் செய்வான். அரங்குகளில் மக்கள் கரகோஷம் அதிகமாகும். மேடைக்கே வந்து கழுத்தில் மாலை இடுவர். அந்த மாலைகளைத் தன் சக நடிகர்கள் சந்தியா ராணி அல்லது பீம் நாக் ஆகியோருக்குப் போட்டு விடுவான். சில நேரங்களில் அவன் மனைவி மாதவியும் பாராட்டு மலைகளில் பங்கு கொள்வாள். ஆனாலும் கூட்டத்தில் சிக்கித் திணறுவது, மேடையில் ஏற்படும் தள்ளுமுள்ளுவை எதிர்கொள்வது, இவையாவும் அவளுக்குப் பிடிக்காது.

காலப்போக்கில் மனைவியுடன் ஏற்பட்ட மன வேறுபாடு காரணமாக இருவரும் பிரிந்து வாழத் தொடங்கினர். மேடையின் நாயகன் என்ற பெயரை அடைய கடினமாக உழைத்தான். மாதவி வீட்டையும் தன் ஐந்து குழந்தைகளையும் கவனித்து வந்தாள். குழந்தைகள் கட்டுப்பாடற்ற வாழ்க்கை வாழ்ந்தார்கள் என்று தான் சொல்ல வேண்டும். ஆன்மீக வாழ்வில் மாதவி அதன்பின் ஈடுபடலானாள். சதா தியானம், பூஜை என்று இருந்தாள். ஒரு காலத்தில் ஆட்டுக்கறி, கோழிக்கறி, வகை வகையான மீன்கள் ஆகியவற்றை அதிகமாகச் சாப்பிட்டவள், இன்று எல்லாவற்றையும் முழுவதுமாக நிறுத்தி விட்டாள்.

கரடு முரடான பாதையாக இருந்த போதிலும் வெற்றி என்னும் ஏணியில் ஒவ்வொரு படியாக ஏறி மேலே வந்தான் நவா கிருஷன் கவிஞர் நஷ்ருள் சமீபத்தில் வெளியிட்ட அவர் கவிதைகளின் தொகுப்பைத் தன் கையெழுத்திட்டு அவனுக்குக் கொடுத்தார். தேர்தலில் ஒருவர் வெற்றி பெற நினைத்தால் இவனுடைய உதவியை நாடி ஆகவேண்டும் என்ற நிலையும் ஏற்பட்டது.

"சுவாதி, எனக்கு விட்டு விட்டுக் காய்ச்சல் வருகிறது", என்றான். அவளும், "விட்டு விட்டா?" எனக் கேட்டாள். அதற்கு அவன், "ஒரு நாள் விட்டு மறுநாள் என்னைத் தாக்குகிறது. பருத்தியிலிருந்து நூல் இலைகளைப் பிரித்து எடுப்பதைப் பார்த்து இருப்பாய் அல்லவா - பஞ்சு நார்கள் காற்றில் பறக்கும் அல்லவா? அது போலத்தான் காய்ச்சல் வரும்போது நானும் உணர்கிறேன். இன்றைக்கு ஐந்து மணிக்குக் காய்ச்சல் வரும்", என்று அவளிடம் கூறினான்.

சுவாதி நவா கிருஷ்னைக் கவனித்தாள். அவளுக்கு அவன் மேல் அனுதாபம் ஏற்பட்டது. "நான் இங்கு வந்தது, அந்தப் பிசாசை என் பாதையில் இருந்து தூக்கி எறிய வேண்டும் என்பதற்காகவே", என்றும் அவளிடம் சொன்னான். அதற்கு அவள் சொன்னாள், "நவா பாபு என் கணவர் வீட்டில் இல்லை என்பதைத் தெரிந்துகொள், அதாவது ஹோஹியின் அப்பா" அவனும், "கமல் பாபுவைச் சொல்கிறாயா? அவனிடம் எனக்கொன்றும் வேலையில்லையே?", என்று அவளைப் பார்த்துப் பேசினான். காய்ச்சல் நிறைந்த கண்களுடன் அவளைப் பார்த்து, "சுவாதி, காய்ச்சலில் உள்ளவனுக்குப் பாலினம் முக்கியமா?" என்று கெஞ்சுவது போலக் கேட்டான்.

தடுமாறிக் கொண்டே உள்ளே நுழைந்தவன், தான் போர்த்தியிருந்த போர்வையை விலக்கும் முயற்சியில் ஈடுபட்டான். நடுக்கம் ஏற்படவே மீண்டும் போர்வையால் போர்த்திக் கொண்டான்.

நின்றுகொண்டே பார்வையைச் சுழல விட்டவன், முன்னர் அவளைக் காதலித்த காலத்தில் அவளுக்குக் கொடுத்த நினைவுப் பொருள் ஏதேனும் தென்படுகிறதா எனப் பார்த்தான். ஏதாவது ஒரு புகைப்படம் அல்லது லோக்வாணி மன்றத்தினர் கொடுத்த பட்டயச் சுருள், அல்லது இது போன்ற ஒன்றைத் தேடினான். அவள் அவன் நாடகத்தில் சிறிய வேடங்களில் நடித்த பொழுது அவளுக்காக அவன் கொடுத்தவைதான்.

ஆனால் மேஜையின் மேல் சந்தனச் சட்டத்தினுள் வைக்கப்பட்ட ஐந்து வயது சிறுமியின் புகைப்படம் மட்டும் தான் அவன் கண்ணில் பட்டது. அது அவளுடைய மகளின் புகைப்படமாக இருக்கலாம் என நினைத்துக் கொண்டான்.

சூழ்நிலையின் அவசரத்தை அறிந்து, சில கணக்கீடுகளை மனதில் போட்டுக் கொண்டான். அவள் மகள் ஹோஹிக்கு இப்பொழுது பதின்மூன்று வயதாகியிருக்கலாம் என எண்ணினான்.

மர உத்திரத்திலிருந்து தொங்கவிடப்பட்ட ஊஞ்சல்களைப் பொதுவாக குஜராத்தி வீடுகளில் காணலாம். வீட்டில் உள்ள சிறுசிறு சாமான்களை வைக்கும் இடமாக அதைப் பயன்படுத் துவர். குப்பைத் தொட்டியில் வீசி எறிய வேண்டிய, வேண்டாத பொருட்களையும் அங்குதான் வைப்பர். அந்த மாதிரியான ஊஞ்சலை அங்குப் பார்த்தவுடன் ஆச்சரியப்பட்டான்.

சுவாதி என்றாலே, வீட்டைச் சுத்தமாகவும், ஒழுங்கு முறையிலும் வைத்திருப்பவள் என்று பொருள். அவள் எது செய்தாலும் அதில் ஒரு அழகு, ஒழுங்குமுறை இருக்கும். அப்படிப்பட்ட சுவாதியா இவ்வாறு வீட்டைக் குப்பை கூலத்துடன் வைத்திருக்கிறாள்? மேலும், நேற்றைய வியர்வை நாற்றத்தை வெளியிட்ட நிலையில் அழுக்குத் துணிகள் கொடியில் தொங்க விடப்பட்டிருப்பதையும் பார்த்தான்.

இந்த நேரம் மகள். ஹோஹி பின்தொடர சுவாதி அங்கு வந்தாள். நவா பாபு என்மகளை அடையாளம் கண்டுகொள்வானா? என்று நினைத்தாள். அவள் மகளைப் பார்த்தவன், "இவ்வளவு உயரம் வளர்ந்துவிட்டாளே? இன்னும் சில ஆண்டுகளில் தோற்றத்தில் உன்னைப் போல் ஆகிடுவாள்", என்றும் சொன்னான்.

சுவாதி அவனைப் பார்த்துப் புன்னகைத்தாள். "உன் போர்வையை எடுத்து விடு. உன்னைப் பார்த்தால் எனக்கு நடுக்கம் ஏற்படுகிறது. ஓ! காளித்தாயே! என்ன வெப்பம்! கடந்த பன்னிரண்டு ஆண்டுகளில் இல்லாத அளவு வெப்பமான கோடை காலம் இது, இந்த வகையில் ஒரு சாதனையை ஏற்படுத்திய கோடை காலம்", என்று அவனிடம் கூறினாள். அதற்கு அவன், "போர்வையை நீக்கி விட்டால் எனக்குக் குளிருமே" என்று சொல்ல, அவளும் "இந்த வெப்பமான சூழலிலுமா?" என திருப்பிக் கேட்டாள். "ஆம்." என்றான் உடனே.

"கவலைப்படாதே, கட்டிலைக் கொண்டு வந்து உனக்குப் படுக்கையைத் தயார் செய்கிறேன். உனக்குத் தடிமனான கைத்தறிப் போர்வையும் தருகிறேன். அது குளிரை விரட்டி

விடும். ஓ! மாகோ தாயே! உன் போர்வை நனைந்து அல்லவா இருக்கிறது", என்று சொன்னாள்.

தாழ்வாரச் சுவற்றில் சாத்தியிருந்த கட்டிலை எடுத்து வந்தாள், பின் அடுத்த அறைக்குச் சென்று புதிதாக வாங்கியிருந்த மிர்சாபூர் கம்பளத்தை எடுத்து வந்தாள். அதைக் கட்டிலின் மேல் விரித்து, அதற்கு மேல் இரண்டு அடுக்குப் பின்னலையுடைய படுக்கை விரிப்பானை விரித்து, அதற்கும்மேல் ஜொலிக்கும் வெள்ளை நிற விரிப்பு ஒன்றையும் போட்டாள். கால் பக்கம் தடிமனான கைத்தறிப் போர்வையை எடுத்து வைத்தாள்.

நவா கிருஷன் கவனத்துடன் தான் போர்த்தியிருந்த போர்வையை நீக்கினான். ஆடையுடன் குளத்தில் குளித்தது போல் அவன் வேஷ்டியும் குர்தாவும் நனைந்திருந்தன. "சற்றுப் பொறு", என்று சொன்ன சுவாதி பக்கத்து அறைக்குள் சென்று கணவனின் பனியன், குர்தா, வேஷ்டி ஆகியவற்றை எடுத்துக் கொண்டு வந்து, "போய் உடையை மாற்றிக் கொள்" என்றாள். அதற்கு அவன், "நான் எப்படி மாற்றிக் கொள்வது, எனக்குக் காய்ச்சல் என்று உனக்குத் தெரியாதா?" என்றான்.

அடுத்த அறையைக் காட்டியவாறு, "அங்குப் போய் உடையை மாற்றிக் கொள். உன் உடையை என்னிடம் கொடு, சலவை செய்து தருகிறேன்" என்று அவனிடம் கூறினாள். சமையலறைக்குள் சென்று அடுப்பைப் பற்ற வைத்தாள். மகள் ஹோஹியை மரக்குச்சிகளையும் நிலக்கரிகளையும். போட்டுத் தீயை அணையாமல் பார்த்திரு என்று சொல்லிவிட்டுத் துளசி இலைகளை எடுத்து வந்தாள்; சிறு பானையில் இட்டுக் கொதிக்க வைத்தாள்.

உடையை மாற்றிக் கொண்ட நவா பாபு, கமால் பாபு உடையைப் போட்டுக் கொண்டதால், கமால் பாபுவாகவே மாறிவிட்டோமா என்ற புதுவித உணர்வுடன் வெளியே வந்தான். இல்லையெனில், சுவாதி எப்படி வெட்கத்தால் ஆன புன்னகையை உதிர்ப்பாள்?

பருத்தியிலான கம்பளியைப் போர்த்திக் கொண்டு படுத்தவாறே சுவாதி, வீட்டு வேலை செய்வதைக் கவனித்தான். வாழ்வின் முந்தைய பக்கங்களை புரட்டியபடிப் பேச்சை முதிர்வான

நிலைக்குக் கொண்டு வந்தான். பார்வையாளர்களின் கரத்த கை தட்டும் ஓசை அவன் காதுகளில் ரீங்காரமிட்டது. லோக் வாணியில் பிரதான வேடத்தில் நடித்தற்காக மக்கள் அவனை வெகுவாகப் புகழ்ந்ததும் மனதிற்குள் வந்தது. சுவாதியுடன் நடித்தது, அவள் இல்லாமல் நடித்தது, எல்லாம் நினைவில் வந்தன.

அவள் மட்டும் அவனுக்கு மனைவியாக வாய்த்திருந்தால் நிலைமையே வேறு மாதிரியாக இருந்திருக்கும். மாதவி வந்திருக்க மாட்டாள், அவளுடைய கண்டிப்பான நடைமுறைகள் இல்லாதிருந்திருக்கும். அவளின் விறைப்பான செயல்முறைகள், அவன் காம விளையாட்டில் அதிக அளவில் ஈடுபடுவதற்கும், கடைத்தெருப் பெண்களுடன் உல்லாசமாக இருப்பதற்கும், காரணம் என எண்ணிக்கொண்டான்.

“துளசிச் சாறைக் குடி” என்று சுவாதி அவனிடம் சொன்னாள். பகற் கனவில் இருந்து மீண்டவன் அவள், அவன் பக்கம் சாய்ந்து கொண்டு, சேலை முந்தானையில் துளசிச்சாறு டம்ளரைப் பிடித்திருப்பதைக் கண்டான். போர்வையைச் சுருட்டிக் கொண்டு எழுந்தவன், அந்த கஷாயம் காய்ச்சலைக் கட்டுப்படுத்துமா? எனக் கேட்டான்.

சுவாதி கண்டிப்பாகக் கட்டுப்படுத்தும் என்று சொன்னவள் தொடர்ந்து “நீ குடித்து முடித்தவுடன் உன் நெற்றியில் மிளகு மற்றும் மல்லித் தளை பசையைத் தடவி விடுகிறேன், உடனே குணமாகும், என்று கூறினாள். உன் கசாயம் ஒன்றும் என்னைக் குணப்படுத்தாது”, என்று சந்தேகத்துடன் சொன்னான். “க்ளுக்” என்று சிரித்துக்கொண்டு, “கஷாயத்தைக் கட்டாயம் குடி” என்றாள்.

கஷாயத்தைக் குடித்து முடித்து விட்டு, படுத்தவாறே “சுவாதி” என்று கூப்பிட்டுக் கொண்டே அவள் கையைப் பிடித்தான். பின் அவளிடம் சொன்னான், “உன் பசை எனக்கொன்றும் செய்யப் போவதில்லை, வசியம் பண்ணக்கூடியவர்தான் ஏதாவது செய்ய வேண்டும், விட்டு விட்டு வரும் காய்ச்சலை அந்த வசியம்தான் குணப்படுத்தும்”. “வசியமா? எனக்கு அது பற்றி எதுவும் தெரியாதே?” என்றாள். ஒரு குறிப்பிட்ட மதப் பிரசங்க வசீகரத்தால் காய்ச்சலைக் குணப்படுத்தலாம் என்று

கேள்விப்பட்டு இருப்பதாகச் சொன்னான். அவள் திருப்பி, "எந்த மதப் பிரசங்கம்? யார் அதைச் செய்வது?" எனக் கேட்டாள்.

"காளிகாட் பகுதியில் பண்டிதர் ஒருவர் இருப்பதாகக் கேள்விப்பட்டேன். இதில் கை தேர்ந்தவராம்," நீ கூட அதை எனக்காகச் செய்யலாம், என்றும் சொன்னான். "நானா?" எனத் திருப்பி கேட்டாள். "மாகோ! உன் அப்பா, நம் காதல் பற்றிக் கேள்விப்பட்டவுடன் உன்னை என்ன பாடு படுத்தினார் என்ற கதையை விரிவாகக் கூறேன்" என்றான். ஒருவிதக் கலவரத்துடன் இருந்தவள் மகள் ஹோஹியைக் கூப்பிட்டு இரண்டு துணிகளைத் துவைக்க ஒரு மணி நேரமா? எனக் கேட்டாள்.

அவன் வாயை மூடும் விதமாக ஒரு வித முடிவுடன் "நவா பாபு" என்றழைத்தாள். "கதை சொல்வதில் எனக்கு வல்லமை கிடையாது. எது நடக்க வேண்டுமோ அது நடந்துள்ளது, இது கடவுளின் விருப்பமாகக் கூட இருக்கலாம், கடவுள் செய்கையில் ஏதாவது ஒரு அர்த்தம் மறைமுகமாகக் கூட இருக்கலாம், என்று அவனிடம் சொன்னாள். நவா அவளைப் பார்த்துக் கேட்டான்: "எனக்கு ஒரு செய்தி நீ சொல்ல வேண்டும்: நீ மகிழ்வோடு இருக்கிறாயா? அதாவது, உன் கணவன் கமல் பாபுவுடன்".

தேவைக்கு அதிகமாகவே தலையசைத்து "ஆமாம்" என்றாள். தொடர்ந்து "மிகவும் மகிழ்வோடு இருக்கிறேன். நீ எப்படியிருக்கிறாய்?" என்று அவனிடம் கேட்டாள். சுவாதி பக்கம் மெதுவாகத் திரும்பியவன், "கமாலிடம் உன்னையும் என்னையும் பற்றிக் கூறினாயா?" என்றும் கேட்டான். "அதுதான் நான் செய்த பெரிய தவறு", என்று வருத்தத்துடன் கூறினாள். "ஏன்? அவன் உன் மீது அன்பு பாராட்டவில்லையா?" எனத் திருப்பி கேட்டான். "அவன் என்னை விரும்புகிறான், அவன் என்னிடம் நெருங்கி வரும்போது ஏதோ தடங்கல் ஏற்படுகிறது, அதாவது, எங்கள் இருவருக்குமிடையே ஏதோ வந்து மறைப்பது போல" என்று தொடர்ந்து சொன்னாள்.

"அது எது?" எனக் கேட்டான். சிறிது நேரம் அமைதி காத்தாள் சுவாதி. மீண்டும் நவா நச்சரிக்கவே "நீதான் ..நாம் அதை மறப்போம். அதெல்லாம், வெகுகாலத்துக்கு முன் நடந்தவை; நான் அவனுடையவளாக இருக்கத்தான் விரும்புகிறேன்,

பழையதை மறந்துவிட்டு. ஆனால் ஒவ்வொரு நேரமும் நான் அவனுக்கு விசுவாசம் இல்லாதவள்தான் என்ற உணர்வை உண்டாக்குகிறான், வேறொருவர் கரங்களில் இருக்கிறவள் என்ற நினைப்பையே உண்டாக்குகிறான்", என்று சொல்லி அழ ஆரம்பித்தாள்.

"அவன் உனக்கு விசுவாசமாக இருக்கிறானா?" என எதிர் கேள்வி ஒன்றை நவா கேட்டான். திடுரெனக் கோபத்துடன் எழுந்த சுவாதி, ஒரு எதிரியைப் பார்ப்பதுபோல நவாவைப் பார்த்தாள். சற்றுத் தள்ளி எங்கோ பார்ப்பவன் போல், சுவாதியிடம் "நான் ஒரு வீரமிழந்தவன்" என்று கூறினான். சற்றுப் பதற்றத்துடன் "என்ன சொல்கிறாய்? உனக்குக் குழந்தைகள் இருக்கிறார்கள், மனைவி இருக்கிறாள்" எனச் சொன்னாள். அவள் கோபம் மாறி ஆர்வம் வரலாயிற்று. அவனும் மாதவியைச் சொல்கிறாயா? உனக்குத் தான் எல்லாம் தெரியுமே, ஆனால் நிறைய விஷயம் உனக்குத் தெரியாததுதான்" எனக் கூறலானான்.

சுவாதி சொன்னாள்: "உன் மனைவி தெய்வம் போன்றவள். வாரம் இரு முறை தக்ஷிணேஸ்வர் ஆலயம் செல்பவள். அங்குள்ள பிரதான தெய்வம் "அம்மா" முன் தலை வணங்கித் தொழுபவள்". அதற்கு அவன் சொன்னான், "உண்மையில் அவள் தெய்வம் போன்றவள்தான். அதனால்தான் எல்லாப் பிரச்சினையும் ஆரம்பிக்கின்றன. எனக்கு தெய்வமெல்லாம் தேவையில்லை. எனக்குத் தேவை ஒரு பெண்தான். ஆம். ஒரு பெண்தான்", என்று தொடர்ந்து சொன்னான்.

"ஒரு ஆண் பக்திமானாக இருக்கலாம், நேர்மையான- வனாகவும் இருக்கலாம். அமைதி வழியில் செல்பவனாகவும் இருக்கலாம். ஆனால் ஒரு பெண்ணுடன் கும்மாளமிடும் நேரம் என்று ஒன்று வரும். அப்பொழுது ஒரு தெய்வத்துடன் கும்மாளமிடலாமா? சொல், செய்ய முடியுமா?"

சேலையில் முகத்தை மூடிக்கொண்டு சுவாதி சொன்னாள், "அடக்கடவுளே!". "அதைத்தான் நானும் குறிப்பிட்டேன்", என்றவன் தொடர்ந்து, "இரவும் பகலும் தன்னைத் தெய்வமாக உயர்த்திக் கொள்ள நினைக்கிறாள். என்னை மனிதனாகக் கூட நினைக்காமல் தரம் தாழ்ந்து ஒரு மிருகம் மாதிரியே நினைக்கிறாள்" என்றான்.

சிறிது நேரம் யோசித்தவாறே உட்கார்ந்துவிட்டாள், சுவாதி. பின் சொன்னாள்: "இதற்கெல்லாம் உன்னைத்தான் குறை சொல்ல வேண்டும். ஆண்கள் தானே பெண்களைத் தெய்வமாகுமளவிற்குத் துரத்துகிறார்கள். அவர்கள் உடம்பில் காதல் தீயை வளர்க்கிறீர்கள், ஆனால் அதை அணைக்கத்தான் உங்களுக்குத் தெரியவில்லை". பின் கண்களைக் கீழ் நோக்கியவாறே தொடர்ந்து சொன்னாள்: "குறிப்பாக, நான் உன்னைச் சொல்லவில்லை: எப்பொழுதாவது அவளை அன்பு உணர்வுடன் பார்த்திருக்கிறாயா? அல்லது அவள் மீது காமம் கொண்டாயா? சொல். குழந்தைகளைப் பாதுகாத்துக் கொள்ளச் சொல்லியிருப்பாய். அதுதான் இந்த நிலைக்குக் காரணம்".

நவா பாபு, இதைக் கேட்டு விட்டு, கதறும் நிலையில் சொன்னான்: "அவள் ஒரு அடங்காப் பிடாரி; என் ஆடைகளைக் கூடக் களைந்து எறிகிறாள்." விளையாட்டாகச் சிறு குழந்தை சொல்வதைக் கேட்ட தாய் சிரிப்பதைப் போல, சுவாதி சிரித்துக் கொண்டாள். "ஒருவருடைய ஆடையைக் கலையாமல் காதலில் ஈடுபட முடியுமா?" என்று கேட்டாள்.

பின் சமையலறைக்குச் சென்று, மிளகு, மல்லித்தளையை அம்மியில் வைத்து அரைத்து பசை செய்ய ஆரம்பித்தாள். இடையிடை யே நிறுத்தித் தன் மிடுக்கான கண்களைத் துடைத்துக் கொண்டாள். அவள் வேலை செய்யும் சுறுசுறுப்பைப் பார்த்து அவன் ஆச்சரியப்பட்டான். அவள் திரும்பியவுடன், "கல்யாணம் ஒரு தொந்தரவான விஷயம்தான்", என்று அவளிடம் கூறினான். "ஆண் ஒரு அடக்கமுடியாத மிருகம் என்பதை ஒவ்வொரு திருமணமும் நிரூபிக்கிறது" என்றும் சொன்னான்.

நவா ஒரு உறுதியற்ற தன்மையில் இருப்பதை சுவாதி பார்த்தாள். சரியாக அறிந்து கொள்ள முடியாதவர்கள்தானே ஆண்கள். ஒரு நேரம் தன் தவறை வெகு எளிதாக ஒத்துக் கொள்வார்கள்: அடுத்த வேலை அதைத் தைரியமாக மறுப்பார்கள். சொல்லிவிட்டு அவன் நெற்றியில் அந்தப் பசையைத் தடவி விட்டாள். உடனே "ஆஹா! ஆஹா!" என்று காய்ச்சலில் இருந்து விடுபட்டவன் போல் சொன்னான். அவள் குனிந்து அவன். நெற்றியில் தடவிய போது அவளின் அங்கங்களின் இளமைத்

துடிப்பையும் இளமை நிலையையும் கண்டான். பின் அவளிடம் சொன்னான்: "சுவாதி, என் உடம்புதான் போர்வையால் மறைக்கப்பட்டுள்ளது: என் மனம் அல்ல."

பின் சித்தபிரமை பிடித்தவன் போல ஏதேதோ உளறினான்: "ஆன்மா எல்லாவற்றையும் கைவிட்டு மானசரோவரில் ஒரு முழுக் குளியல் எடுத்தால் ஒழிய தன் எஜமானனுடன் அது ஒன்று சேர முடியாது. எல்லா ஆன்மாவுக்கும் ஒரு தூய்மையான வடிவம் உண்டு. நான் இந்தக் கம்பளியை எடுத்து விட்டேன். போர்வையையும் எடுத்து விடுகிறேன், அடுத்து கமாலின் உடைகளையும் கலைந்து விடுகிறேன். சுவாதி, அருகில் வா".

அவள் கணவன் கமால் பாபு நான்கு மணியளவில் மிதந்து வந்தான். சுவாதி சற்று முன் தான், ஒரு தொட்டித் தண்ணீரை தெருவில் ஊற்றினாள். சற்று ஒதுங்கிக் கொண்டதால், தான் அவன் நனையாமல் பார்த்துக் கொண்டான். வெற்றிலை மணமும், வெற்றிலை எச்சிலும் அவன் வாயில் இருந்து வெளிப் பட்டன. உள்ளே வந்தவன் நவா கிருஷன் நன்கு தயாரிக்கப்பட்ட படுக்கையில் படுத்திருப்பதைக் கண்டு ஆச்சரியமடைந்தான்.

கமால் பாபு கட்டுமஸ்தான உடம்பைக் கொண்டவன். அவன் பேசினால் வார்த்தைகள் பெரிதுபடுத்தப்பட்ட நிலையில் தான் அவன் வாயிலிருந்து வெளிப்படும். ஒருவேளை அவனின் நீண்ட பற்களோ அல்லது வெற்றிலைக் கறையுடன் கூடிய வாயோ காரணமாக இருக்கலாம். நவா கிருஷன் பாபுவுக்கு நல்லதொரு வரவேற்பைக் கொடுத்து விட்டு பின் திருப்தியும் கொண்டான். அவனால் கடுமையான காய்ச்சலால் நிமிர்ந்து கூட உட்கார முடியாது என்று நன்கு தெரிந்து கொண்டதால் தான்.

கணவன் கமால் பாபுவைப் பார்த்து "சாப்பிடுவதற்கு அல்லது குடிப்பதற்கு என்ன வேண்டும்?" எலுமிச்சை ஜூஸ் தரவா? ஓ, எவ்வளவு வெப்பமாக இருக்கிறது! அல்லது ஒரு கோப்பை தேனீர் கொடுக்கட்டுமா?" எனக் கேட்டாள். உடனே கமால் பாபு சொன்னான்: "என்னைச் சற்று ஆற அமர உட்கார விடு. உள்ளே வந்ததில் இருந்து என்னைச் சதா தொந்தரவு செய்கிறாயே?"

மின் விசிறி முழுவீச்சில் ஓடிக் கொண்டிருந்தாலும், அவனருகே சென்று விசிற ஆரம்பித்தாள். சேலை முந்தானையால் அவன் கழுத்தில் படிந்திருந்த வியர்வையைத் துடைக்க வந்தவளை, வெறித்தனமாகத் தள்ளி விட்டான்.

பின் எழுந்து சென்று ஒரு மூலையில் வெற்றிலை எச்சிலை உமிழ்ந்து விட்டு குர்தாவை எடுத்தான். நவா பாபுவைப் பார்த்து ஒருவித கூச்சலுடன் "அது சரி நவா பாபு. இந்தப் பரம ஏழை வீட்டிற்கு எப்படி இந்தப் பிரபு வந்திறங்கினார்" என்று கேட்டான். நவா பாபு பதில் சொல்லுமுன் மகள் ஹோஹி குறுக்கிட்டு "அப்பா, நான் கேட்ட சந்தேஷ் இனிப்பு வகை எங்கே? எனக்காக வாங்கினீர்களா?" என்று கேட்டாள்.

கோபத்தில் "பிசாசே, இந்த இடத்தை விட்டுப் போய்விடு". என்றான் கமால். தொடர்ந்து "நானே, என் புதிய சரக்கு வாகனம் உடைந்து விட்டது என்று கவலையோடு இருக்கிறேன்; நீயோ தொண்டைக்குள் சந்தேஷ் இனிப்புப் பண்டத்தைச் செலுத்த வேண்டுமென நினைக்கிறாய்" என்று சற்றுக் கோபத்துடன் கூறினான்.

முகத்தைச் சுளித்தவாறு அம்மாவிடம் தஞ்சம் புகுந்தாள். நவா கிருஷன் காய்ச்சலுடன் அவதிப்படுவதை அறிந்து சற்று உயிர் வந்தவனாய்ப் பேச ஆரம்பித்தான். பழைய எதிரி என்ற மனப்பாங்கு சற்று தணிந்தது. பேசும்பொழுது நவா பாபுவின் மீது வெற்றிலை எச்சில் தெறித்து விழுந்தது. அதைப் பற்றி அவன் கவலைப் பட்டதாகத் தெரியவில்லை அல்லது அதைத் துடைத்து எடுக்க உதவிக்கு ஆளில்லை என்ற நினைப்போடு கூட இருக்கலாம்.

நவா பாபு சில விளைவுகளை உண்டாக்க கூடியவன் என்று கமால் பாபுவிற்கு நன்கு தெரியும். அமைச்சர்களுடனும், ஏனைய உயர் அதிகாரிகளுடனும் நன்கு பேசக் கூடியவன் என்பதும் தெரியும். கௌரவத்தைப் பார்க்காமல், என்னை என் வீட்டிற்கே வந்து சந்தித்ததில் பெருமையடைவதாகக் கமால் சொன்னான்.

நவா பாபுவின் காய்ச்சல் குறைவதற்குக் கமால் நிறைய வழி வகைகளைச் சொன்னான். அவன் காய்ச்சலுக்கு உண்மையானகாரணத்தையும்குறிப்பிட்டான். உள்ளுக்குள்ளேயே இருக்கும் உடலின் உஷ்ண நிலை தான் அது என்றான். "அதை நீ வெளியே எடுத்து விடாவிட்டால் சிறிது கடினம்தான்" என்றான். நவா பாபு ஒரு வறண்ட புன்னகையை உதிர்த்தான். நவா பாபு, "அதற்கான ஒரு சிறு துப்பு கொடேன்" என்றான். கமால் பாபு அவன் கண்களைப் பார்த்தான். தான் சொன்னதைக் குறிப்பால் உணரமுடியாத நவா பாபுவிடம் "சந்தியா அதாவது உன்னுடன் லோக் வாணியில் நடித்தவள்" என்ற துப்பைக் கொடுத்தான்.

உடனே நவா கோபத்துடன் சொன்னான்: "அவள் ஒரு பெட்டை நாயை விட மோசமானவள்". சுற்றுமுற்றும் பார்த்துவிட்டு நல்லவேளை, சுவாதி கூப்பிடு தூரத்தில் இல்லை என்றும், கடவுளுக்கு நன்றி சொல்ல வேண்டும் என்றும், எண்ணிக்கொண்டான். பேச்சைத் தொடரும் விதத்தில், கமால் பாபு அவனிடம் சொன்னான்: "உண்மை என்னவென்றால், ஒரு பெண்ணைப் பெட்டை நாய் என்று சொன்னால் உன் மீது பாய்ந்து கடித்துக் குதறி விடுவாளே!"

உடனே நவாபாபு சொன்னான்: "சந்தியாவை மீண்டும் சந்திப்பதில் எனக்கு எந்த பிரச்சினையும் கிடையாது. என்னுடன் 'மேக தூத்' நாடகத்தில் பெண் பாத்திரத்தில் நடிக்கும் பொழுது அவள் உணர்ச்சி மிக்கவளாகத்தான் தெரிந்தாள்"

கமால் பாபு குறுக்கிட்டு, "வெற்றிலை வேண்டுமா? எனக ் கேட்டான். அதற்கு அவன் "வேண்டாம்" எனச் சொன்னான். நவா பாபு சொன்னான்: "அவள் பார்வை பிறரைக் கொள்ளை-யடிக்கக் கூடிய அப்படியொரு பார்வை! மேடையில் கால்களைச் சற்று அகல விரித்து அவள் நின்றால் கொள்ளை அழகு! என்ன வேறுபட்ட உணர்ச்சி வெளிப்பாடு!" எனத் தன் வியப்பை வெளியிட்டான்.

கமால், நவா காதருகே வாயை வைத்து "உனக்கு ஒன்று சொல்லட்டுமா?" என்று மெதுவாகக் கேட்டான். எதையோ எதிர்பார்ப்பவன் போல கமாலைப் பார்த்தான். வலது பக்கமும், இடது பக்கமும் பார்த்துவிட்டுத் தன் நாற்காலியை நவா பாபு

கட்டில் அருகே போட்டுக் கொண்டான். பின் சொன்னான்: "நான் சுவாதியைக் காதலிக்க ஆரம்பித்த நேரம், சந்தியாவைத் தான் வெகுவாக நினைத்துக் கொண்டேன்," சொல்லி விட்டு, விட்டு விட்டுச் சிரித்தான்.

அதிர்ச்சி அடைந்த நவா, கமாலைப் பார்த்தான்: அவன் கண்களில் வெறுப்புணர்வு தெரிந்தது. முகத்தை வேறு பக்கம் திருப்பிக் கொண்டான். மணி ஐந்தாகப் பத்து நிமிடம் இருக்கையில் நவாபாபு படுக்கையில் திடீரென எழுந்து குத்திட்டு உட்கார்ந்தான். கமால் பக்கம் தன் கையை நீட்டிக் காய்ச்சல் இருக்கிறதா? என்று தொட்டுப் பார்த்துச் சொல்லச் சொன்னான். அனுபவப்பட்ட மூலிகை மருத்துவர் போல, மணிக்கட்டைப் பிடித்து நாடித் துடிப்பைப் பார்த்து விட்டு "காய்ச்சல் இல்லை" என்று அறிவித்தான்.

வேகமாக வெளியே வந்த சுவாதியும் அவன் கையைப் பிடித்து பார்த்து விட்டுக் காய்ச்சல் இல்லை என்று சொன்னாள். உடனே "அவன் என்னைக் கூப்பிட்டிருக்க வேண்டும்" என்று சொல்லக் கேட்டு, சுவாதியும் கமாலும் ஒருமித்த குரலில் "யார்?" என்று வினவினர்.

விட்டுவிட்டு வந்த காய்ச்சலின் பிசாசுதான், வேறு யாராக இருக்க முடியும்? என்றான் நவா. "எங்கே இருந்து?" என இருவரும் கேட்க, "என் வீட்டில் இருந்துதான்: வேறெங்கிருந்து இருக்க முடியும்"என்றான். தன் முன்னே வெறித்த பார்வையை விட்ட நவா தொடர்ந்து சொன்னான்: "அது இப்பொழுது என் வீட்டின் முன்தான் நிற்க வேண்டும் அங்கே தான் வீட்டின் கதவைத் தட்டிக் கொண்டு! கதவுகள் அதற்கு எதுவும் உணர்த்தாது; அது காற்றோடு கலந்தது; உடலமைப்பு இல்லாதது; சுவரைத் துளைத்துக் கொண்டு கூட ஊடுருவக் கூடியது" என்று தொடர்ச்சியாகப் பேசினான்.

தன் கையை விடுவித்துக் கொண்ட சுவாதி பெருமூச்சு விடும் தன் மார்பின் மீது வைத்துக் கொண்டாள். நவா கிருஷன் தொடர்ந்து பேசினான்: "அதை என்னால் நன்கு பார்க்க முடிகிறது. உள்ளே நுழைந்து என் படுக்கை காலியாக இருப்பதை அறிந்திருக்கும்". கமாலையும், சுவாதியையும் நோக்கி விரிவான பார்வையொன்றை விட்டான்.

பின் சொன்னான்: "ஒவ்வொரு நாளும் அதற்கு ஒரு பைண்ட் ரத்தம் தேவைப்படுகிறது. அதனுடைய இரத்த வகையும் என்னுடையதும் ஒன்றே. அதனால்தான் எப்பொழுதும் என் ரத்தம்தான் தேவை என்கிறது. என் ரத்தத்தை முழுவதுமாக உறிஞ்சி எடுக்க முயற்சிக்கிறது. ஆனால் இன்று என் இரத்தம் கிடைக்காமல் திரும்பிச் செல்ல வேண்டிய சூழ்நிலை. நான்தான் தப்பித்து இங்கு வந்து விட்டேனே! நான் இன்று உங்கள் வீட்டில் அல்லவா இருக்கிறேன். நான் இங்கிருப்பது அதற்குத் தெரியாது. இல்லை, இல்லை அதற்கு மறைமுகமான சக்தி ஒன்று உண்டு. சற்று நேரம் கண்களை மூடிக் கொண்டால் எல்லாம் தெரிந்து கொள்ளும். கதவு மூடப்பட்டிருக்கிறதா?"

சுவாதி, மூச்சு அடைபட்டது போல உணர்ந்தாள். பின் சொன்னாள்: "ஓ! மாகோவே! அவனுக்குப் பைத்தியம் பிடித்து விட்டதா?" நவா கிருஷன் அவள் கையை இறுகப்பிடித்துத் தன் மார்பில் வைத்துக் கொண்டான். திடுக்கிட்ட சுவாதி, கணவன் கமாலைப் பார்த்தாள். அவன் கண்களால், "உன் கை அங்கேயே இருக்கட்டும்" எனச் சைகை செய்தான். அவனைப் பொறுத்தவரை, அவள் கையை மட்டும் தானே அவன் பிடித்திருக்கிறான்.

நவா உளற ஆரம்பித்தான்: "அது வருகிறது; அது வருவதை நான் பார்க்க முடிகிறது." உடனே கமால் கேட்டான்: "இல்லாத ஒன்றை எப்படி உன்னால் பார்க்க முடிகிறது." பதற்றத்துடன் நவா சொன்னான்: "நானா? எனக்கும் அந்த மறைமுகமான சக்தி உண்டு. இன்னும் சற்று நேரத்தில் அது இங்கு இருக்கும், பாருங்களேன். அங்கே பாருங்கள் அது, இந்தச் சந்திற்குள் நுழைந்து விட்டது; கதவைத் திறக்காதீர்கள்".

அந்த வருகையாளர் கதவைத் தள்ளித் திறந்து கொண்டு உள்ளே வந்தாள். கதவருகே, மாதவி நிற்பதை அனைவரும் கண்டனர். அவள் சுத்தமான வெள்ளைநிற ஆடை அணிந்திருந்தாள். நெஞ்சில் இருந்த கோபம் அவள் முகத்தில் ஒளி விட்டது. யாருக்கும் வணக்கம் சொல்லாமல், நேரே நவா பாபுவை நோக்கிச் சென்றாள். கோபத்துடன், "இங்கே என்ன செய்து கொண்டிருக்கிறீர்கள்?" எனக்கேட்டாள். "ஒன்றுமில்லையே," என நவா பதிலளித்தான். அவனுக்கு மேலும் பேச்சு வரவில்லை. ஏதாவது ஒரு கேள்விக்குப் பதிலளித்தான் என்றால், அது எடை

பார்க்கும் கருவியில் இருந்து வெளியே வந்து விழும் சிறு, சிறு அட்டைகள் போலத்தான் இருந்தது.

அமைதியைக் குலைத்தவாறு மேலும் சொன்னான்: "எனக்கு அதிக அளவில் காய்ச்சல் இருந்தது. மிகவும் கஷ்டமாக இருந்தது. அதனால்தான் இங்கு வந்தேன். மேலும், தனிமையில் இருக்கும் பொழுது நிலை குலைந்து காணப்படுகிறேன். வயதாகிக் கொண்டிருக்கிறது, அல்லவா? ஒருவேளை அது கூடக் காரணமாக இருக்கலாம்"

பேச முடியாமல் அவன் முன் நின்றாள். நவா, ஏதோ உணர்ச்சியற்ற கட்டை ஒன்று தன் முன் இருப்பது போல உணர்ந்தான். பின் அவளைப் பார்த்து, "நான் இங்கிருப்பது உனக்கு எப்படித் தெரியும்?" என்று கேட்டான். அலட்சியத்துடன் "எனக்கு எல்லாம் தெரியும்" என்றாள். தொடர்ந்து, "தூக்கத்தில் நீ பேசுகிறாய், அல்லவா? அதன் மூலம் தான்" என்றாள்.

கோபத்தால் அவள் முகம் கறுக்கத் தொடங்கியது. "இன்று என்னுடைய பிறந்தநாள் என்று உனக்குத் தெரியாதா? குழந்தைகள் மலையிலிருந்து வந்துள்ளனர். நீயோ வீட்டை விட்டு நழுவி விட்டாய். வந்து வேறொரு வீட்டில் வசிக்கிறாய்," என்று பட படவெனக் கூறினாள்.

கமால் பாபு, "இது ஒன்றும் அடுத்தவர் வீடு இல்லை" என்று அவளிடம் சொன்னான். உடனே சந்தேகம் ஒன்று மாதவியின் மனதை உலுக்கலாயிற்று. நவா பாபுவை முறைத்துப் பார்த்தாள். "மறுபடியும் மதுப்பாட்டிலைத் தொட்டாயா?" என வினவினாள். "ஆம்", "இல்லை" என்று மாறி மாறி பதிலளித்தான். தொடர்ந்து, "சிகரெட் புகைத்தாயா? அதிக அளவில்", என்றும் கேட்டாள். "எங்கள் வீட்டில் இருக்கும்போது, புகைக்கவில்லை", என்று சுவாதி அவனைப் பாதுகாப்பது போலக் கூறினாள்.

"உடனே, வீட்டிற்குத் திரும்பு" என்று கட்டளையிடும் பாணியில் மாதவி பேசினாள். உடனே "வீடா? எங்கிருக்கிறது? அது வீடல்ல, கோவில்" என்று இருண்ட மனநிலையில் நவா பதிலளித்தான். அவன் படுக்கையை விட்டு எழுந்திருக்கக் கமால் பாபு உதவினான். "மணி ஐந்தாகி விட்டது: நான் சொல்லவில்லையா?" எனக் கேட்டான் நவா.

நவா பாபுவின் போர்வையைச் சுவாதி எடுத்து வந்து கொடுத்தாள். துயரத்தைத் தாங்குவது போல சேலை முனையைத் தன் வாய்க்குள் திணித்துக் கொண்டாள். "சுவாதி, நான் போய் வருகிறேன்" என்று விடைபெற்றான் நவா கிருஷன்.

அமைதியாக, அவன் மறையும் உருவத்தைப் பார்த்துக் கொண்டிருந்தாள்.

14. எங்கே இருக்கிறது இறுதி ஊர்வலம்?

எங்கோ, யாரோ அழுவதும் அதன்பின் புலம்பி அழும் சத்தமும் எனக்குக் கேட்கிறது. ஒரு வித குழப்பத்துடன் எழுந்தேன். நேரம் அதிகாலை மூன்றரை மணியாகி இருந்தது.

என் மகன் ஆழ்ந்த தூக்கத்தில் இருந்தான். ஒருவேளை தேம்புவது அவனாக இருக்குமோ? அவன் படுக்கை அறையினுள் நுழைந்து என் காதை அவன் முகத்தருகே கொண்டு சென்றேன். ஆம், அவன் ஆழ்ந்த தூக்கத்தில் தான் இருந்தான். அப்படியானால், தேம்பி அழுவது யார்? இரங்கலைத் தெரிவிக்கும் நோக்கில் அழுவது யார்?

இம்மாதிரி அழும் சத்தத்தையும், ஓலமிடும் பல ஓசைகளையும் நான் பற்பல ஆண்டுகளுக்கு முன் கேட்டிருக்கிறேன். நரகமே கட்டவிழ்ந்து விட்டது போல அச்சத்தாலும், பீதியாலும் பலர் அன்று அழுதனர். நீங்களும் ஞாபகப்படுத்திப் பாருங்கள். அன்று தான் பட்டப் பகலில் சூரியனே மறைந்த நாள். ஹே, ஹே என்று அழும் சத்தமே காற்றில் ஒலித்த நாள். அது தான் மகாத்மா காந்தி சுட்டுக் கொல்லப்பட்ட நாள்.

ஒரு வேளை என் மனைவியின் சத்தமாக இருக்குமோ? எப்போதும் கோபமான மனைவி? ஆனால், தற்போது பஞ்சாபில் ஒரு கிராமத்தில் அவள் சகோதரனுடன் அல்லவா வசிக்கிறாள். பம்பாயிலிருந்து ஆயிரம் மைல்களாவது இருக்குமே! ஆனால் எல்லோருக்கும் இந்த உண்மை தெரிந்திருக்க வாய்ப்பில்லை. இது அவளுடைய குரலோசையாகக் கூட இருக்கலாம். ஏனெனில் அது இடையேயுள்ளவெற்றிடம், கால நேரம், ஆகியவற்றைத்துளைத்துக் கொண்டு என் ஆன்மாவுடன் ஒன்றிப் போயிருக்குமல்லவா?

ஏறக்குறைய அவளை நான் கைவிட்டு விட்டது உங்களுக்குத்தான் தெரியுமே! ஏதோ, இதை நானாகத் தேடிக்

கொண்டேன் என நினைக்க வேண்டாம். பகலென்றும் பாராமல் இரவு என்றும் கவலை படாமல் அவள் நாக்குப் பேசும் அசிங்கமான வார்த்தைகளும், வீராப்பும் தான் காரணம் என்று சொல்லலாம். ஏதாவது ஒரு சுழலில், நான் கேள்வி கேட்க நேரிட்டால், என் கேள்வியை நான் முடிக்கும் முன்னரே, அவள் பதிலளிப்பாள்.

அதனால் தான், அவளை "எப்போதும் கோபக்காரி" என்று சொல்கிறேன். அவள் குடும்பப்பாங்கானவள் தான்; எளிமையானவளும் கூட; நேசிக்கத் தக்கவளும் தான். ஒரு குடும்பத்திற்கு ஏற்ற பெண்மணி தான். இன்றைய காலகட்டத்தில் இக்குண நலன்களை மட்டும் ஒரு பெண் பெற்றிருந்தால் போதுமா?

குடும்பப் பெண்! குடும்பப் பெண் என்பவளுக்கென்றே ஒரு வரையறை உண்டு. வீட்டின் நான்கு சுவர்களுக்குள்ளே இருக்கவேண்டும். கணவனுக்குச் சமைத்துப் போட வேண்டும். பயணம் முடித்து, வீட்டிற்குத் திரும்பி வரும் கணவனின் காலணிகளைக் கட்டும் நாடாவைக் காலணியில் இருந்து கழற்ற வேண்டும். அவன் படுக்கையைத் தயார் செய்ய வேண்டும். அவன் செய்யும் சமிக்ஞையைப் புரிந்துகொண்டு அவனருகே வர வேண்டும். இதன் முடிவு எல்லோருக்கும் தெரிந்ததே - குழந்தைகள், மேலும் மேலும் குழந்தைகள்.

அவளுக்கான எல்லைக் கோடுகளைத் தாண்டி, எக்காரணம் கொண்டும் வெளியே வரக்கூடாது அதுவும் வாழ்க்கை நீரோட்டத்தில் கலந்த பிறகு. ஆனால் இவளோ இறுமாப்பும் அகம்பாவமும் அதிகம் கொண்டவளாகி விட்டாள். மூக்கின் நுனியைத் தாண்டி எதையும் பார்க்க முடியாத நிலையில் இருப்பவள். யாருடன் அற்பக் காரணங்களுக்காக வீண் சண்டையிடுவது? வீட்டின் சுவற்றினுடனா? குடும்பத்திற்கே எதிராகவா?

திருமணமாகி சில நாட்கள் கழித்து ஒருவனுக்குத் தெரிய வரும் உண்மையாதெனில், தான் மனைவியாக ஏற்றுக் கொண்டவள் பெண் அல்ல, பெருச்சாளி என்பது. உலகத்திலுள்ள துன்ப, துயரங்களுக்கெல்லாம் தான் தான் பொறுப்பு என்ற மனநிலை இன்றைய பெண்கள் மனதில் ஆழமாகப் பதிந்து விடுகிறது. இல்லையென்றால் எல்லா விஷயங்களிலும் எப்படி அவள் மூக்கை நுழைப்பாள்?

என்ன செய்வது என்று தெரியாமல், என் வாழ்க்கையில் இருந்து அவளை ஒதுக்கி வைக்கும் நிலைக்குத் தள்ளப்பட்டேன். அவளும், அவள் கிராமத்திற்கே சென்று தன் தலைவிதியை நினைத்து அழுது கொண்டிருக்கிறாள்; அல்லது என் தலைவிதியை நினைத்து அழுகிறாளா? அவள் அழுதுதான் தீர வேண்டும்.

ஆண்களாகிய நாம் கிடைத்த முதல் சந்தர்ப்பத்திலேயே ஒரு புதிய பெண் பின்னால் ஓடுகிறோம். அவள் பெண் அல்ல, புதிதாக அறுவடை செய்த காய்கறி - வெண்டைக்காய் போல் என்று நினைக்கிறோம். நாம் ஏன் மிருகத்தனமான முறையில் நடந்து கொள்கிறோம்? ஏனென்றால் சிறுவயது முதலே, பிரம்மச்சரியத்தின் நற்பண்புகள் பற்றி உபதேசம் செய்தே நம்மை வளர்ப்பதுதான்.

திருமணமானவுடன் மனைவியிடம் நம் காதலை, வெளிப்படுத்த வெட்கப்படுகிறோம். குழப்பமான பலவித திருமணச் சடங்குகள் முடிந்த பின், நாம் ஒவ்வொருவரும் கேட்க நினைக்கும் ஒரே கேள்வி என்னவென்றால், மனைவியாகி விட்ட இந்தப் புதிய பெண் நான் எதிர்பார்க்கும் படி ஒரு மனைவியின் கடமைகளைச் செய்வாளா? என் உள்மனம் சொல்லாமல் சொல்கிறது "இல்லை" என்று.

அதிக அளவில் மனக்கவலையோடு இருந்தால், என் மனைவி ஏன் எனக்குக் கடிதம் எழுதியிருக்கக் கூடாது? ஒரு வேளை ஏனைய மனைவிமார்களைப் போல இவளும், உற்சாகத்துடனும் ஆரவாரத்துடனும் எல்லாம் செய்தவன், மன்னிப்புக் கோருவது போல் வந்து என்னைத் திரும்ப அழைத்துச் செல்ல மாட்டானா? என நினைத்துக் கொண்டிருக்கிறாளா? என் மீது இவ்வளவு தூரம் நம்பிக்கை வைத்திருக்கிறாள் என்றால் - அதுவும் அன்பு பாராட்டும் விஷயங்களில். என்னை நன்கு தெரிந்துகொண்டு எவ்வளவு மூட்டாளாக இருப்பாள்? இந்த உலகில் மனிதனின் மனதைக் கவர எத்தனையோ பொருட்கள் இருக்கின்றன எனத் தெரிந்த பிறகும் - மனமகிழ் மன்றங்கள், திரை அரங்குகள், காபிக் கடைகள் போன்றவைகள்.

என்னைப் பொறுத்தவரை, என்னை விட்டு அவள் பிரிந்தது, அவளுக்குக்கட்டாயம் மகிழ்ச்சியைக் கொடுத்திருக்கும். உள்ளுக்குள்

சிரித்துக் கொண்டும் இருப்பாள். நான் அவளை வெறுத்தேனா? அல்லது அவள் என்னை வெறுத்தாளா? இரண்டில் ஒன்று தானே இருக்க முடியும். நானில்லாமல் அவள் வருத்தப்படுகிறாள் என்றோ, கஷ்டப்படுகிறாள் என்றோ சொன்னால் அது ஒரு கற்பனையாகத் தான் இருக்க முடியும். உண்மையிலே, நான் தான் அவள் நினைவால் வாடிக் கொண்டிருக்கிறேன்.

பிரிவால் வாடுவதும், அழுவதும் நானாகத்தான் இருக்க முடியுமோ? நான் விடும் மூச்சு, ஒருவேளை என் விம்மலாகக் கூட இருக்கலாமோ? என்ன முட்டாள்தனம்! ஒருவேளை மருட்சியாலும் மாயையாலும் கஷ்டப்படுகிறேனோ?

புதுமையான எண்ணங்களும், புதுவிதமான ஆசைகளும், இன்னும் சொல்லப்போனால் புதியதொரு பயமும் வந்து செல்கின்றனவே! உதாரணத்திற்கு நேற்று மாலை நடைபெற்ற நிகழ்ச்சியைக் குறிப்பிடலாம். நாகரீகமும் பகட்டுமிக்க நண்பர்களுடன் கோவா தக்ஷினி உணவகத்தில் சாப்பிட்டேன். பின் தீர்வை அலுவலகத்தில் (செட்டில்மென்ட் ஆபிஸ்) என்னுடன் பணியாற்றும் நண்பர்கள் சிலருடன் தடித்த பருமனான கோவா பிரதேச பெண்மணி வீட்டிற்குச் சென்றோம். அப்பெண்மணி போர்த்துகீசிய கிறிஸ்தவ ஆலயக் கட்டுப்பாட்டின் கீழ் வாழ்பவள். கள்ளக்கடத்தலில் வரும் மதுபானங்களை விற்பாள். அவை மிகவும் சக்தியானதாகவும் உடனே போதை தலைக்கேறக் கூடியதாகவும் இருக்கும்.

இந்தச் சந்தர்ப்பத்தில் கடத்தல் கைக்கடிகாரங்களை என் நண்பன் நந்தலாலுக்கு விற்க முனைந்தாள். எனக்காக, சிகரெட் தீமூட்டி ஒன்றை அவளிடமிருந்து வாங்கினேன். என் நண்பன் நந்தலாலிடம் ஒரு தங்கக் கட்டியை விற்க முயற்சித்தாள். ஆனால் அவனிடம் அப்பொழுது வெறுமனே ரூபாய் ஐநூறு மட்டுமே இருந்தது. அதுவும் ஒரு வயதான அகதிக்கு எங்கள் அலுவலகத்தில் ஒரு காரியம் செய்து கொடுத்து, தீர்த்து வைக்கப்படாமல் இருந்த கோப்பு ஒன்றை தீர்வுக்குக் கொண்டு வந்து கொடுத்து - அவளிடமிருந்து பெற்ற பணம் தான் அது.

ஓரளவிற்கு வெளிநாட்டு மதுபானத்தை எங்களுக்குள் ஊற்றிக்கொண்டு, குஜராத்தி நண்பன் ஒருவனிடமிருந்து இறக்குமதி செய்யப்பட்ட கார் ஒன்றைச் சிறிது நேரம் உல்லாசத்திற்காக

அவன் அனுமதியோடு எடுத்துக்கொண்டோம். அதை அவன் வெளிநாட்டு தூதரக நண்பன் மூலம் இறக்குமதி செய்து வாங்கினான். வேறொருவர் பெயரில் அவன் காரை இறக்குமதி செய்யும் போது, ஏன் அவன் பெயரில் இருக்கும் காரை, நாங்கள் ஓட்ட எங்களுக்கு உரிமை இல்லையா?

ஒன்றுக்கும் உதவா உதவாக்கரையான நாங்கள் அந்த குஜராத்தி நண்பனின் அழகான பிரகாசமான லிமோசின் காரில் ஏறிக் கொண்டோம். அது நமக்குச் சொந்தமான கார் இல்லையே என்ற இங்கிதம் கூட இல்லாமல் அதில் பயணிக்கத் தொடங்கினோம். கார் கோகவா உணவகம் நோக்கிச் சென்றது.

அங்கு இறங்கியவுடன், அங்குள்ள பணியாளர் எனக்கு மட்டும் வணக்கம் கூறி காரை வரவேற்றான். என்னைத் தனிமைப்படுத்தி வணக்கம் சொன்னது என் நெஞ்சில் மகிழ்வைக் கொடுத்தது. பொதுவாக எல்லோருக்கும் நான் தான் வணக்கம் சொல்லிப் பழகியவன். இன்றுதான் பிறரிடமிருந்து "வணக்கத்தைப்" பெற்றேன்.

ஆரம்ப உணவாக, சிற்றின்ப உணர்வைத் தூண்டும் அருமையான ஷார்க் மீன் துண்டுகளையும், நண்டு சூப்பையும் குடித்து மகிழ்ச்சியில் திளைத்தோம். தொடர்ச்சியாக இறால் மீன், வறுத்த அரிசிச் சாப்பாடு, இது தவிர சிறப்பு உணவு வகைகளையும் உள்ளே தள்ளிக் கொண்டோம். வேண்டாம் என்று சொல்லக்கூடாது என நினைத்து, வயிறு வெடிக்கும் அளவில் இருந்த போதிலும், நந்தலால் வரவழைத்த நூடுல்ஸ்-ம் சாப்பிட்டோம். சாப்பாட்டுத் தட்டில் இருந்த நூடுல்ஸ் ஏகப்பட்ட மண்புழுக்கள் போன்ற தோற்றத்தைக் கொடுத்தன. அவற்றை முழுமையாக எங்களால் எடுத்துக்கொள்ள முடியவில்லை. நந்தலால் மட்டும் ஒரு வித திருப்தியோடு சுவைத்தும், உதட்டைச் சப்பி கொண்டும் இருந்தான்.

நந்தலால் வீட்டிற்குத் திரும்பிய பின்தான் நாங்கள் ஏன் இந்த அளவிற்கு உணவு வகைகளை வயிற்றினுள் தள்ளி நிரப்பிக் கொண்டோம் என்பதற்கான காரணத்தை அறிந்து கொண்டோம். சாப்பிட முடியாமல் அங்கேயே மேஜையின் மீது விட்டு வந்ததும் ஏராளம். அவன் வீட்டில் இருந்த நாளிதழ் மூலம் பீகாரிலும்,

உத்திரப்பிரதேசத்திலும் பஞ்சமும் பட்டினியும் மக்களை வாட்டுவதை அறிந்தோம்.

அதோடு, அதிலிருந்த புகைப்படம் ஒன்றும் எங்களை வெகுவாகப் பாதித்தது. ஒரு சிறுவன் மரத்தின் அடிப்பாகத்திலிருந்த பட்டையைக் கடித்துச் சுவைப்பதைக் காட்டி நின்றது அந்தப் புகைப்படம். அதனால் ஏற்பட்ட பயத்தால் நாங்கள் ஓட்டகம் போல, வயிற்றில் ஒரு வாரத்திற்கான உணவைச் சேமித்து வைத்துக் கொள்ள எங்கள் மூளை கட்டளையிட்டதோ?

இங்கே என்ன நடந்தது? அது ஏன் நடந்தது? என்பதைப் பார்ப்போம். என் கோபக்கார மனைவி, வீட்டை விட்டு வெளியேறுவதற்கு இரண்டு நாட்களுக்கு முன் என்னிடம் பெரிய அளவில் சண்டையிட்டாளே? முக்கியத்துவம் இல்லாத, ஒன்றுக்கும் உதவாத காரணத்திற்காகத்தானே சண்டையிட்டாள். சமையலறையில் பயன்படுத்தக் கூடியதும், தற்கொலை செய்துகொள்ள பயன்படுத்தப்படுவதுமான மண்ணெண்ணெய் சம்பந்தப்பட்ட அற்ப விஷயமே அது.

மண்ணெண்ணெய் வீட்டில் ஒரு துளிகூட இல்லை என்றும், அதனால் சமையல் குறிப்பிட்ட நேரத்தில் தயாரிக்க முடியாது என்றும், என் மீது கோபப்படக் கூடாது என்றும் என் கோபக்கார மனைவி என்னிடம் சொல்லியிருந்தாள். அவளைப் பொறுத்தவரை, அந்தக் குற்றம் என்னையே சாரும் என என்னிடமே சொன்னாள். இதற்காக அவளை நான் ஒரு குறையும் சொல்ல மாட்டேன். அதனால் எனக்குச் சாவு நேரும் என்றால் கூட அவளைக் குறை சொல்வதில் நான் தான் கடைசி ஆளாக இருப்பேன். வரிசையில் நின்று, மண்ணெண்ணெய் வாங்குவதை முற்றிலுமாக வெறுப்பவன் நான். அவ்வாறு நிற்க வேண்டிய சுழல் வந்தாலும் கடைசி ஆளாகத்தான் நிற்பேன்.

பெண்களின் உணர்வுகளை எனக்குச் சாதகமாக எடுத்துக் கொண்டேன் என்று கூடச் சொல்லலாம். தன் கணவன் பசியோடிருப்பதை எந்த மனைவியும் ஏற்றுக்கொள்ள மாட்டாள். கணவனுடன் சண்டையிடுவாள்; திட்டுவாள்; மோசமாகக் கூட நடத்துவாள். ஆனால் பசியோடு இருக்கும் பொழுது ஏதாவது ஒரு வழியில் அவன் வயிறு நிரம்பும் வகையில் உணவு தயாரித்து

கொடுத்து விடுவாள். அவ்வாறு கொடுத்த பின்னர் கூடச் சண்டையிடுவாள். இதில் ஆச்சரியப்படுவதற்கு ஒன்றுமில்லை. குழந்தையாயிருக்கும் போது பாலூட்டுவதும் பின்னர் பெரியவன் ஆனவுடன் சப்பாத்தி தயார் செய்து கொடுத்தும், எப்படியாவது அவன் பசியைப் போக்க முற்படுவாள்.

அதனால்தான், ஒரு வீட்டுக்குச் சென்றவுடன் என்ன குடிக்கிறீர்கள் அல்லது என்ன சாப்பிடுகிறீர்கள் என்று முதலில் கேட்பது ஒரு பெண்ணாகத்தான் இருக்க முடியும். சில நேரங்களில் நம்மைக் கேட்டுத்தான் இதையெல்லாம் செய்ய வேண்டுமென்ற நடைமுறை எதையும் கடைப்பிடிப்பது கூடக் கிடையாது. வீட்டிலிருக்கும் சிறப்பான உணவு வகைகளை நாம் சொல்லாமலே நம்முன் கொண்டு வந்து வைப்பர். இதை, நமக்கு சாதகமாகவும் நம்மிடம் எதையோ எதிர்பார்த்துச் செய்கிறார்கள், என்றும் நினைத்து விடக்கூடாது. மாறாக உங்கள் பசியைப் போக்கியதற்காக, நீங்கள்தான் ஏதாவது செய்யவேண்டுமென நினைப்பீர்கள்.

பழைய கதைக்கே மீண்டும் வருவோம். அன்றைய தினம் அவள் கேட்டபடி நான் மண்ணெண்ணைய் எதுவும் வாங்கிக் கொடுக்கவில்லை. ஆனால் அன்று அலுவலகத்திலிருந்து வீடு திரும்பிய உடன் திருப்தியான உணவைப் பரிமாறினாள். மறுநாள் காலை அலுவலகம் செல்லும் போது நாளிதழ் ஒன்றைக் கையில் எடுத்துக் கொண்டேன். படித்துப் பார்க்க என்பதைவிடக் கழிவறையில் பயன்படுத்தவே என்பதுதான். இதில் உள்ள மிக முக்கியமான நிலை.

ஏனென்றால் கழிவறையில் உட்கார்ந்து நாளிதழ் படித்தால்தான் மலம் கழிப்பது திருப்தியாக இருக்கும் என்பதும் உண்மைதான். மேலும் அரசியல் நிலைமை, கொலை, கொள்ளை, ஏமாற்று வேலை, சாலை, ரயில் விபத்துகள் போன்றவற்றையும் படித்துத் தெரிந்து கொள்ளலாம். ஒழுக்கமற்ற நிலைமையை அரசியல் கட்சிகள் ரயில்வே ஊழியர்களிடம் பரப்பியுள்ளதால் ரயில் விபத்துக்கள் அத்தகைய ஊழியர்களால் உண்டாகின்றன என்று கூடச் சொல்லலாம். இதையெல்லாம் விட அதிர்ச்சியும் அச்சமும் தரக்கூடிய செய்தியாதெனில் பம்பாயில் நிலவும் தண்ணீர்ப் பற்றாக்குறையே.

தண்ணீர்ப் பஞ்சம். ஆம், இதுதான் இருபதாம் நூற்றாண்டு இந்தியாவின் அற்புதமாகும். இதற்கடுத்த பட்சத்தில் இது வரை உணவு, தானியம் வகைப் பஞ்சம் ஒன்றைத்தான் நாம் கண்டோம். பம்பாயைச் சுற்றிலும் கடல்; மேலும் நீர் நிலைகள் தான் இருக்கின்றன. இருப்பினும் இங்குத் தண்ணீர்ப் பஞ்சம். என்னவென்று சொல்வது. எனக்கு பிதாகோரஸ் உருவாக்கிய மனிதன் தான் ஞாபகத்தில் வருகிறது. அம்மனிதன் தண்ணீரில் நின்று கொண்டிருக்கிறான். தண்ணீரின் மேல் மட்டம் அவன் கீழ் உதடு வரை வந்துவிட்டது. அதனால் வாயைத் திறந்து தண்ணீர் குடிக்கலாமென நினைக்கும் பொழுது தண்ணீர் அளவு கீழ்நோக்கி இறங்கி அவன் தண்ணீர் குடிக்க முடியாத நிலை ஏற்பட்டுத் தாகத்தால் இறந்து போகிறான். ஒரு நாள் முன்னர்தான், இதுபோல் வரிசையில் நிற்க முடியாது என்று எண்ணி நான் மண்ணெண்ணெய் வாங்கவில்லை.

பம்பாய் வாசிகள் ஊரின் மேல் அதிகப் பற்றும், பாசமும் உள்ளவர்கள். அதனால்தான் வெளியூர்க்காரர்களை வெளியேற்றி விட்டால் தண்ணீர்ப் பஞ்சம் குறையும் என்று சொல்கிறார்கள் என என் கோபக்கார மனைவியிடம் சொன்னேன். உடனே, இதில் எனக்கு ஏதோ பங்கு இருக்கிறது என்று நினைத்துக்கொண்டு என் மீது பாய்ந்தாள். கொதித்து போய் உணர்வுகளைக் கொட்டினாள். நான் ஏதோ அவளைப் பற்றிச் சொல்லக் கூடாத ஒன்றைச் சொல்லி விட்டதைப் போல உணர்ந்து தன்னைத் தானே சபித்துக் கொண்டாள். அவளை நான் ஏன் குறை சொல்ல வேண்டும்?

அன்பரே! அப்படிப் பார்த்தால் வாழ்க்கையே பாவச் செயல்களால் ஆனது தானே! ஒரு பெண்ணுக்கு அவதூறு நடந்தால் அது ஆணுக்கு ஏற்படுவதை விடப் பெரிதாகத் தோன்றும். அதுவும் பல கலாச்சாரங்களையும் பண்பாடுகளையும் கொண்ட பரந்து விரிந்து கிடக்கும் நம் நாட்டில் கேட்கவும் வேண்டுமா? இத்தகைய வளமையான மரபுகளுக்கு நாம் வாரிசாக வேண்டுமெனில், அதற்குரிய விலையைக் கொடுத்துத் தானே ஆகவேண்டும்.

கலாச்சாரம், பண்பாடு, தத்துவங்கள் நிறைந்த பழைய வரலாற்றைத் தெரிந்து கொள்ள சிரமப்படத்தான் வேண்டும். அப்படியில்லை என்றால் அமெரிக்காவிற்குச் சென்று விடுவது நல்லது. ஏனெனில் அமெரிக்க வரலாற்றுக்கு வயது முன்னூறு

தான். அவர்கள் முன்னேற்றப் பாதையில் செல்கிறோம் என்று பணம், பொருள் சேர்க்கையில் தான் ஆர்வம் காட்டி ஓடிக் கொண்டிருக்கின்றனர். இந்தப் பந்தயத்தில் ஆன்மீக நாட்டத்தை முற்றிலுமாகக் கைவிட்டு விட்டு விட்டனர்.

பின்னால் திரும்பிப் பார்க்குமளவிற்கு, நான் ஒன்றும் சாதித்துவிடவில்லை. கோபக்கார மனைவி அழுகையை நிறுத்த மாட்டாள். பஞ்சாபில் பாகிஸ்தானிலுள்ள குஷாப் நகரைவிட்டு நாங்கள் இங்கு வந்து பத்தொன்பது ஆண்டுகள் ஆகிவிட்டதை எனக்கு ஞாபகப்படுத்தினாள். அங்குள்ள எங்கள் முன்னோர்களின் சொத்துக்களை விட்டுவிட்டுத் தான் இங்கு வந்தோம். வரும் வழியில் எங்களில் சிலரை வெட்டிக் கொலை செய்து உடல்களைக் கிணற்றிற்குள் வீசினர்.

எப்படியாவது இந்தியாவிற்குச் சென்றடைந்து விட வேண்டும் என்ற ஒரே எண்ணத்தில் மீதமிருந்தோர் கால்நடையாகவே வந்து சேர்ந்தோம். எப்படியாவது அந்தப் பசுமையும் வளமையுமிக்க இந்திய நாட்டை அடைந்து அதன் காலடியில் சேர்ந்து விட்டோமென்றால் எல்லாம் நல்லதாகவே முடியும் என்ற நம்பிக்கையில் வந்து சேர்ந்தோம். ஆனால், இங்கு வந்து சேர்ந்த பின் தான் தெரிந்தது நாமெல்லாம் ஓடு காலிகளாகவும், தூக்கி எறியப்பட வேண்டியவர்களாகவும் முத்திரை குத்தப் பட்டுள்ளோம் என்று.

நாங்கள் சாப்பிட ஒன்றும் கிடைக்கவில்லை. பொருள்களின் விலையோ பன்மடங்கு உயர்ந்து விட்டது. எங்களிடம் அதை வாங்கும் சக்தியும் கிடையாது. பத்து பைசாவிற்கு விற்கப்பட்ட பொருள், சில நாட்களில் ஐம்பது பைசாவாக ஏறிவிட்டது. சிறிய போர்வையால் எவ்வாறு பெரிய உடம்பை முழுவதுமாக போர்த்திக் கொள்ள முடியும். அவ்வாறு போர்த்திக் கொண்டு படுத்தாலும் நிர்வாணமாகப் படுத்திருப்பது போலத் தானே தோன்றும்.

என் கோபக்கார மனைவி, நான் பம்பாய் நல்ல இடம் லாபகரமாக வியாபாரம் செய்ய ஏற்ற இடம், என்றெல்லாம் பொய் சொல்லியும் ஆசை வார்த்தைகள் கூறியும், அவளை இங்கு அழைத்து வந்து விட்டதாக அடிக்கடிப் புலம்புவாள்:

"வியாபாரம்? எங்கே இருக்கிறது இந்தக் கேடுகெட்டுப் போன உங்கள் வியாபாரம்?" என்றெல்லாம் என்னைத் திட்டுவாள்.

அவ்வப்போது அவள் சொல்வாள்: "என்று நான் உன்னோடு சேர்ந்தேனோ அன்றே என் அதிர்ஷ்டமெல்லாம் போய்விட்டது. அதுவும் இந்த சூர்ப்பனகைகள் வாழும் பகுதிக்கு வந்த பின் முகத்தோடு கோபித்துக் கொண்டு என் மூக்கை வெட்டிய கதைதான். இந்தப் பேரத்தில் என் அரும் பணம் எல்லாம் போய்விட்டது. ஒன்றுமில்லா வாழ்க்கையைத் தேடி வியர்வைக்குப் பதில் என் இரத்தத்தையெல்லாம் சிந்தி விட்டேன். லாகூரில் அனார்கலி போல் இருந்த நான் எப்படி இந்த வறண்ட, உப்பு மிகு பகுதியில் வாழ முடியும்."

இங்குள்ள மராத்தி மக்கள் எங்களை எப்படியெல்லாம் ஒதுக்குகிறார்கள் தெரியுமா?"சிந்திகளே, பஞ்சாபிகளே, இங்கிருந்து வெளியேறுங்கள். பம்பாய் எங்களுக்குத்தான் சொந்தம்; இங்கிருந்து ஓடி விடுங்கள்," என்பார்கள். ஆனால், எங்கே போவது? பாரதம் எங்கிருக்கிறது என்று நீங்கள் எங்களுக்குச் சொல்லக்கூடாதா? பாரதம் எங்கிருக்கிறது? என்பாள்.

அவளுக்கு நான் என்ன சொல்ல முடியும்? வங்காளம் வங்காளிகளுக்குச் சொந்தம்; குஜராத்திகளுக்கு குஜராத் சொந்தம் தக்காணியர்களுக்கு தக்காணம் சொந்தம்; எங்களுக்கென்று எதுவும் சொந்தமில்லை. நாங்கள் நிலையானவர்கள் அல்லர்; வந்து செல்லக் கூடியவர்கள் என்ற பட்டத்தைக் கொடுத்திருக்கிறார்கள். இன்னும் சில ஆண்டுகளில் எங்களைப் "பறக்கும் மக்கள் இனம்" என்று கூட அழைக்கத் தொடங்குவர்.

அன்றைய நாளிதழைக் கையில் வைத்துக்கொண்டு அலுவலகம் செல்ல வெளியே வந்த போது அருகிலிருந்த சேரிப் பகுதியில் பொதுத் தண்ணீர் குழாயைப் பார்த்தேன். அக்குழாயிலிருந்து சிறுகச் சிறுகக் கண்ணீர் வருவது போல், விட்டு விட்டுத் தண்ணீர் வந்து கொண்டிருந்தது. நீண்ட இடைவெளியுடன் மண் கலந்த நீர் சொட்டுவதைக் கண்டு அதிக மதிப்புமிக்க மண்ணெண்ணெய் ஆக இருக்கக் கூடாதா? என்றெல்லாம் கூட நினைத்துக் கொண்டேன். ஆனால் அவை சாதாரணத் தண்ணீர் தான் என்ற நினைவும் கூடவே வந்தது.

குழாயிலிருந்து விட்டு விட்டு "உஷ்" என்ற சத்தமும் வந்து கொண்டிருந்தது. குழாயின் அடியில் வரிசையாக, தாமரை விலாசமுள்ள நெய் வந்த காலித் தகர டப்பா, ஐம்பதுக்கும் குறையாத பானைகள், வாளிகள், பாத்திரங்கள், உலோகக் குவளைகள், ஜாடிகள் வைக்கப்பட்டிருந்தன. குழாயடியிலிருந்து தெரு வரை வரிசையாகத் தண்ணீருக்காகக் காத்திருப்பவர்கள் அவற்றை வைத்து விட்டுச் சென்றிருந்தனர். பாத்திரங்கள் இல்லாதவர்கள் அவர்கள் சார்பாக சிறு சிறு கற்களை இடையிடையே வைத்து விட்டுச் சென்றிருந்தனர்.

யாராவது அந்தக் கற்களை அப்புறப்படுத்தியிருந்தால், அதன் உரிமையாளர்கள் மற்றவர்களுடன் சண்டையிடத் தயங்கமாட்டார்கள். அடுத்தவர் தலைமுடியைப் பிடித்து இழுத்து சண்டையிடுவதும், கெட்ட வார்த்தைகளால் திட்டுவதையும், வழக்கமாகக் கொண்டவர்கள். எல்லா வகையிலும் என் மனைவியைப் போலவே கோபக்காரர்கள் தான்.

ஒருவர், இந்த உலகின் அழகெல்லாம் ஆணுக்கே உரியது என்று கூடச் சொல்லலாம். ஒரு சம்பவம் நடைபெறும் இடத்தில் ஒரு ஆண் இல்லாதிருந்தால் அந்த இடம் அசிங்கமாகவும் பயங்கரமாகவும் தான் இருக்கும். இறந்த மனிதனின் நீண்ட மேலாடையை நீங்கள் பார்த்திருக்கிறீர்களா? நான் பார்த்திருக்கிறேன் இந்து-முஸ்லிம் சண்டையைத் தொடர்ந்து வந்த நாட்களைப் பற்றித்தான் குறிப்பிடுகிறேன்.

அக்கால கட்டத்தில் நான் ஜம்முவில் வசித்து வந்தேன். ஒரு நாள், நடைப்பயிற்சியின் போது "தாவி" ஆறு பக்கம் செல்ல நேரிட்டது. ஆற்றின் கரையில் மனித எலும்புக்கூடு கிடப்பதைக் கண்டேன் அதன் பாதிப் பகுதி மண்ணில் புதைக்கப்பட்டிருந்தது. அந்த எலும்புக்கூட்டை வைத்து அது ஆணா? அல்லது பெண்ணா? என்று தீர்மானிக்க முடியவில்லை. எனனைப் போன்ற சாதாரண மனிதர்களால் இடுப்பெலும்பை வைத்துக் கூட இதை முடிவு செய்ய முடியாது.

என் அருமை நண்பரே! அங்குமிங்கும் கிழிந்த மேலாடையொன்று எலும்புக்கூட்டின் கால்களில் சிக்கியிருந்ததை கண்டேன். மேலும் ஒரு கை மணிக்கட்டு எலும்பில் கண்ணாடி

வளையல்கள் சூரிய வெளிச்சத்தாலும், காற்றாலும் தொடர்ந்து பாதிக்கப்பட்டதால் கருத்துப்போய் இருந்ததைக் கண்டேன். ஒரு வித பதற்றத்துடனும், மிரட்சியுடனும் அந்த இடத்தை விட்டு ஓடினேன். எதைப் போல் என்றால், அவ்வப்போது, வாழ்வின் அப்பட்டமான உண்மைகளைக் கண்டு நான் மிரண்டு விடுவதைப் போல இருந்தது. இந்த அகன்ற, பெரிய பாரத தேசத்தில் நீ எங்கு நோக்கி ஓடினாலும் அல்லது எங்கிருந்து ஓடினாலும் அது பாரதமே.

சரி, திரும்பவும் விட்ட பழைய இடத்திற்கே வருவோம். அந்தத் தெருக் குழாயினடியிலிருந்த பாத்திரங்களைப் பற்றிப் பேசிக் கொண்டிருந்தேன். அவையாவும் அப்படியே அதே இடத்தில் தான் இருந்தன. அவைகளின் உரிமையாளர்கள் தான் அங்கு இல்லை. மதியம் இரண்டு மணிக்குத் தான் அந்தக் குழாயில் இருந்து தண்ணீர் வந்தது. பொதுவாக அப்பொழுதுதான் விடிந்தது போல ஒன்றரை மணிக்குத் தண்ணீர் பிடிக்க எல்லோரும் வந்து விடுவர். அவர்கள் வந்துவிட்டால் சண்டை, கைமுஷ்டிகளைக் காண்பிப்பது. சிறு சச்சரவுகள் போன்றவைக்குக் குறைவிருக்காது. சில நேரங்களில் ரத்தம் வெளி வந்த பின்புதான் சண்டைகள் முடியும். பின்னர்தான், தண்ணீர் பிடிக்க ஆரம்பிப்பர்.

ஒருவரின் பயத்தைப் பகிரங்கமாக வெளியே காட்டிக் கொள்வது, அதை மறைத்துக் கொள்ள முயல்வதை விட எவ்வளவோ மேலானதாகும். அந்தக் காலியான பாத்திரங்களை ஒரு வித பயத்தோடு தான் பார்த்தேன். அவை அகன்று விரிந்த வாய்ப்பகுதியும், முனைகள் அழுங்கியும், சில இடங்களில் வெடித்தும் காணப்பட்டன. மூர்க்கத்தனமான காதல் லீலைகளால் தொங்கிப்போன விபச்சாரிகளின் உதடுகள் போல அவை காணப்பட்டன. நாளிதழை கையில் பிடித்தவாறே அந்த இடத்தை விட்டு நகன்றேன்.

பேருந்தைப் பிடிக்கும் முயற்சியில் பயணிகள் நீண்ட வரிசையில் நின்றிருந்தனர். ஏற்கனவே நான் தாமதமாகத்தான் அலுவலகத்திற்குக் கிளம்பினேன். அந்த வரிசையில் சேர்ந்து கொண்டு நிற்பதை விட வேறு வழி இல்லை. என் பார்வையைப் பயம் கவ்விக்கொண்டது. அந்த வரிசையோ ஒரு முதலை போல தென்பட்டது. இதைச் சற்று ஆழமாகச் சிந்தித்து பார்த்தால்

பய உணர்விற்கும் முதலைக்குமிடையே வித்தியாசம் இல்லை என்றே தெரியும்.

மனித இதயத்தில் இரண்டு பொருட்கள் அருகருகே இருப்பது தெரியும். அதாவது நம்பிக்கையும், விரக்தியும், ஒளியும் இருளும் தான் அவை. மத சீர்திருத்தவாதிகள் பய உணர்விற்கு முதலை வடிவம் கொடுத்துள்ளனர். அது தன் வாயை அகலத் திறந்து கொண்டு, பற்களை வெளியே காட்டிக் கொண்டு நான்கு பாதங்களால் நம்மை நோக்கிக் கடித்துக் குதற, தவழ்ந்து வருகிறது. ஏனென்றால், நாமெல்லாம் பாவத்தில் உளவும் பாவிகள். நிலையற்ற வாழ்வைக் கொண்ட நாம் அதன் வாரிசுகளாகிறோம்.

முதலையின் அகன்ற தாடை, பெரிய கொடூர பற்கள், தீப்பொறி போல் தோன்றும் கண்கள் ஆகியவற்றில் இருந்து தப்பித்தாலும், அதன் வாலில் இருந்து தப்பிக்க முடியாது. அதன் வால் கொரியாவிலிருந்து இந்தியா வரை நீண்டது போலவும், சீனா, ஜப்பான் போன்ற நாடுகளைப் போகிற போக்கில் தன்னுள் தள்ளிக்கொண்டு, ஸ்ரீலங்கா வரை நீண்டு கொண்டு இருப்பது போலவும் தென்படும்.

ஆனால், நான் குறிப்பிடும் முதலை போன்ற நீண்ட வரிசை சற்று வித்தியாசமானது தான். ஏனெனில், அது கொஞ்சம் கூட நகருவதற்கான அறிகுறி தென்படவில்லை. சூழ்நிலை என்னும் மந்திரவாதி, மனிதனை ஈக்களாக மாற்றி இந்த மண்ணில் விட்டுச் சென்றது போலத் தெரிகிறது. அந்த வரிசை சற்று நகர்ந்து பின் நின்று விட்டது. இது வளர்ந்து செல்லும் ஜந்துக்களின் உடைபட்ட வால் ஏதோ பயத்தால் துள்ளிக் குதித்து உடனடியாக நின்று விடுவதைப் போல இருந்தது.

பேருந்து வருவதற்கான அறிகுறி எதுவும் தென்படவில்லை. இந்த மாதிரியான நேரங்களில் அவதூறு, வீண் வம்புகள் பற்றிய செய்திகளைத் தாங்கி நிற்கும் நாளிதழின் பக்கங்கள் மிகவும் உதவியாக இருக்கும். அதன் அருகில் உள்ள, நிர்வாணப் பெண்ணின் படமும் உதவியாக அமையும். அந்த நிர்வாணப் பெண்ணின் படத்தையே பார்த்துக் கொண்டு முற்றிலுமாக நான் இருந்த சூழ்நிலையை மறந்து இருந்தேன்

திடீரென, என் முன் நின்றிருந்தவரின் குரல் கேட்டு நாளிதழில் இருந்து என்னை விடுவித்துக் கொண்டேன். அவர் கேட்டார், "உங்கள் தகரக்குவளை எங்கே?" "தகரக்குவளையா?" என ஆச்சரியத்துடன் நான் கேட்க அவரும், "ஆம்! தகரக்குப்பி", எனச் சொன்னார். அப்பொழுதுதான் எனக்குத் தெரிய வந்தது, நான் மண்ணெண்ணெய் வாங்கும் வரிசையில் நின்றிருக்கிறேன். பேருந்துக்கான வரிசையில் அல்ல என்று.

ஒருவேளை கவிஞர்களின் உள்ளங்களில் நீடித்திருக்கும் சில வரிகளைப் போல, என் மனைவி என்னைத் திட்டியது என்னுள்ளேயே நின்று விட்டது போலும். அதனால் தான் என் பின்னால் நின்றிருந்தவர் என்னைப் பார்த்து, "உங்களுக்கு திருமணம் ஆகிவிட்டதா? என்று கேட்டாரா? தடுமாறிய நிலையில் "ஆம்", ம்ம் "இல்லை" என்று மாறி மாறி சொன்னேன். அந்தக் கடைக்காரனுடன் தேவையற்ற வார்த்தை யுத்தத்தில் ஈடுபட்டு விட்டு அங்கிருந்து அகன்று அருகிலிருந்த பேருந்துக்கான வரிசையில் போய் நின்றேன்.

ஏற்கனவே அலுவலகம் செல்லத்தாமதமாகிவிட்ட நிலையில் நாளிதழ் தற்பொழுது தேவையில்லை என்பது போலாகிவிட்டது. அதன் கடைசிப் பக்கத்தை மட்டும் மீண்டும் பார்க்கும் ஆவல் ஏற்பட்டது. அந்த நிர்வாணப் பெண்ணின் புகைப்படத்திற்கருகில் இருந்த கவிதை வரிகள்தான் தரக்குறைவானதாக எனக்குத் தெரிந்தன. இது ஒரு ஆச்சர்யம்தான். இதுபோல இன்னும் பல ஆச்சரியங்கள் எனக்காகக் காத்திருந்தன.

அலுவலகத்தில் நுழைந்த உடன் மேலதிகாரி என்னைக் கடித்துக் குதறுவார் என்று எதிர்பார்த்த நிலையில், நிதானமாக, "கஜ்ஜன் சிங், மீண்டும் தாமதமா?" என்று மட்டும் கேட்டார். "இஸ்ராணி சாகிப், இன்று தவறுதலாக வேறு ஒரு வரிசையில் நின்று விட்டதே காரணம்", என்று நொண்டிச் சாக்கு ஒன்றைச் சொன்னேன்.

அதேநேரம் இரண்டு எதிர்மறைகள் ஒரு நேர்மறையை உண்டாக்கும் என்ற எண்ணமும் என் நெஞ்சில் உதித்தது. "அது சரிதான் சில வேளைகளில் இவ்வாறு நடைபெறுதல் சகஜம்தான்", என்று மேலதிகாரி இஸ்ராணி சொன்னார். எனக்கு ஏற்பட்ட ஆச்சரியத்தை அடக்கிக்கொண்டு "எதைப் பற்றிச்

சொல்கிறீர்கள்"? என அவரைக் கேட்டேன். "வேறொன்றுமில்லை", என்று சொன்னவர், "வாழ்வில் ஆண்கள் சில நேரங்களில் தவறான வரிசையில் சேருவதைத் தான் சொன்னேன்" என்று கூறி முடித்தார். பிறகு அவர் முன் வைக்கப்பட்டுள்ள கோப்புகளில் கவனத்தைச் செலுத்தலானார்.

என் மேஜைக்கு நான் திரும்பி வந்தேன். மேலாக இருந்த கோப்பு ஒரு விதவை பற்றியது. அவளைப் பற்றிய முந்தைய கோப்புகளை அதற்கான அறையில் சென்று அவசர அவசரமாகத் தேடிய பொழுது அங்குள்ள தூசிகள் அனைத்தும் என்னிடம் சேர்ந்து விட்டன. எனக்கு ஏமாற்றம் தரும் வகையில், அது தொடர்பான பழைய கோப்புகள் எதுவும் கிடைக்கவில்லை.

அந்த விதவைக்கு நிறைய மைத்துனர்கள் இருந்தனர். ஒவ்வொருவரும் இந்தியாவின் வெவ்வேறு பகுதிகளில் வசித்தனர். ஒருவர் "லாண்ட்ஸ்வோன் இராணுவ முகாமின் பகுதியில் ஒப்பந்தகாரராகவும், இன்னொருவர் கட்டாக் அருகில் சிரமப்பட்டு வாழ்ந்து கொண்டிருப்பதாகவும், மூன்றாமவர் எங்கேயோ கஷ்டத்தில் உழல்வதாகவும் செய்தி.

இறந்துபோன அவள் கணவனுக்கு மூன்று சகோதரிகள் உண்டு என்றும், ஒருவர் மூன்று முறை திருமணம் செய்து கொண்டவர் என்றும் எல்லோருக்கும் இரண்டு அல்லது மூன்று குழந்தைகள் உண்டு என்ற செய்தியும் உண்டு.

தற்போதைய நிலையில் நான் ஒரு யானை மாதிரி ஆகிவிட்டேன். யானை எவ்வாறு தன் துதிக்கையால் தூசி, குப்பைகளை தன் உடம்பு முழுவதும் பரப்பிக்கொண்டு பின் ஆற்றுக்குப் போய் தண்ணீரைத் தன் மீது பாய்ச்சிச் சுத்தம் செய்கிறதோ, அதே நிலையில் தான் நானும் இருந்தேன். அந்த விதவைக்கு உதவி செய்வது என்பது பாவம் போக்க கங்கையில் குளிப்பது போல் என நான் உணர்ந்தேன்.

அதனால்தான் அந்த விதவை தொடர்பான ஏனைய முந்தைய கோப்புகள், ஆவணங்களை எல்லாம் தேடிக் கண்டுபிடித்து, அவளின் கோரிக்கைகளை உள்ளடக்கிய புதிய கோப்பு ஒன்றைத் தயார் செய்து ஆணையத்திற்கு, உரிய அலுவலர்கள் மூலம் சமர்ப்பித்து அதை வெற்றிகரமாக முடித்தேன்.

என்னுடைய வேலைகளுக்கெல்லாம் கூலியாக அக்கறையில்லாத வகையிலான ஒரு நன்றியை மட்டும் அந்த விதவை சொல்லிவிட்டுச் சென்றுவிட்டாள். ஒரு உள்ளார்ந்த புன்னகை கூட கிடையாது. ஒரு வேளை புன்னகைக்கத் தெரியாதவளாக இருக்கலாமோ? அல்லது உதட்டைச் சுற்றியுள்ள நரம்புகள், சதைகளில் அவள் பட்ட துன்பங்களும், துயரங்களும் இருக்கின்றனவோ?

இஸ்ராணி என்மீது கொண்ட அனுதாபத்திற்கான காரணம் எனக்குப் புரிந்து விட்டது. எனக்குக் கொடுக்கப்பட வேண்டிய ஊதிய உயர்வை நந்தலாலுக்குக் கொடுத்திருந்தார். நந்தலால் வஞ்சகமும் தந்திரமும் நிறைந்த ரவுடி மாதிரி தான். அலுவலகத்தில் பல வகைகளில் வருமானம் ஈட்டும் அவன் அதில் ஒரு பகுதியை இஸ்ராணிக்குக் கொடுப்பவன். நான் தாமதமாக வருவது இஸ்ராணிக்கு என் மீது பாய ஒரு சந்தர்ப்பம் ஆகிவிடும்.

இஸ்ராணியுடன் நந்தலால் குடும்ப ரீதியில் உறவை ஏற்படுத்திக் கொண்டவன். வாரத்தில் மூன்று முறையாவது இஸ்ராணி வசிக்கும் மணமாகாதோர் குடியிருப்பிற்குத் தன் மனைவியுடன் சென்று வருவான். மீன் சந்தை போன்ற எங்கள் தீர்வை அலுவலகத்தில் பெரும்பாலும் சிந்திகளும் பஞ்சாபிகளும் தான் பணியில் இருந்தனர். காலப்போக்கில் சில சென்னை வாசிகளும் நுழைந்தனர். இதேபோல் சில வங்காளிகளும், மராட்டியர்களும் பணியில் சேர்ந்தனர்.

வேலையில் இருக்கும் பஞ்சாபி எங்கு வேலையில் இருந்தாலும், அங்கு தான் மட்டும் தான் பணியாற்ற வேண்டும், தன் சமூகத்தினர் யாரும் இங்கு நுழையக்கூடாது என்ற கோட்பாட்டைக் கொண்டவர்கள். எவ்வளவு திறமையானவனாகவும் சாதனையாளனாகவும் இருந்தாலும் அங்கு அவர்களை வேலைக்குச் சேர அனுமதிக்க மாட்டார்கள். எங்கள் தீர்வை அலுவலகத்தில் பெண்களைப் பற்றி அம்மாவானாலும் சகோதரிகளானாலும் தரக்குறைவாகவும், கெட்ட வார்த்தைகளாலும் அர்ச்சிக்க யாரும் தயங்குவதில்லை. ஒவ்வொரு சமூகத்தினரும் ஒவ்வொரு நாட்டினர் போல் தனித்தனித் தீவாகவே செயல்படுவர்.

அன்று எனக்கு ஒரு கெடுதலான நாள் என்றே நான் நினைத்துக் கொண்டேன். இஸ்ராணி என் பதவி உயர்விற்கான எல்லா வழிகளையும் அடைத்து விட்டவர். என் மனைவி வயதானவளானதாலும் பார்வைக்குச் சற்று விகாரமாக இருப்பதாலும் புன்னகைகளைப் பணமாக்கும் சுருக்க வழி எனக்குத் தெரியவில்லை. எங்கள் அலுவலக நடைமுறைகள் இந்து-முஸ்லிம் பிரிவினையின்போது ஏற்பட்ட சண்டையை விட மிக மோசமானதாக இருந்தன.

சில வேளைகளில் நான் நினைப்பதுண்டு. அதாவது ஒரு பொருளையோ, அல்லது உணர்வையோ வெறுப்பது அதை மறைமுகமாக ஏற்றுக் கொள்வதற்குச் சமம் என்று. ஹிந்துவான ஒருவன் ஒரு பொருள் எவ்வளவு மாயை என்று சொல்லுகிறானோ அவ்வளவு மறைமுகமாக அதை வணங்குகிறான் என்று தான் பொருள் கொள்ள வேண்டும்.

பணம், சொத்து, பொருள் ஆகியவற்றை வெறுக்கக் கூடியவன் அதைத் தெய்வமென்று கருதிதான் இந்தியாவின் எல்லா மூலை முடுக்குகளிலும் கோவில் கட்டி வழிபடுகிறான். இத்தகு வழிபாட்டு முறைகள் சில இடங்களில் ஆடம்பரமாகவும், சில இடங்களில் நாகரீகமற்ற முறையிலும், காணப்படுகின்றன. இத்தகு தெய்வங்களை பூஜை காலங்களில் வழிபடுகிறான். தீபாவளி போன்ற பண்டிகைக் காலங்களில் இது நடைபெறுகிறது. தசரா கொண்டாட்ட காலங்களில் காரின் முன் பகுதியில் மலர் மாலையை அணிவித்துக் கொண்டாடுகிறான்.

இம்மாதிரியான கொண்டாட்டங்களை உலகின் வேறு எந்தப் பகுதியிலும் காண முடிவதில்லை. மட்டரகமான பணக் குவியலும் தெய்வ வழிபாடும் எப்படித்தான் ஒன்று சேர்ந்தனவோ? எப்படியிருப்பினும் நம் நாட்டில் இப்படி புதியதொரு மனப்பாங்கு தோன்றலாயிற்று.

இத்தகு பணத்தின் தோற்றம், நாளாக நாளாக தன் பொலிவிழந்தும், கறைபடிந்தும் போகின்றது. பணம் புதிதாகப் புழக்கத்திற்கு வரும் போது எவ்வளவு மொரமொரப்பாகவும் அழகாகவும் இருக்கின்றது அல்லது ஒருவேளை என் மனம்தான் தூசியும் கறையும் படிந்து காணப்படுகிறதா? கசங்கிய ரூபாய்

நோட்டுக்களைக் கையாளும் போதெல்லாம் ஏதோ ஒரு விலைமாது விடமிருந்தோ அல்லது கடுமையான நோயால் பாதிக்கப் பட்டவனிடமிருந்தோ அது வந்தது போன்ற உணர்வு தான் எனக்கு ஏற்படும்.

அன்று எங்களுக்கு சம்பள நாள். ஊதிய உயர்வை எதிர்பார்த்திருந்தேன். ஊதிய உயர்வுக்குத் தகுதியான நிலையை எட்டியதாகவே நம்பிக்கை கொண்டேன். சம்பள உறையைக் கையில் வைத்துக்கொண்டு அலுவலகத்தை விட்டு வெளியே வந்த போது, பாலியல் விளையாட்டில் சற்றுமுன் வலுக் கட்டாயமாக ஈடுபடுத்தப்பட்ட பெண் போல் உணர்ந்தேன். வலுக்கட்டாயமாக என் உடம்பை ஒருவர் அவர் வசப்படுத்தியது போல உணர்ந்தேன். உடம்பைப் பற்றி மட்டுமல்ல, பெருமைமிகு என் ஆன்மா என்ன செய்யும்.

கவிஞரின் கூற்றுப்படி, நாமெல்லாம் சந்தையில் இருக்கும் விளையாட்டுப் பொருள் போல் ஆகிவிட்டோம். நாமெல்லாம் விற்பனைக்குறிய பொருள் என்றே ஒவ்வொருவரும் நம்மைப் பார்க்கின்றனர். நெஞ்சங்கள் அழுதாலும் தொண்டையிலேயே வறண்டு விடுவதால், கண்ணீர் வெளியே வருவதில்லை. வியாபாரத்திற்காக வாடிக்கையாளர்களுக்கு வலை விரித்து நிற்கும் வியாபாரிகளிடையே காணப்படும் நடைபாதைக்காரர்களைப் போலத்தான் இருக்கிறோம்.

அவர்கள் வருவோர், போவோரைப் பார்த்துக் கண்ணடிப்பதும், தங்கள் உடம்பின் பகுதிகளைக் காட்டிக் கவர முயற்சிப்பதையும் கையாண்டு, தொழிலில் ஆர்வம் காட்டுகின்றனர். இப்படியெல்லாம் செய்தால் மறுப்பின்றிப் பொருட்கள் வாங்க வருவர் என்பது அவர்கள் எண்ணம்.

கடைத்தெரு வழியாக வரும் பொழுது பிகாசோ கலை வண்ணம் அங்குமிகுந்து காணப்படுவது போல உணர்ந்தேன். கலை நுணுக்கம் தெரியாத இடத்தில் இப்படியொரு கலை வண்ணமா? ஒரு விடுதியின் ஜன்னலில் எழுதுபொருட்கள் காட்சிக்காக வைக்கப்பட்டிருப்பதைக் கண்டேன். வார்க்கப்பட்டு வடிவமைக்கப்பட்ட எஃகு மேடையின் மீது ஒருவர் தென் அமெரிக்க டேங்கோஇசையில்மூழ்கியிருப்பதுபோலவும்காட்சிப்படுத்தப்பட்டு

இருந்தது. பல வண்ணங்கள் ஒழுங்குபடுத்தப்படாமையால் ஒரு சாதாரண கலவைதான் என்ற தோற்றத்தைக் கொடுத்தன. வண்ணங்கள் சிதறி அவைகளுக்குள் சண்டையிடுவது போல் குமிழ் குமிழாகக் காட்சி தந்தன.

நீங்கள் இதுவரை நீல நிறத்துடன் ஆரஞ்சு நிறம் கலந்த கலவையைப் பார்க்கவில்லை என்றால், இங்கு வாருங்கள், நான் உங்களுக்குக் காண்பிக்கிறேன். கடலின் நடுவில் உள்ள ஹாஜி ஹீசைன் மசூதியில் பொருத்தப்பட்டுள்ள ஷாலிமர் பிஸ்கட் விளம்பரத்திற்கான நியான் லைட்டை நீங்கள் பார்க்கவில்லை போலத் தெரிகிறது. கடவுளை சாதாரண பிஸ்கட்டாக மாற்றி விட்டனர்.

ஒரு வேளை நீங்கள் விக்டோரியா பகுதியிலிருக்கும் கார் ஓட்டுனர்களின் கெட்டவார்த்தைகளைக் கேட்டிருக்க மாட்டீர்கள். தும்ரி இசைத்தட்டு பாடல்களுக்கு மேல் கூட இது வெளிப்படும். என் சட்டையின் மேல், நீங்கள் பார்க்கும் பூத்தையல் அழகான பெண்ணின் மென்மையான கரங்களால் போடப்பட்டது என நினைக்க வேண்டாம் வழிப்போக்கர்கள் துப்பிய வெற்றிலை எச்சிலின் கறைகள் தான் அவை.

வாழைப்பழத் தோல்களும், காகிதக்குப்பைகளும் தெருவெங்கும் காணப்படும். நொடித்துப் போனவர்கள் பற்றிய வழக்குகள் குறித்த தாள்கள் காற்றில் பறப்பது போல காகிதக் குப்பைகள் பறந்துகொண்டிருக்கும். என் கையில் இருக்கும் புத்தகம் என்னவெனில் தெருவோரக் கடைக்காரர் யாருக்கும் தெரியாமல் எனக்கு விற்ற பாலியல் குறித்த புத்தகமாகும். இதை முதலில் படித்த பின்னர்தான் ரவீந்திரநாத் தாகூர், லியோ டால்ஸ்டாய், ஆண்டன் செக்காவ் போன்றவர்களின் புத்தகங்களைப் படிக்க நேரம் ஒதுக்க வேண்டும்.

உடம்புவாகு ரீதியாகவும், அறிவு சார்ந்த ரீதியாகவும், ஏழ்மை நிலையில் இருக்கும் நான் இந்த மாதிரி மட்டரகமான புத்தகங்களைப் படிக்க வேண்டியுள்ளது. பணமும் அதிகமாக என்னிடம் இருப்பதில்லை. கிடைக்கும் முதல் சந்தர்ப்பத்திலேயே செலவழித்து விடுவேன். பணக்காரர்கள் மட்டும் தான் பணத்தைச் சேமிக்க முடியும்.

"லிட்டில் ஹட்" மன்றம் சென்று ரீட்டாவின் நடனத்தைக் கண்டு களிக்க ஏற்கனவே திட்டமிட்டு இருந்தேன். உடம்பின் முன்பகுதியை மட்டும் அத்தி மர இலைகளால் மறைத்துக் கொண்டு நடனமாடுபவள் ரீட்டா. ரோஸ் நிற நூல்களில் அந்த இலைகள் இணைக்கப்பட்டுள்ளதாலும், அவளும் ரோஸ் நிறமானவள் என்பதாலும் தைத்த நூல் வெளியே தெரிவதில்லை.

ஒருவேளை என் மனைவிக்கு இது தெரிந்தால் என் மனைவி என்னை வறுத்து எடுத்து விடுவாள் என்ற பயம் வரவே அந்த நடன நிகழ்ச்சிக்குப் போக வேண்டாம் என முடிவு செய்தேன். போய்ப் பார்க்காமல் இருந்தாலும், என்னைத் திட்டுவது அவள் வழக்கம் என்பதால் எப்படியும் என்னைத் திட்டி விடுவாள் என்பதைச் சற்றே மறந்து விட்டேன். எல்லாம் என் தலைவிதி என்று அவள் நினைத்துக் கொண்டு, என்னோடு சண்டையிட்டு விட்டு, பஞ்சாபிலுள்ள அவள் சகோதரன் வீட்டுக்கு, என்றும் திரும்பவே மாட்டேன் என்று சென்று விட்டால், என்ன செய்வது. என்னுடைய சுய கௌரவத்தைக் காப்பாற்றிக் கொள்ள பார்ப்பவர், கேட்பவர்களிடமெல்லாம் நான்தான் என் கோபக்கார மனைவியை வெறுத்து வெறியேற்றி விட்டேன் என்று சொல்ல வேண்டியதிருக்கும். மேலும் வயதாக வயதாக அவள் பேச்சு கரடுமுரடாக ஆகிவிட்டதால் நான்தான் அவளை அனுப்பி விட்டேன் என்றும் சொல்ல வேண்டியதிருக்கும்.

வீட்டிற்கு நடந்தே சென்று விட முடிவெடுத்தேன். உடலை வருத்திக் கொள்ளும் யோகி போல என்னை நானே வருத்திக் கொள்ள நினைத்தேன். யோகி தன்னைச்சுற்றி தீப்பந்தம் உருவாக்கி அதன் பின் தியானம் செய்ய உட்காருவது போல அல்லது உயிருடன் சமாதி அடைவது போலத் தான். பகிரங்கமாகவும் வெளிப்படையாகவும் ஒருவர் தன்னை வருத்திக் கொண்டால் நம் நாட்டில் நடத்த முடியாததைக் கூட நடத்திக் காட்ட முடியும் என்பது தான் நியதி.

பசுவதையை எதிர்த்து சாகும் வரை உண்ணாவிரதம் என்று அறிவித்துவிட்டுப் பகிரங்கமாக உண்ணாவிரதம் இருக்க ஆரம்பித்தால் உடனே பசுவதை நாட்டிலிருந்தே விரட்டியடிக்கப்-படும்; அல்லது இம்மாதிரியான பகிரங்க செயல்களால் ஒரு மாகாணத்தை இரண்டாக பிரிக்கவோ, இரு பகுதிகளை ஒரு

மாகாணமாக இணைக்கவோ முடியும். ஒருவருடைய இவ்வித முயற்சியால் வேலை நிறுத்தம் செய்யும் மாணவர்கள் கூட ஊமையான ஆட்டுக் குட்டிகள் போல வகுப்பறைக்கு ஒருவர் பின் ஒருவராகச் சென்று விடுவர். என் நாட்டின் எதிர்காலத்தை ஒளிமயமாக்கும் முயற்சியாக என் தியானத்தாலும் என்னை வருத்திக் கொள்வதாலும் என் பங்கை அளிக்க முடியும் என்ற எண்ணத்தில்தான் நடந்தே வீடு செல்ல முடிவு செய்தேன்.

நான் நடந்து செல்லும் பொழுது ஒரு மெர்சிடஸ் பென்ஸ் கார் என் பின்புறம் வந்து மோதியதால் அருகிலிருந்த மின்சாரக் கம்பத்தில் தூக்கி எறியப்பட்டேன். தியானத்தால் என்னுள் இருந்து வெளிவர வேண்டிய மின்சக்தி என் உடம்பினுள் பாய ஆரம்பித்தது. எனக்குப் பெரியதொரு ஏமாற்றம் தரும் வகையில் நாட்டின் எதிர்காலமே என் கண் எதிரே பாழாகி விட்டது போல் உணர்ந்தேன்.

மின் கம்பத்தில் மோதிய நான் என் வாழ்விடமான நடைபாதையில் விழுந்தேன். இரத்தமும் சிறிதளவு வெளியேறியது. மோதிய வேகத்தில் இரத்தம் கூடுதலாக வந்திருக்கவேண்டும். சதையும் சிறிதளவு பிளந்திருக்க வேண்டும். ஆண் வர்க்கத்திற்கான இயற்கைக் குணம் இவ்வாறு நடைபெற வேண்டுமென விரும்பியது போலும். இதில்தான் நாட்டின் சிறப்பும், மக்களின் நலமும் அடங்கியிருக்கிறது.

இந்தக் காரணத்தை மனதில் கொண்டு அந்தக் காரின் உரிமையாளரைச் சட்டத்தின் முன் நிறுத்த எனக்கு விருப்பமில்லை. ஆனால் சாலையில் சென்றோர் பலர் அவரைப் பிடித்துத் தாக்கினர். அந்த இடத்தைத் தாண்டிச் சென்ற ஒவ்வொருவரும் ஒரு உதை, ஒரு அடி என அந்த ஆளுக்குக் கொடுத்தனர். இதில் யார் மீது தவறு இருக்கிறது என்று யாரும் விசாரிக்கவில்லை.

இந்த விபத்தைப் பொறுத்தவரை நான் தான் குற்றவாளி. ஏனெனில் நடை பாதையை விட்டு விலகிச் சாலையில் நடந்து வந்தேன். ஆனால், மக்கள் எல்லோரும் அந்தக் காரின் உரிமையாளரையே தாக்குவதில் குறியாக இருந்தனர். தண்டனை தவறானவருக்கு சென்றடைந்து விட்டது என்பதை உணர்ந்தேன். நான் ஒருவரைத் தாக்க அவர்களுக்குச் சந்தர்ப்பம் கொடுத்தது

போல் என்னை நன்றியுடன் பார்த்தனர். மிகவும் தளர்வுற்ற வலிமையிழந்த பார்சி ஒருவர் என்னை நோக்கி வந்தார். பக்க வாதத்தால் பாதிக்கப்பட்டுச் செயலிழந்த ஒரு கையை மற்ற கையில் பிடித்துக்கொண்டு கார் உரிமையாளர் முகத்தில் ஒரு குத்து விட்டார்.

நெற்றியிலிருந்த இரத்தத்தைத் துடைத்து கொண்டு கவனமாக எழுந்தேன். கூடியிருந்தவர்களைப் பார்த்து, "அவரை விட்டு விடுங்கள்", எனக் கத்தினேன். என் உடம்பில் இரத்தம் வெளியேறியது போல் அவர் உடம்பிலிருந்தும் இரத்தம் வரத் தொடங்கியது. இதைக் கண்கூடாகத் தெரிந்துகொண்டேன். மற்றவர்களின் நலன் கருதினால் இதையும் கவனிக்க வேண்டும். அவர் நெற்றியிலிருந்து வழியும் இரத்தம் கண்களில் விழ, அவர் கண்களை மூடிக் கொண்டார்.

பின் கண்களை துடைத்துக் கொண்டே என்னைப் பார்த்தார். அவர் எனக்குத் தெரிந்தவர் தான். உடனே வியப்புடன், "சாந்தி, நீங்களா" எனக் கேட்டேன். பயத்தால் நடுங்கிக் கொண்டிருந்த சாந்திலால் என்னைப் பார்த்து, "ஜெகன், என்னைக் காப்பாற்றுங்கள்", என வேண்டினார். கலக்கத்துடன் காணப் பட்டவர் என்னை நெருங்கி வந்து கட்டிக் கொண்டார்.

கூடியிருந்த மக்களுக்கு ஒரே ஆச்சரியம். ஒரு சிலர் என்னை வசை பாட ஆரம்பித்தனர். "சாந்தி, நீங்கள்தானா? இந்தக் கார்?" என ஆர்வத்துடன் கேட்டேன். அவரும், "ஆமாம், நண்பரே", என்று சொல்லிவிட்டு நடுங்கிக் கொண்டே இருந்தார். "இது யாருடைய கார்?" என நான் கேட்டதற்கு, "என்னுடையதுதான்", எனப் பதிலளித்தார். ஆச்சரியத்துடன் மீண்டும் "உங்களுடையதா?" எனக் கேட்டேன்.

இந்த நிகழ்வு என்னைச் சிந்தனையில் ஆழ்த்தியது. இந்த மனிதன் என்னோடு தான் வாழ்க்கையைத் தொடங்கியவன். ஆரம்ப காலத்தில் இருவரும் சுற்றுச் சாலையில் இருந்த ஒரு மலிவான விடுதியில் ஒன்றாகத்தான் தங்கியிருந்தோம். இப்பொழுது மெர்சிடெஸ் கார் வாங்குமளவிற்கு உயர்ந்துள்ளான். பிறகுதான் அவனுக்கு நேர்ந்ததெல்லாம் மின்னொளி போல் என்னுள்

வந்து சென்றது. மத்திய அரசின் துணை அமைச்சர் ஒருவரின் சகோதரரின் மகன் தான் இந்த சாந்திலால்.

அவன் காருக்குள் ஏறிக் கொள்ளும்படி என்னை மிகவும் வேண்டிக் கொண்ட போதும் நான் முடியாது எனக் கூறிவிட்டேன். என்ன காரணம்? இதற்கான காரணத்தை முன்னரே உங்களுக்குச் சொல்லியிருக்கிறேன். ஒருவேளை நான் தனியே சென்று காவல் நிலையத்தில் புகார் அளித்து விடக் கூடும் என்று சாந்திலால் நினைத்து என்னைக் காரில் ஏறிக் கொள்ளச் சொல்லியிருக்கலாம். அந்த மாதிரியெல்லாம் செய்ய மாட்டேன் என்று அவனிடம் உறுதியளித்தேன்.

சட்டைப்பையிலிருந்து பத்து ரூபாய் நோட்டை எடுத்து அங்கிருந்த இரண்டு காவல்துறை காவலர்களுக்குக் கொடுத்தான். பின், எனக்கு "டாடா" காண்பித்து விட்டு, காரில் ஏறிச் சென்று விட்டான். பொதுவாக, நான் மருத்துவரிடம் சென்று வலிகுறையவும், புரை ஏராமல் இருக்கவும் ஒரு ஊசி போட்டிருக்க வேண்டும். ஆனால், அதை நான் செய்யவில்லை. ஆனால் எனக்கு உள்ளூர ஒரு ஆர்வம் உண்டாயிற்று. அதாவது எனக்கு அந்த இசிவு நோய் வர வேண்டும் என்று ஒவ்வொருவரிடமும் காணப்படும் "தானே காப்பாற்றிக் கொள்ளும்" இயற்கையான உள்ளுணர்வு என்னைப் போன்றவர்களிடம் இல்லை.

தெருவில் எலி, பெருச்சாளி மற்றும் சில பிராணிகள் போன்றுதான் மக்கள் சுதந்திரமாகத் திரிந்தனர். எலிகள் போன்ற சிலர் மூன்றடுக்கு ஆடையுடனும், பெருச்சாளிகள் போன்ற சிலர் கிழிந்த ஆடையுடனும் செல்வது போல் தோன்றியது. ஆனால் அவர்கள் முகத்தில் உயிர் இல்லை சிறிதளவுகூட உணரும் தன்மையும் கிடையாது. இரத்த ஓட்டம் இல்லாத முகமாகத்தான் அவர்கள் முகங்கள் தெரிந்தன. ஒருவேளை கடுமையான வறட்சி ஏற்பட்டால் பம்பாய் நகரைவிட்டு விழுந்தும், தடுமாறியும், முகத்தோடு முகம் மோதியும் தங்கள் வாழ்க்கையைக் காப்பாற்றிக் கொள்ள ஓடி விடுவார்களோ என வியந்தேன்.

பரேல் பகுதிக்கு அருகாமையில் வந்து விட்டேன். இருபது மனிதர்கள் தொங்கிய தலையுடனும் இருண்ட முகத்துடனும் நத்தை போல் நகர்ந்து செல்வதைக் கண்டேன். அது ஒரு சவ

இறுதி ஊர்வலம் போலத் தெரிந்தது. அவர்களின் உறவினரோ, நண்பரோ இறந்திருக்க வேண்டும். மீண்டும் திரும்பிப் பார்த்தேன். ஆனால் சவப்பெட்டி தென்படவில்லை. மேலும் முப்பது பேர் ஊர்வலத்திற்க்கு முன் செல்வதைக் கண்டேன். தலை குனிந்தவாறு தான் இவர்களும் நடந்து சென்றனர். அவர்களைத் தொடர்ந்து வரும் ஊர்வலத்தினரின் ஒரு பகுதியாகத்தான் இவர்களும் இருக்கவேண்டும். ரொம்ப நெருக்கமானவர் இறந்திருக்க வேண்டும். ஒரு அரசியல்வாதி இறந்தால் தவிர, பம்பாயில் இவ்வளவு பேரும் ஊர்வலத்தில் செல்வதைக் காண முடியாது.

மீண்டும் திரும்பி ஊர்வலத்தினரை உன்னிப்பாகக் கவனித்தேன். அது இறுதி ஊர்வலமாகத் தென்படவில்லை. தைரியத்தை வரவழைத்துக் கொண்டு, கூட்டத்தில் இருந்த ஒருவரை அணுகி, "நீங்கள் எல்லாம் போகிறீர்கள் ஆனால் சவப்பெட்டி எங்கே? எனக் கேட்டேன். அவன் ஆச்சரியத்துடன் என்னைப் பார்த்து, "சவ ஊர்வலமா?" எனக் கேட்டான். "ஆம்! சவ ஊர்வலம்.. சவப்பெட்டி, யாரோ இறந்தது போலல்லவா தெரிகிறது", எனச் சொன்னேன்.

என்னைப் பார்த்துத் திடமாக "இல்லை, இல்லை" என்றான். அவன் முகத்தில் எந்தச் சலனமும் இல்லை. தொடர்ந்து சொன்னான்: "நாங்கள் எல்லாம் ஆலைத் தொழிலாளிகள்: வேலை முடிந்து வீட்டிற்குத் திரும்பிக் கொண்டிருக்கிறோம்". நான் அவர்கள் செல்லும் திசையிலேயே சென்றேன். நானும் அவர்களில் ஒருவனாகவே எண்ணிக் கொண்டேன். ஆனால் இறுதி ஊர்வலம் மட்டும் எங்கும் தென்படவில்லை.

15. வாழ்வைத் தொலைத்தவன்

காமந்தி வந்து தன் வீட்டுக் கதவைப் பலமாகத் தட்டினான். அது குளிர் காலம் முடிவதற்கு அறிகுறி இல்லாமல் நீண்டு கொண்டிருக்கும் இரவு நேரம். ஒரு மணி நேரத்திற்குள் தூங்க வில்லை என்றால் பின்னர் அவன் அம்மா தூங்குவது கஷ்டம். இரவு முழுவதும் விழித்துக் கொண்டே இருக்க வேண்டும். இது தான் அவளின் இன்றைய மனநிலை. மகன் வருகையை எதிர்பார்த்து வருத்தத்துடன் விழித்துக் கொண்டுதான் படுத்திருந்தாள். படுத்துக்கொண்டு மேல் கூரையில் இருந்த நாணல்களை எண்ணிக் கொண்டிருந்தாள். அத்துடன் வீட்டினுள் இருந்த சில்வண்டுகளின் இடைவிடாத ரீங்காரத்தையும் கேட்டுக் கொண்டிருந்தாள். இந்த ரீங்காரம் அவளை ஒருவித ஏக்கத்திலும் வருத்தத்திலும் எப்போதும் தள்ளிவிடும்.

மகன் தொடர்ந்து கதவைத் தட்டிக் கொண்டிருந்த போதும், உடனே எழுந்து சென்று கதவைத் திறக்க அவள் எத்தனிக்கவில்லை. அதற்கு இரண்டு காரணங்கள் இருந்தன. ஒன்று, தினமும் தாமதமாக வீட்டுக்கு வருவதற்கு எதிர்ப்பு தெரிவிக்கும் வகையில், தண்டனையாக வெளியே அவன் குளிரில் சற்று நிற்கட்டும் என்பது; மற்றொன்று, எப்படியோ வீடு வந்து சேர்ந்தவன் திரும்ப வெளியே செல்ல மாட்டான் என்ற திடமான நம்பிக்கை. தளர்வுற்ற தேகம். ஒரு இளிமையான சோம்பேறித்தனம். மகிழ்வோடு கூடிய துவண்ட மனது - இது தான் அவளின் இன்றைய நிலை. இரவும் பகலும் சந்திக்கும் அந்தி மாலை நேரம் போல தூங்குதற்கும் விழிப்புறுதலுக்கும் இடையே அவள் மனம் ஊசலாடிக் கொண்டிருந்த வேளை அது. மெதுவாகக் கட்டிலில் எழுந்து உட்கார்ந்தவள், கட்டிலின் மறுபக்கம் கால்களைத் தொங்கவிட்டவாறு சற்று சிரமத்துடன் எழுந்து நின்றாள்.

கால்களை இழுத்தவாறு நடந்து மெழுகுவர்த்தி மாடம் சென்று, திரியை உயர்த்தி ஒளியூட்டினாள். பின் கட்டிலின் நார்களுக்கிடையே இருந்த பொடி டப்பியைத் தேடி எடுத்துக் கொண்டாள். இரண்டு சிட்டிகை பொடியை எடுத்துத் திருப்தியுடன் முகர்ந்து கொண்டாள். பின் கதவுப் பக்கம் வந்தாள்.

மூன்றாவது முறையாக தட்டும் சத்தம் கேட்கவே, கதவு உடைந்து கீழே விழுந்து விடும் என்று நிலைக்கு வந்தாள். ஒரு வித சிடுசிடுப்புடன், "கெட்டுப் போனவனே! தட்டுவதை நிறுத்து" எனச் சத்தமிட்டாள். தொடர்ந்து, "இவ்வளவு நேரம் என்னைக் காத்திருக்க வைத்த உனக்குச் சற்று நேரம் காத்திருக்க முடியாதா?" என்றும் கூச்சலிட்டாள்.

அம்மாவின் இந்த வசை பாடுதல், கதவின் மறுபக்கம் நின்றிருந்த காமந்தியின் கழுத்தைச் சுற்றி இருந்த கம்பளித் துண்டையும் ஊடுருவி அவன் காதுக்குள் பாய்ந்தது. "கெட்டவனே" என்று அம்மா திட்டும் போதெல்லாம் அதை மிகவும் ரசித்துக் கொள்வான்.

காலப்போக்கில் அவனுக்கு இது ரொம்பப் பிடித்த ஒன்றாகி விட்டது. அவ்வளவு ஆர்வமாக அவன் திருமணம் பற்றி அம்மா பேச ஆரம்பிக்கும் போதெல்லாம் மிக ஆர்வத்துடன் அதை உதாசீனப்படுத்தி விடுவான். ஒரே மூச்சில் வீட்டைப் பாழாக்கவும் சீராக்கவும் கூடிய அம்மாவின் சாமர்த்தியத்தைக் கண்டு ஆச்சரியப்பட்டுப் போவான்.

தன் கோபத்தை வயதான அம்மாவிடம் காட்டுவது பற்றி அவ்வப்போது அவன் மனம் வருந்துவது உண்டு. குளிர் அதிகமாகவே காதோடு கம்பளித் துண்டை இறுகக் கட்டிக் கொண்டான். தான் திருடி வைத்திருந்த பாதி புகைக்கப்பட்டு அணைக்கப்பட்ட மார்கோபோலோ சிகரெட்டை எடுத்து பற்ற வைத்தான். பின் நிதானமாகப் புகைத்துக் கொண்டு சுற்றிலும் பார்த்தவாறு இருந்தான்.

பக்கத்தில் நெருப்பு இருந்தால் குளிர் சற்று குறையும் என்ற நம்பிக்கையில் புகையும் சிகரெட்டை தன் முன் ஒரு வட்ட வடிவமாகப் புகைமண்டலம் வருமாறு வீசிக் கொண்டான். இவ்வாறு செய்வது காமந்தியின் விருப்பமான செயல்பாடு

ஆகும். அவன் அம்மாவிற்கு இது பிடிக்கும் என்றாலும் இது அவனின் மோசமான பாவச்செயல் என்று சொல்வாள். அந்தக் கற்பனையான நெருப்பு வட்டத்தால் ஒருவித சுகம் அவனுக்குக் கிடைக்கிறது என்பதை விட அம்மாவின் அந்த இனிமையான திட்டுதலை எதிர்க்கும் விதமாகத் தான் இவ்வாறு செய்வான்.

அவன் சிகரெட் புகையால் உருவாக்கிய நிலையற்ற அந்தப் புகை வட்டம் காற்றில் பறந்து கொண்டிருந்தது. இன்னும் ஒரு முறை கதவைப் பலம் கொண்ட மட்டும் தட்ட நினைத்த காமந்தி அப்படி செய்வது முட்டாள்தனம் என நினைத்துப் புன்னகைத்துக் கொண்டான். சிறுசிறு வேலைகளின் பொருட்டு கண்ட கண்ட இடங்களில் அலைந்து திரிந்து விட்டு, பொன் போன்ற நேரத்தை வீணடித்து விட்டோமே என நினைத்து, மிதிவண்டியை மிக வேகமாக கஷ்டப்பட்டு மிதித்துக் கொண்டு வந்து சேரும் பல முட்டாள்களைப் பற்றி அவன் அறிவான். எண்ணத்தை முழுமையுடன் செய்யும் முயற்சியில் சிகரெட்டை நீண்ட இழுவை இழுத்துவிட்டு கதவருகே செல்லும் சாக்கடைப் பக்கம் சென்றான்.

அருகிலிருந்த சலவைத் தொழிலாளியின் சலவையகத்தைக் கவனித்துப் பார்த்தான். அங்குள்ள பெர்ரி மரம் மேற்கத்திய காற்றுக்கு ஈடு கொடுக்க முடியாமல் ஒரு பக்கமாக வளைந்து நின்றது. பிறை நிலாவின் வெள்ளி நிறக் கதிர்கள் அதன் கிளைகளினூடே ஊடுருவி வந்தன. குளிருக்காக இன்று இரவு அவன் அம்மா துப்பட்டாவால் கழுத்தை இறுகச் சுற்றி இருக்க வேண்டும் என்றும், அதன் நார் போன்ற நூல்கள் வெளியே நிலவை நோக்கி நீட்டிக் கொண்டிருக்க வேண்டும் என்றும், நினைத்துக் கொண்டான். பெர்ரி மர இலைகளின் ஊடே புகுந்து வந்த மேற்கத்திய காற்றும் பிறை நிலாவின் கதிர்களும் அவனுக்கு ஒரு பயத்தை உண்டாக்கின. அவன் பயந்து நின்று கொண்டிருந்த வேளை அவன் அம்மா கதவைப் படாரெனத் திறந்தாள்.

சற்று முன் வரை கோபத்தால் பற்களைக் கடித்துக் கொண்டு இருந்தவன், "அம்மா" என அழைத்துக் கொண்டே ஒரு அடி பின் நகர்ந்தான். ஒரு விதக் கடுப்புடன், "உள்ளே வா. உள்ளே வர ஏன் யோசிக்கிறாய்? எதைக்கண்டு பயப்படுகிறாய்?

அதைப் பற்றி எனக்குத் தெரியாது என நினைக்கிறாயா?" என அடுக்கடுக்காகக் கேள்விக் கணைகளைத் தொடுத்தாள்.

அம்மாவின் வாயில் ஒரு பல் கூட இல்லையே என அறிந்தான். இதை ஒருவித கண்டுபிடிப்பாக நினைத்துக் கொண்டான். இதை வெளிப்படையாக அம்மாவிடம் கேட்க விரும்பாத நிலையில், "உனக்குத் தெரியும் என்றாயே? அது என்ன அம்மா?" எனக் கேட்டான். மங்கலான மெழுகுவர்த்தி வெளிச்சத்தில் அவள் தலையை அசைத்து கொள்வதைக் கண்டான். அவனைச் சீண்டும் முகமாக, "எதைச் சொல்ல", என்று மட்டும் பதில் அளித்தாள்.

அம்மாவிடம் எதையும் மறைப்பது பயன் அளிக்காது என உணர்ந்து கொண்டான். அவன் அப்பா ஒரு குடிகாரர். அவருடன் இருபத்து நான்கு ஆண்டுகள் குடும்பம் நடத்தியவருக்கு தெரியாததல்ல. அப்பா இரவில் தாமதமாக வந்து கதவைத் தட்டும் போதெல்லாம், குடித்துவிட்டு குழம்பிய நிலையில் வந்துள்ளார் என எளிதாகப் புரிந்து கொள்பவள் தான் அவன் அம்மா; வீட்டின் கதவைத் தட்டும் பாணியைக் கொண்டு எந்த அளவுக்கு அவர் குடித்துள்ளார் என்பதையும் கணக்கிடக்கூடிய திறமையும் கொண்டவள். இவனைப் போலவே பதுங்கி, பதுங்கித் தான் வீட்டுக்கு வருவார். காற்றின் சத்தத்தில் மனைவி கேளாத வகையில் மெல்ல நடந்து சென்று கட்டிலில் படுத்துக் கொள்வார். இவை யாவும் தன் மனைவிக்குத் தெரியாது என்றும் நினைத்துக் கொள்வார்.

அப்பா குடித்துவிட்டுக் கலாட்டா செய்வது பற்றியும் அப்பா அம்மா இடையே இருந்த ஒருவித மறைமுகமான புரிந்துணர்வு பற்றியும் காமந்தி அறிந்தவன். அவர்களின் கண்கள் மட்டும் தான் பேசிக்கொள்ளும். குடித்துவிட்டு வீட்டுக்கு வந்த பிறகு அவன் அப்பா எந்தவிதமான கீழ்த்தரமான வார்த்தைகளையும் உபயோகிக்க மாட்டார். அதேபோல், அவன் அம்மாவும் அப்பாவுடன் சண்டையிடாமல் நடந்து கொள்வாள்.

இரவு உணவைத் தட்டில் எடுத்து அவர் படுக்கைத் தலையணை அருகில் வைத்து விடுவாள். படுக்கச் செல்லும் முன் தனக்கு விருப்பமில்லை என்றாலும் ஒரு குவளையில் தண்ணீர் எடுத்து நல்ல துணியால் மூடி அவர் கட்டிலின் அடியில் வைத்து

விடுவாள். காலையில் எழுந்தவுடன் சேலை முந்தானையில் முடிந்து வைத்திருந்த காசை எடுத்து, காமந்திடம் கொடுத்து, "போய், கடைந்த தயிர் வாங்கி வா" என்று அவனிடம் சொல்வாள்.

காமந்தி கடைத்தெருவுக்குப் போய் பாதி கடையப்பட்டதும் வெல்லத்தால் இனிப்புட்டப்பட்டதுமான தயிரை அப்பாவிற்காக வாங்கி வருவான். அதை ஆவலுடன் குடிக்கும் போதெல்லாம், மாறிமாறி அழுது கொண்டும் சிரித்துக் கொண்டும் இனிமேல் குடிக்க மாட்டேன், திருந்திய வாழ்க்கைக்கு மாறுவேன் என்றெல்லாம் உறுதியளிப்பார். அப்பொழுதெல்லாம் சொர்க்கலோக இன்பத்தை அவருக்குத் தரும் மதுபாட்டில்களை மறந்து தான் பேசுவார்.

இதைப் பல தடவை அம்மா கூறக் கேட்ட காமந்தி ஒரு விதக் கிண்டலுடன் சொல்வான்: "அம்மா! எவ்வளவு நல்ல அம்மா நீ!" என்று. அவன் தலை சுற்றியது. மேற்கத்திய காற்றின் உபயத்தால் அவன் குடித்த மது அதிக சக்தி கொண்டதாகவும், சீக்கிரமாகப் போதை தலைக்கேறியது போலவும் உணர்ந்தான். புகைத்த சிகரெட்டின் நெருப்பு வட்டம் அதன் பாஸ்பரஸ் தன்மையை இழந்து விட்டது போலத் தெரிந்தது.

சிகரெட்டைத் தூக்கி எறிந்து விட்டு அம்மாவின் துப்பட்டாவை பிடித்துக் கொண்டு சொன்னான். "மற்றவர்களின் அம்மாக்கள் வெறுமனே அம்மாவாக மட்டுமல்லாமல், மனைவி போலவும் நடந்து கொள்கிறார்கள்". இந்த முட்டாள்தனமான பேச்சால் இருவரும் சிரித்துக் கொண்டனர். அவன் வேறொரு கண்ணோட்டத்தில் தான் அம்மாவும் மனைவியும் ஒன்று என்று சொன்னான்.

மனைவி என்பவள், அவனைப் பொறுத்தவரை, நன்கு குடித்து விட்டு, போதை தலைக்கேறிய நிலையில், இரவில் வெகு தாமதமாக வரும் கணவனைச் செருப்பால் அடிப்பவள் தான் என்ற நிலைப்பாட்டை உடையவன். இதற்கு உதாரணமாக ரோலிங் மில் மெக்கானிக் மனைவியைச் சொல்வான். இந்த மெக்கானிக்கின் கீழ் தான் காமந்தி பயிற்சிக்காகச் சேர்க்கப்பட்டிருந்தான். கணவனைச் செருப்பால் அடிக்கும் பெண்களின் வாரிசான இவளைப் பற்றி அடிக்கடிக் கேள்விப் பட்டிருக்கிறான்.

இப்படிக் குடித்துவிட்டு இழிவாக நடந்துகொள்ளும் பிள்ளைகளைச் செருப்பால் அடிக்கும் அம்மாக்களும் உண்டு. ஆனால் காமந்தியின் அம்மா இதிலெல்லாம் வேறுபட்டவள். அவனுடைய பாவங்கள் எல்லாம் அகன்ற ஆழமான அவள் இதயத்தில் புதைந்து விட்டன. காமந்தியின் கூற்றுப்படிப் பார்த்தால் அவன் அம்மா அவன் குடிகார அப்பாவிற்கும் அம்மாவான நிலை தானே!

கட்டிலில் தன்னைத் தானே கிடத்திக் கொண்டவன் காலிலிருந்த தோல் ஷூக்களை கழற்றினான். அது குளிர் காலத்தில் பனிக்கட்டி போல் குளிராகவும், கோடைக்காலத்தில் நெருப்பாகச் சுடும் பொருளாகவும் இருந்தது. ஆனால் இந்தக் காலணிகளைப் பற்றிப் பெருமைப்பட்டுக் கொள்வான். அது இல்லை என்றால் அவனை ஏழை என்றல்லவா பட்டம் கட்டி விடுவார்கள். இரவு படுக்கும் முன் தன் காலணிகளை சூட்டடுப்பு அருகில் சூடு ஏறட்டும் என்று வைத்து விட்டுப் படுப்பதை வழக்கமாகக் கொண்டவன்.

இதைக் கவனித்த அவன் அம்மா, "உன் அம்மா செத்துப் போகட்டும்! என்ன புத்தி இல்லாத செய்கை உன் செய்கை! உன்னையும் இடு குழி இழுத்துக் கொள்ளட்டும்!" என்று கத்தினாள். "அடுப்பருகில் செருப்புகளா? என்ன ஒரு தெய்வக் குற்றம்! அடுப்பு அருகில் செருப்பை வைத்து இந்து தர்மத்தை இழிவுபடுத்தி விட்டாயே!" என்றெல்லாம் சொல்லிக்கொண்டு, அவன் செருப்பை அங்கிருந்து தூக்கி ஒரு மூலையில் எறிந்தாள்.

தனக்குத்தானே முனகிக் கொண்டவள், துப்பட்டா முடிச்சிலிருந்து ஒரு நாலணா காசை எடுத்து காமந்தி தலையணை அடியில் வைத்தாள். ஒரு குவளைத் தண்ணீரை அவன் கட்டிலின் அடியில் வைத்துவிட்டு அவள் படுக்கைக்குச் சென்று படுத்துக் கொண்டாள்.

என்ன அருமையான செய்தி! திரும்பத் திரும்ப மகிழ்ச்சிகரமான எண்ணம் அவள் மனதில் வந்து போய்க் கொண்டிருந்தது. பன்வாரி மற்றும் ரஷீத் உடனான நெருக்கமான பழக்கத்தை தன் மகன் ஒரு வகையாக நிறுத்திக் கொண்டான் என்று மகிழ்ந்தாள். அவன் குடிப்பதையோ அல்லது தீயவர்களுடன்

பழகுவதையோ அவள் தடுக்கவில்லை. இது அவளுடைய மென்மையான மனப்பாங்கையும், செல்வச் செழிப்புடன் அவனைத் தான் வளர்த்ததையும், காட்டுகிறது என நினைத்துக் கொண்டாள். அதே நேரத்தில் அவள் மனதிற்குள் பயம் ஒன்று இருந்து கொண்டே இருந்தது. அதைப் போக்க நினைத்து, ஒரு சிட்டிகைப் பொடியை எடுத்து வேகமாக உறிஞ்சிக் கொண்டாள்.

தன்னைத் தானே அழித்துக் கொள்ள அவளுக்கு ஒரே ஒரு வழி தான் தோன்றியது. அதாவது நுரையீரலை மூக்குப் பொடியால் நிரப்பிக் கொள்வது தான். ஆனால் நாள் ஆக, ஆக அந்தப் பொடியும் செயலிழந்து விட்டது. மென்மையான வழிமுறைகளைக் கையாண்டு தன் கணவனை எல்லாத் தீய வழிகளில் இருந்தும் மீட்டுத் தன் வழிக்கு மாற்றிவிட்டவள். ஒரு காலக்கட்டத்தில் மனைவியின் முகத்தை நேருக்கு நேர் பார்க்கக் கூச்சப்பட்டார்.

அதே வழியில் வந்த காமந்தியும் அம்மாவை எதிர்த்து எதுவும் சொல்வதில்லை. இதை நன்கு அறிந்து கொண்டவள், அதன்பின் அந்த உத்திகளை நல்ல வழிகளுக்குப் பயன்படுத்த ஆரம்பித்தாள். அவள் அவனிடம் சொல்வதெல்லாம், "உன் அம்மா சாகட்டும். கடவுள் என்னை நரகத்தில் தள்ளி விடட்டும்" என்று புலம்புவாள். இது தவிர மகனின் தீய செயல்களைத் தடுக்க வேறு வழி அவளுக்கு தெரியவில்லை.

இன்று பணிமனையிலிருந்து காமந்தி மாலை ஆறு மணிக்கே திரும்பி விட்டான். சாதாரணமாக நேரம் கழித்து வருவது தான் அவன் வழக்கம். இரவு ரோந்துக்கு வரும் நாது என்னும் காவலாளி, "காவலுக்கு வந்துவிட்டேன்" எனக் குரல் கொடுக்கும் நேரம் தான் காமந்தி அந்தச் சந்தில் நுழைவது வழக்கம். இந்த இடைப்பட்ட நேரத்தில் ஏதாவது பழைய திரைப்படம் - இரண்டு மூன்று முறை வந்து சென்றது என்றாலும் கூட, ஒன்றை பார்ப்பது தான் அவன் பழக்கம். வாடியாவின் படமான "மிஸ் நதியா" படப் பாடல்களை அடிக்கடி விருப்பத்தோடு பாடுவான். படங்களில் அவள் திடீரென மறைந்து விடுவது அவனுக்கு இரண்டு வருடங்களாக ஒரு பெரிய புதிராக இருந்தது. வழக்கத்திற்கு மாறாக முன்னதாக வீட்டுக்கு வந்தது அவள் அம்மாவை சுதாரித்துக் கொள்ளத் தூண்டியது.

வேண்டுமென்றே, அவனுக்கு வேலை கொடுக்கும் முகமாக, "மகனே, கடைக்குப் போய்க் கொஞ்சம் சீரகம் வாங்கி வாயேன்" எனப் பணித்தாள். "சீரகமா அம்மா, தயிரோடு சேர்க்கவா?" எனத் திருப்பி கேட்டான். அன்பான குரலில், "இல்லை. உன் தலையில் போட" என்று பதிலுக்குச் சொன்னாள். அப்படிச் சொல்லிவிட்டு, அவன் முன் பணத்தைக் காட்டினாள். அது ஓரளவிற்குப் பெரியதுதான். "இது உனக்குத்தான். நீ சினிமாவிற்குப் போகலாம்" என்று கூறினாள். அதற்கு காமந்தி, தலையைக் குலுக்கியவாறு சொன்னான்: "இல்லை. அம்மா, நான் சினிமாவுக்குப் போகப்போவதில்லை. இனிமேல் எனக்கு சினிமாவே கிடையாது. அது என்னைக் கெட்ட வழிகளுக்குத் தூண்டுகிறது".

இதைக் கேட்டவுடன் மகனை அதிசயத்துடன் பார்த்தாள். பக்குவமில்லாத பையன் இவ்வளவு அறிவாகப் பேசுகிறானே, வயதுக்கு மீறிய அறிவுடன் இருப்பதால் ஒருவேளை கெட்ட வழிகளை எல்லாம் சரிவர அறிந்து கொள்வானோ? உண்மையைச் சொல்லப்போனால் மகன் குடிகாரனாக இருக்கட்டும் என்று நெஞ்சார விரும்பினாள். அது மட்டுமல்ல குறிப்பிட்ட அளவுக்கு ஒன்றிரண்டு படிகள் குறைவாகவே குடிக்கட்டும். இல்லை என்றால் கெட்டொழிந்து விடுவான் என்பது அவள் எண்ணம். இதற்காக அவன் நல்ல பையனாக இருக்க வேண்டும் என்றும் விரும்பவில்லை. வயதுக்கு மிஞ்சிய புத்தியுள்ள பையன்களைப் பார்த்திருக்கிறாள். ஆனால், அவர்களை எல்லாம் கடவுள் தன் இடத்திற்குச் சீக்கிரமாக அழைத்துக் கொள்வார் என்பதையும் அறிவாள்.

அம்மாவிடம் இருந்து பணத்தைப் பெற்றுக் கொண்டு, சீரகம் வாங்கச் சென்றான். கதவருகே சென்றவன் சற்றுத் தயங்கிப் பின் சுற்று முற்றும் கூர்மையாகப் பார்த்தான். ஓரடி முன்னால் எடுத்து வைத்தவன் உடனடியாகப் பின் வாங்கினான். "அத்தையும் முன்ஷியும் நின்று கொண்டு இருக்கிறார்களே" எனத் திகைத்தவாறே சொன்னான். "அதனால் என்ன?" என்று திரிசூலம் போல் பின்னப்பட்ட கண் இமையை உயர்த்தியவாறு கேட்டாள்.

அதற்குக் காமந்தி சொன்னான். "ஆம் அம்மா, அதற்கு ஒரு காரணம் உண்டு, அவர்கள் அங்கிருந்து போகும் வரை நான் இங்கிருந்து புறப்பட மாட்டேன்". அதற்கான காரணத்தை அறியும் முயற்சியில் அவன் அம்மா ஈடுபட்டாள். "முன்ஷியின் கழுத்து மாலையைத் திருடிக் கொண்டாயா? முன்ஷியைப் பார்த்து பயப்படுவதற்கு?" என்று கேட்டாள். ஆனால் காமந்தி காரணத்தைச் சொல்லாது பிடிவாதமாக நின்றான். அவன் அம்மாவோ துப்பட்டாவால் தன் வாயை அடைத்துக் கொண்டாள். ஒரு துன்பமான சுழலில் இவ்வாறு செய்வது தான் அவள் பழக்கம். துயரத்தின் போது மார்பில் அடித்துக்கொண்டு உணர்ச்சியை வெளிப்படுத்துவாள்.

இதற்கு முன் காமந்தி அப்பகுதியில் வாழும் பெண்களைப் பார்க்க தவறியதில்லை. மேலும் கோழிகள் முன் தன் சிறகை விரித்து ஆடும் சேவல்கள் போல ஒருவிதப் பெருமையோடு நடந்து கொண்டவன் தான். குழந்தையை மடியில் வைத்துக் கொஞ்சிக் கொண்டிருக்கும்போது விளையாட்டாகக் குழந்தையைப் பிடுங்கிக் கொள்வான். பின் தன் கைகளில் வைத்துக்கொண்டு சுற்றி வருவான். குழந்தையை அவன் எடுத்துக் கொண்டால் வீட்டு வேலைகளைச் சிரமம் இன்றி எளிதாக முடித்துக் கொள்வர். இதனால் காமந்தியைப் புகழ்வர். ஆசீர்வதிப்பர். இப்படிப்பட்ட காமந்தி தான் இன்று அவன் அத்தையையும் முன்ஷியையும் பார்க்க வெட்கப்படுகிறான்.

விட்ட இடத்திற்கு திரும்பவும் வருவோம். அவன் அப்பா காலத்திய ரப்பர் துணியைத் தரையில் விரித்தான். கீறல் விழுந்த கண்ணாடி ஒன்றையும், ஒரு எண்ணெய் ஜாடியையும் எடுத்து வந்தான். அந்த மருந்து எண்ணெயை எடுத்துக் காலில் புண்கள் உள்ள இடங்களில் தேய்த்துக் கொண்டான். கண்ணாடியில் முகத்தைப் பார்த்து சீழ் பிடித்த புண்களில் இருந்து சீழைப் பிரித்து எடுத்து விட்டு அந்த எண்ணெயைத் தடவினான்.

பார்வை மங்கலாக இருந்த போதும் அவன் புண்களின் இன்றைய நிலையையும் அவளால் ஓரளவிற்கு அறிந்துகொள்ள முடிந்தது. ஆச்சரியப்பட்டவள், "உன் இரத்தம் கெட்டு விட்டதா?" எனக் கேட்டாள். பின், வேப்பிலை மற்றும் மூலிகைகளால்

தயாரிக்கப்பட்ட கை மருந்துகளை ஒவ்வொன்றாக அவனிடம் சொன்னாள்.

இரவு மெல்ல வந்து கொண்டிருந்தது. புண்களுக்கு மருந்து தடவிய பின், அதே ரப்பர் துணி மீது படுத்துக் கொண்டு கண்களை மூடிக் கொண்டான். தாமதமில்லாமல் இரவில் தூங்க ஒரு சந்தர்ப்பம் கிடைத்தபோதும் அவள் அவ்வாறு செய்யாமல், கூடை போன்ற இருக்கையில் உட்கார்ந்து கொண்டிருந்தாள். படுக்கையில் படுத்துக் கொண்டால் அதிக சௌகரியம் கிடைக்கும் என்று தெரிந்தபோதும், மகிழ்வான நினைவுடன் அந்த இருக்கையில் உட்கார்ந்தே இருந்தாள். முடங்கிக் கொண்டு உட்கார்ந்திருந்தால் என்று கூடச் சொல்லலாம். போர்வை இருந்தாலும் போர்த்திக் கொள்ளாமல், காலடியில் போட்டு விட்டுக் காலது கொண்டு மேலது போர்த்திக் குளிர்காலத்தில் இன்பத்தை அனுபவிப்பது வயதானவர்கள் வழக்கம். அது போல முடங்கி உட்கார்ந்து விட்டாள்.

அவளுக்குத் திடீரென ஏதோ தோன்றியது போலத் தெரிந்தது. மகன் ஏன் அமைதியாய் இருக்கிறான் என்ற ரகசியத்தை அறிந்து கொண்டவள் போலத் தோன்றியது. அரைத் தூக்கத்தில் இருக்கும்போது ஆழப்பதிந்த ரகசியங்கள் வெளி வருவதுண்டு. முஷ்டியை இறுக்கிக் கொண்டு மார்பில் அடித்துக் கொள்ள நினைத்தவள் அப்படிச் செய்யாமல் நிறுத்திக் கொண்டாள். மீண்டும் ஒரு இன்பமயமான அரைகுறைத் தூக்கத்தில் ஆழ்ந்து விட்டாள். அவள் அகக்கண் முன் காமந்தியும், அவன் அப்பாவும் வரலாயினர்.

காற்றின் வேகத்தால் கதவு தானாகத் திறந்து கொண்டது. குளிர்ந்த காற்று சூறாவளி போல் அந்த அறையினுள் நுழைந்தது. பாயல் மர இலைகளையும் பெர்ரி இலைகளையும் வீட்டினுள்ளே தள்ளியது. காற்றில் காகிதத் துகள்கள் அந்தச் சந்து முழுவதும் பறந்து கொண்டிருந்தன. அவற்றில் சில வீட்டிற்குள்ளும் வந்தன. உலர்ந்த பாயல் மரத் துண்டு ஒன்று காற்றில் உருண்டோடி வந்து வாயிற்படியில் கிடந்தது. காமந்தி எழுந்து வந்து கதவை மூட நினைத்தவனுக்கு அந்த உலர்ந்த மரத் துண்டு தடையாக இருந்தது.

கண்டபடி வளர்ந்துள்ள பெர்ரி மரத்தினூடே புகுந்து வந்த பலத்த காற்றும் அங்கிருந்த சில்வண்டுகளின் ரீங்காரமும் அவன் அம்மாளின் ரத்தத்தை உறைய வைத்தன. மெழுகுவர்த்தி மேடையில் இருந்த மண் விளக்கின் திரி மெல்ல குறையத் தொடங்கியது. "ஏம்மா, படுக்கவில்லையா?" எனக் கேட்டான். உடனே அம்மா தலையைத் திருப்பிப் பார்த்தாள். அம்மாவை தன் கைகளால் தூக்கிப் படுக்கையில் படுக்க வைத்தான். பின் போர்வையால் அம்மாவின் உடம்பைப் போர்த்தினான். அம்மாவைப் படுக்கையில் அவன் கிடத்தாவிட்டால் ஏற்படும் விளைவுகள் வேறு மாதிரியாக இருந்திருக்கும்.

அந்தக் கடும் குளிரில் அந்தக் கூடை போன்ற இருக்கையில் உட்கார்ந்து இருந்தால், அவள் கை, கால்கள், முதுகு எல்லாமே விரைத்து போயிருக்கும். அதன் பின், முதுகை வளைக்க முடியாத நிலை ஏற்பட்டு வாழ்வே சிதைந்து விடக் கூடிய சந்தர்ப்பமும் ஏற்பட்டிருக்கும்.

அம்மாவைத் தூக்கி படுக்கையில் கிடத்தினான். அம்மாவின் எடை குறைந்து விட்டதை அறிந்தான். படுத்தவள் ஒருவித இன்பகரமான உணர்வை நுகர்ந்தாள். படுக்கை இலகுவான இறகுகளால் ஆனதால் ஒருவித மகிழ்வையும் பெற்றாள். முன்பெல்லாம் மகனை அவள் தான் தூக்கினாள். இப்போது அவளை மகன் தூக்குகிறான். அந்தப் பழைய மகிழ்வான நாட்களை மனதில் கொண்டு ஒரு சிட்டிகை பொடி எடுத்து ஆழமாக நுகர்ந்து கொண்டாள். மகிழ்வின் உச்ச நிலைக்கே சென்றாள் என்று கூடச் சொல்லலாம். இந்நிலை நீடித்து இருக்க வேண்டும் என விரும்பினாள்.

மகன் தூக்கிப் படுக்க வைத்தது கல்லறையில் கிடைக்கும் நீண்ட அமைதியை போன்றதொன்றை அவளுக்குத் தந்தது. ஆனால் படுக்கை கல்லறையாக முடியுமா? ஒரு பெண் அம்மாவாக மட்டும் இல்லாவிட்டால், அவள் உண்மையில் பெண் அல்ல. மனைவியும் ஒரு நாள் அம்மாவாக முடியும். அதேபோல் தான் மகளும், ஒருநாள் அம்மாவாக முடியும். ஆனால் எப்பொழுதும் அம்மாவுக்கு மகனும், மகனுக்கு அம்மாவும் தான்.

பெண் தான் அம்மாவாகவும், ஆண் தான் மகனாகவும் ஆகிவிடுகின்றனர். அம்மா ஊட்டிவிட மகன் சாப்பிடுகிறான். அம்மா உருவாக்குபவராகவும் மகன் உருவாக்கப்பட்டவனாகவும் மாறி விடுவர். இந்த மாதிரிச் சூழலில் அம்மாவும் மகனும் தான் இருப்பர். இந்தப் பரந்த உலகில் அவர்களைத் தவிர வேறு யாரும் இல்லை.

படுக்கையில் இருந்தாலும் தூக்கத்திற்கும் விழிப்பிற்கும் இடையே ஊஞ்சலாடிக் கொண்டிருந்தாள். பெருத்த சிந்தனையோடு படுத்திருந்தாள். அவள் சிந்தனையில் வரும் உருவங்கள் சிதைந்து காணப்பட்டன. இருளான பள்ளத்தில் மூழ்கியும் தெரிந்தன. அவள் கிராமத்தில் உள்ள சில வீடுகள் தற்போதுள்ள வீட்டருகே வந்தது போலத் தெரிந்தன. ஆனால் அவள் வசிக்கும் சந்தும் சலவையாளரின் சலவையகமும் அப்படியே தான் இருந்தன.

அதே பாயல் மரமும், கண்டபடி வளர்ந்த பெர்ரி மரமும் தான் காணப்பட்டன. மேற்கத்திய காற்றும் அதே வேகத்தில் தான் இருந்தது. இந்த நிலை அவளுக்கு ஒரு புதிராகவே இருந்தது. நிலவில்லா அந்த இரவு கண்ணிற்கு இடப்படும் கண்மை போல் கருமையாக இருந்தது. ஆனால் நிலவு போன்ற மகனின் பிரகாசமான முகம் அந்தக் காரிருளை சுக்கு நூறாக உடைத்து விட்டிருந்தது.

இறந்துபோன கணவன் உயிரோடு வந்தது போலவும், காலை உணவுக்கான பாதி கடையப்பட்ட தயிர்க் குவளையைக் கேட்பது போலவும் உணர்ந்தாள். அவன் தாகத்தோடு இருப்பது போலவும் அவளுக்குத் தோன்றியது. மது அருந்தாததால் அவன் உடம்பு சிதைந்து காணப்பட்டது. ஆனால் அவள் கணவன் இறந்துவிட்டது உண்மைதானே. இறந்த மனிதனுக்கு ஏதாவது கொடுப்பது என்பது உயிரோடு இருக்கிற நெருக்கமானவரை இறந்தவர் சாம்ராஜ்யத்திற்கு அனுப்புவதற்குச் சமமானது தான் என்பதையும் அறிந்தவள் தான்.

கணவர் கேட்டதற்கு எப்படி மறுப்பு சொல்ல முடியும்? ஏனெனில் அவள் பாசத்தோடும் அன்போடும் கூடிய மனைவியும் அம்மாவும் தானே? அந்தத் தயிர்க் குவளையை, அவர் தன் வாயின் அருகே எடுத்துச் செல்லும் நேரம் பிடுங்கிக் கொண்டாள். ஏன்

அவ்வாறு செய்தாள்? ஏனெனில் அவளைப் பொறுத்தவரை, அவர் இன்னும் சாகவில்லையே. அவள் முன் தான் அவர் நின்று கொண்டிருக்கிறாரே? அதே பிளவுபட்ட உதடும், தங்க நிறப் பற்களும், அதே அடர்த்தியான மீசையும் தெரிந்தன. மீசை அடர்த்தியாக இருந்தாலும், அவர் பற்களை மறைக்கவில்லை.

கதவு தட்டப்படும் ஓசை கேட்டது. அவள் சிந்தனை கலைக்கப்பட்டது. மாயைத் திரை அவள் கண்முன் வீழ்ந்தது. ஆனால் மற்றொருமொரு திரை அவளை மூடியிருந்தது.

படுக்கையில் படுத்தவாறே இருந்தாள். கடும் குளிரால் மரத்துப் போன கால்களும் கைகளும் மெதுவாக சூடேறிய நிலையைப் பெற்றன. கற்பனை உலகில் மிதந்த அவள் சிரித்துக் கொண்டிருந்தாள். அம்மா இறந்து போவதைக் காண காமந்தி விரும்பவில்லை. மனைவி வேறு அவனுக்கு இல்லையா? அம்மாவாவது உடன் இருக்கட்டும் என்ற நினைப்பு அவனிடம் மேலோங்கி இருந்தது. அம்மாவின் சிதைந்து போன உடம்பு, கரையான் அழிக்கும் நிலையிலான உடம்பு எவ்வளவு நாள் தான் தாக்குப்பிடிக்கும்? அம்மாவின் பொடி டப்பி, இப்போது அது எங்கிருக்கிறது?

அம்மா தூங்கிவிட்டார்கள். கதவு தட்டப்படும் ஓசை தொடர்ந்து கேட்டுக் கொண்டிருந்தது. ஒருவேளை பன்வாரியும் ரஷீதும் அவனை அழைத்துச் செல்ல வந்திருப்பார்களோ? மகன் ஒரு வழியாக திருந்திய வாழ்க்கைக்கு வந்துவிட்டான் என்று அவள் நினைத்துக் கொண்டவள் தான். ஆனால் சமீப காலமாக அவனைப் பற்றிய கவலை அவளுக்கு அதிகமாக இருக்கத்தான் செய்தது. ஒருவேளை, கூட்டாளிகளினால் மகனின் வாழ்க்கை கெட்டுச் சீரழிந்து விடுமோ என்ற பயம் தான் காரணம்.

தூங்கியவள் திடீரென விழித்துக் கொண்டாள். மிகவும் திருப்தியாகவும், அமைதியுடனும் காணப்பட்டாள். கணவனை பாதி கடையப்பட்ட தயிரை குடிக்க விடாமல் பிடுங்கியவள் இப்பொழுது அதைக் குடிக்க அனுமதித்தாள். உண்மையிலே அவனுக்குத் தாகம் தான் என்பதை உணர்ந்தாள். அவன் உடம்பு நொருங்கி விடும் நிலை. கண்களால் ஏதோ கேட்பது போல அவளையே அவர் பார்த்துக் கொண்டிருந்தார். குவளையில்

இருந்து ஒரு மடக்குக் குடித்து விட்டார். ஆனால் அந்த வயதான மூதாட்டி அவர் குவளையிலிருந்து குடிக்கவில்லை என்று நம்ப விரும்பினாள்.

மகனைப் பார்க்கத் திரும்பியவள் அவன் கதவருகே நிற்பதைக் கண்டாள். அவளே கேட்க முடியாத மெல்லிய குரலில், "மகனே, கடவுள் உன்னை ஆசீர்வதிப்பார்" என்றாள். காற்றில் மகனுக்கு முத்தம் ஒன்றை அனுப்பியது போலத் தெரிந்தது. அம்மா தூங்குவதைப் பார்த்து விட்டு காமந்தி வீட்டை விட்டு வெளியே வந்தான்.

வெளியே வந்தவன் சொன்னான்: "நான் சொல்கிறேன். நான் எங்கும் போகமாட்டேன். போனால் சினிமாவுக்கு தான் போவேன்". அதற்கு ரஷீது சொன்னான்: "முட்டாள். முதலில் வெளியே வா, வெளியே வருகிறாயா? அல்லது.."

அவள் அம்மா தூங்குவது போல இருந்தாலும், அந்த சில்வண்டுகளின் ரீங்காரமும் மற்றும் ஏனைய சத்தங்களும் அவள் மனதில் தொடர்ந்து கேட்டுக்கொண்டே இருந்தன. கதவை வெளிப்பக்கமாக பூட்டி விட்டு நண்பர்களுடன் புறப்பட்டுச் சென்றான்.

திடீரென படுக்கையில் எழுந்து உட்கார்ந்தாள், அவன் அம்மா. ஒருவேளை திரும்பவும் கணவன் மற்றும் மகனின் நினைவுகள் வந்து விட்டன போலும். தோற்றத்திலும் பழக்க வழக்கங்களிலும் அப்பாவைப் போலவே மகன் இருப்பதைக் கண்டாள். இளம் பிராயத்துக்கும் வாலிப வயதுக்கும் இடைப்பட்ட நிலையில் இருந்தாலும், அவன் அப்பாவை அப்படியே உரித்து வைத்தது போல அவளுக்குத் தெரிந்தது. பருவ வயதை எட்டி விட்டதால் அவனுக்கு மனைவியை ஏற்பாடு செய்ய வேண்டும் என்று எண்ணினாள். அது தான் தாயுள்ளம் என்பது. "இப்போதெல்லாம் ஏன் காமந்தி வெளியே சென்று சுற்றுவதில்லை என்று எனக்குத் தெரியும்" எனத் தனக்குள் சொல்லிக் கொண்டாள்.

அப்பாவை விட மகன் அதிகமாக உணர்ச்சி வசப்படுகிறவன் என்பதும் அவளுக்குத் தெரியும். தேநீர் அருந்தி முடிக்காமல் இன்னும் குவளையில் வைத்துக் கொண்டு இருக்கிறாயே என்று அவனிடம் கேட்பதை விடப் பெரிய பேரிடர் எதுவும் கிடையாது.

நாலணா காசு அவனிடம் கொடுப்பது அவன் கன்னத்தில் அறையப் பட்டது போல் உணர்வான் -- ஓசையில்லா அறை போல.

அப்பாவிற்கும் மகனுக்கோ நாலணா கொடுப்பது, குடித்து விட்டு வீடு வரும்போது சண்டையிடுவது, கட்டிலின் அடியில் தண்ணீர்க் குவளையை வைப்பது -- இவை எல்லாம் அவளுக்கு விருப்பப்படாத செயல்கள். ஒருவேளை இவை எல்லாம் நேரடியாக சண்டையிடுவதை விட நெஞ்சைக் குளிர வைக்கும் செயலாகவும் இருக்கலாம். அதனால் தான் அவன் அம்மாவை அவன் அப்பா நேருக்கு நேர் பார்க்கத் தயங்கினாரோ அவரின் அகம்பாவம் முற்றிலுமாகக் குறைய அம்மா தான் காரணமாக இருக்கும் என எண்ணினான்.

அதையேதான் இப்பொழுது தன் மகனிடமும் காட்டுகிறாள். இனிமேல் கடைந்த தயிர் வாங்க நாலணா காசைத் தன் முந்தானையில் முடித்து வைப்பது இல்லை எனத் தீர்மானித்துக் கொண்டாள். அதே போல் அவன் கட்டிலின் கீழ் தண்ணீர்க் குவளையை வைக்கக்கூடாது என்றும் முடிவு செய்து கொண்டாள். நிம்மதியின்றி தவித்தாலும், சிரமப்பட்டாலும், நெஞ்சை அடைக்கும் துயரமே வந்தாலும், தான் மட்டும் தான் எதிர் கொள்ள வேண்டுமென்றும், இதையெல்லாம் மகனுக்குத் தெரியாமல் வைத்துக்கொள்ள வேண்டும் என்றும் உறுதி பூண்டாள். அம்மாவிற்கு இது எல்லாம் தெரியும் என்பது கூட அவனுக்குத் தெரியக்கூடாது என்று விரும்பினாள்.

அவன் அப்பா கூட, அவர் செய்த தீய செயல்களுக்காக, மனைவி சண்டை இடும் போதெல்லாம் அதை ஒரு பெரிய தவறாக எடுத்துக் கொண்டவர் தான். இருப்பினும் இறுதியில் எல்லாம் நல்லபடியாக முடிவடைவதால் அதை ஏற்றுக் கொள்வார். முதலில் தன் கெட்ட வழக்கங்களை விட்டொழிந்திருக்க வேண்டும் அல்லது அதை விட்டொழிக்க முடியாவிட்டால் அதனால் ஏற்படும் வருத்தமே ஒரு படிப்பினையைக் கொடுத்திருக்க வேண்டும்.

தண்ணீர்க் குவளையைக் கட்டிலின் அடியில் சத்தமில்லாமல் வைத்துவிட்டு, அவன் அம்மா ஒரு சிட்டிகை பொடியை உறிஞ்சிக் கொண்டு செல்வாள். இதைப் பார்க்கும் காமந்தியின் போதையும் மந்த நிலையும் வேகமாகச் சென்று மறைந்து விடும். ஒருவேளை

அம்மா திட்டுவதை அவனால் எதிர்கொள்ள முடியாத நிலையாகக் கூட இருக்கலாம். குடிப்பதை நிறுத்திவிட்டு நேரத்தில் வீடு வந்து சேர்ந்தான். இன்று இரவு அவன் குடித்துவிட்டு வந்தால் அவனைத் திரும்பி கூடப் பார்க்க கூடாது என்றும் ஒரு வார்த்தை கூடத் திட்டக் கூடாது என்று முடிவு செய்திருந்தாள்.

காமந்தி வீடு வந்து சேரும் போது இரவு மணி பதினொன்று ஆகி இருந்தது. கதவைத் திறந்த அவனுடன் பலத்த காற்றும், பெர்ரி மர இலைகளும் வீட்டின் உள்ளே வந்தன. அப்போதைய காற்றின் வேகம் அவனைவிடப் பயங்கரமாக இருந்தது. எப்போதும் போல அவன் அம்மா கட்டிலில் படுத்தவாறு கூரையைப் பார்த்துக் கொண்டு அதிலிருந்த நாணலை எண்ணிக் கொண்டிருந்தாள். தூக்கத்தை விரட்டியடிக்க பழைய காலத்துச் சோகப் பாடல் ஒன்றைப் பாடிக் கொண்டு இருந்தாள். கைகளில் படிந்த காற்றைத் துடைத்துக் கொண்டே வந்தவன் அம்மா அருகில் சென்று அவள் கால்களைப் பிடித்துக் கொண்டு "அம்மா" என்று கதறினான்.

விழித்திருக்கும் அம்மாவைப் பார்த்து, "இன்னும் தூங்கவில்லையா? அம்மா" என்றான். அதற்கு, "மகனே! இப்பொழுது எல்லாம் எனக்குத் தூக்கம் வருவதில்லை" என்றாள். சுருங்கச் சொல்லி விட்டு மேலும் பேசாது அமைதி காத்தாள். காமந்தி நன்கு உணரும் நிலையில் தான் இருந்தான். அன்று ஒரு துளி கூடக் குடிக்கவில்லை. வேண்டுமென்றே இன்றையச் சூழலைப் புரிந்து கொள்ள மறுக்கும் அம்மாவிடம் எதைச் சொல்வது? எனத் திகைத்தான்.

இலையுதிர் காலமானதால் மரங்களில் இருந்த இலைகள் எல்லாம் விழுந்திருந்தன. இந்த முறை கிழக்கத்திய காற்று நன்கு அமையவில்லை, ஒரு விருந்தினர் வருகையைத் தவிர. மகனைக் கூப்பிட்ட தாய், "மகனே, சமைத்த இந்த உணவை எடுத்து அண்டை வீட்டுக்காரர்கள் இடம் கொடுத்து வா" என்றாள். ஒவ்வொரு வீட்டிலும் ஒரு உணவைச் சமைத்துப் பக்கத்து வீட்டுக்காரர்களிடம் பகிர்ந்துகொள்வது வெகுநாட்களாக ஒரு சடங்கு முறையாக இங்கு வசிப்பவர்கள் கடைப்பிடித்து வந்தனர்.

அவன் அம்மா காய்கறிகளைக் கொண்டு நன்கு சமைத்த சைவ உணவை ஒரு பாத்திரத்திலிட்டுக் கொடுப்பதையும், அதை வாங்கிக் கொண்டு அவன் அத்தை குடும்பத்தினர் அவர்கள்

சமைத்த அசைவ உணவை அதே பாத்திரத்தில் வைத்துத் திருப்பி கொடுப்பதையும் வழக்கமாகக் கொண்டிருந்தனர். இம்மாதிரி பரிமாற்றம் செய்வதால் பல நன்மைகள் உண்டு. உணவுப் பொருட்கள் வீணாகாமல் சேமித்து வைக்கப்படுவதும், இன்னொரு வகையான உணவு சமைக்கும் நேரம் மீதமாவதும் நன்மைக்கே. அதோடு ஒவ்வொரு குடும்பத்தினரும் விதவிதமான சாப்பாட்டை ருசிக்கும் சந்தர்ப்பமும் கிடைக்கிறது.

காமந்தி தலையை அசைத்து அம்மாவின் வேண்டுகோளை நிராகரித்தான். அவன் சொன்னான்: "அம்மா, இப்பொழுது நான் வளர்ந்துவிட்ட பையன், சிறு பையன் அல்ல. இதையெல்லாம் கொண்டு போய்க் கொடுக்க மாட்டேன்". அதற்கு அவன் அம்மா, "அப்படியா, இங்கே பார். நீ வளர்ந்து விட்டாய் என்கிறாய், இல்லையா? அப்படியானால் உன்னால் எனக்குத் தொந்தரவு தான்" என்று மகிழ்வான குரலில் சொன்னாள்.

வீட்டிற்கு வந்த விருந்தினர் அப்போது வெளியே சென்றிருந்தார். ரப்பர் துணியின் மேல் படுத்துக் கொண்டே காமந்தி, தன் கால் கைகளில் உள்ள புண்களுக்கு அந்தக் களிம்பைத் தடவிக் கொண்டு இருந்தான். புண்கள் குணமடைவதைப் போலத் தெரியவில்லை. சீழ் வடியும் அவன் புண்களிலிருந்து ஈயை விரட்டத் தன் துப்பட்டா முனையால் வீசிக் கொண்டிருந்தாள். "உன் ரத்தம் உண்மையிலேயே மிக மோசமாகி விட்டது", என்று அப்போது அவனிடம் சொன்னாள்.

அம்மாவின் கூற்றை மறுக்க முடியாது. உண்மையிலே அவன் ரத்தம் மோசமாகிவிட்டது. அவன் முன்னோர்கள் நல்ல ரத்தத்தைத் தான் அவனுக்குக் கொடுத்தனர். ஆனால் அவனோ, அதில் அமிலத்தைக் கலக்கச் செய்து கெடுத்துக் கொண்டான். அதனால் அவன் உடம்பில் அங்கங்கே வெடிப்புகளும் ஏற்பட்டு விட்டன. ஒருவித குற்ற உணர்வுடன் அம்மாவைப் பார்த்து, "அம்மா, எனக்கு பால்வினை நோய் இருக்கிறது" என்று சொன்னான். பதட்டத்துடன் "எப்படி வந்தது?" என மகனிடம் கேட்டாள். கம்பிக் கூடையை கையில் பிடித்தவாறே, "அம்மா, ரஷீத்தின் செயலால் வந்தது. என்னை குறை சொல்லாதீர்கள்" என்று கெஞ்சலாகக் கேட்டுக் கொண்டான். "அதுதான் எப்படி வந்தது?" என மீண்டும் கேட்டாள்.

இதைக் கேட்டவுடன் காமந்தி கொதித்துப் போனான். பெரிய அளவில் திட்ட நினைத்தவன் தன்னை கட்டுப்படுத்திக் கொண்டான். தன்னுடைய தற்போதைய நிலையை அம்மாவிற்குத் தெரியாமல் வைத்துக் கொள்வதால் எந்த ஒரு பயனும் விளையப் போவதில்லை என அறிந்தான். மகன் அழுவதைக் கண்டு திகைத்துப் போனாள். இந்த மானுட உடம்பைப் பெற்றோர் என்றாவது ஒருநாள் சுகவீனம் அடைவது இயற்கையே. இதிலிருந்து யாரும் தப்பித்துக் கொள்ள முடியாது. ரத்தம் மோசமானதால் இந்த அளவு சீழ் வடியும் புண்களை யாரும் பெற்றிருக்க முடியாது என நினைத்தாள். தூக்கத்தில் கணவனுக்குப் பாதி கடைந்த தயிரைக் கொடுப்பது போல் நினைத்துக் கொண்டாள்.

காமந்தி அழுதுகொண்டே இருந்தான். இளமையின் வேகத்தை நொந்து கொண்டான். மனம் போன போக்கில் சென்று விட்டதை நினைத்து வருந்தினான். ஐம்பது ஆண்டுகளுக்கு முன்னர் எல்லாம் இளமை கெட்டுச் சீரழிந்ததை எல்லாம் காணமுடியாது. மிகவும் கவனமாக வாழ்க்கையைக் கழித்தனர். மரத்தின் காயானது மெதுவாகத்தான் பழுத்து, பின் மெதுவாகத்தான் தானாகக் கீழே விழும். மரத்திலேயே கெட்டு அழிந்து விடாது. பத்து வயதில் திருமணமான பெண்ணிற்கு இம்மாதிரி விஷயங்கள் தெரியாது.

அந்தக் காலகட்டத்தில் மக்களுக்கு உடற்கூறு பற்றி அறவே தெரியாது. முதுகின் பகுதிகளைப் பிரித்து அறியாமல் இடையின் பகுதி என்று மட்டும்தான் அறிந்திருந்தனர். பால்வினை அல்லது தொழு நோயால் ரத்தம் கெட்டு விடாமல் வேப்ப மர இலை மற்றும் இசாப்கோல் எனப்படும் அத்திப்பழம் போன்றவை தான் அவர்களுக்கு சர்வரோக நிவாரணி.

மகனின் இந்த நிலமைக்கு என்ன காரணம் என்பது அவன் அம்மாவிற்குப் பெரும் புதிராகவே இருந்தது. மீண்டும் மீண்டும் அவனிடம் கேட்டால், அவன் கோபத்திற்கு ஆளாக நேரிடும் என உணர்ந்து அமைதி காத்தாள். அவன் ரத்தம் மோசமாகி விட்ட நாளிலிருந்து சதா கோபத்துடனும் திடீரென ஆக்ரோஷமாகவும் இருப்பதை உணர்ந்து கொண்டாள். தேவை இல்லாமல் பொருட்களை போட்டு உடைப்பதும், அதற்காக அவள் திட்டினால் தன் தலையைத் தரையில் மோதிக் கொள்வதையும் வழக்கமாக்கிக் கொண்டான் என்றும் நினைத்து கொண்டாள்.

மகன் வெளியே செல்ல மறுத்து விட்டதால் தானே அக்கம் பக்கம் சென்று, தான் தயாரித்த உணவைப் பரிமாற்றம் செய்து கொள்ளும் முயற்சியில் இறங்கினாள். காமந்தியின் அத்தை ஒரு தட்டு புலால் உணவைக் கொடுத்து விட்டு அவன் அம்மாவிடம் இருந்து எதையும் வாங்கிக் கொள்ள மறுத்து விட்டாள். இது நல்லதற்கல்ல. ஏதோ விளையப் போகிறது என்று மட்டும் உணர்ந்து கொண்டாள். கணவனை இழந்து விதவையாகப் பத்து ஆண்டுகள் அங்கு வசித்த அவன் அத்தை யாருக்கும் தலை வணங்கியது இல்லை என்பதுதான் உண்மை.

காமந்தி குடும்ப ரகசியம் அனைத்தும் இன்று தெரிந்து கொண்டபின் அவள் ஏன் அவர்களுக்கு அடிபணிய வேண்டும் என நினைத்தாள். அவளுடைய இளைய அண்ணியுடன் ஒரு தடவை பெரிய அளவில் சண்டையிட்டாள். காமந்தியின் அம்மாவும் பதிலுக்குக் கண்டபடி திட்டினாள். காமந்தியின் அத்தை அவன் அம்மாவிடம், "ரொம்பவும் அலட்டிக் கொண்டு திரியாதே. உன் பையனை ஒழுக்கமாக வளர்க்க வேண்டும், கட்டுக்குள் வைத்திருக்க வேண்டும், நாய் மோப்பம் பிடித்து ஒவ்வொரு சந்தாகச் செல்வதைப்போல விட்டிருக்கக் கூடாது" என்று அறிவுரை வழங்கும் விதமாகப் பேசினாள்.

அம்மா அடங்கிப் போவதாகத் தெரியவில்லை. அம்மாவின் நிலைப்பாடும் சரி தான். சமைத்த உணவைப் பரிமாறிக் கொள்ளும் சடங்கு முறையின் போது அவனைப் பற்றிப் பேசத் தேவை இல்லையே? ஏன் அவன் பெயரை இழுக்க வேண்டும்? உன்னுடைய உறவு எங்களுக்கு தேவை இல்லை என்றுகூடக் கூறி இருக்கலாமே? அம்மாவிற்கு முழு விவரம் புலப்படவில்லை.

காமந்தியின் ரத்தம் சீரழிந்து போனது உண்மை தான். அதற்கு பன்வாரியும், இரஷீதும் தான் காரணம் என்று கூடச் சொல்லி விட்டான். அவள் அண்ணி இவர்கள் உறவை முறித்துக் கொள்ள விரும்பினால் அப்படியே செய்யட்டும். எதற்கு காமந்தியின் பெயரை இழுக்க வேண்டும்? அவனைத் திட்டித் தீர்க்க வேண்டும்.

இதை விட மோசமானது என்னவென்றால் அப்பகுதியில் வசித்த வேறு சில பெண்களும் அவளுக்கு எதிராகப் போர்க்கொடியைத் தூக்கினர். அம்மாவிற்கு பைத்தியமே

பிடித்து விடும் போலத் தெரிந்தது. இறுதியில் முன்ஷியுடனான சண்டையுடன் எல்லாம் ஒரு முடிவுக்கு வந்தன. இனிமேல் என் வீட்டருகே உன் மகனைச் சிறுநீர் கழிக்க விடாதே. மீறிக் கழித்தால் நீ பெரும் விளைவைச் சந்திக்க நேரிடும், என்றவாறு முன் எச்சரிக்கையுடன் வார்த்தை போர் ஒரு முடிவுக்கு வந்தது.

வீட்டிற்கு வந்த விருந்தினர் அம்மாவிடம் நல்லுரை கூறியும் சமாதானம் செய்தும் அமைதியை ஏற்படுத்தினார். ஏற்பட்ட இகழ்ச்சியை நினைத்து அம்மா தலையில் அடித்துக் கொண்டாள். பின் மகனுக்கு இரண்டு அடிகள் கொடுத்துவிட்டு, "உன் அப்பாவின் நற்பெயரைக் கெடுத்து விட்டாயே?" எனத் திட்டினாள். மீண்டும் பக்கத்து வீட்டுக்காரி சண்டையில் இறங்கி அடிக்கக் கூடாத இடத்தில் அவளை அடித்து விட்டுச் சொன்னாள்: உன் தங்கையின் நடத்தையைப் பற்றி மறந்து விட்டாயா? கண்டவர்களோடு எல்லாம் கள்ளத்தொடர்பு வைத்திருந்தாளே? ஒரு கண் இழந்தவன் என்றும் குருடன் என்றும் கூடப் பாராமல் அவள் நடந்து கொண்ட விதம் தான் என்ன? ஒருநாள் வயிறு பெருத்த நிலையில் கர்ப்பமாகி அப்பா வீட்டுக்கு அவள் வரவில்லையா?... இவ்வாறு அடுக்கடுக்காக கேள்விகளைத் தொடுத்து சண்டையிடலானாள்.

அதன்பின் வீடு திரும்பியவள் மகனைச் சபிக்கத் தொடங்கினாள். எல்லா இயற்கை வைத்தியர்களாலும் அவனைக் குணப்படுத்த முடியவில்லை. பின் அம்மாவின் கை மருந்துகளில் தஞ்சம் புகுந்தான். ஆறுதல் அடைந்தான். அவ்வப்போது அம்மா சொல்வாள்: "இடுகாடு உன்னை விழுங்கட்டும்."

இரவு வந்தது. தொங்கும் கட்டிலில் படுத்துக் கொண்டு முனகிக் கொண்டு இருந்தாள். "என் எதிரியே. இந்தக் கொடிய நோயை எங்கிருந்து எப்படிப் பெற்றாய்? உன் உடம்பு முழுவதும் சீழ்வடியும் புண்களாக இருக்கிறதே? இந்த நோய் நரகத்திலுள்ள தீப்பிளம்பு போல இருக்கின்றனவே? என்னைப் போன்ற ஏழையால் அந்தக் கொடிய தீயை எப்படி அணைக்க முடியும்? இதை வைத்தியர்களுக்கு எப்படி விளக்குவேன்? நான் உன் அம்மாதான். அண்டை வீட்டினர் வசை பாடுகின்றனர். தெருவில் வரும் பொழுதெல்லாம் வழிமறித்து, வினோதமான கேள்விகளைக் கேட்கின்றனர்" என்றெல்லாம் முனகிக் கொண்டாள்.

அம்மாவின் கட்டில் அருகே படுத்திருந்த காமந்தி தான் செய்த தவறுக்கு வருத்தப்படாமல் உணர்ச்சியற்ற நிலையில் மேற்கூரையைப் பார்த்துக்கொண்டே இருந்தான். கூரையில் இருந்த ஆணிகள் கண்களில் வந்து விழுந்ததைப் போல உணர்ந்தவன் சில்வண்டுகளின் ரீங்காரத்தால், பித்துப் பிடித்தவன் போலானான். மூச்சுத் திணறல் ஏற்பட்டு உடம்பின் சூடு தணியத் தொடங்கியது. கதவு பாதி திறந்த நிலையில் இருந்தது.

வெளியில் இருந்த பெர்ரி மரம் காற்றில் ஊளை இடுவது போல் தெரிந்தது. விண்ணில் இருந்த நிலா சல்ஃபூரஸ் கறை படிந்ததால் மங்கலாக ஒளி தந்தது. நச்சுக் காற்றை வெளியேற்றிய அவன் ஊதிய வயிறு அவன் கண்களைத் தெளிவற்ற நிலைக்குத் தள்ளியது. கண் இமைகள் கணத்துப்போகத் துவங்கின. கீழே வந்தது போலத் தெரிந்த ஆணிகள் மீண்டும் மேற்கூரையை நோக்கிச் செல்வதைப் போல உணர்ந்தான். சில்வண்டுகள் ரீங்காரம் இடுவதை நிறுத்திவிட்டன. காமந்தியின் புண்களில் சீழ் வடிவதும் நின்று விட்டது.

உலகமே தூங்கிக் கொண்டிருந்த வேளையில், அம்மா மட்டும் தூங்காது விழித்திருந்தாள். குறைந்தது இருபது தடவையாவது பொடியை எடுத்து உறிஞ்சிக் கொண்டவள் பின் படுக்கையிலிருந்து எழுந்து நின்றாள். கால்களை இழுத்துக் கொண்டே சென்றவள் வலது கையில் எரியும் விளக்கை எடுத்துக்கொண்டு மகன் பக்கம் வந்தாள். ஆசையோடு மகனின் தலையை வருடிக் கொடுத்தாள். காமந்தி தூங்கிக் கொண்டிருந்தாலும், அம்மாவின் வருடுதல் அவனின் ஒவ்வொரு உறுப்புக்கும் நல்ல ஆறுதலைக் கொடுத்தது. மகனைப் பார்த்து புன்னகைத்துக் கொண்டே சொன்னாள்: "என் அன்பு மகனே! கடவுள் உன்னை ஆசீர்வதிப்பாராக! நீ வளர்ந்து வாலிப வயதை எட்டிவிட்டாய். உன்னைப் பார்த்து மக்கள் பொறாமைப்படட்டும். என் ரத்தத்தின் ரத்தமே! உனக்குப் பதிலாகக் கடவுள் சாகட்டும்".

16. உண்மையைச் சொல்

"பேசு, உண்மையைச்சொல்", என்றுகாவல்துறை ஆய்வாளர் கத்தினார். பதில் கிடைக்காததால் முற்றிலும் ஏமாற்றத்துடன் காணப்பட்டார். "யா...யார் இந்தக் கொலைக்குக் காரணம், சொல்" எனக் குற்றம் சாட்டப்பட்டவனைப் பார்த்துக் கேட்டார். அவரது குரல் அவர் மனம் அலைபாய்ந்து கொண்டிருந்த நிலையைக் காட்டியது. கொலைக்கு யார் காரணம் எனக் கண்டுபிடிக்க முடியாததால் கண்ணீர் வடிக்கும் நிலைக்குத் தள்ளப்பட்டார்.

குற்றம் சாட்டப்பட்ட வினய் என்னும் விநாயக் முன்பு போலவே பிடிவாதமாக அமைதி காத்தான். ஆய்வாளர் குப்தாவும், அவருடன் பணியாற்றும் அஜ்கோங்கரும் அவர்களுக்குத் தெரிந்த மூன்றாம் நிலை முறைகள் அனைத்தையும் பயன்படுத்தி விசாரித்த போதும் வினய் பதில் ஏதும் கூறாதிருந்தான். சித்திரவதை செய்து வினய்யை விசாரித்ததில் அவனுக்கு ஏற்பட்ட சில காயங்களினால் தங்களுக்குப் பாதிப்பு ஏற்படலாம் என நினைத்து இருவரும் பயப்படத் தொடங்கினர்.

காவலில் எடுத்து விசாரிக்க அனுமதிக்கப்பட்ட பதினான்கு நாட்களில் மூன்று நாட்கள் தான் மீதமிருந்தன. அதற்குள் அவன்மீது குற்றப்பத்திரிக்கை தயார் செய்து பின் நீதி மன்றத்தில் அவனை ஒப்படைக்க வேண்டும். வினய்யின் தோற்றமே அவனுக்கு எதிராக இருந்தது. அவன் குற்றவாளி எனக் காட்டிக் கொடுத்தது.

குப்தாவும் அஜ்கோங்கரும் இணைந்து விசாரணையை மேற்கொண்டனர். குற்றத்தின் பின்னணி, சூழல் முதலியவற்றை எல்லாக் கோணங்களிலும் விசாரித்தனர். இரத்தத்தை உறைய வைக்கும் பயங்கரக் குற்றங்கள், அராஜகங்கள் குறித்த கோணத்தில்

விசாரிக்கும் பொழுது எல்லாமே வினய்தான் குற்றவாளி என்பதற்கான அறிகுறிகள் தான் கிடைத்தன.

அந்த பீலா சௌக்கி காவல் நிலையம் அரசு கட்டிடக் கலை வல்லுநர் லியோ பெண்டனால் வடிவமைக்கப்படவில்லை. மாறாக, உள்ளூர் கொத்தனார் ஒருவரால் கட்டப்பட்டது. அவர் மிகச் சிரத்தை எடுத்துக் காவல்நிலையச் சிறைக்குள் இம்மியளவும் காற்று புகாதவாறு கட்டியுள்ளார். தொடர்ச்சியாக விசாரணைக் கைதிகளை சித்திரவதை செய்தும், தண்டிக்கும் வகையிலுமான சிறப்பம்சங்கள் சிலவற்றை அந்த அறையில் ஏற்பாடு செய்திருந்தார்.

அதன் விளைவாக ஏற்பட்ட கறைகள், சுவடுகள், அச்சுவர்-களை அலங்கரித்தன. இனந்தெரியாது உள்ளூர மனதில் ஏற்படும் பயங்களின் வடிவங்களையும் அச்சுவர்கள் வெளிப்படுத்தின. இது போன்ற சுவர் ஓவியங்களுடன் சீனா, ஜப்பான் நாட்டுக் கொடூர விலங்குகளும் திபெத்தின் மகாகால் மற்றும் எந்த வகையிலும் கெடுதல் இல்லாத சாது போன்ற ஆப்பிரிக்க தேசத்து பில்லி சூனிய மருத்துவர்களின் படங்களும் சுவற்றில் இடம் பெற்றிருந்தன. மேற்கூரையில் வரையப்பட்டிருந்த படங்களோ எந்தக் குற்றமும் செய்யாது அடைப்பட்டிருப்போரைக் கூடப் பயமுறுத்துவதாக இருந்தன.

“காலோவையும் ஹாசனையும் கொன்றது நான்தான்” என்று ஒருவாறு ஒப்புக் கொண்டான். குப்தா உட்காரும் நாற்காலியில் ஒரு கையும் அஜ்கோங்கர் உட்காரும் நாற்காலியின் இரு கைகளும் காணப்படவில்லை. ஒருவேளை அதை உடைத்து எடுத்து அந்தக் கட்டையை வினய்யை அடிக்கப் பயன்படுத்தி இருக்கலாம்.

நாற்காலியின் இரு கைகளும் இல்லாததால் அஜ்கோங்கர் நாற்காலியில் பதுங்கி உட்கார்ந்து இருப்பதுபோல தெரிந்தது. அல்லது அந்த நாற்காலிகளின் கைகளை எடுத்துக் கொண்டு மக்களைக் கட்டுக்குள் வைக்கக் காவலர்கள் வெளியே போய் இருக்கலாம். மேற்கூரையிலிருந்து தொங்கிய 1000 வாட்ஸ் மின்விளக்கும் மற்றும் இது போன்ற சில பொருள்களும் இந்தியக் குடியரசின் பெருமையைப் பறைசாற்றிக் கொண்டு இருந்தன.

காவல் நிலையச் சிறைக் கம்பிகளுக்குப் பின் நின்றவாறு ஒரு கைதி வெளிப்பக்கம் பார்த்துக் கொண்டிருந்தான். அங்கே இருந்த அறையில் துறை அலுவலர் ஒருவர் மூன்று போக்கிரிகளின் வாக்குமூலங்களைப் பதிவு செய்து கொண்டிருந்தார். எப்போதும் போலவே அவர்கள் செய்த குற்றத்தை மறுத்துக் கொண்டிருந்தனர். ஒருவித அலட்சியத்துடன் நாங்கள் செய்யவில்லை எங்கள் இனத்தினர் சிலர் இதைச் செய்திருக்கலாம் என்று கூறிக் கொண்டிருந்தனர்.

அதில் ஒருவன் குத்துச்சண்டை மேடையில் நுழையும் குத்துச்சண்டை வீரன் போலத் தன் தொடையைத் தட்டிக் கொண்டு நின்றான். நிர்வாணமாகத்தான் நாம் நிற்கிறோம் என்று உணர்ந்த நிலையில் இருந்தால் வழிப்போக்கர்கள் அவனைப் பார்த்து விட்டுச் செல்வர் என்பதும் மாறாக அவன் வழிப்போக்கர்களை வீரமாகப் பார்த்துக்கொண்டிருப்பானேயானால் அவன் இருப்பதைக் கண்டு கொள்ளாமல் செல்வதும் இயல்புதானே.

நீல நிற சீருடை அணிந்த பம்பாய் நகரையே பயமுறுத்தும் காவலர்கள் வேலை இன்றி, விலங்குகளைக் கையில் வைத்து விளையாடிக்கொண்டு உத்தரவை எதிர்பார்த்து உட்கார்ந்திருந்தனர். அவர்கள் போக்கில் விட்டு இருந்தால் ஒவ்வொரு குடிமகனையும் கம்பிகளால் பெருமைப்படுத்தி இருப்பர். ஏதாவது செய்ய வேண்டுமென நினைக்கும் எழுத்தரின் பேனா கூட அமைதியாக மைப்புட்டியில் அடைக்கலமாய் இருந்தது. அந்த எழுத்தரும். வேலை ஒன்றும் இல்லாததால் கொட்டாவி விட்டவாறே உட்கார்ந்திருந்தார். குற்றப் பத்திரிகை பதிவேடுகள் கூடத் தொங்கும் தாடைகளின் கெட்டுப் போன ஈறுகள் போல திறந்து கிடந்ததன.

வெளியே மழை பெய்து கொண்டிருந்தது. மழை அல்ல, ஒன்றுக்கும் பயன்படாத தூறல் என்றுதான் சொல்லவேண்டும். எவ்விதக் காரணமும் இல்லாமல் ஏன் வினய் அந்த அழகான இளம்பெண்ணைக் கொலை செய்ய வேண்டும்? யசோதையின் உயிர் பிரிந்த போதிலும் அவள் கழுத்தில் தாலியும் மூக்கில் மூக்குத்தியும் மணிக்கட்டு வளையல்களும் அப்படியேதான் இருந்தன.

பிரேத விசாரணை மேற்கொண்டவரின் அறிக்கையில் எந்தவிதக் காயமோ அவள் உயிர் காக்க எதிர்த்துப் போராடியதற்கான அறிகுறியோ தென்படவில்லை என்று தான் குறிக்கப்பட்டிருந்தது. அதேபோல நீண்டகால அல்லது சமீபத்திய பகைமை இருந்ததாகத் தெரியவில்லை என்றும் குறிக்கப்பட்டிருந்தது.

வடாலா பகுதியில் பாதுகாப்பான இராணுவக் குடியிருப்பு போன்ற பகுதியில் அவள் கணவன் நாராயன் மற்றும் இரு குழந்தைகளுடன் வசித்து வந்தாள். அப்பொழுது வினய் அங்கிருந்து வெகு தொலைவிலிருந்த ஓரியின் கோலிவாடா பகுதியில் வசித்து வந்தான். அங்கு 24 மணி நேரமும் அழுகிய மீன்களின் வாடை மூக்கைத் துளைத்தவாறு தான் இருக்கும். இந்தத் துர்நாற்றம் அவன் உடம்பின் ஒவ்வொரு நரம்பிலும் இறுகப் படிந்திருந்தது.

வினய்யின் காதலி ஷக்கூருடன் என்டியோப் என்ற குன்றின் அடிவாரத்தில் குடிசைகள் நிறைந்த பகுதியில் உள்ள ஒரு வீட்டில் வசித்து வந்தாள். இங்குதான் துறைமுகம் கிளை ரயில் தண்டவாளம் செல்கிறது. தண்டவாளத்தின் இரு புறமும் ஆயிரக்கணக்கில் குடிசைகள் மழைக்கு முளைத்த காளான் போல வந்து விட்டன. ஆனால் யசோதாவிற்கும் இதற்கும் எந்தச் சம்பந்தமும் இல்லை.

யசோதாவும் அவள் கணவனும் அந்தணர் குடும்பத்தில் பிறந்தவர்கள். ஆனால் ஷக்கூரின் அப்பா புத்த மதத்தைத் தழுவியவர். அதனால் இந்து மதத்தினர் குறைந்த அளவில் கூட மரியாதை கொடுக்காமல் "அவர் ஒரு புத்து" என்று ஏளனம் பேசினர். சந்தர்ப்பம் கிடைக்கும் போதெல்லாம் இந்துக்கள் அந்தக் குடிசைகளுக்குத் தீயிட்டுக் கொளுத்தத் தயங்கவில்லை. மேலும் எப்படி எல்லாம் அவருக்குத் தொந்தரவு கொடுக்கலாமோ அப்படி எல்லாம் செய்யத் தலைப்பட்டனர். புத்த மதத்தைத் தழுவியவர்களைத் தீண்டத்தகாதவர்கள் போன்றே நடத்தினர்.

பாண்டவர்களின் அப்பா ஒரு மீனவக் குடும்பத்தில் உதித்த அழகிய பெண் ஒருத்தியை மணம் முடித்தவர் என்ற பண்டைய செய்தியை ஒவ்வொருவரும் அறிவோம். காலப்போக்கில் இச்செய்தி கொஞ்சம் கொஞ்சமாக மறைந்து வருகிறது. அப்படியானால்

அவள் பெருமைமிகு மக்களின் தாய் ஆகிவிட்டாள் என்று தானே பொருள். அவர்களின் சந்ததியினர் மற்றவர்கள் முன் தற்போது மண்டி இடுகிறார்கள்.

இச்செய்தியை விரிவாகப் பார்க்க முயல்வோம். நாராயனுக்கு அவன் துறையில் எதிரிகள் யாரும் கிடையாது. ஒரு நாய்க்குக் கூடக் கெட்ட பெயர் கொடுக்க நினைத்தாலும், சட்டத்தை அதன் எல்லைக்கே நீட்டிச் சென்றாலும், யசோதா போன்ற அழகிய பெண்ணின் கணவனுக்கு ஒவ்வொரு ஆணும் ஒரு மறைமுக எதிரியாகத்தான் இருப்பான்.

யசோதாவைக் செல்லமாக அன்புடன் ஆயிஷா என்றழைப்பர். வழக்கம்போல் விநாயகர் சிலையைச் கடலில் கரைக்க ஆயிஷா மற்ற ஆண் பெண்களுடன் ஸ்விரீ பகுதிக்குச் சென்றாள். இவ்வாறு செல்லும் போது ஒவ்வொருவரின் பழக்க வழக்கமும் ஒரு புதிராகவே இருக்கும். உடம்பில் கந்தலாடை தான் அணிய முடியும் என்ற நிலைக்கு ஏழ்மை வயிற்றில் ஒரு சோற்றுப் பருக்கை இல்லாத அளவு வறுமை இருப்பினும் அவர்கள் வறட்சி என்றும், வெள்ளப் பெருக்கு என்றும் பாராமல், பாடுவதும், நடனம் ஆடுவதும் கூத்தாடுவதும் புதிரானவை தானே.

விநாயகர் கரைப்பு ஊர்வலத்திற்கு செல்வோர் ஈடுபட்ட செயல்களை வைத்து மதவெறி பிடித்தவர்கள் என்றே சொல்லலாம். தாண்டிச் செல்லும் கார்கள் மீது கல்லெறிவதும், நடந்து செல்வோரைத் தாக்குவதையும் பார்த்தால் அவர்களுக்குப் பைத்தியம் பிடித்து விட்டதோ என்று கூட எண்ணத் தோன்றும்.

ஆகமொத்தம் எதைப் பற்றிய பயமும் அவர்களிடையே கிடையாது. ஒற்றுமை உணர்வின் மொத்த வடிவமும் அவர்களிடமும் சிவ சேனையிடமும் தென்பட்டன. இதே உணர்வுகளை முகமதியர்கள் நடத்தும் கொண்டாட்டத்தின்போது துர்கா பூஜையின் போதும், எட்டு கைகளை உடைய துர்க்கா தேவி சிலையின் பின்வரும் வங்காளிகள் மத்தியிலும் காணலாம்.

யாருக்கும் கெடுதல் இல்லாத புல்லின் விளிம்புகள் போல அவர்கள் இருந்தாலும், அல்லது தீவிரவாதிகள் போலப் பயங்கர நிலைப்பாட்டுடன் அவர்கள் இருந்தாலும், அது ஒன்றும் பெரிதல்ல. வெளித் தோற்றத்திற்கு வாசனைப் பொருட்கள்

தயாரிப்பாளராகவும் விற்பவர்களாகவும் இருக்கலாம். ஆனால் உள்ளுக்குள் எப்படிப்பட்டவர்கள் என யாரறிவார். அத்தகைய மறைமுகமான கொள்ளைக் கூட்டங்கள் நிறைய இருக்கின்றனவே. அது மாதிரி தான் ஒரு அரசின் வலிமையான சட்டங்கள் ஒரு சாதாரண போக்குவரத்தைச் சீர் செய்யும் காவலரிடம் இருக்கின்றன. அதே அளவுகோல்படிப் பார்த்தால் ஒரு வினயின் பின்னால் இன்னொரு வினய் இருப்பதில் ஆச்சரியமில்லை.

“ஓ! கணபதி அடுத்த ஆண்டு சீக்கிரமே வா”, எனப் பாடிக் கொண்டு, அளவுக்கு மீறிய ஆர்வத்துடன் கடலில் விநாயகர் சிலைகளைக் கரைக்கச் சென்று கொண்டிருந்தனர். இதே பிரார்த்தனை பாடலைத்தான் சென்ற ஆண்டும், அதற்கு முந்தைய ஆண்டுகளிலும் பாடினர். இதற்குக் கணபதி பாபா எவ்வாறு செவி சாய்த்தார் என யாருக்குத்தான் தெரியும்.

பக்தர்கள் வேண்டிய வரமும், செல்வமும் கொடுத்து அவர்கள் பணப்பெட்டியைக் கடவுள் நிரப்பினாரா? அவருடைய நீண்ட பெரிய தும்பிக்கையையும் அகன்று பரந்த வயிறையும் பார்க்கும் போது ஒவ்வொரு பக்தனின் பங்கையும் அவரே விழுங்கிக் கொண்டாரோ என எண்ணத் தோன்றுகிறது. பொதுச் சந்தையில் சீனி கிடைக்காத காலகட்டம் அது. ஒவ்வொரு செல்வந்தரும், இல்லாதவர்களுக்குக் கொஞ்சமாவது சீனி கொடுக்க வேண்டும் என்று ஜனாதிபதி கேட்டுக் கொண்ட நேரம் அது.

இராணி விடுதி உரிமையாளர் எந்தவித விருப்பமும் இல்லாமல் ஒரு வீட்டுக்காரருக்கு கால் சீயர் சீனி தானமாகக் கொடுத்தார். அதே காலகட்டத்தில் மண்ணெண்ணெய் தட்டுப் பாடும் நிலவியது. மண்ணெண்ணெய் வாங்கக் குறைந்தது ஒரு மைல் தூரமாவது வரிசையில் நின்றுதான் வாங்க வேண்டும். அடுப்பெரிக்க உதவும் மரத்துண்டுகளுக்கும் தட்டுப்பாடு ஏற்பட்டதால் அநேக வீடுகளில் சமைப்பது இல்லை.

தங்க ஆபரணங்களுக்கும், விலை உயர்ந்த புடவைகளுக்கும் பெண்கள் ஒரு காலகட்டத்தில் தங்கள் உடம்பைப் பாலியல் ரீதியாக விற்பனை செய்தனர். ஆனால் இக்கால கட்டத்தில் ஒரு டின் மண்ணெண்ணெய்க்காக உடம்பை விற்றனர் பெண்கள்.

கணபதி பாபாவிடம் வேண்டுதல் கேட்டுக் கேட்டுக் களைத்துப் போன பின் ஊர்வலத்தினர் வாழ்வின் விசித்திர நிலைமை பற்றிய அரை குறைப் பாடல்களையும் பாடிக் கொண்டு சென்றனர். பால் பவுடர் வந்த பின் பாலில் பாலாடை எடுக்க முடியாத நிலை ஏற்பட்டதைப் போல், வாழ்க்கையின் சிறப்பம்சங்கள் மறைந்து வரலாயின. அது போன்ற அம்சங்களை வாழ்க்கையிலிருந்து எடுத்துப் பாடலாகத் திருப்பித் திருப்பிப் பாடித் தங்களை மகிழ்வித்துக் கொண்டனர். அசிங்கமான வார்த்தைகளைப் பயன்படுத்துவதைப் பெருமையாக எடுத்துக் கொண்டனர். நடந்து செல்லும் போது, நனைந்த சேலைகளின் வழியே தெரியும் பெண்களின் பின்பகுதியை கிள்ளிக் கொண்டே சென்றனர்.

கூட்டத்தில் ஒருவராக ஆயிஷாவும் சென்றாள். ஆணின் தொடுதலை அறிய முடியாத அளவு உணர்ச்சியற்ற கட்டைபோல் இருந்த அவள் உடம்பு கூட உயிர் பெற்று எழுந்தது. அவளுக்கு ஒரு விஷயம் மட்டும் தெரியாமல் இருந்தது. அடுத்த ஆண்டு என்ன அடுத்த வினாடியே வினய்யின் ராம்பூர் கத்தி அவள் உடலைக் கிழித்துக் கொண்டு செல்லும் என்று அவள் அறிந்து கொள்ளும் வாய்ப்பு இல்லாமல் போனது. இந்தக் கத்திதான் தன்னை இந்த உலகை விட்டு இனந்தெரியாத உலகத்திற்குக் கொண்டு செல்லும் என்பதும் அவள் அறிய வாய்ப்பில்லாமல் போனது.

அவள் உடம்பு தண்ணீரில் கரைக்கப் படாமல் கொளுந்து விட்டு எரியும் தீயில் அடங்கிப் போகும் என்பதும் அவளுக்குத் தெரியாமல் போனது. கடலின் பிரதான தேவதை சொல்லியது என்னவென்றால், நீரை விடத் தீ தான் வலிமை மிக்கது என்பது. ஆனால் இதை யாரிடம் சொல்ல முடியும்?

என்னைப் போல் யார் உண்டு? நான் நான்தான் என்று பெண்கள் பெருமைப்பட்டுக் கொள்ளக்கூடிய 22 அல்லது 24 வயது தான் ஆயிஷாவிற்கு இருக்கும். மேற்குத் தொடர்ச்சி மலைப்பகுதியில் பிறந்த அவளுக்கு அங்கு உள்ள தென்னை மரச்சாறுகள் கட்டுமஸ்தான உடம்பைக் கொடுத்தன. அவள் அங்கங்களின் அமைப்பும் வளைவுகளும் அவள் அழகுக்கு மெருகூட்டும்.

மேற்குக் கடற்கரைப் பகுதிகளில் வியாபாரம் செய்ய வந்த போர்ச்சுக்கீசியர் மற்றும் அரபு நாட்டினர் ரத்தம் அவள் நரம்புகளில் ஓடுகிறது என்று சொல்லுமளவிற்கு அவள் உடம்பு சிவப்பும் வெள்ளையும் கலந்த கலவை பெற்றிருந்தது. மேலும் அவள் உடம்பின் தோல்வாகு மிகவும் மென்மையாக இருக்கும். அவள் கண்கள் கூட அரபிக் கடலை போல் மரகதப் பச்சை நிறம் கொண்டவை தான்.

பிரேதப் பரிசோதனைக்குப் பின் கணவன் நாராயனிடம் அவள் உடல் ஒப்படைக்கப்பட்டது. வீட்டுக்கு வந்த அவன், வீட்டுக்கு வந்த பார்வையாளர்களை விரட்டி விட்டு, கதவைத் தாழிட்டு விட்டு மனைவி பிரேதத்துடன் ஒரு மணி நேரம் கழித்தான். பின்னர் கதவைத் திறந்துவிட்டான். வந்த பார்வையாளர்கள் ஆயிஷாவை மணக்கோலத்தில் கண்டனர். மூக்கில் மூக்குத்தி. கால் விரலில் மெட்டியும் இருந்தன.

நாராயன் அவள் மீது அளவுக்கதிகமான அன்பு செலுத்தியவன். திருமணமான சில நாட்களில் ஆயிஷா பெற்றோர் வீட்டிற்குச் சென்று இருந்தாள். ஒருநாள் ஒருவர் வந்து ஆயிஷா திரும்பி வர எவ்வளவு நாளாகும்? எனக் கேட்டார். உடனே நாராயன் சற்றும் யோசிக்காமல் 20 பகல், 21 இரவுகள் எனப் பதிலளித்தான். அப்படிச் சொன்ன பொழுது அவன் முகத்தில் புன்னகை இல்லை. இது அவள் மீது அவன் கொண்ட அக்கறையைக் காட்டியது.

அவள் உடலைச் சவப்பெட்டியில் வைத்து எடுத்துச் செல்லும் பொழுது அவன் கண்ணீர் விடவில்லை. அப்பகுதி மக்கள் அழுது சிந்திய கண்ணீரே போதுமென ஆறுதலாக நினைத்துக் கொண்டான் போலும். சிவப்பு நிற, மணநாள் உடையில் சவப்பெட்டியில் கிடத்தப்பட்டவள் என்றுமில்லாத அளவுக்கு அழகாகத் தோன்றினாள். ஆழ்ந்த தூக்கத்தில் இருந்தது போலத் தான் தோன்றியது. அவளைப் பார்த்தால் திருமண இன்பம் பூர்த்தியான நிலையில் ஒரு பெண் தூங்குவதைப் போல இருந்தது.

சவப்பெட்டியை எடுத்துச் சென்ற பின், அவளுடைய குழந்தைகள் இருவரும், "அம்மா எங்கே போய் இருக்கிறார்கள்" எனக் கேட்டனர். மொழியியல் வல்லுனர் போல் ஒருவர்

பதிலளித்தார்: "வந்தாள். போய்விட்டாள்". அப்படிச் சொன்னவர், ஏதோ பெரியதொரு கருத்தைச் சொல்லியவர் போலத் தனக்குத் தானே பெருமைப்பட்டுக் கொண்டார்.

விசாரணையை முடிக்க இரண்டு நாட்களே மீதம் இருந்த நிலையில் ஆய்வாளர் குப்தா தன் கடைசி ஆயுதத்தைப் பயன்படுத்த எண்ணினார். வினய் சற்று தலையை ஆட்டி, உதட்டைக் கடித்தான். பின் எதையோ நினைத்துக் கொண்டவன் போல, உதட்டை மூடிக் கொண்டு சாதாரண நிலைக்கு வந்தான். எவ்வளவு கோபத்தில் இருக்கிறேன் என்பதை வெளிக்காட்ட விரும்பாமல் மெல்ல கோபத்தை மறைத்துக் கொண்டான்.

கோபத்தில் இருக்கும்போது ஒருவனின் கண்கள் ரத்த சிவப்பாக மாறி விடுவது உண்டு. இரத்தக் கொதிப்பும் ஏற்படும். நரம்புகள் துடிக்கும். மூச்சும் பெரிய அளவில் குதிரை ஓடுவது போல வெளிப்படும். காவலர்கள் திடீரெனத் தாக்க முற்பட்டால் ஏற்படும் வலியை விரட்டியடிக்கத் தன் மனதை இறுக்கமாக்கிக் கொண்டான்.

வினய் கருப்பு நிறத்தினன். கரடுமுரடான வெளித் தோற்றம் கொண்டவன். கோலி ஜாதியைச் சேர்ந்தவன். அவனைப் பார்த்தால், எலும்பும் சதையினாலும் ஆனவன் போலத் தெரியாது. மாறாக, எஃகினால் வார்க்கப்பட்டவன் போலக் காணப்படுவான். நம்பிக்கையும், மன உறுதியும் கொண்டவன். எந்தச் சித்திரவதையும், அவனுக்கு உடல் ரீதியாகவோ, மன ரீதியாகவோ, எந்த ஒரு பாதிப்பையும் ஏற்படுத்தாது.

அவர்கள் அவனைச் சித்திரவதை செய்யும் போது, அவன் மனம் - அவன் கடந்த காலங்களில் ஈடுபட்ட செயல்பாடுகளையும், வரப்போகும் காலங்களில் ஈடுபட இருக்கும் செயல்பாடுகளையும் நினைத்துக் கொள்ளும். தலித் சிறுத்தைகள் அமைப்போடு நெருக்கம் காட்டியவன். அவ்வப்போது, சிவசேனாவின் பத்திரிகையான "மார்மிக்"-கில் புனைபெயரில் கட்டுரைகள் எழுதியவன். அக்கால கட்டத்தில் "தான் ஒரு பகத்சிங்" என்றும், நாட்டிற்காகத் தூக்குமேடை ஏறத் தயார் என்றும் கருதிக் கொள்பவன். தன் செயல்பாடுகளை மறைமுகமாகவே வைத்துக் கொள்ளவும் விரும்பியவன்.

வெளியே பெய்து கொண்டிருந்த மழை விட்டபாடில்லை. இது அவன் மன உறுதியைத் தகர்ப்பதாக இருந்தது. ஜூலை, ஆகஸ்டு மாதங்கள் மழையின்றி வறண்ட மாதங்களாக இருந்தன. செப்டம்பர் மாத இறுதியில், மழைக்கான கடவுள் வருண பகவான் குவளை குவளையாய் பீர் குடித்தவன் சிறுநீர் தொடர்ச்சியாக கழிப்பது போல, பூமியை நனைத்துக் கொண்டிருந்தார். இலையுதிர்கால வேளாண்மை சீரழிந்து போயிற்று.

இதற்குக் காரணம், கடவுளுக்குப் பாரசீக மொழி தெரியாதது தான். அதனால் தான் அவருக்கு வசந்தகால விவசாயத்திற்கும், இலையுதிர்கால விவசாயத்திற்கும் வித்தியாசம் தெரியவில்லை. ஹீப்ரு, சமஸ்கிருதம், அரபு மொழிகளில் அரைகுறை ஞானம் மட்டும் அவரிடம் இருந்ததால் அவருக்கு தெரிந்த ஒரே மொழியில், ஆரம்பமும், முடிவும் "ஆ.." என்று ஒரே மாதிரி கொண்ட மொழியில் மட்டுமே அவரால் பேச முடிந்தது.

வானிலை ஆராய்ச்சி மையத்தினர், கடவுளால் நியமிக்கப் பட்டவர்கள் போல நினைத்துக் கொள்பவர்கள். பொது மக்கள் நன்மைக்காக என்று வானிலை அறிக்கை ஒன்றை வெளியிட்டனர். அது நாங்கள் குற்றவாளி அல்ல என்று அவர்கள் நினைப்பது போலத் தெரிந்தது. அவர்கள் வெளியிட்ட அறிக்கையில், "வங்காள விரிகுடாவில் புயல் ஒன்று உருவாகியுள்ளது. இது சூறாவளியாக மாறக்கூடும். ஒடிசா கடற்கரைப் பகுதியில் சில கிராமங்களில் பெரும் பாதிப்பை ஏற்படுத்தும். பின் தாங்கெனால் பகுதியினை நோக்கிச் செல்லும். அங்கு ஒரு பெரிய உரத்தொழிற்சாலை இருக்கிறது. திசை மாறினால், மரத்வாடா நோக்கிச் சென்று பம்பாய்ப் பகுதிக்கு வரும்".

இதனால் ஏற்பட்ட பெரு வெள்ளத்தால் சில பகுதிகள் வெகுவாகப் பாதிக்கப்பட்ட செய்தி வந்தது. அதே வேளையில், வறட்சியால் சில பகுதிகள் பாதிக்கப்பட்ட செய்தியும் வந்தது. இதனால் பாதிக்கப்பட்டோர், ஒன்று வறட்சியால் ஏற்படும் பசி பட்டினியால் சாக வேண்டும் அல்லது பெருவெள்ளத்தில் மூழ்கி உயிர் இழக்க வேண்டிய சூழல் ஏற்பட்டுள்ளது. எங்குப் பார்த்தாலும் குழப்பமும், அழிவும் நிலவின.

வினய் பிடிவாதமாக மறுத்தான். சத்தம் இல்லாமல் இருந்தான். அவனுக்கும் காவல்துறை ஆய்வாளரும் இடையே இருந்த அமைதி நீண்டு கொண்டே இருந்ததோடு ஒரு பெரிய திரை போல அவர்களைப் பிரித்தது. இது அவன் பொறுமைக்குச் சவாலாக இருந்தது. முற்றிலும் வெறுப்படைந்த ஆய்வாளர் குப்தா இடுப்பு வாரைக் கழற்றி விட்டு, அரைக் கால் டவுசரையும் கழற்றிவிட்டு வினய் முன் உட்கார்ந்தார். உட்கார்ந்தவர் ஆரம்ப கட்ட விசாரணையை நினைவிற்குக் கொண்டு வந்தார்.

"ஆயிஷாவை ஏன் கொலை செய்தாய்?" சர்வ சாதாரணமாய் செய்தேன்" என்பது போல தலையை ஆட்டினான்.

"உயர்ந்த சாதியில் பிறந்தவள் என்பதாலா?"

"இல்லை".

"செல்வச் செருக்குடன் இருந்ததால் நிறையப் பணம் வைத்திருப்பதாலா?".

"இல்லை".

"மிகவும் இளமையும் அழகும் இருப்பதாலா?". "இல்லை. இல்லை.. இல்லவே இல்லை" என்று பலமாகத் தலையை ஆட்டினான். பின் சொன்னான்: "என் ஷக்கூரா இவளை விட அழகாகவும் இளமையாகவும் இருப்பாள்".

"ஓ! அந்த ஷக்கூரா? அந்தக் கருப்பு நிற அசிங்கமானவளா?". எட்டணாவுக்குத் தன் உடலை விற்பவள் தானே அவள்.

சற்று அதிர்வுடன் குதித்து ஆய்வாளரை நோக்கி, "இழி பிறப்பினனே" என்று திட்டிவிட்டு, "உன் சகோதரியை விட, என் ஷகூர் குறைவாகத்தான் பணம் வாங்குபவள்" என்றும் கூறினான். குப்தா ஓங்கி ஒரு அறைவிட்டார். வினய்யின் முகத்தில் அவர் விரல் அடையாளம் பதிந்துவிட்டது. அவன் நகர முடியாதவாறு காவலர்கள் அவனை இறுகப் பிடித்து இருந்தனர். இது வினய்யின் மன அமைதியைக் குலைத்தது என்று சொல்லமுடியாது.

ஆய்வாளர் குப்தா அவரின் மூத்த அதிகாரி அஜ்கோங்கரைப் பார்த்தார். வினய் பேச்சை நிறுத்தியது போல் தெரியவில்லை. அவன் சொன்னான்: "தொண்ணூற்று ஒன்பது சதவீத பெண்கள்,

இரண்டு காசுகளுக்குத் தங்கள் உடம்பை விற்கிறார்கள் என்றால் அதில் பாதியைக் கொடுத்து உங்களை விலைக்கு வாங்கிவிடலாமே'' என அதிகாரிகளைப் பார்த்துக் கேட்டான். பின் உளறியவாறு சொன்னான்: ''அப்பெண்களெல்லாம் தலித் இனத்தைச் சார்ந்தவர்கள். அதனால் கருப்பாகவும் திடகாத்திரமாகவும் இருக்கிறார்கள். ஆனால் உங்களைப் பொறுத்தவரை''....

அவன் பேசி முடிக்கும் முன், தான் இருந்த நாற்காலியின் கைப்பிடியை வெடுக்கென்று பிடுங்கி, வினய்யைக் கடுமையாகத் திட்டிக் கொண்டு பலமாகத் தாக்கினார். தன்னைத் தண்டிப்போர்கள் முன் வினய் நிலைகுலைந்து குவியல் போல் விழுந்து விட்டான். விசாரணையின் முதல் சுற்று இவ்வாறாக முடிந்தது.

வினய் காயங்களுக்குச் சிகிச்சை அளித்தனர். அதன் பின் இரவில் மீண்டும் புத்துணர்ச்சி அடைந்தான். கிழிந்த உடையுடன் ஈரமான தரையின் மீது தான் இரவு முழுவதும் படுத்து இருந்தான். கிழிந்த உடையினால் உடல் முழுவதும் மூடிக் கொள்ள முடியவில்லை. பெரும்பாலும் வெற்றுடம்பாகவே இருந்ததால், கால்களை மடக்கி அவன் படுத்துக்கிடந்ததைப் பார்க்கும் போது, மேற்குத் தொடர்ச்சி மலையில் காணப்படும் சுருண்டு கிடக்கும் நல்ல பாம்பைப் போலத் தெரிந்தது. முதல் நாள் இரவில் வீசி எறிந்த இரண்டு சப்பாத்திகள் காய்ந்து விரைத்துப் போன நிலையில் கிடந்தன.

காவல்துறை ஆய்வாளர்கள் சிலர் வந்தனர். அவர்கள் நரம்புகள் இறுகிய நிலையிலும் முகம் பதற்றத்துடனும் இருந்தன. ஒருவேளை அடுத்த கட்ட நடவடிக்கை பற்றித் தீவிரமாக யோசித்தனர் போலும். அஜ்கோங்கர், ''வினய்'' என்று கத்தினார். திடீரென எழுந்தவன் கீழே விழுந்து மீண்டும் எழுந்தான். அவரைக் கடித்து குதறுவது போல், ''விநாயக் ராவ் என்று கூப்பிடுங்கள்'' எனப் பயமுறுத்தும் வகையில் சொன்னான்.

''சரி, சரி'' என்று சொன்னவர் கைத்தடியைச் சுழற்றியவாறு ''திருவாளர் விநாயக் ராவ் அவர்களே'' என்றழைத்தார். ''இப்பொழுது சொன்னதுதான் சரி'' என்றவன் முகத்தில் வெறுப்புணர்வை வெளிப்படுத்தினான். கையை அலட்சியமாகத் தூக்கிக் கழுத்தைச் சுற்றிப் படர்ந்திருந்த வியர்வை மற்றும் அழுக்கைத் துடைத்துக்

கொண்டான். பின் அஜ்கோங்கர் கண்களை ஒருவித கெட்ட நோக்கில் பார்த்தான்.

அஜ்கோங்கர் கேட்டார், "நீரஜ் உணவக உரிமையாளரை உனக்குத் தெரியுமா?". "எனக்குத் தெரியாது. ஒரே ஒரு தடவை அங்குச் சாப்பிட்டு இருக்கிறேன்" எனப் பதில் அளித்தான் வினய். "அதன் உரிமையாளர் ஜோசப் பெரைராவைத் தெரியாதா? நகர்மன்ற உறுப்பினர் குல்கர்னி மற்றும் சிலருடன் சேர்ந்து வடாலா பகுதியில் ஃபெனி என்னும் மது வகைகளை விற்பனை செய்பவர் ஆயிற்றே. கோவாவிலிருந்து நீரா வகையையும் வெளிநாடுகளில் இருந்து ஸ்காட்ச்சையும் வரவழைத்து விற்பவர் தான் அவர்", எனச் சற்று விரிவாகவே அஜ்கோங்கர் அவனிடம் கேட்டார்.

அதற்கு வினய் சொன்னான்: "அதைப் பற்றி எல்லாம் எனக்கு ஒன்றும் தெரியாது. ஈனப்பிறவியான உங்களுக்கு எல்லாம் வாராந்திரக் கப்பம் கட்டாவிட்டால் அவர்கள் தொழில் செய்ய முடியாது என்று மட்டும் தான் எனக்குத் தெரியும்". இதைக் கேட்ட அஜ்கோங்கர் கோபத்தால் நிம்மதியை இழக்கலானார்.

இது ஒரு கசப்பான உண்மைதான். காவல்துறை ஆணையர் கூட இவ்வளவு வெளிப்படையாக பேசியது கிடையாது. நெற்றியில் வழிந்தோடிய வியர்வையை இடது கையால் துடைத்துக் கொண்டார். இந்த வழக்கு குப்தாவிற்குப் பிடித்துப் போன ஒன்றானதால் அவரைப் பார்த்து சைகை செய்தார். நீதிமன்றத்தில் அரசு வக்கீல் வாதாடி முடிந்தவுடன் எதிர்த்தரப்பு வக்கீலைப் பார்த்து "இது உங்கள் வழக்கு" என்று சைகையால் சொல்வதைப் போல இது இருந்தது.

பின் வினய்யைப் பார்த்துக் கேட்டார்: "ஐயா, ராவ் அவர்களே! அந்த ஜோசப்பிற்கு ஆயிஷாவின் மீது ஒரு கண் என்பது உனக்குத் தெரிந்ததுதானே?". "அவர் கண்களை வைத்தாரா அல்லது கால் வைத்தாரா?" என்றெல்லாம் எனக்குத் தெரியாது யார் யாருக்கு எவ்வளவு கொடுத்தார்கள் என்ற கணக்கெல்லாம் எனக்குத் தெரியாது. எவ்வளவு பணத்தை எப்போது தள்ளினார்கள் என்றும் தெரியாது", என்று பதிலளித்தான்.

"உனக்குத் தெரியும்; மறைக்காதே. பெரைராவும் அந்த பகுதியின் தாதாவாகிய அக்ரமும் தாதர் - பரேல் பிரிவில் உள்ள

மகாவீர் ஆலயம் அருகே ஆயிஷாவை வழிமறித்து அவள் மார்பைப் பிடித்தனர்" எனக் குப்தா கூற, "ம்ம்., அப்படியா?" என்று மட்டும் சொன்னான் வினய். "ஆயிஷா கூச்சலிடவே பெரைரா மட்டும் தப்பி ஓடிவிட்டான். ஆனால் கூடியிருந்த மக்கள் அக்ரமை பிடித்து அடித்து உதைத்தனர்" என்று குப்தா விவரித்தார்.

"ஆம்", என்பதுபோல வினய் தலையசைத்துவிட்டு சிரித்துக் கொண்டே சொன்னான்: "அவனுக்கு ஏகப்பட்ட அடி தான். அதற்கு ஒரே ஒரு காரணம் உண்டு. அவள் மார்பைப் பிடிக்கும் அளவிற்கு அவர்களிடம் தைரியமில்லாததே அந்தக் காரணம்" என்றான். குப்தா தொடர்ந்து சொன்னார்: "இது பெரைராவிற்குப் பெருத்த அவமானம் ஆகிவிட்டது. அதுதான் ஆயிஷா வாழ்வை அழித்து விட்டது." "அதனாலென்ன?" என வினய் வினவினான்.

"பழிவாங்கக் கூலிப் படையை உருவாக்கினான்" என்றார் ஆய்வாளர். "ம்ம்.." என்று மட்டும் சொன்னான் வினய். "அந்தக் கூலிப்படை நீதானே இல்லையா? சொல்" என்றார் குப்தா. வினய் பதில் சொல்ல ஆரம்பிக்கும் முன் அஜ்கோங்கர் கூரையே இடிந்து விடும் அளவிற்கு "உண்மையைச் சொல்" எனக் கத்தினார். அவரைத் தொடர்ந்து, குப்தாவும் "உண்மையைச் சொல்" எனக் கத்தினார்.

வினய் அமைதியைக் கடைப்பிடித்தான். ஒருவன் குற்றவாளியே ஆனாலும் அமைதி காக்க வேண்டும் என்பதில்லை. ஒருவேளை அவன் களைப்பினால் கூட அமைதி காக்கலாம். சில சமயங்களில் "மௌனமே" காதில் ஒலிக்கும் போது ஒருவன் தடுமாறுவதும் இயல்பானதுதான். கோபத்தால் அல்லது உதவிக்கரம் இல்லாத நிலையிலோ பதிலடி கொடுக்கத் தவறுவதும் இயல்பான ஒன்று தான்.

வினய் வழக்கைப் பொறுத்தவரை இன்னும் நிறைய உண்மைகள் வெளி வரவேண்டும். அவனைத் தாக்கும் விதமாக வீசி எறியப்பட்ட மற்றொரு நாற்காலியின் கைப்பிடி நொறுங்கிப் போய் விழுந்தது. வினய் தள்ளி உட்கார்ந்து கொண்டான். தோல்வியிலும் தன்னை ஒடுக்க நினைத்தவர்களை முறியடிக்க

முடிந்தது. மூக்கில் இருந்தும், காதில் இருந்தும் ரத்தம் வர ஆரம்பித்தது. குப்தாவும் அஜ்கோங்கரும் திகைத்துப் போயினர். இரத்தக் கசிவு ஏற்பட்டு விட்டதே எனப் பயந்தனர்.

தோலே என்னும் காவலரை அழைத்து, "தெரு முனைக்குச் சென்று ஐஸ் கட்டி வாங்கி வா" எனக் கட்டளையிட்டார் குப்தா. சூழ்நிலையின் ஆழத்தை உணர்ந்தவர் போல், "ஆகட்டும்" என்று மட்டும் சொல்லிவிட்டு வழக்கமாகச் செலுத்தும் வணக்க முறையைக் கூட சொல்லாமல் வெளியே கிளம்பினான் தோலே. அவனுக்குக் கேட்கும் குரலில் "ஒரு பெரிய ஐஸ் கட்டியாகப் பார்த்து வாங்கி வா" என்று குப்தா சொன்னார்.

மூன்று நாட்களுக்குப் பின்னர் மூன்றாம் கட்ட விசாரணை தொடங்கியது. அதிர்ஷ்டவசமாக வினய் சாகாதிருந்தான். இதற்கிடையே, ஏதாவது கவலைக்கிடமான வகையில் ஒன்று நடந்து விட்டால் சமாளித்துக் கொள்ளும் வகையில், சில காவலர்களின் உதவியோடு குப்தாவும் அஜ்கோங்கரும் சாட்சி விசாரணைப் பதிவேடு ஒன்றைத் தற்காலிகமாகத் தயார் செய்து வைத்திருந்தனர். அதாவது கீழே தவறி விழுந்ததால் இறந்து விட்டான், என அந்த அறிக்கை தயார் செய்யப்பட்டிருந்தது.

மூன்றாம் நாளன்று ஐ.ஐ குலாட்டி என்னும் மருத்துவர் உதவியுடன் வினய்யை வற்புறுத்திச் சாப்பிட வைத்தனர். பின் சில ஊசிகள் போட்டனர். அடுத்த கட்ட அடிக்கு மீண்டும் அவனைத் தயார்ப்படுத்திக் கொள்ளட்டும் என்ற நினைப்போடு தான் இவ்வாறெல்லாம் செய்தனர்.

வினய்யை அதிகம் துன்புறுத்துவது நல்லதல்ல என உணர்ந்த குப்தாவும் அஜ்கோங்கரும் அவர்களுடைய உத்திகளை மாற்றிக் கொள்ள விரும்பினர். அவன் அருகில் மெல்லச்சென்று, மெதுவான குரலில் "வினய்" என்று அழைத்தார். புதிய உத்திகளைக் காவல்துறையினர் கையாளுகிறார்கள் என உணர்ந்த வினய், அதைச் சந்திக்கத் தன்னைத் தயார்படுத்திக் கொண்டான். அவர் தொடர்ந்து, நீ என் சகோதரன் மாதிரிதான் என் தம்பி போல்" என்று கூற, அவனும் அதை ஆமோதிப்பது போல "ம்ம்." என்று கூறினான்.

வினய்யின் தோளை நட்பு முறையில் தட்டிக் கொடுக்கும் வகையில் அவன் தோளருகே தன் கையை நீட்டினார். ஆனால் அவனோ, அவர் கையை வேகமாக உதறித் தள்ளினான். தள்ளிய வேகத்தில் அஜ்கோங்கர் அருகில் போய் விழுந்தான். குப்தாவும் மற்றவர்களும் அவனை ஆச்சரியத்துடன் பார்த்தனர். இந்த உடல் வலிமை பல நாட்கள் சாப்பிடாமல் தவிர்த்த அவனுக்கு எப்படி வந்தது என ஆச்சரியப்பட்டனர்.

அஜ்கோங்கரைப் பார்த்து, "உங்கள் அடிகளைக் கூட என்னால் தாங்கிக்கொள்ள முடியும். ஆனால் நீங்கள் அன்பு பாராட்டுவது மட்டும் என்னால் ஏற்றுக் கொள்ள முடியாது" என்று கூறினான். கண்ணீர் அவன் கண்களைக் குளமாக்கியது. அதை அடக்கிக் கொள்ள முயன்றான்.

காதுக்கும் உணர்விற்கும் நெருங்கிய தொடர்பு இருப்பதால் தன்னுள் எழுந்த உணர்ச்சிகளை மறைக்க அவன் விரும்பவில்லை. "நான்தான் உண்மையைச்சொல்லிவிட்டேனே" என்று அவர்களிடம் கூறினான். உடனே மெதுவான குரலில், "உறுதியாகத்தான் சொல்கிறாயா? இந்த குற்றத்தில் மறைமுகமான நிலையில் வேறு யாரும் இல்லையா?" எனக் கேட்டார்.

அவனும் "வேறு யாரும் கிடையாது" எனப் பதிலளித்தான். பின் வினய் ஒரு சிறு பிரசங்கமே செய்தான்.. அதாவது அவன் செய்ததெல்லாம் தவறல்ல என்ற வகையில். "சாதி வெறியில் அவளைக் கொலை செய்திருந்தால் பழி வாங்கிய செயல் என்றழைக்கப்பட்டிருக்கும். பணத்திற்காகக் கொலை செய்திருந்தால் அதை கொள்ளை என்று சொல்வர். பெண்ணாசையால் கொண்டிருந்தால் அது கற்பழிப்பு எனப்படும்", எனச் சொல்லி முடித்தான்.

இதைக் கேட்டதும் அனைவரும் ஒருமித்த குரலில், "ஆம். ஆம். நாங்கள் நீ சொல்வதை ஏற்றுக் கொள்கிறோம்" என்று அவன் அருகே தங்கள் நாற்காலிகளைத் தள்ளிக் கொண்டே சொன்னார்கள். ஒரு பொருண்மையை இருவர் பகிர்ந்து கொள்வது வினய்க்கு மட்டும் உரித்தானது அல்ல என்று நினைத்தனர். வினய் பெருமையுடன் சொல்ல ஆரம்பித்தான் "நான்தான் ஆயிஷாவை கொலை செய்தேன். ஏனென்றால், அந்த ஓட்டு

மொத்த விநாயகர் ஊர்வலத்தில் அவள் ஒருவள் தான் எந்தக் குறைபாடும் இல்லாமல் நிறைவான அழகுடன் இருந்தாள். அவள் ஒருத்திக்குதான் நான் எந்தவிதக் கெடுதலும் செய்யாதவன். அவள் தான் மிக அழகாகவும் அப்பாவியாகவும் இருந்தாள்".

சிறிது நேரம் அமைதி காத்த பின் மீண்டும் தொடர்ந்தான் "அப்போதைய என் விருப்பம் என்னவென்றால் அப்பாவியாகவும் பெண் தெய்வம் போலத் தெய்வீகத் தன்மையும் உடையவளைக் கொலை செய்ய வேண்டும் என்பதே".

இதைக் கேட்டவுடன் குப்தா, அஜ்கோங்கர் முகங்கள் மாறிப் போயின. "ஆயிஷாவிற்கு இரண்டு குழந்தைகள் - நாத்து, சுல்பா - இருந்ததைத் தெரிந்து இருப்பாயே?" என வினவினார். அவர்கள் எதிர்பார்த்த உண்மைகளை ஏற்கனவே அவன் வாக்குமூலம் கொடுத்து விட்டாலும், இன்னும் சில செய்திகள் கிடைக்காதா என்ற முயற்சியிலும் ஈடுபட்டனர். அனைத்துச் சமூக கோட்பாடுகளையும் சாடுவது போல வினய் அலட்சியத்துடன் கூறினான்: "ஆனால் அவளுக்கு ஒரே ஒரு கணவன் மட்டும் தானே?"

அமைதி அந்த இடத்தை ஆக்கிரமிக்கத் தொடங்கியது. பின் அமைதியைக் குலைக்கும் வகையில், "அப்படியானால் நீ தலித் சிறுத்தைகள் பிரிவைச் சேர்ந்தவனா? இது சட்டத்தை மீறிய செயல் அல்லவா?" என்று அஜ்கோங்கர் சொன்னார். இத்தகைய கேள்விகளுக்கு எல்லாம் தான் பதில் சொல்லத் தேவையில்லை என நினைத்துக் கொண்டான்.

அவரைத் தொடர்ந்து குப்தா, "அப்படியானால், நீ ஒரு புரட்சிக்காரன் என்றும், கிளர்ச்சியாளன் என்றும், சேகுவாராவின் தொண்டன் என்றும் சொல்," எனக் கிண்டலாகக் கேட்டார். ஒரு வித மன எழுச்சியுடன், "நீங்கள் சொன்ன பிரிவினருக்கு எல்லாம் நான்தான் தந்தை. ஒரு அப்பாவியைக் கொலை செய்துள்ளேன்; அவர்களின் தந்தை என்று சொல்லும்போதே உங்களுக்கு மருமகன் ஆகிவிடுகிறேன்" என்று சற்றுக் கிண்டலாகப் பதில் சொன்னான்.

இதைக் கேட்டவுடன் கொதித்து எழுந்த குப்தாவை, அஜ்கோங்கர் அமைதியாக இருக்கும்படி சைகை செய்தார். பின்

அவனைப் பார்த்து, "இந்தக் குற்றத்திற்கு தூக்குத் தண்டனை கிடைக்கும் என்பது உனக்குத் தெரியுமா?" எனக் கேட்டார். "தெரியும்" என்பது போலத் தலையசைத்தான். அதனால் தான் அவளைக் கொலை செய்தேன். நீங்கள் என் சாவை விரும்புகிறீர்கள். நானும் கொல்லப்படவே விரும்புகிறேன். இதில் யார் வெற்றி அடைவர் என்றும், யார் தோற்பர் என்பதையும் பார்த்து விடுவோம்.

"உங்கள் எண்ணம் எல்லாம் எனக்கு நன்றாகவே தெரியும். என்னோடு வேறு சிலரையும் சாகடிக்கலாம் என்பதுதானே. ஒருவருக்கு மட்டும் தூக்குத் தண்டனை வாங்கிக் கொடுத்தால் போதாது என உங்கள் சட்டம் நமைச்சலுடன் இருக்கிறதா?" அதற்கு குப்தா, "சாவை நேருக்கு நேர் சந்திக்கும் போது தான் உனக்கு எல்லாம் தெரிய வரும்" என்று கூறினார்.

இதைக் கேட்ட வினய் முகம் கருத்துப் போனது. ஏற்கனவே கருத்த முகம் என்பதால் அது வெளியே தெரியவில்லை. ஆனால் கட்டுக் கடங்காத வகையிலான கோபம் ஏற்பட்டது. "இவன் என்ன கழுதையா?" என வியந்தவாறே சொன்ன குப்தா, ஆயிரம் வாட்ஸ் மின் விளக்கின் ஒளியை அவன் முகத்தில் பாயும்படி செய்தார்.

இவனைப் போன்ற அரசு விருந்தினர்களை எப்படி எல்லாம் நடத்த வேண்டும் என்றும் அதற்கான பலவித உத்திகளையும் நன்கு தெரிந்தவர் தான் இந்த காவல் ஆய்வாளர். உலகின் ஏதாவது ஒரு பகுதியில் ஒவ்வொரு ஆண்டும் பனி பெய்யத்தான் செய்யும். அது உருகி மறையும் முன், மீண்டும் பனி பொழியும். அதனால் அந்தக் கால கட்டம் மிக குளிராகவும் பனி உறைந்த நிலையாகவும் தோன்றும். அதேபோல் அதிர்ஷ்டம் உறைபனி நிலையை அடைந்திருந்தது. அது உருகி மறைய மறுத்தது என்றே சொல்லலாம்.

மேலும் அவன் மீனவக் குடும்பத்தில் பிறந்தவன் ஆயிற்றே. அவனுக்கு நான்கரை வயது நிரம்பிய போது அவன் அப்பா ரத்னா கோலி மீன்பிடிக்கப் படகுடன் கடலினுள் சென்றார். அரசு சார்பில் வெளியிட்ட சிவப்பு எச்சரிக்கையையும் மீறித்தான் மீன் பிடிக்கச் சென்றார். அன்று இரவு இயற்கையும் நிலவும் செய்த

கூட்டுச் சதியால் அவர் கடலில் உயிர் துறக்க நேரிட்டது. எந்த மீன்களைப் பிடித்துச் சாப்பிட்டு விட்டு உயிர் பிழைத்தாரோ அதே மீன்களுக்கு உணவானார்.

அதன்பின் அவன் அம்மா ஒரு பாம்பாட்டியுடன் ஓடி விட்டாள். சில ஆண்டுகள் கழித்து அவள் திரும்பிய பொழுது வினய்க்கு மூன்று சகோதரிகளையும் இரண்டு சகோதரர்களையும் கொண்டு வந்தாள். வினய் ஸ்காட்லாந்து தேசத்தினர் நடத்திய அனாதை இல்லத்தில் சேர்ந்து படித்தான்.

அது பெயருக்குத்தான் அனாதை இல்லமாக இருந்தது. ஏனெனில் அங்குப் படித்தவர்களில் பெரும்பாலோனோர் பணக்கார வீட்டுப் பிள்ளைகள் தான். அவன் மட்டும் அங்கு சேர்ந்து படிக்க முடிந்தது என்றால் அதற்கெல்லாம் காரணம் கருணை உள்ளம் கொண்ட கர்கானிஸ் என்றழைக்கப்பட்ட கிறிஸ்தவ பாதிரியார் தான்.

அந்தப் பகுதியில் கணபதி பாபா சிலையை நிறுவிய அந்த ஆண்டு பூக்களையும் பழங்களையும் மக்கள் படைக்க ஆரம்பித்ததால் உறைபனியின் அளவு குறையத் தொடங்கியது. அன்றுதான் என்டியாப் குன்று அடிவாரத்தில் வினய் ஷக்கூராவைக் கடைசியாகப் பார்த்ததை நினைத்துக் கொண்டான்.

கோல்டு பிளேக் சிகரெட் பெட்டி ஒன்றைக் கையில் வைத்துக் கொண்டு அவனுக்காகக் காத்து இருந்தாள் ஷக்கூரா. அவளைக் கவனித்து பார்த்தால், ஒரு வித பதற்றத்துடன் காணப்பட்டாள். அவள் முடிக் கற்றையைப் பார்த்தால் ஏதோ நம்பிக்கை ஒன்றை இழந்தவள் போலத் தெரிந்தது. இருண்ட கண்கள் அவளின் சந்தேக நிலையைக்கூட்டின. அவள் உடல்வாகு கட்டுக்கோப்பான உறுதியான நம்பிக்கையை வெளிப்படுத்தின. அவள் அங்கு நின்றிருந்த தோரணை கருங்காலி மரத்தில் செதுக்கப்பட்ட தேவதை ஒன்றின் சிலையை ஞாபகப்படுத்தியது.

வினய் வந்தான். வந்தவனிடம் அவள் பெற்றோர், அடுப்பெரிக்க மரத்துண்டுகள் வாங்க முடியாததால், சமைக்காமல் பசியோடு இருக்கிறார்கள் என்றாள். அவனோ மிகவும் சுருக்கமாக "ம்ம்" என்று மட்டும் சொன்னதால், "என்னதான் சொல்ல நினைக்கிறாய்?" என்று அவள் வினவ, அவன் பதிலாக மீண்டும்

"ம்ம்" என்று மட்டும் தாழ்ந்த குரலில் சொன்னான். இதையெல்லாம் பார்க்கும் பொழுது அவன் எதைப் பற்றியோ சிந்தித்துக் கொண்டிருக்கிறான் என்று மட்டும் நினைக்கத் தோன்றியது.

அந்த நேரம் எஸ்ஸோ நிறுவனத்தின் மண்ணெண்ணெய் நிரம்பிய வாகனம் ஒன்று கித்வாய் சாலையில் செல்வதைக் கண்டான். அது மாதுங்கா சியான் நோக்கிச் செல்வது போலத் தெரிந்தது. அதன் பின்புறம் மேற்குப் பகுதியிலிருந்து துளித் துளியாக மண்ணெண்ணெய் கீழே விழுவதையும் கண்டான். அவள் கையிலிருந்த கோல்ட் ப்ளேக் சிகரெட் பெட்டியைப் பிடுங்கிக் கொண்டு அந்த வாகனத்தைப் பின் தொடர்ந்து ஓடினான். முன்னால் சென்ற சரக்கு வாகனம் மெதுவாகச் சென்றதால் மண்ணெண்ணெய் ஏற்றிய வாகனமும் வேகத்தைக் குறைத்து மெதுவாக செல்லத் தொடங்கியது.

வினய் குதித்து, அந்த வாகனத்தில் ஏறி, பின் பக்கமாக அமர்ந்து கொண்டு ஒழுகும் குழாயின் கீழ்ப் பகுதியில் தான் கொண்டுவந்த காலி தகர டப்பாவை வைத்து ஒழுகிய மண்ணெண்ணையைப் பிடித்தான். அவன் நினைத்தால் அந்தக் குழாயை முழுவதுமாகத் திறந்து விட்டு மண்ணெண்ணையை நிறைய பிடித்து இருக்கலாம். ஆனால் அவ்வாறு செய்யாமல் ஒழுகிய மண்ணெண்ணையை மட்டும் பிடித்தால் போதும் என்ற மனநிலையில் இருந்தான். தூரத்தில் நின்ற ஷக்கூர் இதை ஒருவித திகைப்போடு கவனித்துக் கொண்டிருந்தாள்.

சாலைகள் சந்திக்கும் இடத்தில் இருந்து போக்குவரத்து சமிஞ்சையில் சிவப்பு ஒளியைக் கண்டு அந்த வாகன ஓட்டுனர் வண்டியை நிறுத்தினார். பச்சை ஒளி வந்தவுடன் வலது பக்கம் திரும்பி சியான் மாதுங்காவை நோக்கி வாகனத்தை ஓட்டினார். இருப்புப் பாதை சந்திக்கும் இடம் வந்த நேரம் வினய்யின் தகர டப்பா, மண்ணெண்ணையால் நிரம்பி இருந்தது.

நீண்ட வரிசையில் நின்று இருந்த மக்கள் வந்த வாகனத்தின் மேல் உட்கார்ந்து இருந்த வினய்யைப் பார்த்ததும், "திருடன், திருடன்" என்று கூச்சலிட்டனர். கைப்பிடியை நழுவ விட்ட வினய் மேலிருந்து கீழே விழுந்தான். வாகனம் திடீரென்று

நின்றது. கூட்டத்திலிருந்து பாய்ந்து வந்த சிலர் வினய்யை நைய்யப் புடைத்தனர்.

ஓட்டுனரும் நடத்துனரும் அவனை அருகில் இருந்த காவல் நிலையத்திற்கு இழுத்துச் சென்றனர். கீழே விழுந்ததில் அவனுக்கு ஒரே ஒரு பாதிப்பு ஏற்பட்டது. அதாவது அவன் பிடித்த மண்ணெண்ணெய் முழுவதும் கீழே கொட்டி விட்டது தான். கூட்டத்திலிருந்து யாரோ ஒருவர் ஷக்கூர் பெயரை குறிப்பிட்டார். ஆனால் வினய் அவள் பெயரைக் குறிப்பிடவில்லை.

அன்றைய தினம் அதிகமான வெப்பம் நிலவியது. அதனால் புழுக்கம் அதிகமாக இருந்தது. மேகம் அதிகளவு தென்பட்டாலும் மழை வருவதற்கான அறிகுறிகள் இல்லை. வழக்கமான ரோந்துப் பணிக்குச் சென்ற காவல்துறை அதிகாரி, என்டியாப் குன்றின் அடிவார பகுதியில் நுழைந்த பொழுது, ஷக்கூரிடமும் அவள் அப்பாவிடமும் வினய் காவல் நிலையச் சிறையில் இருப்பதைத் தெரிவித்தார். நெடுஞ்சாலை கொள்ளையில் ஈடுபட்டதாக அவர் மீது குற்றம் சாட்டப்பட்டுள்ளது என்று தெரிவித்தார்.

இதைக் கேள்விப்பட்டவுடன் ஷக்கூர் சோர்ந்து போனாள். வினய் கைது செய்யப்பட்டுள்ளார் என்ற செய்தி அவள் நிலைமையை மோசமாக்கியது. “அவரை அடித்து இருக்க மாட்டார்கள் என்று நினைக்கிறேன்” என்றாள்.

காவல் துறை அதிகாரி அவள் பேசியதைக் கண்டு கொள்ளவில்லை. அவருக்குத் தாகம் ஏற்பட்டதை உணர்ந்தார். இது ஷக்கூர் ஏற்படுத்தியதா அல்லது அன்றைய வெப்பத்தினாலா என்று அவருக்கே புலப்படவில்லை. அவள் வைத்திருந்த ஜாடியில் இருந்த தண்ணீரை ஊற்ற நினைத்தாள். ஆனால் அந்த அதிகாரி மறுத்து விட்டார். இது ஷக்கூருக்கு வியப்பைத் தரவில்லை. அவர் உயர்ந்த ஜாதியைச் சேர்ந்தவராக இருப்பார் போலும் என்று நினைத்துக் கொண்டாள்.

ஜாமீன் கிடைத்தாலொழிய வினய் வெளியே வருவது சிரமம் தான் என்று அவளிடம் சொன்னார். தன் மார்பில் கையை வைத்து, நான் அவருக்கு ஜாமீன் தருகிறேன் என்றாள். ஆச்சரியப்பட்ட அவள் தந்தை, “நீயா!, நீயா!” என்று வியப்போடு கேட்டார். கவணிலிருந்து வெளியேறிய கல் போல வீட்டை விட்டு

வெளியேறி வேகமாகக் காவல் நிலையம் நோக்கிச் சென்றாள். காவல்துறை அதிகாரியும் புறப்படத் தயாரானார். ஷக்கூரின் அப்பாவைப் பார்த்து, "அண்ணா கவலைப்படாதீர்கள்" என்று கூறிவிட்டு, "சொந்தப் பிணையிலும் ஒருவர் வெளிவர வாய்ப்பு உண்டு" என்று முடித்தார்.

அந்த வயதான மனிதர் ஷக்கூரை நோக்கியும், அவர் மனைவி வச்சலாவை நோக்கியும் பார்வையைச் சுழல விட்டார். அவரின் கண்களில் சந்தேகம் தென்பட்டது. அவரிடம் வச்சலாபாய் சொன்னாள்: "ரொம்பவும் கவலைப்படாதீர்கள். மகள் சீக்கிரம் வந்து விடுவாள். அவள் எல்லாம் தெரிந்தவள் தானே".

பணியிலிருந்த துணை அதிகாரியின் கவனத்தைக் கவரும் வகையில் காவல் நிலையச் சிறைக்குள் இருந்த வினய் கரடுமுரடான சத்தத்தை எழுப்பினான். பின் சொன்னான்: "நான் திருடவில்லை. நெடுஞ்சாலையில் கொள்ளை அடிக்கவில்லை. வாகனத்தில் இருந்து ஒழுகிய மண்ணெண்ணெய் தெருவில் விழுந்து வீணாகி விடக்கூடாது என்றுதான் நினைத்தேன்".

அவன் சொன்னதை எல்லாம் காதில் வாங்க முடியாத நிலையில் வியாபார மனப்பான்மை கொண்ட அந்த அதிகாரி, இன்னொரு பணக்கார வாடிக்கையாளருடன் பேசிக்கொண்டிருந்தார். வெளியே சென்றிருந்த காவல்துறை அதிகாரியின் வண்டி திரும்பி வந்தது. வண்டியிலிருந்து இறங்கிய அந்த அதிகாரி காவல் நிலையத்தின் பின்புறம் உள்ள குடியிருப்பில் உள்ள தன் இல்லம் நோக்கி நடந்தார். தூரத்தில் ஷக்கூர் வந்து கொண்டிருந்ததைக் கண்டார். கருங்கூந்தல் காற்றில் பறந்தபடி ஓடி வந்து கொண்டிருந்தாள். ஆனால் அடுத்த கணம் பார்வையிலிருந்து அவள் எங்கோ மறைந்து விட்டாள்.

அரை மணி நேரம் கடந்திருக்கும். கைதிகளை அடைத்து வைத்திருந்த அறைக் கதவு திடீரென திறந்தது. விநாயக் ராம் வெளியே வா! என ஒரு குரல் கட்டளை இட்டது கேட்டது. இவ்வளவு வேகமாக நடைபெற்ற செயலைச் சற்றும் எதிர்பாராததால் ஏற்பட்ட ஆச்சரியத்தோடு அங்கிருந்த காவலரைக் கவனித்தான். காவலரைப் பார்த்து, நான் ஏன் வெளியே வரவேண்டும்? என்ன காரணம்? எனக் கேட்டான். அலுவல் அறையில் ஷக்கூர் பாய்

இல்லை. சில நிமிடங்களுக்கு முன் காவல்நிலையம் நோக்கி அவள் ஓடி வருவதை அவன் பார்த்தான்.

"எனக்கு ஜாமீன் கொடுத்தது யார்?" எனக் காவலரிடம் கேட்டான். அப்பொழுது ஷக்கூர் காவல் நிலையத்தை விட்டு வெளியேறிக் கொண்டிருந்தாள். அவள் சென்ற விதம் அவள் சாதாரண நிலையில் நடப்பது போல் இல்லை. அவள் அடி எடுத்து வைத்துச் செல்வதைப் பார்க்கும்போது நல்ல வித்தியாசம் தெரிந்தது.

வினய் காவல் நிலையத்தை விட்டு வெளியேறும் தருவாயில் நிலையத் துணை அதிகாரி அவனைத் தடுத்து நிறுத்தினார். சில காகிதங்களை அவனிடம் காட்டி "முதலில் இதில் கையெழுத்திடு; அடுத்து, அக்டோபர் 3ஆம் தேதி நீதிமன்றத்தில் ஆஜராக வேண்டும் என்றார். புள்ளியிட்ட இடங்களில் அவசரமாகக் கையெழுத்துப் போட்டுவிட்டுத் தனக்குக் கொடுத்த நகலை கைகளில் திணித்துக் கொண்டு வேகமாக வெளியேறினான்.

போக்குவரத்தினால் சாலையைக் கடக்க முடியாமல் நின்றிருந்த ஷக்கூரைப் பார்த்துவிட்டான். உடனே ஷக்கூர் எனக் கூப்பிட்டான். அவள் பேச்சின்றி நின்றிருந்தாள். அவள் சிரிக்க வில்லை. பார்வை ஒரு பக்கம், எண்ணங்கள் வேறுபக்கம் என்ற நிலையில்தான் நின்றிருந்தாள். தன்னைப் பெயர் சொல்லிக் கூப்பிட்டவரை நோக்கி, "ஆ!" என்று ஆச்சரியத்தை வெளிப்படுத்தினாள்.

அவள் தோள் பட்டையைப் பிடித்துக் குலுக்கியவாறு "என்ன விஷயம்?" எனக் கேட்டான். அதற்கு, "ஒன்றும் இல்லை" எனப் பதிலளித்தாள். அவளுக்குப் பாதையில் சரியாக செல்ல உதவிடும் வகையில் அவளுடன் அடி எடுத்து வைத்தான். சாலையைக் கடந்த பின் திரும்பி காவல் நிலையத்தைக் கவனித்தான். திடமான சிமெண்ட் கலவையால் அதன் சுவர்கள் கட்டப்பட்டு இருப்பதைக் கண்டான். பின் குழப்பமான மக்கள் கூட்டத்தினுள் நடந்து செல்கையில் அவளைப் பார்த்து, "ஷக்கூர் ஏன் பேசமாட்டேன் என்கிறாய்? என்ன நடந்தது? என்று சொல்", எனக் கேட்டான். வேண்டிக்கொள்ளும் கண்களுடன் ஷக்கூர் வினய்யைப் பார்க்கலானாள்.

அவள் பதில் சொல்லாத நிலையில் "எனக்கு ஜாமீன் கொடுத்தாயா?" என வினவினான். மீண்டும் அவளைப் பார்த்து, "எப்படிச் சமாளித்தாய்? உன்னிடம் அவ்வளவு பணம் இருந்ததா?" எனக் கேட்டான்.

வெறுப்புடன் வினய்யை பார்த்தாள். நாவைவிட அவள் கண்கள் தான் அதிகம் பேசின. மனிதனின் வாழ்வு நாயின் வாழ்வை விட உயர்ந்தது அல்ல என்பதைத்தான் சொல்ல நினைத்திருப்பாளோ? இதை வார்த்தைகளால் வடித்து அவனிடம் சொல்லி இருந்தால் அவன் மறுத்துப் பேசியிருப்பான். அதாவது மனித வாழ்க்கை நாயினும் கீழானது மட்டுமல்ல ஓநாய் வாழ்வை விடவும் கேவலமானது எனக் கூறியிருப்பான். பெருமையுடன் நடந்து சாலையைக் கடந்து கித்வாய் சாலையில் நடக்கலானாள். அவள் கையைப் பிடித்த வினய், ஷக்கூர் என்று அழைத்தான்.

வினய்யின் மார்பில் தன் தலையைச் சாய்த்துக் கொண்டாள், தன் துன்பங்களில் இருந்து விடுபட வேண்டும் என்ற முனைப்போடு. ஆனால் அது நடைபெறும் முன்பே தன் முடிவை மாற்றிக் கொண்டு தன்னைச் சுற்றி இருந்த அவன் கைகளில் இருந்து விடுபட்டு கொண்டாள். வினய் மீதும் தன் மீதும் வெறுப்பு கொண்டாள். தன் நடையைத் தொடர்ந்தாள். வினய் மட்டும் நின்று கொண்டிருந்தான்.

அங்கு நின்று கொண்டிருந்த வினய் அவள் உருவம் மறையும் வரை அவளையே பார்த்துக் கொண்டிருந்தான். அவன் குழம்பிய மனநிலையில் இருந்தான். துயரத்தை மறைக்கத் துப்பட்டாவின் முனையை வாயில் வைத்துக்கொண்டு நடந்த வண்ணம் இருந்தாள். இடது பக்கம் செல்லும் இருப்புப் பாதை வந்து விட்டது. அதன் பின்பகுதியில் தான் அவள் குடிசை இருந்தது.

வினய் நடந்து முடிந்தவைகளைப் பற்றி யோசிக்கலானான். அவன், அவள் அப்பாவியாகவும் கன்னியாகவும் இருக்கவேண்டும் என்று ரொம்பவும் ஆசைப்பட்டான். இதே சுழலில் தான் அங்குள்ள காய்கறி வியாபாரி அவன் மனைவி சாந்தாவை வீட்டைவிட்டு வெளியே தள்ளினான்.

அவள் தற்போது சாலையில் உள்ள ஜங்கோ பாய் குடியிருப்பு வளாகத்தில் வசிக்கிறாள். அங்கிருந்து கொண்டு உடம்பை விற்றுக் கொண்டிருக்கிறாள். ஒவ்வொரு நாள் இரவிலும் ஐந்து அல்லது ஆறு ஆண்களை அவள் படுக்கையைப் பகிர்ந்து கொள்கின்றனர். அவர்களைத் திருப்தி படுத்தினால் தான் அவளைக் காக்கும் அம்மையாருக்கும் கூட்டிக்கொடுக்கும் மாமாக்களுக்கும் கப்பம் கட்ட முடியும். இதனால் அவளுக்குக் கிடைப்பது ஒரு வியாபாரியிடம் இருந்து வாங்கிய உலர்ந்த சப்பாத்தி மட்டுமே. அதையும்கூட உப்பு, மிளகாய் உடன் தான் சாப்பிட முடியும்.

ஆனால் அவளும் நான் ஒரு கன்னி தான் என்று சொல்லிக் கொள்வாள். ஏனெனில் அவள் தன்னிடம் வரும் வாடிக்கையாளர்களிடம் உண்மையான அன்பு பாராட்டுவது இல்லை. மேலும் முன்னாள் கணவரிடமும் அன்பு பாராட்டியதில்லை.

ஷக்கூர் எப்படியும் தன்னைக் கூப்பிடுவாள் என்றும், தன்னிடம் திரும்பி வருவாள் என்றும் வினய் எதிர்பார்த்தான். ஆனால் அவள் வரவில்லை. ஏனெனில் அவனுக்குத் தகுதியானவள் நான் அல்ல என்ற நினைப்பு அவளிடம் மேலோங்கி இருந்தது. அவனை விட்டு விலகிக் கொண்டிருந்தாள்.

எல்லாம் நன்மைக்கே என்ற நினைப்போடு தன்னை மறந்த நிலையில் ஓடுவதுபோல, அதிகமான மாதுங்கா போக்குவரத்தில் மறைந்துவிட்டான்.

17. விற்பனைக்கு ஒரு தந்தை

"தி டைம்ஸ்" செய்தித் தாளில் பெப்ருவரி 24ஆம் தேதி ஒரு வினோதமான விளம்பரம் வந்துள்ளதாக என்னிடம் சொன்னார்கள். அதுவரை அவ்விளம்பரத்தை நான் படித்தது கிடையாது. படித்தவுடன் எனக்கு இது ஒரு பெரிய ஆச்சரியத்தைக் கொடுத்தது. இம்மாதிரியான வித்தியாசமான விளம்பரம் ஒன்று எப்படி விளம்பர இலாக்காவிற்கான தணிக்கைத் துறையினரின் கழுகுக் கண்களைத் தாண்டி வெளி வந்துள்ளது என்பதே அந்த ஆச்சரியம்.

நானும் இதற்கு முன்னால் எந்த ஒரு செய்தித்தாளிலும் '"வாங்க - விற்க" பகுதியில் இப்படி ஒரு விளம்பரத்தைப் பார்த்ததும், படித்ததும் கிடையாது. அந்த விளம்பரத்தைப் பார்த்த பொழுது ஏதோ வேண்டுமென்றோ அல்லது எந்த ஒரு ஈடுபாடும் இல்லாத வகையிலோ தான் ஒருவித புதிருடன் கொடுக்கப்பட்டிருப்பது போலத் தெரிந்தது. ஏனெனில் அந்த விளம்பரத்தில் கொடுக்கப்பட்டிருந்த முகவரியைத் தவிர ஏனைய செய்திகள், படிப்போர் மனதில் ஒருவித ஆர்வத்தைக் கிளரச் செய்யும் நோக்கில் தான் அமைந்திருந்தன.

அந்த விளம்பரம் இவ்வாறுதான் இருந்தது: "விற்பனைக்காக ஒரு தந்தை - வயது 71; கோதுமை நிறமுள்ள தேகம்; ஒல்லியான உருவம் ஆஸ்துமாவால் பாதிக்கப்பட்டவர். அஞ்சல் பெட்டி எண் 486, மேற்பார்வை "தி டைம்ஸ்"-ஐ தொடர்பு கொள்ளவும்".

71 வயது தந்தை. இந்த வயதில் அவர் ஒரு தாத்தாவாகியிருக்க வேண்டும். யாராவது அவரை விலைக்கு வாங்கி வீட்டிற்குக் கொண்டு வந்தால் வீட்டிலிருக்கும் அவரது தாயார் எப்படி ஏற்றுக் கொள்வார். ஒருவேளை அந்தத் தாயார் விதவையாக இருந்தால் என்ன செய்வது? என்ற கேள்விகள் எழத்தான் செய்தன. இது

ஒருவித நகைச்சுவைச் சூழலை உண்டாக்குமல்லவா? அல்லது அப்பாவும் அம்மாவும் கணவன் - மனைவி உறவில் நீடிக்காமல் இருக்கும் இல்லத்தில் உள்ள குழந்தைகளின் மனப்போக்கு எப்படி இருக்கும்.

"நண்பா! அன்றொரு நாள் செய்தித்தாளில் ஒரு செய்தியைப் படித்தேன். ஒரு மனிதன் உலகைச் சுற்றி நடக்கும் முயற்சியில், அதுவும் பின்புறமாக நடந்து செல்லும் முயற்சியில் இறங்கியுள்ளார் என்ற செய்திதான் அது. இன்றைய காலகட்டத்தில் ஒவ்வொன்றும் நடக்கக் கூடியவை தான்".

"அந்த வயதான மனிதன் ஆஸ்துமாவைப் பரப்பி விடுவார்"

"இல்லை, இல்லை. ஆஸ்துமா ஒன்றும் தொற்று நோயல்ல"

"அப்படி இல்லை, தொற்று நோய் தான்"

"கிடையாது, அப்படி எல்லாம் கிடையாது"

"நான் சொல்வது தான் சரி"

இவ்வாறு பேசிக் கொண்டு விவாதத்தில் ஈடுபட்ட இருவர், தங்கள் கத்திகளை உருவி எடுத்து, ஒருவரையொருவர் குத்திக் கொண்டனர்.

இந்த விளம்பரத்தைப் படித்த பலர் அந்த வயதான மனிதனின் தனித்தன்மையைக் கண்டு சிரித்துக் கொண்டனர். ஒரு சிலர் அந்த விளம்பரத்தைப் படித்து முடித்தவுடன் அந்தச் செய்தித்தாளை ஒரு மூலையில் வைத்து விடுவர். பின் ஆர்வக் கோளாறால் மீண்டும் அதை எடுத்துப் படிப்பர். அதிலிருக்கும் முட்டாள்தனத்தை உணர்ந்தவுடன் அந்த நாளிதழை அருகில் அமர்ந்திருக்கும் யாருடைய முகத்திலாவது தூக்கி எறிவர்.

"இதுவும் நல்லது தான்; திருடர் பயம் இனிமேல் இருக்காது"

"எதை வைத்து இவ்வாறு சொல்கிறீர்கள்?"

"இரவு முழுவதும் விழித்துக் கொண்டும், இறுமிக் கொண்டும் இருந்தால், எந்தத் திருடன் வருவான்?"

"இது எங்குப் போய் முடியுமென்று பார்த்து விடுகிறேன். ஒருவேளை, தூக்க மாத்திரை தயாரிப்பவர்களின் சதித் திட்டமாகக் கூட இருக்குமோ?"

"எது எப்படியோ, இப்பொழுது ஒரு தந்தை வியாபாரம் செய்யப்பட இருக்கிறார்"

இவ்வாறு பேசிக்கொண்டே வேறு இருவர் சிரித்துச் சிரித்து கண்ணீரை வரவழைத்துக் கொண்டனர். விரைவில் இந்தச் செய்தி நகர் முழுவதும் பரவி விட்டது. எங்குப் பார்த்தாலும் இது பற்றிய விவாதம் தான். வீட்டில், தெருமுனையில், அலுவலகங்களிலும் இதே பேச்சு தான். ஒரு வகையில் இந்த விளம்பரமானது ஒருவிதத்தில் பலர் அறியும் நிலையை உண்டாக்கி விட்டது என்றும் சொல்லலாம்.

ஜனவரி, பெப்ருவரி மாதங்களில் மரங்கள் பொதுவாகத் தங்கள் இலைகளை உதிரச் செய்வது இயற்கைதான். இக்கால கட்டத்தில் ஒரு மேஸ்திரியின் மேற்பார்வையின் கீழ் இருபது துப்புரவாளர்களாவது கீழே உதிர்ந்த, பழுத்த, அழுகிய இலைகளை அப்புறப்படுத்தும் பணியில் ஈடுபட்டு இருப்பதை சர்வ சாதாரணமாகக் காணலாம். இந்த இலைகளைக் கஷ்டப்பட்டுப் பெருக்கிக் குவியலாகக் குவித்து வைப்பது அவர்களுக்கும் ஒரு சிரமமான வேலைதான்.

அந்த வேலை செய்வோர் எல்லோருக்கும் இது ஒரு விதமான கஷ்டத்தைக் கொடுக்கும். இந்த இலைகளை எல்லாம் அவர்கள் வீட்டிற்கு எடுத்துச் சென்று அங்குக் குளிரால் வாடும் தங்கள் குழந்தைகளுக்குத் தணல் ஏற்படுத்திக் குளிரைப் போக்கிக் கொள்ள அனுமதி கிடையாது என்பதால் மேன்மேலும் துயரமுறுவர்.

இந்த விளம்பரமும் இத்தகைய தாக்கத்தைத்தான் மக்களிடையே ஏற்படுத்தி விட்டது என்று சொல்லலாம். எங்குப் பார்த்தாலும் இந்த விவாதம் தான் சூடு பிடித்திருந்தது. தீப்பிழம்பு போல் சூடு பிடித்துப் பொது மக்களை அச்சுறுத்தியது என்று கூடச் சொல்லலாம்.

"எங்கோ ஒருவர் விலை கொடுத்து வாங்கி விடுவார்"

"அப்படிச் செய்பவர் நல்ல வழியில் பணம் சம்பாதித்து பணக்காரனாகி இருக்க மாட்டார்"

"அப்பாக்களை ஒதுக்கி வைக்கப் பிள்ளைகள் மேற்கொள்ளும் தந்திரமான வழிமுறை தான் இது. செங்கிஸ்கான் போலவோ அல்லது ஹலாகு போலவோ அந்த அப்பா ஒரு எதேச்சாதிகாரியாக இருந்திருக்க வேண்டும்"

"திருமதி. கோஸ்வாமி அவர்களே, இந்த விளம்பரத்தை நீங்கள் படித்தீர்களா?"

"அதைவிடு. இதையெல்லாம் படிக்க எனக்கு நேரம் ஏது. என் குழந்தைகளைக் கவனிக்கவே எனக்கு நேரம் போதவில்லை. இதையெல்லாம் விட என் கணவர் இருக்கிறாரே, அவர் பலருக்குச் சமமானவர் ஆயிற்றே. ஹே! ஹே! ஹே!"

"இவ்வாறு நடைமுறைக்கு ஒவ்வாத அப்பாக்களும் இருக்கிறார்களே"

இந்த விளம்பரத்தால் தபால் பெட்டி எண் எல் 486-க்கு நிறையக் கடிதங்கள் வரலாயின. அதில் ஒன்றுதான் செல்வி உன்னிகிருஷ்ணாவால் எழுதப்பட்டது. அப்பொழுது அவள் அபுதாபியில் செவிலியராகப் பணிபுரிந்து கொண்டிருந்தாள். அவளுக்கு, ஒரு குழந்தையும் உண்டு. போதுமான வருவாய் உள்ள ஒருவரைத் திருமணம் செய்துகொள்ளும் முடிவிலிருந்தாள். வரக்கூடிய கணவன், தன்னையும் தன் குழந்தையையும் நன்கு கவனித்துக் கொள்பவராக இருக்கவேண்டும் என்றும் விரும்பினாள். வயது வரம்பு பற்றி அவள் கவலைப் படவில்லை, என்றும் குறிப்பிட்டிருந்தாள்.

இதையெல்லாம் பார்க்கும் பொழுது அவள் கணவனால் கைவிடப்பட்டவள் என்றே தெரிந்தது. அல்லது அபுதாபியில் உள்ள ஷேக் உடன் கள்ளத் தொடர்பு வைத்திருப்பாளோ என்று எண்ணவும் தோன்றுகிறது.

அதனால் வந்த அவள் கடிதத்தை ஒதுக்கி வைத்து விட்டனர். ஏனெனில், அக்கடிதத்தில் ஒரு சிறு குறிப்பு கூட விற்பனைக்கான தந்தை பற்றி அவள் எழுதவில்லை என்பதே ஒரு காரணமாக எடுத்துக் கொள்ளப்பட்டது. ஆகவே வந்த

அனைத்துக் கடிதங்களையும் படித்து விட்ட வாசகர்கள், அகதா கிறிஸ்டி மற்றும் ஹேட்லி சேஸ் ஆகியோரின் துப்பறியும் கதைகளைப் படித்து விட்ட வாசகர்கள் போல இதில் பதிந்துள்ள புதிர் தான் என்னவென்று குழம்பிப் போயிருந்தனர். மேலும் வரி விளம்பரத் துறை பொறுப்பாளர் அந்த நாளிதழின் பொது மேலாளரிடம் வரி விளம்பரங்களின் விலையைக் கூட்டலாம் என்றதொரு ஆலோசனையையும் கூறினார்.

ஆனால் அந்த இளமைத் தோற்றத்துடன் இருக்கும் வயதான அல்லது இளமையிலும் வயதான தோற்றத்தை உடைய அந்தப் பொது மேலாளரோ அவர் கீழ் பணிபுரிபவர் கூறிய ஆலோசனையை, வீணான காகிதங்களைக் குப்பைக் கூடையில் போடுவதைப் போல, நிராகரித்து விட்டார். கடந்த காலத்தில் நடந்து விட்ட ஒன்றுக்குப் பரிகாரம் தேட முயல்வது போல் தான் அவருடைய நடவடிக்கைகள் தென்பட்டன.

இதில் ஏதோ தவறும், அதனால் குழப்பம் ஏற்பட்டுள்ளது என அறிந்த காவல்துறையினர் நன்கு விசாரித்து விளம்பரம் கொடுத்தவரைக் கண்டுபிடித்து தாதரில் உள்ள "இந்து குடியிருப்பிற்கு" மேல் விசாரணைக்காகக் கொண்டு வந்தனர். போலீஸ் விசாரணைக்கு உட்படுத்தப்பட்ட அந்த கந்தர்வதாஸ் என்பவர் முழு மனதுடன் ஒப்புக் கொண்டு கொடுத்த வாக்குமூலம் என்னவெனில் தான் தான் அவ்வாறு விளம்பரம் செய்ததாகவும், அவ்வாறு செய்ததில் சட்டத்திற்குப் புறம்பாக எதுவும் செய்து விடவில்லை என்றும் கூறிவிட்டார்.

இது ஒரு நல்ல செயல்தான் என்று அவர் நினைத்துக் கொண்டார். தொடர்ச்சியாக வெற்றிலையை மென்று கொண்டும், வெற்றிலை எச்சிலை அங்கிருந்த சுவற்றின் மீது துப்பியவாறும் இருந்தார்.

காவல்துறையினரின் புலன் விசாரணையில் கந்தர்வதாஸ் ஒரு பிரபலமான பாடகர் என்றும், ஒரு காலகட்டத்தில் அவர் பெயரும் புகழும் வானுயர்ந்து இருந்தது என்றும் தெரிய வந்தது. அவருடைய மனைவியுடன் சதா சண்டையிடுபவர் என்றும் அவர் மனைவி சில வருடங்களுக்கு முன்னர் இறந்துவிட்டார் என்றும் அறிய முடிந்தது. வழக்கமான அன்பு, காதல் போன்ற

உணர்வுகளின் மேலீட்டால் அவள் உயிரோடு இருக்கும் வரை அவர் மனைவியைக் கொன்று விட முடியவில்லை.

மாலை எட்டு மணிக்கு கந்தர்வதாஸ் கட்டாயம் வீடு திரும்ப வேண்டும் என்ற கட்டுப்பாடு இருந்தது. கணவன் மனைவிக்கிடையே சுமுகமான உறவு இருக்கவில்லை என்று தான் சொல்ல வேண்டும். ஏனெனில் ஒருவருக்கொருவர் விட்டுக் கொடுத்துச் சென்றது கிடையாது. இருப்பினும் கணவன் எட்டு மணிக்கெல்லாம் வீடு திரும்பியாக வேண்டும் என்று மனைவி கட்டளையிட்டிருந்தாள். அவர் குரலில் வன்மை உணர்வுகள் தென்படக் காரணம் அவர் மனைவி தமயந்தி அவருடைய பாடல்களை வெறுத்தது தான்.

அவர் பாட ஆரம்பித்தால் அவள் சமயலறைக்குள் சென்று கஜார் அல்வா சமைப்பதில் மும்முரமாக ஈடுபட்டு விடுவாள். படுக்கையில் கணவன் அருகில் படுத்து இருந்தாலும் அவரைப் புறக்கணிப்பதில் பேருவுகை கொள்வாள். அவர் குறட்டை விடுவதையும், குடித்திருப்பதையும் அவள் கண்டுகொள்வதில்லை. அவளுக்கு நன்கு புரிந்துகொண்ட இசையாதெனில் அவள் கணவன் விடும் குறட்டை தான்.

அவர் மனைவி இறந்த பின், கந்தர்வதாஸ் அவரிடம் அவர் மனைவி எடுத்துக்கொண்ட உரிமைகளை எல்லாம் மறந்து விட்டார். ஆனால் கடந்த காலங்களில் அவர் மனைவி தமயந்திக்கு இழைத்த கொடுமைகளை மட்டும் அவரால் மறக்க முடியவில்லை. அதனால் இரவில் தூக்கத்திலிருந்து விழித்துக் கொண்டு, பைத்தியம் பிடித்தவர் போல் சட்டையைக் கிழித்துக் கொண்டு தெருவிற்கு ஓடிவிடுவார்.

தான் வேறு ஒரு பெண்ணின் மீது நாட்டம் கொள்ளும் பொழுது தமயந்தி கூச்சலும் கூக்குரலும் இட்டது போன்ற கனவு ஒன்றைச் சமீபத்தில் கண்டார். அவள் அழுது கொண்டே வீட்டை விட்டு ஓடுவது போலவும் கண்டார்.

கந்தர்வதாஸும் அவளைத் தொடர்ந்து கீழிறங்கி ஓட, அவள் ஓடி, மரப்படிக்கட்டுகளுக்கு அடியிலிருந்து உள்ள மென்மையான மணற்படுக்கையில் புதைந்து விட்டதை அறிந்தார். அந்த மணற்பகுதி அங்கிருந்து நகர்ந்து கொண்டிருந்ததையும்

அதன் மேற்பரப்பில் வெடிப்புகள் ஏற்பட்டதையும் கண்டார். இதெல்லாம் கண்டு தன் மனைவி உயிரோடு தான் இன்னமும் இருக்கிறாள் என்பதாக நினைத்துக் கொண்டார்.

ஒருவித குழப்பத்துடன், புதைகுழியிலிருந்து அவளை வெளியே இழுத்து விட்டார் ஆனால் அவளுக்கு இரு கைகளும் இல்லாதிருப்பதைக் கண்டார். அதேபோல் தொப்புள் பகுதிக்குக் கீழே அவள் உடம்பு இல்லாததையும் உணர்ந்தார். கைகள் இல்லாத நிலையிலும், தன் கணவனை ஆரத் தழுவுகிறாள் என்றும் தன் மீது சாய்ந்து கொள்கிறாள் என்றும் அறிந்தார். அவரும் அவளை ஆரத் தழுவிக் கொண்டே மாடிக்குத் தூக்கிச் சென்றார்.

அன்றிலிருந்து, தான் பாடுவதை கந்தர்வதாஸ் நிறுத்தி விட்டார். கந்தர்வதாஸுக்கு மூன்று குழந்தைகள் உண்டு. இன்றும் உயிருடன் இருக்கிறார்கள். மூத்தவர் ஒரு பின்னணி பாடகர். நன்கு பிரபலமானவர் தான். இன்றளவும் அவர் பாடல் தாங்கிய இசைத் தட்டுக்கள் வெளிவந்தவுடன் விற்று தீர்ந்து விடும் நிலைதான். ஈராணி உணவகங்களில் உள்ள ஜுக்பாக்ஸ்களில் பிரபலமான அவர் பாடல்களுக்குத் தான் முதலிடம். அப்பொழுது கந்தர்வதாஸின் கர்நாடக இசையை எவரும் விரும்புவதில்லை.

இரண்டாவது மகன் ஒரு அச்சக உரிமையாளர். அவர் ஜிங் தகடுகளைத் தயாரிப்பதிலும் வல்லவர். மாதம் குறைந்த பட்சம் 1500 ரூபாய் வரை சம்பாதிப்பார். அதனால் வாழ்க்கையை அவருடைய இத்தாலிநாட்டு மனைவியுடன்நன்கு அனுபவிப்பவர். அவருக்கு மற்றவர்களைப் பற்றிய கவலைகள் எல்லாம் எதுவும் கிடையாது. தன் குடும்ப வட்டத்திற்குள் மட்டும் சுழன்று கொண்டிருப்பார்.

கந்தர்வதாஸ் பொதுமேடைகளில் பாடுவதை நிறுத்திக் கொண்டவுடன், அவருடன் இணைந்து பாடிக் கொண்டிருந்த அவரது இளைய மகனும் பாடுவதை நிறுத்திக் கொண்டார். இந்த மகனுக்காக எச்.எம்.வி. கிராமபோன் இசைத்தட்டு விற்பனை முகமையைப் பெற்றுத்தரலாமென்று நினைக்கிறேன் என்று மகனிடம் கூறியபொழுது "எனக்கு எதற்கு?" என்று மகன் மறுத்து விட்டான். மேலும் "அதனால் எனக்கு நல்ல எதிர் காலமா வரப்போகிறது" என்றும் ஏளனமாக அவரிடம் கேட்கலானான்.

இந்தப் பதிலை கேட்டு கந்தர்வதாஸ் மிகவும் அதிர்ந்து போனார். அவரால் எப்படி மகனின் எதிர்காலத்தை முன்கூட்டியே சொல்ல முடியும்? அல்லது வேறு யாராலும் சொல்ல முடியுமா? என்று சிந்திக்கலானார். நினைத்ததெல்லாம் உயர்விலும் தாழ்விலும் ஒன்றாகக் கூடவே இருக்க வேண்டுமென்ற நல்லெண்ணத்தில் தான். எப்படியாயினும் அவர் மகன் இளவயதினன் ஆனதால் வாழ்வின் ஏற்ற இறக்கங்களைப் புரிந்து கொள்ள முடியும் என்று நினைத்து ஆறுதல் அடைந்து கொண்டார். மகனின் இத்தகு நிலைப்பாட்டை உணர்ந்த கந்தர்வதாஸ் வீட்டிற்குள் அடைந்து கிடக்க முடிவெடுத்து விட்டார்.

தன் ஒரே மகளை நல்லதொரு மார்வாடிக் குடும்பத்தில் மணமுடித்து அனுப்பிவிட்டார். இந்த மூன்று சகோதரர்களும் ஒரு சகோதரியும் சந்தித்துக் கொள்ளும் நேரங்களில் தங்கள் தந்தையை மனைவியை இழந்து தனிமையில் வாடுபவர் என்று எல்லாம் நினைக்காமல் அவரை ஒரு சுமையாகவும், பயனற்றவராகவும் கருதிக் கொள்வர். கருதிக்கொண்டு தங்களையே நல்லதொரு மூளைக்காரர்கள் என்று புகழ்ந்தும் கொள்வர்.

அந்த விளம்பரத்தைப் பார்த்த சாத்ராக் என்பவர் அவரைப் பார்க்க வந்தார். அவர் ஒரு கவிஞர் மற்றும் கணக்காளர். கந்தர்வதாஸைப் பார்த்தவர் அவரிடம் மாற்ற முடியாத குறைபாடு இருக்கிறது என்பதை உணர்ந்து கொண்டார். ஏனெனில் அவரின் மூன்று மகன்களில் ஒருவர் கூட இந்த வயதான காலத்தில் அவருடன் அவருக்கு உதவியாக இருக்காததை முக்கிய காரணமாகக் கணித்தார். அல்லது ஒருவேளை அவர்கள் அனைவரும் வெகு அருகிலேயே வசிப்பதால் அருகாமை ஒருவித வெறுப்பை உண்டாக்கி அவர்கள் தள்ளி நிற்கும் படி ஆக்கி விட்டதோ? என்றும் சந்தேகப்பட்டார்.

எந்த நேரமும் கணக்குடன் போராடிக் கொண்டிருந்ததால் சாத்ராக்கிற்கு அவருடைய எண்ணங்களுக்கும் செயல்பாட்டிற்கும் இடையே நீண்டதொரு இடைவெளியை உண்டாக்கி விட்டதோ? அதனால் தான், இந்தியாவில் மட்டுமல்லாது உலக முழுமைக்கும் குடும்பம் போன்ற அமைப்புச் சிதறிக் கொண்டு வருவதை அவரால் புரிந்து கொள்ள முடியவில்லை போலும். குடும்பத்தில்

பெரியோர்களுக்கு மரியாதை செலுத்த வேண்டும் என்பதே தற்போது ஒரு ஆதிக்க உணர்வாகப் போய் விட்டதல்லவா?

இந்த வயதான முதியோர்கள் ஏதாவது ஒரு பொதுப் பூங்கா ஒன்றில் அமர்ந்து கொண்டு, வாழ்வின் பிரதான நீரோட்டத்திலிருந்து விலகிக் கொண்டு, போவோர் வருவோரை நம்பிக்கையுடன் தம்மிடம் வந்து, அமர்ந்து, பேச மாட்டார்களா என்று பார்வையால் விரட்டிக்கொண்டு அல்லவா இருக்கிறார்கள். அவர்கள் எல்லாம், ஹிட்லரால் எரிவாயு அறைக்குள் தூக்கி எறியப்பட்ட யூதர்களைப் போல பரிதாபத்துக்கு உரியவர்களாகி விட்டார்கள் போலும்.

ஆனால், இவ்வாறு அவர்கள் பரிதாப நிலைக்குத் தள்ளப்படுமுன், அவர்களிடம் இருந்த பணம், சொத்து ஆகிவற்றை இடுக்கியால் பற்களைப் பிடுங்குவதைப் போல் பறித்துக் கொண்டனர். இதிலெல்லாம் தப்பித்த ஒருவரை ஒரு பார்வையாளர் பார்க்க, அவர் இருந்த மாடிக்குச் சென்ற பொழுது அவர் தனிமையில் இறந்து கிடப்பதைக் கண்டார். இறந்தவரின் கண்கள் கதவை நோக்கிக் குத்திட்டு இருந்ததையும் கண்டார். கீழே குடியிருந்த அவர் பிள்ளைகள், பேரன்கள் மேலே அவர் இறந்து கிடப்பதைக் கூட அறிந்து கொள்ளாமல் தத்தம் வேலைகளைக் கவனிப்பதிலேயே குறியாக இருந்தனர்.

அவர் இறந்த செய்தியை அறிந்தவுடன் வந்த மருத்துவரும் அவர் இறந்து பதினைந்து நாட்களுக்கு மேலாகும் என்று அறிவித்து விட்டுச் சென்றார். பதினைந்து நாட்களுக்கு மேலாகியும் அந்த உடல் சிதைந்து போகாமல் இருந்ததற்கு அப்பொழுது நிலவிய கடுங்குளிர் தான் காரணம் எனலாம். உரிய அதிகாரிகளிடம் இந்த இறப்புச் செய்தியைச் சொல்லி விட்டு ரத்த பந்தத்தினர் ஒருவர் உடனே நழுவி விட்டார். இருந்தால், இறுதி சடங்கிற்கான செலவினை ஏற்க வேண்டுமே என்று நினைத்திருப்பார் போலும்.

கந்தர்வதாஸ் தன் சேமிப்பு அனைத்தையும் குழந்தைகளுக்காகவே செலவழித்திருப்பார் என சாத்ராக் நம்பினார். அதனால் அவரின் வயதான காலத்தில் அவருக்காக எதுவும் ஏற்பாடு செய்து கொள்ளவில்லை என்றும் நம்பினார். சாத்ராக்,

இந்த உலகம் முழுவதும் பணம் ஒன்றுதான் எல்லாவற்றையும் பேசக்கூடிய ஒரே மொழி என்றும் உறுதிபட நம்பினார்.

கலைத்துறையிலும், இசை உலகிலும் எவ்வளவு பெரிய மேதையாக விளங்கினாலும் உற்றார், உறவினர் பணம் தன் கைவசம் இல்லை என்றால் வெறுத்து விடுவார்கள். தந்தையின் சாதனைகளைப் பிள்ளைகள் பெரிதாக எடுத்துக் கொள்வதில்லை. அவர்களின் வாழ்க்கை இன்புறவும், மகிழ்வுறவும் தந்தையின் பங்கு என்ன என்று தான் கணக்கிட்டனர். ஏதாவது ஒரு வகையில் தங்கள் அதிருப்தியைத் தந்தையின் மீது காட்டவே முற்பட்டனர்.

கந்தர்வதாஸ் ஒரு கலகலப்பான, நகைச்சுவை ததும்பப் பேசக்கூடிய ஆள்தான். நினைத்தவுடன் நகைச்சுவையை வெளிப்படுத்துவார். தன்னைப் மையப் படுத்திக் கூடப் பிறரை மகிழ்விப்பார். அவருடைய நையாண்டியும், கேலியும் பெரும்பாலும் கொச்சை கொச்சையாகவும் ஆபாசமாகவும் தான் இருக்கும். போதுமான அளவில் உடலுறவு இன்பத்தைத் துய்க்காததால் ஒருவேளை அதை மறைப்பதற்காக அவ்வாறு கேலிப் பேச்சில் இறங்குவார் போலும்.

அல்லது, பொதுவாகவே மனிதர்கள் வயதான காலத்தில் தான் அதிக அளவில் கொச்சையாகப் பேசுவார்கள் என்பதும் யாவரும் அறிந்ததே. உண்மையாக இல்லாவிடினும், பெரும்பாலும் கற்பனையாகவே தங்களுடைய களவியல் கோட்பாடுகளையும் நடைமுறைகளையும் மற்றவர்களிடம் பகிர்ந்து கொள்வர் என்பதும் பொதுவான வழக்கமாகும்.

கந்தர்வதாஸுக்கு ஐம்பத்தைந்தாயிரம் கடன் இருப்பதை அறிந்தவுடன், விளம்பரத்தைப் பார்த்துப் பதிலளித்த பலர் பின்வாங்கி விட்டனர். இந்த விபரம் அந்த விளம்பரத்தில் இடம் பெறாமல் இருந்ததும், அவர்கள் பின்வாங்கக் காரணமாகி விட்டது. ஒருவேளை கந்தர்வதாஸ். வேண்டுமென்றே தந்திரமாகவும் செய்திருக்கலாம். இதில் இன்னவொரு புதுமையும் உண்டு. அதாவது கந்தர்வதாஸுக்கு தன் மகள் ரமாவை விட இளைய வயதுடைய பெண் ஒருத்தியுடன் கள்ளத் தொடர்பும் இருந்திருக்கிறது.

அந்தப் பெண்ணுக்கு பாரம்பரிய இசையின் மேல் நாட்டம் அதிகமாக, கந்தர்வதாஸை குருவாக ஏற்றுக்கொண்டு இசை கற்றுக் கொள்ள விரும்பினாள். இரவு பகல் என்று பாராமல் குருவும் அவளுக்குக் கற்றுக் கொடுத்தார். இருவருக்குமிடையே வயது வித்தியாசம் அதிகம் இருந்த போதிலும் நாளடைவில் ஒரு விதக் காதல் உணர்வு ஏற்பட்டுவிட்டது. இதுபற்றி மற்றவர்களின் புரிந்துணர்வைப் பற்றிக்கவலைப்படாவிட்டாலும், கந்தர்வதாஸிற்கே தன் மனநிலை பற்றிக் கவலை உண்டாயிற்று.

வீணாக இவ்வாறு பல விஷயங்களைப் பேசாமல், முக்கிய பகுதிக்கு வருவோம். இவ்வாறு உடல், உள்ளம் சார்ந்த நான்கு வித குறைபாடுகளையும் தன்னகத்தே கொண்டுள்ள கந்தர்வதாஸை யார் தான் விருப்பத்துடன் விலை கொடுத்து வாங்கிக் கொள்வர். இதற்கும் மேலாக அவர் சதா இறுமிக் கொண்டிருப்பவர் ஆயிற்றே. இப்படி இருந்தால் அவர் எந்த நேரத்திலும் இறந்துவிடலாமே?

வெளியே செல்லும் போதெல்லாம் ரகசியமாக, யாருக்கும் தெரியாமல் மதுக் குடிப்பதையும் வழக்கமாக்கிக் கொண்டிருந்தார். திரும்பி வரும்பொழுது வேஷ்டிக்குள் மறைத்து கால் குப்பி மதுப்பாட்டிலை எடுத்து வருவதும் அவரது வாடிக்கையான செயல்தான்.

ஆனால் பொதுவாக மக்கள் கருத்து என்னவெனில், ஆஸ்துமா நோயாளிகள் நீண்ட நாட்கள் வாழ்வார் என்பதே.

பாரம்பரிய இசையைத் தன் மாணவிக்குக் கற்றுக் கொடுக்கும் போது திடீரென, "நான் பாட்டுப் பாட மீண்டும் செல்வேன்" என்று கூறுவார். தன் மனதுக்குள்ளேயே ஒருவித பிடிப்பு இல்லாததால் இதை ஒருவித அழுத்தத்துடன் சொல்லிக் கொள்வார்.

இசைப் பயிற்சியின் போது ராகத்தை மெதுவாகக் கூட்டும் பொழுது அவர் மனைவியின் உருவம் அவர் கண்முன் வந்து செல்லும். "இன்னுமா பாடிக் கொண்டு இருக்கிறீர்கள்?" என்று அவர் மனைவி அவரிடம் கேட்பது போலவும் தோன்றும்.

இவ்வாறான எதிர்மறை நேர்மறை எண்ணங்கள் மற்றும் நடைமுறைகளின் ஒட்டுமொத்த சேர்க்கையால் கந்தர்வதாஸை மக்கள் ஒரு உணர்வூட்டக் கூடிய பொருளாகத் தான் எடுத்துக் கொண்டனர். பின்னால் உள்ள ஒளிவட்டத்தை இழந்து விட்டது என்றும் அல்லது இதைவிடப் பிரகாசமான ஒளிக்கற்றையால் மழுங்கடிக்கப்பட்டு விட்டது என்றும் கருதினர்.

குர்ஷீத் ஆலம் என்றொருவர் சொன்னார்: "நீங்கள் இஸ்லாம் மதத்தைத் தழுவத் தயாரானால் நான் உங்களை விலைக்கு வாங்கத் தயார்". அதற்கு அவர் சொன்ன பதில்: "நான் ஏற்கனவே இஸ்லாமியராகத் தானே இருக்கிறேன்".

"அது எப்படி?"

"அல்லாவின் மீது எனக்கு முழு நம்பிக்கை எப்பொழுதும் உண்டு. இதையும் விடப் பெரிதாகச் சொல்ல வேண்டுமெனில் நான் இதுவரை கற்றுக் கொண்டதெல்லாம் உஸ்தாது அலாவுதீன் கானின் காரனா எனப்படும் பாரம்பரிய இசைக் களஞ்சியத்தில் இருந்து தானே."

"நீங்கள் அந்த கல்மா பாட்டு பாடும் முகமதியரைத் தானே குறிப்பிடுகிறீர்கள்?"

ஒரு மனிதனின் சுவாச காற்றே கல்மா தானே. அது அவனின் உடம்பினுள் போய், வந்து கொண்டிருப்பது தானே. என்னுடைய மதமே இசைதான். அது உஷ்தாது அப்துல் கரீம் கான் வழியே சென்று பாபா ஹரிதாஸாகி விட்டது

அதற்குப் பின் உஸ்தாது அலாவுதீன் கானை யாரும் அங்குப் பார்க்க முடியவில்லை. வெறுப்பு உணர்வுடன் ஓடிவிட்டார்.

அதன்பின் இரண்டு மூன்று பெண்கள் கூட கந்தர்வதாஸைச் சந்தித்தனர். அவர் தான் குடிக்கும் ஒயின் போல வாழ்வைக் கடைசித் துளி வரை அனுபவித்தவர் ஆயிற்றே. அப்பெண்மணிகளைப் பார்த்துச் சொன்னார்: "இப்பொழுது எதிர்பார்ப்பதை விட எதிர்மறையான ஒன்றைத் தானே நீங்கள் விரும்புகிறீர்கள். ஒரு வேளை உங்களுக்கே புரியாமல் இருக்கலாம். ஒரு புதுவிதமான அனுபவத்தைப் பெற விரும்புகிறீர்கள். அதன் பயனால் உங்கள்

உடம்பு நல்லதொரு தூக்கத்தையும் உங்கள் ஆன்மா, நல்லதொரு விழிப்புணர்வையும் பெறலாம் என்று தானே நினைக்கிறீர்கள்".

"ஆனால் அதை அடைய உங்களிடம் போதுமான தைரியமும், சக்தியும் இல்லை என்று எனக்குத் தோன்றுகிறது. தர்மம், இனம், மதம் போன்ற பல போர்வைகளின் கீழ் மறைந்து கொள்கிறீர்கள். ஆனால் உங்கள் ஆன்மாவை உங்கள் உடம்பு இறுகப் பிடித்துக் கொண்டுள்ளதால் அதைத் தொலைவில் தள்ளி வைத்துள்ளது".

"உங்கள் படுக்கையின் கீழ் பதுங்கியுள்ள மனிதனைக் கண்டு பயப்படுகிறீர்கள் ஆனால், அதே நேரத்தில் அவனை அடைய விரும்புகிறீர்கள். இது எது போல் உள்ளது என்றால், கற்பு பெரிது என நினைக்கும் கன்னிப்பெண்கள் கொச்சையான எண்ணங்களுக்கு, வரையறையின்றி இடமளிப்பது போலத்தான்". ஒருவித குறும்புத் தனமான சிரிப்புடன் தொடர்ந்து சொன்னார்: "உங்கள் பெயரில் உள்ள எழுத்துக்களே தவறானவை தான்."

எப்பொழுதும் அம்மாக்களாக இருக்கும் அப்பெண்மணி-களுக்கு ஒன்று மட்டும் தெள்ளத் தெளிவாக தெரிந்தது. அதாவது உண்மையிலே அவர்கள் தேடுவது ஓர் அப்பாவை அல்ல, கடவுளின் திருக்குமரனையே என்று புரிந்து விட்டது. அவர்களைப் பொறுத்தவரை ஒவ்வொருவருக்கும் இந்த சாதாரண உலகில் ஏற்கனவே மூன்று, நான்கு மகன்கள் உள்ளனர்.

அன்றொருநாள், கங்கை குளக்கரையில் உள்ள ஆலயத்தி-லிருந்து பகவான் திருவுருவச் சிலை திருடு போயிருந்தது. அந்த நாளில், அங்கிருந்த மரங்களிலிருந்து இலைகள் பெருவாரியாகக் கொட்ட ஆரம்பித்தன. ஆலயப்பகுதி முழுவதும் இலைகளால் நிரம்பியிருந்தது. எல்லா இலைகளும் வாடியும் உடைந்தும் காணப்பட்டன. திருட்டு நடைபெறும் முன் மாலையில் பெய்த மழையால் அங்கு தேங்கிய தண்ணீரில் அன்று இரவு இயற்கையின் பொதுவான நற்குணங்களால் தோன்றிய புழு, பூச்சிகள் அனைத்தும் மூழ்கி ஜீவனை இழந்து உரமாகிவிட்டன.

அன்று பகல் முழுவதும், கோவில் குருக்கள் பகவான் கிருஷ்ணனின் ராதையை உற்றுப் பார்த்துக்கொண்டே இருந்தார். சொல்லப்போனால் அவரைவிட ராதை வயதில் மூப்புதான்.

ராதையின் மீது பதிய விட்டிருந்த பார்வையைத் திருப்பிய குருக்கள் அங்கிருந்த துப்புரவு பணியாளர் சாபியின் மீது செலுத்தலானார். அவளுடைய வயதோ அவர் மகளின் வயதை விடக் குறைவுதான். அங்கிருந்த இலை, செடி, விதை, அனைத்தையும் சுத்தமாக பெருக்கி எடுத்துக்கொண்டு தன் வீட்டிற்குச் சென்றாள் அவள்.

சாமி சிலை திருடு போனதில் அதிசயமோ, ஆச்சரியமோ இல்லை. ஏனெனில் சிலை முழுவதும் தங்கத்தாலும் வெள்ளியாலும் செய்யப்பட்டு வைரக் கற்களும், மரகதக்கற்களும் பதிக்கப்பட்டு இருந்தது தான்.

ஆனால் லார்சன் மற்றும் லார்சன் கம்பெனி உரிமையாளர் திரேவ் என்பவர் ஏன் கந்தர்வதாஸை விலை கொடுத்து வாங்கினார் என்பது தான் யாருக்கும் புரியாத வினோதச் செயலாகவே தோன்றியது.

கந்தர்வதாஸுக்கும், திரேவிற்கும் இடையே எந்த ஒரு உரையாடலும் தோன்றவில்லை. கந்தர்வதாஸ் ஒரே ஒரு பார்வை மட்டும் திரேவ்வை நோக்கிச் செலுத்தி விட்டுச் சொன்னார்: "மகனே என்னை விலை கொடுத்து வாங்கிக் கொள். சொல்லப்போனால் அப்பா இல்லாமல் மகன் எப்படி இருக்க முடியும்."

விலை கொடுத்து வாங்குவதற்குரிய நிபந்தனைகள் இன்னும் நிறைவு செய்யப்படாமல் இருந்தன. ஒரு வாழ்க்கையை நிர்ணயிப்பது வெறும் நிபந்தனைகள் மட்டும்தானா? கந்தர்வதாஸின் கடன்களைத் திரேவ் அடைத்து விட்டார். அவர் சுய கால்களை ஊன்றி நிற்கும் வகையில் பிற ஏற்பாடுகளையும் செய்து விட்டார். பின், மலபார் குன்றில் உள்ள தன் பெரிய அரண்மனை போன்ற கீர்த்தி கஞ்ச் இல்லத்திற்கு அழைத்துச் சென்று விட்டார். அங்குக் கந்தர்வதாஸ் நல்லமுறையில் தங்கிக் கொள்ள ஏதுவான எல்லாச் சௌகரியங்களையும் செய்து கொடுத்தார்.

மறுநாள் திரேவ்வைப் பார்த்து, ஒருவேளையாள் கேட்டான்: "ஐயா! நீங்கள் ஒரு தலைவலியை விலை கொடுத்து வாங்கி வந்துள்ளீர்கள். எந்த வகையில் இந்தக் கிழவன் அதாவது பாபுஜி உங்களுக்குக் கைமாறு செய்யப் போகிறார். இவ்வளவு தூரம் சிரமப்பட்டிருக்கிறீர்களே".

அதற்கு திரேவ் சொன்னார்: "இல்லை, இல்லை! அவரிடமிருந்து கைமாறாக நான் எதையும் எதிர்பார்க்கவில்லை. கால் மேல் கால் போட்டு வீட்டில் உட்கார்ந்து கொண்டு எந்த வேலையும் செய்யாமல் சதா இருமிக் கொண்டிருந்தவரிடமிருந்து எதை எதிர்பார்க்க முடியும்? அல்லது நறுமணமூட்டப்பட்ட புகையிலையுடன் வெற்றிலையையும் எப்பொழுதும் மென்று கொண்டு வீடு முழுக்க வெற்றிலை எச்சிலைத் துப்பிக் கொண்டிருந்தவரிடம் என்ன எதிர்பார்க்க முடியும்? அதி சுத்தத்தை விரும்பும் என் மனைவியும் அந்த அளவுக்கு மனப்போக்கு இல்லாத நானும் இந்தத் துர்நாற்றத்தை எவ்வாறு சகித்துக்கொள்ள முடியும்? ஆனால், அவர் கண்களை நீ பார்த்திருக்கிறாயா?"

"இல்லை, ஐயா"

"அப்படியானால், அவர் அருகில் சென்று அவர் கண்களைப் பார். அழுவதும் சிரிப்பதுமான கண்கள் அவை. அக்கண்கள் என்ன மாதிரியான செய்தியைச் சொல்கின்றன எனக் கவனித்துப் பார். அவை எவ்வளவு தூரம் செல்கின்றன என்பதையும் கவனி".

அதற்கு அந்த வேலையாள், ஜமுனாதாஸ் எதையோ இழந்தவன் போல் எங்கோ பார்த்துக்கொண்டு "எவ்வளவு தூரம் அவை செல்லும் ஐயா? நீங்கள் ஒரு விஞ்ஞானி தானே. உங்களுக்கு தான் அது பற்றி எல்லாம் தெரியும்".

"ஜமுனாதாஸ், நான் விஞ்ஞானம் குறித்துப் பேசுவது என்பது உண்மைதான். மனித இன வாழ்க்கைக்கு மரம், செடி, தாவரங்கள், பழங்கள் தேவைதான். காட்டில் திரியும் விலங்குகளும் வீட்டிலிருக்கும் குழந்தைகளும் தேவைதான் அதே கணிப்பில் வயதான முதியவர்களும் முக்கியமான தேவையாகி விடுகின்றனர். அப்படி இல்லை என்றால் இந்த இயற்கையின் சமன்பாடு உருக்குலைந்து விடும். அதாவது உடல் அளவில் இல்லா விட்டாலும் ஆன்மா அளவில் சீர் குலைந்து விடும். அதன் பயனாக, காலப்போக்கில் மனித இனமே அழிந்துவிடும்."

திரேவ்வின் இந்த விளக்கம் பணியாட்கள் ஜமுனாதாஸ் மற்றும் அதாவலே ஆகியோரின் மனதிற்குள் சென்றது.

அருகிலிருந்த அசோக மரத்திலிருந்து திரேவ் ஒரு இலையைப் பறித்தார். "இந்த கரும்பச்சைக்கும் இதன் புத்துணர்ச்சிக்கும் ஈடாக விஞ்ஞானத்தில் என்ன இருக்கிறது" என்று ஜமுனாதாஸ் முன் அந்த இலையைக் காட்டி திரேவ் கேட்டார்.

அதற்கு அதாவலே "அந்த அசோக மரத்தின் விதையானது..." என்று இழுத்துக்கொண்டே ஏதோ சொல்ல எத்தனித்தான்.

உடனே திரேவ், தலையை இருபுறமும் ஆட்டிக்கொண்டு "நான் அசோக மர இலையைப் பற்றித்தான் கேட்டேன். விதையைப் பற்றி அல்ல. அந்த விதையை பற்றி நான் பேச ஆரம்பித்தால், அது எதில் போய் முடியும் என்று கடவுளுக்குத்தான் தெரியும்" என்று கூறினார்.

ஜமுனாதாஸ் அருகில் சென்று மேலும் திரேவ் சொன்னார்: "ஜமுனா, அந்தப் பாபுஜியின் கால்களை நான் குனிந்து தொடும் பொழுதெல்லாம் எவ்விதமான, முழுமையான ஒரு மன அமைதியை பெறுகிறேன் என்று தெரியுமா? இதுவரை என்னை வாட்டிக் கொண்டிருந்த பயமானது ஓடி மறைந்து விட்டதே. அவரின் இருப்பு ஒருவித மனத் திருப்தியையும் எனக்குக் கொடுக்கிறது. இதேபோல் பாபுஜியின் ஆன்மாவிற்கும் ஏதாவது நடக்கும்"

"ஐயா, உங்கள் கூற்றில் எனக்கு எந்த ஒரு உடன்பாடும் கிடையாது. இவையெல்லாம் வெற்றிடத்துடன் கூடிய ஒருவித உணர்வு அலைதான்."

திரேவ்விற்குக் கோபம் வந்து இருக்க வேண்டும். கம்பெனி வேலையில் இருந்து ஜமுனாதாஸை விலக்கி இருக்க வேண்டும். இம்மாதிரியான கசப்பான ஒரு முடிவை எடுக்க விடாமல் அந்தப் பெரியவரின் கண்கள் தான் ஏதோ கட்டளையிட்டு இருக்க வேண்டும். தன் குரலைத் தாழ்த்திக் கொண்டு, "உன் விருப்பப்படியே பேசு, ஜமுனாதாஸ். ஆனால் ஒன்றை மட்டும் தெரிந்து கொள். நான் எங்குச் சென்றாலும் என்னைப் பார்த்து மக்கள் தலை வணங்குகின்றனர். எனக்கு வெளியே எவ்வளவு மரியாதை தெரியுமா?...."

இப்படிச் சொன்ன திரேவ் திடீரென அமைதியாயினார். உணர்ச்சி வசப்பட்டதால் குரலும் தளர்ந்தது. கண்களில் கூடச் கண்ணீர் வெளிப்பட்டது.

ஜமுனாதாஸ் உடனே சொன்னான்: "ஐயா, அதைத்தான் நானும் உங்களிடம் சொல்ல விரும்புகிறேன். இந்த உலகமே உங்களைக் கண்டு வணங்குகிறது"

"சரியாகத்தான் சொன்னாய்", என்றார் திரேவ். பழைய குரலை திரும்பப் பெற்று விட்டார். தொடர்ந்து, "நானும், யாருக்காவது தலை வணங்க விரும்புகிறேன்" என்று சொல்லி முடித்துவிட்டுப் பேச்சின் திசையை மாற்றும் எண்ணத்தில், "ஜமுனாதாஸ், அதாவலே, இருவரும் இங்கிருந்து செல்லுங்கள். என் பூஜையைக் கெடுக்க வேண்டாம். நாம் எல்லாம் கல்லில் கூடக் கடவுளைக் கண்டவர்கள் தானே!"

கீர்த்தி கஞ்ச்சில் இருந்த மாமரம் பூத்திருந்தது. இந்தப் பருவ காலத்திற்கான குயில் பறவையின் முதல் குரலும் கேட்டது. பத்து ஆண்டுகள் கழித்து கந்தர்வதாஸும் முதல் முறையாகப் பாடல் ஒன்றை பாடினார்: "மரக்கிளையில் அமர்ந்து குயில் பாடுகிறது" என்று பாடினார்.

அவர் தொடர்ந்து பாடலானார். யாரோ ஒருவர் இவர் பாட்டை விட இவரது மகனின் பாட்டு பிரமாதமாக இருக்கும் என்று கூறியதும் கேட்டது. "நீ அப்படியா நினைக்கிறாய்?" என்று பம்பாய் நகர வாசிகள் கேட்பது போல் அவர் குரல் இருந்தது. "ஒன்றை மட்டும் மறந்து விடாதே, அவன் என் மகன் தான் என்பதை. அப்பா எட்டடி பாய்ந்தால் பிள்ளை பதினாறு அடிகள் பாய மாட்டானா?" என அவனிடம் கேட்டார்.

இந்த மாதிரி பேசும் போதெல்லாம் அப்பா இல்லாத பிள்ளைகள் கந்தர்வதாஸை ஒரு மாதிரியாகப் பார்ப்பர். அவருக்குக் கோபம் வரவில்லை என்றால் மீண்டும் அவரைத் தூண்டி விடும் விதமாகப் பேசுவர். "நீங்கள் உங்கள் மகனைப் பார்த்துப் பெருமை அடைபவர் என்று உங்கள் மகன் அடிக்கடிச் சொல்வான்" இது ஒருவரின் கூற்று.

"ஆம்! அது உண்மைதான். நான் உன்னிடம் பொய் ஒன்றும் சொல்லவில்லையே" என்பார். உடனே கந்தர்வதாஸ் எண்ண மேலீட்டால், அகன்று பரந்த உலகத்தின் உட்பகுதிக்குச் சென்று விடுவார். அங்கிருக்கும் தன் மனைவியிடம் தன் மகன் பற்றிப் புகார் ஒன்று அளிக்க முற்படுவர் போலத் தோன்றும். இவ்வாறே சற்று நேரம் கழியும். மனைவியிடம் புகார் அளிக்கக் காத்திருந்தும் முடியாமல் போகவே அவரே சொல்லிக் கொள்வார்: "அது சரிதான் கவலையில்லை என் மகன்.. அவனும் ஒரு அப்பா தானே" என்று.

பின்னர் கடந்த காலத்தைப் பற்றி அசை போடுவார். அவர் மகன் சொன்னதை நினைத்துப் பார்ப்பாா: "அப்பா, நானும் பாரம்பரிய இசையைக் கற்றுக்கொள்ள விரும்புகிறேன். கற்று உங்களை விட மேதாவியாக விரும்புகிறேன். ஆனால், இதெல்லாம் நிறையப் பணம் சேமித்த பின்னர் தான்."

இதைக் கேட்டவுடன் தன் மகனை ஊக்குவிக்கும் முறையில் அன்புடன் அவன் முதுகைத் தட்டிக் கொடுப்பார். அதன் பின், சொல்லி இருக்கிறார்: "ராஜு, எல்லாம் நாம் நினைப்பது போல் நடப்பது இல்லை. ஒன்று மனிதன் பணத்தை அதிக அளவில் சேர்க்கலாம் அல்லது, கலைத்துறையில் முன்னேறலாம்".

இவ்வாறு கடந்த காலச் செயல்பாடுகளை நினைத்தவுடன், கந்தர்வதாஸ் கண்களிலிருந்து இரண்டு கண்ணீர் துளிகள் வெளிவந்தன. வந்த கண்ணீர் துளிகள் அவரின் தாடிக்குள் புகுந்தன. உள்ளே புகுந்தவை பிரிசம் போலத் தோன்றி, வரும் ஒளிக் கற்றைகளை ஏழு வண்ணங்களில் வெளிப்படுத்தின. இதையெல்லாம் திரேவ் தான் உட்கார்ந்திருந்த இடத்திலிருந்தே கவனித்துக் கொண்டிருந்தார்.

பிசாசுவால் ஆட்கொண்டவர் போல, திடீரென இருக்கையை விட்டு எழுந்த திரேவ், "எல்லோரும் இங்கிருந்து போய் விடுங்கள்; யாரும் இங்கு நிற்க வேண்டாம்" எனக் கட்டளை பிறப்பித்தார். அங்கிருந்த பணியாளர்கள் அனைவரும் விரட்டப்பட்ட எலிகள் தலைதெறிக்க ஓடுவது போலவும், ஒருவருக்கொருவர் மோதிக் கொண்டும், ஓடி மறைந்தனர்.

கந்தர்வதாஸ் தன் கையை உயர்த்தி, “வேண்டாம், மகனே! வேண்டாம்” என திரேவ்வை கேட்டுக் கொண்டார்.

அவர் கையிலிருந்து மின்பொறி போல் வெளிவந்தது.

தன் அலுவலகம் சென்ற திரேவ் தன் மேனேஜர் கணினியில் குறிப்புகள் ஏற்றிக் கொண்டிருப்பதைக் கண்டார். குறிப்புகள் தாங்கிய தாள் கணினியிலிருந்து வெளிவந்தது. அதைப் பார்த்த மேனேஜர் முகம் வெளிறிப் போயிற்று. கோணலான முகத்துடன் அந்தத் தாளையே பார்த்துக் கொண்டிருந்தார்.

அந்தத் தாளில் வந்த குறிப்புகளின்படி லார்சன் அண்ட் லார்சன் கம்பெனியானது சீக்கிரமே நாற்பத்தோரு லட்சம் ரூபாயை இழக்க நேரிடும் எனத் தெரியவந்தது. இதைப் பார்த்து அதிர்ந்த மேனேஜர், அந்தத் தாளை திரேவ் முகத்திற்கு முன் காட்டினார். அவர் முகத்தில் எந்த விதக் கோப உணர்வும் தென்படாததைக் கண்டார். ஆனால் அவர் ஒன்று மட்டும் சொன்னார்: ‘கணினிக்குத் தவறான தகவல்களும் குறிப்புகளும் கொடுக்கப்பட்டுள்ளன’.

“இல்லை ஐயா, நான் திரும்பத் திரும்பச் சோதித்த பின்னர் தான் கணினியில் ஏற்றினேன்”

“நல்லது. என்ன இருந்தாலும் அது ஒரு வகையில் இயந்திரம் தானே. அதில் தவறு ஏற்படும் வாய்ப்பு உண்டு. உடனே ஐபிஎம் அலுவலர்களைக் கூப்பிட்டு மீண்டும் சோதித்துப் பாருங்கள்.” “அங்குள்ள தலைமைப் பொறியாளர் மோதக் தென்னிந்தியாவிற்கு பயணம் சென்று உள்ளார்.”

“அப்படியா? அவரா? தென் இந்தியாவின் எப்பகுதிக்கு?”

“திருப்பதி கோவிலுக்குச் சென்றுள்ளார். ஹிப்பிகள் போல அடர்ந்த நீளமாக வளர்த்த தன் தலைமுடியை மொட்டையடித்துக் கோவிலுக்குக் காணிக்கையாகக் கொடுத்துள்ளார் என்றும் கேள்விப்பட்டேன்.”

இதைக் கேட்ட திரேவ் மெல்லிதாகப் புன்னகைத்துக் கொண்டார். அதன் பின், “கணினியில், நம்முடன் வசிக்க அப்பா ஒருவர் புதிதாக வந்து சேர்ந்துள்ளார் என்ற செய்தியையும் சேர்த்திருந்தீர்களா?” என்றும் கேட்டார்.

மேனேஜர் பிலிப், முதலாளி திரேவ் ஏதோ நகைச்சுவைக்-காகச் சொல்கிறார் என்றுதான் முதலில் நினைத்தார். அல்லது மனக் குழப்பத்திலும் கலங்கிய மனநிலையிலும் சொல்கிறாரோ என்றும் நினைத்துக் கொண்டார். ஆனால் திரேவ்வோ திரும்பவும் மேனேஜர்க்கு ஞாபகப்படுத்திக் கொண்டிருந்தார். அதாவது அவர்களை ஆசீர்வதிக்கவும், வழிகாட்டவும் ஒருவர் தற்போது அவர்களுடன் இருக்கிறார் என்ற செய்தி தான் அது.

மேலும் கணினியானது அப்பாவாக ஒரு மனிதனின் கண்டுபிடிப்பே என்றும் அவனுக்காக வேலை செய்யும் நிலையில் இருக்கிறது என்பதையும் மறந்துவிட வேண்டாமென்றும் மேனேஜரைக் கேட்டுக் கொண்டார். அந்த அப்பாவும் ஒரு வகையில் அப்பாவாக மாறியவர் தான் என்றும் கூறினார். இறுதியாக இம்மாதிரியான எல்லா அப்பாக்களும் ஒன்றாக இணைந்து ஒரு பெரிய அப்பாவாகி இருக்கிறார் என்றும் கூறினார். இதையெல்லாம் கேட்டுக் கோபமுற்ற மேனேஜர் அவர் கோபத்தை ஒரு கேள்வியாக வெளிப்படுத்தினார்: "அந்த தேவயானி இன்னமும் பெரியவர் பாபுஜியைப் பார்க்க வருகிறாளா?"

"ஆம்"

"அதற்கு உங்கள் மனைவி திருமதி திரேவ் மறுப்புத் தெரிவிக்கவில்லையா?"

"ஆரம்பத்தில் ஒரு கேலிப் பார்வையுடன் தான் இருந்தாள். ஆனால் அவளும் பாபுஜியைத் தரிசிக்க விரும்புகிறாள். இதன் உண்மை நிலையாதெனில், பாபுஜி மனித இனத்தின் மீதே அன்பு பாராட்டுபவராகியிருக்கிறார். பிலிப், பாபுஜிக்கு வருங்காலத்தை உணரக்கூடிய சக்தி ஒன்று அவரிடம் இருக்கிறது. அதன் பயனாக மனித இனத் தோற்றத்தில் தென்படும் புரியாத புதிர்களையும் ஆழத்தில் சென்று கண்டு பிடிக்கும் தன்மையையும் பெற்றுள்ளார், எனத் தெரிகிறது. அதனால் சில நேரங்களில் தானே புன்னகை செய்து கொள்கிறார் அல்லது சில வேளைகளில் கண்களைச் சிமிட்டிக் கொள்கிறார்".

இதை எல்லாம் கேட்டு பிலிப்பின் கோபம் கூடிக்கொண்டே இருந்தது.

அவர் கோபத்தைக் கண்டு கொள்ளாத திரேவ் தொடர்ந்து சொன்னார்: "பாபுஜிக்குத் தற்போது அதிகம் பிடித்த வார்த்தைகள் பேட்டி, பஹூ, பாபி, சாச்சி, லில்லி, மய்யியா போன்றவை தாம். சில நேரங்களில் என் மகள் இடுப்பைத் தன் கைகளால் வளைத்துக் கொள்கிறார். அவள் கன்னத்தில் முத்தமும் கொடுக்கிறார். இந்த வகையில் சிறை போன்ற இவ்வாழ்க்கையில் இருந்து தன்னை விடுவித்துக் கொள்கிறார். இதை விடுவித்துக் கொள்வதில் உள்ள சிறைத்தன்மை என்றும் குறிப்பிடலாம்."

"தேவயானியைப் பற்றி?"

ஒருவிதவெறுப்புடன்திரேவ்கூறினார்: பிலிப், பாலினத்திற்கு அதற்குரிய வகையில் எவ்வளவு முக்கியத்துவம் கொடுக்க வேண்டுமோ அதை மட்டும் கொடு. அதையே நினைத்து ஒரு விதத்தில் தொந்தரவை உண்டாக்கிக் கொள்ளாதே. தேவயானிக்கு இசைப் பயிற்சி என்பது ஒரு வேளை புகைத்திரை ஆகக் கூட இருக்கலாம்.

"நீங்கள் சொல்வது எனக்குப் புரியவில்லையே, ஐயா"

"பாபுஜியே என்னிடம் முன்னால் சொல்லி இருக்கிறார். அந்தப் பெண் சிறுவயதிலேயே தடம் புரண்டு போனவள் என்று. அவளின் பெற்றோர் சிற்றின்ப ஈடுபாட்டில் இருக்கையில் பார்த்திருக்கிறாள். அப்பொழுது அவள் இரண்டும் கெட்ட வயதினள். வாலிபப் பருவத்தினள். அன்றிலிருந்து தன்னையே ஒரு தாயாகப் பாவித்துக் கொண்டவள். அவள் அப்பா இறந்தவுடன், என்ன செய்வதென்று தெரியாமல், ஒரு ஆண்மகன் விட்டுப் பிறிதொரு ஆண்மகனிடம் சென்று பின் மூன்றாம் மனிதன் வரை நாடியுள்ளாள். உடம்போ கெட்டுச் சீரழிந்துவிட்டது ஆனால் அவள் ஆன்மாவோ என்றும் திருப்தி அடைந்ததில்லை."

"நீங்கள் என்ன சொல்கிறீர்கள்?"

"உண்மையிலே தேவயானி ஒரு அப்பாவைத் தேடி அலைந்தவள்."

கத்தோலிக்கரான பிலிப்பிற்கு இது ஒரு அதிர்ச்சியைத் தந்தது. கண் புருவத்தை உயர்த்திக் கொண்டான். அகன்ற கண்கள் நரகத்தில் உள்ள தீயைப் போல கக்கின.

"இது ஒரு ஏமாற்று வேலை. திரேவ், இது ஒரு அப்பழுக்கற்ற, கலப்படமற்ற ஏமாற்று வேலை" என்று பிலிப் கூறினான்.

அந்த நேரத்தில்தான் கணினியின் பின்புறம் கந்தர்வதாஸ் வந்து நிற்பது போன்ற உருவ அமைப்பை திரேவ் கவனித்தார். கந்தர்வதாஸின் கண்கள் பனித்திருந்தன. பிலிப்பைப் பார்த்து திரேவ் சொன்னார்: "பிலிப், இன்று காலைதான் பாபுஜி சொன்னார் - அதாவது மனிதனை ஒரு குறுகிய வட்டத்திற்குள் வைத்து விடும் தவறைச் செய்யக்கூடாது என்று. அவரைப் புரிந்து கொள்ளுங்கள்."

18. கண்ணாடியின் முன்னால்

இன்று வரை நான் யாரென்று எனக்குத் தெரிந்த பாடில்லை.

இவ்வாறு சொல்வதால் தேவையில்லாமல் நான் ஒரு அடக்கமானவனாக இருக்க முயற்சிக்கிறேன் என்று நினைத்து விட வேண்டாம். இது உண்மை அல்ல. உண்மைக்கு வெகு தூரத்தில் உள்ள நிலைதான். அடுத்தவர்கள் முன் தாழ்ந்து கொள்ளாமலும், ஒரு குறிப்பிட்ட எண்ணக் கோட்பாடுகளுக்குக் கட்டுப்பட்டவனாக இருப்பதாலும், அல்லது குறிப்பிட்ட கொள்கைப் பிடிப்பு உடையவனாக இருப்பதாலும், அல்லது ஒரு குறிப்பிட்ட மதத்தைச் சார்ந்து இருந்தாலும் ஒருவேளை அவன் தன்னடக்கம் உள்ளவனாகத் தோன்றலாம். பிறர் காலை வருடிக் கூழைக் கும்பிடு போடுபவனையும் அல்லது அடுத்தவர் துதி பாடும் வகையில் பேசுபவனையும் கீழ்த்தரமான தற்பெருமை வாதி என்றும் கூறலாம்.

தன்னை அதிக அளவில் வெளிக் காட்டிக் கொள்ளாமல் இருப்பவனை ஒரு ஆபத்தானவன் என்றே சொல்லலாம். இது எல்லோருக்கும் தெரிந்த விஷயம்தான். இதை தான் "கிரந்த் சாஹிப்" இவ்வாறு சொல்கிறது: "ஒரு வேட்டைக்காரன் மானைக் கொல்லக் குறி பார்க்கும் போது எந்த அளவிற்குக் குனிகிறானோ அந்த அளவிற்கு ஒரு பாவியானவன் குனிவான்".

எனக்குத் தெரியும் நான் ஒரு தன்னடக்கமான, நல்ல செயல்பாடுடைய, எளிமையான மனிதன் என்று. இருப்பினும் என் வாழ்க்கையில் ஒரு சில செயல்பாடுகள் பார்த்தவுடனே தற்பெருமை கொண்டவன் என்று தவறுதலாகக் கணித்து விட வழி வகுக்கும். இந்தச் சில வேலைகள் எப்பொழுதாவதுதான் வரும்.

உதாரணமாக, நான் ஏதாவது எழுத வேண்டுமென்று உந்தப்பட்டு நாற்காலியில் அமர்ந்து எழுத ஆரம்பிக்கும் வேலையைக் குறிப்பிடலாம். எழுதவேண்டிய பொருளில் முழுக்க ஆழ்ந்து விடுவேன். அது ஒரு புதுமையான அனுபவமாக இருக்கும். இன்ப உருவெடுத்து உள்ளக்கிடக்கை வெளிவரும் நேரமது.

அப்பொழுதெல்லாம் பிறரை விட நான் உயர்ந்த நிலையில் இருக்கிறேன் என்ற உணர்வு தான் மேலிடும். எனக்கான பாதையிலிருந்து விலகிப் பயணிப்பேன். கவனித்துப் பார்த்தால் ராஜாவிற்கெல்லாம் ராஜா, பேரரசன் அவனின் அனைத்து அரச உடைகளை அணிந்து கொண்டு வருவது போலக் கோலாகலமாகத் தோன்றும். உள்ளத்து உள்ள உணர்வு சீராக வெளிப்படா விட்டால் எழுதும் எழுத்தின் வன்மை குறைந்து விடும் என, தற்காலிகத் தற்பெருமையானது தன்னடக்கத்தைத் தந்து விடுவது போலத் தோன்றும்.

இரண்டுமே தற்பெருமையும் தன்னடக்கமும் கைகுலுக்கிக் கொள்ளும் அளவிற்கு வெகு அருகாமையில் தான் இருக்கும். அப்பொழுதெல்லாம் எனக்கும் என் முன் கிடக்கும் நான் எழுதும் தாளுக்கும் இடையே எந்தவிதக் குறுக்கீடும் ஏற்படாது. அந்த நேரத்தில் மற்றவர்கள் என்னைப் பற்றி என்ன நினைக்கிறார்கள் என்று கூட நான் நினைத்துப் பார்ப்பதில்லை.

என் அறையில் தனிமையில் அமர்ந்து என்னை ஒரு ஷேக்ஸ்பியராகவோ, காளிதாசராகவோ நினைக்கும் பொழுது யார் தான் என்ன செய்துவிட முடியும்? எழுதி முடித்துப் புத்தக வடிவில் வெளியிடும் வரை நான் தான் பெரியவன், சிறந்தவன் என்ற மனப்போக்கு வந்துவிட்டால் என்னைப் போல வேறொரு முட்டாள் இருக்க முடியாது என்று தான் சொல்வேன்.

இம்மாதிரியான மனிதர்களை, அவர்கள் எண்ணக் கூறுகளை வெள்ளைத்தாளில் வெளிக்கொணரும் போது அடையாளம் கண்டு கொள்ளலாம். இதில் தவறு ஏற்படும் பட்சத்தில் அவனுக்கு எல்லா விதத்திலும் உதவி செய்யக்கூடிய நண்பர்கள் இருக்கிறார்களே அவனை அடையாளம் காட்டிவிட அவனைத் தொடர்ச்சியாக நோகடிக்க வேண்டுமென்று நினைப்பவர்கள் இதுபற்றி அமைதி காப்பர்.

அது சரி, நான் யார்? பொதுவாக, மக்கள் ஒருவனைப் பற்றி அறிந்துகொள்ளும் முயற்சியில் இரண்டு கேள்விகள் கேட்பது வழக்கம். ஒன்று அந்த மனிதன் யார்? மற்றொன்று, அவன் என்ன செய்கிறான்? அதாவது வாழ்வில் என்ன தொழில் செய்கிறான்? என அறிந்து கொள்ளும் விதமாகத்தான். என்னைப் பொறுத்தவரை இவ்விரண்டு கேள்விகளும் தேவையில்லை தான்.

என்னை மக்களுக்கு நன்றாகத் தெரியும். நான் வாழ்வை நடத்திச் செல்ல என்ன செய்கிறேன் என்றும் அறிவர். இந்த வகையில் எனக்கு அவப்பெயர் பெற்றுத் தந்த திரைப்படங்களுக்குத்தான் நன்றி சொல்லியாக வேண்டும். இந்த உலகம் விளம்பரப் பிரியர்கள் உள்ள உலகமாகும். அதிகமாக விளம்பரப்படுத்தப்பட்ட மனிதனை, கண்களை அகல விரித்துக் கொண்டு தான் பார்ப்பர். இவ்வாறு விளம்பரப்படுத்திக் கொள்ள அந்த மனிதன் எவ்வளவு பணம் செலவழித்தார் என்று ஒரு சிலருக்குத்தான் தெரியும்.

அதற்காகத்தான் விளம்பரப்படுத்திக் கொள்ளத் தனி ஆர்வம் காட்டுகிறார்கள். நான் யாருமாக இருக்கவில்லை; நானாகவே இருக்கிறேன். இயற்கையான, இயல்பான வழியில் காலத்தைக் கழிக்கும் திரைப்பட நடிகர்களைக் கேட்டுப் பார்த்தால் உண்மை வெளிப்படும். வீட்டில் கூடத் தத்தம் மனைவிமார்கள் முன், வீர தீரச் செயல் புரிந்தவர்கள் போலத்தான் காட்டிக் கொள்வர். ஆனால் அந்த மனைவிமார்கள் இதைக் கண்டும், பார்த்தும் மனதிற்குள் சிரித்துக் கொள்வர். அவர்களுக்குத்தான் தங்கள் கணவன்மார்களைப் பற்றிய அனைத்து உண்மைகளும் தெரியுமே.

என்னைப் பற்றி நான் சிந்திக்கும் பொழுது அந்த ஒரு நாய் தான் என் ஞாபகத்தில் வருகிறது. உடனே நான் வேண்டுமென்றே மிகவும் தன்னடக்கம் உள்ளவன் என்று எண்ணிவிட வேண்டாம். ஒரு திரைப்பட இயக்குநர் அந்த நாயை ஒரு படத்திற்காகப் பயன்படுத்தி உள்ளார். கதைத் தொகுப்பில் அந்த நாய்க்குப் பங்கு உண்டு. காட்சி 12ல் தோன்றியபின் காட்சி 51லும் வரவேண்டிய சுழல். காட்சி 51க்கான படப்பிடிப்பை 6 மாதம் கழித்துதான் நடத்துவர்.

பிற நாய்களைப் போல, அது ஒரு சாதாரண வகை நாய் தான். அதுவும் கடைத்தெருவில் உள்ள குப்பைத் தொட்டிகளை உணவிற்காக முகர்ந்து பார்க்கக் கூடிய நாய்தான். ஆனால் படத்தில் தோன்றியபின் விலை மதிப்பிட முடியாத நாய் போல் ஆகிவிட்டது. விலையேற்றத்தைப் பொறுத்தும் தற்போதைய அதன் நிலையினாலும் அதிக விலைக்குப் பேசப்பட்ட நாயாகிவிட்டது.

அதனால் அந்த இயக்குநர் அதை எப்பொழுதும் கட்டிப்போட்டுக் காத்து வந்தார். ஒரு நாளைக்கு அந்த அசாதாரண நாயிற்கு விலையுயர்ந்த உணவு வகைகளை இரண்டு மூன்று முறை தூக்கிப் போடுவார். அது படுத்துக் கொள்ள மெத்தையும் தயாரானது. அதற்குச் சளிப்பிடித்து விட்டால் உடனடிச் சிகிச்சைக்காகக் கால்நடை மருத்துவர் வரவழைக்கப்படுவார்.

யாரைப் பார்த்தாலும் தன் வாலை ஆட்டிக் கொள்ளும். எல்லோருமே அதன் கண்ணிற்கு தேவதை போலத் தான் தெரிந்தனர். அதாவது ஒரு நாய்க்குச் சாத்தான் எது? தேவதை எது? என்று பிரித்துப் பார்க்கத் தெரியுமா? படப்பிடிப்பு ஆரம்பித்த உடன் அந்த நாய் தன் வாழ்நாளில் இதுவரை கிட்டாத மகிழ்வான சூழலைப் பெற்றது.

ஒரு வழியாகப் படப்பிடிப்பும் முடிந்தது. நாயும் கழற்றி விடப்பட்டது. இந்த இடைவெளியில் தெருக் குப்பையை முகர்ந்து பார்த்து உணவை எடுத்துக் கொள்ளும் பழக்கத்தை மறந்து விட்டிருந்தது. அங்குமிங்கும் சுற்றி விட்டு உணவை எடுக்க முடியாமல் பசியுடன் ஸ்டுடியோவிற்குத் திரும்பும். வாலை ஆட்டிக்கொண்டு உள்ளே திரியும். வருவோர் போவோர் உதைப்பர். அதன்பின் குரைத்துக் கொண்டே வெளியே செல்லும். இவையாவும் திரும்பத் திரும்பத் தினந்தோறும் நடைபெறும் வாடிக்கையாகி விட்டது. அந்த இயக்குனர் நாயல்லவே; அவரும் அடிப்படையில் ஒரு மனிதர் தானே.

தான் என்னும் அகம்பாவம், பெற்ற புகழினால் விரிந்து பெரிதான மனிதனைப் பற்றி நான் நினைத்துப் பார்க்கிறேன் அல்லது எவனொருவன் பேருக்காகவும், புகழிற்காகவும் அலைகிறானோ அவனையும் நினைத்துப் பார்க்கிறேன். செல்வத்தைச் சேர்க்க விரும்புகிறவர்களையும், விரும்பிய பொருளை எல்லாம் வாங்கும்

சக்தி உடையவனையும், சட்டம், மதம், பழக்கவழக்கங்கள், குறிக்கோள்களையும் தன் கைப்பாவையாக ஆகிவிட்டவனையும் லோலிதா பட கதாநாயகன் போல எதையாவது நினைத்து நினைத்துக் கஷ்டப்படுபவனையும், அதனால் வாழ்வை முழுமையாக அனுபவிக்க விரும்புபவர்களையும், அவர்கள் அருகில் இருப்பவர்கள் "இதெல்லாம் பெரிய இடத்து விஷயம்" என்று கூறும் சூழலையும், நினைத்துப் பார்க்கிறேன்.

புகழ், சமூக அந்தஸ்து, பணம் இவையாவும் ஆபத்தானவை. இதன் பலனாகப் பெரிய இடத்தைப் பிடித்துவிட்ட ஒவ்வொரு நல்ல மனிதனும், அறிவாளியும், பின்னர் இம்மூன்றையும் ஆபத்தானவை என்று கூறி வெறுப்பர். என்னைப் பொறுத்தவரை எல்லோரும் சொல்வதுபோல, நான் போர்வையை விட நினைத்தாலும் அது என்னை விட்டுப் போக மறுக்கிறதே என்னுடன் ஒட்டிக் கொண்டுள்ளது. இவைகள் மீது ஒருவன் ஆசைப்பட்டாலும், வெளிக்காட்டிக் கொள்ளாமல் வெறுப்பது போல நடிப்பது தான் இன்றைய சூழல்.

ஒரு நாள் என் வாசகரைச் சந்திக்க நேர்ந்தது. என் கதைகள் சிலவற்றை அவர் படித்திருக்கிறார். புத்திசாலி மாதிரி நடிப்பவர்களில் ஒருவர். வாழ்க்கையின் சூட்சுமம் அனைத்தும் தெரிந்தவர் போலக் காட்டிக் கொள்பவர். கண்டதையெல்லாம் பேசிவிட்டு முக்கியமான பகுதிக்கு வந்தார்.

"பேடி சார், நீங்கள் உண்மையிலே பெரிய ஆள்தான்".

"ஆம்" என்று சற்றே பதை பதைப்புடன் ஒத்துக் கொண்டேன். என்னுள் இருந்த பஞ்சாபி உணர்வு மேலீட்டால், "அப்படியெல்லாம் இல்லை. நான் ஒரு சாதாரண மனிதன் தான்", என்றேன். அவன் அப்படியா என்று தலையாட்டியவுடன், நான் கோபத்தின் உச்சிக்கே சென்று விட்டேன்.

நான் யார்? ஒரே நொடியில் அவன் பதில் இத்தகைய கேள்விகளுக்கெல்லாம் ஒரு முற்றுப்புள்ளியை வைத்து விட்டது. இப்பொழுது நினைத்துப் பார்த்தால், இவ்வாறான கேள்விகள் எல்லாம் எனக்கு ஏற்றவையல்ல என்றாகி விட்டது. அதற்குப் பதிலாக என்னைப் பார்த்து, "நீங்கள் எங்கே இருக்கிறீர்கள்?" அதாவது "நான் ஏன் வாழ வேண்டும்?" எனக் கேட்டிருக்கலாம்.

இந்தக் கேள்வியைக் கேட்டிருந்தாலும், எனக்கு ஒன்றும் பதில் சொல்லத் தெரியாதது தான்.

இவ்வுலகில் தினந்தோறும் இலட்சக்கணக்கானோர் பிறக்கின்றனர். அவர்களில் நானும் ஒருவன். அவர்கள் போலத் திடீரென இவ்வுலகிற்கு வந்தவன்தான். இதனால் என் அம்மாவிற்குப் பெருத்த சந்தோஷமாக இருந்திருக்கும். ஏன்? என் அப்பாவும் அதிக மகிழ்ச்சி அடைந்திருப்பார். எங்கள் வலது பக்க வீட்டுக்காரருக்கு நான் இவ்வுலகிற்கு வந்த வேளை முற்றிலும் தெரியாதிருந்திருக்கும்.

எல்லாம் ஒரு வகையில் நன்மைக்கே. ஏனெனில் பக்கத்து வீட்டுக்காரர்களிடம் எல்லாச் செய்தியையும் பகிர முடியாதே. ஏதோ பாராட்டவும், வாழ்த்துத் தெரிவிக்கவும், பின்னர் ஒரு நாள் எங்கள் வீட்டிற்கு வந்து இருக்க வேண்டும். நான் பிறந்தது எப்படி அவருக்கு மகிழ்வைக் கொடுத்திருக்கும்? யாரும் இக்கேள்வியைக் கேட்கலாமல்லவா?

ஒருவேளை அவர் பெருத்த ஏமாற்றம் அடைந்து இருக்கவேண்டும். இந்த உலகமே போட்டியாளர்கள் நிறைந்த உலகம் தான். இதில் இவனும் பிறந்து தன் மகன் பன்னலாலுக்குப் போட்டியாக வந்து விட்டானே என்று கூட நினைத்திருக்கலாம். இனிப் பிறக்கக்கூடிய தன் மகளுக்கு பிரச்சினையை உண்டாக்கு- பவனாக ஆகி விடுவானோ என்றும் நினைத்திருக்கலாம்.

ரஜீந்தர்சிங் பேடி பிறந்ததற்கு இது ஒரு உப்பு சப்பில்லாத வாழ்த்தாகிவிட்டது. சுகர்சிங் பிறந்தன்று வாழ்த்துவதும் இவ்வகையைச் சார்ந்ததே. தள்ளுராம் வருகையின் போது பறை அறைந்து வரவேற்பதும் அல்லது சம்னிகான் வந்தபோது வாழ்த்தியதும் இவ்வகையைச் சார்ந்ததே.

குழந்தைகள் பிறப்பது, கடவுள் தன் படைக்கும் தன்மையால் களைப்படையவில்லை என்பதைத் தான் காட்டி நிற்கின்றது, என்று ரவீந்திரநாத் தாகூர் சொல்லியிருக்கிறார். இவ்வாறு செய்து கொண்டிருப்பது கடவுளுக்கு அடுக்குமா? அவர் களைப்படைய வில்லை என்பதற்காக மனிதர்களைப் படைத்துக் கொண்டே இருக்கலாமா?

வேலை இல்லாதவர்களே! எதையாவது செய்யுங்கள்.

ஒன்றும் இல்லை என்றால் உங்கள் பைஜாமையாவது திரும்பவும் தையுங்கள்.

ஆகவே, கடவுளின் ஆணையின்படி அவருடைய ஆடையில் கடைசித் தையல் போடப்பட்டது. அதாவது, 1915 செப்டம்பர் முதல் நாளன்று லாகூரில் நான் பிறந்தேன். எல்லா மனிதர்களைப் போலவே ராமாவும், ரஹீமும் கூட இந்த உலகம் துன்பம் மிகுந்தது என்பதை மறந்துவிட்டனர். இல்லையென்றால் என்னை இவ்வுலகிற்கு அனுப்புவது கடவுளின் நற்செயல்களின் ஒரு பகுதியாக இருக்குமோ? சாஸ்திரங்கள் சொல்வதுபோல முந்தையப் பிறவியில் நாம் செய்த பாவங்களுக்குப் பரிகாரம் தேடும் பொருட்டு இந்தப் பிறவிக்கு அனுப்பப்பட்டு இருக்கவேண்டும். ஒருவகையில் பார்த்தால் இந்தப் பரிகாரம் செய்யும் சக்தி கடவுளிடம் கூட இல்லையோ?

எல்லாப் பெற்றோர்கள் போலவே என் பெற்றோர்களும் என்னைக் கலெக்டராகப் பார்க்கத்தான் விரும்பினர். இது அரசு நிர்வாகத்தில் பெரிய அந்தஸ்தான பதவி அல்லவா? அவர்களை ஏன் குற்றம் சொல்ல வேண்டும்? அவர்களைப் பொறுத்த வரை அது தான் மிகப் பெரிய பதவி ஆகும். இந்தக் கலெக்டரே அவருக்கு மேலதிகாரி முன் மண்டியிட்டு வேலை செய்ய வேண்டுமென்பது அவர்களுக்குத் தெரியவில்லை போலும்.

இது எனக்கு எளிமையான பஞ்சாபி விவசாயி ஒருவரைப் பற்றிய ஞாபகத்தை உண்டாக்கியது. நில வரி கட்டுவதில் ஏற்பட்ட குளறுபடியால் அவர் தாசில்தாரைச் சந்திக்க வேண்டிய நிலை ஏற்பட்டது. கிராமப்புறங்களில் தாசில்தார்கள் தெய்வம் போல் மதிக்கப்பட்டனர். விசாரித்த தாசில்தார் அந்த விவசாயியின் சார்பாகத் தீர்ப்பளித்தார். மிக்க மகிழ்ச்சி அடைந்த அந்த விவசாயி அவரை, "உங்களை கடவுள் ஒரு வருவாய் குமாஸ்தாவாக மாற்றட்டும்" என்று ஆசீர்வதித்தார்.

இந்த அவசர உலகில் எளிமையானவர்களை எளிதாக ஏமாற்றும் பொருட்டு ஏற்கனவே நிகழ்ந்த சிறந்த கதைகளையும் நிகழ்வுகளையும் சொல்வது உண்டு. உதாரணமாக, ஆபிரகாம் லிங்கன் மர வீட்டில் பிறந்து அமெரிக்க நாட்டிற்கே ஜனாதிபதி ஆகவில்லையா? என்பர். இதே மக்கள் சிறு குடிசையில்

பிறந்த ஒருவர் நாட்டின் ஜனாதிபதி ஆன நிகழ்வைச் சொல்ல மாட்டார்கள். ஆபிரகாம் லிங்கனின் வரலாறு நிறையப் பேர்களை கவர்ந்து இழுத்தாலும், இறுதியில் அவர்கள் நாய் பட்ட பாடுகளை அனுபவித்து இறந்தது உண்டு. சூரியன் உதயம் என்பது லட்சக் கணக்கான நட்சத்திரங்களின் மறைவிற்கான காரணம் என்பதை ஏன் மறந்து விட்டார்கள்.

இரட்சிக்கவும் பாதுகாக்கவும் வந்த கடவுளின் செயல்பாடுகளில் குற்றம் காண்பது என்பது நாமே துயரத்தையும் துன்பத்தையும் விலை கொடுத்து வாங்குவது போல் அல்லவா ஆகிவிடும்.

நான் நோயுற்ற அம்மாவிற்குப் பிறந்த நோயாளியான குழந்தையாய் இருந்தேன். ஒரு தடவை வந்த டைபாய்டு காய்ச்சல் என்னை வாட்டி வதம் செய்து விட்டது. அந்தச் சூழலில் குழந்தையே பெற்றோர் போல் ஆகிவிட்ட நிலைதான். வாழ்க்கை என்னும் தொட்டிலில் கட்டி விடப்பட்டது போலவும், இறப்பு என்னும் நிலைக்குத் தள்ளப்பட்டு விட்டது போலவும் ஆகிவிட்டேன். முகம் புதைத்த நிலையில் ஆயிரக்கணக்கான வண்ணங்கள் ஒன்றோடொன்று கலந்து, மயங்கிய நிலையில், என் மனக்கண்முன் வந்து போயின. இவைகளை ஒரு வரன் முறைக்குள் கொண்டு வர முடியாத நிலைதான். எந்த ஒரு நல்லதொரு விளக்கத்தையும் கொடுக்க முடியாத வானவில்களும் வந்து போயின.

இந்த நிலையில் படுத்துக் கொண்டு கண்ணீர் சிந்தியபடி இருந்தேன். அக்கண்ணீர் இனிப்பாகவும் இல்லாமல், கசப்பாகவும் இல்லாமல் எந்தச் சுவையுமின்றி தான் இருந்தது. நெருங்கிய சொந்த பந்தங்கள் கூடக் கண்ணீரைத் துடைக்க வரவில்லை. நூற்றுக்கணக்கான வேளைகளில் நான் தனித்து விடப்பட்டிருந்தேன்.

திடீரென ஒரு எண்ணம் என்னுள் தோன்றியது. அதாவது பயத்தால் யாரும் என்னிடம் நெருங்கி வரவில்லை என்பதுதான். இங்கிலாந்தின் நகரச்சந்தைப் பகுதியும், வாரணாசியின் கங்கை நதி படித்துறைப் பகுதியும் எத்தனையோ முறை என் கண்முன் தோன்றி மறைந்துள்ளன. என் முந்தையப் பிறவியில் இதில் ஏதாவது ஒரு இடத்தில் நான் பிறந்திருக்க வேண்டும்.

வெள்ளப் பெருக்கெடுத்துக் கரை புரண்டு ஓடும் கங்கை சில நாட்களில் சுருங்கிவிடும். அப்பொழுது ஆயிரக்கணக்கான சிறு சிறு கால்வாய்களை உண்டாக்கி விட்டுச் செல்லும். சிவப்பு மற்றும் மஞ்சள் நிற சகதியை ஏற்படுத்திச் செல்லும். நம் கால்களை அங்கு நனைக்கும் போது தண்ணீர் திடீரென அங்கிருந்து வெளிப்படும். இடுப்பைச் சுற்றிக் கருப்புக் கயிறு கட்டிய சிறிய, ஒன்பது வயது நோயாளியான குழந்தை அங்கு நிற்பதைக் காணலாம். அது வேறு யாரும் அல்ல நானேதான்.

சேட்டைகள் செய்யும் அளவிற்கு வளர்ந்துவிட்ட நிலையிலும், சிறு சிறு வேலைகளைச் செய்யுமளவிற்கு வளர்ந்து விட்ட நிலையிலும், என் உடல் ஆரோக்கியம் சீர்குலைந்து தான் இருந்தது. ஏதாவது கோபத்தைக் கிளறும் சூழல் ஏற்பட்டால் எனக்குக் கோபம் மிக அதிகமாக வரும். சிறு புகார் என் மீது கொடுத்தாலும் பயத்தால் உடல் நடுங்கி விடுவேன்.

என் அம்மாவும், அவ்வப்போது என்னை வெறுப்பில் உதறித் தள்ளி விடுவார். அதற்கான காரணம் என்னவெனில் தாய்ப்பால் குடிக்கும் போது, கடைசித் துளி வரை இழுத்து விடுவேன் என்பதுதான். நான் உடனே சொல்வேன்: "அம்மா நீ செத்தாலும் வாழ்ந்தாலும் சரி எனக்குரிய பால் எனக்கு வேண்டும்".

இன்றும் என் தேவை அதுதான். ஆனால் அதை நிறைவேற்ற அம்மாதான் இல்லை. நான் சொல்ல வந்தது உங்களுக்குப் புரிந்திருக்கும். ஆம், என் அம்மா இங்கு உயிருடன் இல்லை. தூக்கி எறிந்த என் அம்மா, தாய்க்குரிய கருணை உள்ளத்தால் என்னை வாரி அணைத்துக் கொள்வாள். என்னை வைத்துக் கொள்ளலாமா அல்லது தூக்கி எறிந்து விடலாமா என்று ஒரு போதும் முடிவு எடுக்க மாட்டார்கள்.

நான் பல நேரங்களில் செத்திருக்கிறேன். பல நேரங்களில் உயிர் பெற்று எழுந்து வந்திருக்கிறேன். எல்லாம் எனக்கு மிக ஆச்சரியமாகத் தான் தெரிந்தன. வாழ்நாளில் ஒவ்வொரு நொடியும் எனக்குக் கவனச்சிதறலைத் தான் கொடுத்தது. என் ஆச்சரியத்திற்கு ஓர் எல்லையோ, என் துயரத்திற்கு ஒரு வரம்போ கிடையாது.

என் பெற்றோர்கள் எனக்காகப் பலரிடம் சென்று என் ஜாதகத்தைக் கணித்துள்ளனர். இது எனக்குப் பின் நாளில்

தான் தெரிய வந்தது. என் ஜாதகப்படி ராகுவானது, ஏனைய நட்சத் திரங்களை மறைத்து நிற்கின்றது. செவ்வாய் அதன் வீட்டிலிருந்த புதன் மீது அதன் நிழலைப் பரப்பியிருந்தது. அந்தக் குழந்தை பிற்காலத்தில் சிறந்த கலைஞனாக வருவான் என்று ஜாதகம் கணிப்பவர் கணித்திருந்தாராம். இருந்தாலும் வாழ்வின் இறுதிக் கட்டத்தில்தான் பெயரும் புகழும் பெறுவார் என்றும் சொன்னாராம். ஒருவேளை அவன் இறந்தபின் கூடப் பெயரும் புகழும் வரலாம் என்றும் கூறினாராம்.

சூரியன் லாபம் தரும் நோக்கில் பார்ப்பதாகவும், சுக்கிரனின் ஒளி மழுங்கி விட்டதாகவும் ஜாதகம் கணிப்பாளர் கூறினாராம். சனி, சுக்கிரனைப் பின்னுக்குத் தள்ளுவதால், அவன் வாழ்வில் நிறைய பெண்களின் குறுக்கீடு அதிகம் இருக்கும் என்றும் உரைத்தாராம். இந்த இரு கிரகங்களின் சேர்க்கையால் விலைமாது வீட்டிற்குக் கூடச் செல்ல நேரிடும் என்றும் சொன்னாராம். புதனின் பாதுகாவல் அவனுக்குக் கிடைப்பதால் கெட்ட பெயர் வராது என்றும் சொன்னாராம்.

மேலும், செவ்வாயும் சனியும் ஒரே இடத்தில் இருப்பதாலும் அதன் குறுக்கீடு அதிகரிப்பால் சில துன்பங்களும் பாதிப்பும் ஏற்படலாம் என்றும் கணித்தாராம். ஆனால் செவ்வாய் செவ்வாயாக இருப்பதால் பெரிதாகப் பாதிப்பு ஏற்பட வாய்ப்புக்கள் குறைவுதான் என்றும், அவன் வெற்றிப் பாதையில் சனியின் குறுக்கீடு மட்டும் அவ்வப்போது ஏற்படும் என்றும் ஏனெனில் புதன் பலவீனமாக இருப்பதும் இதற்கு ஒரு காரணம் என்றும் கணித்துள்ளாராம்.

பத்தாம் வீட்டில் வசிக்கும் ராகுவை செவ்வாய் கண்காணிக்க வில்லை என்றும் தெரிவித்தாராம். இவ்வாறான கிரகங்களின் சூழ்நிலையில் அவன் மனைவி வாழ்நாள் நோயாளி ஆகி விடுவார் என்றும் அதாவது என் அப்பாவின் மனைவியும் என் மனைவியும் தொடர் நோயாளிகளாக மாறி விடுவர் என்றும் எடுத்துரைத்தாராம். குடும்பம் முழுவதும் ஒருவித சாபத்தால் கஷ்டப்படும் நிலைமை தானாம்.

அதனால்தான், என் மனைவியின் வாழ்வைச்சீர் குலைத்தது, மற்றும் என் குழந்தைகளின் எதிர்காலத்தைக் கெடுத்தது, தவிர உட்கார்ந்து குறிப்புகள் எடுப்பதிலும், கதை எழுதுவதிலும்,

எழுதியவைகளைப் புத்தகவடிவானவுடன் நானே சென்று வாங்குவதையும் வழக்கமாக்கிக் கொண்டேன்.

என் அம்மா அந்தணர் வகுப்பைச் சார்ந்தவர். அப்பா சத்திரிய குலத்தைச் சார்ந்தவர். இந்த மாதிரியான கலப்புத் திருமணம் அந்தக் காலத்தில் ஸ்காட்லாந்தில் உள்ள "கிரேட்னா கிரீன்" பகுதியில் கூட நடந்தது கிடையாது. ஆனால் அது என் பெற்றோர்களுக்கு சாத்தியமாயிற்று. என் பெற்றோர் இருவரும் ஒருவரையொருவர் நன்கு புரிந்து கொண்டு வாழ்க்கையை நடத்தியவர்கள். அவர்களிடையே நிலவிய எண்ணப் பரிமாற்றத்தில் இது தெரிந்தது. ஒருவர் கூற்றை மற்றவர் மதித்து நடந்தனர்.

ஒரு மாடத்தில் பகவத்கீதை இருக்கும். மற்றொன்றில் "கிரந்த் சாகெப்" இருக்கும். என் சிறு பிராயத்தில் நான் படித்த கதையெல்லாம் வன தேவதைகள் பற்றியோ அல்லது பேய், பிசாசு பற்றியோ அல்ல. மாறாக, கீதையின் ஒவ்வொரு இயல் முடிவில் கொடுக்கப்பட்டிருந்த சுருக்க விளக்கங்களே ஆகும். மேலும் அம்மா ஒவ்வொரு நாள் காலையிலும் பக்தியுடன் உச்சரிப்பதையும் தான் கேட்டேன். ராஜா, அந்தணர், பிசாசு என்றால் உடனே எங்களுக்குப் புரிந்து விடும் அளவிற்கு இந்தப் பாடங்கள் பல வகைகளிலும் புகட்டப்பட்டன. இது தவிர நிறைய விஷயங்கள் புரிந்து கொள்ளப்படாமலே இருந்துவிட்டன.

"அம்மா, குன்கா என்றால் என்ன அம்மா?"

"அது ஒன்றும் பெரிதல்ல: சாதாரணம்தான் பேசாமல் உட்கார்"

"இல்லை நீங்கள் சொல்லித்தான் தீரவேண்டும் - குன்கா எனப்படும் முக்கிய விஷயம் பற்றி"

"அமைதியாக இருக்க மாட்டாயா?"

அதன்பின் அவர் முகத்தில் ஒருவித உணர்வு அலை தோன்றும். அது என் அம்மாவின் முகத்திற்கே உரிய பிரதானமான உணர்வு அலை.

"கெட்டுப்போன பெண் தான் குன்கா"

"நீங்கள் நல்ல அம்மாதானே, இல்லையா?"

"எல்லா அம்மாக்களும் நல்லவர்கள் தான்! இந்தக் குழந்தையின் அம்மாவும்"

"பின் எப்படி, கெட்ட அம்மாக்கள்?"

"இப்படி எல்லாம் என்னைத் தொந்தரவு செய்யாதே. கெட்ட பெண்-அம்மா என்பவள் பல ஆண்களுடன் வசிப்பவள்."

அம்மாவின் இந்த விளக்கம் என் மனதில் ஆழமாகப் பதிந்து விட்டது. ஆனால் மறுநாளே என் அம்மா - என்னைச் செருப்பால் அடிக்கும் நிலை உருவாகிவிட்டது. ஏனென்றால் என் பக்கத்து வீட்டுக்கார சுமித்ராவின் அம்மாவைக் குன்கா என்று சொல்லிவிட்டேன். அவள் கணவன் மற்றும் நெருங்கிய உறவினர்கள் என்று பல ஆண்கள் அவ்வீட்டில் அவருடன் வசிக்கின்றனரே.

என் வாழ்வின் பிறபகுதிகளும் இவ்வாறு தான் நகர்ந்தன. ஏதாவது அம்மாவிடம் கேள்வி கேட்டால் "அமைதியாயிரு" என்று சொல்லி விடுவார்.

ஒருவேளை அம்மா பதில் சொன்னாலும் எனக்குப் புரியாத நிலை தான் ஏற்படும். எப்படியாவது அதன் பொருண்மையை நான் புரிந்து கொண்டால் அது எனக்கு அடியைத் தான் வாங்கிக் கொடுக்கும்.

நோயுற்ற உடல் நிலை, தளர்ந்து போன நரம்புகள், என் கேள்விகளுக்கான அரைகுறை பதில்கள், அதனுடைய உட்பொருள், மறைபொருளைக் கண்டுபிடிக்க முடியாமை, ஆகிய எல்லாம் ஒன்று சேர்ந்து என்னை "இன்ட்ரோவர்ட்" எனப்படும் அகமுக நோக்கும் குழந்தையாகவும் ஆக்கி விட்டன. அதேபோல் எதற்கெடுத்தாலும் உணர்ச்சியடையும் குழந்தையாகவும் மாறிவிட்டேன்.

ஒவ்வொருவர் வாழ்விலும் இருண்ட பகுதி தவிர வெற்றிடப் பகுதியும் உண்டு. வாழ்க்கை என்பதே அபாயம், ஆபத்து, ஏமாற்றங்கள், இனமறியாப் பய உணர்வுகள் போன்றவை அடங்கியவைதானே. மின் அலை அதிர்ச்சிபோல மனதில் ஒருவகை அதிர்ச்சியை உண்டாக்கும். நடைமுறைகள், அனுபவங்கள் போன்ற மற்றவைகள் எல்லாம் ஒவ்வொரு எழுத்தாளரும்

அவரவர் வாழ்வில் சந்திப்பவை தாம். இவை யாவும் ஒருவிதப் படிப்பினையைக் கொடுக்கும் மேலும் அவற்றை சோதித்துப் பார்க்கவும் செய்வர். பின் தன் படைப்புகளில் அவற்றைக் கையாள்வர்.

என் ஐந்தாவது வயதிலேயே ஒரு வகையில் இராமாயணம், மகாபாரதக் கதைகளையும் அதன் மாந்தர்களையும் என்னுள் உள் வாங்கிக் கொண்டேன். இராமாயண காப்பியம் என்பது பல மாந்தர்களை உள்ளடக்கியுள்ளது. பெரும்பாலோர் நற்குணம் பொருந்தியவர்களாகவும் தியாக சீலர்களாகவும் விளங்குகின்றனர்.

இவர்களில் என் மனதைத் தொட்ட மாந்தர் சுக்கிரீவன் ஆவார். அவர் சகோதரர் வாலி அவர் வாயைப் பிளந்து உதவியின்றித் தவித்துக் கொண்டிருக்கையில் அவர் மனைவியைத் தூக்கி சென்றாரே. அக்காட்சி என் மனதில் பெரிய பாதிப்பை ஏற்படுத்திவிட்டது. அதிர்ஷ்டவசமாக அந்தப் பக்கம் அந்த நேரத்தில் வரவில்லை என்றால் சுக்ரீவனின் கதி அதோ கதிதான்.

இதேபோல் மகாபாரதம் காப்பியத்திலும் மறக்க முடியாத, என்னைப் பாதித்த காட்சி ஒன்று உண்டு. பிதாமகன் பீஷ்மர் இறப்பில் ஆண்மை குன்றிய சிக்கண்டி அதை மறைக்கும் முகமாக நடந்துகொண்ட காட்சிதான் அது. இது மட்டும் இல்லாவிடில் பிதாமகன் பீஷ்மர் பல்லாண்டு காலம் வாழ்ந்திருப்பார்.

நோயால் பாதிக்கப்பட்ட என் அம்மாவிற்காக என் அப்பா கடைத் தெருவிலிருந்து ஒரு புத்தகம் ஒரு பைசா செலவில் வாங்கி வருவதை வழக்கமாக்கிக் கொண்டிருந்தார். அம்மா அருகில் அமர்ந்து அப்புத்தகத்தை அம்மாவிற்காக வாசித்துக் காண்பிப்பார். நானும் சத்தமின்றி உள்ளே சென்று அப்பா வாசிப்பதைக் கவனமாகக் கேட்பேன். அதனால்தான் என் சிறு வயதிலேயே இராஜஸ்தான் தோடர்களும், ஷெர்லாக் ஹோம்ஸும் பரீச்சயமாகியிருந்தனர். "இலண்டன் அரச சபை" மர்மங்களில் பல எனக்குப் பெரும் புதிராகவே இருந்தன.

என் ஞாபகத்தில் நிலைத்து நிற்பதெல்லாம் அப்பா மிக ஆர்வத்துடன் படிப்பது தான். அப்பொழுதெல்லாம் எனக்கு ஒவ்வொரு கதையிலும் ஒரு மனிதன் ஒரு பெண்ணிற்கு ஏன் துயரத்தை அளிக்கிறான் என்பது விளங்காத புதிராகவே இருந்தது.

ஆனால் ஒன்று மட்டும் புரிந்து இருந்தது. அதாவது பெண் பின்னால் செல்வது நற்குணம் அல்ல என்பதே. அதேபோல், பெண் என்பவள் கெட்டவள் என்றும் கொச்சையானவள் என்று மட்டும் அறிய முடிந்தது.

இந்த நேரத்தில் தான் என் சித்தப்பா நீராவியால் இயங்கும் அச்சகம் ஒன்றை விலைக்கு வாங்கி இருந்தார். அத்துடன் ஆயிரக்கணக்கான புத்தகங்களும் வரதட்சணையாக வந்து இருந்தன. நான் ஆரம்பப் பள்ளியில் படிக்கும் பொழுதே ஒவ்வொரு புத்தகத்தின் தலைப்பையும் நன்கறிந்திருந்தேன். ஒவ்வொரு புத்தகமும் எனக்கு நன்கு அறிமுகமாகி இருந்தது.

சொல்லப்போனால் அறிமுகமே தவிர உள் முகத்தை நான் கண்டது கிடையாது. கோட்பாடுகளுக்கும் செயல் முறைகளுக்குமிடையே ஏனையோருக்கு ஏற்பட்ட இடைவெளி தான் எனக்கும் ஏற்பட்டது என்று கூடச் சொல்லலாம். இவ்வாறு ஒவ்வொரு சோதனை நிலையிலும் நான் நிலைகுலைந்து தான் இருந்தேன். ஒருவேளை இது ஒருவகையில் என் அடிப்படைத் தேவையாகி விட்டதோ என்னமோ!

இதுவரை என் வாழ்வின் அடித்தளங்கள் பற்றி அதிகமாகவே குறிப்பிட்டேன். மீத நிகழ்வுகளையும் சொன்னால் அது மிகையாகி விடும். மெட்ரிகுலேசன் படிப்பை முடித்துக் கல்லூரியில் சேர்ந்தேன் ஆங்கிலத்திலும், உருது மொழியிலும், கவிதைகள் புனைந்தேன். இக்காலகட்டத்தில் அம்மாவின் சாவு நேர்ந்தது. அஞ்சலகப் பணியில் சேர்ந்தேன். திருமணமாகியது, குழந்தைகளும் வந்தனர். அப்பாவும் இறந்தார். அதன்பின் ஒரு குழந்தை கிடைத்தது.

ஒன்பது ஆண்டுகள் அஞ்சல் துறையில் பணி புரிந்து விட்டு, அகில இந்திய வானொலிப் பிரிவில் வேலையில் சேர்ந்தேன். நாடு பிரிவினை வந்தது. எங்குப் பார்த்தாலும் கொலை, கொள்ளைகள் இரத்தம் தோய்ந்த உடல்கள், புகைவண்டியின் வெளிப் பக்கம் மேற்கூரையில் டெல்லி பயணம், ஜம்முவில் வானொலி நிலைய இயக்குனராகப் பதவி ஏற்பு ஜனநாயக அமைப்பு என்று சொல்லிக் கொண்டவர்களுடன் ஏற்பட்ட சண்டை, இதுபோல் பல.

பின் பம்பாய் வருகை நல்ல, கெட்ட திரைப்படங்கள் இடையே, உருது மொழியில் சிறுகதைத் தொகுப்பு. பின் புத்தர்

கூடச் சந்தித்திருக்காத அளவிற்கு அதிகமான சிரமங்கள்; மிகவும் துயரமான, கஷ்டமான வாழ்க்கை முறை. மனைவியுடன் கருத்து வேறுபாடு, அதனால் ஏற்பட்ட பிரிவு, காரணம்? நடுவயதினருக்கே உரிய தனித்துவம், என் செயல்பாடு குறித்து மூத்த மகனின் ஆதங்கம், பொறுப்பற்ற பையன் என்ற என் கணிப்பு. பணத்தாசை பிடித்தவன் என்ற நிலைப்பாடு. அது சரி. இவை யாவும் என்ன தெரிவிக்கின்றன? ஏதாவது அறிவான செயலையா?

என் முடிவான நிலைப்பாடு? ஒன்றுமேயில்லைதான். என் ஆசைகள், எதிர்பார்ப்புகள், நம்பிக்கைகள், ஏமாற்றங்கள். ஒன்றுமே இல்லை. புத்திசாலித்தனமாக எந்தப் பெண்ணையும் காதலிக்கவில்லை; முட்டாள்தனமாக எந்தப் பெண்ணும் என்னை விரும்பியதில்லை. சுருங்கச் சொன்னால், என்னால் அன்பையும் பேராசையையும் வேறுபடுத்திக் காட்ட முடியும். விருப்பு, வெறுப்பு இல்லாமல், எதற்கும் ஆசைப்படாத குணமும் கூட.

ஒரே ஒரு அளவிற்கதிகமான ஆசை மட்டும். எழுத வேண்டும், எழுதிக் கொண்டே இருக்க வேண்டும். பணத்திற்காக அல்ல. அல்லது வெளியீட்டார் கேட்டுக் கொண்டதற்காக அல்ல. எழுத வேண்டும் என்ற இலட்சியத்திற்காகத் தான்.

மத சம்பந்தமாக எழுத நான் விரும்பவில்லை. அது எனக்குத் தேவையும் இல்லை. ஒருவேளை எழுத வேண்டிய சூழ்நிலை ஏற்பட்டால் இப்பொழுது கிடைப்பதைவிட நல்லதாகவே எழுதுவேன். எனக்குக் குருவோ, வழிகாட்டியோ தேவையில்லை. ஒவ்வொருவருமே ஒரு வகையில் குருவாகவும், மாணாக்கராகவும் ஆகிவிடுகின்றனர்.

மற்றதெல்லாம் சந்தையில் நிகழும் கொடுக்கல் - வாங்கல் முறை போன்றதே. எனக்குப் பசுமையான இலைகளும் மல்லிகைப் பூவும் பிடிக்கும்; நாயின் மொழி அறிவேன். என் நாய் என்னைப் புரிந்து கொள்ளும். நான் என் நாயைப் புரிந்து கொள்வேன். மீட்கும் செயல்பாடு எனக்கு வேண்டாம். மனிதனைப் படைக்கும் தவறான செயலைக் கடவுள் செய்யும் போது நான் ஏன் அறிவான நிலையில் கடவுளை உண்டாக்க வேண்டும்? உண்மைக்கும் நான் தேவைப்பட்டால், கடந்த, நிகழ்காலங்களைத் தாண்டி ஓய்வில் இருக்கும் என்னைத் தேடிப் பிடித்து விடலாமே?

வாழ்க்கை முறையை அறிந்து கொண்டு எளிமையான வாழ்க்கை வாழ விரும்புகிறேன். ஒரு எல்லையைத் தேடிச் செல்ல விரும்புகிறேன். ஆனால் அது ஆசையில்லா உலகாக அமைய வேண்டும். அதைத்தான் "எளிமை" நிலை என்போம். இந்த நிலை எல்லாவற்றையும் நன்கறிந்த பின் தான் கிடைக்கும். மேலும்...

அது பற்றி எனக்கு ஒன்றுமே தெரியாது.